സ്വയംവരം

അടൂരിന്റെയും അനുവാചകന്റെയും

മലയാളത്തിലെ ആദ്യ

ആധുനിക സിനിമയ്ക്ക് അരനൂറ്റാണ്ട്

Swayamvaram
Adoorinteyum Anuvachakanteyum
Cinema

Compiled by
A. Chandrasekhar
Girish Balakrishnan

CHINTHA PUBLISHERS
Thiruvananthapuram

First Edition
November 2022

Second Impression
May 2023

Published & Typesetting
Chintha Publishers, Thiruvananthapuram

Printed at
Repro India Ltd., Mumbai

Cover Design
Vinod Mangoes

Layout & Design
N Bhattathiri

ISBN : 978-93-93468-93-2
CO - 3207/6445
₹ 400
Email: chinthapublishers@gmail.com
Website: www.chinthapublishers.com

Distribution
DESHABHIMANI BOOKHOUSE
H O Thiruvananthapuram 695035
Branch
Head Office Kunnukuzhi • Statue • Overbridge Thiruvananthapuram.
KSRTC Bus Station Alappuzha • KSRTC Bus Station Ernakulam • Machingal Lane Thrissur • IG Road Kozhikode •
Mavoor Road Kozhikode • NGO Union Building Kannur•
Central Bus Terminal Complex Thavakkara Kannur

സ്വയംവരം

അടൂരിന്റെയും അനുവാചകന്റെയും

മലയാളത്തിലെ ആദ്യ
ആധുനിക സിനിമയ്ക്ക് അരനൂറ്റാണ്ട്

സമാഹരണം, പഠനം

എ ചന്ദ്രശേഖർ
ഗിരീഷ് ബാലകൃഷ്ണൻ

ചിന്ത പബ്ലിഷേഴ്സ്
തിരുവനന്തപുരം - 695 035

വില : ₹ 400

എ ചന്ദ്രശേഖർ

കെ അച്ച്യുതൻ നായരുടെയും പത്മാവതിയമ്മയുടെയും മകൻ. ഇംഗ്ലീഷിലും പത്രപ്രവർത്തനത്തിലും ബിരുദാനന്തര ബിരുദം. 31 വർഷമായി മാധ്യമരംഗത്ത്. *മലയാള മനോരമ, ദീപിക, വെബ്ലോകം ഡോട്ട് കോം, ഇന്ത്യാവിഷൻ* എന്നിവിടങ്ങളിൽ പത്രാധിപസമിതി അംഗം, *രാഷ്ട്രദീപിക സിനിമ, കന്യക ദ്വൈവാരിക* എന്നിവയുടെ പത്രാധിപർ, *അമൃത ടി വി* സീനിയർ ന്യൂസ് എഡിറ്റർ എന്നീ നിലകളിൽ പ്രവർത്തിച്ചു. ഇപ്പോൾ കോട്ടയത്തെ ഇന്ത്യൻ ഇൻസ്റ്റിറ്റ്യൂട്ട് ഓഫ് മാസ് കമ്യൂണിക്കേഷൻ ദക്ഷിണ മേഖല ക്യാംപസിൽ അസിസ്റ്റന്റ് പ്രൊഫസർ.

സംസ്ഥാന ചലച്ചിത്ര അക്കാദമിയുടെ ആദ്യ ഫെലോഷിപ്പ്. മലയാള സിനിമയിലെ അടുക്കള ജീവിതം എന്ന വിഷയത്തിൽ മലയാളസിനിമയുടെ നവതി ഫെലോഷിപ്പ് ലഭിച്ചു. 1999 ൽ സംസ്ഥാന ടി വി അവാർഡ് ജൂറിയിലും 2015 ലെ ഐ എഫ് എഫ് കെ മലയാളവിഭാഗം പ്രിവ്യൂ ജൂറിയിലും അംഗം. 2017 ലെ സംസ്ഥാന ടി വി രചനാവിഭാഗം അവാർഡ് ജൂറി ചെയർമാനായി. കേരള ഫിലിം ക്രിട്ടിക്സ് അസോസിയേഷൻ, പത്മരാജൻ ട്രസ്റ്റ് എന്നിവയിൽ നിർവ്വാഹകസമിതി അംഗം.

ബോധതീരങ്ങളിൽ കാലം മിടിക്കുമ്പോൾ എന്ന പുസ്തകത്തിനു മികച്ച സിനിമാ ഗ്രന്ഥത്തിനുള്ള 2008 ലെ സംസ്ഥാന അവാർഡും ഫിലിം ക്രിട്ടിക്സ് അവാർഡും അല അവാർഡും. 2016 ൽ ഹരിത സിനിമയ്ക്ക് മികച്ച ചലച്ചിത്ര ഗ്രന്ഥത്തിനുള്ള സംസ്ഥാന ജൂറി പരാമർശം. 2017 ൽ റിയാലിറ്റിയുടെ യാഥാർത്ഥ്യങ്ങൾക്ക് മികച്ച ചലച്ചിത്ര ലേഖനത്തിനുള്ള സംസ്ഥാന അവാർഡ്. 2010, 2011 വർഷങ്ങളിൽ മികച്ച ടി വി വിമർശനത്തിനുള്ള സംസ്ഥാന അവാർഡ്.

ഋത്വിക് ഘട്ടക്ക് എ ക്ലൗഡ് ക്യാപ്ഡ് സ്റ്റാർ, കേരള ടാക്കീസ്, വ്യാജവാർത്തയും ജനാധിപത്യവും എന്നീ പുസ്തകങ്ങൾ എഡിറ്റ് ചെയ്തു. *മോഹൻലാൽ ഒരു മലയാളിയുടെ ജീവിതം, പി എൻ മേനോൻ: കാഴ്ചയെ പ്രണയിച്ച കലാപം, കാഴ്ചപ്പകർച്ച, സിനിമ: കറുത്ത യാഥാർത്ഥ്യങ്ങളുടെ ദൃശ്യകാമനകൾ, സിനിമ: അതിമാധ്യമത്തിന്റെ ദൃശ്യലാവണ്യം, വിഹ്വലതയുടെ ആത്മയാനങ്ങൾ, ഡി ഡബ്ല്യൂ ഗ്രിഫിത്ത്, പറവൂർ ഭരതൻ, മോഹനരാഗങ്ങൾ, രാമു കാര്യാട്ട്, ശ്യാമയാനം: ശ്യാമപ്രസാദിന്റെ സിനിമാലോകം, മലയാള സിനിമയിലെ അടുക്കള, ചലച്ചിത്രപത്രപ്രവർത്തനം മലയാളത്തിൽ* തുടങ്ങിയവ പുസ്തകങ്ങൾ. ഭാര്യ:അമ്പിളി. മകൾ: ഡോ. അപർണ്ണ. വിലാസം: പവിത്രം, ടി സി 19/2210/1, വി പി എസ് 133 ബി, വട്ടവിള, തിരുമല പി ഒ, തിരുവനന്തപുരം 695006 ഫോൺ: 9895010134, ഇ-മെയിൽ: nairacs@gmail.com
വെബ്സൈറ്റ്: www.chandrasekharonline.in

ഗിരീഷ് ബാലകൃഷ്ണൻ

രണ്ടു ദശാബ്ദത്തിലേറെയായി പത്രപ്രവർത്തകൻ.
ചലച്ചിത്രസംബന്ധിയായ ഗ്രന്ഥങ്ങളുടെ രചയിതാവ്.
മോഹൻലാൽ ഒരു മലയാളിയുടെ ജീവിതം സഹരചയിതാവ്.
പ്രകാശം പരത്തിയ ക്യാമറ- എം ജെ രാധാകൃഷ്ണന്റെ ചലച്ചിത്രജീവിതം,
കേരള ടാക്കീസ്-2 (എഡിറ്റർ)
സ്വദേശം കൊല്ലം, അഞ്ചൽ, ആലഞ്ചേരി
ഇപ്പോൾ താമസം തിരുവനന്തപുരത്ത്. ഭാര്യ- മാളു എസ് നായർ. മക്കൾ- സരസ്വതി, ചന്ദ്രമൗലി
വിലാസം: അനുപമ, ടിസി 16/3621
ഫോൺ: 9446700592 ഇ-മെയിൽ: unnigiri@gmail.com.

പ്രസാധകക്കുറിപ്പ്

മലയാളിയുടെ സിനിമാ കാഴ്ചശീലങ്ങളെ അടിമുടി ചോദ്യംചെയ്ത ചിത്രം എന്നതാണ് *സ്വയംവര*ത്തിന്റെ പ്രസക്തി. പ്രമേയത്തിലും മാധ്യമ പരിചരണത്തിലും അന്നോളം മലയാള സിനിമ പരിചരിച്ചുപോന്നിരുന്ന രീതിശാസ്ത്രത്തെ നിരാകരിച്ചുകൊണ്ട് പുതിയൊരു ചലച്ചിത്ര ഭാവുകത്വത്തെ അവതരിപ്പിക്കുകയായിരുന്നു *സ്വയംവരം*. ചലച്ചിത്രത്തിന് സ്വന്തമായി ഒരു ഭാഷയുണ്ടെന്നും അതിന് സാഹിത്യം പോലെതന്നെ ഗൗരവമേറിയ ചോദ്യങ്ങൾ ജീവിതത്തെ സംബന്ധിച്ച് ഉന്നയിക്കാനാവുമെന്നും മലയാളി ആദ്യമായി തിരിച്ചറിയുന്നത് അടൂരിന്റെ *സ്വയംവര*ത്തിലൂടെയാണ്.

ചരിത്രപരമായി നോക്കുകയാണെങ്കിൽ മലയാള ചലച്ചിത്ര മേഖലയിൽ കലാസിനിമ/സമാന്തര സിനിമ എന്നിങ്ങനെ വ്യത്യസ്ത പേരുകളിൽ അറിയപ്പെട്ട ഒരു ചലച്ചിത്രധാരയ്ക്ക് തുടക്കംകുറിക്കുകയായിരുന്നു *സ്വയംവരം*. ഇന്ത്യൻ സിനിമയിൽ *പഥേർ പാഞ്ചാലി* സൃഷ്ടിച്ച ചലനങ്ങൾപോലെ ഒന്നാണ് മലയാള സിനിമയിൽ *സ്വയംവരം* നടത്തിയത്. ചലച്ചിത്ര നിർമ്മാണം തികഞ്ഞ സൂക്ഷ്മതയും ചലച്ചിത്ര ആസ്വാദനം നല്ല ശിക്ഷണവും ആവശ്യപ്പെടുന്നു എന്ന് മലയാളിയെ ബോധ്യപ്പെടുത്തിയ *സ്വയംവര*ത്തിന് അരനൂറ്റാണ്ട് തികയുന്നു. ഈ സന്ദർഭത്തിൽ സ്വയംവരം നിർമ്മിക്കപ്പെട്ട സാഹചര്യങ്ങൾ, ചിത്രത്തെക്കുറിച്ചുള്ള ഓർമ്മകൾ, ആസ്വാദനങ്ങൾ എന്നിവ ചേർത്തു തയ്യാറാക്കിയ *സ്വയംവരം അടൂരിന്റെയും അനുവാചകന്റെയും* എന്ന ഗ്രന്ഥം വായനക്കാർക്കായി സമർപ്പിക്കുന്നു.

ചിന്ത പബ്ലിഷേഴ്സ്

ആമുഖം

സ്വയംവരം സിനിമ

ജീവിതത്തിൽനിന്നു വലിച്ചുചീന്തിയ ഒരേടാണ്, വക്കിൽ രക്തം പൊടിഞ്ഞിരിക്കുന്നു- എന്നാണ് *ബാല്യകാല സഖി*യെക്കുറിച്ച് എം പി പോൾ അവതാരികയിൽ എഴുതിയത്. വൈക്കം മുഹമ്മദ് ബഷീറിനെ ദൈവമായി കാണുന്ന അടൂർ ഗോപാലകൃഷ്ണന്റെ ആദ്യ ചിത്രത്തിനുവേണ്ടി ആ വാക്കുകൾ കടമെടുക്കാം. 123 മിനിട്ടുള്ള പടത്തിന്റെ ഓരോ ഫ്രെയിമിലും അതിഭാവുകത്വമില്ലാതെ പറ്റിച്ചേർത്തുവച്ചിരിക്കുന്നത് എഴുപതുകളിലെ കേരളീയജീവിതത്തേയും മരണത്തേക്കാൾ ദാരുണമായ ജീവിതാനുഭവങ്ങളേയുമാണെന്ന് മാത്രം. 1972 നവംബർ 24 ന് റിലീസായചിത്രം അമ്പതുവർഷത്തിനുശേഷവും അനുവാചകമനസ്സിൽ ജ്വലിച്ചുനില്ക്കുന്നു. ജീവിച്ചിരിക്കുന്ന ഒരു ചലച്ചിത്രകാരന്റെ ആദ്യ സിനിമയുടെ അമ്പതുവർഷം കൊണ്ടാടപ്പെടുന്നത് ഇന്ത്യയിൽ ഒരുപക്ഷേ, ആദ്യമാകാം. സത്യജിത്ത് റേയ്ക്കും ഋത്വിക് ഘട്ടക്കിനുമൊന്നും സാക്ഷ്യംവഹിക്കാനാകാത്ത ഫലശ്രുതി. എല്ലാ പ്രാതികൂല്യങ്ങളോടും പൊരുതി അടൂർ മുപ്പത്തിയൊന്നാംവയസ്സിൽ ഒരുക്കിയ ചിത്രം എന്തുകൊണ്ടും മുമ്പേപറന്നപക്ഷിയായിരുന്നു. പിന്നെയും കുറേ വർഷങ്ങൾക്ക് ശേഷം ഇന്ത്യയിലാകെ പൂത്തുലഞ്ഞ നവതരംഗസിനിമയുടെ മുഖമുദ്രകളായി മാറിയ പ്രവണതകളിലേറെയും *സ്വയംവര*ത്തിൽ കാണാം. മലയാളത്തിൽ ആധുനികത അടയാളപ്പെടുത്തിയ ആദ്യ ചലച്ചിത്രം. പ്രമേയത്തിലും മാധ്യമപരിചരണത്തിലും അന്നോളം പുലർത്തിവന്ന കീഴ്‌വഴക്കങ്ങളെയെല്ലാം തച്ചുടച്ചു. ഉത്തമനായകനുപകരം നിസ്സഹായനായ സാധാരണക്കാരനായി മുഖ്യകഥാപാത്രം. ഒറ്റപ്പെടുന്ന പെണ്ണുങ്ങളുടെ നിസ്സഹായതയിലേക്ക് ഫോക്കസ് ചെയ്ത് അഗാധമായ സ്ത്രീപക്ഷപാതിത്വം തുറന്നുകാട്ടി. സിനിമ പഠിച്ചിറങ്ങി വന്നു സിനിമ എടുത്തു എന്നതുകൊണ്ടുതന്നെ ഒരുപക്ഷേ, ചലച്ചിത്രവ്യാകരണം ഇത്ര ചിട്ടയോടെ പാലിക്കപ്പെട്ട മറ്റൊരു മലയാളസിനിമ മുമ്പ് ഉണ്ടാകില്ല. കഥാപാത്രങ്ങളുടെ വൈകാരികാവസ്ഥ വെളിപ്പെടുത്തുംവിധം ദൃശ്യഭാഷ വിനിയോഗിച്ച ആദ്യസിനിമ *സ്വയംവര*മാണെന്ന് നിസ്സംശയം പറയാം. പാട്ടും സംഭാഷണവും അല്ലാതെ സിനിമയിൽ മറ്റ് ശബ്ദങ്ങൾ ആദ്യം കേട്ടതും ഈ സിനിമയിൽ. ട്രെയിനും ബസും പോകുന്നതും മരക്കഷണത്തിൽ ഈർച്ചവാൾ കയറുന്നതും ചായയിൽ പഞ്ചസാരവീഴുന്നതുമെല്ലാം കാണികൾ ആദ്യമായി കേട്ടു. ശബ്ദത്തെ ലെയ്റ്റ് മോട്ടിഫ് ആയി ഇന്ത്യൻ സിനിമയിൽ ആദ്യമായി ഉപയോഗിച്ചത് *സ്വയംവര*ത്തിലാണെന്ന് പിന്നീട് വിലയിരുത്തലുണ്ടായി. പ്രത്യേകതരം ശബ്ദങ്ങളുടെ ആവർത്തിച്ചുള്ള ഉപയോഗത്തിലൂടെ (ഈർച്ചവാൾ, കുഞ്ഞിന്റെ കരച്ചിൽ തുടങ്ങിയവ) കഥാപാത്രങ്ങളുടെ ആന്ത

രിക സംഘർഷം വെളിപ്പെടുത്തുന്ന രീതിയാണത്. ഡോക്യുമെന്ററിയും ഫിക്ഷനും ഫാന്റസിയും ഇഴപിരിഞ്ഞ ആഖ്യാനം കാലഘട്ടത്തെ അടയാളപ്പെടുത്തി. നെഹ്റുവിന്റെ ഭരണശേഷം രാജ്യത്ത് മൂല്യങ്ങൾക്ക് സംഭവിച്ച പ്രതിസന്ധി വരച്ചുകാട്ടുന്നു. ഗുരുതരമായ തൊഴിലില്ലായ്മ, അസമത്വം, അനീതി, അഴിമതി, കുറ്റകൃത്യങ്ങൾ എന്നിവ നിറഞ്ഞ സമൂഹമനസ്സിനെയാണ് സിനിമ പ്രതിസ്ഥാനത്ത് നിർത്തി ചോദ്യംചെയ്യുന്നത്. ദൃഷ്ടാന്തങ്ങളും (മെറ്റഫർ) പ്രതീകാത്മകമായുമുള്ള (സിംബൽ) കാഴ്ചകളിലൂടെയുള്ള കാവ്യാത്മകമായ റിയലിസ്റ്റിക് കഥപറച്ചിൽ ദക്ഷിണേന്ത്യൻ സിനിമയിൽ അന്നോളം കാണാനാകില്ല.

*സ്വയംവര*ത്തിനൊപ്പം അടൂർ ഗോപാലകൃഷ്ണന്റെ ചലച്ചിത്ര സംവിധായകനെന്ന നിലയിലുള്ള യാത്രയ്ക്കും അരനൂറ്റാണ്ട് പിന്നിടുകയാണ്. ചലച്ചിത്രപഠനം കഴിഞ്ഞെത്തി അടൂരും സുഹൃത്തുക്കളും 1965 ൽ സ്ഥാപിച്ച ചിത്രലേഖ ഫിലിം സൊസൈറ്റിയാണ് ലോക സിനിമയെ കേരളത്തിന്റെ നാട്ടുമൂലകളിൽപ്പോലും എത്തിച്ചത്. എൺപതുകളിൽ ഉച്ചപ്പടങ്ങൾ എന്ന പേരിൽ മുഖ്യധാരസിനിമകൾക്ക് ഒപ്പം ഇടവേള ഷോ ആയി സമാന്തര സിനിമകൾ പ്രദർശനം നടത്താൻ കേരളത്തിന്റെ മുക്കിലും മൂലയിലും കാണികളെ സൃഷ്ടിച്ചത് ഇതേത്തുടർന്ന് സജീവമായ ഫിലിം സൊസൈറ്റി പ്രസ്ഥാനമാണ്. *സ്വയംവര*വും *കൊടിയേറ്റ*വും *എലിപ്പത്തായ*വുമെല്ലാം സൃഷ്ടിച്ച സർഗ്ഗമനസ്സ് ഇപ്പോഴും വറ്റിപ്പോയിട്ടില്ല. എൺപതിന്റെ നിറവിലും കേരളീയ ജീവിതത്തിന്റെ സത്തപേറുന്ന സൃഷ്ടികൾ അക്ഷമയോടെ പിറവിയ്ക്കായി ഉള്ളിൽ കുടികൊള്ളുന്നുണ്ടാവണം. തൊണ്ണൂറാംവയസ്സിൽ ഗോദ്ദാർദ് എടുക്കുന്ന സിനിമയ്ക്കായി ലോകം കാത്തിരിക്കുന്നെങ്കിൽ, മലയാളത്തിനുമുണ്ട് അത്രയേറെ തലപൊക്കമുള്ള സിനിമാക്കാരണവർ.

സ്വയംവരം എന്ന ആ വഴിക്കല്ലിനെപ്പറ്റി ഇങ്ങനെയൊരു പുസ്തകം എന്ന ആശയം ആദ്യം അവതരിപ്പിച്ചത് ദീർഘകാല സുഹൃത്ത് ഗോപിനാരായണനാണ്. ഗൗരവമുള്ള പഠനങ്ങൾക്കും ലേഖനങ്ങൾക്കുമൊപ്പം സിനിമ ചരിത്രരേഖ കൂടിയായിത്തീരണം എന്ന ലക്ഷ്യത്തോടെയാണ് ഈ സംരംഭത്തെ ഏറ്റെടുത്തത്. *സ്വയംവര*ത്തിന്റെ പിറവിയുമായി ബന്ധപ്പെട്ട അപൂർവ്വ രേഖകൾ-പ്രചാരണോപാധികളടക്കം ശേഖരിക്കാനായെന്നത് ഞങ്ങളുടെ വ്യക്തിപരമായ സന്തോഷമാകുന്നു. അക്കാലത്തെ നിരൂപണങ്ങളും വിമർശനങ്ങളുമടക്കം കണ്ടെത്താനും അവ ഉൾപ്പെടുത്താനും പരിശ്രമിച്ചിട്ടുണ്ട്. പരമാവധി വസ്തുനിഷ്ഠമാക്കാൻ ശ്രമിക്കുന്നതിനിടെ സമയത്തിന്റെയും മഹാമാരിക്കാലത്തിന്റെയും പരിമിതികളിൽ, സ്ഖലിതങ്ങളുണ്ടായിട്ടില്ലെന്ന് അവകാശവാദങ്ങളില്ല. *സ്വയംവരം* അടൂരിന്റെയും അനുവാചകന്റെയും വായനക്കാർക്ക് സമർപ്പിക്കുന്നു.

എ ചന്ദ്രശേഖർ

ഗിരീഷ് ബാലകൃഷ്ണൻ

ഉള്ളടക്കം

ഭാഗം 1

അനന്തരം

സ്വയംവരകഥ

അതിശയങ്ങളുടെ മൂവന്തി
1973 ജൂലൈ 29 വൈകുന്നേരം

തിരുവനന്തപുരം പി എം ജി ജങ്ഷനിൽ പഴയ പോസ്റ്റ്മാസ്റ്റർ ജനറൽ ഓഫീസിന്റെ (ഇപ്പോഴത്തെ പ്ലാനെറ്റേറിയം) കെട്ടിടത്തിന് എതിർവശത്ത് എൻ ജി ഓ യൂണിയൻ കെട്ടിടത്തിനു സമീപത്തെ ഓട്ടുമേഞ്ഞ 'ശ്രീ വേണു ഗോപാലനിലയം റെസ്റ്റോറന്റ്.'

രാവിലെ തുറന്നുവച്ച റേഡിയോ അപ്പോഴും നിർത്താതെ പാടുന്നു. സ്ഥിരമായി സായാഹ്നങ്ങളിൽ അവിടെ കൂടുന്ന കുറേ ചെറുപ്പക്കാരുണ്ട്. കൃത്യം ആറ് അഞ്ച് ആയതോടെ ഡൽഹിയിൽനിന്നുള്ള ഇംഗ്ലീഷ് വാർത്ത കേട്ടു തുടങ്ങി. "മലയാളം ഫിലിം *സ്വയംവരം* വിൻസ് ഫോർ നാഷണൽ അവാർഡ്സ് ഇൻക്ലൂഡിങ് ദ നാഷണൽ അ വാർഡ് ഫോർ ദ ബെസ്റ്റ് ഫിലിം!"

ചെറുപ്പക്കാർക്കിടയിൽ ഒരിളക്കം. അവർ ചാടിയെഴുന്നേറ്റു. കേട്ടതു ശരിയോ എന്ന് പരസ്പരം നോക്കി. എന്തോ തെറ്റുപറ്റിയിട്ടുണ്ട്. ഓൾ ഇന്ത്യ റേഡിയോയ്ക്ക്

അബദ്ധംപറ്റിയതാവണം. പിറ്റേന്ന് പത്രങ്ങൾ കണ്ടപ്പോഴാണു ആകാശവാണിക്കല്ല തെറ്റുപറ്റിയതെന്ന ബോദ്ധ്യംവന്നത്. ചെയ്തതൊന്നും ലക്ഷ്യത്തിലെത്തിയില്ലല്ലോ എന്നു ശങ്കിച്ച് ആ മൂവന്തിക്കു ചായകുടിച്ചിരിക്കെ ജീവിതം മാറിമറിഞ്ഞവരിൽ രണ്ടുചെറുപ്പക്കാരെ നാമറിയും. ഫിലിം സൊസൈറ്റി പ്രവർത്തകരായ അടൂർ ഗോപാലകൃഷ്ണനും കുളത്തൂർ ഭാസ്കരൻനായരും.

അതിലൊരാൾ നല്ലൊരു സർക്കാർ ജോലി കളഞ്ഞു പൂണെയിലെ 'ഫിലിം ഇൻസ്റ്റിറ്റ്യൂട്ട് ഓഫ് ഇന്ത്യ'യിൽ (അന്ന് ടെലിവിഷൻ വന്നിട്ടില്ല) സിനിമ പഠിച്ചിറങ്ങിയയാൾ. അപരനാവട്ടെ മികച്ച സംഘാടകനും സർക്കാർ ഉദ്യോഗസ്ഥനും. നാട്ടുനടപ്പെല്ലാം ധിക്കരിച്ചു സിനിമപിടിക്കാനിറങ്ങിയവർ. നിങ്ങൾ കാണുന്നതൊന്നുമല്ല സിനിമ എന്നു നിരന്തരം വിളിച്ചുപറഞ്ഞു മലയാളസിനിമയിലെ തലതൊട്ടപ്പന്മാരെയും സാംസ്കാരികനായകരെയും അവർ പ്രകോപിപ്പിച്ചു. മാറിയകാലത്തെ പുത്തൻ സിനിമകളെക്കുറിച്ചു നിരന്തരം ആനുകാലികങ്ങളിൽ എഴുതി. അതിനുവേണ്ടി പ്രസിദ്ധീകരണങ്ങളിറക്കി. മലയാളിയെ സിനിമ കാണാൻ പഠിപ്പിക്കാൻ ഇറങ്ങിപുറപ്പെട്ടു. 'ചിത്രലേഖ' എന്ന പേരിൽ അതിനായി ഒരു ഫിലിം സൊസൈറ്റി തുടങ്ങി. നല്ല സിനിമകൾ നിർമ്മിക്കാൻ അതേ പേരിൽ ഒരു സഹകരണ സ്ഥാപനവും. 18% പലിശയ്ക്കു വായ്പയെടുത്തു ഹ്രസ്വചിത്രങ്ങൾപിടിച്ച് അന്നേവരെ സ്വരുക്കൂട്ടിയ സമ്പാദ്യവും ചേർത്തു പിടിച്ച് സിനിമ ഏറ്റെടുക്കാനാളില്ലാതെവന്നപ്പോൾ സ്വന്തമായി വിതരണം ചെയ്തു. പാട്ടും തമാശയുമില്ലാത്ത സിനിമ എട്ടുനിലയിൽ പൊട്ടി. നിരൂപകർ കൊലവിളി നടത്തി. ആത്മവിശ്വാസം നഷ്ടപ്പെട്ടുതുടങ്ങിയ സമയം. ചിത്രലേഖയുടെ പ്രവർത്തനങ്ങളുമായി ഒതുങ്ങിക്കൂടിയപ്പോഴാണു മാസങ്ങൾക്കുശേഷം നാടകീയമായി ആകാശവാണി വാർത്തയിലൂടെ ആശ്വാസം അവരെ തേടിയെത്തിയത്.

അവരുടെ അവിശ്വാസത്തിന് കാരണങ്ങളുണ്ടായിരുന്നു. തലേവർഷത്തെ സംസ്ഥാന ചലച്ചിത്ര പുരസ്കാര നിർണ്ണയസമിതി ഏറെ പുതുമകളുള്ള അവരുടെ സിനിമയെ എഴുതിത്തള്ളിയിരുന്നു. തെന്നിന്ത്യൻ സിനിമകളിൽനിന്നു പ്രാദേശികജൂറി തെരഞ്ഞെടുത്ത ചിത്രങ്ങളാണ് അന്നു ദേശീയപുരസ്കാരത്തിനു മത്സരിക്കുന്നത്. അവിടെയും *സ്വയംവരം* എന്ന ആ നല്ല സിനിമ തിരസ്കരിക്കപ്പെട്ടു. ജൂറിക്കു മുന്നിൽ എത്താത്ത, ജൂറി കാണാൻ ഇടയില്ലാത്ത ചിത്രത്തിന് എങ്ങനെ ഒറ്റയടിക്കു കൈനിറയെ പുരസ്കാരം ലഭിക്കും?

"ഭാഗ്യം, വെറും പൊട്ടഭാഗ്യം അല്ലാതെ എന്തുപറയാൻ?"അമ്പതുവർഷങ്ങൾക്കിപ്പുറം അതേക്കുറിച്ച് ചോദിക്കുമ്പോൾ 'അടൂർ' എന്ന സ്ഥലപ്പേരിന് 'സിനിമ' എന്നൊരു പര്യായം സമ്മാനിച്ച സാക്ഷാൽ പത്മവിഭൂഷൺ അടൂർ ഗോപാലകൃഷ്ണൻ ചിരിച്ചുകൊണ്ടു പറയുന്നു.

സ്വയംവരം ഉണ്ടാക്കിയ കഥതേടി തിരുവനന്തപുരത്ത്, ഇപ്പോൾ ദക്ഷിണ വ്യോമ കമാൻഡ് സ്ഥിതി ചെയ്യുന്ന ചിത്രലേഖ കോംപ്ലക്സിനു (പഴയ 'ചിത്രലേഖ ഫിലിം സ്റ്റുഡിയോ') മുന്നിലെ അടൂരിന്റെ 'ദർശനം' എന്ന വീട്ടിലേക്കു നടത്തിയ നിരന്തര യാത്രകൾക്കിടയിൽ പലപ്പോഴായി അദ്ദേഹം ഞങ്ങളോടു മനസ്സുതുറന്നു. ചെയ്ത സിനിമകളുടെയെല്ലാം തിരക്കഥകൾ വൃത്തിയായ കൈപ്പടയിൽ എഴുതി

ബൈൻഡ് ചെയ്ത, ഷൂട്ടിങ് സ്ക്രിപ്റ്റുകൾ ഇംഗ്ലീഷിൽ ടൈപ്പ് ചെയ്ത ബൈൻഡിട്ടു വച്ചിരിക്കുന്ന അറപ്പുരയിൽ *സ്വയംവര*ത്തിനും മുന്നേ അടൂർ ചെയ്ത ചിത്രങ്ങളുടെ തിരക്കഥകൾ വരെ പാറ്റകൾക്കോ എലികൾക്കോ വിട്ടുകൊടുക്കാതെ കാത്തുവ ച്ചിരിക്കുന്നു. എണ്ണമറ്റ പുരസ്കാരങ്ങൾക്കും പ്രശംസാപത്രങ്ങൾക്കും വിദേശമേളക ളിലെ അഭിനന്ദനപത്രികകൾക്കും ബ്രോഷറുകൾക്കുമിടയിൽ ഞങ്ങൾ മുങ്ങിത്തപ്പി. *സ്വയംവര*ത്തിന്റെ പ്രചാരണത്തിനായി കേരളത്തിലെ മുന്തിയ ചിത്രകാരന്മാർ വരച്ച പരസ്യചിത്രങ്ങൾ മുന്നിൽ തെളിഞ്ഞു. മണിക്കൂറുകൾ തെരഞ്ഞ് അടൂരിന്റെ സഹായി രാജൻ *സ്വയംവര*ത്തിന്റെ പോസ്റ്ററുകളുമായി തിരിച്ചെത്തി. അടൂർ അമ്പതു വർഷം പിന്നിലേക്കു നടന്നു. ഗൃഹാതുരത കുത്തിനിറച്ച ഓർമ്മകളല്ല, കടന്നുവന്ന വഴികളെക്കുറിച്ചും അരനൂറ്റാണ്ടു മുമ്പത്തെ കേരളത്തിന്റെ സാംസ്കാ രിക അന്തരീക്ഷത്തെക്കുറിച്ചുമുള്ള വസ്തുനിഷ്ഠമായ വിവരണം. അതിൽ കേരളം സിനിമ കാണാൻ പഠിച്ച കഥയുണ്ട്, അനുവാചകനിൽ ആധുനികതയുടെ പുത്തൻ ലാവണ്യബോധം നിറച്ചതിന്റെ പെടാപ്പാടുകളുണ്ട്, എഴുപതുകളിൽ സിനിമയിൽ മാറ്റം കൊണ്ടുവരാൻ തുനിഞ്ഞിറങ്ങിയ ഒരു പറ്റം ചെറുപ്പക്കാരുടെ സ്ഥിരോത്സാ ഹമുണ്ട്, ചുറ്റും നിന്നു കൂക്കുവിളിക്കുന്നവർക്കു നടുവിലൂടെ അവനവനിൽ തന്നെയു ള്ള വിശ്വാസം മുറുകെപിടിച്ച് എങ്ങനെ മുന്നേറണമെന്ന പാഠമുണ്ട്.

സിനിമ ജീവിതമായതെങ്ങനെ?

പൂണെയിൽ സിനിമ പഠിക്കാൻ പോകുന്നതുവരെ സിനിമ എന്റെ ജീവി തമാവുമെന്ന് ഒരുതരത്തിലും വിചാരി ച്ചിട്ടില്ല. അത്തരമൊരു ജീവിതസാഹ ചര്യവുമുണ്ടായിരുന്നില്ല. നാടകമായി രുന്നു എന്റെ തട്ടകം. നാടകം എഴുതുക യും പ്രസിദ്ധീകരിക്കുകയും അവതരിപ്പി ക്കുകയുമൊക്കെ ചെയ്തിരുന്നു. നാടക ത്തോടുള്ള താല്പര്യമാണ് എന്നെ 'ഗാന്ധിഗ്രാം റൂറൽ ഇൻസ്റ്റിറ്റ്യൂട്ടി'ൽ പോലും എത്തിക്കുന്നത്. കാരണം നാട കാചാര്യൻ ജി ശങ്കരപ്പിള്ള സാറാണ് അന്നവിടെ മലയാളം വകുപ്പദ്ധ്യക്ഷൻ. ലൈബ്രറിയുടെ ചാർജ്ജും. അദ്ദേഹം നാടകസംബന്ധിയായി ലോകത്തു കിട്ടാവുന്ന ഗ്രന്ഥങ്ങളൊക്കെ ലൈബ്രറിയിൽ വാങ്ങിവച്ചിരുന്നു. അതൊക്കെ വായിക്കലായിരുന്നു എന്റെ പണി. അവിടെ നിന്നു വന്നശേഷം നാടകരംഗത്തു സജീവമായി. 'സോഷ്യലിസ്റ്റ് റിയലിസം' എന്നു വി ശേഷിപ്പിക്കാവുന്ന തരം നാടകങ്ങൾ എഴുതി ഭാരത് സേവക് സമാജിന്റെ കേന്ദ്ര കലാസമിതി രൂപീകരിച്ച് തിരുവനന്തപുരത്തും അടുത്ത പ്രദേശങ്ങളിലും അവതരി പ്പിച്ചു. കരമന ജനാർദ്ദനൻനായരടക്കം പലരും നാടകസഹപ്രവർത്തകരായിരുന്നു.

പിന്നീട് എനിക്ക് നാഷണൽ സാംപിൾ സർവ്വേയിൽ ജോലി കിട്ടി. തരക്കേടില്ലാത്ത ശമ്പളം. 20 വയസ്സ പോലുമില്ല. ജോലികിട്ടാൻ ബുദ്ധിമുട്ടുള്ള കാലമാണ്. അഭിമാനത്തോടെയാണു ജോലി തുടങ്ങിയത്. പക്ഷേ, കുറച്ചു കഴിഞ്ഞപ്പോൾ മടുപ്പു തോന്നി. ജീവിതം ഇങ്ങനെ കണക്കെടുത്തു തീർക്കേണ്ടതാണോ എന്നൊരു തോന്നൽ. ആയിടെ അവിചാരിതമായിട്ടാണ് ഒരു പത്രക്കടലാസിൽ ഫിലിം ഇൻസ്റ്റിറ്റ്യൂട്ടിന്റെ പരസ്യം കാണുന്നത്. 'സ്ക്രീൻപ്ലേ റൈറ്റിങ്' എന്നുവച്ചാൽ പ്ലേ റൈറ്റിങ്ങിൽനിന്ന് വ്യത്യാസമാവില്ലല്ലോ എന്നു കരുതിയാണ് അപേക്ഷിച്ചത്. അവിടെ ഒന്നാം റാങ്കോടെ തെരഞ്ഞെടുക്കപ്പെട്ടു. 75 രൂപയുടെ മെരിറ്റ് സ്കോളർഷിപ്പ് കിട്ടി. വീട്ടിൽനിന്നും 75 രൂപകൂടി വരുത്തിയാൽ കാര്യം കുശാൽ. ആദ്യവർഷം കൂടുതലും വായിച്ചത് നാടകങ്ങളും നാടകങ്ങളെപ്പറ്റിയുമാണ്. രണ്ടാം വർഷമായപ്പോഴാണു സിനിമയിലേക്കു കടക്കുന്നത്.

അവിടെ വച്ചുണ്ടായ പ്രധാന മാറ്റം സിനിമ എന്ന മാധ്യമത്തെ കണ്ടെത്താനായി എന്നതാണ്. ഫിലിം അപ്രീസിയേഷൻ പഠിപ്പിച്ച പ്രൊഫസർ സതീഷ് ബഹാദൂർ സാറിന്റെ ക്ലാസുകളാണു കാഴ്ചപ്പാട് മാറ്റിമറിച്ചത്. പിന്നെയാണു സിനിമയുണ്ടായ കാലം മുതലുള്ള സിനിമകൾ കണ്ടുതുടങ്ങുന്നതും കാലാകാലമുള്ള സിനിമയുടെ മാറ്റം ഉൾക്കൊള്ളുന്നതും. സിനിമ പഠിക്കാൻ ഇൻസ്റ്റിറ്റ്യൂട്ടിൽ എത്തു

ന്നവർക്ക് സാധാരണ രണ്ടുകാര്യങ്ങളാണ് സംഭവിക്കുന്നത്. ഒന്നുകിൽ ലോക സിനിമയിലെ ഇതിഹാസങ്ങൾ കണ്ടുതീരുമ്പോൾ ഭൂരിപക്ഷംപേരും അതിനു മുന്നിൽ തളർന്നിരുന്നുപോകും, ഇതിലും മേലെ ഒന്നും ചെയ്യാനില്ലെന്ന ബോധത്തിൽ. എന്നെ സംബന്ധിച്ചിടത്തോളം, ഞാനതിനെ കണ്ടതു മറ്റൊരു വിധത്തിലാണ്. അതിൽനിന്നു കാര്യങ്ങൾ ഉൾക്കൊണ്ടു നമുക്കെങ്ങനെ നമ്മുടേതായ സിനിമയുണ്ടാക്കാം എന്നാണു ഞാൻ ചിന്തിച്ചത്. ഈ വിശ്വാസവുമായാണ് ഇൻസ്റ്റിറ്റ്യൂട്ടിൽനിന്നു നാട്ടിലേക്കു വരുന്നത്.

അടൂർ ഗോപാലകൃഷ്ണനും കുളത്തൂർ ഭാസ്കരൻ നായരും

* സിനിമ പഠിച്ചിറങ്ങി എത്തുമ്പോൾ നാട്ടിലെ സ്ഥിതി?

പരിതാപകരമായിരുന്നു അന്തരീക്ഷം. നല്ല സിനിമകൾ കണ്ട പ്രേക്ഷകരില്ല. നല്ല നിരൂപകരില്ല. സിനിമാനിരൂപണം എന്നാൽ ടാബ്ലോയ്ഡ് പത്രങ്ങളിലെ സിനിമാവാർത്തകളാണ്. ആകെ വരണ്ട സ്ഥിതി. കഥാസിനിമയുണ്ടാക്കുക എന്നതു തന്നെയായിരുന്നു ഏക ലക്ഷ്യം. ചെറുചിത്രങ്ങളോ ഡോക്യുമെന്ററികളോ എടുക്കണമെന്നു വിചാരിച്ചിട്ടേ ഇല്ല. പക്ഷേ, അന്നത്തെ കാലത്ത് അതിനുള്ള സൗകര്യങ്ങളില്ലായിരുന്നു.

പല പൊതുസുഹൃത്തുക്കളും വഴി ഒന്നിലേറെ നിർമ്മാതാക്കളെ പോയി കണ്ടു നോക്കി. അപ്പോൾ മനസ്സിലായി, സിനിമ പഠിച്ച ചെയ്യേണ്ട ഒന്നായി ആരും മനസ്സിലാക്കിയിട്ടുകൂടിയില്ല. അത് ആരുടെയെങ്കിലും അസിസ്റ്റന്റായി നിന്നു ചെയ്യേണ്ട ഒന്നായിട്ടാണ് ആളുകൾ മനസ്സിലാക്കിവച്ചിട്ടുള്ളത്. കുറേ പടങ്ങൾക്കു സഹായിയായി കഴിഞ്ഞ് ഒരമ്പതുവയസ്സൊക്കെ കഴിയുമ്പോൾ ഭാഗ്യമുണ്ടെങ്കിൽ സംവിധായകനാവാം. ഹോളിവുഡ്ഡിൽപോലും അതായിരുന്നു അവസ്ഥ. ചെറുപ്പക്കാരൊന്നും അക്കാലത്തു സിനിമയെടുക്കാറില്ല. ഫിലിം ഇൻസ്റ്റിറ്റ്യൂട്ടിൽ പഠിച്ചിട്ടു വരുന്ന പയ്യന്മാരെ വിശ്വാസത്തിലെടുക്കാൻ ആരും തയ്യാറായില്ല.

ഞാൻ ഇൻസ്റ്റിറ്റ്യൂട്ടിൽ ചേർന്നപ്പോൾ, അത്യാവശ്യം വായനയും വിവരവുമൊക്കെയുള്ള മുതിർന്ന ഒരു ബന്ധു ചോദിച്ചത് ഓർക്കുന്നുണ്ട്. "ഇതിലിപ്പോൾ ഇത്ര പഠിക്കാനെന്തിരിക്കുന്നു? തിരക്കഥാകൃത്ത് എഴുതിവയ്ക്കുന്നു. നടീനടന്മാരഭിനയിക്കുന്നു. സാങ്കേതികവിദഗ്ധർ അവരുടെ പണി ചെയ്യുന്നു. പിന്നെ സംവിധായകന് പ്രത്യേകിച്ചെന്താണ് ചെയ്യാനുള്ളത് ഇങ്ങനെ പോയി പഠിക്കാനും മാത്രം?" ഇതൊക്കെ ഒന്ന് ഏകോപിപ്പിക്കുന്ന മേസ്തിരിപ്പണിയാണു സംവിധാനം എന്നാണ്

അന്നത്തെ ധാരണ. അദ്ദേഹത്തിന്റെ പ്രായത്തെ ബഹുമാനിച്ച് ഞാനന്ന് ചിരിച്ച തേയുള്ളൂ. പക്ഷേ, ജീവിതം കൊണ്ടാണ് അതിനദ്ദേഹത്തിനു മറുപടി കൊടുത്തത്.

എന്റെ സിനിമാബോദ്ധ്യങ്ങളൊന്നും ഇവിടെ അത്രവേഗം ചെലവാകാൻ പോകുന്നില്ലെന്ന് അധികം വൈകാതെ ബോദ്ധ്യമായി. മറ്റാരെങ്കിലുംവന്നു സിനിമ നിർമ്മിച്ചുതരും എന്ന ധാരണ ഉപേക്ഷിച്ചു. ഇങ്ങനെയൊരു പ്രശ്നം മുൻകൂട്ടി കണ്ടതുകൊണ്ടാകണം ഫിലിം ഇൻസ്റ്റിറ്റ്യൂട്ട് കാലത്തുതന്നെ, ഒപ്പം പഠിച്ച ദേവദാസ്, അബ്ദുൽ ലത്തീഫ്, മേലാറ്റൂർ രവിവർമ്മ അങ്ങനെ ചിലരുമായിച്ചേർന്ന് ഒരു ഫിലിം യൂണിറ്റ് കൂട്ടായ്മ ഉണ്ടാക്കിയത്. അക്കാലത്തു ബോംബെയിൽ പബ്ലിക്ക് റിലേഷൻസിനു പഠിക്കുന്ന, എന്റെ സമകാലികനായി ഗാന്ധീഗ്രാമിൽ പഠിച്ചിരുന്ന കുളത്തൂർ ഭാസ്കരൻ നായരും അവധി ദിവസങ്ങളിൽ അന്നു പൂണെയിലെത്തു മായിരുന്നു. ജനസമ്പർക്കത്തിൽ വിദഗ്ധനായിരുന്ന പുള്ളിയെക്കൂടി ഉൾക്കൊള്ളി ച്ച് ഒരു ഫിലിം യൂണിറ്റ് എന്ന ആശയമാണുണ്ടാക്കിയത്. ആ തീരുമാനം വളരെ ശരിയായിരുന്നു എന്നു പിന്നീട് ബോദ്ധ്യപ്പെട്ടിട്ടുണ്ട്. ഞാൻ എല്ലാറ്റിനും പിന്നിൽ നില്ക്കുന്നൊരാളാണ്. ഭാസ്കരൻ നായരാവട്ടെ നേരെ മറിച്ചും. ഒരുപാടു ബന്ധങ്ങ ളും എവിടെയും ഇടിച്ചു കയറാനുള്ള കഴിവും. അതു 'ചിത്രലേഖ'യുടെ ജനനത്തിനും പുരോഗതിക്കും വലിയ ഗുണമാണു നല്കിയത്.

ഞങ്ങളുടെ ലക്ഷ്യം, കേരളത്തിൽ തിരിച്ചുചെന്നാൽ നല്ല സിനിമയുടെ നിർമ്മാ ണത്തിനായി ഈ യൂണിറ്റ് സജീവമാക്കുക എന്നതായിരുന്നു. ഒന്നിച്ചു പഠിച്ചവരാ യതുകൊണ്ട് എല്ലാവർക്കും ഇതേപ്പറ്റി ധാരണയുണ്ട്. എഡിറ്റിങ് കോഴ്സ് രണ്ടു വർഷമായതുകൊണ്ട് എന്നേക്കാൾ ഒരുവർഷം മുമ്പേ മേലാറ്റൂർ ഇൻസ്റ്റിറ്റ്യൂട്ട് വിട്ടു, മദ്രാസിൽ ചെന്നു മുഖ്യധാരയുടെ ഭാഗമായി. അതോടെ കൂട്ടായ്മയിൽനിന്ന് ഒരാൾ പോയി. ലത്തീഫും ഒന്നു രണ്ടു ഹ്രസ്വചിത്രങ്ങളൊക്കെ ചെയ്തു കുറച്ചുകാലം ഒപ്പ

ചിത്രലേഖ ഫിലിം സൊസൈറ്റി

മുണ്ടായെങ്കിലും പിന്നെ സിനിമയിൽനിന്നുതന്നെ വിട്ടുപോയി.

നാട്ടിലെത്തിയപ്പോൾ ആകെ നിരാശയായി. കാരണം പഠിച്ചിറങ്ങിയതൊന്നും പ്രയോഗത്തിൽ വരുത്താനാവുന്നില്ല. നല്ലൊരു ജോലിയുണ്ടായിരുന്നത് രാജി വച്ച സിനിമ പഠിക്കാൻ പോയതാണ്. കാര്യമായി ഒന്നും ചെയ്യാനാവുന്നില്ല. വലിയ സമ്മർദ്ദത്തിലായി. ഷോർട്ട് ഫിലിമെങ്കിൽ അത്, എന്തെങ്കിലും ചെയ്യണ മെന്നായി.

* ഡിപ്ലോമ ചിത്രം 'എ ഗ്രെയ്റ്റ് ഡേ' ശ്രദ്ധിക്കപ്പെട്ടിരുന്നല്ലോ?

'എ ഗ്രെയ്റ്റ് ഡേ' അഥവാ മടിയന്റെ ഒരു ദിവസം എന്ന ചിത്രം ഒരർത്ഥത്തിൽ എന്നെപ്പറ്റിയുള്ള ഹാസ്യ ഭാവനയാണ്. ജോൺ ഭവനാഗിരി എന്ന 'യുനെ സ്കോ'യുടെ ഒരു സിനിമാവിദഗ്ധനുണ്ട്. ജവാഹർലാൽ നെഹ്റു അദ്ദേഹത്തെ 'ഫിലിംസ് ഡിവിഷ'ന്റെ മേധാവിയാക്കി കൊണ്ടുവരികയായിരുന്നു. ഈ ചിത്രം അദ്ദേഹം കണ്ടു. അദ്ദേഹം ഫിലിംസ് ഡിവിഷന് നിർദ്ദേശം കൊടുത്തു. ഇൻസ്റ്റി റ്റ്യൂട്ടിൽനിന്നിറങ്ങിയ ഗോപാലകൃഷ്ണൻ എന്ന യുവസംവിധായകനുണ്ട് അദ്ദേഹ ത്തെക്കൊണ്ടു ചില ചിത്രങ്ങൾ ചെയ്യിക്കണം എന്ന്. അതനുസരിച്ച് എന്നെയും അവരുടെ സംവിധായക പാനലിൽ ഉൾപ്പെടുത്തി. ക്വട്ടേഷൻ കൊടുത്തു സിനിമ നിർമ്മിക്കുന്ന രീതിയായിരുന്നു അവിടെ. ഏറ്റവും ചെലവു കുറഞ്ഞു ക്വോട്ടു ചെയ്യു ന്നയാൾക്കു പ്രോജക്ട് കിട്ടും. അതിനുവേണ്ടി തുക പരമാവധി കുറച്ചു നല്കണം. നിലവാരത്തിൽ വിട്ടുവീഴ്ച ചെയ്യാനാവില്ലല്ലോ. അങ്ങനെവരുമ്പോൾ അതിൽനിന്നു കാര്യമായ വരുമാനമൊന്നും കിട്ടില്ല. പിന്നെ ക്യാമറ കൈകാര്യം ചെയ്യാം സംവിധാനം ചെയ്യാം. അതിന്റെ മറ്റുപണികൾ ചെയ്യാം. അത്രയുമൊരു സന്തോഷം. അങ്ങനെയാണു തിരുവനന്തപുരത്ത ചിത്രലേഖ തുടങ്ങുന്നത്.

ചിത്രലേഖ ഫിലിംസൊസൈറ്റി കാലം...?

1965 ജൂലൈയിൽ തിരുവനന്തപുരത്ത് 'ചിത്രലേഖ'ഫിലിം കോർപ്പറേറ്റീവ് സ്ഥാപിതമായി. ചലച്ചിത്രമേഖലയിൽ ആദ്യമായിട്ടാണു സഹകരണസ്ഥാപനം. ഫിലിംസൊസൈറ്റികളുടെ രൂപീകരണത്തോടെ നല്ല സിനിമ കാണിക്കുക, ആസ്വദിക്കാൻ പരിശീലിപ്പിക്കുക എന്നതിനൊപ്പം സിനിമയെപ്പറ്റി നല്ല സാഹിത്യം പ്രസിദ്ധീകരിക്കുക, പ്രചരിപ്പിക്കുക, നല്ല സിനിമ നിർമ്മിക്കുക എന്നിവ ചിത്രലേഖ ലക്ഷ്യമാക്കി. തിരുവനന്തപുരത്ത് വീണ്ടും എത്തിയപ്പോൾത്തന്നെ കാമ്പിശേരി കരുണാകരനുമായി ബന്ധപ്പെട്ടു പോയി കണ്ടു. *ജനയുഗ*ത്തിന്റെ ഓരോ വിശേഷാൽ പ്രതിയിലും ഞാൻ എഴുതി. നിശിതമായിട്ടായിരുന്നു എഴുത്ത്. അതുകൊണ്ടുതന്നെ അത്യാവശ്യം ശത്രുക്കളെ സമ്പാദിച്ചുകൊണ്ടാണു തുടക്കം.

കേരളത്തിൽ ഫിലിംസൊസൈറ്റി പ്രസ്ഥാനം ആവിർഭവിക്കുന്നതിന്റെ ഭാഗ മായാണ് ചിത്രലേഖ ഫിലിം സൊസൈറ്റിയുടെ സ്ഥാപനം. എനിക്കതിനു പ്രചോ ദനമായത് ഇൻസ്റ്റിറ്റ്യൂട്ടിലെ അദ്ധ്യാപകനായിരുന്ന പ്രൊഫസർ സതീഷ് ബഹാദൂറും മേരി സേറ്റനുമാണ്. എല്ലാവരുടെയും ശ്രദ്ധ കിട്ടുംവിധം വലിയ

മലയാള സിനിമയുടെ ഭാവി

മലയാളസിനിമ ദേശീയ തലത്തിലും അന്താരാഷ്ട്രീയ തലത്തിലും ശ്രദ്ധിക്കപ്പെടുകയും അംഗീകരിക്കപ്പെടുകയും ചെയ്തു തുടങ്ങിയ ഒരു കാലഘട്ടമാണിത്. കുററങ്ങളുടെയും കുറവുകളുടെയും പ്രശ്നങ്ങളുടെയും നേരെ കണ്ണടച്ച് മുഖസ്തുതി പാടിയിരുന്ന കാലം കടന്നു കഴിഞ്ഞു. അലംഭാവമില്ലാതെ ഇനിയും മുന്നോട്ടു നീങ്ങാനുതകുന്ന, ഉളളു തുറന്ന, വിമർശനങ്ങൾ തുടർന്നു വരുന്ന ലേഖനങ്ങളുടെ ഒരു സവിശേഷതയാണ്. അതു ചെയ്യുന്നത്, അന്യരല്ല താനും. നമ്മുടെ ചലച്ചിത്രരംഗത്ത് വളരെക്കാലമായി പ്രവർത്തിച്ചു വരുന്നവരും അതുമായി ബന്ധപ്പെട്ടവരുമാണ്.

അടൂർ ഗോപാലകൃഷ്ണൻ

തോതിലായിരുന്ന ചിത്രലേഖയുടെ തുടക്കം. ചിത്രകാരൻ കൂടിയായിരുന്ന അന്നത്തെ ഗവർണ്ണർ ഭഗവാൻ സഹായ് ആണ് ഉദ്ഘാടനം ചെയ്തത്. കെ ബാലകൃഷ്ണൻ, ടി എൻ ഗോപിനാഥൻ നായർ, സി ഐ പരമേശ്വരൻപിള്ള തുടങ്ങിയവർ സംസാരിച്ചു. ഞാൻ സ്വാഗതവും ഭാസ്കരൻ നായർ നന്ദിയും പറഞ്ഞു. തമ്പാനൂരിലെ ശ്രീകുമാർ തിയേറ്ററിൽ *ലാൻഡ് ഓഫ് ദി ഏഞ്ചൽസ് (1962)* എന്ന ഹംഗേറിയൻ ചിത്രം പ്രദർശിപ്പിച്ചുകൊണ്ടായിരുന്നു തുടക്കം. കൊല്ലം, കോട്ടയം, കോഴി

ക്കോട് എന്നിങ്ങനെ പല നഗരങ്ങളിലെയും സമാനഹൃദയരെ കണ്ടെത്തി ഫിലിം സൊസൈറ്റികൾ ഉണ്ടാക്കി. ഗ്രന്ഥശാലാ സംഘങ്ങളായിരുന്നു സത്യത്തിൽ ഞങ്ങളുടെ മാതൃക. ആലുവയിൽ നടന്ന 'അഞ്ചാമത് അഖിലേന്ത്യ, റൈറ്റേഴ്സ് കോൺഫറൻസ്'ശരിക്കും ഞങ്ങളുടെ പ്രസ്ഥാനത്തിനു പുതുജീവൻ നല്കി. എം കെ കെ നായരായിരുന്നു മുഖ്യപ്രായോജകൻ. എം ഗോവിന്ദൻ, സി എൻ ശ്രീക ണ്ഠൻ നായർ, എം വി ദേവൻ, അയ്യപ്പപ്പണിക്കർ തുടങ്ങിയവരാണു തലപ്പത്ത്. ഇവരുമായിട്ടെല്ലാം ഇൻസ്റ്റിറ്റ്യൂട്ടിൽ പഠിക്കുന്ന കാലംതൊട്ടേ എനിക്കു നല്ല ബന്ധ മായിരുന്നു. കോട്ടയത്തെ ശ്രീകണ്ഠൻ നായരുടെ വീട് ഞങ്ങൾ കലാകാരന്മാരു ടെയും എഴുത്തുകാരുടെയുമെല്ലാം സംഗമവേദിയായിരുന്നു. അദ്ദേഹത്തിന് എന്നോടു വലിയ വാത്സല്യമായിരുന്നു.

*** പക്ഷേ, സ്വന്തമായി സിനിമ എടുക്കുംമുമ്പ് ഇപ്പോൾ നിങ്ങൾ കാണുന്നതല്ല സിനിമയെന്ന് അനുവാചകനെ പഠിപ്പിക്കേണ്ടി വന്നു...**

സിനിമ എടുക്കുക എന്നതല്ലാതെ എനിക്കു മറ്റൊരു താല്പര്യമുണ്ടായിരുന്നില്ല. അതിനു സാഹചര്യമൊരുങ്ങിയില്ലെങ്കിലും സിനിമയുമായുള്ള ബന്ധം സജീവമാ ക്കി നിർത്തണം. ഫിലിം സൊസൈറ്റി പ്രവർത്തനത്തിലൂടെ അതു സാദ്ധ്യമാക്കി. പ്രദർശിപ്പിക്കുന്നതിനോടൊപ്പം ഞാനും പടം കാണുകയാണല്ലോ. പലപ്പോഴും കാണിക്കുന്ന സിനിമയെപ്പറ്റിയുള്ള ലഘുലേഖയുണ്ടാക്കാൻ ഞാനത് ഒരുവട്ടം നേരത്തേ കാണും. സിനിമയെക്കുറിച്ചുള്ള കൃത്യമായ കുറിപ്പ് ആദ്യം നല്കും. അതു വായിച്ചു മനസ്സിലാക്കിവേണം സിനിമ കാണാൻ വരേണ്ടത്. പ്രദർശനശേഷം ചിലപ്പോൾ ചർച്ചയുണ്ടാകും. സിനിമാപ്രദർശനം കൃത്യമായ വിദ്യാഭ്യാസ പരിപാ ടിയായിട്ടാണ് സംഘടിപ്പിച്ചിരുന്നത്. മിക്ക സമയവും ഞാൻ തന്നെയായിരുന്നു

ടാഗോർ തിയേറ്റർ പഴയ ചിത്രം

പ്രൊജക്ടർ ഓപ്പറേറ്റർ! പഴയ 'സലീം തിയേറ്ററി'ന്റെ (പട്ടം 'കല്പന,' ഇപ്പോൾ കേശവദാസപുരത്ത് 'ബിഗ് ബസാർ' നില്ക്കുന്ന സ്ഥലം) ഉടമസ്ഥന്റെ പക്കൽ 16 എം എം പ്രൊജക്റ്ററുണ്ടായിരുന്നു. അദ്ദേഹം ചില ഹോളിവുഡ് പടങ്ങൾ കൊണ്ടു വന്നു കോളേജുഹോസ്റ്റലുകളിൽ കാണിക്കുമായിരുന്നു. ആ പ്രൊജക്ടർ വാടകയ്ക്കെടുത്താണു ഞങ്ങൾ സിനിമ കാണിച്ചിരുന്നത്. ഇടയ്ക്കിടയ്ക്കു ഫിലിം പൊട്ടി പ്രദർശനം മുടങ്ങും. ആളുകൾ മടുത്ത് ഇറങ്ങിപ്പോകും. മുടക്കം കൂടാതെ ഒരു സിനിമ കാണിക്കണമെന്നത് അന്നത്തെ വലിയൊരു ആഗ്രഹമായിരുന്നു.

വഴുതയ്ക്കാട്ടെ *ടാഗോർ തിയേറ്ററിൽ* സിനിമ പ്രദർശിപ്പിച്ചു തുടങ്ങുന്നതു ചിത്രലേഖയാണ്. തിയേറ്ററിന്റെ ചുമതലയുള്ള ശങ്കരനാരായണൻ എന്ന ഐ എ എസ് ഉദ്യോഗസ്ഥൻ താല്പര്യമെടുത്തതുകൊണ്ടാണതു നടന്നത്. അതിനായി ഒരു പ്രൊജക്റ്ററും സ്ക്രീനും ഞങ്ങൾ അവിടെ വാങ്ങിക്കൊണ്ടുവച്ചു. ഞാൻ തന്നെയായിരുന്നു ഓപ്പറേറ്റർ. ആരും ഉപയോഗിക്കാതെ കിടന്ന ടാഗോർ തിയേറ്ററിൽ സിനിമകാണാൻ ആൾക്കാർ വന്നുതുടങ്ങിയതോടെ സർക്കാർ പ്രൊജക്ടർ വാങ്ങിവച്ച് ഞങ്ങളെ പുറത്താക്കി.

* ആത്മവിശ്വാസം ചോർത്തപ്പെട്ട പ്രതിസന്ധികളായിരുന്നു മുന്നിൽ...?

ഒരുവന് അവനവനിൽത്തന്നെയുള്ള വിശ്വാസമാണ് ഏറ്റവും പ്രധാനം. എന്നാൽ ആത്മവിശ്വാസം പൂർണ്ണമായി ചോർത്തിക്കളയുന്ന തരത്തിലുള്ള സന്നാഹങ്ങളായിരുന്നു ചുറ്റും. *സ്വയംവരം* നേരിട്ട അനുഭവങ്ങളുടെ കടുപ്പം അത്രയേറെ

യാണ്. എത്രയോ പരിശ്രമങ്ങളുടെ അവസാനമാണു സിനിമ ചെയ്യുന്നത്. ഒറ്റ വിതരണക്കാരൻ പോലും ഉണ്ടായിരുന്നില്ല. അവസാനം അതിനും ഓടേണ്ടിവന്നു. മൂലധനം കണ്ടെത്താൻ ഫിലിം ഫിനാൻസ് കോർപ്പറേഷനുമായി നിരന്തര എഴുത്തുകുത്തുകൾ. ഫിലിം സൊസൈറ്റിയുടെ പേരിൽ വായ്പതരാൻ അവർ തയ്യാറായിരുന്നില്ല. ഇൻസ്റ്റിറ്റ്യൂട്ടിൽ പഠിച്ചയാൾ എന്ന നിലയ്ക്ക് എനിക്കു വ്യക്തിപരമായി വായ്പ തരാമെന്നാണവർ പറഞ്ഞത്. നിരന്തരതർക്കത്തിനൊടുവിൽ അവർ സമ്മതിക്കുകയായിരുന്നു. രണ്ടരലക്ഷം രൂപയാണ് നിർമ്മാണ ചെലവ്. ഒന്നരലക്ഷം രൂപ അവർ തരും. അതും 18% പലിശയ്ക്ക്. ബാക്കി ഒരു ലക്ഷം രൂപ ഞങ്ങൾ ഉണ്ടാക്കണം!

കാമുകിയും പ്രതിസന്ധിയും

കട്ടിബയന്റിട്ട് വർഷക്രമത്തിൽ ഭദ്രമായി അടുക്കിനിർത്തിയ തിരക്കഥകളുടെ കൈയെഴുത്തു പ്രതികൾക്കിടയിൽ അപരിചിതമായ രണ്ടു പേരുകൾ. ഒന്ന് *കാമുകി*, മറ്റൊന്നു *പ്രതിസന്ധി.* അടൂരിന്റെ ഫിലിമോഗ്രാഫിയിൽ പറഞ്ഞുകേട്ടിട്ടില്ലാത്ത പേരുകൾ. ഞങ്ങളുടെ കൗതുകം മനസ്സിലാക്കി അടൂർ അത് ഞങ്ങൾക്ക് നേരെ നീട്ടി. *സ്വയംവര*ത്തിനും മുമ്പേ സി എൻ ശ്രീകണ്ഠൻനായർ തിരക്കഥ എഴുതി അടൂർ സംവിധാനം ചെയ്തു തുടങ്ങിയ ചിത്രമാണു *കാമുകി.* മധു, ഉഷാനന്ദിനി, പി ജെ ആന്റണി, അടൂർ ഭവാനി എന്നിങ്ങനെ നീളുന്ന താരനിര. കലാസംവിധാനം സാക്ഷാൽ ജി അരവിന്ദൻ. ഏറ്റുമാനൂർ സോമദാസനും വി കെ ശശിധരനും ചേർന്നു ചിട്ടപ്പെടുത്തി ജാനകിയും യേശുദാസും പാടിയ ഗാനങ്ങളടക്കം റെക്കോർഡ് ചെയ്ത് ഷൂട്ടിങ് ആരംഭിച്ചു. ഒരാഴ്ച മാത്രമേ ചിത്രീകരണം നീണ്ടുള്ളൂ. സാമ്പത്തിക ഞെരുക്കത്തിൽ പടം മുടങ്ങി.

കുടുംബാസൂത്രണത്തെക്കുറിച്ചുള്ള ഒരുമണിക്കൂർ ഹാസ്യചിത്രീകരണമായിരുന്നു *പ്രതിസന്ധി.* എസ് പി പിള്ള, അടൂർ ഭാസി, കരമന ജനാർദ്ദനൻ തുടങ്ങിയവരുണ്ട്. പിന്നീടു തെന്നിന്ത്യയിൽ ജനപ്രീതി നേടിയ നടി സുജാതയും മലയാളത്തിന്റെ പ്രിയതാരം ജനാർദ്ദനനും ആദ്യമഭിനയിച്ച സിനിമ. അതിലുമുണ്ട് പാട്ട്. *സ്വയംവര*ത്തിന്റെ പിറവിക്ക് മുമ്പ് കേരളത്തിലെ ചലച്ചിത്രനിർമ്മാണത്തിനുള്ള അടൂരിന്റെ പ്രായോഗിക പരീക്ഷകളായിരുന്നു രണ്ടു ചിത്രവും. *സ്വയംവരം* നിർമ്മിക്കാൻ വായ്പയായി സംഘടിപ്പിച്ച ഒന്നരലക്ഷം രൂപ കഴിച്ചാൽ ബാക്കി ഒരു ലക്ഷം കണ്ടെത്തിയതെങ്ങനെ എന്ന ചോദ്യത്തിന് ഉത്തരവും. ഞങ്ങളുടെ മുഖത്തെ അത്ഭുതം തിരിച്ചറിഞ്ഞ അടൂർ ചലച്ചിത്രജീവിതത്തിലെ അധികം പറഞ്ഞിട്ടില്ലാത്ത ഏടിനെക്കുറിച്ച് സംസാരിച്ചുതുടങ്ങി.

സ്വയംവരം നിർമ്മിക്കാൻ, ബാക്കിവേണ്ട ഒരുലക്ഷം രൂപ കണ്ടെത്തിയതു *പ്രതിസന്ധി*യിൽനിന്നായിരുന്നു. ചെറുചിത്രങ്ങൾ നിർമ്മിച്ച് അത്രയും തുക സമാഹരിക്കാൻ കഴിയുമായിരുന്നില്ല. അങ്ങനെയാണ് ഒരു മണിക്കൂർ ദൈർഘ്യമുള്ള കുടുംബാസൂത്രണപ്രചാരണ ചിത്രം ഏറ്റെടുത്തത്. ഞാനും ശ്രീവരാഹം ബാലകൃഷ്ണനും ചേർന്നാണു തിരക്കഥ എഴുതിയത്. എസ് പി പിള്ള, അടൂർ ഭാസി, കരമന ജനാർദ്ദനൻ നായർ തുടങ്ങിയർ അഭിനയിച്ചു. പ്രചാരണത്തിനായി അതിന്റെ കുറേ

പ്രിന്റുകൾ എടുത്തു നല്കി. ഓരോ പ്രിന്റിനും ചെറിയ മാർജ്ജിൻ കിട്ടി. അങ്ങനെയാണ് അത്രയും തുക കണ്ടെത്താനായത്.

ഫിലിം ഫിനാൻസ് കോർപ്പറേഷനു മുന്നിൽ നിർമ്മാണസഹായം തേടി *സ്വയംവരം* സമർപ്പിക്കുന്നതിനും മുമ്പ് നല്കിയത് *കാമുകി*യുടെ തിരക്കഥയാണ്. അതവർ നിരസിച്ചു. പിന്നീടാണു കുവൈറ്റിലുള്ള മരിയാനോ എന്നൊരു സുഹൃത്ത് കുറച്ചു പണം മുടക്കിയത്. കുറച്ചു ഷൂട്ട് ചെയ്താൽ വിതരണക്കാരെ കാണിച്ചു പൈസ വാങ്ങി സിനിമ പൂർത്തിയാക്കാമെന്നായിരുന്നു അദ്ദേഹത്തിന്റെ മനസ്സിലിരിപ്പ്. അതു ഞങ്ങൾക്കറിയില്ലായിരുന്നു. ഇത്തരമൊരു പടത്തിന് അങ്ങനെയാരും വരില്ലല്ലോ. അങ്ങനെ പൈസയില്ലാതായപ്പോൾ *കാമുകി* ശരിക്കും പ്രതിസന്ധിയിലായി.

അതു മുടങ്ങിയതിൽ വിഷമമുണ്ടായെങ്കിലും അതെനിക്കൊരുപാട് പാഠങ്ങൾ നല്കി. ഒരർത്ഥത്തിൽ *കാമുകി* മുടങ്ങിയത് എനിക്കൊരനുഗ്രഹമായി. കാരണം എന്നെ സംബന്ധിച്ചിടത്തോളം അതു വലിയൊരു കോംപ്രമൈസ് ആയിരുന്നു. സത്യത്തിൽ അങ്ങനെയൊരു സിനിമയെടുത്തിട്ടു പ്രത്യേകിച്ച് യാതൊരാവശ്യവുമില്ല. സാധാരണ സിനിമയിലെ എല്ലാ അംശങ്ങളുമതിലുണ്ടായിരുന്നു. അപ്പോൾ വലിയ വിഷമമുണ്ടായിരുന്നെങ്കിലും പിന്നീടാലോചിക്കുമ്പോൾ അതു നന്നായി എന്ന തോന്നലാണെനിക്ക്. ഇൻസ്റ്റിറ്റ്യൂട്ടിൽനിന്നിറങ്ങി ഒരുപാടു നാളായിട്ടും കാര്യമായി ഒന്നും ചെയ്യാനാവാത്ത നിരാശയിൽ അറ്റകൈക്കു തുടങ്ങിയതായിരുന്നു അത്. അതോടെ എന്റെ ഗതിമാറിപ്പോയേനെ എന്നു കരുതുന്നില്ല, എന്നാൽ അച്ചടക്കം തെറ്റിയുള്ള ചുവടുവയ്പ്പായിരുന്നു അത്.

അക്കാലത്തൊരിക്കൽ കല്ക്കട്ടയിൽ 'കല്ക്കട്ട ഫിലിംസൊസൈറ്റി' സ്ഥാപകരിൽ ഒരാളായ ചിദാനന്ദ് ദാസ്ഗുപ്തയുമായി സംസാരിക്കവേ ഞാനീ സിനിമയെപ്പറ്റി പറഞ്ഞു. പാട്ടുവരെ എടുത്തുവച്ചതാണെന്നൊക്കെ. അപ്പോൾ അദ്ദേഹം പറഞ്ഞു "ത്രോ ഇറ്റ് എവേ."

*സ്വയംവര*ത്തിൽ മധു തിരുവനന്തപുരം ന്യൂ തിയേറ്ററിന് മുന്നിലൂടെ പോകുമ്പോൾ കേൾക്കുന്ന 'ജീവന്റെ ജീവനിൽ' എന്ന ഗാനം *കാമുകി*യിലേതാണ്. ഇഷ്ടപ്പെട്ട ഗാനങ്ങളിൽ ഒന്ന് ഇതാണെന്ന് യേശുദാസ് എവിടെയോ പറഞ്ഞതായി കേട്ടിട്ടുണ്ട്. ആ തിരക്കഥയും പാട്ടുകളും പിന്നീടു സംവിധായകൻ രാജീവ് നാഥിന് നല്കി. അദ്ദേഹം അത് *തീരങ്ങൾ* (1978) എന്ന സിനിമയിൽ ഉപയോഗിച്ചെന്നറിയുന്നു. *തീരങ്ങൾ* ഞാൻ കണ്ടിട്ടില്ല. പക്ഷേ, അതു രാജീവ് നാഥിനു കൊടുത്തത് എനിക്ക് വലിയ സമാധാനമായി. സി എൻ ശ്രീകണ്ഠൻ നായർക്ക് തിരക്കഥയുടെ പ്രതിഫലം നല്കാനായി. മരിയാനോയ്ക്കു മുടക്കുമുതലും തിരികെക്കൊടുത്തു.

സി എൻ ശ്രീകണ്ഠൻ നായർ

എങ്കിലും പില്ക്കാലത്ത് സിനിമ ചെയ്യാൻ ഞാൻ രണ്ടുകാര്യങ്ങളിൽ നിർബ്ബന്ധമുള്ളവനായി. ഒന്ന് പടം പൂർത്തിയാക്കാൻ പണം കൈയിൽ ഉള്ള നിർമ്മാതാ

വിനു വേണ്ടി മാത്രമേ സിനിമ ചെയ്യൂ. ആ പണം മുഴുവൻ നഷ്ടപ്പെടാനുള്ള കെൽപ്പുണ്ടോ എന്നതാണ് എന്റെ രണ്ടാമത്തെ ചോദ്യം. മുടക്കുമുതൽ തിരിച്ചുകിട്ടുമെന്നോ, ഏതെങ്കിലും ബഹുമതി കിട്ടുമെന്നോ എനിക്ക് ഉറപ്പ് നല്കാനാകില്ല. എന്റെ പണി ഞാൻ ആത്മാർത്ഥമായി ചെയ്യും എന്ന ഉറപ്പുമാത്രം നല്കാനാകും.

തിരക്കഥാരചന

ഫിലിം ഇൻസ്റ്റിറ്റ്യൂട്ട് കാലത്തു കേട്ടു പഠിച്ച ഒരു പാഠമുണ്ട്, ഋത്വിക് ഘട്ടക്കിന്റെ തിരക്കഥാരചനയെപ്പറ്റി. ഒരു അസിസ്റ്റന്റിനെ വിളിച്ച് അദ്ദേഹം എവിടെയെങ്കിലും പോയി കതകടച്ചിട്ടിരുന്നു പറഞ്ഞുതുടങ്ങും. പറയുന്നതെല്ലാം എഴുതിയെടുക്കുകയാണ് അസിസ്റ്റന്റിന്റെ പണി. ഒറ്റയ്ക്കു കുത്തിയിരുന്ന് എഴുതുന്നതിന്റെ വൈഷമ്യവും ഏകാന്തതയും ഒഴിവാകും എന്നതാണ് അതിന്റെ പ്രധാനഗുണം. മറ്റൊന്ന് തുടർച്ച വിടാതെ എഴുത്തു പൂർത്തിയാക്കാൻ നിർബ്ബന്ധിതനാകും. *കാമുകി*യുടെ തിരക്കഥ സി എൻ എഴുതിയതാണെങ്കിലും പിന്നീട് ഞാനതു റീവർക്ക് ചെയ്തു. അതിന്റെ പേരിൽ അദ്ദേഹം എന്നോടു നീരസപ്പെട്ടു. എനിക്ക് വളരെ ഇഷ്ടമുള്ള ബഹുമാനമുള്ള വ്യക്തിയായിരുന്നു അദ്ദേഹം.

*പ്രതിസന്ധി*യുടെ തിരക്കഥ ഞാനും ശ്രീവരാഹം ബാലകൃഷ്ണനും ചേർന്നാണ് എഴുതുന്നത്. അതിൽ ഞങ്ങൾ തുല്യ പങ്കാളികളാണ്. പിന്നീട് *നിഴൽക്കുത്തു*വരെയുള്ള എന്റെ എല്ലാ സിനിമകളിലും തിരക്കഥയുടെ ആദ്യഡ്രാഫ്റ്റ് ഞാൻ പറഞ്ഞുകൊടുക്കുകയാണു പതിവ്. അതിലൊരു സൗകര്യമുള്ളത് സഹൃദയനായ ഒരാളാണ് എഴുതുന്നതെങ്കിൽ ഞാൻ പറഞ്ഞു വഴിതെറ്റിപ്പോകുകയാണെങ്കിൽ ഒന്നു സൂക്ഷിച്ചു നോക്കിയാൽ മതി എനിക്ക് ട്രാക്കിലേക്കു തിരിച്ചുവരാം. അത്തരമൊരു പോസിറ്റീവ് എനർജ്ജിയാണു ഗുണം. എന്റെ പടങ്ങളുടെ തിരക്കഥകളിലേറെയും എഴുതിയെടുത്തത് മീരസാഹിബ് ആണ്. അത് തീർത്തും മെക്കാനിക്കലായ ഒരു പണി ആണെന്നല്ല പറയുന്നത്. *എലിപ്പത്തായ*ത്തിന്റെ തിരക്കഥ എഴുതിയത് മീരസാഹിബ് മലപ്പുറത്ത് ഡിസ്ട്രിക് ഓഫീസറായിട്ട് ഇരിക്കവെയാണ്. ഞാൻ മലപ്പുറത്തു ഗസ്റ്റ്ഹൗസിൽ താമസിച്ചു. പുള്ളി രാവിലെ ജോലിക്കു പോകും വൈകുന്നേരം വന്നുകഴിഞ്ഞാൽ എഴുത്താണ്. പകൽ ഞാൻ എല്ലാം മനസ്സിൽ കരുതിവയ്ക്കും എഴുതില്ല. എന്റെ കൈയിൽ കംപ്യൂട്ടർവരുംവരെ അങ്ങനെ ഒരു ശീലമായിരുന്നു. പിന്നെ ഞാനും കംപ്യൂട്ടറുമായുള്ള യുദ്ധമായി. *നിഴൽക്കുത്ത്* മുതൽ ഇങ്ങോട്ടു ഞാനും കംപ്യൂട്ടറും മാത്രം. *സ്വയംവര*ത്തിന്റെ രചനാകാലത്തു കെ പി കുമാരനാണ് ഒപ്പമുണ്ടായിരുന്നത്. പില്ക്കാലത്ത് അത് അസംബന്ധമായ അവകാശവാദങ്ങളിലേക്ക് പോയി.

ശ്രീവരാഹം ബാലകൃഷ്ണൻ

മങ്കട രവിവർമ്മയുടെ വരവ്

രവിവർമ്മയ്ക്കു (രവിയേട്ടൻ) ഒപ്പം സിനിമ ചെയ്യാനായി എന്നതു വലിയ ഭാഗ്യം. ഞങ്ങൾ ഒരുപാടു കാര്യങ്ങളിൽ ഒരുപോലെ ചിന്തിക്കുന്നവരാണ്. അദ്ദേഹ

ത്തിന്റെ അനുജൻ ഇൻസ്റ്റിറ്റ്യൂട്ടിൽ എന്റെ ജൂനിയർ ആയിരുന്നു. മദ്രാസിലാണു കഴിയുന്നതെങ്കിലും പടത്തിലൊന്നും വർക്ക് ചെയ്തിട്ടില്ല. ബി ബി സി വേൾഡിന്റെ കവറേജ് ചെയ്യും. നല്ല സിനിമയ്ക്കുവേണ്ടി പ്രവർത്തിക്കാൻ താല്പര്യമുണ്ടെന്ന് ഈ അനുജൻ പറഞ്ഞാണറിയുന്നത്.

*സ്വയംവര*ത്തിന്റെ തിരക്കഥ തയ്യാറായപ്പോൾ അദ്ദേഹത്തിന് എഴുതി. തിരക്കഥയും അയച്ചുകൊടുത്തു. വൈകാതെ മറുപടി വന്നു: "മലയാളത്തിൽ ആദ്യമായി നല്ലൊരു സിനിമ ഉണ്ടാകാൻ പോകുന്നു. അതിന്റെ ഭാഗമാകാൻ വലിയ ആഗ്രഹമുണ്ട്."

ഞാൻ നേരത്തെ തിരക്കഥ വായിക്കാൻ കൊടുക്കുന്നത് അദ്ദേഹത്തിനു മാത്രമേയുള്ളൂ. കാരണം അദ്ദേഹം മൊത്തമായി ഇക്കാര്യമെല്ലാം അറിഞ്ഞിരിക്കണമല്ലോ. തിരക്കഥ മാത്രമല്ല, ക്യാമറയുടെ സ്ഥാനം, ഉപയോഗിക്കുന്ന ലെൻസ്, ക്യാമറയുടെ ചലനം, കഥാപാത്രങ്ങളുടെ ചലനം തുടങ്ങിയവയെല്ലാം നേരത്തെ തീരുമാനിച്ച് കുറിച്ചുവച്ചിരിക്കും.

വളരെ ലളിതമായി ജീവിച്ച മനുഷ്യൻ. ഒരിക്കലും ടാക്സിയിൽ യാത്രചെയ്യില്ല. ബസ് മാത്രം. എല്ലാ രീതിയിലും ഞാനുമായി യോജിക്കുന്ന പ്രകൃതം. ശരിക്കും പറഞ്ഞാൽ ഞാൻ അദ്ദേഹത്തിൽനിന്നും ഒരുപാടു കാര്യങ്ങൾ പഠിച്ചു. അടിസ്ഥാനപരമായി അദ്ദേഹം നല്ല ആർട്ടിസ്റ്റായിരുന്നു. നല്ല മനുഷ്യത്വമുള്ള ആളായിരുന്നു അതാണു പഠിച്ചത്. അദ്ദേഹത്തെ അരവിന്ദനു പരിചയപ്പെടുത്തുന്നതും ഞാനാണ്.

താരനിർണ്ണയം

സ്വയംവരം പുതുമുഖനായികാനായകന്മാരെ വച്ചു ചെയ്യാനായിരുന്നു ആദ്യശ്രമം. പലരേയും അതിനായി സമീപിച്ചു. വേണു നാഗവള്ളി, കോഴിക്കോട് അബ്ദുൾ ഖാദറിന്റെ മകൻ സത്യജിത്ത് അങ്ങനെ പലരെയും ക്യാമറാ ടെസ്റ്റൊക്കെ നടത്തുകയുംചെയ്തു. പക്ഷേ, അവർക്കു പറ്റിയ നടിയെ കണ്ടെത്താനായിരുന്നു പ്രയാസം. സഹോദരൻ കോളേജദ്ധ്യാപകനായിരുന്നു. പരിചയമുള്ള ചില പ്രിൻസിപ്പൽമാർവഴിയൊക്കെ വിദ്യാർത്ഥികൾക്കിടയിൽ അന്വേഷിച്ചുനോക്കിയിട്ടും ഫലമുണ്ടായില്ല. ആ അവസ്ഥയിൽ മുന്നിൽ മറ്റുമാർഗ്ഗമില്ലാതായി. ഒന്നുകിൽ രണ്ടുപേരും പുതുമുഖങ്ങളാവണം. അല്ലെങ്കിൽ രണ്ടാളും അറിയപ്പെടുന്നവരാവണം. അങ്ങനെ ഒടുവിൽ മധുവിലും ശാരദയിലും എത്തിച്ചേർന്നു.

ഞങ്ങളുടെ കാഴ്ചപ്പാടിലും സീതയാകാൻ ഏറ്റവും പറ്റിയ ആൾ ശാരദയാണ്. ചിത്രലേഖയുമായി ബന്ധപ്പെട്ടു മദ്രാസിലുണ്ടായിരുന്ന ഒരാൾ വഴിയാണ് അന്വേഷിച്ചത്. *സ്വയംവര* ത്തിന്റെ മൊത്തം ബജറ്റ് രണ്ടരലക്ഷം രൂപയാണ്. അതിന്റെ

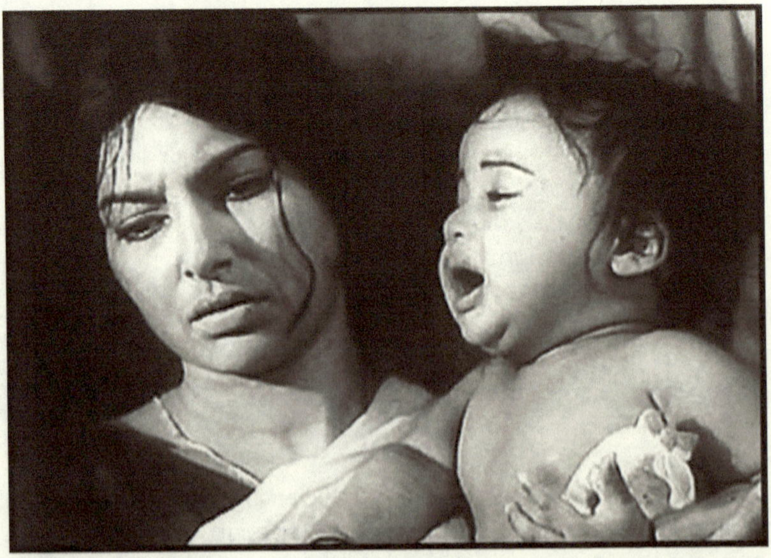

എട്ടിലൊന്നാണ് അന്നവർ പ്രതിഫലമായി ചോദിച്ചത്. 25000 രൂപ. അതിനവരെ കുറ്റപ്പെടുത്താനാവില്ല. കാരണം ആരാണു സിനിമയെടുക്കുന്നതെന്നുപോലും അവർക്കറിയില്ല. ഏതോ കുറേ ചെറുപ്പക്കാരുടെ സിനിമ. ഞങ്ങളെ സംബന്ധിച്ച വലിയൊരു തുകയായിരുന്നിട്ടും ഞാൻ എന്റെ പ്രതിഫലത്തിൽനിന്ന് 15,000 രൂപകൂടി മാറ്റിവച്ച് അവർക്കാ തുക കൊടുക്കാമെന്നു സമ്മതിച്ചു. എങ്ങനെയെങ്കിലും സിനിമ നടക്കുക എന്നതായിരുന്നു ആവശ്യം.

പക്ഷേ, മധുവിന്റെ കാര്യത്തിൽ അങ്ങനെയായിരുന്നില്ല. നാഷണൽ സ്കൂൾ ഓഫ് ഡ്രാമയിൽ മധു ചേരുംമുമ്പേ തിരുവനന്തപുരത്തെ നാടകപ്രവർത്തനങ്ങളുടെ ഭാഗമായി മധുവിനെ പരിചയമുണ്ട്. കരമന ജനാർദ്ദനൻ നായർ വഴിയാണ് പരിചയം. തിരികെ വരുമ്പോൾ ഒന്നിച്ച സിനിമ ചെയ്യണമെന്നു പറഞ്ഞാണു മധു പോകുന്നത്. പക്ഷേ, *സ്വയംവരം* തുടങ്ങുമ്പോഴേക്കും മധു താരമായിക്കഴിഞ്ഞു. എന്നാലും നല്ല സിനിമയോടൊപ്പം സഹകരിക്കാൻ അദ്ദേഹം തയ്യാറായി. *സ്വയംവര*ത്തിലഭിനയിക്കാൻ അദ്ദേഹത്തിനു പ്രതിഫലമായി എന്തെങ്കിലും കൊടുത്തിട്ടുണ്ടോ എന്നുപോലും സംശയമാണ്. സൗഹൃദത്തിന്റെ പേരിലായിരുന്നു അതെല്ലാം. അദ്ദേഹമതു ചോദിച്ചിട്ടുമില്ല. മധുവിനെപ്പോലെ വിദ്യാഭ്യാസമുള്ള നടൻ വേറെ ഉണ്ടാകില്ല. ഒരുകാലത്തു പുതുതായി സിനിമ എടുക്കുന്നവർ എല്ലാം മധുവിനെയാണു തേടിച്ചെല്ലുന്നത്. അത് വലിയൊരു ഗുണമാണ്.

തിരുവനന്തപുരം നഗരം

ഏഴുപതുകളിലെ തിരുവനന്തപുരത്തെ അപ്പാടെ *സ്വയംവരം* അടയാളപ്പെടുത്തിവച്ചിട്ടുണ്ട്. ക്യാമറയുമായി തെരുവിലേക്കിറങ്ങിയ സിനിമ എന്ന നിലയിൽ

നഗരം സിനിമയുടെ മുഖ്യപശ്ചാത്തലവും കഥാപാത്രവുമായി. സിനിമയിൽ ചിത്രീകരിക്കപ്പെട്ട നഗരതുരുത്തുകൾ തേടി കാര്യമായ അന്വേഷണം തന്നെ നടത്തി. അമ്പതുവർഷത്തിനിപ്പുറം ഏറെക്കുറെ നഗരം പുറംതോൽ മാറ്റിയിരിക്കുന്നു. വിശ്വവും സീതയും ആദ്യമായി താമസിക്കാനെത്തിയ ആഡംബര ഹോട്ടൽ അക്കാലത്തെ തിരുവനന്തപുരത്തെ പ്രധാന ഹോട്ടൽ തന്നെയായിരുന്നു. തൈക്കാടുള്ള *അമൃത ഹോട്ടൽ.* ലിഫ്റ്റ് ഘടിപ്പിച്ച നഗരത്തിലെ ആദ്യ ഹോട്ടൽ. പ്രേംനസീറടക്കമുള്ള താരങ്ങളുടെ സ്ഥിരം താവളം. ഹോട്ടൽ ഇപ്പോൾ മുക്കാലും പൊളിച്ചിരിക്കുന്നു. ഹോട്ടൽമുറിയിൽ അവർ പ്രണയപൂർവ്വം

പരസ്പരം അടുക്കുമ്പോൾ ഭൂതകാലത്തെ ഓർമ്മപ്പെടുത്തുംപോലെ ഹരേ രാമ ഹരേ കൃഷ്ണ ഭജന ഉയരുന്നുണ്ട്. അക്കാലത്ത് നഗരത്തിലെ 'അഭേദാനന്ദ ആശ്രമ'ത്തിൽനിന്നു പുറപ്പെടുന്ന ഭേരിയായിരുന്നു അത്. അക്കാലത്തെ തിരുവനന്തപുരം നഗരത്തിന്റെ മുഖമുദ്രയായിരുന്നു അത്. ഹോട്ടലിനു മുന്നിലൂടെ ഭജന മുഴക്കി പോയവരെ അവരറിയാതെ ചിത്രീകരിക്കുകയായിരുന്നുവെന്ന് അടൂർ ഓർക്കുന്നു.

കഥാപാത്രങ്ങളുടെ രണ്ടാംതാവളമായ ഹോട്ടൽ നഗരമദ്ധ്യത്തിൽ തന്നെയുള്ള ലോഡ്ജാണ്. വിശ്വം ജോലിചെയ്യുന്ന പാരലൽ കോളേജ് പഴവങ്ങാടി ഭാഗത്താണുണ്ടായിരുന്നത്. ഇപ്പോഴവിടം പൂർണ്ണമായി കച്ചവടകേന്ദ്രമായി മാറിക്കഴിഞ്ഞു. ഗാന്ധാരിയമ്മൻ കോവിലിന് സമീപം പഴയ *ദേശാഭിമാനി* ഓഫീസിനടുത്തായുള്ള പാരലൽ കോളേജിൽ ചെന്നാണ് അടൂരും സംഘവും പാരലൽ കോളേജിന്റെ ശബ്ദം ശേഖരിച്ചത്. വിശ്വത്തിന്റെ അവസാന അത്താണിയായ തടിമിൽ വഞ്ചിയൂരിലേതാണ്. അവിടെ ഇപ്പോഴും തടിമില്ലുകൾ പ്രവർത്തിക്കുന്നുണ്ടെങ്കിലും സിനിമ ചിത്രീകരിച്ച 'ദാമർ സോ മിൽ' പൂർണ്ണമായും അപ്രത്യക്ഷമായി.

ശാസ്തമംഗലത്ത് 'ഇന്ദിരാഭവ'നു സമീപമായിരുന്നു 'ചിത്രലേഖ'യുടെ അന്നത്തെ ഓഫീസ്. 'ഇന്ദിരാഭവ'നു സമീപമുള്ള കെട്ടിടത്തിന്റെ പുറകുവശത്താണു വിശ്വന്റേയും സീതയുടെയും അവസാന അഭയകേന്ദ്രമായ വീടും ചേരിയും സെറ്റിട്ടത്. അവിടെ നിന്നു നോക്കിയാൽ കാണുന്ന കല്യാണിയുടെ വീടും സെറ്റാണ്. അവിടേക്കു വരുന്ന ഇടവഴി സിനിമയിൽ നന്നായി ഉപയോഗിക്കാനായി. ഫാന്റസി രംഗത്തെ വനപ്രദേശം അരുവിക്കരയിലാണു ചിത്രീകരിച്ചത്. സിനിമയിൽ കണ്ട തിരുവനന്തപുരത്ത് ഇപ്പോഴും ഏറെക്കുറെ മാറ്റമില്ലാതെ നില്ക്കുന്നത് ന്യൂ തിയേറ്റർ

മാത്രം. ന്യൂ തിയേറ്ററും സിനിമാപോസ്റ്റർ നിറഞ്ഞ അടിപ്പാതയും ഒഴുകിയെത്തുന്ന പാട്ടും പശ്ചാത്തലമായി സിനിമയിലുണ്ട്. അന്നത്തെ പുത്തരിക്കണ്ടം മൈതാനവും പുരുഷാരവും തൊഴിലാളി പ്രക്ഷോഭവും സിനിമ വരച്ചിട്ടിട്ടുണ്ട്. പുത്തരിക്കണ്ടത്തു തൊഴിലാളിവർഗ്ഗ ഐക്യത്തിനായി ആഹ്വാനം നടത്തുന്നത് അഭിനേതാവല്ല, യഥാർത്ഥ രാഷ്ട്രീയനേതാവിന്റെ പ്രസംഗംതന്നെ. തീവ്ര ഇടതുപക്ഷ നേതാവായ കോസല രാംദാസാണു പ്രസംഗകൻ.

എന്തുകൊണ്ട് തിരുവനന്തപുരം?

സ്വന്തം നാടു കഴിഞ്ഞാൽ എനിക്ക് ഏറ്റവും കൂടുതൽ അറിയാവുന്ന സ്ഥലം തിരുവനന്തപുരമാണ്. *സ്വയംവര*ത്തിനുമുമ്പുള്ള ഏഴു വർഷം താമസിച്ച നഗരത്തിലെ ഓരോ മുക്കും മൂട്ടക്കും എനിക്കറിയാം. സഹോദരൻ വാങ്ങിത്തന്ന ലാംബ്രട്ട സ്കൂട്ടറിലായിരുന്നു അന്നു *ചിത്രലേഖയ്ക്കു* വേണ്ടിയുള്ള ഓട്ടം. ഷൂട്ടിങ്ങിനിടെ ക്യാമറയുമായി പോകുമ്പോൾ പുത്തരിക്കണ്ടം മൈതാനത്തു പ്രസംഗം നടക്കുന്നു. അപ്പോൾത്തന്നെ അതു പകർത്തി. കോസല രാംദാസ് പോലും സിനിമ പിടിക്കുകയാണെന്ന് അറിഞ്ഞിട്ടുണ്ടാകില്ല. അത്തരം ധാരാളം നഗരദൃശ്യങ്ങൾ സിനിമയിലുണ്ട്.

തുടക്കത്തിലെ ബസ് യാത്ര എംസി റോഡിലൂടെ വാടകയ്ക്ക് എടുത്ത കെ എസ് ആർ ടി സി ബസിലാണു ചിത്രീകരിച്ചത്. യാത്രക്കാരെല്ലാം ഫിലിം സൊസൈറ്റി അംഗങ്ങളായിരുന്നു. ഒറ്റദിവസത്തിൽ ഷൂട്ടിങ് തീർത്തു. വളരെ ഡീറ്റെയ്ൽഡ് ആയ പ്രീ പ്ലാനിങ് വഴിയാണ് അത്ര കുറച്ചു സമയംകൊണ്ട് ചിത്രീകരിച്ചു തീർത്തത്. 'ആരിഫ്ളക്സി'ന്റെ ബ്ളിബ് മാറ്റിവച്ചിട്ടു ക്യാമറ കൈയിലെടുത്താണു ബസിനകത്തു ഷൂട്ട് ചെയ്തത്. ബസ് ഉലയുമ്പോഴും കുഴിയിൽ വീഴുമ്പോഴുമെല്ലാമുള്ള ചലനങ്ങൾ സ്വാഭാവികമായിത്തന്നെ പകർത്തി.

ശാസ്തമംഗലത്തെ സെറ്റിലായിരുന്നു ആദ്യദിവസത്തെ ഷൂട്ടിങ്. ജനറേറ്റർ ഒന്നും വാടകയ്ക്ക് എടുക്കാൻ കഴിയാത്തതിനാൽ കെ എസ് ഇ ബിയിൽ വ്യാവസായിക വൈദ്യുതി ഉപയോഗത്തിനുള്ള ബിൽ അടച്ച് കറന്റ് ഉപയോഗിക്കുകയായിരുന്നു. രണ്ടോ മൂന്നോ ലൈറ്റ് ഒന്നിച്ചിട്ടാൽ ചിലപ്പോൾ ലൈൻ പോകും. സിനിമാ ഷൂട്ടിങ് നടത്തുന്നതറിഞ്ഞ് ലൈൻമാൻ വന്ന് കറന്റ് കട്ട് ചെയ്യുന്ന സ്ഥിതിയും ഉണ്ടായി. അങ്ങനെ ഓരോ ദിനവും സംഘർഷഭരിതമായിരുന്നു. ശാരദയ്ക്ക് ഒരുപാടു പടങ്ങൾ ഉണ്ടായിരുന്നു. അതിനാൽ രണ്ടു ഷെഡ്യൂൾ വേണ്ടിവന്നു. ആദ്യമായി ഡയറക്റ്റ് സൗണ്ട് ഉപയോഗിക്കുന്ന ചിത്രം കൂടിയാണിത്. അതിന്റെ തയ്യാറെടുപ്പുകളും വേണ്ടിവന്നു. ഉൾപ്പെടുത്തേണ്ട ബാഹ്യശബ്ദങ്ങൾക്കുവേണ്ടി പ്രത്യേക സൗണ്ട് സ്ക്രിപ്റ്റ് ഉണ്ടാക്കിയിരുന്നു. സീനിൽവരുന്ന ഓരോന്നിന്റേയും ശബ്ദം ഉൾപ്പെടുത്താൻ ശ്രദ്ധിച്ചു. ശാരദ മലയാളം പറഞ്ഞാൽ നന്നാകില്ല, അതിനാൽ അവർക്കുവേണ്ടി കോട്ടയം ശാന്ത ഡബ്ബ് ചെയ്തു.

മഴസീൻ

ഒറ്റ മഴസീൻ മാത്രമാണു സിനിമയിലുള്ളത്. കഥാപാത്രങ്ങളുടെ ഏകാന്തത ഊന്നിപ്പറയാൻ വേണ്ടിയാണു മഴയെ ഉപയോഗിച്ചത്. മുറ്റത്തു സീത കഴുകിയിട്ട

വിശ്വത്തിന്റെ ഷർട്ടിൽ ആദ്യ തുള്ളികൾ വീഴുന്നു. പിന്നീടു മഴപെയ്യുന്നു. സീത ഓടി ച്ചെന്നു ഷർട്ട് എടുക്കുന്നു. അതാണു സീൻ. ഷർട്ടിൽ വെള്ളത്തുള്ളി വീഴുന്നതടക്കം ഷൂട്ട് ചെയ്യു ഞങ്ങൾ മഴയ്ക്കുവേണ്ടി കാത്തു. അന്നു മഴപെയ്യും എന്ന വിശ്വാസത്തി ലായിരുന്നു ഞാനും മങ്കട രവിവർമ്മയും. എന്നാൽ ഒരു ഉറപ്പും അതിനില്ല. ഞങ്ങൾ എല്ലാ തയ്യാറെടുപ്പും നടത്തി കാത്തിരുന്നു. പറഞ്ഞുവച്ചിട്ടെന്നപോലെ അപ്പോൾ മഴപെയ്യു. മൂന്നു മിനിറ്റോളം. ഞങ്ങൾ ഓടി നടന്നു മുൻ നിശ്ചയിച്ച പ്രകാരം ഷൂട്ട് ചെയ്യു. ആവശ്യംപോലെ വിഷ്വൽസ് കിട്ടി. അങ്ങനെ പ്രകൃതി പലപ്പോഴും സഹൃ ദയത്വം കാട്ടിയിട്ടുണ്ട്.

*എലിപ്പത്തായ*ത്തിന്റെ ചിത്രീകരണത്തിനിടയിലും സമാന അനുഭവം ഉണ്ടായി. എല്ലാ തയ്യാറെടുപ്പും നടത്തി ഒരുറപ്പും ഇല്ലാതെ ജൂൺ ഒന്നിന് ഞങ്ങൾ കാത്തി രുന്നു. അന്നുതന്നെ മഴപെയ്യു.

പുത്തൻ ആസ്വാദനശീലം പരിചയപ്പെടുത്താൻ കേരളത്തിലെ ഒരുപറ്റം എഴു ത്തുകാരും ചിത്രകാരന്മാരും *സ്വയംവര*ത്തിനൊപ്പമുണ്ടായിരുന്നു. പ്രമുഖ എഴുത്തു കാർ സിനിമയുടെ ഭാഗമായി എന്നുമാത്രമല്ല, അക്കാലത്തെ സാഹിത്യചർച്ചകളെ വരെ സിനിമയിലേക്ക് എത്തിക്കുകയും ചെയ്യു. *നിർവൃതി* എന്ന കന്നി നോവൽ പ്രസിദ്ധീകരിക്കണമെന്ന ആവശ്യവുമായി വിശ്വം എത്തുന്നത് അന്നത്തെ കേര ളത്തിലെ പ്രധാന വാരിക പത്രാധിപന്മാർക്കു മുന്നിൽത്തന്നെയാണ്. പോസ്റ്റർ രൂപകല്പനയിലടക്കം ആധുനികതയുടെ വരവ് അറിയിച്ചുകൊണ്ട് ഒരുപറ്റം ചിത്ര കാരന്മാരും സിനിമയുടെ ഭാഗമായി. എല്ലാ രീതിയിലും വ്യത്യസ്തമായ പടം കാണുവാൻ കാണികളെ പ്രേരിപ്പിക്കാൻ വൻ സാംസ്കാരിക ഇടപെടൽതന്നെ യുണ്ടായി.

സിനിമയിലെ എഴുത്തുകാർ

ശരിക്കും പറഞ്ഞാൽ *സ്വയംവരം* എന്നെ പറ്റിക്കൂടിയുള്ള സിനിമയാണ്. വിശ്വത്തെപോലെ എഴുത്തുകാരനാകാൻ താല്പര്യമുള്ള ആളാണ ഞാനും. എഴുത്തുകാർ എന്റെ മിക്ക സിനിമയിലും ആവർത്തിച്ച വരുന്നുമുണ്ട്. നല്ല എഴുത്തുകാരെ എനിക്കു വലിയ ഇഷ്ടമാണ്. ഞാൻ ദൈവംപോലെ കാണുന്ന ആളാണ് ബഷീർ. സി വി കുഞ്ഞുരാമൻ, എ പി ഉദയഭാനു, കളർകോട് വാസുദേവൻ നായർ തുടങ്ങിയവരുടെ മലയാളം എന്റെ ആദ്യകാല സ്വാധീനമാണ്. എന്റെ എല്ലാ സിനിമകളും സോഷ്യൽ ഡോക്കുമെന്റുകളാണ്. അന്നത്തെ കാലത്തെയും എഴുത്തുകാരെയും സിനിമയിലൂടെ അടയാളപ്പെടുത്തിയിട്ടുണ്ട്. സിനിമയിൽ *കങ്കമം* വാരിക ഓഫീസായി ചിത്രീകരിക്കുന്നതു 'ചിത്രലേഖ'യുടെ ശാസ്തമംഗലത്തെ ഓഫീസ് തന്നെയാണ്. വൈക്കം ചന്ദ്രശേഖരൻ നായർ, ജി ശങ്കരപ്പിള്ള തുടങ്ങി അന്നത്തെ എഴുത്തുകാരെല്ലാം തങ്ങളായിത്തന്നെ അഭിനയിക്കുകയാണ്. ശരിക്കുപറഞ്ഞാൽ, വിശ്വത്തിന്റെയും സീതയുടെയും ജീവിതവും ഒരു ഡോക്യുമെന്ററി തന്നെയാണ്. അവരുടെ ജീവിതത്തിന്റെ ഡോക്യുമെന്റേഷനാണ് *സ്വയംവരം*.

ചിത്രകാരന്മാർ

ശരിക്കു കേരളത്തിൽ ആധുനികത വിളംബരം ചെയ്യുന്ന സിനിമയാണു *സ്വയംവരം*. അതിന്റെ പരസ്യങ്ങൾ പോലും ആധുനികമാകണമെന്നും വ്യത്യസ്തമായൊരു സിനിമ കാണുന്നതിലേക്കു പ്രേക്ഷകനെ തയ്യാറെടുപ്പിക്കുന്നതാവണമെന്നും നിശ്ചയിച്ചിരുന്നു. എം വി ദേവനോടു സംസാരിച്ചു. അദ്ദേഹവും സുഹൃത്തുക്കളും തിരുവനന്തപുരത്തു വന്നു താമസിച്ചു പോസ്റ്ററുകൾ വരച്ചുണ്ടാക്കി. ആർട്ടിസ്റ്റ് നമ്പൂതിരി, ദേവദത്തൻ, സി എൻ കരുണാകരൻ, സോമൻ തുടങ്ങിയവർ പ്രതിഫലം പോലുമിച്ഛിക്കാതെയാണു വന്നത്. പത്രപരസ്യങ്ങളിൽ പോലും ഈ വര ഉപയോഗിച്ചു. സിക്സ് ഷീറ്റ് പോസ്റ്റർ പോലും ദേവന്റെ ഒരു സ്ത്രീരൂപമായിരുന്നു.

തിരുവനന്തപുരത്തു വർഷാവർഷം കോർപ്പറേഷൻ പുത്തരിക്കണ്ടം മൈതാനിയിൽ നടത്തിയിരുന്ന വ്യാപാര പ്രദർശന മേളയിൽ 'ചിത്രലേഖ' ഒരു സ്റ്റാളെടുത്ത് അവിടെ ഈ പോസ്റ്ററുകളൊക്കെ പ്രദർശിപ്പിച്ചു. കെ എ അബ്ബാസിനെ പോലുള്ള പലരും അന്നവിടെയെത്തി.

നീണ്ട ബസ് യാത്രയുടെ പൊരുൾ

ചിത്രത്തിലെ പ്രധാനപ്പെട്ടൊരു ദൃശ്യഖണ്ഡമാണത്. എവിടെ നിന്നോ പ്രത്യാശയോടെ നഗരത്തിലേക്കു വരുന്ന ഒരാണും പെണ്ണും. അവരുടെ പശ്ചാത്തലം പോലും ഞാൻ പറയുന്നില്ല. ദീർഘയാത്രയിൽ അവരോടൊപ്പം പലരും കയറുന്നുണ്ട് ഇറങ്ങുന്നുണ്ട്. ചിലർ അവരെ ശ്രദ്ധിക്കുന്നു. ചിലർ സൂക്ഷിച്ചു നോക്കുന്നുണ്ട്. അവരിലെന്തോ പ്രത്യേകതയുണ്ടെന്നു തിരിച്ചറിയുന്നവരുണ്ട്. പ്രണയികളെപ്പോലെ നായികാനായകന്മാരുടെ ഇഴയടുപ്പം വ്യക്തമാകുന്ന കാഴ്ചകളുണ്ട്.

നിയമപരമായ വിവാഹമൊന്നുമില്ലാതെ ഒരാണും പെണ്ണും ഒന്നിച്ചു ജീവിക്കാൻ തുടങ്ങിയപ്പോൾ സമൂഹം അവരെ എങ്ങനെ സ്വീകരിക്കുന്നു എന്നതിന്റെ സോഷ്യൽ ഡോക്യുമെന്റേഷൻ കൂടിയാണ് സിനിമ.

ഡോക്യുമെന്ററിയും ഫിക്ഷനും ഇടകലർന്ന ദൃശ്യസമീപനമാണു സിനിമയിൽ. ഒന്നിച്ചു ജീവിക്കാനുള്ള അവരുടെ തീരുമാനത്തിൽനിന്ന് ഒരാൾ മാത്രം മുന്നോട്ടു ജീവിക്കാനൊരുങ്ങുമ്പോൾ എന്തു തീരുമാനമെടുക്കുമെന്ന സന്ദിഗ്ധതവരെയുള്ള ജീവിതത്തിന്റെ ആവിഷ്കാരത്തിനു പറ്റിയ തുടക്കം എന്ന നിലയ്ക്കാണ് ആ ബസ് യാത്ര വിഭാവനചെയ്തത്. ഏഴുമിനിറ്റ് എന്നത് അതർഹിക്കുന്ന ദൈർഘ്യം മാത്രമാണ്. കഥാപശ്ചാത്തലം സ്വയം മനസ്സിലാക്കാൻ പ്രേക്ഷകനോട് ആവശ്യപ്പെടുന്നതാണ് ആ സീക്വൻസ്.

ആ രംഗത്തെപ്പറ്റിയുണ്ടായ ഒരു വിമർശം ആളുകൾ ഒന്നും സംസാരിക്കുന്നില്ല എന്നാണ്. കാരണം അവർ കണ്ടു ശീലിച്ചിട്ടുള്ളതുതന്നെ എല്ലാം പറഞ്ഞുസ്ഥാപിച്ചുകൊണ്ടാണ്. ആരംഭത്തിൽത്തന്നെ കഥാപശ്ചാത്തലവും കഥാപാത്രബന്ധങ്ങളുമെല്ലാം സംഭാഷണങ്ങളിലൂടെ പറഞ്ഞു സ്ഥാപിക്കുന്നതാണല്ലോ മുഖ്യധാരാ സിനിമയുടെ എന്നത്തെയും ശീലം. *സ്വയംവരം* അതു കാണിക്കാനാണു ശ്രമിച്ചത്.

തിരക്കഥ അന്തിമരൂപരേഖയോ?

ജൈവികമായൊരു മാറ്റം സിനിമാചിത്രീകരണത്തിൽ സംഭവിക്കാറുണ്ട്. എന്നെ സംബന്ധിച്ച സ്ക്രിപ്റ്റ് സിനിമയുടെ അടിസ്ഥാന രേഖയാണ്. അതെഴുതുമ്പോൾ ഞാൻ എഡിറ്റിങ് ടേബിളിലെന്നോണമാണ് ഓരോ രംഗവും സൂക്ഷ്മതയോടെ കൈകാര്യം ചെയ്യുന്നത്. എന്നാലും ചിത്രീകരണസമയത്തു സ്വാഭാവികമായ മാറ്റങ്ങൾ തീർച്ചയായും ഉൾക്കൊള്ളാറുണ്ട്.

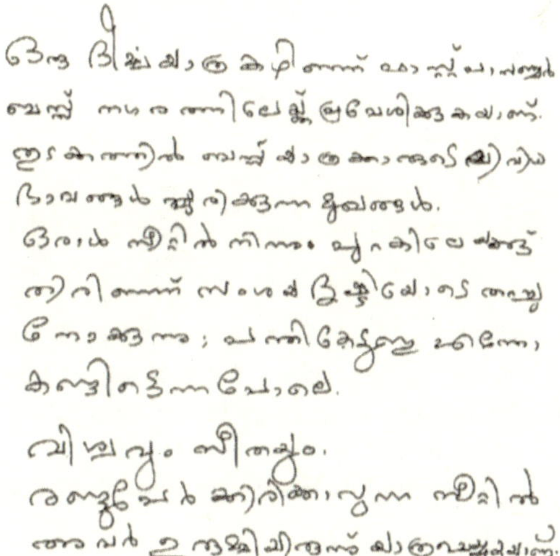
ഒരു ദീർഘയാത്ര കഴിഞ്ഞ് ഫാസ്റ്റ് പാസഞ്ചർ
ബസ്സ് നഗരത്തിലേയ്ക്ക് പ്രവേശിക്കുകയാണ്.
[illegible] ബസ്സ് യാത്രക്കാരുടെ വിവിധ
ഭാവങ്ങൾ സ്ഫുരിക്കുന്ന മുഖങ്ങൾ.
ഒരാൾ സീറ്റിൽ നിന്നും പുറകിലേക്കു
തിരിഞ്ഞ് സംശയദൃഷ്ടിയോടെ തുറിച്ചു
നോക്കുന്നു; പന്തികേടുണ്ടോ എന്നോ,
കണ്ടിട്ടെന്നപോലെ.

വിശ്വവും സീതയും.
രണ്ടുപേർ ഇരിക്കാവുന്ന സീറ്റിൽ
അവർ ഉരുമ്മിയിരുന്ന് യാത്രചെയ്യുകയാണ്.

Paddy Fields

N.	Size	Angle	Description	Dialogue
1	C.S.	High	Camera running over the surface of flowing river water. (Titles superimposed) Different shots of flowing water.	
2	M.S.	High	Vasanthi's reflection in the riverlet. She is walking by the riverlet.	
	L.S.	Normal	Vasanthi walking through the midst of a vast expanse of paddy fields.	

വികാരഭേദങ്ങളൊന്നുമില്ലാതെ
അവൾ അവന്റെ മുഖത്തേ
ക്കു തന്നെ തറപ്പിച്ചുനോക്കി
ചിരിക്കുന്നു.
അവളുടെ മുഖം ക്രമേണ അവ്യ
ക്തമായി മങ്ങി മങ്ങി ഇല്ലാ
താവുന്നു.
ശൂന്യതയുടെ മുദ്ര.

5 Pm.
27.12.1969.

ഫാന്റസി രംഗങ്ങളിൽ മുഖ്യധാരാ ആഖ്യാനശീലങ്ങളുടെ പാരഡിയുണ്ടോ?

സിനിമയുടെ തുടക്കത്തിൽ ഹോട്ടലിൽ എത്തിയശേഷമുള്ള ഫാന്റസി അവരുടേതു മാത്രമല്ല, വാണിജ്യ സിനിമ കാണുന്ന നമ്മളോരോരുത്തരുടേയുമാണത്. ഇപ്പോൾപ്പോലും പ്രീവെഡ്ഡിങ് ഷൂട്ടിലൊക്കെ നടക്കുന്നതും മറ്റൊന്നല്ലല്ലോ? കച്ചവട സിനിമ എത്രമാത്രം സമൂഹത്തെ സ്വാധീനിക്കുന്നു എന്നുള്ളതിന്റെ ദൃഷ്ടാന്തമാണിത്.

*സ്വയംവര*ത്തിൽ അതു രണ്ടു മൂന്നു തലങ്ങളിലാണു ഞാനുൾപ്പെടുത്തിയിരിക്കുന്നത്. ഒന്നാമത് അവർ രണ്ടുപേരും ഒന്നിച്ച സന്തോഷം പങ്കിടുമ്പോഴാണ്. പക്ഷേ, അതിലെല്ലാം അന്തർലീനമായിട്ടുള്ളത് *സ്വയംവര*ത്തിന്റെ കഥാംശം തന്നെയാണ്. അവർക്ക് എന്തുസംഭവിക്കുമെന്ന സൂചനകളാണ്. അവരിലൊരാളെ ഒടുവിൽ നഷ്ടപ്പെടുമെന്നും അത് വിശ്വമായിരിക്കുമെന്നുമുള്ള ദൃശ്യസൂചനകൾ മൂന്നിടത്തും വ്യക്തമാക്കുന്നു. ഒന്നിനെ നഷ്ടപ്പെടുമെന്നു തിരിച്ചറിയുമ്പോഴാണു നമുക്കതിനോടു വല്ലാത്ത ആസക്തി തോന്നുന്നത്.

ഈ ഫാന്റസി വിശ്വത്തിന്റെയും സീതയുടെയും ഒരു കളിയായും കരുതാം. സിനിമയിൽനിന്നു കടമെടുത്തിട്ടുള്ള കല്പനയാണത്. സിനിമ പ്രേക്ഷകരിലുണ്ടാക്കിയ സ്വാധീനത്തിന്റെ ചിത്രണം കൂടിയാണത്. അതാണു താരങ്ങൾ ആലിംഗനം ചെയ്തുനില്ക്കുന്ന ചിത്രം വാൾപോസ്റ്ററിൽ കാണിക്കുന്നത്. അതൊരു കളിയാണ്. അതേസമയം കളിയാക്കലുമാണ്. അങ്ങനെ പലതും.

നാടുവിടുന്ന ദമ്പതികൾക്കു സമൂഹത്തിൽ ജീവിക്കാൻ സാദ്ധ്യമല്ല എന്നാണോ?

പലരും പറഞ്ഞുകേട്ടിട്ടുള്ളതു വിശ്വവും സീതയും ഒളിച്ചോടിയെത്തുന്ന ദമ്പതികളാണെന്നാണ്. ശരിക്കും അവർ ഒളിച്ചോടുന്നതൊന്നുമല്ല. അങ്ങനെ യാതൊരു റഫറൻസും ചിത്രത്തിലില്ല. പുരുഷനും സ്ത്രീയും ഒരുമിച്ചു ജീവിക്കാൻ തീരുമാനിച്ചിറങ്ങുന്നതാണ്. നമ്മുടെ ഈ സമൂഹത്തിൽ അങ്ങനെ തീരുമാനിച്ചുറച്ചു വരുന്നവർക്കു അതിജീവിക്കാൻ പറ്റിയ സാഹചര്യമുണ്ടോ എന്ന അന്വേഷണമാണു സിനിമ. സാധാരണ ഒരാണും പെണ്ണും കല്യാണം കഴിക്കുമ്പോൾ രണ്ടു കുടുംബങ്ങൾ തമ്മിലാണു കണ്ണിചേരുന്നത്. അതിൽനിന്നു വിഭിന്നമായി ഇവിടെ അവരുടെ നിലയിൽത്തന്നെ ജീവിക്കാൻ അവരിറങ്ങിപ്പുറപ്പെടുകയാണ്. അവരെ ഉൾക്കൊള്ളുന്ന രീതിയിലാണോ നശിപ്പിക്കും വിധത്തിലാണോ സമൂഹം എന്ന ചോദ്യമാണു മുന്നോട്ടുവയ്ക്കുന്നത്. ആ ചോദ്യത്തിനു മറുപടി പറയാനൊന്നും സിനിമ ശ്രമിച്ചിട്ടില്ല. ഉത്തരം കണ്ടെത്തേണ്ടതു ശരിക്കും കാണികളാണ്. മറുപടി പറയേണ്ടത് സമൂഹവും.

സ്വയംവരത്തിലെ നായികയും നായകനും എന്തുകൊണ്ട് ഒരേ മതത്തിൽപ്പെട്ടവരായി?

ശരിയാണ്. അതിലൊരാൾ മറ്റൊരു മതത്തിൽപ്പെട്ടയാളാവാമായിരുന്നു. പ്രണയിക്കുന്നവർ മതം നോക്കിയൊന്നുമല്ല അതു ചെയ്യാറ്. പക്ഷേ, അങ്ങനെയായാൽ *സ്വയംവര*ത്തിന്റെ പ്രമേയവും ഇതിവൃത്തവും മറ്റൊന്നാവുമായിരുന്നു. രണ്ടു മതസ്ഥർ ഒന്നിച്ചു ജീവിക്കുമ്പോഴുണ്ടാവുന്ന സംഘർഷവും സംഘട്ടനവുമായി സിനിമ മാറിയേനെ. ബന്ധുബലമില്ലാതെ സ്വേച്ഛപ്രകാരം ഒന്നിച്ചു ജീവിക്കാൻ തുനിയുന്ന ഒരാണിനോടും പെണ്ണിനോടുമുള്ള സമൂഹത്തിന്റെ കാഴ്ചപ്പാടാണു ഞാൻ അവതരിപ്പിക്കാൻ ശ്രമിച്ചത്.

അവർ നിയമപരമായി വിവാഹിതരായിരുന്നോ?

തീർച്ചയായും ഇല്ലെന്നു തന്നെ വേണം കരുതാൻ. അതിനുള്ള പല സൂചനകളും ചിത്രത്തിൽ തന്നെയുണ്ട്. വിശ്വൻ സീതയെ തട്ടിക്കൊണ്ടുവന്നതാണോ എന്നമട്ടിലുള്ള ചില സംസാരം ചുറ്റിലുമുണ്ടാവുമ്പോൾ സീതയൊരു താലി വാങ്ങി കെട്ടുന്നുണ്ട്. സമൂഹത്തിന്റെ അല്ലാതെയുള്ള നോട്ടത്തിൽനിന്നു രക്ഷപ്പെടാൻ വേണ്ടിയാണത്.

സ്വയംവരത്തിന്റെ പ്രമേയം ഇപ്പോഴുള്ള നവഭാവുകത്വ സിനിമകളിലും ആവർത്തിക്കപ്പെടുകയല്ലേ?

സ്വയംവരം വെളിപ്പെടുത്തിയ സാമൂഹികാവസ്ഥയിൽനിന്നു സ്ഥിതി മാറിയിട്ടില്ലെന്നാണ് അതു കാണിക്കുന്നത്. മനുഷ്യന്റെ അടിസ്ഥാന പ്രശ്നങ്ങളും വെല്ലുവിളികളുമെല്ലാം ഇപ്പോഴും ഒന്നുതന്നെ. ബാഹ്യമായി മാറ്റമുണ്ടായിയെന്നും വളർന്നുവെന്നു പറയുമ്പോഴും ആളുകളുടെ മനോഭാവങ്ങളിൽ കാര്യമായ മാറ്റമില്ല. ജീവിതസാഹചര്യങ്ങളിലും മാറ്റമില്ല.

സ്വയംവരം ഇപ്പോഴും വാലിഡ് ആവുന്നുണ്ടെങ്കിൽ അതിനുള്ള പ്രധാന കാരണം *സ്വയംവര*ത്തിന്റേത് ഉണ്ടാക്കിയെടുത്ത ഒരു കഥയല്ല എന്നതാണ്.

സീതയ്ക്ക് എന്തു സംഭവിച്ചുകാണും?

ഇങ്ങനെയൊരവസ്ഥയിൽ അവർക്കെന്തു സംഭവിക്കും എന്നാണു പ്രേക്ഷകർക്ക് ആലോചിക്കാൻ വിട്ടിരിക്കുന്നത്. അവൾക്കു *സുവർണ്ണരേഖ*യിലെ സീതയുടെ ഗതി വരാനുള്ള സാദ്ധ്യത താരതമ്യേന കുറവാണ്. കാരണം വിശ്വനില്ലാത്ത ലോകത്ത് എങ്ങനെയും ജീവിക്കാൻ ഉറച്ച തീരുമാനത്തോടെ തന്നെയാണ് അവൾ ആ സാക്ഷയെ നോക്കുന്നത് എന്നുവേണം അനുമാനിക്കാൻ. മുലകുടി മാറാത്ത കുഞ്ഞിനെ വളർത്തി സധൈര്യം ജീവിതം മുന്നോട്ടുകൊണ്ടുപോകാനുള്ള ഇച്ഛാശക്തി അവൾക്കുണ്ടാവുമായിരിക്കാം. വിദ്യാ സമ്പന്നയാണ്. കുഞ്ഞുണ്ട്. ജീവിക്കാൻ ഒരു ജോലിതേടാനുള്ള സാദ്ധ്യതകളുണ്ട്. അങ്ങനെ പല പോസിറ്റീവ് ഘടകങ്ങളുമുണ്ട്. പക്ഷേ, തീരുമാനം അവരുടേതാണ്. തീരുമാനിക്കേണ്ടതും അവരാണ്. അതാണു *സ്വയംവരം*. ആളുകളിപ്പോഴും ഈ സിനിമയെ ഓർമ്മിക്കുന്നത് അതിന്റെ ഓപ്പൺ എൻഡിങ് കൊണ്ടുകൂടിയാണ്.

എം ഗോവിന്ദൻ സിനിമയ്ക്കു കാര്യമായ നിർദ്ദേശം നല്കിയെന്നു പലരും എഴുതിയിട്ടുണ്ട്?

സ്വയംവരം എഴുതുന്ന ഘട്ടത്തിലോ അതു കഴിഞ്ഞിട്ടോ സ്ക്രിപ്റ്റ് ഗോവിന്ദനെ കാണിച്ചിട്ടില്ല. ഗോവിന്ദനുമായി നല്ല ബന്ധമാണെനിക്കുണ്ടായിരുന്നത്. കലയെയും സാഹിത്യത്തെയും സിനിമയേയുമൊക്കെ പറ്റി ധാരാളം സംസാരിക്കുകയും ആശയങ്ങൾ കൈമാറുകയും ചെയ്തിട്ടുണ്ട്. ഞാൻ ബഹുമാനിക്കുന്ന വ്യക്തിത്വം. *സ്വയംവരം* പോസ്റ്റ് പ്രൊഡക്ഷൻ ജോലി മദ്രാസിൽ നടക്കുന്നതിനിടെ,

ഗോവിന്ദനെ റഫ്കട്ട് കാണിച്ചു. അതുകണ്ട അദ്ദേഹം ഒരു ക്രിയാത്മക നിർദ്ദേശം എന്ന നിലയ്ക്ക്, "അവസാനം ഇങ്ങനെ വേണോ, സന്നിഗ്ദ്ധമായി അവസാനിപ്പിച്ചാൽ പോരേ?" എന്നു ചോദിച്ചു. അതു നല്ലതാണെന്ന് എനിക്കും തോന്നി. അങ്ങനെയുള്ള മാറ്റമാണു ക്ലൈമാക്സിൽ ഉള്ളത്. തീർച്ചയായും മലയാളത്തിൽ ആധുനികതയ്ക്കു വഴിവച്ച ഗോവിന്ദന്റെ ഇത്തരമൊരു നിർദ്ദേശം *സ്വയംവര*ത്തെ ഓപ്പൺ എൻഡിങ്ങിൽ കൊണ്ടെത്തിച്ചിട്ടുണ്ട്. അല്ലാതെ അദ്ദേഹം തിരക്കഥ വായിച്ച് തിരുത്തിയിട്ടൊന്നുമില്ല.

ആധുനികതയുടെ വിളംബരമായിരിക്കുമ്പോഴും സ്ത്രീയുടെ സെക്ഷ്വൽ ഐഡന്റിറ്റിയെ *സ്വയംവരം* അഭിസംബോധന ചെയ്യുന്നുണ്ടോ?

സ്ത്രീയുടെ സ്വത്വസ്വാതന്ത്ര്യമെന്ന ആശയത്തോടെയൊന്നുമല്ല *സ്വയംവരം* ഉണ്ടാകുന്നത്. സീതയെ സംബന്ധിച്ച് അവൾക്കു മുന്നിൽ മറ്റൊരു മാർഗ്ഗമില്ല അവസാനം. ജീവിക്കാൻ വേണ്ടി അവർ ഏതു പാത തെരഞ്ഞെടുക്കുമെന്നതു കാഴ്ചക്കാർക്കു വിട്ടുകൊണ്ടാണ് ഞാനതവതരിപ്പിക്കുന്നത്. സ്ത്രീസുരക്ഷയുടെ കാര്യത്തിൽ നമ്മുടെ സമൂഹത്തിന്റെ അവസ്ഥയുടെ സൂചനയുമതിലുണ്ട്. അതിലപ്പുറം അക്കാര്യത്തിലൊന്നുമില്ല.

വിശ്വനാഥൻ മാന്യനാണ്. എന്നിട്ടും അയാൾ ജീവിതത്തിൽ പരാജയപ്പെടുന്നു. സ്വന്തം നോവലിലൊഴികെ നിർവ്വതി അകലെയാണയാൾക്ക്?

ചിത്രത്തിൽ പത്രാധിപരായ വൈക്കം ചന്ദ്രശേഖരൻ നായർ പറയുന്നൊരു ഡയലോഗുണ്ട്, വിശ്വത്തിന്റെ നോവൽ വായിച്ചിട്ട്. അയാളുടെ കഥയിൽ ശരിക്കും

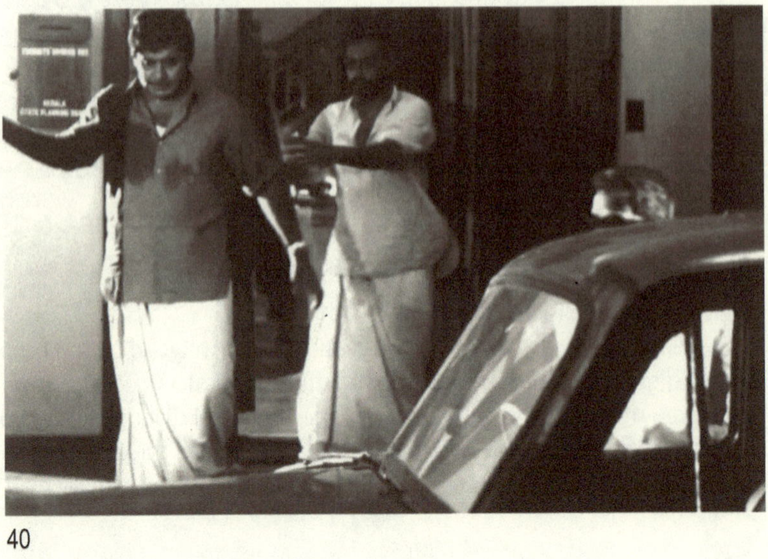

ജീവിതാനുഭവങ്ങളുടെ കുറവുണ്ട്. കഥയെഴുതാനുള്ള ആഗ്രഹമുണ്ട്, എഴുതാനുള്ള അഭിരുചിയുണ്ട്. പക്ഷേ, അതിവൈകാരികമായിട്ടാണ് അയാൾ എഴുത്തിനെ സമീപിച്ചത്. റൊമാന്റിക് തലത്തിലാണയാൾ ജീവിതത്തെ ആവിഷ്കരിക്കാൻ ശ്രമിച്ചിട്ടുള്ളത്. എഴുത്തുകാരനാവാൻ യഥാർത്ഥത്തിൽ അയാൾ പാകപ്പെട്ടിട്ടില്ല എന്നാണു വൈക്കം പറയുന്നത്. അതാണു ശരി. ജീവിതത്തിന്റെ യാഥാർത്ഥ്യങ്ങളെ പരിഗണിക്കാതെ സെന്റിമെന്റൽ ആയിപ്പോയതു തന്നെയാണ് അയാളുടെ പരാജയകാരണവും. അനുഭവങ്ങളില്ലാത്തതുകൊണ്ടാണ് അയാളുടെ നോവൽ സെന്റിമെന്റലാകുന്നത്. പക്ഷേ, പിന്നീടയാൾ ആ നോവലിലാണു ജീവിക്കുന്നത്. പിന്നീടൊരുപക്ഷേ, അയാൾക്ക് എഴുതാമായിരുന്നൊരു നോവലാണ് അയാൾ ജീവിക്കുന്നത്. ജീവിതത്തിൽ അയാൾ വിട്ടുവീഴ്ചകൾക്കും നീക്കുപോക്കുകൾക്കും തയ്യാറാവുകയാണ്. അയാളുടെ മനഃസാക്ഷി പോലെയാവുകയാണു അയാൾ പകരക്കാരനാവുന്ന, തടിമില്ലിൽനിന്നു പിരിച്ചുവിടപ്പെട്ട ജീവനക്കാരൻ. പിന്നീടങ്ങോട്ടു വിശ്വത്തിനൊപ്പമുണ്ടയാൾ. അയാളെ പിരിച്ചുവിട്ട തസ്തികയിലാണു താനെന്ന വിട്ടുമാറാത്ത കുറ്റബോധത്തിനൊടുവിൽ വിശ്വം കീഴ്പ്പെടുകയാണ്. അതാണ് രോഗമായി അയാളെ ബാധിക്കുന്നത്.

സ്വയംവരത്തിൽ ഡോക്യുമെന്റ് ചെയ്തിട്ടുള്ളത് ഇടതുപക്ഷ രാഷ്ട്രീയം മാത്രമാണ്

അക്കാലത്തു ഭരണത്തിലുള്ളതു കോൺഗ്രസാണ്. അതിനെതിരെയുള്ള പ്രതിഷേധം, സമരം എന്നീ നിലകളിൽ ഇടതുപക്ഷനീക്കങ്ങൾ സിനിമയിൽ എത്തി. അവയൊക്കെ മനഃപൂർവ്വം ചിത്രീകരിച്ച് ഉൾപ്പെടുത്തിയതല്ല. യഥാർത്ഥ ജാഥകളും പ്രകടനങ്ങളും പ്രസംഗങ്ങളും യോഗങ്ങളുമൊക്കെ അവരറിയാതെ ചിത്രീകരിച്ച്

ഉൾപ്പെടുത്തുകയായിരുന്നു. അക്കാലത്തെ പ്രകടനങ്ങളും രാഷ്ട്രീയയോഗങ്ങളും അധികവും ഇടതുപക്ഷത്തിന്റേതായിരുന്നു.

_സ്വയംവര_ത്തിൽ ഏതെങ്കിലും അംശം ഇതിലും ഭംഗിയാക്കാമായിരുന്നു എന്നു പിന്നീട് തോന്നിയിട്ടുണ്ടോ?

എന്തൊക്കെ പരിമിതികളുണ്ടെങ്കിലും ലഭ്യമായ സാഹചര്യങ്ങൾക്കുള്ളിൽനിന്ന് അക്കാലത്തെ പരമാവധി പൂർണ്ണതയോടെ, വിട്ടുവീഴ്ചയില്ലാതെയാണ് ഓരോ സിനിമയും ചെയ്യുന്നത്. അപ്പോഴത്തെ അവസ്ഥയിൽ എന്നെക്കൊണ്ടു ചെയ്യാൻ പറ്റുന്ന ഏറ്റവും മികച്ചതു തന്നെയാണവ. പണമില്ലാത്തതുകൊണ്ട് എന്തെങ്കിലും ചെയ്യാതെ വിടുകയോ പണം കൂടുതലുള്ളതുകൊണ്ട് എന്തെങ്കിലും അധികം ചെയ്യുകയോ ഉണ്ടായിട്ടില്ല. എനിക്കെന്താണോ വേണ്ടത് അത് യാതൊരു നീക്കുപോക്കുമില്ലാതെ ഞാൻ ചിത്രീകരിച്ചിട്ടുണ്ട്. ഭാഗ്യവശാൽ എനിക്കു ചെലവാക്കാനുള്ളത്ര പണം എപ്പോഴും എനിക്കു കിട്ടിയിട്ടുണ്ട്. വാസ്തവത്തിൽ പണമല്ല പ്രധാനം. മനസ്സാണ്. എന്താണു ചെയ്യേണ്ടതെന്നറിയാതെ കുറെയധികം പണം ചെലവിട്ടതുകൊണ്ടെന്താണ് കാര്യം? ഞാൻ കൃത്യമായ ഗൃഹപാഠം ചെയ്തിട്ടു സിനിമയുണ്ടാക്കുന്ന ഒരാളാണ്. സിനിമയുടെ അന്തിമരൂപമാണു തിരക്കഥയാക്കി ഞാൻ എഴുതിയുണ്ടാക്കുന്നത്. വളരെ വിശദമായ ഷൂട്ടിങ് സ്ക്രിപ്റ്റുമുണ്ടാക്കും. അത്ര വ്യക്തമായ പ്രീ പ്ളാനിങ്ങുണ്ടായാൽ കുറഞ്ഞ ചെലവിലും നമുക്കു വേണ്ട റിസൾട്ടുണ്ടാക്കാം.

ഞാൻ ചിലപ്പോഴൊക്കെ ഒരു ദുഃസ്വപ്നം കണ്ടിട്ടുണ്ട്. ചിത്രീകരണത്തിനെല്ലാം ഒരുക്കി സെറ്റിൽ ചെന്നു നില്ക്കുമ്പോൾ അയ്യോ ഞാൻ സ്ക്രിപ്റ്റെഴുതിയിട്ടില്ലല്ലോ

എന്നോർക്കുന്നതായി. സത്യത്തിൽ അതെന്റെ അബോധത്തിലുള്ള സ്ക്രിപ്റ്റിങ്ങിനെയും പ്ലാനിങ്ങിനെയും പറ്റിയുള്ള കരുതലിന്റെ ഒരു പ്രകടനമായിട്ടാണ് തോന്നിയിട്ടുള്ളത്. അത്രയേറെ തയ്യാറെടുപ്പോടെയേ ഞാനൊരു സിനിമയെടുക്കാൻ മുതിരൂ.

സ്വയം വെട്ടിയുണ്ടാക്കിയ വഴി

മലയാളസിനിമയിൽ ആധുനികത വെളിച്ചപ്പെട്ട ആദ്യ മലയാള സിനിമയെന്നു പിന്നീട് അംഗീകരിക്കപ്പെട്ടെങ്കിലും അതിനിശിതമായ ഇകഴ്ത്തലുകളാണ് അടൂരും സംഘവും ആദ്യകാലത്തു നേരിട്ടത്. സ്വന്തം നിശ്ചയദാർഢ്യത്തിൽ ഉറച്ച് എതിർപ്പുകളെ ചവിട്ടുപടിയാക്കിമാറ്റി മുന്നേറി. തോല്ക്കില്ല എന്ന ആത്മവിശ്വാസവും നല്ല സിനിമയിലുള്ള വിശ്വാസവും വഴികാട്ടിയായി. സത്യത്തിൽ വാണിജ്യസിനിമയോടും അതിന്റെ ആനുകൂല്യംപറ്റി ആലസ്യത്തിൽ കഴിയുന്നവർ ഒരുപക്ഷത്തും ലോകസിനിമയുടെ വെളിച്ചം ഉള്ളിൽപേറിയ പുതുതലമുറയും തമ്മിലുള്ള നേർക്കുനേർ ഏറ്റുമുട്ടൽത്തന്നെയായിരുന്നു അത്. സാമ്പ്രദായിക സിനിമകളെ ഒന്നടങ്കം വെല്ലുവിളിച്ചുകൊണ്ടാണ് 1972 നവംബർ 24 ന് *സ്വയംവരം* റിലീസ് ചെയ്തത്. അക്കൊല്ലം നവംബർ അവസാനവാരത്തെ *ജനയുഗം* ആഴ്ചപതിപ്പിന്റെ പുറംകവറിൽ മുഖ്യധാര സിനിമാചത്രീകരണത്തെ കടന്നാക്രമിക്കുന്ന കാരിക്കേച്ചറുമായാണു സിനിമയുടെ പരസ്യം കൊടുത്തത്.

പരസ്യവാചകം ഇങ്ങനെ:

"സിനിമ സർക്കസോ സംഗീതകച്ചേരിയോ നാടകമോ അല്ല."

"സിനിമയ്ക്കു സ്വന്തമായ ഒരു മാധ്യമവും സ്വന്തമായ ശൈലിയും സ്വന്തമായ രീതിയുമുണ്ട്."

"സിനിമ സിനിമയാകുമ്പോൾ മാത്രമേ ഇരുപതാംനൂറ്റാണ്ട് ഒരു പുതിയ കലാരൂപം കണ്ടെത്തിയെന്ന സത്യം ബോദ്ധ്യപ്പെടുകയുള്ളൂ."

"സിനിമ സിനിമ മാത്രമാണെന്ന സത്യം അംഗീകരിക്കുന്ന ചിത്രലേഖ അവതരിപ്പിക്കുന്ന *സ്വയംവരം*.

കഷ്ടപ്പെട്ടു കാശുമുടക്കി എടുത്ത സിനിമ നിരൂപകരെ സോപ്പിട്ടു നല്ല പേരു സമ്പാദിച്ചു വിജയിപ്പിക്കണം എന്നതല്ല ലക്ഷ്യം എന്നു പരസ്യത്തിൽനിന്നുതന്നെ വ്യക്തം. അതൊരു വെല്ലുവിളി തന്നെയായിരുന്നു. ഗതാനുഗതിക സമ്പ്രദായത്തിനെതിരെ വാളെടുക്കാനുള്ള ആഹ്വാനം.

അതുകൊണ്ടുതന്നെ *സ്വയംവരം* വിതരണം ചെയ്യാൻ ആരുമെത്തിയില്ല. ഉണ്ടായിരുന്നവർ അവസാന നിമിഷം കാലുമാറി. ഒടുവിൽ ഫിലിം റെപ്രസെന്റീവുമാരായി പ്രവർത്തിക്കാൻ ആളെ ആവശ്യമുണ്ടെന്ന 'ചിത്രലേഖ ഫിലിം സൊസൈറ്റി' പത്രപരസ്യം നല്കി. വന്നവർക്കു പരിശീലനം കൊടുത്തു സ്വന്തം നിലയിൽ ചിത്രം വിതരണം ചെയ്തു. കേരളത്തിലെമ്പാടുമായി 14 തിയേറ്ററുകളിലാണ് സിനിമ റിലീസ് ചെയ്തത്. തിരുവനന്തപുരം 'ശ്രീ പത്മനാഭ,' വർക്കല 'എസ് ആർ,' കൊല്ലം 'കൃഷ്ണ,' ആലപ്പുഴ 'സുബ്ബമ്മ,' കോട്ടയം 'രാജ് മഹാൾ,' തൊടുപുഴ 'കൃഷ്ണ,' എറണാകുളം 'കവിത,' തൃശ്ശൂർ 'മാത,' പാലക്കാട് 'ന്യൂതിയേറ്റർ,' കോഴിക്കോട് 'അപ്സര,' വടകര 'അശോക്,' തലശ്ശേരി 'ചിത്രവാണി,' കണ്ണൂർ 'നാഷണൽ,' മാവേലിക്കര 'എം കെ.' സിനിമയുടെ ആദ്യസീൻ തന്നെ കല്ലുകടിയായി. ഏഴുമിനിറ്റ് നീളുന്ന ബസ്യാത്ര. അന്നോളമുള്ള ആസ്വാദനശീലത്തിന് മേൽ വൈദ്യുതാഘാതമേറ്റതുപോലെയായി.

നിലയവിദ്വാന്മാരായ നിരൂപകർ പ്രകോപിതരായി, സിനിമയ്ക്കു മാത്രമല്ല 'ചിത്രലേഖ' എന്ന പ്രസ്ഥാനത്തിനുതന്നെ ചരമക്കുറിപ്പെഴുതി. വളരെ കുറച്ചു നല്ലവാക്കുകൾ ഒഴിച്ചാൽ കേട്ടതെല്ലാം പഴി. എം കൃഷ്ണൻനായരെപ്പോലുള്ള പ്രമുഖർപോലും മുഖംചുളിച്ചു. ഭർത്താവു മരിക്കാൻ നേരം വെള്ളം ചോദിക്കുമ്പോൾ അതു വേഗം കൊണ്ടുകൊടുക്കുകയല്ല, വെള്ളം ചൂടാക്കി ചൂടാക്കി ഇരിക്കുന്ന ഭാര്യ *മലയാളനാട്ടി*ലെ 'സാഹിത്യവാരഫല'ത്തിൽ അമ്മട്ടിലായിരുന്നു അദ്ദേഹത്തിന്റെ പരിഹാസം. ആകെ ആശ്വാസമായത് മൂർക്കോത്ത് കുഞ്ഞാപ്പ *മാതൃഭൂമി* ആഴ്ചപ്പതിപ്പിലെഴുതിയ കത്താണ്.

സംസ്ഥാന ചലച്ചിത്രപുരസ്കാര നിർണ്ണയത്തിലും സിനിമ കാര്യമായി ശ്രദ്ധിക്കപ്പെട്ടില്ല. ഛായാഗ്രഹണത്തിനു മങ്കട രവിവർമ്മയ്ക്കും കലാസംവിധാനത്തിനു ദേവദത്തിനും പുരസ്കാരം. കെ എസ് സേതുമാധവന്റെ *പണിതീരാത്ത വീട്* ആയിരുന്നു മികച്ചചിത്രം. മികച്ച രണ്ടാമത്തെ ചിത്രം *ചെമ്പരത്തി* (പി എൻ മേനോൻ). മൂന്നാമത്തെ ചിത്രമായി കുഞ്ചാക്കോയുടെ *ആരോമലുണ്ണി*യും ജൂറി തെരഞ്ഞെടുത്തു.

സംസ്ഥാന പുരസ്കാരനിർണ്ണയ സമിതിയിൽ അദ്ധ്യക്ഷനായ പി കെ നായർ അവാർഡ് നിർണ്ണയത്തിൽ സംഭവിച്ച ബാഹ്യ ഇടപെടലുകളെക്കുറിച്ചു കൊല്ലത്തു മാധ്യമപ്രവർത്തകനോടു വിവരിച്ചത് വലിയ വാർത്താപ്രാധാന്യം നേടി. എന്നാൽ നശീകരണശക്തികളുടെ നീക്കം അവിടെ നിലച്ചില്ല. സംസ്ഥാന പുരസ്കാര നിർണ്ണയ സമിതിയിൽ ഉണ്ടായിരുന്നവരിൽ രാഷ്ട്രീയക്കാരായ രണ്ടുപേർ ദേശീയപുരസ്കാരത്തിനുള്ള സിനിമകൾ തെരഞ്ഞെടുക്കുന്ന തെന്നിന്ത്യൻ മേഖലാസമിതിയിലും കയറിപ്പറ്റി. അവിടെയും *സ്വയംവര*ത്തെ വെട്ടി. *പണിതീരാത്ത വീട്, അച്ഛനും ബാപ്പയും, ചെമ്പരത്തി* എന്നിവയാണ് കമ്മിറ്റി കേരളത്തിൽനിന്ന് മത്സരിക്കാൻ അയച്ചുകൊടുത്തത്.

എന്നാൽ *സ്വയംവരം* മികച്ച സിനിമയ്ക്കും സംവിധാനത്തിനും നടിക്കും ഛായാഗ്രഹണത്തിനുമടക്കം നാലു ദേശീയപുരസ്കാരം നേടി. നെഹ്റുവുമായി അടുത്ത ബന്ധമുള്ള ഇടതുപക്ഷചിന്തകനും പ്രമുഖമാധ്യമ പ്രവർത്തകനുമായ റൊമേഷ് ഥാപ്പർ ആയിരുന്നു ദേശീയ ജൂറി അദ്ധ്യക്ഷൻ. നാഷണൽ ഫിലിം ആർക്കൈ

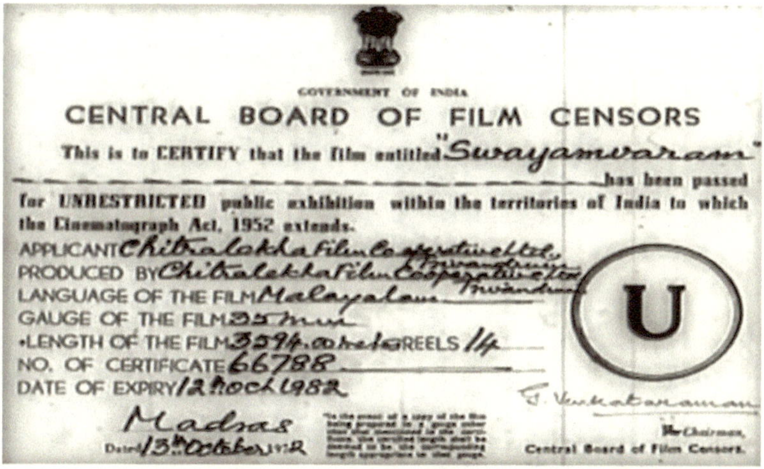
GOVERNMENT OF INDIA

CENTRAL BOARD OF FILM CENSORS

This is to CERTIFY that the film entitled "Swayamvaram" has been passed for UNRESTRICTED public exhibition within the territories of India to which the Cinematograph Act, 1952 extends.

APPLICANT Chitralekha Film Co-operative Ltd.,

PRODUCED BY Chitralekha Film Co-operative Ltd.

LANGUAGE OF THE FILM Malayalam

GAUGE OF THE FILM 35 mm

•LENGTH OF THE FILM 3594.00 metres REELS 14

NO. OF CERTIFICATE 66788

DATE OF EXPIRY 12th Oct 1982

Madras

Dated 13th October 1972

U

Chairman,
Central Board of Film Censors.

വ്സിലെ രേഖകൾ തപ്പിപിടിച്ചുള്ള അന്വേഷണത്തിനൊടുവിൽ ദേശീയജ്ജൂറി അംഗങ്ങളുടെ മുഴുവൻ പേരും കണ്ടെത്താനായി. അതിലൊരു പേരുകണ്ട് ആശ്ച ര്യപ്പെട്ടുനിന്നത് അടൂരാണ്, തകഴി ശിവശങ്കരപ്പിള്ള! അദ്ദേഹം ആ സമിതിയിൽ ഉണ്ടായിരുന്നുവെന്ന് അടൂർ അറിയുന്നത് അമ്പതുവർഷത്തിനിപ്പുറം മാത്രം. നടനും സംവിധായകനുമായ ഗിരീഷ് കർണ്ണാട്ടും സമിതിയിൽ ഉണ്ടായിരുന്നെങ്കിലും അദ്ദേഹം പങ്കെടുത്തില്ല എന്നാണ് രേഖകൾ.

ദേശീയപുരസ്കാര സമിതി ശക്തമായ നിർദ്ദേശങ്ങളും അന്നത്തെ കേന്ദ്രസ ർക്കാരിനു നല്കി. യോഗ്യതയുള്ള ചിത്രങ്ങളെ തഴയുകയും പൊട്ടസിനിമകളെ അവാർഡിനയയ്ക്കുകയും ചെയ്യുന്ന പ്രാദേശിക റീജണൽ കമ്മിറ്റികൾ പിരിച്ചുവിട ണമെന്നായിരുന്നു ആദ്യ നിർദ്ദേശം. പിന്നാലെ റീജണൽ സമിതി കേന്ദ്രസർക്കാർ പിരിച്ചുവിട്ടു. പിന്നീട് 45 വർഷത്തോളം അത്തരം സമിതികൾ ഉണ്ടായിരുന്നില്ല.

(തെന്നിന്ത്യൻ റീജണൽ കമ്മിറ്റി അംഗങ്ങൾ

ഡോ. മാൽകം എസ് ആദിശേഷയ്യ (അദ്ധ്യക്ഷൻ)

അംഗങ്ങൾ: ബി എൻ റെഡ്ഡി, എ എൽ വെല്ലിപ്പ, മെഹ്മൂദ് ഹാജ ഷരീഫ്, പ്രൊഫ. എസ് അനന്തമൂർത്തി, തോപ്പിൽ രവി, വി സി സുബ്ബരാമൻ, പി എസ് രാമകൃഷ്ണ റാവു, കെ പി കൊട്ടാരക്കര, രാജമ്മാൾ അനന്തരാമൻ, പി സി മാത്യു.)

ദേശീയ അവാർഡ് മുഖ്യജ്ജൂറി റൊമേഷ് ഥാപ്പർ (അദ്ധ്യക്ഷൻ)

അംഗങ്ങൾ: തകഴി ശിവശങ്കരപ്പിള്ള, റിത റേ, ഷെയ്‌ല വാട്സ്, കുമാരി ഉഷ ഭഗത്, ഗിരീഷ് കർണ്ണാട് (പങ്കെടുത്തില്ല), എം യൂനസ് ദെഹൽവി, തേജി ബച്ചൻ, ഫണീശ്വർ നാഥ് രേണു, കുമാരി ശാന്ത ഗാന്ധി, യു വിശ്വേശ്വർ റാവു, ഐ എസ് ജോഹർ (പങ്കെടുത്തില്ല), അർദ്ധേന്ദു മുഖർജ്ജി.

അടൂർ ഗോപാലകൃഷ്ണൻ ദേശീയ അവാർഡ് സ്വീകരിക്കുന്നു

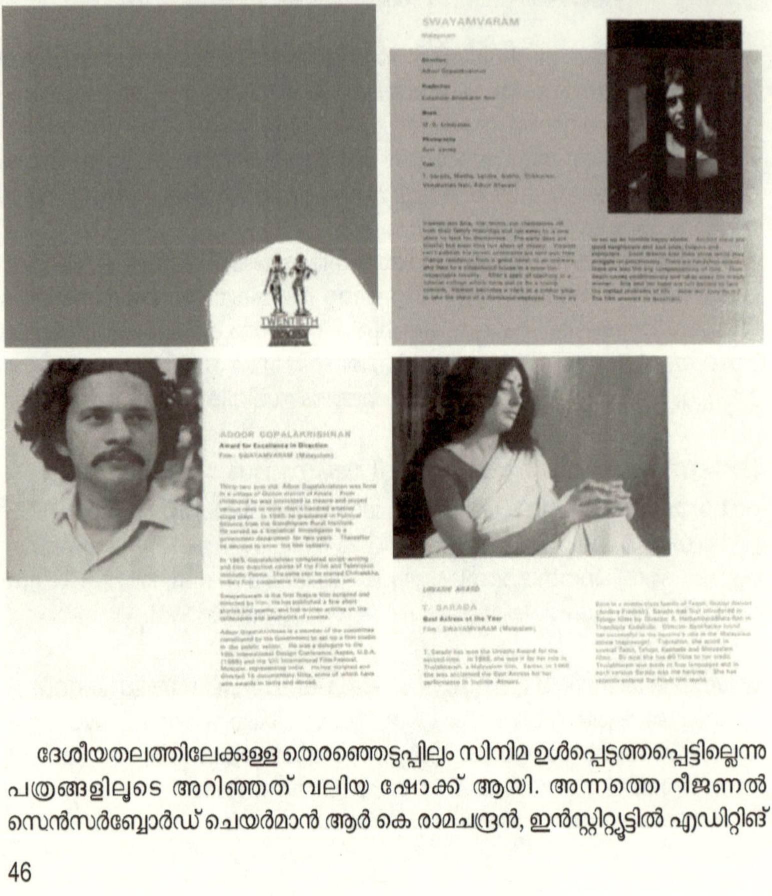

ദേശീയതലത്തിലേക്കുള്ള തെരഞ്ഞെടുപ്പിലും സിനിമ ഉൾപ്പെടുത്തപ്പെട്ടില്ലെന്നു പത്രങ്ങളിലൂടെ അറിഞ്ഞത് വലിയ ഷോക്ക് ആയി. അന്നത്തെ റീജണൽ സെൻസർബ്ബോർഡ് ചെയർമാൻ ആർ കെ രാമചന്ദ്രൻ, ഇൻസ്റ്റിറ്റ്യൂട്ടിൽ എഡിറ്റിങ്

വിഭാഗം മേധാവിയായിരുന്നു. ആ പരിചയത്തിന്റെ പുറത്ത് ടെലഫോണിൽ ബന്ധപ്പെട്ടെങ്കിലും തെരഞ്ഞെടുപ്പ് രഹസ്യമാണെന്നും അതെങ്ങനെ പുറത്തുവന്നുവെന്നുമാണ് ഇങ്ങോട്ടു ചോദിച്ചത്. അങ്ങനെ ഗത്യന്തരമില്ലാതെ അന്നത്തെ ഇൻഫർമേഷൻ ആൻഡ് ബ്രോഡ്കാസ്റ്റിങ് വകുപ്പുമന്ത്രി ഐ കെ ഗുജ്റാളിന് വിശദമായ ഒരു കമ്പിസന്ദേശം അയച്ചു. ഫിലിംഇൻസ്റ്റിറ്റ്യൂട്ട് ബിരുദ ധാരികൾ പരിഗണിക്കാതെ തിരസ്കരിക്കപ്പെട്ടെന്നും ചിത്രം ദേശീയ ജൂറി കാണാൻ തയ്യാറാകണമെന്നുമായിരുന്നു അഭ്യർത്ഥന. പക്ഷേ, യാതൊരു പ്രതി കരണവും വന്നില്ല. അങ്ങനെ നിരാശരായിരിക്കെയാണ് അപ്രതീക്ഷിതമായി ഒരു ദിവസം ആകാശവാണി വാർത്തയിലൂടെ അവാർഡ് വിവരമറിയുന്നത്. ജൂറി സിനിമ ആവശ്യപ്പെട്ടില്ല, നിർമ്മാതാക്കൾ ഫിലിം പെട്ടി അയച്ചുകൊടുത്തിട്ടുമില്ല, പിന്നെങ്ങനെ അവാർഡ് കിട്ടി എന്ന് അത്ഭുതപ്പെട്ടു. കുറേക്കാലം കഴിഞ്ഞാണ് അതിന്റെ പിന്നിലെ കാര്യങ്ങൾ മനസ്സിലായത്. *സ്വയംവരം* ഇന്ത്യയുടെ ഔദ്യോ ഗിക എൻട്രിയായി മോസ്കോ ചലച്ചിത്രമേളയിൽ പോയിരുന്നു. പ്രിന്റ് മോ സ്കോയിൽനിന്നു തിരിച്ചയച്ചതു മന്ത്രാലയത്തിൽ എത്തിയിരുന്നു. ടെലഗ്രാം കിട്ടിയപ്പോൾ ചിലപ്പോൾ മന്ത്രി വിവരം തിരക്കിയിരിക്കാം. അപ്പോൾ അവിടെ ഉണ്ടായിരുന്ന പ്രിന്റ് നല്ല മനസ്സുള്ള ഏതോ മനുഷ്യൻ ജൂറിക്ക് മുന്നിൽ സിനിമ കാണിച്ചിരിക്കാം. തകഴി ജൂറിയിൽ ഉണ്ടായിരുന്നുവെന്ന് അറിഞ്ഞിരുന്നില്ല. പിന്നീട് അദ്ദേഹത്തെ കണ്ടപ്പോഴൊന്നും ഇതേക്കുറിച്ചു സംസാരിച്ചിട്ടില്ല. ജൂറിയുടെ മുഴുവൻ പട്ടിക കാണുമ്പോൾ എല്ലാവരും പ്രഗല്ഭരാണ്. ഇന്ത്യയിലെ തന്നെ ബുദ്ധി ജീവികളിൽ പ്രമുഖർ. ടെലഗ്രാം അയയ്ക്കാനും അതിന് ഇങ്ങനെയൊരു ഫലം ഉണ്ടാകാനും എല്ലാം കാരണം വെറും ഭാഗ്യം മാത്രം. പൊട്ടഭാഗ്യം മാത്രം.

_സ്വയംവരം_ സംസ്ഥാന അവാർഡിൽ തഴയപ്പെട്ടു. തിയേറ്ററുകളിൽ ഹോൾഡോവറുമായി. പിന്നീട് ദേശീയ അവാർഡ് കിട്ടുന്നതുവരെയുള്ള കാലം എങ്ങനെയായിരുന്നു?

വളരെ ബുദ്ധിമുട്ടു തന്നെയായിരുന്നു. *സ്വയംവരം* കഴിഞ്ഞു ഞാൻ പടമെടുക്കുന്നത് മൂന്നുവർഷം കഴിഞ്ഞ് 1975 ലാണ്. 'ചിത്രലേഖ സ്റ്റുഡിയോ' കെട്ടിപ്പടുക്കുക എന്ന തായിരുന്നു വലിയ ഉത്തരവാദിത്വം. അതിനു വേണ്ടുന്ന ഉപകരണങ്ങളൊക്കെ വാങ്ങി. *സ്വയംവര*ത്തിൽനിന്നു കിട്ടിയ ലാഭം അതിനൊക്കെ വലിയ പിന്തുണയാ യി. *സ്വയംവര*ത്തിൽനിന്നു കിട്ടിയതെല്ലാം സ്റ്റുഡിയോ ഉപകരണങ്ങൾക്കായി മു ടക്കിയപ്പോൾ *കൊടിയേറ്റ*ത്തിന് കാശില്ലാതായി.

പക്ഷേ, ദേശീയ അവാർഡോടെ കാര്യങ്ങൾ മാറിമറിഞ്ഞു. *ചെമ്മീനി*നുപോലും ഒരവാർഡേ ഉണ്ടായിരുന്നുള്ളൂ. അതുകൊണ്ടുതന്നെ നാല് അവാർഡ് എന്നൊക്കെ പറയുന്നത് വൻ സംഭവമായി. പത്രങ്ങളൊക്കെ നല്ല പിന്തുണതന്നു. ഒരുപക്ഷേ, ദേശീയ അവാർഡ് ലഭിക്കാതിരുന്നെങ്കിൽ ഞങ്ങളുടെ ശ്രമംതന്നെ ഇരുട്ടിലായി പ്പോയേനെ. *സ്വയംവരം* ഒരു പരാജയപ്പെട്ട ഉദ്യമമായി പെട്ടിയിലിരിക്കും, അത്ര തന്നെ. ഇങ്ങനെയൊരു സിനിമയുടെ ആവശ്യം തന്നെയില്ല എന്നു സമൂഹം വിധിയുമെഴുതിയേനെ.

മലയാളത്തിന് 7 നാഷണൽ അവാർഡുകൾ

സ്വയംവരത്തിന് രാഷ്ട്രപതിയുടെ സ്വർണ്ണമെഡൽ

കേരളകൗമുദി

മനസിലാക്കുന്ന അടുത്ത ധാരണ

സ്വയംവരത്തിന് രാഷ്ട്രപതിയുടെ സ്വർണ്ണമെഡൽ

ജോയി കോഫി

മലയാള മനോരമ

The Malayala Manorama: Estd. 1888.

മലയാളത്തിന് ഏഴു ഫിലിം അവാർഡ്

കെ. എഫ്. എ. പിളർന്നു; അടിപിടി തീർക്കാൻ പോലീസ് ഇടപെട്ടു

ഇന്ത്യാ-പാക്ക് ചർച്ച വഴിമുട്ടിനിൽക്കുന്നു

റാവൽപിണ്ടി, ജൂലൈ 29—ഇന്ത്യയുടെയും പാക്കിസ്ഥാന്റെയും പ്രതിനിധികൾ തമ്മിൽ ഇന്നു രാവിലെ ഇവിടെ വീണ്ടും സംഭാഷണം നടന്നു. ചില പ്രശ്നങ്ങളിൽ പാക്കിസ്ഥാൻ യാതൊരു അയവുമില്ലാത്ത നിലപാടു സ്വീകരിച്ചിരിക്കുന്നുവെന്നാണ് സൂചന. ഇന്ത്യൻ പ്രതിനിധിസംഘം ഇന്ത്യാ ഗവൺമെന്റിനെ സംഭാഷണവിവരം അറിയിച്ചിട്ടുണ്ട്.

മിഠായിത്തെരുവിൽ വാഹന ഗതാഗതം നിരോധിക്കണം

നക്സൽ സംഘത്തെപ്പററി

'ചിത്രലേഖ' തന്നെയാണു വിതരണം എന്നതുകൊണ്ട് വീണ്ടും സിനിമ തീയേറ്ററുകളിലെത്തിച്ചു. അതിന് തീയേറ്ററുകളുടെ പിന്തുണയുമുണ്ടായി. ഓരോ ഷോയും ഹൗസ് ഫുള്ളായി. അങ്ങനെ *സ്വയംവരം* ഒരൊറ്റപ്പെട്ട ഉദാഹരണമായി. ഒരു ദേശീയ അവാർഡ് എങ്ങനെ ഒരു സിനിമയെ ആളുകളിലേക്കെത്തിച്ചു എന്നതിന് ഇന്ത്യൻ സിനിമയുടെ ചരിത്രത്തിൽനിന്നുള്ള ഉദാഹരണം.

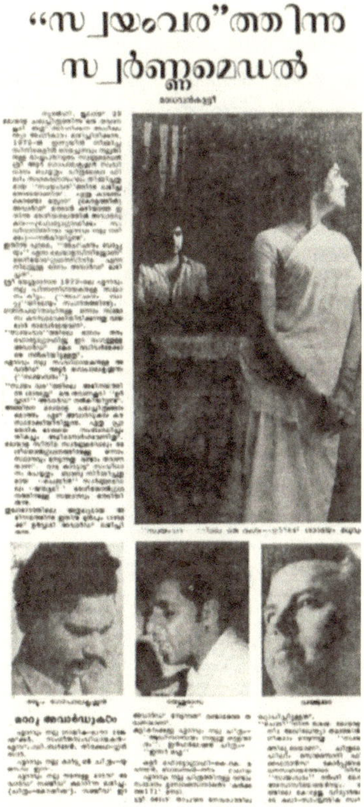
“സ്വയംവര”ത്തിന്ന സ്വർണ്ണമെഡൽ

അഭിനന്ദനങ്ങൾ

സ്വയംവരം ഇറങ്ങി അല്പം കഴിഞ്ഞപ്പോൾ ചിത്രത്തിനു ധനസഹായം നല്കിയ ഫിലിം ഫിനാൻസ് കോർപ്പറേഷന്റെ അന്നത്തെ മേധാവിയും മാധ്യമസമ്രാട്ടുമായ ബി കെ കരിഞ്ജിയ ന്യൂ ഇന്ത്യൻ സിനിമ എന്ന പേരിൽ അവർ അതുവരെ പിന്തുണച്ച ഏഴെട്ടു ചിത്രങ്ങളുടെ ഒരു ഫെസ്റ്റിവൽ ലണ്ടനിൽ സംഘടിപ്പിച്ചു. *സ്വയംവരവും* അതിൽ ഉൾപ്പെട്ടു. കാര്യമായ പ്രേക്ഷക ശ്രദ്ധ നേടിയ *സ്വയംവരത്തിന്* അതിൽ മികച്ച സ്വീകരണമാണ് ലഭിച്ചത്. ഷോ കഴിഞ്ഞു ഞങ്ങൾ സംസാരിച്ചു നില്ക്കുമ്പോൾ ഒരു ചെറുപ്പക്കാരൻ വന്ന് എന്നോട് ഒരു കാര്യം പറയാനുണ്ട്, കൂടെ ചെല്ലാമോ എന്നു ചോദിച്ചു. ഞാൻ അദ്ദേഹത്തിനൊപ്പം പോയി. അദ്ദേഹമെന്നെ ആ സമുച്ചയത്തിന്റെ മുകൾ നിലയിലുള്ള ബാറിലേക്കാണു കൊണ്ടുപോയത്. അവിടെ നിന്ന് ഒരു ബിയറൊക്കെ വാങ്ങിത്തന്നശേഷം അദ്ദേഹം എന്നോടു ചോദിച്ചു, "താങ്കളുടെ സിനിമ അവസാനംവരെ കട്ടുകളിലൂടെയാണു വിന്യസിച്ചിട്ടുള്ളത്. പക്ഷേ, അവസാന സീക്വൻസ് മാത്രം വളരെ പതിയെ സമയമെടുത്തു ഫെയ്ഡ് ഔട്ടാവുന്നു. എന്തുകൊണ്ടാണ് അങ്ങനെ?"

എനിക്കു സത്യത്തിൽ അതു കേട്ടിട്ടു വലിയ സന്തോഷമാണു തോന്നിയത്. കേരളത്തിൽ അവാർഡ് കമ്മിറ്റിക്കോ ആദ്യം തിയേറ്ററിലിറങ്ങിയപ്പോൾ കണ്ട പ്രേക്ഷകർക്കോ നിരൂപകർക്കോ ഒന്നും ചോദിക്കാൻ തോന്നാത്തൊരു സംശയം. ഇത്ര കഷ്ടപ്പെട്ടു ബോധപൂർവ്വം വളരെയധികം ഗൃഹപാഠം ചെയ്തു നമ്മളുണ്ടാക്കിയ സിനിമയിലെ ഇത്തരം സൂക്ഷ്മമായ കാര്യങ്ങൾപോലും ഇതാ ഒരു ചെറുപ്പക്കാരന് തിരിച്ചറിയാനായല്ലോ?

സ്വയംവരത്തിന്റെ അവസാനംവരെ സീതയ്ക്കൊപ്പം വിശ്വമുണ്ട്. അതവർ

രണ്ടുപേരുടെ ജീവിതമാണ്. അതിനൊരു താളമുണ്ടായിരുന്നു, വേഗമുണ്ടായിരുന്നു. പക്ഷേ, വിശ്വത്തിന്റെ മരണത്തോടെ സീത ഒറ്റയ്ക്കായി. അവളുടെ ജീവിതതാളം മുറിഞ്ഞു. അതുവരെയുള്ള ജീവിതവേഗത്തിന് അതോടെ മാറ്റം വരികയാണ്. അയാളില്ലാത്ത ജീവിതത്തിലേക്ക് അത്ര പെട്ടെന്നവൾക്കു താദാത്മ്യം പ്രാപിക്കാൻ സാധിക്കില്ല. അതിനു കുറച്ചു സമയമെടുക്കും. അതു ധ്വനിപ്പിക്കാനാണു ദൃശ്യതലത്തിൽ അത്തരമൊരു പതിഞ്ഞ താളവും ഫെയ്ഡ് ഔട്ടും ഉപയോഗിച്ചത്. വളരെ പിന്നീടാണ് എനിക്ക് ആളെ മനസ്സിലായത്. *സൈറ്റ് ആന്റ് സൗണ്ടിൽ* എഴുതിക്കൊണ്ടിരുന്ന ജോൺ ഗില്ലറ്റ് എന്ന പ്രശസ്തനായ ചലച്ചിത്ര നിരൂപകൻ ആയിരുന്നു അത്.

ലുകൾ സിനിമയാക്കുന്നു

മണവാളക്കുറിച്ചി; എൻെറ ഗ്രാമം

സ്വയംവരം വിദേശങ്ങളിൽ പ്രദർശിപ്പിക്കുന്നു

ഫ്രാൻസിലെ 'സിനിമാത്തെക്കി'ൽ എന്റെ റെട്രോസ്പെക്റ്റീവിൽ *സ്വയംവരം* പ്രദർശിപ്പിച്ചപ്പോഴുണ്ടായ ഒരനുഭവം പറയാം. എന്റെ പല പ്രധാന ചിത്രങ്ങളും വന്നുകഴിഞ്ഞിട്ടാണ്. 25 വർഷമെങ്കിലും കഴിഞ്ഞിട്ടുണ്ട്. പ്രദർശനത്തിനു മുമ്പു ഞാൻ പ്രേക്ഷകരോടു പറഞ്ഞു. ഇതെന്റെ ആദ്യ സിനിമയാണ്. അതുകൊണ്ടുതന്നെ അത്തരത്തിൽ മാത്രമേ അതിനെ കാണാവൂ എന്ന്. അടുത്ത ദിവസം രാവിലെ 'സിനിമാത്തെക്കി'ന്റെ ഡയറക്ടർ എന്നെ വിളിച്ചു. ഒരുപാട് യുവാക്കൾ സിനിമ കണ്ടുവെന്നും സിനിമ അവരുടെ അസ്ഥിയിൽ പിടിച്ചെന്നു പലരും ഫോൺ വിളിച്ചു പറഞ്ഞുവെന്നുമാണ് അദ്ദേഹം അറിയിച്ചത്. വിചാരിച്ചതിനുമപ്പുറമൊരു ഇംപാക്റ്റ് ആയിരുന്നു അത്.

*സ്വയംവര*വുമായി വിദേശത്തേക്കുള്ള യാത്രകൾ?

പ്രധാനമായിട്ടും പോയത് 'മോസ്കോ ഫെസ്റ്റിവലി'ലാണ്. പിന്നെയും പല സ്ഥലത്തും പാരീസിലടക്കം എന്റെ റിട്രോസ്പെക്റ്റീവുകളിൽ *സ്വയംവരം* പ്രദർശിപ്പിക്കപ്പെ

ട്ടിട്ടുണ്ട്. വലിയ മേളകളിലും പടം ഉൾപ്പെട്ടിട്ടുണ്ട്.

സത്യജിത് റേ എപ്പോഴെങ്കിലും *സ്വയംവര*ത്തെപ്പറ്റി താങ്കളോട് അഭിപ്രായം പറഞ്ഞിട്ടുണ്ടോ?

ഇല്ല. അദ്ദേഹം കണ്ടിട്ടില്ല. റേ ആദ്യമായി കണ്ട എന്റെ പടം *കൊടിയേറ്റ*മാണ്. പിന്നെ അദ്ദേഹം മരിക്കുന്നതുവരെ ഞാൻ ചെയ്ത എല്ലാ പടങ്ങളും കണ്ടിട്ടുണ്ട്. ബോംബെയിൽ വച്ച് എൻ എഫ് ഡി സിയുടെ ഒരു പ്രദർശനത്തിൽ *സ്വയംവരം* കണ്ട മൃണാൾ സെന്നിന് പടം വളരെ ഇഷ്ടമായി. അദ്ദേഹം എടുത്തു പറഞ്ഞത് ആദ്യത്തെ ബസ് യാത്രാ സീക്വൻസാണ്.

ഭാഗം 2

പിന്നെയും...

വീടിനായുള്ള അന്വേഷണം മനസ്സാക്ഷിയോടുള്ള യുദ്ധം

ഡോ. സുരഞ്ജൻ ഗാംഗുലി

ചലച്ചിത്ര നിരൂപകനും മാധ്യമാദ്ധ്യാപകനും. കൊളറാഡോ സർവ്വകലാശാലയിലെ ഡിപ്പാർട്ട്മെന്റ് ഓഫ് സിനിമാ സ്റ്റഡീസ് ആന്റ് മൂവിങ് ഇമേജ് ആർട്സിൽ അദ്ധ്യാപകൻ. സൈറ്റ് ആന്റ് സൗണ്ട്, ഈസ്റ്റ് വെസ്റ്റ് ഫിലിം ജേർണ്ണൽ തുടങ്ങിയവയിൽ സ്ഥിരമായി എഴുതുന്നു. അടൂർ ഗോപാലകൃഷ്ണൻ: എ സിനിമ ഓഫ് ഇമാൻസിപേഷൻ തുടങ്ങിയ ഗ്രന്ഥങ്ങളുടെ രചയിതാവ്.

സുപ്രധാന ദേശീയ ചലച്ചിത്ര പുരസ്കാരങ്ങളെല്ലാം ഒറ്റയടിക്കു തൂത്തുവാരി അടൂർ ഗോപാലകൃഷ്ണന്റെ ആദ്യചിത്രം അവിചാരിത പ്രകമ്പനമാണു രാജ്യത്തു സൃഷ്ടിച്ചത്. ഇന്ത്യൻ സിനിമാചരിത്രത്തിലെ നാഴികക്കല്ലായി സിനിമ വാഴ്ത്തപ്പെട്ടു. അന്നേവരെയുള്ള ദൃശ്യഭാഷാനിയമങ്ങളെ മനഃപൂർവ്വം ധിക്കരിച്ച പുത്തൻ സിനിമാറ്റിക്ക് വ്യവഹാരമായി, *സ്വയംവരം* അതിന്റെ അപരത്വം ബോധപൂർവ്വം സ്ഥാപിച്ചെടുത്തു. ദക്ഷിണേന്ത്യയിലെ, പ്രത്യേകിച്ച കേരളത്തിലെ, അസ്വാഭാവികവും അതിഭാവുകത്വജഡിലവുമായ ഫോർമുല സിനിമകൾക്കെതിരെ ആയുധമെടുക്കാനുള്ള ആഹ്വാനമായിരുന്നു അത്.

നൂതനമായ ദൃശ്യ/ശ്രാവ്യ സംവേദനം, ഡോക്യുമെന്ററിയും ഫിക്ഷനും ഫാന്റസിയും ഇഴപിരിഞ്ഞ ആഖ്യാനത്തെ പ്രോജ്ജ്വലമാക്കി. ദൃഷ്ടാന്തപരവും (മെറ്റഫർ) പ്രതീകാത്മകമായുമുള്ള (സിമ്പോളിക്ക്) ആഖ്യാനത്തിലൂടെ ഉണർത്തുന്ന കാവ്യാത്മകമായ യഥാതഥവർണ്ണനം, ദക്ഷിണേന്ത്യൻ സിനിമയുടെ അന്നേവരെയുള്ള ചരിത്രത്തിൽ കാണാനാകില്ല. ഏതാനും വർഷങ്ങൾക്കുശേഷം ഇന്ത്യയിലാകെ പൂത്തുലഞ്ഞ നവതരംഗസിനിമയുടെ മുഖമുദ്രകളായിമാറിയ പ്രവണതകളിലേറെയും *സ്വയംവര*ത്തിൽ കാണാം.

അതീവ ലളിതമെന്നു തെറ്റിദ്ധരിപ്പിക്കുന്നതാണു സിനിമയുടെ കഥ. ഇടത്തരം കുടുംബങ്ങളിൽനിന്നുള്ള സീതയും വിശ്വനാഥനും ദമ്പതികളായി ജീവിക്കാൻ

തിരുവനന്തപുരത്തേക്ക് എത്തുകയാണ്. സ്വപ്നതുല്യമായി അവർ തുടങ്ങുന്നു, എന്നാൽ അതിജീവിക്കാനുള്ള പോരാട്ടം അരികുകളിലേക്കു കൂടുതൽ അടുപ്പിക്കുമ്പോൾ പ്രതീക്ഷകൾ അസ്തമിക്കുന്നു. അവ്യക്തമായ അസുഖത്താൽ വിശ്വനാഥൻ മരിക്കുമ്പോൾ, കുട്ടിയുമായി തനിച്ചായ സീത, അവളുടെ ഭാവിയെക്കുറിച്ച് ഒരു തെരഞ്ഞെടുപ്പു നടത്തണം. അങ്ങനെ ഒരു തെരഞ്ഞെടുപ്പിൽ തുടങ്ങുന്ന സിനിമ മറ്റൊന്നിന്റെ സാദ്ധ്യതയിൽ അവസാനിക്കുന്നു. (സ്ത്രീകളെ അവരുടെ കന്യകാത്വത്തെ വിലമതിക്കാൻ പഠിപ്പിക്കുകയും വിവാഹം മാതാപിതാക്കളുടെ, പ്രത്യേകിച്ച് അച്ഛന്റെ, ഇഷ്ടപ്രകാരമാകുകയും ചെയ്യുന്ന യാഥാസ്ഥിതിക സമൂഹത്തിൽ, വിവാഹിതരാകാതെ ഒന്നിച്ചു ജീവിക്കാനുള്ള തീരുമാനം വിപ്ലവകരമായ മാറ്റമാണ്.) അങ്ങനെ ഒരു പ്രധാന വിലക്കു ലംഘിച്ചാണ് വിശ്വനാഥനും സീതയും വരുന്നത്. എങ്കിലും കുറ്റബോധത്തിന്റെയും സ്വയം ശിക്ഷയുടെയും വഴികളാണ് അവരെ കാത്തിരിക്കുന്നത്. അവരുടെ തെരഞ്ഞെടുപ്പു തികച്ചും ആധുനികമെങ്കിലും, ദമ്പതികൾക്ക് അവരുടെ തീരുമാനത്തിന്റെ ധാർമ്മികവും മാനസികവുമായ വിപരീത പരിണതി കൈകാര്യം ചെയ്യാനാകുന്നില്ല. പ്രണയികൾ, (പ്രത്യേകിച്ചു വിശ്വനാഥൻ) ആത്മസന്ദേഹത്തിന്റെയും പശ്ചാത്താപത്തിന്റെയും ഗുരുതര പ്രതിസന്ധിയിലാകുന്നു. ആധുനികത വാഗ്ദാനം ചെയ്യുന്ന വിമോചനം, അഗാധമായ ആത്മപ്രതിസന്ധിയുടെ പാറകളിൽ തട്ടിത്തകർന്നു വീഴുന്നു. വീടുവിട്ടിറങ്ങുന്നതിലേക്കു പ്രണയികളെ നയിച്ച പ്രത്യക്ഷമായ സംഘർഷത്തിലേക്കല്ല, അതിന്റെ അനന്തരഫലമായി അവർക്കുള്ളിൽ സംഭവിക്കുന്ന സംഘർഷത്തിലേക്കാണു സംവിധായകൻ ശ്രദ്ധ കേന്ദ്രീകരിക്കുന്നത്.

അതിജീവനത്തിന്റെയും (ശാരീരികവും ധാർമ്മികവുമായ) രാഷ്ട്രീയത്തിലാണ് *എലിപ്പത്തായ*ത്തെയും *വിധേയനെ*യും പോലെ *സ്വയംവര*വും ശ്രദ്ധ കേന്ദ്രീകരിക്കുന്നത്. വീട്, സ്വത്വം, വ്യക്തിത്വം എന്നിവയ്ക്കുള്ള അന്വേഷണം പ്രധാന പ്രശ്നമായി മാറുന്നു. *കൊടിയേറ്റം* പോലെ, *സ്വയംവരം* എഴുപതുകളുടെ പശ്ചാത്തലമാണു കാണിക്കുന്നത്. എന്നാൽ നിയതമായിത്തന്നെ നെഹ്റുവിയൻ കാലഘട്ടത്തിനുശേഷമുള്ള ഇന്ത്യയിലെ മൂല്യങ്ങളുടെ പ്രതിസന്ധി വരച്ചുകാട്ടുന്നു. രാഷ്ട്രീയ റാലികൾ, ഗുരുതരമായ തൊഴിലില്ലായ്മ, അസമത്വം, അനീതി, അഴിമതി, കുറ്റകൃത്യങ്ങൾ എന്നിങ്ങനെ ദമ്പതികളെ ബാധിക്കുന്ന ജീവിതപരിസരത്തിന്റെ സൂചകങ്ങൾ സിനിമ നല്കുന്നു. അത്തരം ജീവിതച്ചുറ്റുപാടിൽ, മെച്ചപ്പെട്ട സാഹചര്യത്തിൽനിന്നു സമൂഹത്തിന്റെ അരികുകളിലേക്കു നീക്കപ്പെടുന്ന തന്റെ കഥാപാത്രങ്ങളുടെ ഇടം നിർവ്വചിക്കുകയാണു സംവിധായകൻ. നഗരപ്രാന്തത്തിൽ നാൾക്കുനാൾ അതിജീവനത്തിനു സ്വന്തം ഇടം കണ്ടെത്താൻ ഓരോ ഇഞ്ചിനുവേണ്ടിയും പോരാട്ടം അനിവാര്യമായ ഘട്ടത്തിൽ, സീതയ്ക്കും വിശ്വനാഥനും അതു കഴിയുമോ എന്നതാണു പ്രശ്നം. ദുരിതങ്ങളേറുന്തോറും ചുറ്റുമുള്ള ഗതികെട്ട മനുഷ്യരുമായി അവർക്ക് ഇടപഴകേണ്ടിവരുന്നു. ലൈംഗിക വേട്ടക്കാർക്കിടയിൽ സീതയുടെ സ്ഥിതി ദുർബ്ബലമാകുന്നു. തനിക്കും കുട്ടിക്കും ജീവിക്കാൻവേണ്ടി ഒരു ദിവസം സ്വന്തം ധാർമ്മികതയിൽ അവൾക്കു വിട്ടുവീഴ്ച ചെയ്യേണ്ടി വരാനുള്ള ഭയാനക സാദ്ധ്യതയുമുണ്ട്.

ഒരുപക്ഷേ, ഗ്രാമീണ കേരളത്തിലാണ് സിനിമ ഒരുക്കിയതെങ്കിൽ അവളുടെ കഥയ്ക്കു മറ്റൊരന്ത്യം ഉണ്ടാകും. സഹജാവബോധവും മൂല്യങ്ങളും ഗ്രാമങ്ങളിൽ ഇനിയും ശേഷിക്കുന്നുണ്ട്. എന്നാൽ, സിനിമയുടെ അവസാനം, സീത ഒറ്റയ്ക്കു പുതിയ ദേശത്തിന്റെയും കാലത്തിന്റെയും വെല്ലുവിളി ഏറ്റെടുക്കാൻ സജ്ജയാകുന്നു. വ്യക്തിപരമായ സവിശേഷതയും പുതുതായി ലഭിച്ച സ്വാതന്ത്ര്യവും അവളെ സ്ത്രീത്വത്തിന്റെ പുരോഗമന കാഴ്ചപ്പാടുമായി ബന്ധിപ്പിക്കുമ്പോൾത്തന്നെ പുറത്തുള്ള പുരുഷാധിപത്യ സംസ്കാരത്തിന്റെ ഇരയാകാനുള്ള സാദ്ധ്യത അവൾക്കുമുന്നിലുണ്ട്.

ഒരിക്കലും പൂർണ്ണമായി നിർവ്വചിക്കാത്ത ഓർമ്മകളുടെയും വികാരങ്ങളുടെയും കലവറയാണു സീതയും വിശ്വനാഥനും. സീത അവളുടെ പേടിസ്വപ്നങ്ങളിൽ തിരിച്ചെത്തുന്ന ഇടമാണു വീടെങ്കിൽ വിശ്വനാഥനിൽ അത് കുറ്റബോധത്തിന്റെയും ആത്മനിന്ദയുടെയും ശക്തമായ വികാരം ഉളവാക്കുന്നു. ഭൗതികമായി സ്വതന്ത്രരായിരിക്കെത്തന്നെ അവർ ഭൂതകാലത്തിന്റെ തടവുകാരായി തുടരുന്നു. സിനിമയിലെ 'വീട്' സങ്കീർണ്ണമായ മനഃശാസ്ത്രപരമായ ഇടമായി മാറുന്നു.

ഭാവനാലോകത്തേക്കുള്ള ബസ്

സിനിമ തുടങ്ങുമ്പോൾ, വിശ്വനാഥനും സീതയും തിരുവനന്തപുരത്തേക്കു പോകുന്ന ബസിലാണ്. ഏകദേശം ഏഴു മിനിറ്റ് ദൈർഘ്യമുള്ള, വളരെ കുറച്ചു കട്ടുകൾ മാത്രമുള്ള ദൃശ്യഖണ്ഡം. മറ്റൊന്നും സംഭവിക്കുന്നില്ല-ആളുകൾ കൃത്യമായ ഇടവേളകളിൽ കയറുകയും ഇറങ്ങുകയും ചെയ്യുന്നു, വെറുതേ ഇരിക്കുകയോ ഉറങ്ങുകയോ സംസാരിക്കുകയോ ചെയ്യുന്ന യാത്രക്കാർ. പൊതുവായ വ്യക്തിത്വം ഇല്ലാത്തതും നിസ്സാരവുമായ ഈ അന്തരീക്ഷവും ഒപ്പം ഏകതാനതയുടെ ശക്തമായ വികാരവുമാണു സിനിമയുടെ മൊത്തം മനോഘടന നിർവ്വചിക്കുന്നത്. നാൾക്കുനാൾ ജീവിതവൃത്തിപോലെ അത്രമേൽ വിരസമായ അന്തരീക്ഷത്തിലാണ് വിശ്വനാഥന്റെയും സീതയുടെയും പ്രണയകഥ പറയപ്പെടാൻ പോകുന്നത്. ദമ്പതികളുടെ ദൈനംദിന ജീവിതം തന്നെയാണു തുടർന്ന് വിവരിക്കപ്പെടുന്നതും.

ബസിലെ മറ്റുള്ളവരിൽനിന്ന് അവർ വ്യത്യസ്തരല്ലെന്ന് സൂചിപ്പിച്ചുകൊണ്ടാണു ക്യാമറ ദമ്പതികളെ പ്രത്യേകമായി ആദ്യം കാണിച്ചുതരുന്നത്. ലോങ് ഷോട്ടിൽനിന്നു സ്വാഭാവികചലനത്തിലൂടെ ക്യാമറ അവരിലേക്കെത്തുന്നു. സത്യത്തിൽ, നമ്മൾ അവരെ ആദ്യമായി കാണുമ്പോൾ, അവരുടെ പുറം ക്യാമറയിലേക്കു തിരിയുന്നു. എന്നിരുന്നാലും, ക്ലോസപ്പിൽ, അവർ ഉടൻതന്നെ അവരുടെ വ്യക്തിത്വബോധം നേടുന്നു, കൈകോർത്തു പിടിക്കുന്നു, പുഞ്ചിരിക്കുന്നു -പ്രണയത്തിലായവരെപ്പോലെ. അതോടെ അവർ മറ്റു യാത്രക്കാരിൽനിന്നു വേറിട്ടവരാകുന്നു. എന്നാൽ അവർക്കുള്ള ഏതു പ്രത്യേകതയും ഇല്ലാതാക്കുമെന്നു വെല്ലുവിളിക്കുന്നവയാണു ബസിലെ അജ്ഞാതമുഖങ്ങളും ശരീരങ്ങളും. രേഖീയമായ സമയത്തിനൊപ്പം അസംബന്ധമായ പ്രവചനാത്മകതയോടെ ബസ് ഓടുന്നു.

ഡോക്യുമെന്ററിക്കു സമാനമായ ആമുഖ ദൃശ്യഖണ്ഡം അനുക്രമമായി വികസിക്കുന്ന സീക്വൻസ് അല്ല. എന്നാൽ, സ്ഥല-കാല തുടർച്ച അവിരാമമായി സൃഷ്ടി

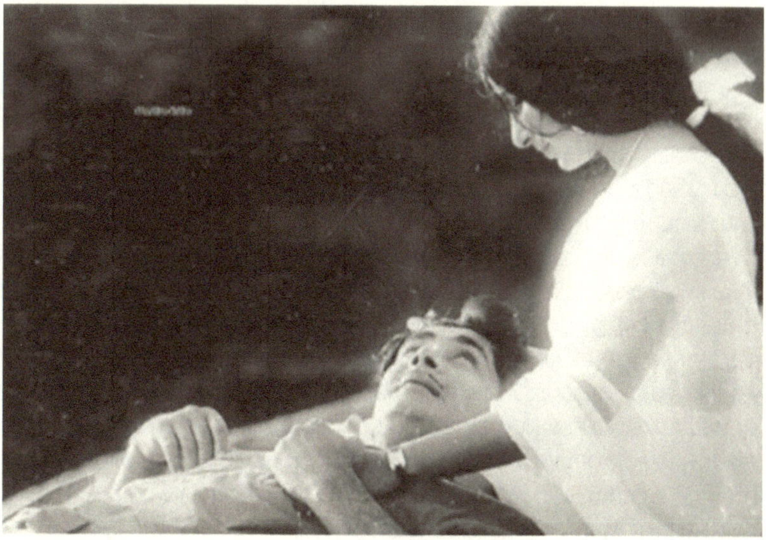

ക്കാൻ കട്ടുകളിലൂടെ ശ്രദ്ധാപൂർവ്വം ഇടപെട്ടിരിക്കുന്നു.

അസാധാരണ ദൈർഘ്യവും 'ക്രിയ' ഒന്നും സംഭവിക്കാത്തതും കാഴ്ചയുടെ 'ആനന്ദം' നിഷേധിക്കുകയും പ്രേക്ഷക പ്രതീക്ഷ അട്ടിമറിക്കുകയും ചെയ്യുന്നു. നാം ഒരു സ്വയംവിലയിരുത്തൽ പ്രക്രിയയുടെ ഭാഗമാകുന്നു. സിനിമയിൽ കാണുന്ന യാഥാർത്ഥ്യം അതിന്റെ കേവലത്വവും ദൈർഘ്യവുംകൊണ്ട് അസ്വാഭാവികവും സംശയകരവുമാകുന്നു. കാഴ്ചയുടെ ഏകതാനത ചൊടിപ്പിക്കുന്ന ഘട്ടമെത്തുമ്പോഴേക്കും ട്രാഫിക് 'സ്റ്റോപ്പ്' ചിഹ്നത്തിലേക്ക് ഒരു ജമ്പ് കട്ട്! പ്രേക്ഷകനെ അത് അമ്പരപ്പിക്കുന്നു. നിർമ്മിച്ചെടുത്ത യാഥാർത്ഥ്യമാണു കണ്ടുകൊണ്ടിരുന്നതെന്നും അതിന്റെ പ്രതിനിധാനത്തെക്കുറിച്ചും പ്രേക്ഷകൻ ബോധവാനാകുന്നു.

ബസ് യാത്രയുടെ ദൈർഘ്യം, വിശ്വനാഥനും സീതയും താണ്ടുന്ന ദൂരത്തെക്കുറിച്ചുള്ള ബോധംകൂടി സൃഷ്ടിക്കുന്നു. ഒന്നിച്ചു താമസിക്കാനൊരിടത്തിനായുള്ള അവരുടെ തെരച്ചിലിന്റെ സങ്കീർണ്ണതയും ഒത്തുതീർപ്പുകളും സിനിമയുടെ ബാക്കി ഭാഗം കാട്ടിത്തരുന്നു. കഥാപാത്രങ്ങളുടെ സഞ്ചാരപഥങ്ങൾ തന്നെയാണു പിന്നീടു തെളിയുന്നത് - മദ്ധ്യത്തിൽനിന്ന് അരികിലേക്ക്, ആഡംബരപൂർണ്ണമായ ദിവാസ്വപ്നങ്ങളിൽനിന്നു പരുഷമായ തിരിച്ചറിവിലേക്ക്, സ്വയംപര്യാപ്തതയുടെ മിഥ്യാധാരണയിൽനിന്നു ദാരിദ്ര്യത്തിന്റെ അധഃപതനത്തിലേക്ക്.

വിശ്വനാഥനും സീതയും തിരുവനന്തപുരത്തിന്റെ ഹൃദയഭാഗത്തുള്ള ഹോട്ടലിൽ മുറിയെടുക്കുന്നതാണ് ആദ്യം കാണുന്നത്. പക്ഷേ, ജനാലയിലൂടെ ഫ്രെയിമിനുള്ളിലാണു സീതയെ മിക്കപ്പോഴും കാണിക്കുന്നത്. അവളുടെ സ്ഥലബോധം അപ്പോഴും ഞെരുക്കമുള്ളതു തന്നെ. ഇരുവരും തങ്ങളുടെ തീരുമാനത്തിന്റെ തീവ്രതയുമായി പൊരുത്തപ്പെടാൻ ശ്രമിക്കുന്നതിനാൽ ഈ തടങ്കൽ വികാരം ഭൗതികമായതിനേക്കാൾ മാനസികമാണ്. ടെറസിലും തെരുവിലും വായിക്കുന്ന പെൺകു

ട്ടിയിലേക്ക് അവളുടെ കാഴ്ചപ്പാടിൽനിന്നു കട്ട് എവേ ഷോട്ടുകളുണ്ട്.ഭജനസംഘത്തിന്റെ ഭേരീയാത്ര താഴെ കടന്നുപോകുമ്പോൾ, ശബ്ദം മുറിയിലേക്കു കടന്നുകയറുന്നു. പുറത്തു നിലവിലുള്ള വലിയ യാഥാർത്ഥ്യങ്ങളുടെ സാന്നിദ്ധ്യം ക്രമരാഹിത്യത്തിന്റെയും ഒഴുക്കിന്റെയും സംവേദനവുമായി സംയോജിപ്പിച്ചിരിക്കുന്നു. തുടക്കമോ അവസാനമോ ഇല്ലാതെ ഫ്രെയിമിനപ്പുറത്തേക്കു നീണ്ടുകിടക്കുന്ന സ്ഥലത്താൽ ചുറ്റപ്പെട്ട ഹോട്ടൽ, സ്ഥിരതയുള്ള ഒരു കേന്ദ്രത്തെക്കുറിച്ച് യാതൊരു ബോധവും നല്കുന്നില്ല.

ഈ അവസരത്തിൽ സംവിധായകൻ സാമാന്യം ദൈർഘ്യമേറിയ ഫാന്റസി സീക്വൻസ് കാണിച്ചുതരുന്നു. എന്നാൽ അത് ആരുടെയെങ്കിലും പ്രത്യേക വീക്ഷണകോണിൽ ഉള്ളതല്ല. അത് ആരുടെ കാഴ്ചയാണെന്ന നിശ്ചിതത്വമുണ്ട്. അതിന്റെ ഉദ്ദേശ്യങ്ങൾ പൂർണ്ണമായി വ്യക്തമാകുന്നില്ല. എന്നാൽ സിനിമയിൽ പിന്നീടു മാത്രം വ്യക്തമാകുന്ന ചിലതിന്റെ സൂചനകൾ അതിലുണ്ട്. സിനിമയ്ക്കുള്ളിലെ സിനിമയിലെ അവരുടെ 'പ്രകടനം' പ്രത്യക്ഷത്തിൽ മുഖ്യധാരാസിനിമ സൃഷ്ടിച്ചുവച്ച ദിവാസ്വപ്നങ്ങൾ തന്നെയാണ്. ശബ്ദപഥത്തിന്റെ അകമ്പടിയോടെ വിറയ്ക്കുന്ന ഹാൻഡ്-ഹെൽഡ് ഷോട്ടുകൾ, ജമ്പ് കട്ടുകൾ, നാടകീയമായ സൂമുകൾ, ക്ലോസപ്പുകൾ എന്നിവ ഈ സീനുകളിൽ ഉൾപ്പെടുന്നു. ഫലത്തിൽ അടൂർ ഗോപാലകൃഷ്ണൻ അസന്ദിഗ്ദ്ധമായി നിരാകരിക്കുന്ന തരത്തിലുള്ള ഒരു 'സിനിമാ പാരഡി' ക്കു പ്രേക്ഷകൻ സാക്ഷ്യം വഹിക്കുന്നു.

ഫാന്റസി ഉൾപ്പെടുത്തലിൽ മൂന്ന് എപ്പിസോഡുകൾ ഉൾപ്പെടുന്നു. വിശ്വനാഥൻ കടൽത്തീരത്തെ വഴുവഴുപ്പുള്ള പാറകളിൽ കയറുമ്പോൾ, സീത, ലോങ് ഷോട്ടിൽ, മുകളിൽനിന്നു വിളിക്കുന്നു. രണ്ടാമത്തെ എപ്പിസോഡിൽ, അവൻ ട്രെയിൻ ട്രാക്കിൽ തലകുനിച്ചു കിടക്കുന്നു. അവർ ആലിംഗനം ചെയ്യുമ്പോൾ, ദമ്പതികൾ ആലിംഗനം ചെയ്യുന്ന സിനിമാ പോസ്റ്ററിലേക്കാണു കട്ട്. ദമ്പതികളുടെ ആഴത്തിൽ വേരൂന്നിയ അരക്ഷിതാവസ്ഥയെയാണു മൂന്നു ഫാന്റസികളും സൂചിപ്പിക്കുന്നത്. അവ ആദ്യം കാണുന്നതിനേക്കാൾ സങ്കീർണ്ണമാണെന്നു പിന്നീടു ബോദ്ധ്യപ്പെടുന്നു. റെയിൽവേ ട്രാക്ക് വിശ്വനാഥന്റെ മരണത്തിന്റെ അശുഭസൂചനയാണ്. പ്രത്യക്ഷമായോ പരോക്ഷമായോ, സീതയുടെ ജീവിതത്തിൽനിന്ന് അവൻ അപ്രത്യക്ഷമാകുമെന്ന സൂചന അവ മൂന്നും പങ്കുവയ്ക്കുന്നുവെന്നു പിന്നീടു തിരിച്ചറിയാം. പ്രണയം, നഷ്ടം, അവളുടെ സാദ്ധ്യമായ ലൈംഗിക അടിമത്തം എന്നിവ-അവർ ഉടൻ അഭിമുഖീകരിക്കാൻ പോകുന്ന കഠിന യാഥാർത്ഥ്യങ്ങളായി കടന്നുവരുന്നു.

വിശ്വനാഥൻ ക്രമേണ ചിന്താഗ്രസ്ഥനും വിഷാദമഗ്നനുമാകുന്നു. സീത വീണ്ടുവിചാരവും ഗൗരവമുള്ളവളുമാകുന്നു. അവളുടെ വികാരം പ്രകടിപ്പിക്കാൻ ഒരിക്കലും അതിഭാവുകത്വത്തിലേക്കു തിരിയുന്നില്ല. അവൾ ഒരിക്കലും അവനെ പൂർണ്ണമായും ആശ്രയിക്കുന്ന നിസ്സഹായയായ സ്ത്രീയായി ചിത്രീകരിക്കപ്പെടുന്നില്ല. ജീവിതത്തിന്റെ ഗൗരവവ്യവഹാരങ്ങളിലേക്ക് ഇറങ്ങുന്നതിനു തൊട്ടുമുമ്പ് - വിശ്വാസത്തിന്റെ ലോകവുമായുള്ള ദമ്പതികളുടെ പ്രണയത്തിന്റെ ഒരു പരിഹാസ്യമായ ചിത്രീകരണമായി വേണം മൂന്നു ഫാന്റസി ഖണ്ഡങ്ങളേയും കാണേണ്ടത്.

അസന്ദിശ്ധമായ ചുറ്റുപാട്

വിശ്വനാഥനും സീതയ്ക്കും അവരുടെ പുതിയ 'വീട്ടിൽ' (ആഡംബര ഹോട്ടൽ) ചെക്ക് ഇൻ ചെയ്യുതിനു തൊട്ടുപിന്നാലെ ഉപേക്ഷിക്കേണ്ടിവരുന്നു. രണ്ടാമത്തെ ഹോട്ടൽ ചെലവു കുറഞ്ഞതെങ്കിലും മങ്ങിയതും വൃത്തികെട്ടതുമാണ്. ചെറിയ ഇരുണ്ട മുറിയിൽ അവരെ കാണിക്കുമ്പോൾ, തുറസ്സായ സ്ഥലത്ത് ഒരാൾ കുളിക്കുന്നു. അവൻ അവരെ കണ്ണുകൾകൊണ്ട് പിന്തുടരുന്നു. ഹോട്ടലിൽ നമ്മൾ കാണുന്ന ഒരേയൊരു സ്ത്രീയായ സീതയ്ക്കുമേൽ അവന്റെ നോട്ടം ആക്രമണോത്സുകമാണ്.

കട്ടിലിനടിയിൽ മലിനമായ ബെഡ് ഷീറ്റും ഒഴിഞ്ഞ മദ്യക്കുപ്പികളും സീത കണ്ടെത്തുന്നു. മുറിയിൽ അതിന്റെ മുൻകാല താമസത്തിന്റെ അടയാളങ്ങളുണ്ട്. വാസ്തവത്തിൽ, ചെലവുചുരുക്കാനായി താമസസ്ഥലത്തിന്റെ കാര്യത്തിൽ വിട്ടുവീഴ്ച ചെയ്യുന്നതിനാൽ, ധാർമ്മികതയുടെ പ്രശ്നം ആവർത്തിച്ചു മുന്നിട്ടുനില്ക്കുന്നു. ഓരോ മാറിത്താമസിക്കലിലും അവർക്കു ചുറ്റുമുള്ള ധാർമ്മിക കാലാവസ്ഥയിൽ തകർച്ചയുണ്ട്. പട്ടണത്തിന്റെ മദ്ധ്യഭാഗത്തെ രണ്ടാമത്തെ താല്ക്കാലിക 'വീട്ടിൽ,' ദമ്പതികൾ വീണ്ടും ജനാലകളുമായി ബന്ധപ്പെട്ട ഫ്രെയിമിനുള്ളിലാണ്. അവർ സ്വകാര്യമായി കാണുന്നതു പ്രേക്ഷകൻ കാണുന്നു- മേല്ക്കൂരയിൽ ഒരു കാക്ക, ഒരു പൂച്ച, ഒരു ചെറിയ അടച്ചിട്ട സ്ഥലത്തു പണിയെടുക്കുന്നവർ. ചുറ്റുപാടിന്റെ വീർപ്പുമുട്ടലും കുട്ടിലടയ്ക്കപ്പെട്ടതിന്റെ വികാരവും വെളിപ്പെടുത്തുന്ന ഫ്രെയിമുകൾ. മുറിയിൽനിന്നു പണം മോഷ്ടിക്കപ്പെട്ടുവെന്ന് അവകാശപ്പെടുന്ന ഒരു വാടകക്കാരനെ കുടിയൊഴിപ്പിക്കുന്നതിന് അവർ സാക്ഷ്യം വഹിക്കുന്നു. ജീവനക്കാർ അവനെ ശാരീരികമായി കൈകാര്യം ചെയ്യുകയും പുറത്താക്കുകയും ചെയ്യുന്നു. പണം തീർന്നുപോയാൽ അവരുടെ മേലും കുടിയൊഴിപ്പിക്കലിന്റെ അതേ അവസ്ഥയുണ്ടാകുമെന്ന ദാരുണസ്ഥിതിയാണ് ഈ രംഗം വെളിപ്പെടുത്തുന്നത്. ഒരു സ്ഥലവും സുരക്ഷിതമല്ലെന്ന നഗരയാഥാർത്ഥ്യം തുറന്നുകാട്ടപ്പെടുന്നു.

അവർ നഗരപ്രാന്തത്തിലുള്ള, ഒരു മുറിയും അടുക്കളയും പൂമുഖവും അടങ്ങുന്ന കുടിലിലേക്ക് എത്തുന്നു. വീടകം വൃത്തികേടിന്റെയും ക്രമക്കേടിന്റെയും അതേ അവസ്ഥയിൽത്തന്നെ. വാതിലിൽ കൂടുണ്ടാക്കിയ ഉറുമ്പുകൾ; ഭിത്തിയിൽ കലണ്ടറിന് കുറുകെ ചാടുന്ന പാറ്റ; സീത ചൂലിൽ എടുത്തു പുറത്തേക്കെറിയുന്ന അട്ട. മനുഷ്യസാന്നിദ്ധ്യം ഇല്ലാതായതോടെ മറ്റൊരു ലോകത്തെ പരദേശികൾ ഏറ്റെടുത്ത മുറികൾ- ഒരു വീടിനോടെ സാമ്യമുള്ളതായി തോന്നിപ്പിക്കുന്ന എല്ലാറ്റിനെയും ആ കാഴ്ചകൾ നിഷേധിക്കുന്നു, പ്രത്യേകിച്ച് വേരോടെ പിഴുതെറിയപ്പെട്ടുവന്ന ദമ്പതികൾക്ക്. ഈ സ്ഥലത്തിന്റെ വൃത്തികെട്ട ചരിത്രം അവരുടെ അന്യവല്ക്കരണബോധം ഇരട്ടിപ്പിക്കുന്നു. മുൻ വാടകക്കാരൻ കൈക്കൂലി വാങ്ങുന്ന അഴിമതിക്കാരനായ ഉദ്യോഗസ്ഥനായിരുന്നുവെന്ന് ബോദ്ധ്യപ്പെടുന്നു. 'വരത്തർ' എന്ന നിലയിൽ അപരത്വം ഉൾക്കൊണ്ട് ഒരു ഗാർഹിക ഇടം കൊത്തിയെടുക്കാൻ അവർ മുതിരുന്നു. ജോലി കണ്ടെത്താൻ വിശ്വനാഥൻ പാടുപെടുമ്പോഴും കുടിയൊഴിപ്പിക്കൽ ഭീഷണി നിലനില്ക്കുന്നു. ഓടുന്ന ബസിൽ പ്രേക്ഷകൻ ആദ്യമായി കണ്ടുമുട്ടിയ ദമ്പതികൾക്ക്, 'വീട്' അടിത്തറയില്ലാത്തതും ക്ഷണികവും ദുർബ്ബലവുമായ ഇടമായി

അപ്പോഴും തുടരുന്നു.

ധാർമ്മികമായും ഭൗതികമായും തങ്ങളുടെ പുതിയ ജീവിതം അരികുകളിലെത്തിയെന്നു വിശ്വനാഥനും സീതയും തിരിച്ചറിയുന്നു. അയല്ക്കാരിൽ ചിലർ വലിയ ദരിദ്ര ജീവിതം നയിക്കുന്നു, മറ്റുള്ളവർ കള്ളപ്പണം സമ്പാദിക്കാനുള്ള എല്ലാ അവസരങ്ങളും മുതലെടുക്കുന്നു. വിശ്വനാഥനെയും സീതയെയും പിന്നീടുള്ളവരിൽനിന്നു വേർതിരിക്കുന്നത് അവർ വളർന്നുവന്ന മദ്ധ്യവർഗ്ഗ ജീവിത ബോധവും വിദ്യാഭ്യാസവും മാത്രമല്ല, വിവാഹത്തിനു പുറത്ത് ഒരുമിച്ച് ജീവിക്കാൻ ധൈര്യംകാട്ടിയ അവരുടെ വ്യക്തിപരമായ ആർജ്ജവം കൂടിയാണ്. എന്നിരുന്നാലും, സാമൂഹിക വിഭജനങ്ങൾ തകരുന്ന സാഹചര്യത്തിൽ അതിജീവനത്തിനായുള്ള നിർണ്ണായക പോരാട്ടമാണ് ഇരുവരേയും ഒന്നിപ്പിച്ചു നിർത്തുന്നത്. പ്രതിസന്ധി രൂക്ഷമായാൽ, ചുറ്റുമുള്ളവരുടേതിനു സമാനമായ ജീവിതം നയിക്കേണ്ടിവരുമെന്ന് അവർക്ക് ബോദ്ധ്യമുണ്ട്.

വൈജാത്യങ്ങളുടെ സമീകരണം

വൈവിദ്ധ്യങ്ങൾ ഇല്ലാതായി ഏകീകരിക്കപ്പെടുന്ന അവസ്ഥ ഒരു ആശയമെന്ന നിലയിൽ സിനിമ പലപ്പോഴും അവതരിപ്പിക്കുന്നു. ഒരാളെ മറ്റൊരാളായി തെറ്റിദ്ധരിക്കുന്ന മട്ടിലാണത്. വീടിന്റെ മുൻ അന്തേവാസിയെ അഭിസംബോധന ചെയ്ത കത്ത് സീതയ്ക്കു ലഭിക്കുന്നു. അടുത്ത തവണ തെറ്റിദ്ധരിക്കൽ കൂടുതൽ ഗുരുതരമാണ്, വിശ്വനാഥൻ ഇല്ലാത്തപ്പോൾ അർദ്ധരാത്രി പൊലീസുകാരൻ വാതിലിൽ മുട്ടുന്നു. ലൈംഗികത്തൊഴിലാളിയായ കല്യാണിയാണെന്നു കരുതിയാണു വരവ്. പേരുദോഷമുള്ള പെണ്ണായി അവൾ തെറ്റിദ്ധരിക്കപ്പെടുന്നു. മദ്യപിച്ചെത്തിയ മൂന്നുപേർ രാത്രി വാതിലിൽ നിർഭയമായി മുട്ടുന്നു. വിശ്വനാഥൻ അവരെ നേരിട്ട

പ്പോൾ, മുൻ താമസക്കാരനെ തേടിയെത്തിയെന്ന ആശയക്കുഴപ്പമുണ്ടാകുന്നു. ഇത്ര 'സുന്ദരിയായ' സ്ത്രീയെ എങ്ങനെ ഒപ്പിച്ചുവെന്നാണവർ ചോദിക്കുന്നത്. വിശ്വനാഥനും സമാനമായി പലപ്പോഴും തെറ്റിദ്ധരിക്കപ്പെടുന്നു. തെറ്റിദ്ധരിക്കപ്പെടുന്ന ഇത്തരം സാഹചര്യത്തിൽപോലും വിശ്വനാഥനും സീതയും സമൂഹത്തിന്റെ അഴുക്കുചാലിനോട് അടുക്കാനുള്ള സാദ്ധ്യതയാണു തുറന്നുകാട്ടപ്പെടുന്നത്.

അയൽക്കാരിൽ, സീതയുമായി ചങ്ങാത്തം കൂടുന്ന രണ്ടു സ്ത്രീകളുണ്ട്. വിധവയായ ജാനകി ഉപജീവനത്തിനായി അരി വില്ക്കുന്നു; അവർ കരുതലുള്ളവളും സീതയുടെ ക്ഷേമത്തിൽ ആത്മാർത്ഥമായി ശ്രദ്ധാലുവുമാണ്. തൊഴിലാളിയായ കല്യാണി, ജീർണ്ണിച്ച ജീവിതത്തെ ഉൾക്കൊണ്ടുകഴിഞ്ഞു. കള്ളക്കടത്തുകാരൻ വാസുവാണു കല്യാണിയെ സ്ഥിരം തേടിയെത്തുന്നയാൾ. സീതയിൽ അയാൾക്കു കണ്ണുണ്ട്. ഒരർത്ഥത്തിൽ, സീതയെ കാംക്ഷിക്കുന്നവരിൽ വട്ടമിട്ടുപറക്കുന്ന ഏറ്റവും നീചനായ വേട്ടക്കാരനാണയാൾ. സീത അസാദ്ധ്യമായ സ്വപ്നമാണെന്നു കല്യാണി അയാൾക്കു മുന്നറിയിപ്പ് നല്കുന്നുണ്ട്. പക്ഷേ, ഇരയെ വലയിലാക്കുമെന്ന് അവന് ഉറപ്പുണ്ട്. സീതയെ 'വാങ്ങാൻ' വാസു തന്ത്രപൂർവ്വം വാഗ്ദാനങ്ങളുമായി എത്തുന്നുണ്ട്. ഇതുവരെ വഴിവക്കിൽനിന്നും ജനാലവഴിയും അവളെ നോക്കിയ വാസു ഒരു രാത്രി നേരിട്ടു വീട്ടിലെത്തുന്നു. വിശ്വനാഥന് വിദേശ വാച്ച് വാഗ്ദാനം ചെയ്യുന്നു.

വിശ്വനാഥൻ-സീത ജീവിതവും വാസു-കല്യാണി ബന്ധവും പലപ്പോഴും നേരിട്ടും പരോക്ഷമായും സമീകരിക്കാൻ സംവിധായകൻ മുതിരുന്നത് അമ്പരിപ്പിക്കുന്നതാണ്. വാസു കല്യാണിയുടെ കൂടെ താമസിക്കുന്നില്ലെങ്കിലും അവളുടെ മുറിയിലാണു സ്ഥിരമുള്ളത്. അവരുടെ രംഗങ്ങൾ ഒരുമിച്ച് ഒരു 'വിവാഹ ജീവിതം' ദ്യോതിപ്പിക്കുന്നു. അതു വിശ്വനാഥന്റെയും സീതയുടെയും 'വിവാഹത്തിന്' സമാന്തരമായി സ്ഥാപിക്കുന്നു. പണവും മാംസസുഖവുമാണ് കല്യാണി-വാസു ബന്ധത്തിന്റെ അടിസ്ഥാനം. മറ്റേതിൽ അങ്ങനെയല്ല. എന്നിട്ടും, ഈ വ്യക്തമായ വൈജാത്യങ്ങൾക്കിടയിലും, സംവിധായകൻ ഇരുദമ്പതികൾക്കുമിടയിൽ അക്ഷരാർത്ഥത്തിലും ദൃഷ്ടാന്തപരമായും വലിയ സാമ്യം കാട്ടിത്തരുന്നു. കല്യാണിയുടെ കിടക്കയിൽ വാസു എഴുന്നേല്ക്കുന്നതു നാം കാണുന്നു. അവൻ ചായ ചോദിച്ചപ്പോൾ അവൾ കൊടുക്കുന്നു. മറ്റൊരവസരത്തിൽ കല്യാണി അവന്റെ ഷർട്ടിന്റെ ബട്ടണുകൾ ഇടുന്നു. രണ്ടു പ്രവർത്തനവും അതേ സാഹചര്യങ്ങളിൽ അല്ലെങ്കിലും വിശ്വനാഥൻ-സീത ബന്ധത്തിൽ ആവർത്തിക്കപ്പെടുന്നു.

ശാരീരികമായി കല്യാണിയും സീതയും തമ്മിൽ ഒരു സാമ്യവുമില്ല. അവർക്കു വ്യത്യസ്ത ശരീരഘടനകളുണ്ട്, വ്യത്യസ്ത വസ്ത്രങ്ങളും ധരിക്കുന്നു. കല്യാണി, അവളുടെ തൊഴിലാളിവർഗ്ഗ പശ്ചാത്തലത്തിന് അനുസൃതമായി, ബ്ലൗസും മുണ്ടും ധരിക്കുന്നു, മദ്ധ്യവർഗ്ഗക്കാരിയായ സീത മിക്കപ്പോഴും സാരിയിൽ. സിനിമയുടെ അവസാന രംഗങ്ങളിൽ, സീത അവളുടെ അയല്ക്കാരികളുടെ വസ്ത്രങ്ങളുടേതിനു സമാനമായ വേഷത്തിലാണ്. ഇത് അവളുടെ ജീവിതത്തിലെ ഒരു നിർണ്ണായക കാലഘട്ടമാണ് - സ്വന്തമായി ഒരു ഭൗതിക വിഭവങ്ങളും ഇല്ലാതെ അവൾക്കു ഭാവി നിർണ്ണയിക്കണം. കല്യാണിയുടെ അതേ വഴിയിൽ അവൾ പോകുമോ? എന്ന ചോദ്യ

ത്തിന് ഒരിക്കലും ഉത്തരം ലഭിക്കുന്നില്ല, പക്ഷേ, സംവിധായകൻ സാദ്ധ്യതകളുടെ സൂചന നല്കുന്നു.

കല്യാണിയുടെ കിടപ്പുമുറിയിലെ ഭിത്തിയിൽ ഒരു സ്ത്രീയുടെ ചിത്രം (ഒരുപക്ഷേ, കലണ്ടറിൽനിന്നുള്ളത്) ദൃശ്യമാണ്. അവളെ സന്ദർശിക്കാനെത്തുന്ന പുരുഷന്മാരുടെ ലൈംഗികോത്തേജനമെന്ന ലക്ഷ്യം മാത്രമല്ല അതിനുള്ളത്. സിനിമയിലെ ആദ്യഘട്ടത്തിലെ ഫാന്റസിയിൽ എത്തുന്ന പകിട്ടേറിയ വേഷവിധാനത്തോടെയുള്ള സീതയോട് അവ്യക്തമായ സാദൃശ്യവും കാണാമതിൽ. സീതയ്ക്കും അയൽക്കാരിയെപ്പോലെ, പുരുഷന്മാരുടെ ആഗ്രഹസഫലീകരണത്തിനു പാത്രമാകാൻ കഴിയുമെന്ന ദുസ്സൂചനയുണ്ടതിൽ. സീതയുടെ വീട്ടിൽ ചുവരിൽ ദേവിയുടെ ചിത്രമാണുള്ളത്. സിനിമയുടെ അവസാനഭാഗത്തു മുന്നോട്ടുള്ള ജീവിച്ചുപോക്കിനു സ്വന്തം ധാർമ്മികതയിൽ വിട്ടുവീഴ്ച ചെയ്യണമോയെന്ന തെരഞ്ഞെടുപ്പു നടത്തേണ്ടി വരുമ്പോൾ, ദേവീരൂപത്തിന്റ സാന്നിദ്ധ്യം മറ്റൊരു അർത്ഥം നല്കുന്നു. ഒരിടത്തു പവിത്രമായതും മറ്റൊരിടത്തു തീർത്തും ലൗകികമായതുമായ ഇമേജുകളുടെ സങ്കലനമാണു സീതയുടെ യഥാർത്ഥ ധർമ്മസങ്കടത്തെ വിവരിക്കുന്നത്.

സീതയുടെ ഭാവിയെക്കുറിച്ച സമാന സൂചന മറ്റു രണ്ടു രംഗങ്ങളുടെ കൂട്ടിച്ചേർക്കലിലുണ്ട്. കല്യാണിയുടെ ഭർത്താവു കുടിക്കാൻ പണംചോദിക്കുന്ന രംഗത്തു നിന്നു കല്യാണി തെരഞ്ഞെടുത്ത വഴി ഭർത്താവിന്റെ കൂടി അനുവാദത്തോടെയാണെന്നും അയാൾക്കതിന്റെ ആനുകൂല്യം പറ്റുന്നതിൽ അഭിമാനക്ഷതമില്ലെന്നും ബോദ്ധ്യപ്പെടുത്തുന്നതാണ്. പരസ്പരകരുതലും വിശ്വാസവും ആത്മാഭിമാനവും അടിസ്ഥാനമാക്കി വിശ്വനാഥനും സീതയും ജീവിക്കുന്ന ജീവിതത്തിന്റെ പരിഹാസ്യമായ മറുപതിപ്പാണു കാട്ടിത്തരുന്നത്. വിശ്വനാഥൻ-സീത ദാമ്പത്യത്തിൽ അധമമായതൊന്നും സംഭവിക്കുന്നില്ല, എന്നാൽ ധനാഗമം ചുരുങ്ങുന്നതോടെ കാര്യങ്ങൾ മോശമാകുന്നു. വാസുവിനോ മറ്റാർക്കെങ്കിലുമോ സീത അവളുടെ മുറിയുടെ വാതിൽ തുറന്നുകൊടുക്കുമോ? വിശ്വനാഥൻ വേറെ വഴി നോക്കുമോ? അവൻ സീതയുടെ സമ്പാദ്യത്തെ ആശ്രയിക്കുമോ? കല്യാണി സീതയുടെ വ്യക്തിത്വത്തിന്റെ അടിച്ചമർത്തപ്പെട്ട മറുഭാഗമാണോ? എന്നെല്ലാം ചോദ്യം അനുവാചകനിൽ ഉയരും. പല സദൃശരംഗങ്ങളും ഒത്തുവായിക്കണമെന്നു സൂചനയോടെ സംവിധായകൻ പലതരം വായനകൾക്കു വഴിതുറന്നിട്ടിരിക്കുന്നു.

അശുദ്ധിയെക്കുറിച്ചുള്ള സീതയുടെ ബോധം

വേശ്യാവൃത്തിയിൽ സ്വന്തം ഭാവിയെ മുൻകൂട്ടി കണ്ടുകൊണ്ടു സീത തന്നെ കല്യാണിയെ അബോധപൂർവ്വം തിരിച്ചറിയുന്നുണ്ടോ എന്നതാണു സിനിമ ഉയർത്തുന്ന ചോദ്യങ്ങളിലൊന്ന്. നിയമപരമായി തന്റെ ഭർത്താവല്ലാത്ത പുരുഷനോടൊപ്പം ഉറങ്ങുന്ന അവൾ അശുദ്ധയും കളങ്കമുള്ളവളുമായി സ്വയം കണക്കാക്കുകയാണെങ്കിൽ ഈ തിരിച്ചറിയൽ കൂടുതൽ ആഴത്തിൽ പ്രവർത്തിക്കും. വിവാഹിതയായോ എന്നതിൽ വ്യക്തതയില്ലെങ്കിലും അവൾ താലി ധരിക്കുന്നുണ്ട്. വിവാഹത്തിന്റെ പവിത്രതയിലും വിവാഹത്തിനു മുമ്പ് ഒരു സ്ത്രീയുടെ ശരീരത്തിന്റെ പരിശുദ്ധിയിലും വിശ്വസിക്കാൻ പഠിപ്പിക്കപ്പെട്ട അവളെ കുറ്റബോധം വേട്ടയാടുന്നു. അത്തരമൊരു

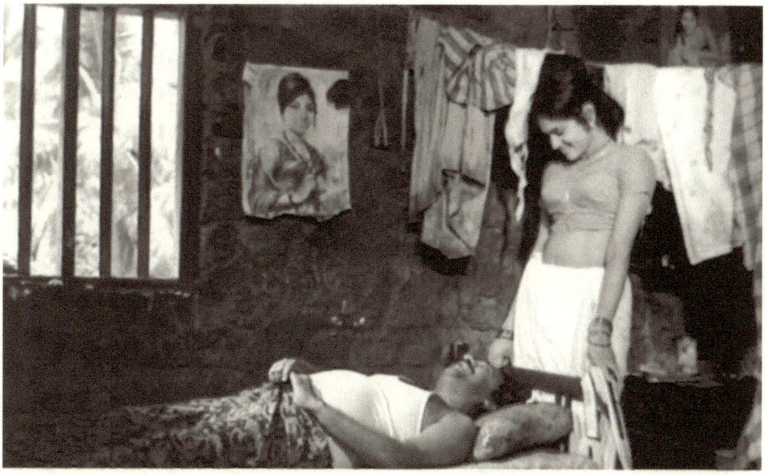

പേടിസ്വപ്നത്തിൽ, താമരകൾ നിറഞ്ഞ ക്ഷേത്രക്കുളത്തിൽ അവൾ നില്ക്കുന്നു. അവളുടെ പിതാവിന്റെ അദൃശ്യകരങ്ങളാൽ താഴേയ്ക്ക് വലിക്കുന്നു. രക്ഷിക്കാൻ വിശ്വനാഥനില്ല. സ്വപ്നത്തിന്റെ അവസാന ഭാഗത്ത്, അവൾ വനത്തിലാണ്, അച്ഛൻ അവളെ പിന്തുടരുന്നു.

സീതയുടെ തളർത്തുന്ന ഭയം അവളിൽ അന്തർലീനമായ അശുദ്ധി ബോധത്തിൽനിന്നുയർന്നതാകാം. ഗർഭിണിയാണെന്നു തിരിച്ചറിഞ്ഞതിനു തൊട്ടുപിന്നാലെയാണ് ഈ സ്വപ്നം. അവളുടെ അശുദ്ധമായ പ്രവൃത്തി പിതാവു പിടിക്കുകയും ശിക്ഷിക്കുകയും ചെയ്യുമെന്ന ഭയം അവളെ പിന്തുടരുന്നു. കുടുംബത്തിനു ചീത്തപ്പേരുണ്ടാക്കിയവളുടെ മരണം രഹസ്യമായെങ്കിലും പിതാവ് ആഗ്രഹിച്ചേക്കുമെന്ന് സീതയ്ക്ക് അറിയാം.

വിശ്വനാഥന്റെ അസാന്നിദ്ധ്യം, അവളുടെ രക്ഷയ്ക്കുവരാനുള്ള അവന്റെ കഴിവില്ലായ്മ, ഉപേക്ഷിക്കലിനെ സൂചിപ്പിക്കുന്നു, ഇത് അവന്റെ അന്തിമ മരണത്തിലേക്കു മാത്രമല്ല, ഒരുപക്ഷേ, അവൾ ആഗ്രഹിക്കുന്ന ഭൗതിക സുരക്ഷ അവൾക്ക് നല്കുന്നതിൽ പരാജയപ്പെടുന്നതിലേക്കും വിരൽചൂണ്ടുന്നു.

സ്ത്രീയെ ഭോഗവസ്തുവാക്കി മാറ്റുന്നതരം ലൈംഗികതയെ സംവിധായകൻ വ്യക്തമായി നിർവ്വചിച്ച സന്ദർഭങ്ങൾ സിനിമയിലുണ്ട്. മലിനമായ ബെഡ്ഷീറ്റുകളും ഒഴിഞ്ഞ മദ്യക്കുപ്പികളും; കൊള്ളയടിക്കുന്ന നോട്ടങ്ങൾ; അപരിചിതരുടെ നിർഭയമായ വാതിലിൽ മുട്ടലുകൾ; മദ്യപരുടെ വരവ്; സീതയെ കല്യാണി എന്നു തെറ്റിദ്ധരിപ്പിക്കുന്നത്; വാസുവിന്റെ നോട്ടവും ഭ്രമവും അങ്ങനെ അവ ചിതറിക്കിടക്കുന്നു. വിശ്വനാഥനൊപ്പം ജീവിക്കാനുള്ള സീതയുടെ തെരഞ്ഞെടുപ്പിനെ സംവിധായകൻ ചോദ്യംചെയ്യാൻ മുതിരുന്നില്ലെങ്കിലും അവർ അരക്ഷിത ചുറ്റുപാടിൽ അരികുജീവിതങ്ങളിലെ മ്ലേച്ഛതയിലേക്ക് എത്തിപ്പെടാമെന്നു വ്യക്തമായി പറഞ്ഞു വയ്ക്കുന്നു. സ്വന്തം കുറ്റബോധത്താലും അരക്ഷിതാവസ്ഥയാലും കല്യാണിയെപ്പോലുള്ളവരിലേക്ക് വേഗം താദാത്മ്യം പ്രാപിക്കാനാകുന്ന സാഹചര്യമാണു സീതയ്ക്കു ചുറ്റും.

ദേവിയായി പരിപോഷിപ്പിക്കപ്പെടുന്ന സീത

സിനിമയിലെ സീത തന്റെ നിയന്ത്രണത്തിനതീതമായ സാഹചര്യങ്ങളുടെ ഇരയാണ്. എന്നാൽ ത്യാഗമനോഭാവമുള്ള, കരുതലുള്ള സ്ത്രീ കൂടിയാണ്. കുറ്റബോധത്താൽ വേട്ടയാടപ്പെടുന്ന ഭർത്താവിന് അവൾ എല്ലായ്പ്പോഴും വൈകാരിക പിന്തുണ നല്കുന്നു. അയൽവാസിയുടെ ഇളയ മകനായ സുകുമാരനുമായുള്ള അവളുടെ ബന്ധത്തിൽ അമ്മമനസ്സ് വെളിവാക്കപ്പെടുന്നു. കുടുംബത്തെ പരിപാലിക്കുന്ന ഭരദേവതയെപ്പോലെ അവൾ വച്ചുണ്ടാക്കി വിളമ്പി കൊടുക്കുന്നു. ഒരവസരത്തിൽ പൂമുഖത്തിരുന്നു പുസ്തകം വായിക്കുന്നതിൽ മുഴുകി, അവളുടെ സ്വന്തം ഇടത്തിനുള്ളിൽ ലളിതമായ ആനന്ദത്തിൽ മുഴുകുന്നത് കാണാം. വിശ്വനാഥന്റെ തുച്ഛമായ വരുമാനം നികത്താൻ അവൾ ജോലി അന്വേഷിച്ചിറങ്ങുന്നു. അവന് തുല്യയായി അവളും ജോലി ചെയ്യാൻ സന്നദ്ധത പ്രകടിപ്പിക്കുന്നു. സീത സ്വതന്ത്ര മനസ്കയാണ്. നിലനില്പിനായുള്ള പോരാട്ടത്തിൽ വിശ്വനാഥന് ഒപ്പംതന്നെയുണ്ട്.

നായികയ്ക്കു *രാമായണ*ത്തിലെ സീതയുടെ പേരിട്ടതിലൂടെ സംവിധായകൻ സിനിമയ്ക്കു് ഇതിഹാസ സംബന്ധിയായ അധിക മാനംകൂടി നല്കുന്നു. *സ്വയംവരം* എന്നതിനും സീതയുടെ കഥയുമായി ബന്ധമുണ്ട്. സ്വയംവരത്തിലൂടെയാണു രാമനും സീതയും ഒന്നിക്കുന്നത്. സീതയുടെ മുറിയുടെ ഭിത്തിയിലെ ദേവിയുടെ കലണ്ടർ ചിത്രം യഥാർത്ഥത്തിൽ അത്തരമൊരു പുരാണകഥാന്തരീക്ഷത്തിന്റെ സൂചകം കൂടിയാണ്.

ഇന്ത്യൻ സ്ത്രീത്വത്തിന്റെ വാർപ്പുമാതൃക സീതയിൽ ദർശിക്കുന്നവരാണു രാജ്യത്തേറെയും. സദ്ഗുണസമ്പന്ന, ഹൃദയത്തിലും മനസ്സിലും പരിശുദ്ധി, വിശ്വസ്തത,

ഭർത്താവായ രാമനോടുള്ള അർപ്പണബോധം എല്ലാം സീതയിലുണ്ട്. രാക്ഷസ രാജാവായ രാവണൻ അവളെ തട്ടിക്കൊണ്ടുപോയി തടവിലാക്കിയിട്ടും അവൾ ഉത്തമഭാര്യയെന്ന ധാർമ്മികതയിൽ വിട്ടുവീഴ്ച ചെയ്യുന്നില്ല. ഭീഷണിപ്പെടുത്തുന്ന രാവണന്മാരെ പരാജയപ്പെടുത്താൻ സീതയ്ക്ക് കഴിയുമെന്നതിനാൽ ചാരിത്ര്യശുദ്ധിയുടെ ഇതിഹാസകഥ സിനിമാന്ത്യത്തിൽ പ്രായോഗികമാകുമെന്ന പ്രേക്ഷകന്റെ തീർച്ചയായും പ്രതീക്ഷിക്കാം. സഹജമായ ശുദ്ധിയോടും സ്വന്തം ബോദ്ധ്യങ്ങളിൽ വിശ്വാസമുള്ള വ്യക്തിത്വമായുമാണ് സംവിധായകൻ അവളെ വളർത്തിയെടുക്കുന്നത്. വിശ്വനാഥനോടുള്ള അവളുടെ പ്രതിബദ്ധതയും അവരുടെ സ്വയംവരവും വീണുപോയ സ്ത്രീയായി മുദ്രകുത്താനുള്ള സമൂഹത്തിന്റെ ശ്രമത്തിൽനിന്നു സീതയെ വീണ്ടെടുക്കുന്നു. അങ്ങനെ സംവിധായകൻ സീതാപുരാണത്തെ പരിഷ്കരിക്കുകയും അതിന്റെ നിർദ്ദിഷ്ട അർത്ഥങ്ങൾക്കു പുറത്ത് പരിശുദ്ധി എന്നതിനു തികച്ചും വ്യത്യസ്തമായ ഒരു നിർവ്വചനം സാദ്ധ്യമാക്കുകയും ചെയ്യുന്നു.

*രാമായണ*ത്തിൽ, തിരിച്ചെത്തുന്ന സീതയ്ക്കു പരിശുദ്ധി തെളിയിക്കാൻ അഗ്നിപരീക്ഷയിൽ പങ്കെടുക്കേണ്ടിവരുന്നു. ആ പരീക്ഷണത്തിൽ സീത വിജയിക്കുന്നു. സിനിമ യിലെ സീത ജീവിതസാഹചര്യങ്ങളുടെ പരീക്ഷണം സ്വന്തം ആർജ്ജവത്താൽ വിജയിക്കുമെന്നു സംവിധായകൻ സൂചിപ്പിക്കുന്നു.

അയൽവാസികളായ കല്യാണിയും, ജാനകിയും രണ്ടുസാദ്ധ്യതകളാണ് അവൾക്ക്

മുന്നിൽ വയ്ക്കുന്നത്. കല്യാണി ശരീരം വില്ക്കുന്നവളും ജാനകി സ്വപ്രയത്നത്താൽ ജീവിക്കുന്ന വിധവയും കരുതലുള്ള അയല്ക്കാരിയുമാണ്. പുതിയ സാഹചര്യത്തോടെ പൊരുത്തപ്പെടാനുള്ള സീതയുടെ പരിതാപകരമായ അവസ്ഥയെ വെളിപ്പെടുത്തുമാറ് തുടർച്ചയായ ഫേഡ്-ഔട്ടുകളുടെയും ഫേഡ്- ഇന്നുകളുടെയുമാണു സംവിധായകൻ സീതയെ കാട്ടിത്തരുന്നത്. വിശ്വനാഥന്റെ സഹപ്രവർത്തകൻ കനകൻപിള്ള, ഒപ്പം താമസിക്കാൻ അവളെ ക്ഷണിക്കുന്നു. മാതാപിതാക്കളുടെ അടുത്തേക്കു മടങ്ങാൻ ജാനകി പ്രേരിപ്പിക്കുന്നു. രണ്ടും വേണ്ടെന്നു സീത പറയുന്നു.

മാതാപിതാക്കളെ വിട്ടുപോയപ്പോൾ അവൾ ഒരു മകളല്ലാതായി. വിശ്വനാഥന്റെ മരണത്തിലൂടെ ഭാര്യയെന്ന പദവിയിൽനിന്നും മോചിപ്പിക്കപ്പെട്ടു. ഒരു സ്ത്രീയും അമ്മയും മാത്രമായി സീത അവളുടെ സ്വാതന്ത്ര്യത്തെ തിരിച്ചറിയുന്നു. എന്നാൽ അവളുടെയും കുട്ടിയുടെയും നിലനില്പിനെക്കുറിച്ചുള്ള ചോദ്യം പരിഹരിക്കപ്പെടാത്ത ആഴത്തിലുള്ള പ്രശ്നമായി തുടരുന്നു. സുധാകരനെന്ന കുട്ടി സീതയുടെ ജീവിതത്തിൽ നിരന്തരം സന്തോഷകരമായ ഇടപെടൽ നടത്തുന്നത് സംവിധായകൻ കാട്ടിത്തരുന്നു. ജീവിതത്തിന്റെ നവീകരണത്തിന്റെ സൂചനയാണത്.

സിനിമയുടെ അവസാന സീക്വൻസ് സീതയുടെ മാനസികാവസ്ഥ വളരെ വാചാലമായി വിവരിക്കുന്നു. അവൾ കുഞ്ഞിനു പാൽ തണുപ്പിക്കുമ്പോൾ, സിനിമയുടെ തുടക്കത്തിൽ ഫാന്റസി ഭാഗത്തു കേട്ട, പാടുന്ന ശബ്ദങ്ങൾ ശബ്ദപഥത്തിൽ കേൾക്കുന്നു. കടൽത്തീരത്തെ പ്രണയികളെക്കുറിച്ചുള്ള ഓർമ്മകൾ അതുണർത്തുന്നു. കുഞ്ഞിനു ഭക്ഷണം കൊടുക്കുമ്പോൾ ഇടിയും മിന്നലും ഉണ്ടാകുന്നു. ചുവരിൽ ദേവതയുടെ കലണ്ടർ ചിത്രം മിന്നലിൽ തിളങ്ങിമായുന്നു. കുട്ടി ഉറങ്ങുന്നതിന്റെയും സീത സ്റ്റൂളിൽനിന്നു വാതിലിലേക്കു നോക്കുന്നതിന്റെയും ദൃശ്യങ്ങൾക്കൊപ്പം പൂട്ടിയ വാതിലിന്റെ ഷോട്ടുകൾ മാറിമാറി വരുന്നു. ഒടുവിൽ, ക്യാമറ അവളുടെ മുഖത്തു തങ്ങിനില്ക്കുകയും ഷോട്ട് ചലനമറ്റ് അങ്ങനെതന്നെ മങ്ങുകയും ചെയ്യുന്നു.

അങ്ങനെ സിനിമ, സീതയെ മാറ്റത്തിന്റെ പടിവാതില്ക്കൽ എത്തിക്കുന്നു. വാതിൽ പുതിയ തുടക്കങ്ങളുടെ അടയാളപ്പെടുത്തലായി പ്രവർത്തിക്കുന്നു, അതിൽ മുട്ടിയ, മുട്ടുന്ന മനുഷ്യരുടെ ഓർമ്മപ്പെടുത്തലും. അവരുടെ ഇരയാകാൻ സീത നിന്നുകൊടുക്കുമോ. അവളുടെ മുഖത്തെ ഭാവം അത്തരമൊരു വായനയെ നിരാകരിക്കുന്നു. അവസാന ഷോട്ടിൽ അവൾ ആരുടേയും മകളോ ഭാര്യയോ ഒന്നുമല്ല, വെറും സീത മാത്രം. ആരുടെയും സ്വന്തമല്ല, തനിക്കും കുഞ്ഞിനും ജീവിതം സ്വയം രൂപപ്പെടുത്താൻ ശക്തി കണ്ടെത്തേണ്ട ഒരു സ്ത്രീ.

വിശ്വനാഥന്റെ ആത്മാവിന്റെ ഇരുണ്ട രാത്രി

സീത അവളുടെ പേടിസ്വപ്നങ്ങളിൽ അടിച്ചമർത്തപ്പെട്ട കുറ്റബോധവുമായി മല്ലിടുകയാണെങ്കിൽ, വിശ്വനാഥനെ അതു പതിയെ പതിയെ വ്യാധിയുടെ രൂപത്തിൽ വിഴുങ്ങുകയാണ്. "വേണ്ടിയിരുന്നില്ലാ എന്നു തോന്നുന്നുണ്ടോ?" എന്നാണു സിനിമയിൽ കഥാപാത്രത്തിന്റെ ആദ്യ സംഭാഷണം.

"നമ്മൾ ചെയ്തതു തെറ്റാണോ?" എന്ന സന്ദേഹം ഇടയ്ക്കു തികട്ടിവരുന്നുണ്ട്.

ചില സാമൂഹിക നിയമങ്ങൾ ലംഘിച്ചുവെന്ന തോന്നലും ഒരു പുരുഷൻ എന്ന നിലയിലും ഭർത്താവ് എന്ന നിലയിലും അവൾക്കു സംരക്ഷണം ഒരുക്കാനാവാത്ത കുറ്റബോധവും ആ ചോദ്യത്തിലുണ്ട്. അവന്റെ ഉള്ളിലെ അസ്വസ്ഥത ക്രമേണ സ്വയം ഏറ്റുവാങ്ങുന്ന മരണമായി മാറുന്നു. ചെയ്തുപോയ അപരാധത്തിനുള്ള ഏറ്റവും വലിയ ശിക്ഷതന്നെ സ്വീകരിക്കുന്നു. അടൂർ ഗോപാലകൃഷ്ണന്റെ പല പുരുഷ കഥാപാത്രങ്ങളിലും മദ്യം, ഭക്ഷണം, സ്ത്രീ തുടങ്ങിയവയോടു വിനാശകരമായ ഒരുതരം ആസക്തി കാണാമെങ്കിൽ വിശ്വനാഥനിൽ അതില്ല. ആസക്തികളിൽനിന്നു മുക്തനായ, അടിസ്ഥാനപരമായി മാന്യനും നല്ല മനസ്സിന് ഉടമയുമായ മനുഷ്യൻ. സൗമ്യതയും സംവേദനക്ഷമതയുമുള്ള യുവാവിനു സർഗ്ഗാത്മക അഭിലാഷങ്ങളുണ്ട്. പ്രത്യേകതരത്തിലുള്ള ഒരു നിഷ്കളങ്കത മാത്രം ഒരേയൊരു പോരായ്മയായി പറയാം. അതയാളെ സ്വപ്നജീവിയും ആദർശവാദിയുമാക്കുന്നു. പുതിയ ജീവിതത്തിന്റെ കഠിന യാഥാർത്ഥ്യങ്ങൾ കൈകാര്യം ചെയ്യാൻ അതിനാൽ പ്രാപ്തനുമല്ല. മിഥ്യാധാരണകളുടെ ശിഥിലീകരണം ക്രമേണ സംഭവിക്കുന്നു. എല്ലാ തോൽവികൾക്കുമൊടുവിൽ നായകനെ അതീവ നിരാശനായാണു സംവിധായകൻ കാട്ടിത്തരുന്നത്. എന്നാൽ സീത തോൽവികളിൽ തളർന്നുവീണുപോകുന്നില്ല. ദൈനംദിന വീട്ടുജോലികളിൽ വ്യാപൃതയാണ്. അവന്റെ നിഷ്ക്രിയത്വവും അവളുടെ തിരക്കുള്ളതും ലക്ഷ്യബോധമുള്ളതുമായ ചലനങ്ങളും അവർക്കിടയിലെ വൈരുദ്ധ്യം ധ്വനിപ്പിക്കുന്നു. അവൾ സൃഷ്ടിക്കുന്ന ചലനാത്മകമായ ഇടത്തിൽനിന്ന് അവൻ വിച്ഛേദിക്കപ്പെടുന്നു. ഉദാസീനതയും നിഷ്ക്രിയത്വവും കുറ്റബോധവുംകൊണ്ട് സ്വയം ദഹിക്കുന്നു. അവളെ സഹായിക്കാൻ അയാൾക്കു സ്വയം ഉണർന്നുവരാനാകുന്നില്ല. ഒരവസരത്തിൽ അവൻ അവളെ വിളിച്ചു, എന്നാൽ എല്ലായ്പ്പോഴുമുള്ള ചോദ്യം ആവർത്തിക്കുകമാത്രമാണു ചെയ്യുന്നത് - "ഞങ്ങൾ തെറ്റ് ചെയ്തോ?"

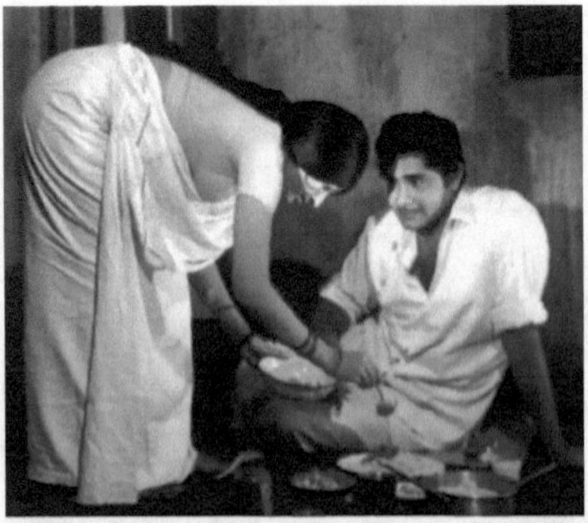

വിശ്വനാഥന്റെ സാമൂഹികമായ നിഷ്ക്രിയത്വവും സംവിധായകൻ കാട്ടിത്തരുന്നുണ്ട്. ഇടതുപക്ഷ രാഷ്ട്രീയ റാലികൾ രണ്ടുതവണ അയാളെ കടന്നു പോകുന്നു. അത്തരം ഒത്തുചേരൽ അദ്ദേഹത്തിന് വർഗ്ഗാധിഷ്ഠിത ഐക്യദാർഢ്യവും പൊതുപ്രത്യയശാസ്ത്രവേദിയും വാഗ്ദാനം ചെയ്യുന്നുണ്ടെങ്കിൽ അയാൾ അതിനോടു ചേരുന്നില്ല. സാധാരണക്കാരോടു കാണിക്കുന്ന അനീതികളോടുള്ള രോഷ പ്രകടനമാണു രണ്ടുതവണയും റാലികളിൽ മുഴങ്ങുന്നത്. ഇത് വിശ്വനാഥനെ സംബന്ധിച്ചിടത്തോളം ആഴത്തിൽ പ്രസക്തമാണ്. ജോലിയില്ലാത്തവനും ജീവിത സുരക്ഷിതത്വമില്ലാത്തവനുമാണെങ്കിലും അവരോടു ചേരുന്നതിൽ ആൾക്കു പ്രകടമായിത്തന്നെ ഉത്സാഹക്കുറവുണ്ട്.

സംഘടിത രാഷ്ട്രീയ പ്രവർത്തനങ്ങളിൽ വിശ്വനാഥൻ വിമുഖനോ നിരാശനോ ആണെന്ന് രണ്ടു സീക്വൻസുകളും സൂചിപ്പിക്കുന്നു. കൂട്ടായ ഇടപെടലിലൂടെ മാത്രം പരിഹരിക്കാവുന്ന വലിയ പ്രശ്നങ്ങളുമായി തന്റെ ജീവിതവും ബന്ധപ്പെട്ടുകിടക്കുന്നുവെന്നു തിരിച്ചറിയാൻ അയാൾക്കു കഴിയുന്നില്ല.

പന്ത്രണ്ടു വർഷത്തോളം ജോലിചെയ്തയാളെ ഇറക്കിവിട്ടിട്ടാണു തനിക്ക് തടിമില്ലിൽ ജോലിതന്നതെന്നു വിശ്വനാഥനറിയാം. ജോലി നഷ്ടപ്പെട്ടയാൾ പിന്നാലെകൂടി അപമാനിക്കുന്നു. വിശ്വനാഥനെ സംബന്ധിച്ച് ഏറ്റവും ധാർമ്മികവും രാഷ്ട്രീയവുമായ ശരിയായ നടപടി, രാജിവച്ച് പിരിച്ചുവിട്ട തൊഴിലാളിക്കുവേണ്ടി പ്രക്ഷോഭം നടത്തുക എന്നതാണ്. എന്നാൽ അത്തരം ആദർശവാദം അയാൾക്കു താങ്ങാനാകാത്ത ആഡംബരമാണ്. അവനോടു കാട്ടിയത് അനീതിയാണെന്ന് അയാൾക്കറിയാം. എന്നാൽ അവനുവേണ്ടി പ്രവർത്തിക്കാൻ അയാൾക്കു ശക്തിയില്ല. വിശ്വനാഥനു സാദ്ധ്യമാവാത്ത വിധത്തിൽ സീത സ്വന്തം അനുഭവങ്ങളിലൂടെ വളർന്നു. സിനിമയുടെ അവസാന ഫ്രെയിമുകളിൽ, അവളുടെ സ്വന്തം നിബന്ധനകളിൽ ഭാവി നിർണ്ണയിക്കാൻ അവൾ തയ്യാറാണ്. അതോടെ അവളുടെ ജീവിതം എന്നെന്നേക്കുമായി മാറ്റിമറിക്കും. വാസ്തവത്തിൽ, *സ്വയംവര*ത്തിന്റെ തുടക്കത്തിൽ അവൾ എവിടെയായിരുന്നോ അവിടെ നിന്നവൾ ഏറെ മുന്നോട്ടു പോയി.

സ്വയംവര സ്മരണകൾ

എം എഫ് തോമസ്

മുതിർന്ന ചലച്ചിത്രനിരൂപകൻ, ഫിലിംസൊസൈറ്റി പ്രവർത്തകൻ. കേരള ഭാഷാ ഇൻസ്റ്റിറ്റ്യൂട്ടിൽ അസിസ്റ്റന്റ് എഡിറ്ററായിരുന്നു. അടൂരിന്റെ ചലച്ചിത്രയാത്രകൾ, ഇന്ത്യൻ സിനിമ, മായാത്ത ദൃശ്യങ്ങൾ, സിനിമയുടെ ആത്മാവ് തുടങ്ങിയ ഗ്രന്ഥങ്ങളുടെ രചയിതാവ്. ചലച്ചിത്ര നിരൂപകനും ഗ്രന്ഥകാരനുമുള്ള സംസ്ഥാന അവാർഡ് ജേതാവ്. വിവിധ അവാർഡ് കമ്മിറ്റികളിൽ അംഗം. കേരള ഫിലിം ക്രിട്ടിക്സ് അസോസിയേഷൻ നിർവ്വാഹകസമിതിയംഗം.

ഒരു കലാസൃഷ്ടിയുടെ കാര്യത്തിൽ അൻപതു വർഷം അത്ര വലുതൊന്നുമല്ല. സംഗീതത്തിനും നൃത്തത്തിനും ചിത്രകലയ്ക്കും സാഹിത്യത്തിനും എത്രയോ വർഷത്തെ ചരിത്രം പറയാനുണ്ട്. എന്നാൽ, നൂറുവർഷത്തെ ചരിത്രംപോലും പറയാനില്ലാത്ത മലയാള സിനിമയുടെ ഇന്നുവരെയുള്ള ചരിത്രമെടുത്താൽ അൻപതു വർഷം എടുക്കേണ്ടതുതന്നെയാണ്. അതിനു മുൻപ *ചെമ്മീനും ഓളവും തീരവും* മാത്രമേ എന്തെങ്കിലും തരത്തിൽ എടുത്തുപറയേണ്ടതായി പുറത്തുവന്നുള്ളൂ. എന്നാൽ, ലോകസിനിമയിൽ നിശ്ശബ്ദതയുടെ കാലത്തുതന്നെ എക്കാലത്തെയും മഹത്തായ രചനകളുണ്ടായതായി കാണാം. ആ വരണ്ട ഭൂവിലേക്കാണ് സ്വയംവരം പെയ്തിറങ്ങിയത്. ഇന്നലെ കഴിഞ്ഞതുപോലെ തോന്നുന്നു. ജീവിതത്തിലെ 50 വർഷങ്ങൾ കടന്നുപോയിരിക്കുന്നു! അതിനും മുമ്പേ 1969 ൽ ഞാൻ ചിത്രലേഖ ഫിലിം സൊസൈറ്റിയിൽ അംഗമായിരുന്നു.

തിരുവനന്തപുരത്തെ ശ്രീ പദ്മനാഭാ തിയേറ്ററിൽ റിലീസിങ്ങിന്റെ തലേദിവസം ഹോർഡിങ് കെട്ടാൻ എല്ലാവരും ഒത്തുചേർന്നത് ഇന്നലെ. എം വി ദേവൻ, നമ്പൂതിരി, സി എൻ കരുണാകരൻ എന്നിവരെപ്പോലെയുള്ള ആർട്ടിസ്റ്റുകൾ വരച്ച പോസ്റ്ററുകളുടെ എക്സിബിഷൻ സെക്രട്ടേറിയറ്റിനു മുന്നിൽ നടന്നതും ഓർമ്മ.

സംസ്ഥാന ചലച്ചിത്ര അവാർഡ് *സ്വയംവര*ത്തിനല്ലായിരുന്നു. ഹമീദുദ്ദീൻ മുഹമ്മദും, ചെയർമാനായി പി കെ നായരുമുണ്ടായിരുന്നു. എന്നിട്ടും... അവാർഡ് പ്രഖ്യാപിച്ചതിനുശേഷം നിരാശനായ പി കെ നായർ പൂണെയ്ക്കു പോകുന്ന

ആർട്ടിസ്റ്റ് നമ്പൂതിരി

പോക്കിൽ കൊല്ലത്തു വച്ച് കോളിളക്കമുണ്ടാക്കിയ ഒരു പ്രസ്താവന നടത്തിയത് ഇന്നും ഓർമ്മയുണ്ട്.

അക്കാലത്തു സംസ്ഥാന അവാർഡ് ലഭിച്ച സിനിമകൾക്കേ ദേശീയ അവാർഡിനു മത്സരിക്കാൻ അവകാശമുണ്ടായിരുന്നുള്ളൂ. അതുകൊണ്ടുതന്നെ *സ്വയംവരം* തഴയപ്പെട്ടു. അന്ന് എല്ലാം നഷ്ടപ്പെട്ടവനെപ്പോലെ ദുഃഖിതനായ അടൂർ ഗോപാലകൃഷ്ണൻ എല്ലാം അവസാനിച്ചു എന്നു കരഞ്ഞുപറയുന്നത് ഓർക്കുന്നു.

അന്നത്തെ കേന്ദ്ര വാർത്താവിതരണ മന്ത്രി ഐ കെ ഗുജ്റാൾ ഇടപെട്ട് *സ്വയംവരം* ഫെസ്റ്റിവൽ ഡയറക്ടറേറ്റിൽനിന്നെടുത്തു കാണുകയും ഇന്ത്യയിലെ അക്കൊല്ലത്തെ ഏറ്റവും മികച്ച ചിത്രം, ഏറ്റവും മികച്ച നടി (ശാരദ), ഏറ്റവും മികച്ച ഛായാഗ്രഹണം (മങ്കട രവിവർമ്മ), ഏറ്റവും മികച്ച സംവിധാനം (അടൂർ) എന്നീ പ്രധാനപ്പെട്ട അവാർഡുകളൊക്കെയും ആ ചിത്രം നേടിയതും ചരിത്രം.

സ്വയംവരം മലയാളിയുടെ ഭാവുകത്വത്തെ പുതുക്കിപ്പണിതത് നേരിൽ കാണുകയും അറിയുകയും ചെയ്ത നാളുകൾ. പാട്ടും നാടകീയതയും വടിവൊത്ത സംഭാഷണങ്ങളും ഒഴിവാക്കി എന്നതു മാത്രമല്ല, സിനിമാപരമായ ശൈലിയിൽ സംവദിച്ചു എന്നതു കൊണ്ടുതന്നെ സ്വയംവരം മലയാളത്തിലെ ലക്ഷണമൊത്ത ആദ്യ സിനിമയായി വാഴ്ത്തപ്പെട്ടു.

എം ഗോവിന്ദന്റെ പത്രാധിപത്യത്തിൽ മദിരാശിയിൽനിന്നു പ്രസിദ്ധീകരിച്ചിരുന്ന ഗൗരവസ്വഭാവമാർന്ന *സമീക്ഷ* എന്ന മാസിക *സ്വയംവര*ത്തെപ്പറ്റി ആസ്വാദനക്കുറിപ്പ് എഴുതി.

പില്ക്കാലത്ത് മലയാള സിനിമയിൽ അരങ്ങേറിയ എല്ലാ വിപ്ലവങ്ങൾക്കും മാറ്റങ്ങൾക്കും ഭൂകമ്പങ്ങൾക്കും നാന്ദികുറിച്ചതും പ്രചോദനമേകിയതും ആത്മവിശ്വാസം പകർന്നുനല്കിയതും ഈ ഒരൊറ്റ ചിത്രമാണ്. മാറിനടക്കാൻ പ്രേരിപ്പിച്ചതും ഈ ചിത്രം തന്നെ.

ചിത്രലേഖാ ഫിലിം സൊസൈറ്റി 1965 ൽ ആരംഭിച്ച വിപ്ലവം സാക്ഷാത്കരിക്കപ്പെടുന്നത് *സ്വയംവരം* എന്ന ചിത്രത്തിന്റെ സൃഷ്ടിയിലാണ്. അന്നോളം മലയാളത്തിൽ നിലനിന്ന സിനിമാസങ്കല്പങ്ങളെയാണ് *സ്വയംവരം* കടപുഴക്കിയെറിഞ്ഞത്. അത്ഭുതപൂർവ്വമായ ഒരു ഭാവുകത്വസംക്രമണമായിരുന്നു *സ്വയംവര*ത്തിലൂടെ മലയാള സിനിമ ദർശിച്ചത്. ദേശീയതലത്തിൽ ഒട്ടേറെ പുരസ്കാരങ്ങൾ നേടിയെടുത്ത *സ്വയംവരം* നവസിനിമയുടെ ലോകത്തിലേക്കുള്ള മലയാളത്തിന്റെ ശ്രദ്ധേയമായ ചുവടുവയ്പായിരുന്നു. മലയാളി പ്രേക്ഷകർക്ക് *സ്വയംവരം* ഒരു പുതിയ അനുഭവമായിരുന്നു. ദേശീയതലത്തിലും രാജ്യാന്തരതലത്തിലും ഒരു ചലച്ചിത്രകാരന്റെ ഉദയംകുറിച്ച ആ ചിത്രം. മാധ്യമത്തിന്റെ യഥാർത്ഥ ഭാഷയിൽ സംവദിച്ച

എം.വി. ദേവൻ

ആദ്യ മലയാള സിനിമയായിരുന്ന *സ്വയംവരം* മലയാളത്തിലെ ആദ്യത്തെ യഥാതഥ സിനിമയാണതെന്ന ചരിത്രം പില്ക്കാലത്തു രേഖപ്പെടുത്തി. സിനിമയുടെ സ്ഥിരം ശൈലിയിൽനിന്നു തികച്ചും വ്യത്യസ്തമായ ചലച്ചിത്രാവിഷ്കരണശൈലിക്ക് ഈ ചിത്രം തുടക്കംകുറിച്ചു. മിഥ്യാധാരണകളുടെയും ദിവാസ്വപ്നങ്ങളുടെയും കരുണാർദ്രമായ ലോകങ്ങളിൽനിന്ന് ജീവിതാനുഭവങ്ങൾ കഥാപാത്രങ്ങളെ ഭൂമിയിലേക്ക് ഇറക്കിക്കൊണ്ടുവരുന്നു. യാഥാർത്ഥ്യങ്ങളെ അഭിമുഖീകരിക്കാൻ തക്കവണ്ണം ആത്മബോധമുള്ളവരാക്കിത്തീർക്കുന്നു. *സ്വയംവര*ത്തിലെ അടഞ്ഞ വാതിലിനു മുന്നിൽ ജീവിക്കാൻ തന്നെ തീരുമാനിച്ച സീത അതാണു പ്രഖ്യാപിക്കുന്നത്.

നഗരത്തിൽ ബസ്സിൽ വന്നിറങ്ങിയ തൊഴിൽരഹിതനും അഭ്യസ്തവിദ്യനുമായ ഒരു യുവാവും യുവതിയും - വിശ്വനും സീതയും ഒരു ഹോട്ടൽ മുറിയിൽ താമസമാക്കുന്നു. എവിടെ നിന്നോ ഒളിച്ചോടിവന്ന ഈ കാമുകീകാമുകന്മാർക്കു മുന്നിൽ അനിശ്ചിതമായ ഭാവിയാണ് നീണ്ടുനിവർന്നു കിടന്നിരുന്നതെന്ന് അവരുടെ മുഖഭാവം വ്യക്തമാക്കിയിരുന്നു.

“പോന്നതിൽ പശ്ചാത്താപം തോന്നുന്നുണ്ടോ?”എന്നു വിശ്വം സീതയോട് ഒരിക്കൽ ചോദിക്കുന്നുമുണ്ട്. കൈയിൽ പണം കുറഞ്ഞു തുടങ്ങിയപ്പോൾ വാടക കുറഞ്ഞ മറ്റൊരു ഹോട്ടലിലേക്ക് അവർ താമസം മാറ്റുന്നു. അവിടത്തെ വൃത്തികെട്ട ചുറ്റുപാടിൽ വൃത്തികെട്ട മുറിയിൽ തങ്ങാൻ സാധിക്കാനാകുന്നില്ലെന്നുവന്നപ്പോൾ ചെറിയൊരു വീട്ടിലേക്കു താമസം മാറ്റുന്നു.

ചേരിസമാനമായ ഈ താമസസ്ഥലത്ത് അയല്ക്കാരായി ഉണ്ടായിരുന്നത് ചേരിക്കു ചേരുന്നവർ തന്നെ. അരിക്കാരി ജാനകിയമ്മ, ചെറിയതരത്തിൽ കള്ളക്കടത്തു നടത്തുന്ന വാസു, മാംസക്കച്ചവടം നടത്തുന്ന കല്യാണി... കൊതുകിനു മരുന്നടിക്കാൻ വരുന്നവർ പോലും മിഴിവുറ്റ കഥാപാത്രങ്ങൾ.

ദാരിദ്ര്യം പടിവാതില്ക്കൽ എത്തിയപ്പോൾ വിശ്വം തൊഴിൽ തേടി പടിയിറങ്ങി. വീതിയുള്ള പാത ഇടുങ്ങിയതായി അവസാനിക്കുന്നു. അതിനപ്പുറത്തോ, പണിമുടക്കുന്നവരുടെ ഘോഷയാത്ര. തൊഴിലന്വേഷിക്കുന്നവർ ഒരു ഭാഗത്ത്. പണിമുടക്കുന്നവർ മറുഭാഗത്ത്. രണ്ടു പകുതികളെയും യോജിപ്പിക്കുന്ന പട്ടിണി പൊക്കിക്കാണിച്ച് രാഷ്ട്രീയക്കാരൻ പ്രസംഗിച്ചു. തിയേറ്ററിൽനിന്ന് അലയടിച്ച പാട്ടിനും തെരുവുവേശ്യയുടെ കൊഞ്ചിക്കുഴയലിനും നേതാവിന്റെ പ്രസംഗത്തിനും പറയാനുണ്ടായിരുന്നത് “വിശക്കുന്നു” എന്നാണ്.

തന്റെ നോവൽ വാരികയിൽ വരാതായപ്പോൾ പത്രാധിപരെയും സമിതിയിലെ അംഗങ്ങളെയും വിശ്വം നേരിൽ ചെന്നുകണ്ടു. നിരാശയായിരുന്നു ഫലം. പിന്നീടു നഷ്ടത്തിലോടുന്ന ഒരു ട്യൂട്ടോറിയൽ കോളേജിൽ ജോലി കിട്ടി. ഒരുപാടു

സി എൻ കരുണാകരൻ

കുടുംബ സ്വപ്നങ്ങൾ അവർ നെയ്തു കൂട്ടി. ഒന്നും നടന്നില്ല. അവസാനം പിരിച്ചുവിടപ്പെട്ട ഒരുവന്റെ ഒഴിവിൽ തടി ഡിപ്പോയിൽ ജോലി കിട്ടി. അപ്പോഴാണ് അയാളെ ഒരു പ്രത്യേകതരം പനി പിടികൂടിയത്. അതു മൂർച്ഛിച്ച് മരണത്തിലെത്തിനിന്നു. അവസാനം സീതയും കുഞ്ഞും ബാക്കി. അവർക്കു ചുറ്റും ജീവിതത്തിന്റെ കറുത്തതും കട്ടത്തതുമായ മുഖങ്ങൾ. അവൾ ജീവിക്കാൻ തന്നെ തീരുമാനിക്കുന്നിടത്ത് *സ്വയംവരം* അവസാനിക്കുന്നു.

സ്വയംവരം അക്ഷരാർത്ഥത്തിൽ മലയാളിയെ ഞെട്ടിച്ചുകളഞ്ഞു. യഥാതഥവും ആവശ്യത്തിനുതകുന്നതുമായ സംഭാഷണം, നിയന്ത്രിതമായ പശ്ചാത്തല സംഗീതം, പ്രകൃതിശബ്ദങ്ങൾ, മങ്കട രവിവർമയുടെ സൂക്ഷ്മമായ ഛായാഗ്രഹണം, സംഭാഷണ നിയന്ത്രണം. ഇതും ഇതുപോലെ പലതുമായിരുന്നു *സ്വയംവര*ത്തിന്റെ പ്രത്യേകതകൾ.

നാട്ടുകൾ താണ്ടി പട്ടണത്തിലെത്തുന്ന ബസ് യാത്രയിലാണ് ചിത്രം ആരംഭിക്കുന്നത്. അവരുടെ ഭൂതകാലത്തെക്കുറിച്ച് വിസ്തരിച്ച് പറയുന്നില്ല. പക്ഷേ, ചില സൂചനകൾ നല്കുന്നുണ്ട്. ഒളിച്ചോടിപ്പോന്ന അവരെ തൊഴിലില്ലായ്മയുടെയും ദാരിദ്ര്യത്തിന്റെയും വേദനിപ്പിക്കുന്ന മുഖം വേട്ടയാടി പിറകേയുണ്ടായിരുന്നു. എഴുത്തുകാരനെന്ന നിലയിൽ തന്റെ ആത്മപ്രകാശനത്തിനുവേണ്ടി എഴുതപ്പെട്ട നോവൽ എഡിറ്ററുടെ വെറുംവാക്കുകൾക്കു മുന്നിൽ അച്ചടിമഷി പുരളാതെ പോയത് വിശ്വത്തെ ഒരുപാടു തളർത്തിക്കളഞ്ഞു. കഥയെഴുത്തുകാരനാകാൻ ആഗ്രഹിച്ച അയാൾ ഒരു മരക്കടയിലെ കണക്കെഴുത്തുകാരനായിത്തീരുന്നു. തടി മുറിച്ചിടുന്നപോലെ അയാളുടെ സ്വപ്നങ്ങളും മുറിഞ്ഞുവീണു.

*സ്വയംവര*ത്തിൽ അവസാനം സീത തുറിച്ചുനോക്കിയിരിക്കുന്ന വാതിൽ, ജീവിതം അവൾക്കുനേരെ വലിച്ചടച്ച വാതിൽ തന്നെയാണ്. *സ്വയംവര*ത്തിനുശേഷം പല രീതിയിലും ശൈലിയിലുമുള്ള ആഖ്യാനതന്ത്രങ്ങൾ ഗോപാലകൃഷ്ണൻ പ്രയോഗിച്ചെങ്കിലും ഈ ആദ്യ ചിത്രത്തിൽത്തന്നെ അദ്ദേഹത്തിന്റെ സവിശേഷതകൾ പ്രകടമായി കാണാൻ കഴിയും. യഥാതഥ പ്രതിപാദനരീതിയിൽ പെട്ടെന്നു കടന്നുവരുന്ന ഫാന്റസിരംഗങ്ങൾ, ഷോട്ടുകളുടെ ദൈർഘ്യക്കൂടുതൽ, മന്ദതാളം, ചെറുസൂചനകളിലൂടെ ഏറെ കാര്യങ്ങൾ ധ്വനിപ്പിക്കാനുള്ള ശേഷി, സാങ്കേതിക കൈത്തഴക്കം... ഇതൊക്കെ ആദ്യചിത്രമായ *സ്വയംവര*ത്തിൽത്തന്നെ കാണാം.

പ്രലോഭനങ്ങളോടും പ്രതിബന്ധങ്ങളോടും മല്ലടിച്ച് വിശ്വത്തിന്റെയും സീതയുടെയും പരസ്പരപ്രണയത്തിന് അർത്ഥവും ആഴവും വർദ്ധിച്ചുവരുന്നതിന്റെ ചിത്രങ്ങളാണ് ഒന്നിനു പിറകേ ഒന്നായി *സ്വയംവര*ത്തിലൂടെ അടൂർ ഗോപാലകൃഷ്ണൻ അവതരിപ്പിക്കുന്നത്. ശക്തമായ ഒരു പ്രമേയം സിനിമയുടേതു മാത്രമായ സങ്കേത

ത്തിലൂടെ അവതരിപ്പിച്ചതിനാലാണ് *സ്വയംവരം* ഉത്തമ സിനിമയാകുന്നത്.

അടഞ്ഞുകിടക്കുന്ന വാതിൽ ആദ്യമായി അടൂർ *സ്വയംവര*ത്തിൽ അവതരിപ്പിക്കുമ്പോൾത്തന്നെ അതിനപ്പുറത്ത് അനിശ്ചിതമായ ഭാവി സീതയെ കാത്തിരിക്കുന്നതായി നാം അറിയുന്നു. അശാന്തമായ കടൽപോലെ മനസ്സിനെ നിരന്തരം അസ്വസ്ഥമാക്കുന്ന മൗലികവും സജീവവുമായ ഒരു കലാസൃഷ്ടിയുടെ സങ്കീർണ്ണമായ ഭാവതലങ്ങൾ അനിവാര്യമായും വ്യത്യസ്ത വിലയിരുത്തലുകൾക്കു വിധേയമാണ്. കഠിനമായ ജീവിതമാണ് സീതയെ കാത്തിരിക്കുന്നത്. കാറ്റും മഴയും ഇടിയും മിന്നലും നിറഞ്ഞ ആ ജീവിതത്തെ പരുഷവും തീക്ഷ്ണവുമായ പകയോടെ അഭിമുഖീകരിക്കാൻ സീത ഉറച്ചുകഴിഞ്ഞു. അടച്ച സാക്ഷയ്ക്കു മുന്നിൽനിന്ന് വിശ്വത്തിന്റെ തുണയില്ലാതെ സീത മറ്റൊരു ജീവിതയാത്രയ്ക്കു തുടക്കംകുറിക്കുന്നു. വാസ്തവത്തിൽ സ്വപ്നങ്ങളിൽനിന്നു യാഥാർത്ഥ്യത്തിലേക്കുള്ള പ്രയാണകഥയാണ് *സ്വയംവരം*.

വായനയും പുനർവ്വായനയും

വിജയകൃഷ്ണൻ

ചലച്ചിത്ര ഗ്രന്ഥകാരനുള്ള സംസ്ഥാന അവാർഡ് ആദ്യം നേടിയ നിരൂപകൻ. മികച്ച ചലച്ചിത്രഗ്രന്ഥത്തിനുള്ള ദേശീയ അവാർഡ് നേടിയ ആദ്യത്തെ മലയാളി. തുടർച്ചയായി മൂന്നു വർഷം സംസ്ഥാന അവാർഡടക്കം എട്ട് സംസ്ഥാന അവാർഡുകൾ നേടിയ നിരൂപകൻ. സംവിധായകൻ, മിനിസ്ക്രീൻ സംവിധായകൻ, എഴുത്തുകാരൻ. കറുപ്പും വെളുപ്പും വർണ്ണങ്ങളും, ചലച്ചിത്രസമീക്ഷ, നേരിനു നേരെ പിടിച്ച കണ്ണാടി, ചലച്ചിത്ര ത്തിന്റെ പൊരുൾ, മലയാള സിനിമയുടെ കഥ അടക്കം നാല്പതോളം ചലച്ചിത്രഗ്രന്ഥങ്ങളുടെ കർത്താവ്. ദേശീയ സംസ്ഥാന അവാർഡ് ജൂറിയംഗം, സെൻസർബോർഡംഗം കെ എസ് എഫ് ഡി സി അംഗം എന്നീ നിലകളിൽ പ്രവർത്തിച്ചു. പത്മരാജൻ ട്രസ്റ്റ് ചെയർമാൻ.

ഒന്ന്

സ്വയംവരം മലയാളസിനിമയുടെ ഗ്രീഷ്മഭൂമിയിലേക്കിറങ്ങിവന്ന ആദ്യനിർഝരിയല്ല. ആ ബഹുമതി *ഓളവും തീരവും* എന്ന ചിത്രത്തിന് നല്കുകയാവും ഉചിതം. എന്തുകൊണ്ടെന്നാൽ, മാധ്യമത്തിന്റെ യഥാർത്ഥഭാഷയിൽ സംവദിച്ചതിനുപുറമേ *സ്വയംവര*ത്തിനില്ലാത്ത ഒരനുഭൂതിസാന്ദ്രത ഉൾക്കൊള്ളുകയും കൂടി ചെയ്തു പി എൻ മേനോന്റെ ഈ ചിത്രം. ഈ സംവിധായകൻ പില്ക്കാലത്ത് പാതാളത്തോളം അധഃപതിച്ചുവെന്നതും തന്റെ ചിത്രങ്ങളിലെ സംസ്കാരശൂന്യതകൊണ്ട് കച്ചവട സിനിമക്കാരെപ്പോലും നാണിപ്പിച്ചുവെന്നതും *ഓളവും തീരവും* എന്ന ചിത്രത്തിന്റെ ചരിത്രപരമായ സ്ഥാനത്തെ നിഷേധിക്കാൻ കാരണമാകരുത്. മാധ്യമത്തിന്റെ സാദ്ധ്യതകളെ സംബന്ധിച്ച അവബോധം പകരുന്നതിൽ *സ്വയംവര*ത്തിന് പിന്നെയുമേറെ മുന്നോട്ടുപോകാൻ കഴിഞ്ഞു. അന്നോളം ചിത്രാന്തർഗ്ഗതമായ കഥാവസ്തുവിൽമാത്രം ശ്രദ്ധാലുവായിരുന്ന മലയാളാസ്വാദകന് സിനിമയിൽ ആസ്വാദനീയവും അപഗ്രഥനാർഹവുമായ ഘടകങ്ങൾ വേറെയുമുണ്ടെന്ന് *സ്വയംവരം* പ്രഖ്യാപിച്ചു. അടൂർ സൂത്രധാരനായി പ്രവർത്തനം തുടങ്ങിയ 'ചിത്രലേഖ ഫിലിം സൊസൈറ്റി'യും *സ്വയംവരം* എന്ന ചിത്രവും ഉണർത്തി വിട്ടിടത്തോളം സിനിമാ

ചിത്രലേഖയുടെ
സ്വയംവരം
സംവിധാനം അടൂർഗോപാലകൃഷ്ണൻ
ഛായാഗ്രഹണം മങ്കട രവിവർമ്മ
വിതരണം ചിത്രലേഖ

പരമായ ഉത്തേജകത്വം അതിനു മുൻപോ പിൻപോ മലയാളത്തിലുദ്ദീപിക്കപ്പെട്ടുകയുണ്ടായില്ല. എന്നാൽ, അതുളവാക്കിയ ദോഷകരമായ പ്രത്യാഘാതത്തെപ്പറ്റിയും സൂചിപ്പിക്കാതെ വയ്യ. ആ ചിത്രത്തെ ആധാരമാക്കി ഒരു ആർട്ട് ഫിലിം ഫോർമുല രൂപവല്ക്കരിക്കപ്പെട്ടു എന്നതാണത്. ഈ ഫോർമുല പിന്നീട് ഉത്തമസിനിമ എന്ന സങ്കല്പത്തിന് അതിരുകൾ നിശ്ചയിക്കുകയും അതിനെ ജനങ്ങളിൽനിന്നകറ്റുകയും ചെയ്തു. അതിനാൽ, *ഓളവും തീരവു*മിൽനിന്നുണ്ടാകാമായിരുന്ന ഒരു സ്വാഭാവിക വികാസം മലയാളസിനിമയ്ക്കു നഷ്ടപ്പെട്ടു. ജനങ്ങൾ ഇഷ്ടപ്പെടുന്ന ഉത്തമസിനിമ എന്ന സങ്കല്പത്തിന്റെ വിട്ടുപോയ കണ്ണികൾ പിന്നീട് വിളക്കിച്ചേർത്തെടുത്തതും അടൂരാണ് എന്നത് കൗതുകകരമായ ഒരു യാഥാർത്ഥ്യമത്രേ. *കൊടിയേറ്റ*ത്തിലൂടെ അദ്ദേഹം ആർട്ട് ഫിലിമിന്റെ അനഭിഗമ്യതയെന്ന തെറ്റിദ്ധാരണ സമർത്ഥമായി നീക്കം ചെയ്തു. ഒരുപക്ഷേ, *കൊടിയേറ്റ*ത്തിന്റെ ഏറ്റവും വലിയ സൗഭാഗ്യവും അതുതന്നെയാണ്.

വാസ്തവത്തിൽ *സ്വയംവര*ത്തിന്റെ പ്രമേയം അതിന്റെ തിരക്കഥാകൃത്തുക്കൾ പോലുമറിയാതെ (എന്നുതന്നെ കരുതുക) ഋത്വിക് ഘട്ടക്കിന്റെ *സുവർണ്ണരേഖ* യിലൊളിഞ്ഞിരിപ്പുണ്ട്. സീത, വിശ്വം എന്നീ ചെറുപ്പക്കാർ സ്വയംവരം കഴിഞ്ഞു നാട്ടുവിട്ടു പോരുന്നതും നഗരത്തിൽ അവരുടെ സ്വപ്നങ്ങൾ കൊഴിഞ്ഞുവീഴുന്നതുമാണല്ലോ *സ്വയംവര*ത്തിലെ കഥാവസ്തു. സാഹിത്യകാരനാകാനാഗ്രഹിച്ച വിശ്വം തടിക്കടയിൽ കണക്കെഴുത്തുകാരനാവുന്നു. അയാൾ പനി പിടിച്ചു മരിക്കുമ്പോൾ അടഞ്ഞ വാതിലും നോക്കി സീത ഏകാകിനിയായിരിക്കുന്നു. ഇനി *സുവർണ്ണരേഖ* യിലേക്കു തിരിയുമ്പോൾ കഥാനായകനായ ഈശ്വറിന്റെ അനുജത്തിയുടെ പേര് സീത. അവളുടെ വിജാതീയനായ കാമുകനാണ് അഭിരാം. അവർ ഒളിച്ചോടുന്നു. (സീതയുടെ ഭർത്താവായി രാമിനെ കണ്ടെത്തിയ ഘട്ടക്കിന്റെ ഔചിത്യബോധം പ്രത്യേകം ശ്രദ്ധേയമാണ്.) അഭിരാം എഴുത്തുകാരനാകാനാഗ്രഹിച്ചിരുന്നു. ജീവിതഭാരം അയാളെ ഒരു ഡ്രൈവറാക്കിത്തീർത്തു. അയാളൊരപകടത്തിൽ മരിച്ചു. അനാഥയായിത്തീർന്ന സീത വേശ്യാവൃത്തി സ്വീകരിക്കാൻ നിർബ്ബന്ധിതയായി. *സുവർണ്ണരേഖ*യിലെ സീതയ്ക്ക് വിസ്തൃതമായ ഒരു ഭൂതകാലമുണ്ട്. അവളെ ചൂഴ്ന്ന് വിശാലമായ ഒരു ലോകവുമുണ്ട്. ഇന്ത്യാവിഭജനത്തിന്റെ ഉള്ളുരുക്കുന്ന പശ്ചാത്തലത്തിലാണ് ഈ സീത പ്രതിഷ്ഠിക്കപ്പെട്ടിട്ടുള്ളത്. ഈ പശ്ചാത്തലത്തെയും ഈ ഭൂതകാലത്തെയും അറിയുന്ന പ്രേക്ഷകന് അവളുടെ ദുരന്തം ആത്മാവിന്റെ അഗാധതകളെ സ്പർശിക്കുന്ന അനുഭവമാകും. അതിൽ അസ്വാഭാവികതയേയില്ല. സംവിധായകന്റെ അടിച്ചേല്പിക്കപ്പെടുന്ന മേധാശക്തികൊണ്ട് സോപ്പുകുമിളപോലെ പൊങ്ങുന്ന വ്യക്തിത്വമല്ല ഈ കഥാപാത്രത്തിനുള്ളത്. *സ്വയംവര*ത്തിലെ സീതയാവട്ടെ വിങ്ങിക്കരയുമ്പോൾപ്പോലും ഒരു മിഥ്യാഭിമാനത്തിന്റെ വലയത്തിനുള്ളിൽ നിലകൊള്ളുന്നതായി തോന്നുന്നു. ഔചിത്യശൂന്യമായി കഥാനായകനിൽ അടിച്ചേല്പിക്കപ്പെടുന്ന പനിക്കപ്പുറം ദുരന്തം അവളുടെ ലോകത്തിലില്ല. ഘട്ടക്കിന്റെ വിശാലമായ, സംഘട്ടനാത്മകവും തീക്ഷ്ണവും ദയനീയവുമായ ലോകത്തിലെ സീതയും അടൂരിന്റെ സങ്കുചിതത്വസ്വഭാവമുള്ള ലോകത്തിലെ സീതയും തമ്മിൽ വലുതായ അന്തരമുണ്ട്. ഘട്ടക്കിന്റെ സീത വിശാലമായ ലോകത്തോടുള്ള

പോരാട്ടത്തിൽ ചോരയൊലിപ്പിച്ച തളർന്നുവീണവളാണ്. അടൂരിന്റെ സീത കാര്യകാരണബന്ധങ്ങളില്ലാത്ത ഒരു മിഥ്യാലോകത്തിൽ ഇല്ലാത്ത ദുരന്തമനുഭവിക്കുന്നവളാണ്. *സുവർണ്ണരേഖ*യിലെ സീത എന്തായിത്തീരുന്നു എന്ന് നാമറിയുന്നതുകൊണ്ട് *സ്വയംവര*ത്തിൽ പഴകിയ സാക്ഷ വീണുകിടക്കുന്ന അടഞ്ഞ വാതില്ക്കലേക്ക് നോക്കുന്ന സീത എന്താവാൻ പോകുന്നു എന്ന കാര്യത്തിൽ നമുക്ക് സംശയമേയില്ല. എന്നാൽ, *സുവർണ്ണരേഖ*യിലെ സീതയെ ന്യായീകരിക്കുന്ന സാഹചര്യത്തെളിവുകൾ *സ്വയംവര*ത്തിലെ സീതയുടെ തുണയ്ക്കെത്തുകയില്ലതന്നെ.

രണ്ട്

ഇനി വിശ്വത്തിന്റെ ദുരന്തത്തിലേക്ക് വരുമ്പോൾ, മൗലികതയിൽ വിള്ളലുണ്ടാക്കുന്നത് റായിയുടെ *അപുത്രയ*മാണ്. നോവലിസ്റ്റാവാനാഗ്രഹിച്ച അപുവിന് ആഗ്രഹനിവൃത്തിയുണ്ടായില്ല. ഭാര്യയുടെ അപമൃത്യുവിനുശേഷം തകർന്ന മനസ്സുമായി അപു അലയുമ്പോൾ അവനെഴുതിയ നോവലിന്റെ താളുകൾ കാറ്റത്തു പറന്നുനടക്കുന്നത് നാം കാണുന്നു. ഇതേ ദൃശ്യം ഒട്ടുവലിയ വ്യത്യസ്തതകളൊന്നും കൂടാതെ *സ്വയംവര*ത്തിലും കാണാനാവും. വിശ്വത്തിന്റെ മരണശേഷമാണ് *സ്വയംവര*ത്തിൽ ഈ ദൃശ്യം വിന്യസിക്കപ്പെട്ടിരിക്കുന്നത്. പിറക്കും മുന്നേ മരിച്ച രണ്ടു നോവലിസ്റ്റുകളെയും താരതമ്യപ്പെടുത്തിക്കൊണ്ട് *സ്വയംവര*ത്തിലെ ലോകത്തിന്റെ ലഘുത്വവും അതിലെ ദുരന്തത്തിന്റെ നിസ്സാരതയും ബോദ്ധ്യപ്പെടാൻ കഴിയും.

മൂന്ന്

നാല്പത്തിയഞ്ചിൽപ്പരം കൊല്ലങ്ങൾക്കുമുൻപ് *മാതൃഭൂമി* വാരാന്തപ്പതിപ്പിലെ 'താരാപഥം' പംക്തിയിൽ രണ്ടുലക്കങ്ങളിലായി ഞാനെഴുതിയ 'ചെറിയ മനുഷ്യരുടെ ചെറിയ ലോകങ്ങൾ' എന്ന വിമർശനലേഖനത്തിലെ രണ്ടു ഖണ്ഡങ്ങളാണ് മേൽചേർത്തിരിക്കുന്നത്. (*ചലച്ചിത്രസമീക്ഷ*യിൽ ഈ ലേഖനം ഉൾപ്പെടുത്തിയിട്ടുണ്ട്.) ഒരുപാട് ശത്രുക്കളെ എനിക്ക് സമ്പാദിച്ചുതന്ന പരാമർശങ്ങളാണിവ. ലോകസിനിമയുടെ പരിപ്രേക്ഷ്യത്തിൽ ഒരു നവമലയാള സിനിമ ഉദയംകൊള്ളേണ്ടതിന്റെ ആവശ്യകതയെക്കുറിച്ച് നിരന്തരം പറയുകയും എഴുതുകയും ചെയ്തുകൊണ്ടിരുന്ന ഒരാൾ ആ ജനുസ്സിൽപ്പിറന്ന ആദ്യമലയാള സിനിമയെപ്പറ്റി ഇങ്ങനെയെഴുതാമോ എന്നതായിരുന്നു കാതലായ ഒരു ചോദ്യം. അർത്ഥവത്തായ ആ ചോദ്യത്തിന് ഒന്നിലേറെ മറുപടികളുണ്ടായിരുന്നു എനിക്ക്. മുഖ്യധാരയിലെ നിലവാരശൂന്യമായ ചിത്രങ്ങളുമായി ഒരിടത്തും ഞാനീ ചിത്രങ്ങളെ താരതമ്യപ്പെടുത്തിയിട്ടില്ല. അവയെക്കാൾ ഉയർന്ന പടിയിൽ നില്ക്കുന്നവയായി അംഗീകരിച്ചുകൊണ്ടുമാത്രമാണ് ഈ ചിത്രങ്ങളെ വിലയിരുത്തിയത്. മറ്റൊന്ന്, *സ്വയംവരം* പിറന്നുവീണ ഉടനെയല്ല എന്റെ എഴുത്ത്. സംസ്ഥാന അവാർഡിലെന്നപോലെ ചലച്ചിത്രമണ്ഡലത്തിലാകെ നിരാസത്തിന്റെ തിക്തഫലങ്ങൾ അനുഭവിക്കുകയായിരുന്നു *സ്വയംവര*മെങ്കിൽ എന്റെ സ്വരം മറ്റൊന്നാകുമായിരുന്നു. സംസ്ഥാന അവാർഡിന്റെ തൊട്ടടുത്ത് ദേശീയ അവാർഡുകൾ പ്രഖ്യാപിക്കപ്പെട്ടപ്പോൾ, ഇന്ത്യൻ നവതരംഗത്തിന്റെ ഏറ്റവും മികച്ച മാതൃകകൾ മാറ്റുരച്ച ആ മത്സരത്തിൽ അർഹിക്കു

ന്നതിലുമേറെ ബഹുമതികളാണ് *സ്വയംവരം* കരസ്ഥമാക്കിയത്. പിന്നെ, അടൂരും അരവിന്ദനും ഓരോ ചിത്രം പുറത്തിറക്കുമ്പോഴും സിനിമയിലെ അവസാനവാക്കാണതെന്ന് പ്രഖ്യാപിക്കാൻ ആളുകളുണ്ടായി. തുടക്കം തന്നെ അവസാന വാക്കായാൽ ഒരു പ്രസ്ഥാനത്തിന് പുരോഗമനമെങ്ങനെയുണ്ടാവും? അതിശയോക്തികളെ ഖണ്ഡിക്കുകയും വിശ്വോത്തരക്ലാസിക്കുകളിൽനിന്ന് ഇവയ്ക്കുള്ള അന്തരം ചൂണ്ടിക്കാട്ടുകയും സ്വന്തം ധർമ്മമായി കണ്ടതുകൊണ്ടാണ് മയമില്ലാത്ത ഒരു സമീപനത്തിലേക്ക് ഞാൻ നീങ്ങിയത്. എഴുതിയതിലൊക്കെ നാല് പതിറ്റാണ്ടുകൾക്കുശേഷവും ഞാൻ ഉറച്ചുനില്ക്കുന്നു. എന്ന് മാത്രമല്ല, കാലം അതിനെ സാധൂകരിക്കുകയും ചെയ്യുന്നു എന്നാണെന്റെ അനുഭവം.

*സുവർണ്ണരേഖ*യിലെ സീതയുടെയും അഭിരാമിന്റെയും കഥയിൽനിന്നാണ് *സ്വയംവര*ത്തിന്റെ പ്രമേയം രൂപപ്പെട്ടതെന്ന് അന്ന് ഞാൻ പറഞ്ഞപ്പോൾ ചോരണാരോപണമെന്നു ഭർത്സിച്ചവരേറെയാണ്. ചോരണം എന്ന് ഞാനതിൽ ആരോപിച്ചിട്ടേയില്ല എന്നതാണ് പരമാർത്ഥം. ഈ വാക്യം കാണുക: “*സ്വയംവര*ത്തിന്റെ പ്രമേയം അതിന്റെ തിരക്കഥാകൃത്തുക്കൾ പോലുമറിയാതെ (എന്നു തന്നെ കരുതുക) ഋത്വിക് ഘട്ടക്കിന്റെ *സുവർണ്ണരേഖ* യിലൊളിഞ്ഞിരിപ്പുണ്ട്.” *സ്വയംവര*ത്തിലെ പ്രമേയം വന്ന വഴിയെപ്പറ്റിയാണ് ഇവിടെപ്പറയുന്നത്. അതുപോലും ‘തിരക്കഥാകൃത്തുക്കൾ പോലുമറിയാതെ’ എന്നാണ് പറഞ്ഞിട്ടുള്ളത്. ‘എന്നു തന്നെ കരുതുക’ എന്ന ബ്രാക്കറ്റിൽ കൊടുത്തിട്ടുള്ളതിൽ വിപരീതാർത്ഥമില്ലേ, നിഗൂഢമായ പരിഹാസമില്ലേ എന്നൊക്കെ തോന്നുന്നവരുമുണ്ടാകാം. എന്നാൽ, അത് യാഥാർത്ഥ്യമായിരുന്നുവെന്ന് വർഷങ്ങൾക്കുശേഷം അടൂർ തന്നെ വെളിപ്പെടുത്തുകയുണ്ടായി. അഭിരാമുമായി ഒളിച്ചോടിയശേഷം സീതയ്ക്കെന്തു സംഭവിച്ചു എന്ന ചിന്തയിൽനിന്നാണ് *സ്വയംവര*ത്തിന്റെ പ്രമേയമുരുത്തിരിഞ്ഞ തെന്ന് അദ്ദേഹം ഒരഭിമുഖത്തിൽ പറഞ്ഞിരിക്കുന്നതുകണ്ടു. അന്ന് അടൂർ ആരാധകർ വാളോങ്ങിയതു വൃഥാവിലായെന്നു ചുരുക്കം. വാസ്തവത്തിൽ, ഒരു ചിത്രത്തിലെ ഒരു സന്ദർഭത്തിൽനിന്ന് പ്രചോദനമുൾക്കൊണ്ടു എന്നു പറഞ്ഞാൽ അതിലെന്തപരാധമാണുള്ളത്? ലോകത്തിലെ മികച്ച സാഹിത്യകൃതികളും ചലച്ചിത്ര സൃഷ്ടികളുമൊക്കെ അങ്ങനെ തന്നെയാണ് പിറവികൊണ്ടിട്ടുള്ളത്. അതുകൊണ്ട് പ്രചോദനം എന്നത് അവിഹിതമായ ഒന്നല്ല. സൃഷ്ടി പ്രക്രിയയുടെ സ്വാഭാവികമായ ഒരു ഘട്ടം മാത്രമാണ്. വൈകിയെങ്കിലും അടൂർ അത് വെളിപ്പെടുത്തുമ്പോൾ എന്റെ നിരീക്ഷണത്തിനുള്ള ഒരംഗീകാരമാണത്. എന്നാൽ, ആ നിരീക്ഷണത്തെത്തുടർന്ന് ഞാൻ നടത്തുന്നത് വിമർശനമാണ്. രണ്ടു സീതമാരും തമ്മിൽ കഥാപാത്രങ്ങളുടെ ഉൾക്കരുത്തിൽ പുലർത്തുന്ന അഗാധമായ വൈജാത്യത്തെക്കുറിച്ചാണ് അവിടെ ഞാൻ പറയുന്നത്. ഇപ്പോഴും പിൻവലിക്കേണ്ടതായി അതിൽ ഞാനൊ ന്നും കാണുന്നില്ല.

ഇങ്ങനെതന്നെയാണ് പരാജയപ്പെട്ട രണ്ടു നോവലിസ്റ്റുകൾ എന്ന നിലയിൽ അപുവിനെയും വിശ്വത്തെയും താരതമ്യപ്പെടുത്തി ഞാൻ നിരീക്ഷിക്കുന്നതും. തീർച്ചയായും അതൊരു വിമർശനം തന്നെ. ഇരുകഥാപാത്രങ്ങളുടെയും ഘടന, വിശ്വാസ്യത, ദുരന്തോന്മുഖത എന്നിവയെല്ലാം കണക്കിലെടുത്തുകൊണ്ടാണ്

പാത്രസൃഷ്ടി വിലയിരുത്തപ്പെടുന്നത്. പുനർവായനയിൽ തിരുത്തപ്പെടേണ്ടതായി ഒന്നും അതിലില്ല.

*സ്വയംവര*ത്തിന്റെ ചരിത്രപ്രാധാന്യവും പ്രസക്തിയും അൻപതു കൊല്ലങ്ങൾ പിന്നിടുകയാണ്. തുടർന്നും അതു നിലനില്ക്കുമെന്ന കാര്യത്തിലും സംശയം വേണ്ട. കാരണം, ഇന്ത്യൻ സിനിമയിൽ *പഥേർ പാഞ്ചാലി* ഉളവാക്കിയ പരിണാമമാണ് മലയാളസിനിമയിൽ *സ്വയംവരം* ഉളവാക്കിയത്. എന്നാൽ, *പഥേർ പാഞ്ചാലി*ക്കു മുമ്പ് കഴമ്പുള്ള ചിത്രങ്ങൾ സൃഷ്ടിച്ചവരെ വിസ്മരിക്കുന്നതു ചരിത്ര നിഷേധമാണ്. തീർച്ചയായും *പഥേർ പാഞ്ചാലി*യിലല്ല ഇന്ത്യൻ സിനിമ തുടങ്ങുന്നത്. വളർച്ചയുടെ നിരവധി ഘട്ടങ്ങൾ പിന്നിട്ടാണ് ആ ചിത്രത്തിലെത്തുന്നത്. ഈ ഓരോ ഘട്ടവും കരുപ്പിടിപ്പിച്ച മഹാരഥന്മാർ വിസ്മരിക്കപ്പെടേണ്ടവരല്ല. അതുകൊണ്ടു വി ശാന്താറാമിനെയോ പി സി ബറുവയെയൊ ബിമൽ റോയിയെയോ അവഗണിച്ചുകൊണ്ട് ഇന്ത്യൻ സിനിമാചരിത്രം രചിക്കുക അസാദ്ധ്യമാണ്. അതേപോലെ മലയാളത്തിൽ കെ എസ് സേതുമാധവനും വിൻസന്റും പി എൻ മേനോനും രാമു കാര്യാട്ടുമൊക്കെ നല്കിയ സംഭാവനകൾ മലയാളസിനിമയെ മുന്നോട്ടുനയിക്കുക തന്നെയായിരുന്നു. ആ പുരോയാനത്തിന്റെ നിർണ്ണായകമായ ഒരു ഘട്ടത്തിലാണ് *സ്വയംവര*ത്തിന്റെ പിറവി.

സ്വയംവരത്തിലെ ദൃശ്യശ്രാവ്യ പശ്ചാത്തലം

ഐ ഷണ്മുഖദാസ്

മികച്ച ചലച്ചിത്രനിരൂപകനുള്ള ദേശീയ അവാർഡ് നേടിയ ചലച്ചിത്ര നിരൂപകൻ, കോളേജ് അദ്ധ്യാപകൻ. സഞ്ചാരിയുടെ വീടിന് മികച്ച ചല ച്ചിത്രഗ്രന്ഥത്തിനുള്ള സംസ്ഥാന അവാർഡ്. മലകളിൽ മഞ്ഞുപെയ്യുന്നു, സിനിമയുടെ വഴിയിൽ ഗോദ്ദാർദ്ദ്, പി രാമദാസ്, സിനിമയും ചില സംവി ധായകരും തുടങ്ങിയ ഗ്രന്ഥങ്ങളുടെ കർത്താവ്.

ഒരു ചലച്ചിത്രകാരന്റെ വിവിധസൃഷ്ടികളിലെ ദൃശ്യങ്ങളെയും ശബ്ദങ്ങളെയും പരസ്പരം ബന്ധപ്പെടുത്തി പുതിയ അർത്ഥതലങ്ങൾ കണ്ടെത്തുന്നത് പലപ്പോഴും പ്രാകൃതമായ ഒരാസ്വാദനശീലത്തിന് കാരണമാകാറുണ്ട്. എങ്കിലും ആവർത്തിച്ചുവരുന്ന ദൃശ്യങ്ങൾക്കും ശബ്ദങ്ങൾക്കും കലാകാരന്റെ മുഴുവൻ രാഷ്ട്രീയ സാംസ്കാരിക സത്തയുമായി ജൈവബന്ധമുണ്ടാകാതെ വയ്യ. ഒരെഴുത്തുകാരന്റെ പദശേഖരത്തേയും വാക്യഘടനയേയും നിയന്ത്രിക്കുന്ന വിശാലമായ ജീവിതാനുഭവത്തെ നിഷേധിക്കാനാവാത്തതുപോലെത്തന്നെയാണിത്. ഒരേസമയം ബാലിശതയിലേക്കും യാന്ത്രികതയിലേക്കും വഴുതി വീഴാതെ സൃഷ്ടിയിൽനിന്ന് സ്രഷ്ടാവിന്റെ സർഗ്ഗസാന്നിദ്ധ്യം തിരിച്ചറിയാനുള്ള ശ്രമം തീർച്ചയായും ദുഷ്കരമായ ഒന്നാണ്. എങ്കിലും തെരഞ്ഞെടുപ്പുകളും പരിചരണരീതിയും പ്രതിഫലിപ്പിക്കുന്ന യാഥാർത്ഥ്യം കലാകാരൻതന്നെ വിളിച്ചുപറയുന്ന മുദ്രാവാക്യങ്ങളേക്കാൾ പലപ്പോഴും സത്യസന്ധമായിരിക്കും. അതേസമയം ദൃശ്യ ശ്രാവ്യബിംബങ്ങളെ ആശയങ്ങളുമായി സമവാക്യത്തിലൂടെ ബന്ധപ്പെടുത്തുന്നത് ദൃശ്യബിംബങ്ങളുടെ അനുരണനശേഷിയെ ദുർബ്ബലമാക്കുകയും ചെയ്യും. പ്രതീകങ്ങളും രൂപകങ്ങളും ചലച്ചിത്രഭാഷയുടെ കരുത്ത് ചോർത്തിക്കളയുന്നു. 'ചലച്ചിത്രകലയെ പ്രതീകങ്ങളുടെ കല' എന്ന് വിശേഷിപ്പിക്കുന്നത് മൂഢത്വമാണെന്ന് ചലച്ചിത്രകാരന്മാരായ സൈദ്ധാന്തികന്മാർ ഇന്ന് വാദിക്കുന്നു. ദൃശ്യ-ശ്രാവ്യബിംബങ്ങളെ ആശയങ്ങളുടേയും വികാരങ്ങളുടേ

യും ലോകത്തിൽനിന്ന് രക്ഷിച്ചെടുത്ത് കഴിയുന്നതും അമൂർത്തങ്ങളാക്കാനുള്ള ശ്രമമാണ് ചലച്ചിത്രകലയിൽ നടത്തേണ്ടത് എന്ന് വാദിക്കുന്ന സംവിധായകരും ഗൗരവമായ സർഗ്ഗപ്രവർത്തനം തുടർന്നുകൊണ്ടിരിക്കുന്ന ഒരു കാലഘട്ടമാണിത്. ഈയൊരു പശ്ചാത്തലത്തിലാണ് അടൂർ ഗോപാലകൃഷ്ണന്റെ *സ്വയംവര*ത്തിലെ ദൃശ്യ-ശ്രാവ്യ പശ്ചാത്തലമൊരുക്കുന്ന ചില ബിംബങ്ങളുടെ സാംഗത്യമാരായാൻ മുതിരുന്നത്. വാതിൽ, കുളം, മഴ, കാക്ക, വിമാനം എന്നീ ദൃശ്യബിംബങ്ങളുടെ സാദ്ധ്യതകളെ തന്റെ സിനിമകളിൽ മനോഹരമായി വികസിപ്പിച്ചെടുത്ത സംവിധായകനാണ് അടൂർ ഗോപാലകൃഷ്ണൻ. അതിന്റെ തുടക്കമാവട്ടെ *സ്വയംവര*ത്തിലായിരുന്നു.

കേന്ദ്ര കഥാപാത്രത്തിന്റെ ബോധവല്ക്കരണത്തിലേക്കുള്ള പ്രയാണകഥയാണ് ഓരോ അടൂർ ചിത്രത്തിനും പ്രേക്ഷകനു മുന്നിൽ അവതരിപ്പിക്കാനുള്ളത്. മിഥ്യാധാരണകളുടേയും സ്വപ്നങ്ങളുടേയും കരുണാർദ്രമായ ലോകങ്ങളിൽനിന്ന് ജീവിതാനുഭവങ്ങൾ അവരെ ഭൂമിയിലേക്കിറക്കിക്കൊണ്ടുവരുന്നു. യാഥാർത്ഥ്യങ്ങളെ പുതിയ രീതിയിൽ അഭിമുഖീകരിക്കാൻ തക്കവണ്ണം ആത്മബോധമുള്ളവരാക്കിത്തീർക്കുന്നു. ജീവിതത്തിൽനിന്ന് പുറത്താക്കപ്പെട്ടാലും വീണ്ടും ജീവിതത്തിന്റെ പാതയിൽത്തന്നെ തിരിച്ചെത്തുന്നവരാണ് ഈ കഥാപാത്രങ്ങൾ. ഒരുപക്ഷേ, സ്റ്റീൻബക്കിന്റെ അപരാജിതനായ ആമയെ ഇവർ അനുസ്മരിപ്പിക്കുന്നത് അതുകൊണ്ടായിരിക്കണം. സ്വപ്നസങ്കല്പങ്ങളുടെ വാടകമുറികളൊന്നൊന്നായി ഒഴിഞ്ഞുകൊടുക്കേണ്ടിവരുന്ന സീതയുടെ ജീവിതം വീണ്ടുമൊരു നിർണ്ണായക ഘട്ടത്തിലെത്തിനില്ക്കുന്ന മുഹൂർത്തം *സ്വയംവര*ത്തിന്റെ അവസാനഭാഗത്തുണ്ട്. ആ സന്ദർഭത്തിൽ പ്രേക്ഷകർ കാണുന്ന അടഞ്ഞുകിടക്കുന്ന വാതിലും സാക്ഷയും യാഥാർത്ഥ്യത്തെക്കുറിച്ചുള്ള സീതയുടെ തീക്ഷ്ണമായ ബോധത്തിന്റെ സൂചനകളാണ്. കഥാപാത്രങ്ങളുടെ ആത്മബോധത്തിലുളവാകുന്ന നാടകീയ മുഹൂർത്തങ്ങളുമായി ബന്ധപ്പെട്ട് അടൂർ പലപ്പോഴും അവതരിപ്പിക്കാറ് അടഞ്ഞുകിടക്കുന്ന വാതിലുകളാണ്. സത്യജിത് റേ തന്റെ ആദ്യകാല ചിത്രങ്ങളിൽ കഥാപാത്രങ്ങളുടെ മിഴികളുടെ ദൃശ്യങ്ങളുമായി ബന്ധപ്പെടുത്തിയാണ് യാഥാർത്ഥ്യത്തിലേക്കുള്ള ഉണരലിന്റെ സൂചനകൾ നല്കിയിട്ടുള്ളത്. *പഥേർ പാഞ്ചാലി*യുടെ അന്ത്യത്തിൽ ദുർഗ്ഗയുടെ മരണം ജീവിതത്തെക്കുറിച്ചൊരു പുതിയബോധം അനുവിലുളവാക്കുന്നുണ്ട്. വലിയ കുട്ടയും പിടിച്ചുനില്ക്കുന്ന അപുവിന്റെ ദൃശ്യങ്ങളും മറ്റും ഈ വളർച്ച സൂചിപ്പിക്കുന്നുണ്ട്. എന്നാൽ ദുർഗ്ഗയ്ക്ക് അപുവിന്റെ ജീവിതത്തിലുള്ള പങ്കെന്താണെന്ന് നേരത്തെത്തന്നെ വ്യക്തമാക്കുന്നുണ്ട്. തൊട്ടിലിൽ കിടക്കുന്ന അപുവിന്റെ അടഞ്ഞുകിടക്കുന്ന മിഴി ദുർഗ്ഗ തുറക്കുന്ന ഒരു ദൃശ്യത്തിലൂടെ *അപൂർ സൻസാറിൽ* അപ്രതീക്ഷിതമായി അപുവിന്റെ ഭാര്യയായി നഗരത്തിലെത്തുന്ന അപർണ്ണയുടെ ജീവിതത്തിൽനിന്നാണിത്തരം മറ്റൊരു ദൃശ്യം. വിങ്ങിക്കരയുന്ന ഏകാന്തതയുടെ ഒരു നിമിഷത്തിൽ ജാലകം മറച്ചിരിക്കുന്ന ചാക്കിന്റെ കീറലിലൂടെ താഴോട്ടുനോക്കുന്ന അപർണ്ണയുടെ മിഴിയുടെ ഒരു ദൃശ്യം. ഭാര്യയുടെയും അമ്മയുടെയും പുതിയ ലോകത്തേക്കുള്ള ഭാഗ്യസൂചനയായി താഴെ നില്ക്കുന്ന കുട്ടിയെ കാണുന്ന അവൾ കരച്ചിൽ നിർത്തി പുതിയ ജീവിതസാഹചര്യങ്ങളോടിണങ്ങിച്ചേരുന്നു. ഈ മുഹൂ

ർത്തത്തിൽ ചാക്കിന്റെ കീറലിലൂടെ നാം കാണുന്ന മിഴിയുടെ ദൃശ്യംവഴി റേ അപ ർണ്ണയുടെ പുതിയ ബോധത്തെ അടിവരയിടുന്നു. *ചാരുലത*യിലെ നായികയ്ക്ക് ചെറു പ്പക്കാരനായ ബന്ധുവിൽ പുതിയൊരു താല്പര്യം ഉടലെടുക്കുന്നതു ചിത്രീകരിക്കു ന്നത് ചിത്രത്തിൽ പലവട്ടം നാം കാണുന്ന മാഗ്നിഫൈയിങ് ഗ്ലാസിലൂടെയാണ്. ടാഗോറിനെക്കുറിച്ചുള്ള ഹ്രസ്വചിത്രത്തിൽ പോലും ബാലനായ ടാഗോറിന്റെ മിഴികളിലൂടെ സംസാരിക്കുന്നത് കണ്ടെത്താനാകും. സമാനമായ ദൃശ്യങ്ങൾ എല്ലാ മികച്ച ചലച്ചിത്രകാരന്മാരുടെ ചിത്രങ്ങളിലും കണ്ടെത്താനാവുന്നതു പോലെ അടൂ രിന്റെ ചിത്രങ്ങളിലും കണ്ടെത്താനാവുന്നത് സ്വാഭാവികമാണ്. അടഞ്ഞുകിടക്കുന്ന വാതിൽ അർത്ഥഗാംഭീര്യത്തോടെ ആദ്യമായി *സ്വയംവര*ത്തിൽ അടൂർ അവതരി പ്പിക്കുമ്പോൾ, അനിശ്ചിതമായ ഭാവി ആ വാതിലിനപ്പുറത്ത് സീതയെ കാത്തിരി ക്കുന്നതായി ചിത്രീകരിക്കുന്നു.

*സ്വയംവര*ത്തിൽ ഭാവിജീവിതത്തിലെ യാഥാർത്ഥ്യങ്ങളെ നേരിടാൻ സന്നദ്ധ യാകുന്ന സീതയെ വീട്ടിനകത്തായി നാം കാണുമ്പോൾ *കൊടിയേറ്റ*ത്തിൽ പല വട്ടം പുറത്താക്കപ്പെട്ട ശങ്കരൻകുട്ടി വീട്ടിനകത്ത് തിരിച്ചെത്തി ജീവിതത്തിന്റെ സ്വരലയത്തിലലിയുന്നതായാണ് നാം കാണുന്നത്. എന്നാൽ *എലിപ്പത്തായ*ത്തി ൽ പുറത്താക്കപ്പെട്ട് നിരാലംബനായ നായകനെ അവസാന രംഗം നാം കാണുന്നു. മറ്റുരണ്ട് ചിത്രങ്ങളിൽനിന്ന് *എലിപ്പത്തായം* വ്യത്യസ്തമാകുന്നത് മനസ്സി ലാക്കാൻ ഈ അന്ത്യരംഗവും ഉദാഹരിക്കാവുന്നതാണ്. അടഞ്ഞ വാതിലും സാക്ഷയും വീടിന്റെ വിശദാംശങ്ങൾ കാണിക്കുന്ന ആദ്യരംഗത്തിലെന്നപോലെ കാണിക്കപ്പെടുന്നുണ്ട്. എലിക്കുപുറകെയുള്ള ഓട്ടത്തിനിടയിലും അവസാന രംഗത്ത് ഉണ്ണിക്കുഞ്ഞിനെ പുറത്തേക്ക് കൊണ്ടുപോകുന്നതിനിടയിലും വാതിലും സാക്ഷയും നാം കാണുന്നുണ്ട്. *സ്വയംവര*ത്തിലെ വാതിൽ സീതയുടെ വർത്തമാന യാഥാർത്ഥ്യത്തിനും ഭാവിജീവിതത്തിനുമിടയിലെ അനിശ്ചിതമായ ഒരു മുഹൂർത്തത്തിന്റെ ദൃശ്യബിംബമായിരുന്നുവെങ്കിൽ *കൊടിയേറ്റ*ത്തിലെ വാതിലിന് മറ്റൊരു പങ്കാണ് വഹിക്കാനുണ്ടായിരുന്നത്. *സ്വയംവര*ത്തിലെപ്പോലെ തീക്ഷ്ണ മായൊരു നാടകീയ മുഹൂർത്തത്തെ അവതരിപ്പിക്കാനുള്ള ഉപാധിയായി അത്ത രമൊരു ദൃശ്യബിംബം അവസാനരംഗത്തെവിടെയും ഉപയോഗിക്കപ്പെട്ടു ന്നില്ല. വലിയ ലോകത്തിലെ ഒരു ചെറിയ കുടുംബത്തിന്റെ സംതൃപ്തി നിറഞ്ഞ വർത്തമാന ചിത്രമാണ് ആ ദൃശ്യബിംബത്തിനകത്ത് അവതരിപ്പിക്കപ്പെടുന്നത്. *എലിപ്പത്തായ*ത്തിൽ വീണ്ടും വാതിലും സാക്ഷയും അവസാനഭാഗത്തോടടുക്കു മ്പോൾ കൂടുതൽ മിഴിവോടും അർത്ഥഗാംഭീര്യത്തോടും പ്രത്യക്ഷപ്പെടുന്നു. ചിത്ര ത്തിലെ ഏറ്റവും സ്മരണീയമായ ഒരു മുഹൂർത്തമാണത്. വാതിലുകളെല്ലാം കൊട്ടിയടച്ചുകൊണ്ട് സംഭ്രാന്തനായി വീട്ടിനകത്ത് പുളിപ്പിടിച്ചിരിക്കുന്ന ഉണ്ണി ക്കുഞ്ഞ് ഒരു നിമിഷം സാക്ഷനീക്കി സ്വന്തം മുറിയുടെ വാതിലൊന്ന് തുറക്കുന്നു. പാതിതുറന്ന വാതിലിനിടയിലൂടെ, തവിട്ടിന്റെയും ചുവപ്പിന്റെയും ഇരുണ്ട സ്വന്തം ലോകത്തിനു പുറത്തുള്ള ആർദ്രമായ പച്ചയുടെ ഒരു ലോകം അയാൾക്ക് മുന്നിൽ വെളിവാകുന്നു. ആ ആർദ്രതയുടെ പശ്ചാത്തലത്തിലാണ് ഉർവ്വരമായ ഭാവി കാരു ണ്യത്തിന്റെ വാഗ്ദാനവുമായി ആ കുഞ്ഞോടിയടുക്കുന്നത്. എന്നാൽ പ്രകൃതിയുടെയോ

ചരിത്രത്തിന്റെയോ ക്രൂരതയാലെന്നവണ്ണം ആ കാരുണ്യം നിഷേധിക്കപ്പെടുന്നു. ഒരേ സമയം കരുണവും ക്രൂരവുമായ ഈ ദൃശ്യത്തിനു മുന്നിൽ തുറക്കുന്ന വാതിൽ ഉണ്ണിക്കുഞ്ഞിന്റെ ജീവിതാവസ്ഥയെ സൂചിപ്പിക്കുന്നു.

അടൂരിന്റെ ഈ മൂന്നു ചിത്രങ്ങളിലും വൈവിദ്ധ്യമാർന്ന വിധത്തിൽ പ്രത്യക്ഷപ്പെടുന്ന ഒരു ബിംബമാണ് കുളം. പട്ടണത്തെ പശ്ചാത്തലമാക്കിയിരിക്കുന്ന *സ്വയംവര*ത്തിൽപ്പോലും കുളത്തിന്റെ വിദൂരമായ സാമീപ്യം നമുക്കനുഭവപ്പെടുന്ന ഒരു സന്ദർഭമുണ്ട്. ഭർത്താവുമൊത്ത് കിടന്നുറങ്ങുന്ന സീത ഒരു പേടിസ്വപ്നംകണ്ട് ഞെട്ടിയുണരുന്നു. സ്വപ്നത്തിന്റെ ഒരൊറ്റ ദൃശ്യംപോലും സംവിധായകനീ അവസരത്തിൽ കാണിക്കുന്നില്ല. അച്ഛനും ആമ്പൽപ്പൂവും കുളവും ശ്വാസം മുട്ടിക്കുന്ന ആഴങ്ങളിലേക്ക് വലിച്ചിഴയ്ക്കപ്പെടുന്ന ജീവിതവുമെല്ലാം സീതയുടെ വാക്കുകളിലൂടെയാണ് സൂചിപ്പിക്കുന്നത്. എന്നാൽ കുളത്തിന്റെ നേരിട്ടുള്ള സൂചന ഒരു ബിംബത്തിലൂടെ സംവിധായകൻ നല്കുന്നുണ്ട്. കുളത്തിന്റെ ഒരു ശ്രാവ്യ ബിംബത്തിലൂടെ, വെള്ളത്തിന്റെ ശബ്ദസാന്നിദ്ധ്യത്തിലൂടെ, ഇത് നിർവ്വഹിക്കപ്പെടുന്നു. സീതയുടെ ഭൂതകാല ജീവിതത്തെക്കുറിച്ച് പരാമർശിക്കുന്ന ചിത്രത്തിലെ അപൂർവ്വം ചില സൂചനകളിലൊന്നായ ഈ രംഗം ചിത്രത്തിന്റെ തുടക്കത്തിലെവിടെയോ നാം കണ്ട, പാറക്കെട്ടുകളുടെ നടുവിലുള്ള ജലത്തിന്റെ ഭീകര സൗന്ദര്യത്തിലേക്ക് വേരോടിക്കിടക്കുന്നു. *സ്വയംവര*ത്തിൽ ശ്രാവ്യബിംബമായും *കൊടിയേറ്റ*ത്തിൽ ഒന്നോ രണ്ടോ തവണ പ്രത്യക്ഷപ്പെടുകയും ചെയ്യുന്ന കുളം *എലിപ്പത്തായ*ത്തിൽ ഒരു മോട്ടീഫിന്റെ വർദ്ധിച്ച പ്രസക്തിയുമായി പലവട്ടം പ്രത്യക്ഷപ്പെടുന്നു.

ഉണക്കാനിട്ടിരിക്കുന്ന തുണിയിൽ ഒരു തുള്ളിവന്നുവീഴുമ്പോഴാണ് *സ്വയംവര*ത്തിലെ മഴ ആരംഭിക്കുന്നത്. സീത തിരക്കിട്ട് മുറ്റത്തെത്തി വസ്ത്രങ്ങളെല്ലാം വാരിയെടുത്ത് ഇറയത്തേക്കോടിക്കയറുന്നു. പിന്നീട് കോരിച്ചൊരിയുന്ന മഴയുടെ പശ്ചാത്തലത്തിൽ, മേല്ക്കൂരയിൽനിന്ന് വീഴുന്ന മഴയുടെ വെളിനൂലുകൾക്കും പിന്നിൽ വരാന്ത അവിടെ വിശ്വവും സീതയും അലസമായി പുറത്തേക്കു നോക്കിക്കൊണ്ടിരിക്കുന്ന ദൃശ്യം ക്യാമറ പുറത്തുനിന്നാണ് പകർത്തിയെടുക്കുന്നത്. ഈ മഴ അലസമായ ഒരു ജീവിതനിമിഷത്തിന്റെ അന്തരീക്ഷ സൃഷ്ടിക്ക് കാരണമാകുന്നു. മഴയുടെ ചിത്രീകരണം മിക്കവാറും ലിറിക്കലായ ഒരു ഭാവതലമാണ് *സ്വയംവര*ത്തിലുളവാക്കുന്നത്.

*സ്വയംവര*ത്തിൽ ഒരു കാക്കയെ നാം കാണുമ്പോൾ അതിൽ അസാധാരണമായി ഒന്നുംതന്നെ കണ്ടെത്തിയെന്നു വരില്ല. സീതയുടെ കണ്ണിൽപ്പെടുന്ന പുകയുന്ന പുരപ്പുറത്തെ പൂച്ചയ്ക്കു (cat on the hot tin roof) നാം കൊടുക്കുന്ന പ്രാധാന്യംപോലും കാക്കയ്ക്കു കിട്ടുക അസ്വാഭാവികമാണ്. ചിത്രം ശ്രദ്ധാപൂർവ്വം ഒന്നിൽ കൂടുതൽ തവണ കാണുമ്പോൾ, യാദൃച്ഛികതയാകാം ചില പ്രത്യേകതകൾ പ്രകടമാകുന്നു. ചെറുകിട ഹോട്ടൽമുറിയിലേക്ക് താമസം മാറിയെത്തുന്ന നവദമ്പതികളിൽ കാക്കയെ കാണുന്ന നായകൻ ചിത്രാന്ത്യത്തിൽ മരിച്ചുകഴിഞ്ഞിട്ടും പുകപൊന്തുന്ന പുരപ്പുറത്തൊരു പൂച്ചയെ കണ്ട നായിക ജീവിതം തുടരുകയാണ്. ആദ്യരംഗത്തിൽ നായകന്റെ മരണം അവ്യക്തമായി സൂചിപ്പിക്കുന്ന ദൃശ്യപരമ്പരകളെ കൂടാതെയാണിത്. ഇതിനും പുറമേ ഭീഷണിപ്പെടുത്തുന്ന അരക്ഷിതാവസ്ഥയുടെ

ക്ഷൗരം ചെയ്യാത്ത മുഖങ്ങൾ തൊഴിലില്ലാത്തവനായും തൊഴിൽശാലയിൽ വീണു പോകുന്നവനായും നായകനെ പിന്തുടരുന്നുണ്ട്. ഈ ദൃശ്യ പരമ്പരകളുടെ ഇടയിൽ ഒരു കാക്കയ്ക്ക് മൂർത്തിയുടെ പ്രതീകഭാരമോ ധ്വനിസാദ്ധ്യതകളോ നല്കാതെ തന്നെ *സ്വയംവരം* ആസ്വദിക്കാനാവുന്നതാണ്.

*സ്വയംവര*ത്തിൽ ഒരു ദൃശ്യബിംബത്തിന്റെ ഭാഗമായും *കൊടിയേറ്റ*ത്തിൽ ഒരു ദൃശ്യബിംബത്തിന്റെ വികാസം നല്കുന്ന പശ്ചാത്തലമായും കാക്കയുടെ സാന്നിദ്ധ്യം കാണികൾ കണ്ടും കേട്ടും അറിയുന്നു. *എലിപ്പത്തായ*ത്തിൽ ദൃശ്യത്തിലൂടെയും ശബ്ദത്തിലൂടെയും കാക്കയുടെ സാന്നിദ്ധ്യം അവതരിപ്പിക്കപ്പെട്ടു. *സ്വയംവര*ത്തിന്റെ ആദ്യഭാഗത്തെവിടെയോ നാം മറന്ന കാക്കയും *കൊടിയേറ്റ*ത്തിന്റെ രണ്ടാം പകുതിയിൽ നമ്മുടെ സ്മരണയിലാകെ നിറഞ്ഞു പെയ്യുന്ന ശങ്കരൻകുട്ടിയുടെ നിലവിളിയായ കാക്കകളുടെ കൂട്ടക്കലമ്പലും *എലിപ്പത്തായ*ത്തിൽ വ്യത്യസ്ത സാഹചര്യങ്ങളിലും വ്യത്യസ്തമായ അർത്ഥസന്ദർഭങ്ങളിലും പ്രത്യക്ഷപ്പെടുന്നു. കാക്കയെ കാണുന്ന വിശ്വത്തിന്റെ ദുർവ്വിധിയായിരുന്നു പുരപ്പുറത്തെ കാക്ക *സ്വയംവര*ത്തിൽ വിളിച്ചറിയിച്ചത്.

*സ്വയംവര*ത്തിൽ നവദമ്പതികളുടെ പട്ടണത്തിലേക്കുള്ള ബസ് യാത്രയുടെ ദൈർഘ്യത്തെക്കുറിച്ച് പരാതി പറഞ്ഞവരേയും രസിപ്പിച്ച ഒരു കാർയാത്രയുടെ രംഗമുണ്ട്. സീത കടയിലേക്ക് പറഞ്ഞയയ്ക്കുന്ന പയ്യൻ (ആ പയ്യൻ *കൊടിയേറ്റ*ത്തിൽ വിധവയുടെ മകനായി സ്കൂളിൽനിന്ന് വന്ന് ശങ്കരൻ കുട്ടിയൊത്ത് ഊണു കഴിക്കാനിരിക്കുന്നു. ശങ്കരൻ കുട്ടിയുടെ പുതിയ ഉത്തരവാദിത്വ ബോധത്തിന്റെ ശ്രമം വഴി പുഴയിൽ വീഴാതെ രക്ഷപ്പെടുന്നു. *എലിപ്പത്തായ*ത്തിൽ തലയിലൊരു ചുമടും കൈയിലൊരു കുപ്പിയുമായി ചളിയിലൂടെ നടന്നു നീങ്ങുന്നു. കശുമാവിൻ കൊമ്പുകളിൽ സാഹസികനായി കിടന്നൂഞ്ഞാലാടുന്നു.) ഗൗരവത്തിൽ റിവേഴ്സടിച്ച് കാറോടിച്ചുപ്പോകുന്ന രംഗം.

ജനനമരണങ്ങളെപ്പോലുള്ള പ്രധാനപ്പെട്ട സന്ദർഭങ്ങൾ ചിത്രീകരിക്കുന്നതിന് സമാനമായ ദൃശ്യശ്രവ്യബിംബങ്ങൾ സംവിധായകർ ചിത്രങ്ങളിൽ ആവർത്തിച്ചു പയോഗിക്കാറുണ്ട്. പല ചിത്രങ്ങളിലൂടെ ആവർത്തനം കൊണ്ടർത്ഥം കൈവരിക്കുന്ന സമാനമായ ബിംബങ്ങൾ താരതമ്യേന അപ്രധാനമായ രംഗങ്ങളിലും ചിലപ്പോൾ ഉപയോഗിക്കാറുണ്ട്. ഘട്ടക്കിന്റെയും റേയുടെയും ചിത്രങ്ങളിൽ രണ്ടു വിഭാഗത്തിൽപ്പെടുന്ന ബിംബങ്ങളെയും കണ്ടെത്താം. *സുവർണ്ണ രേഖ*യിൽ ഈശ്വരിനെ വലിച്ചിഴച്ച് നടന്നു നീങ്ങുന്ന പേരക്കിടാവ്, *അജാന്ത്രിക്കിൽ* എല്ലാം നഷ്ടപ്പെടുന്ന നായകനു മുന്നിൽ ഹോൺ മുഴക്കുന്ന കുസൃതി, 'ജുക്തി'യിൽ വെടിയേറ്റു മരിക്കുന്ന നായകനെക്കാണാനമ്മയോടൊത്ത് വന്നെത്തുന്ന മകൻ എന്നിവരുടെ ദൃശ്യമുഹൂർത്തങ്ങളിലൂടെ ഘട്ടക്ക് തന്റെ ജീവിതാഭിവാഞ്ഛ വ്യക്തമാക്കുന്നു. *അപുത്രയ*ത്തിലെ ആവർത്തിക്കപ്പെടുന്ന മരണരംഗങ്ങൾ സുപ്രസിദ്ധങ്ങളാണല്ലോ. റേ ആവർത്തിക്കുന്ന മറ്റൊരു സന്ദർഭമാണ് കഥാപാത്രങ്ങൾ പ്രിയപ്പെട്ടവരുടെ മരണവാർത്ത അറിയുന്ന രംഗങ്ങൾ. ഹരിഹരൻ ദുർഗ്ഗയ്ക്കു സാരിയുമായി മടങ്ങിയെത്തുന്നിടത്തും അമ്മയുടെ മരണം അപു കേട്ടറിയുന്നിടത്തും അപർണ്ണയുടെ മരണം അളിയൻ അപുവിനെ അറിയിക്കുന്നിടത്തും സമാനമായ ദൃശ്യസന്ദർഭങ്ങളെ അവതരിപ്പിക്കുകയാണ് റേ ചെയ്തിരിക്കുന്നത്. ഇങ്ങനത്തെ നാടകീയ പ്രാധാന്യമില്ലാത്ത മറ്റൊരു ദൃശ്യമുഹൂർത്തവും റേ മൂന്നു ചിത്രങ്ങളിലും അവതരിപ്പിച്ചിരിക്കുന്നത് വളരെ ശ്രദ്ധയോടുകൂടിയാണ്. ഭക്ഷണം കഴിക്കുന്ന കഥാപാത്രങ്ങൾക്കരികിൽ വിശറിയുമായിരിക്കുന്ന ഇഷ്ടപ്പെട്ടവരുടെ ദൃശ്യം. *പഥേർ പാഞ്ചാലി*യിൽ ഹരിഹരന് വീശിക്കൊടുക്കുന്ന ഭാര്യ; *അപരാജിത*യിൽ മകന് വീശിക്കൊടുക്കുന്ന അമ്മ; *അപുർസൻസാറിൽ* പരസ്പരം വീശിക്കൊടുക്കുന്ന അപർണ്ണയും അപുവും.

സ്വസ്ഥവും സംതൃപ്തവുമായ കുടുംബാന്തരീക്ഷമാണ് റേ അങ്ങനെ സൃഷ്ടിച്ചത്. ഒരു സംവിധായകന്റെ എല്ലാ ചിത്രങ്ങളേയും ബന്ധിപ്പിക്കുന്ന ഒരു ഘടകം ഇത്തരം ദൃശ്യകല്പനകളാണ്. അടൂരിന്റെ ആദ്യത്തെ മൂന്നു ചിത്രങ്ങളേയും ഇതുപോലെത്തന്നെ ആവർത്തിച്ചുവരുന്ന ചില ദൃശ്യബിംബങ്ങളും മുഹൂർത്തങ്ങളും വിദഗ്ധമായി പരസ്പരം ബന്ധിപ്പിച്ചു നിറുത്തിയിരിക്കുന്നു.

ഭൂതഭാവിവർത്തമാനങ്ങളിലേക്ക് തുറക്കപ്പെടുകയോ അടയ്ക്കപ്പെടുകയോ ചെയ്യുന്ന മുഹൂർത്തം ദൃശ്യസാദ്ധ്യതയായി വാതിലും, സ്മൃതി വിസ്മൃതികളെ പ്രതിഫലിപ്പിക്കുന്ന ത്രികാല നിബന്ധ ദൃശ്യശ്രാവ്യസാദ്ധ്യതകളായി കുളവും, ദുരിതമോ വിനാശമോ വിരുന്നുവരാനിരിക്കുന്നു എന്ന് വിളിച്ചുപറയാനായി കാക്കയും, അടൂർ ചിത്രങ്ങളിൽ പ്രത്യക്ഷപ്പെടുന്നു. മഴ പലപ്പോഴും വർത്തമാനത്തിന്റെ അലസവും ഭാവഗീതാത്മകവുമായ അന്തരീക്ഷ പശ്ചാത്തലമായോ ഐതിഹാസികതയുടെ ആകാശവിതാനമായോ പ്രത്യക്ഷപ്പെടുന്നു. സിനിമാശാലയിൽ വന്നുനിറയുന്ന ശബ്ദം മാത്രമായി നാമറിയുന്ന വിമാനമാകട്ടെ കാണുന്നവർക്ക് തന്നെയുംകൊണ്ട് കടലു കടക്കുന്ന ശുഭകാമനയുടെ കതിർമണിയുമായെത്തുന്ന വെള്ളരിപ്രാവായും കേൾക്കുന്നവർക്ക് അകലങ്ങളിൽനിന്നുവന്ന മാറ്റത്തിന്റെ സംഭ്രമകാരണമായ ഇടിമുഴക്കമായും പ്രത്യക്ഷപ്പെടുന്നു.

മോഡേണിസം മലയാള സിനിമയിൽ

മണർകാട് മാത്യു

അദ്ധ്യാപകനും മാധ്യമപ്രവർത്തകനും ചലച്ചിത്രനിരൂപകനും. വനിത ദ്വൈവാരികയുടെ പത്രാധിപരായിരുന്നു. ചലച്ചിത്രനിരൂപകനുള്ള സംസ്ഥാന അവാർഡ് ജേതാവ്. ചലച്ചിത്രസ്വരൂപം, കാലത്തിൽ കൊത്തിയ ദർശനം തുടങ്ങിയ പുസ്തകങ്ങൾ രചിച്ചിട്ടുണ്ട്.

പൂണെയിലെ ഫിലിം ഇൻസ്റ്റിറ്റ്യൂട്ടിൽനിന്നു സംവിധാനം പഠിച്ചിറങ്ങിയ അടൂർ ഗോപാലകൃഷ്ണൻ എന്ന ചെറുപ്പക്കാരൻ 1962- ൽ ഒരു ചിത്രം തിരശ്ശീലയിലെത്തിച്ചു *സ്വയംവരം*. സിനിമ ഒരു കലാരൂപമാണെന്നു തെളിയിച്ച *സ്വയംവരം* സിനിമ ഫിലിമിലാക്കിയ നാടകങ്ങളിൽനിന്നു വ്യത്യസ്തമായി ദൃശ്യവിന്യാസമെന്ന സങ്കല്പത്തിലൂന്നിയ ഒരു ചലച്ചിത്രാവിഷ്കരണ ശൈലിക്ക് മലയാളത്തിൽ തുടക്കം കുറിച്ചു. തികഞ്ഞ ഒരു ജീവിതവീക്ഷണത്തോടെ ഗോപാലകൃഷ്ണൻ രചിച്ച ഈ ചിത്രം ക്യാമറയുടെയും പശ്ചാത്തലത്തിന്റെയും നടീനടന്മാരുടെയും കലാപരമായ ഇഴുകിച്ചേരലിൽനിന്നുരുവാകുന്ന ചലച്ചിത്രാന്തരീക്ഷം ദൃശ്യപരതയുടെ സീമകൾക്കപ്പുറത്തേക്കു പ്രേക്ഷകനെ നയിക്കുന്നു. അതായത് തിരശ്ശീലയിൽ കാണുന്നതിനും അതിൽനിന്നു കേൾക്കുന്നതിനും അപ്പുറം ജീവിതത്തിന്റെ അവ്യവസ്ഥിതമായ ഇടനാഴികളിലേക്കും ചെളിനിറഞ്ഞ പാതകളിലേക്കും കാഴ്ചക്കാരന്റെ ഭാവനകളെ സംവിധായകൻ നയിക്കുന്നു. ധ്വന്യാത്മകതയുടെ ശക്തമായ ആഘാതത്തിൽ കാഴ്ചക്കാരനെ വശഗനാക്കാൻ കഴിഞ്ഞ ഈ ചിത്രം ദേശീയതലത്തിലും സാർവ്വദേശീയതലത്തിലും മലയാളത്തിനും അംഗീകാരം നേടി. ക്യാമറകൊണ്ടു കവിത രചിക്കുകയെന്ന പ്രയോഗം അന്വർത്ഥമാക്കുന്ന ഛായാഗ്രഹണംകൊണ്ടു മങ്കട രവിവർമ്മ സംവിധായകന്റെ ഉൾക്കാഴ്ചകളെ പ്രേക്ഷകസമക്ഷം പകർത്തിക്കാട്ടുകയും ചെയ്തു.

*സ്വയംവര*ത്തിലെ നായകൻ, വിശ്വം ഒരുപേക്ഷ, ഞാനോ നിങ്ങളോ ആകാം. അനുഭവങ്ങളുടെ സാമാന്യഭാവം സിനിമയിലെ സംഭവങ്ങൾ കൂടുതൽ ഹൃദയസ്പർശിയാക്കുന്നു. നമുക്കിടയിൽ കാണുന്ന വ്യക്തിയുടെ ദുരന്തം സ്വന്തം ദുഃഖമായി നമുക്കനുഭവപ്പെടുന്നു. ആ രീതിയിൽ പറഞ്ഞാൽ പ്രമേയത്തിൽ മാത്രമല്ല അവതരണത്തിലും *സ്വയംവരം* ഒരു ലഘുവായ ചിത്രമാണ്. ഒരു തുടക്കക്കാരന്റെ ചിത്രം.

എഴുപതുകളുടെ തുടക്കത്തിൽ, ദുരന്തത്തെ സ്വയം വരിച്ച യുവമിഥുനങ്ങളുടെ ആത്മാവിന്റെ തേങ്ങലുകളുമായി കടന്നുവന്ന അടൂർ ഗോപാലകൃഷ്ണനാണ് നമ്മുടെ ചലച്ചിത്ര സംബന്ധമായ മാമൂൽ സങ്കല്പങ്ങളെ തിരുത്തിക്കുറിച്ച ഒരു പുതിയ ഭാവുകത്വത്തിന്റെ പാത തുറന്നത്. "കണക്കൊപ്പിച്ചൊരു കഥ പറയുകമാത്രമാണു സിനിമയുടെ കർമ്മമെന്ന ധാരണ ഇന്നേതാണ്ടു മാറിക്കഴിഞ്ഞിട്ടുണ്ട്... കഥയെ ഒരുപാധിയാക്കി നിർത്തി കാര്യവിചാരം നടത്തുക. ആധുനിക സിനിമയുടെ കാതലായ പ്രത്യേകതകളിലൊന്നാണ്. ഇവിടെ സങ്കേതങ്ങളിൽത്തന്നെ പതിവിൽനിന്നു മാറിയിട്ടുള്ള പ്രയോഗമുറകളുണ്ടാവും. സംവേദനത്തിന്റെ തരവും തലവും അനേകമാകും. കലാപരമായ അത്തരം അന്വേഷണങ്ങൾ നല്കുന്ന അറിവുകളുടെയും അനുഭവങ്ങളുടെയും ഫലങ്ങൾ പുതുതും അപരിചിതവും അതുപോലെ സങ്കീർണ്ണവുമാകുക സാധാരണ എന്നപോലെ സ്വാഭാവികവുമാണ്. പാതവിട്ടുള്ള ഈ പ്രയാണങ്ങളാവട്ടെ ആസ്വാദകരിൽ ചിലപ്പോഴും അസ്വാസ്ഥ്യങ്ങൾ സൃഷ്ടിക്കുന്നു." *ചലച്ചിത്ര സ്വരൂപം* എന്ന ഗ്രന്ഥത്തിന്റെ ആമുഖത്തിൽ അടൂർ ഗോപാലകൃഷ്ണൻ എഴുതി. അദ്ദേഹത്തിന്റെ ചലച്ചിത്രവീക്ഷണം വ്യക്തമാക്കുന്നതാണ് ഈ പ്രസ്താവന.

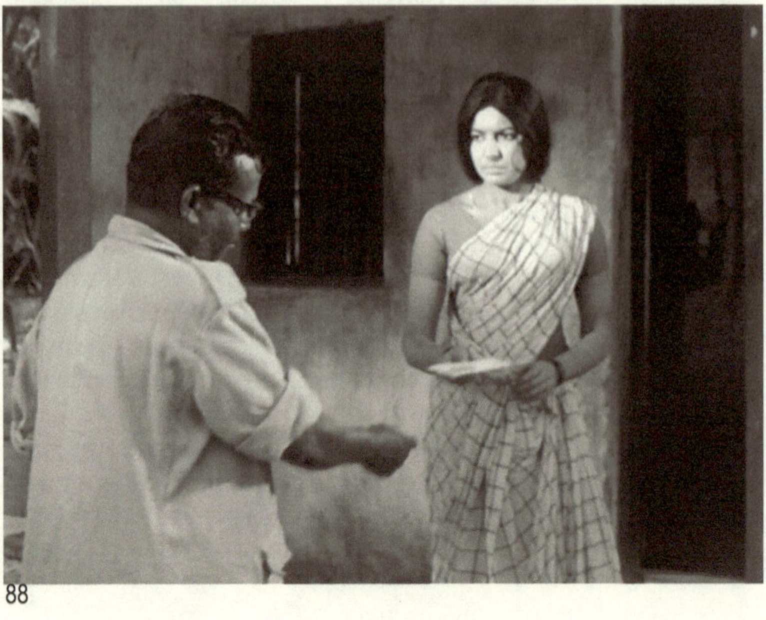

നിയോറിയലിസ്റ്റ് സങ്കേതങ്ങളോടു കൂടുതൽ സാധർമ്മ്യം ആരോപിക്കപ്പെടാവുന്നവയാണ് അടൂരിന്റെ ആദ്യകാലചിത്രങ്ങൾ *സ്വയംവര*വും *കൊടിയേറ്റ*വും. എന്നാൽ *എലിപ്പത്തായം* മുതൽ വ്യത്യസ്തമായ ആവിഷ്കാര സങ്കേതങ്ങൾ വരെ ഇനം തിരിച്ചപഗ്രഥിക്കുമ്പോൾ രചനാശൈലിയിൽ അതു സാർവ്വദേശീയതലത്തിൽ മികച്ച ന്യൂവേവ് ചിത്രങ്ങൾക്കൊപ്പം നില്ക്കുന്നു.

സാധാരണക്കാരാണ് അടൂർ ഗോപാലകൃഷ്ണന്റെ ചിത്രങ്ങളിലെ കഥാപാത്രങ്ങൾ. ഗുണദോഷങ്ങളും നന്മതിന്മകളും ശക്തിദൗർബല്യങ്ങളും മേന്മകളും കോട്ടങ്ങളും ഉള്ളവർ. കേരളത്തിന്റെ സമൂഹത്തിലെവിടെയും നിന്നു തിരിഞ്ഞുപിടിക്കാവുന്നവർ. സമകാലിക ജീവിതത്തിന്റെ പ്രാതികൂല്യങ്ങളിൽ അസ്വസ്ഥരും ഉൽക്കണ്ഠാകുലരും ആകുന്നവർ. നിശിതവും സൂക്ഷ്മവുമായ നിരീക്ഷണത്തിലൂടെ വ്യക്തിയുടെയും സമൂഹത്തിന്റെയും മനഃശാസ്ത്രപരവും സാമൂഹികവുമായ അപഗ്രഥനത്തിന് അടൂർ ഇവരെ വിധേയരാക്കുന്നു. വ്യക്തിയിൽനിന്നു സമഷ്ടിയിലേക്കും സമഷ്ടിയിൽനിന്നു വ്യക്തിയിലേക്കുമുള്ള പാരമ്പര്യത്തെ വിശദമാക്കുന്നു, ചിത്രീകരിക്കുന്നു. ഇതിവൃത്തവും ആവിഷ്കാരശൈലിയും അതിനിണങ്ങുംവിധം ആസൂത്രണം ചെയ്യുന്നു. നെടുനെടുങ്കൻ ഡയലോഗുകളിലൂടെയല്ല, കഥാപാത്രങ്ങളുടെ ചലനങ്ങളിലൂടെയും സൂക്ഷ്മമായ ഭാവാന്തരങ്ങളിലൂടെയും രംഗസംവിധാനത്തിലൂടെയും കഥാപാത്രങ്ങളുടെ മനസ്സിനെ അനാവരണം ചെയ്യുന്നതാണ് അടൂർ ശൈലി.

പ്രേക്ഷകന്റെ ആലോചനയ്ക്കു വിഭവമൊരുക്കുന്നതാണ് അടൂരിന്റെ കഥാപാത്രസൃഷ്ടിയും കഥാവിഷ്കാരവും. മനുഷ്യമനസ്സിന്റെ വൈചിത്ര്യങ്ങൾ തേടിയുള്ള പ്രേക്ഷകന്റെ അലച്ചിലിൽ എപ്പോഴും പുതിയ വൈവിദ്ധ്യമാർന്ന വഴികൾ അടൂർ ചിത്രങ്ങളിലെ കഥാസന്ദർഭങ്ങളും കഥാപാത്രങ്ങളുടെ പെരുമാറ്റ സവിശേഷതകളും നമുക്കു കാണിച്ചുതരും.

സ്വയംവരം പ്രായപൂർത്തിയായ ഒരാളുടെ ജീവിത പരിണാമത്തിലെ ഉൽക്കണ്ഠകളും ദുരന്തവുമാണ്. കോളനിയിലെ ജീവിതത്തിന്റെ യാഥാർത്ഥ്യങ്ങളിൽ വഴിതെറ്റിനടക്കുന്ന ഒരു ചെറുപ്പക്കാരനും കൂട്ടിക്കൊടുപ്പുകാരനുമൊക്കെയുണ്ട്. പക്ഷേ, അത് കോളനി ജീവിതത്തിന്റെ വർണ്ണാന്തരങ്ങളിൽ ഒന്നുമാത്രം. ജീവിക്കാൻ വേണ്ടി വഴിതെറ്റി നടക്കുന്നവളാണെങ്കിലും അവൾ ദമ്പതികൾക്കു നല്കുന്നത് സ്നേഹവും കരുണയും മാത്രമാണ്. ജീവിതത്തിന്റെ പുഴക്കുത്തുകൾക്കിടയിലും മനുഷ്യനു നഷ്ടപ്പെട്ടു പോകാത്ത നന്മയുടെ സ്വർണ്ണത്തിളക്കം!

(കാലത്തിൽ കൊത്തിയെടുത്ത ദർശനം, കറന്റ് ബുക്ക്സ് കോട്ടയം 1997) ചലച്ചിത്രസ്വരൂപം കറന്റ് ബുക്ക്സ് കോട്ടയം, 1984)

സ്വയംവരം
ഒരു സംവിധായകൻ ജനിക്കുന്നു

ഡോ. വി രാജകൃഷ്ണൻ

സർവ്വകലാശാലാ അദ്ധ്യാപകൻ, ചലച്ചിത്രസംവിധായകൻ, ചലച്ചിത്ര-സാഹിത്യ നിരൂപകൻ. കാഴ്ചയുടെ അശാന്തിക്ക് മികച്ച ചലച്ചിത്രഗ്രന്ഥത്തിനുള്ള ദേശീയ സംസ്ഥാന അവാർഡ്. രോഗത്തിന്റെ പൂക്കൾ ചുഴികൾ ചിപ്പികൾ അടക്കം സാഹിത്യപഠനങ്ങൾ. ശ്രാദ്ധം എന്ന സിനിമ തിരക്കഥയെഴുതി സംവിധാനം ചെയ്തു.

അര നൂറ്റാണ്ട് ഒരു സിനിമയുടെ ആയുർബ്ബലം നിർണ്ണയിക്കാൻ മതിയായ കാലയളവാണെന്നു തോന്നുന്നു. അടൂർ ഗോപാലകൃഷ്ണന്റെ ആദ്യചിത്രമായ *സ്വയംവരം* (1972) അമ്പതുവർഷത്തിനു മുമ്പാണ് കേരളത്തിലെ തീയേറ്ററുകളിലെത്തിയത്. ഇക്കഴിഞ്ഞ കാലമത്രയും ഈ സിനിമ പലതരം വിമർശനാപഗ്രഥനങ്ങൾക്കും വഴിയൊരുക്കുകയുണ്ടായി. മലയാള സിനിമ *സ്വയംവര*ത്തിനു മുമ്പും *സ്വയംവര*ത്തിനു ശേഷവും എന്ന തരത്തിലുള്ള വിലയിരുത്തൽ പലരും നടത്തിക്കണ്ടിട്ടുണ്ട്. കേരളീയരുടെ ചലച്ചിത്രാസ്വാദനശീലത്തെ അപ്പാടെ നവീകരിച്ച ഒരു രചനയായി *സ്വയംവരം* കൊണ്ടാടപ്പെടുന്നു. ഇന്ത്യയിലെ പ്രാദേശികഭാഷാചിത്രങ്ങളുടെ ചരിത്രത്തിലെ കാലാതിവർത്തിയായ ഒരു ക്ലാസിക്കിന്റെ സ്ഥാനം *സ്വയംവരം* കൈവരിച്ചതായി പറയുന്നതിൽ തെറ്റുണ്ടാവില്ല.

*സ്വയംവര*ത്തിലൂടെ സാക്ഷാൽക്കാരംകൊണ്ട പുതിയ ദൃശ്യവ്യാകരണത്തിന്റെ മുന്നോടി 1970 ൽ പുറത്തിറങ്ങിയ പി എൻ മേനോന്റെ *ഓളവും തീരവും* എന്ന സിനിമയിലുണ്ടായിരുന്നു. സ്റ്റുഡിയോ പരിസരത്തിൽനിന്ന് ലൊക്കേഷനിലേക്കു സിനിമയെ പറിച്ചുനടാനുള്ള ആത്മാർത്ഥമായ ശ്രമം ഈ സിനിമയിൽ നാം കാണാനിടയായി. അതേ സമയം മുഖ്യധാരാ സിനിമയുടെ പല പതിവുശീലങ്ങളും കയറിക്കൂടിയ ഒന്നായിരുന്നു പി എൻ മേനോൻ- എം ടി വാസുദേവൻനായർ കൂട്ടുകെട്ടിൽനിന്നു പിറവിയെടുത്ത ആ ചിത്രം. ജനപ്രിയ സിനിമയുടെ ചട്ടക്കൂട്ടിൽനിന്ന്

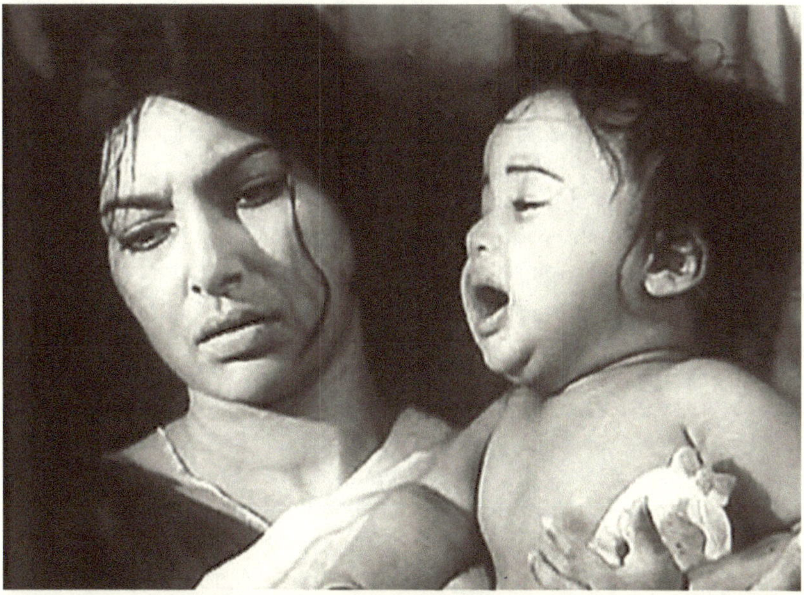

ഏറെ വ്യതിചലിക്കാതെ, ഒരു ബലാത്സംഗവും തുടർന്നുള്ള ആത്മത്യാഗവും സംഘട്ടനവും ചിത്രീകരിച്ചുകൊണ്ട് ഒരു കഥ പറയാനുള്ള ശ്രമത്തിനിടയിൽ കടന്നുകൂടിയ അതിഭാവുകത്വം കലർന്ന അംശങ്ങൾ ഈ സിനിമയുടെ ശാലീനഭംഗിക്കു പോറലേല്പിക്കുന്നതായി തോന്നി. എന്നാൽ *സ്വയംവരം* വാണിജ്യപരമായ ഒത്തുതീർപ്പുകളിൽനിന്നു തീർത്തും മുക്തമായ ഒരു കലാസൃഷ്ടിയായിരുന്നു. അതു പ്രേക്ഷകസമൂഹത്തിന്റെ പതിവുശീലങ്ങളുടെ നേർക്കു സ്പഷ്ടമായ ഒരു വെല്ലുവിളിയുയർത്തി. ചലച്ചിത്രമാധ്യമത്തിന്റെ തനതു സവിശേഷതകളെ പരമാവധി പ്രയോജനപ്പെടുത്തിക്കൊണ്ട് കഥാഖ്യാനത്തിന്റെ രീതികളെ തിരുത്തിക്കുറിക്കാൻ തന്റെ കന്നി ചിത്രത്തിലൂടെ അടൂർ ഗോപാലകൃഷ്ണൻ ശ്രമിച്ചതായി തെളിഞ്ഞിട്ടുണ്ട്.

*സ്വയംവര*ത്തിന്റെ തിരക്കഥയിൽ മുറുക്കം കുറവായ ചില ഭാഗങ്ങളുണ്ട്. സത്യജിത് റേയുടെയും ഋത്വിക് ഘട്ടക്കിന്റെയും സിനിമകളിൽനിന്നുള്ള നിഴലുകൾ *സ്വയംവര*ത്തിലെ ചില കഥാസന്ദർഭങ്ങളിൽ തങ്ങിനില്പുണ്ട് എന്നതു നേരാണ്. തന്റെ ആദ്യസൃഷ്ടിക്ക് ഘട്ടക്കിന്റെ *സുവർണ്ണരേഖ*യുമായുള്ള പാഠാന്തരബന്ധത്തെക്കുറിച്ച് അടൂർ തന്നെ ചിലതെല്ലാം പറഞ്ഞുവച്ചിട്ടുണ്ട്. അതേസമയം തുടക്കക്കാരനായ ഒരു സംവിധായകനിൽനിന്ന് സാധാരണഗതിയിൽ നമുക്കു പ്രതീക്ഷിക്കാനാവാത്ത വിധത്തിൽ തനിമയുള്ള ഒരു ദൃശ്യശൈലി ഈ സിനിമയിൽ പതിഞ്ഞുകിടപ്പുണ്ട്. ഇതിലെ ഷോട്ടുകളുടെ രൂപവല്ക്കരണത്തിൽ, ഫ്രെയിമുകളുടെ വിന്യാസത്തിൽ, ശബ്ദത്തിന്റെയും സംഗീതത്തിന്റെയും ഉപയോഗത്തിൽ, ചിത്രസന്നിവേശക്രമത്തിൽ തെളിഞ്ഞുകാണുന്ന കൈയൊപ്പ് അടൂരിന്റേതു മാത്രമാണ്. *സ്വയംവരം* മറ്റെന്തിലുമുപരി തന്റെ മാധ്യമത്തിന്റെ മേൽ തികഞ്ഞ നിയന്ത്രണം കൈവരിച്ച ഒരു സംവിധായകന്റെ പിറവി വിളിച്ചറിയിച്ചു. സിനിമ അടിസ്ഥാനപരമായി സംവിധായകന്റെ കലയാണ് എന്ന തിരിച്ചറിവ് നമ്മുടെ പ്രേക്ഷകർക്കു സമ്മാനിച്ച ഒന്നാമത്തെ മലയാള ചിത്രം *സ്വയംവര*മായിരുന്നു. മൃണാൾസെന്നിന്റെ *ഭുവൻഷോമി* (1969)ലൂടെ ജന്മംകൊണ്ട ഇന്ത്യൻ സമാന്തരസിനിമ തെക്കേ ഇന്ത്യയിൽ സംസ്കാരയിലൂടെ കൈവരിച്ച വളർച്ച *സ്വയംവര*ത്തിൽ പുതിയ ചില മാനങ്ങൾ കൈവരിച്ചു.

വിഷയസ്വീകരണത്തെ മുൻനിർത്തി ചിന്തിക്കുകയാണെങ്കിൽ *സ്വയംവരം* ഒരു നിയോറിയലിസ്റ്റിക്ക് സിനിമയാണ്. ഇറ്റാലിയൻ നിയോറിയലിസ്റ്റിക്ക് ചിത്രങ്ങളിൽ നാം കണ്ടിട്ടുള്ള തരത്തിൽ, തങ്ങളുടെ മോഹങ്ങളെ തട്ടിത്തെറിപ്പിക്കുന്ന സഹപതാപശൂന്യമായ ഒരു ലോകത്തിൽ പിടിച്ചുനില്ക്കാനായി പാടുപെടുന്ന കൊച്ചുമനുഷ്യരുടെ അവസ്ഥയാണ് ഈ സിനിമയുടെ പ്രതിപാദ്യം. അതേസമയം സംവിധായകന്റെ പരിചരണരീതിയുടെ ചില സവിശേഷതകൾ ഈ ചിത്രത്തിന്റെ യഥാതഥസ്വഭാവത്തിന് ആഴം പകരുകയും അതിനെ ചെറുതായി വ്യത്യാസപ്പെടുത്തുകയും ചെയ്യുന്നതായി നമുക്കു കാണാൻ സാധിക്കും. ഒരു കലാസങ്കേതമെന്ന നിലയിൽ റിയലിസത്തിന്റെ നേർക്കുള്ള അടൂരിന്റെ അസംതൃപ്തി അദ്ദേഹത്തിന്റെ തുടർന്നുള്ള രചനകളിൽ പടിപടിയായി വർദ്ധിച്ചതിന്റെ ലക്ഷണമുണ്ട്. *എലിപ്പത്തായ*ത്തിലെ യഥാതഥ ശൈലിയിൽ എക്സ്പ്രഷനിസത്തിന്റെ അംശങ്ങൾ ഇടകലരുന്നുണ്ട്. *മുഖാമുഖ*ത്തിലും *അനന്തര*ത്തിലും വക്രീകരണത്തിന്റെയും പകൽസ്വ

പ്നത്തിന്റെയും പേക്കിനാവിന്റെയും ഭ്രമകല്പനയുടെയും സങ്കേതങ്ങൾ അവലംബിച്ചുകൊണ്ട് തന്റെ സംവിധാന ശൈലിക്ക് പുതിയൊരു ആന്തരഗൗരവം സമ്മാനിക്കാൻ അടൂർ മുതിർന്നതായി കാണാം.

*സ്വയംവര*ത്തിന്റെ സാമൂഹികപശ്ചാത്തലം സംബന്ധിച്ച വ്യക്തമായ ചില സൂചനകൾ സംവിധായകൻ പ്രേക്ഷകർക്കു നല്കുന്നുണ്ട്. ആയിരത്തിത്തൊള്ളായിരത്തി അറുപതുകളുടെ രണ്ടാം പകുതിയിലാണ് കഥ നടക്കുന്നത്. രാഷ്ട്രപുനർനിർമ്മാണം സംബന്ധിച്ച നെഹ്രുവിയൻ സ്വപ്നങ്ങൾ പൊലിഞ്ഞു തുടങ്ങിയ സമയമായിരുന്നു ഇത്. അഭ്യസ്തവിദ്യർക്കിടയിലുള്ള തൊഴിലില്ലായ്മ കുതിച്ചുയരുകയായിരുന്നു. പെരുകിവരുന്ന വർഗ്ഗവൈരുദ്ധ്യങ്ങൾ സാമൂഹികഘടനയെ വികൃതമാക്കുന്നതിന്റെ അടയാളങ്ങൾ എങ്ങും കണ്ടുതുടങ്ങി. ദിശാബോധം കൈമോശം വന്ന ഒരു ജനത വലിയ ലക്ഷ്യങ്ങളുടെ നേർക്കു മുഖംതിരിച്ച് അർത്ഥശൂന്യമായ തർക്കങ്ങളിലും സംഘട്ടനങ്ങളിലും മുഴുകിക്കഴിയുന്ന ചിത്രമാണ് അന്നത്തെ ഇന്ത്യ ലോകത്തിനു മുന്നിൽ കാഴ്ചവച്ചത്. ചിന്താക്കുഴപ്പവും സിനിസിസവും കഷ്ടിച്ച് ഒന്നര പതിറ്റാണ്ടു പ്രായം ചെന്ന നമ്മുടെ ദേശീയസ്വാതന്ത്ര്യത്തിന്റെ മാധുര്യം ചോർത്തിക്കളഞ്ഞുകൊണ്ടു പടർന്നേറിയ ഒരു സാമൂഹികാന്തരീക്ഷമാണ് *സ്വയംവര*ത്തിൽ തങ്ങളുടെ ജീവിതത്തിനു ഭദ്രമായ ഒരടിത്തറ ഉണ്ടാക്കിയെടുക്കാൻ ശ്രമിച്ചു പരാജയപ്പെടുന്ന കമിതാക്കളുടെ അവസ്ഥയ്ക്കു പശ്ചാത്തലമായി നിലകൊള്ളുന്നത്. ബംഗാളി സിനിമയിൽ മൃണാൾസെൻ നിത്യേനയെന്നോണം അരങ്ങേറുന്ന രാഷ്ട്രീയ സംഘർഷങ്ങളിൽപ്പെട്ടു കത്തിയാളുന്ന കല്ക്കത്തയിലെ തെരുവീഥികളിലേക്കു തന്റെ ശ്രദ്ധ തിരിച്ചുവിട്ടു തുടങ്ങിയത് ഇക്കാലത്തുതന്നെയായിരുന്നു. *സ്വയംവര*ത്തിൽ അടൂർ നേരിട്ടുള്ള ഒരു രാഷ്ട്രീയ പ്രസ്താവന ലക്ഷ്യം വയ്ക്കുന്നതായി തോന്നുന്നില്ല. മറിച്ചു പുഴക്കുത്തുവീണ ഒരു സമൂഹത്തിന്റെ ചിത്രം തന്റെ നായികാനായകന്മാർ കടന്നുപോകുന്ന സ്വപ്നത്തകർച്ചയുടെ വിവരണത്തിന്റെ അരികുകളിൽ സംവിധായകൻ കോറിയിടുന്നുണ്ട്.

തന്റെ സിനിമയ്ക്കു *സ്വയംവരം* എന്ന ശീർഷകം തെരഞ്ഞെടുത്തപ്പോൾ, തന്റെ നായികയ്ക്കു 'സീത'എന്നു പേർ നല്കിയപ്പോൾ സംവിധായകൻ മനസ്സിൽ കണ്ടത് എന്തായിരുന്നു എന്നതു വ്യക്തമാണ്. പുരാണേതിഹാസങ്ങളിലെ രാജകന്യകമാരുടെ സ്വയംവരം ആർഭാടത്തോടെ അരങ്ങേറുന്ന ആഘോഷമാണ്. *രാമായണ*ത്തിലെ സീതയുടെ സ്വയംവരത്തിന് ഒരു ഒടിഞ്ഞവില്ലിന്റെ ശബ്ദവും അതിനു പിന്നിലുണ്ടായിരുന്ന അമാനുഷമായ കരുത്തിന്റെ പ്രകടനവും ഗാംഭീര്യം പകരുന്നുണ്ട്. എന്നാൽ ആധുനികകാലഘട്ടത്തിലെ സീതയെ അവസാനമായി കാത്തിരിക്കുന്നത് രാമായണ കഥയുടെ അന്ത്യഭാഗത്തു നാം കാണുന്ന പരിത്യക്തയായ സീതയുടെ ദുർവ്വിധിയാണ്. *സ്വയംവര*ത്തിലെ ഒടുവിലത്തെ സീക്വൻസിൽ, ഇടിമിന്നലും മഴയുമുള്ള രാത്രിയിൽ കൈക്കുഞ്ഞിനെയും ചേർത്തുപിടിച്ചുകൊണ്ടു തന്റെ ഉറപ്പുകുറഞ്ഞ വാടകവീട്ടിലെ വാതിലിന്റെ സാക്ഷ ഇളകുന്നുണ്ടോ എന്ന് ആശങ്കയോടെ ഉറ്റുനോക്കുന്ന കഥാനായികയുടെ പശ്ചാത്തലത്തിൽ *രാമായണ*ത്തിലെ 'സീതാസ്വയംവര'ത്തിന്റെ ചിത്രം തെളിഞ്ഞുകാണാം. ആദികാവ്യത്തിലെ ആദർശവനിതയ്ക്കു രക്ഷയൊരുക്കാൻ ഒരു മുനിയുടെ ആശ്രമമുണ്ടായി

രുന്നു. എന്നാൽ പുതിയ ലോകത്തെ സീതയുടെ അവസ്ഥയെ നിർവ്വചിക്കുന്നത് ഉൽക്കണ്ഠ വിട്ടൊഴിയാത്ത ഒരുതരം അരക്ഷിതത്വമാണ്. വീട്ടുകാരെ ധിക്കരിച്ചു കൊണ്ടു താൻ നടത്തിയ സ്വയംവരത്തിന് അവൾക്കു നല്കേണ്ടിവന്ന വിലയെക്കുറിച്ചു പ്രേക്ഷകരെ ഓർമ്മിപ്പിക്കുന്ന മുഹൂർത്തം കൂടിയാണിത്.

സത്യജിത് റേയുടെ *അപൂർ സൻസാറി*ലെ കഥാനായകനെപ്പോലെ *സ്വയംവരത്തി*ലെ വിശ്വനാഥനും ഒരെഴുത്തുകാരനാവാനുള്ള മോഹം ഉള്ളിൽ താലോലിക്കുന്ന ഒരുവനാണ്. താനെഴുതിയ *നിർവൃതി* എന്ന നോവലിന്റെ കൈയെഴുത്തു പ്രതിയുമായി അയാൾ ഒരു വാരികയുടെ പത്രാധിപരുടെ മുറിയിൽ കയറിച്ചെല്ലുന്ന രംഗമുണ്ട്. വൈക്കം ചന്ദ്രശേഖരൻ നായരും ജി ശങ്കരപ്പിള്ളയും അവർ യഥാർത്ഥ ജീവിതത്തിൽ ആരായിരുന്നുവോ ആ മട്ടിൽ പ്രത്യക്ഷപ്പെടുന്ന ഈ സീനിൽ മലയാള സാഹിത്യത്തിലെ ആധുനികതാപ്രസ്ഥാനത്തിന്റെ ആവിർഭാവകാലത്ത് അരങ്ങേറിയ തലമുറകളുടെ സംഘട്ടനത്തിലേക്കു വിരൽചൂണ്ടുന്ന ഒരു സംവാദത്തിന് നാം സാക്ഷ്യം വഹിക്കുന്നു. വിശ്വനാഥന്റെ നോവൽ അതിഭാവുകത്വം മുറ്റിയ ഒന്നാണെന്ന കാരണം പറഞ്ഞു പത്രാധിപർ അതു തിരസ്കരിക്കുന്നു. സിനിമയിൽ പിന്നീടൊരിക്കലും കഥാനായകന്റെ മനസ്സിൽ സർഗ്ഗാത്മക മോഹം മുളപൊട്ടുന്നതായി നാം കാണുന്നില്ല.

റേയുടെ അപുവിന്റെ മാതൃകയിലുള്ള ഒരു കഥാപാത്രമല്ല വിശ്വനാഥൻ. *അപൂർ സൻസാറിൽ* മുഖ്യകഥാപാത്രത്തിന്റെ സൃഷ്ടിപ്രേരണ വളർച്ച പ്രാപിക്കുന്നതും അതിന് ഉടവുതട്ടുന്നതും പ്രേക്ഷകർ ശ്രദ്ധയോടെ കാണുന്നുണ്ട്. അപുവിന്റെ പൂർത്തിയാവാത്ത നോവലിന്റെ കൈയെഴുത്തുപ്രതി ഈ സിനിമയിലെ പ്രധാനപ്പെട്ട ഒരു ധ്വനിചിഹ്നമാണ്. എന്നാൽ *സ്വയംവര*ത്തിലെ പ്രശ്നപരിസരം ഇതിൽനിന്ന് വ്യത്യസ്തമായ ഒന്നാണ്. അപരിചിതമായ ചുറ്റുപാടുകളിൽ അതിജീവനത്തിനായി പൊരുതുന്ന യുവദമ്പതികളുടെ കഥയാണ് ഈ സിനിമയിൽ അടൂർ പ്രധാനമായി പറഞ്ഞുവച്ചിട്ടുള്ളത്. ഈ കഥ ചുരുൾ നിവരുന്നതിനിടയിൽ തന്റെ കഥാനായകനെ പുസ്തകാനുരാഗിയെന്നോ സാഹിത്യോപാസകൻ എന്നോ ഉള്ള നിലയിൽ നോക്കിക്കാണാൻ സംവിധായകൻ ശ്രമിക്കുന്നില്ല. ഈ വസ്തുത അംഗീകരിച്ചാലുംകൂടി ബാക്കിനില്ക്കുന്ന ഒരു സത്യമുണ്ട്. താൻ എത്തിപ്പെടുന്ന ലോലഭാവങ്ങൾക്ക് ഇടമരുളാതെ നഗരം വിശ്വനാഥന്റെ പ്രതീക്ഷകളെ തരിശാക്കുന്നതിനോടൊപ്പം അയാളുടെ സർഗ്ഗാഭിലാഷങ്ങളെക്കൂടി ശ്വാസം മുട്ടിക്കുന്നതായി കാണിച്ചിരുന്നുവെങ്കിൽ, ഒരെഴുത്തുകാരന്റെ നഷ്ട സ്വത്വം അയാൾ ഉള്ളിൽ പേറുന്നതായി ചിത്രീകരിച്ചിരുന്നുവെങ്കിൽ ഈ സിനിമയിലെ നിയോറിയലിസ്റ്റ് വ്യവഹാരം മറ്റൊരു മാനം കൈവരിക്കുമായിരുന്നു എന്നു തോന്നിപ്പോകുന്നു. ഈ രീതിയിലൊരു തിരിവ് തിരക്കഥയിലുണ്ടായിരുന്നെങ്കിൽ വിശ്വനാഥൻ ട്യൂട്ടോറിയൽ കോളേജിൽ പഠിപ്പിക്കുന്ന രംഗങ്ങളുടെ ഉള്ളടക്കവും സ്വഭാവവും വ്യത്യസ്തമാവുമായിരുന്നു.

സ്വയംവരം പുറത്തിറങ്ങിയ കാലത്തുതന്നെ ഇതിലെ ഓപ്പണിങ് സീക്വൻസിൽ നാം കാണുന്ന നീണ്ട ബസ് യാത്രയുടെ പ്രസക്തിയേയും പ്രാധാന്യത്തെയും സംബന്ധിച്ച പലതരം അഭിപ്രായങ്ങൾ ഉയർന്നുവരികയുണ്ടായി. വീട്ടുകാരെ

ധിക്കരിച്ച് വിവാഹിതരായശേഷം വിശ്വനാഥനും സീതയും ഭാഗ്യം തേടി കുറച്ചക ലെയുള്ള നഗരത്തിലേക്കു നടത്തുന്ന യാത്രയാണിത്. ഇതിന്റെ വിരസത പ്രേക്ഷ കർക്ക് അനുഭവപ്പെടുത്തിക്കൊടുക്കാനാണു സംവിധായകൻ ശ്രമിച്ചിരിക്കുന്ന തെന്നു തോന്നുന്നു. ബസ് യാത്രയെ പല ഖണ്ഡങ്ങളായി മുറിച്ചിട്ടുള്ള രീതിയിലും സഹയാത്രികരുടെ തെരഞ്ഞെടുപ്പിലും നായികാനായകന്മാരുടെ ചലനങ്ങളും ഭാവപ്പകർച്ചകളും അടയാളപ്പെടുത്തിയിട്ടുള്ള വിധത്തിലും സംവിധായകന്റെ സൂക്ഷ്മശ്രദ്ധ പ്രകടമാണ്. യാത്രയുടെ അന്ത്യംകുറിച്ചുകൊണ്ട് സ്റ്റോപ്പ് എന്ന അടയാളം സ്ക്രീനിൽ തെളിയുന്നു. വിശ്വനാഥനും സീതയും പങ്കിട്ട സാങ്കല്പിക ലോകം ഇവിടെവച്ചവസാനിക്കുന്നു എന്നതിന്റെ സൂചനയാകാമിത്. തുടർന്നു നാം കാണുന്നത് സഹാനുഭൂതിയുടെ ഉറവകൾ വറ്റിത്തുടങ്ങിയ, ഭീഷണി ഒളിപ്പിച്ചുവച്ച, അപകടങ്ങൾ പലതും പതിയിരിക്കുന്ന നഗരവുമായുള്ള ഇരുവരുടെയും അഭിമുഖീ കരണമാണ്. വിശ്വനാഥന്റെയും സീതയുടെയും സുന്ദരവ്യാമോഹങ്ങൾ ഓരോന്നാ യി ചീന്തിയെറിയപ്പെടുന്ന കാഴ്ച, തന്റെ കഥാപാത്രങ്ങളിൽനിന്ന് ആവശ്യമായ അകലം പുലർത്തിക്കൊണ്ട് സംവിധായകൻ കാണിച്ചുതരുന്നു.

നവദമ്പതികൾ താമസിക്കാൻ ആദ്യം തെരഞ്ഞെടുക്കുന്നത് ഒരു മുന്തിയ തരം ഹോട്ടലാണ്. അവിടെ നിന്ന് അവർ പോകുന്നത് നിലവാരം കുറഞ്ഞ, ജീർണ്ണത യുടെ അടയാളങ്ങൾ പേറുന്ന ഒരു ചെറുകിട ഹോട്ടലിലേക്ക്. ഒടുവിൽ അവർ ചേരിപ്രദേശത്തുള്ള ഒരു വാടകവീട്ടിൽ താവളം കണ്ടെത്തുന്നു.

ഈ ചേരിയിലെ അന്തേവാസികൾ നമുക്ക് ഏറക്കുറെ പരിചിതരായ ഏതാനും 'ടൈപ്പ്'കഥാപാത്രങ്ങളാണ്. ഇക്കൂട്ടത്തിൽ സീതയ്ക്ക് ഒരു കൈത്താങ്ങായി

വർത്തിക്കുന്ന ജാനകി എന്ന വൃദ്ധയും കല്യാണി എന്ന അഭിസാരികയും അവളുടെ മുഴക്കുടിയനായ ഭർത്താവും, വല്ലപ്പോഴും തലകാണിക്കുന്ന 'സ്മഗ്ളർ വാസു'വുമുണ്ട്. നാടകവേദിയിൽനിന്നു സിനിമയിലേക്കുള്ള മാറ്റം സുഗമമായി സാധിച്ചെടുത്ത കെ പി എ സി ലളിതയാണ് കല്യാണിയുടെ റോൾ കൈകാര്യം ചെയ്യുന്നത്. ലളിത കടന്നുവരുമ്പോൾത്തന്നെ തന്റെ ശൃംഗാരം മുറ്റിയ ചിരിയിലൂടെയും ശരീരഭാഷയിലൂടെയും ഏതു തരത്തിലുള്ള പെണ്ണാണ് കല്യാണിയെന്നു തെളിച്ചുകാട്ടുന്നുണ്ട്. ആ നിലയ്ക്ക് ഈ കഥാപാത്രത്തെ ഇതിവൃത്തത്തിന്റെ ഓരത്തു നിർത്തിയാൽ മതിയായിരുന്നു. കല്യാണി വേണ്ടതിലേറെ സമയം അപഹരിക്കുന്നതായി തോന്നി. അവളുടെ മദ്യപനും ദുർന്നടത്തക്കാരനുമായ ഭർത്താവും ആവശ്യത്തിലധികം തവണ സ്ക്രീനിൽ മുഖം കാണിക്കുന്നുണ്ട്. ചില വാർപ്പ മാതൃകകളെ ആശ്രയിച്ചതാണു ചേരിയിലെ ജീവിതാന്തരീക്ഷത്തിന്റെ ചിത്രീകരണത്തിൽ സംവിധായകനു സംഭവിച്ച പിഴ എന്നു തോന്നുന്നു.

അതേസമയം സൗകര്യങ്ങൾ കുറവായ തങ്ങളുടെ വാടകവീട്ടിൽ നായികാനായകന്മാർ ഒരു കൊച്ചു സ്വർഗ്ഗം തീർക്കുന്ന രംഗങ്ങൾ സംവിധായകൻ മിഴിവോടെ പകർത്തിയിരിക്കുന്നു. തീർത്തും അഹിതകരമായ ചുറ്റുപാടുകൾക്കു നടുവിലും വിശ്വനാഥനും സീതയും പരസ്പരവിശ്വാസവും സ്നേഹവും കതിരിട്ടുനില്ക്കുന്ന ഒരു ദാമ്പത്യം പങ്കിടുന്നതായി നാം കാണുന്നു. പുറംലോകം അതിൽ അങ്ങിങ്ങു നിഴലുകൾ വീഴ്ത്തുന്നുണ്ട്. എന്നാൽ അതിനെയെല്ലാം മറികടക്കാൻ കെല്പുള്ള ഹൃദയൈക്യം അവർക്കിടയിൽ രൂപംകൊള്ളുന്നു.

ഒരെഴുത്തുകാരനാകാനാഗ്രഹിച്ച വിശ്വനാഥൻ ഒരു തടിമില്ലിൽ കണക്കെഴുത്തുകാരനായിത്തീർന്ന സാഹചര്യം പ്രേക്ഷകർ കാണുന്നുണ്ട്. ഈ കഥാഭാഗത്തു സംവിധായകൻ മുനയിലുള്ള ഒരു വിരുദ്ധോക്തി തിരുകിവച്ചിട്ടുണ്ട്. മുതലാളിക്കെതിരായി സമരം ചെയ്തതിന്റെ പേരിൽ പിരിച്ചുവിടപ്പെട്ട ഒരു തൊഴിലാളിക്കു പകരക്കാരനായാണു വിശ്വനാഥൻ മില്ലിൽ കയറിക്കൂടുന്നത്. തൊഴിലാളിയായി വരുന്നത് അടൂരിന്റെ പിന്നത്തെ സിനിമയിലെ മുഖ്യകഥാപാത്രത്തെ അവതരിപ്പിച്ച് സാർവ്വത്രികമായ പ്രശംസയും അംഗീകാരവും പിടിച്ചുപറ്റിയ ഗോപിയാണ്. രണ്ടോ മൂന്നോ രംഗങ്ങളിൽ മാത്രമാണു ഗോപി കടന്നുവരുന്നത്. പക്ഷേ, ഈ നടന്റെ സാന്നിദ്ധ്യം നാം തിരിച്ചറിയുന്നുണ്ട്. ജോലി നഷ്ടപ്പെട്ട തൊഴിലാളി ഒരു നിഴൽ പോലെ പിന്തുടരുന്ന പ്രതീതിയാണ് നമുക്കു ലഭിക്കുന്നത്. ഒരർത്ഥത്തിൽ താൻ ചെയ്യുന്നതു കരിങ്കാലിപ്പണിയാണെന്ന കുറ്റബോധം കഥാനായകനെ അലട്ടുന്നതായി സൂചനയുണ്ട്.

*സ്വയംവരം*പോലെ യൗവനാനുരാഗത്തെ ബാഹ്യലോകത്തിന്റെ അകമ്പടിയില്ലായ്മക്കെതിരെ പ്രതിഷ്ഠിക്കുന്ന ഒരു സിനിമയിൽ ഇണകളിലൊന്നിനു നാശം സംഭവിച്ചാൽ പിന്നെ കഥ എങ്ങനെ മുന്നോട്ടുകൊണ്ടു പോകും എന്നതു ശ്രദ്ധയോടെ കൈകാര്യം ചെയ്യേണ്ട ഒരു കുരുക്കാണ്. വിശ്വനാഥന്റെ മരണത്തെത്തുടർന്നുവരുന്ന രംഗങ്ങൾ അടൂരിന്റെ കലാമർമ്മജ്ഞതയ്ക്ക് ഉദാഹരണമായി നിലകൊള്ളുന്നു. വിശ്വനാഥന്റെ മരണം ചിത്രീകരിച്ചശേഷം ക്യാമറ നേരേ കട്ട് ചെയ്യുന്നതു വീട്ടുമുറ്റത്തു ചിതറിക്കിടക്കുന്ന ബലിച്ചോറിൽ ഉറുമ്പരിക്കുന്ന ദൃശ്യത്തി

ലേക്കാണ്. മുഖ്യകഥാപാത്രത്തിന്റെ പാഴിൽപ്പോയ കിനാവുകളുടെ അവശിഷ്ടങ്ങളും അയാളുടെ ഓർക്കാപ്പുറത്തുള്ള മരണം അവശേഷിപ്പിച്ച ചോദ്യങ്ങളും പ്രേക്ഷകരുടെ മനസ്സിൽ തറയ്ക്കുന്ന തരത്തിൽ സാക്ഷാൽക്കാരം കണ്ടെത്തുന്ന ഒന്നാണീ ദൃശ്യബിംബം. ഭർത്താവിന്റെ മരണത്തിനുശേഷമുള്ള സീതയുടെ അവസ്ഥ കാട്ടിത്തരുന്ന ഹ്രസ്വമായ സീനുകളിൽ സംവിധായകൻ ഫേയ്ഡ് ഔട്ട് ഉപയോഗിച്ചിരിക്കുന്നു. സമയം കടന്നുപോകുന്നതു കാണിക്കാൻ വേണ്ടി മാത്രമുള്ളതല്ല ഈ സങ്കേതം. എല്ലാ അർത്ഥത്തിലും ഒറ്റപ്പെട്ട നായിക മെല്ലെ തന്റേടം കൈവരിച്ച് ജീവിതത്തെ നേരിടാൻ തയ്യാറെടുക്കുന്നതിന്റെ സൂചനകൾ ഈ രംഗത്തുണ്ട്.

ഈ സിനിമയിലെ ശാരദയുടെയും മധുവിന്റെയും പ്രകടനം വിലയിരുത്താൻ ശ്രമിക്കുമ്പോൾ *കൊറ്റികൾ പറക്കുകയാണ്* (ദ് ക്രെയ്ൻസ് ആർ ഫ്ളൈയിങ്, സംവിധാനം മിഖായേൽ കലതോസോവ്, 1957) എന്ന റഷ്യൻ സിനിമയെപ്പറ്റി ഞാനറിയാതെ ഓർത്തുപോകാറുണ്ട്. യുദ്ധാനന്തര സോവിയറ്റ് ചലച്ചിത്രലോകത്തെ ക്ലാസിക്കുകളിലൊന്നാണിത്. ബാഹ്യശക്തികളുടെ ഇടപെടൽകാരണം ചിതറിത്തെറിച്ച പ്രണയപ്രതീക്ഷയുടെ കഥപറയുന്ന ഒരു ചിത്രമാണിത്. കൗമാരം പിന്നിട്ട് യൗവനത്തിൽ കാലൂന്നിയ രണ്ടുപേരാണ് ഇതിലെ നായികാനായകന്മാർ: വെറോണിക്കയും ബോറിസും. ഇവിടത്തെ വില്ലൻ യുദ്ധമാണ്. ബോറിസിനെ വെറോണിക്കയിൽനിന്നു തട്ടിപ്പറിക്കുന്നത് രണ്ടാം ലോകമഹായുദ്ധത്തിന്റെ ഗതിവിഗതികളാണ്. മുഖത്ത് നിഷ്കളങ്കഭാവം തുളുമ്പി നില്ക്കുന്ന, ചലനങ്ങളിൽ പ്രണയാദർശത്തിനായുള്ള എല്ലാം മറന്നുകൊണ്ടുള്ള ആത്മസമർപ്പണത്തിന്റെ മുഴുവൻ തീവ്രതയും വിശുദ്ധിയുമാവാഹിച്ച ഒരു പെൺകുട്ടിയാണു വെറോണിക്ക. സ്വപ്നങ്ങൾ കുമ്പിവിടർന്ന അവളുടെ കണ്ണുകളിൽ നിഴലിക്കുന്ന കുസൃതികലർന്ന ആഹ്ലാദം ഒട്ടും വൈകാതെ ഭീതിക്കും ആത്മനിന്ദയ്ക്കും സഹനത്തിനും വഴിമാറുന്ന ദൃശ്യങ്ങൾ പ്രേക്ഷകർ വീർപ്പടക്കിപ്പിടിച്ചാണ് കാണുന്നത്. വെറോണിക്കയ്ക്കു വെള്ളിത്തിരയിൽ ഉയിരുപകർന്നത് ടാറ്റിയാന സമോയ്‌ലോവ എന്ന യുവനടിയാണ്. കഥാപാത്രവുമായി ഇഴുകിച്ചേർന്നുകൊണ്ടുള്ള ഈ നടിയുടെ അഭിനയം പരക്കെ പ്രശംസപിടിച്ചുപറ്റി. വെറോണിക്കയുമായുള്ള സമോയ്‌ലോവയുടെ താദാത്മ്യം പ്രാപിക്കൽ റീൽ ലൈഫ് കവിഞ്ഞു യഥാർത്ഥ ജീവിതത്തിലേക്കും നീണ്ടുചെന്നതായി പറയപ്പെടുന്നു. *കൊറ്റികൾ പറക്കുകയാണ്* ശ്രദ്ധിക്കപ്പെട്ട യൂറോപ്യൻ രാജ്യങ്ങളിലെ ചലച്ചിത്രാസ്വാദകർക്കിടയിൽ സമോയ്‌ലോവ ഒരു ഹരമായി മാറി. ബോറിസായി സിനിമയിൽ പ്രത്യക്ഷപ്പെട്ടത് നവയുവത്വത്തിന്റെ പ്രസരിപ്പും അക്ഷമയും തുടിച്ചുനില്ക്കുന്ന അലെക്സി ബറ്റാലോവ് എന്ന സോവിയറ്റ് നടനാണ്.

ഇമ്മാതിരിയുള്ള രണ്ടുപേരാണ് *സ്വയംവര*ത്തിൽ മുഖ്യവേഷങ്ങൾ കൈയാളേണ്ടിയിരുന്നത് എന്ന തോന്നൽ ഒഴിവാക്കാൻ എനിക്കു കഴിയുന്നില്ല.

സീതയായി വരുന്ന പ്രശസ്ത നടി ശാരദയുടെ അഭിനയസിദ്ധികൾ ആരും ചോദ്യം ചെയ്യുന്നേയില്ല. കണ്ണുകളുടെ നേരിയ ചലനം വഴി, പതിഞ്ഞസ്വരത്തിൽ ഉച്ചരിക്കുന്ന ഒരു സംഭാഷണശകലത്തിലൂടെ സൂക്ഷ്മമായ വികാരപ്രകടനം നടത്താൻ ഈ നടിക്കുള്ള കഴിവിന് നാം പലപ്പോഴും സാക്ഷ്യം വഹിച്ചിട്ടുണ്ട്. ശാരദയെപ്പോലെ സൈലന്റ് ഷോട്ടുകളിൽ തന്റെ സാന്നിദ്ധ്യം വിളിച്ചറിയിക്കുന്ന

അഭിനേത്രികൾ മലയാള സിനിമയിൽ കുറവാണ് എന്നു തന്നെ പറയാം. *സ്വയംവര*ത്തിലെ അഭിനയം ശാരദയ്ക്കു ദേശീയ പുരസ്കാരം നേടിക്കൊടുത്തു. എന്നാൽ ഞാനിവിടെ സ്പർശിക്കാനാഗ്രഹിക്കുന്ന പ്രശ്നം മറ്റൊന്നാണ്. ശാരദ ആദ്യം സ്ക്രീനിൽ പ്രത്യക്ഷപ്പെടുമ്പോൾത്തന്നെ ഇരുത്തം വന്ന ഒരു സ്ത്രീയുടെ മട്ടാണവർക്കുള്ളത്. വീട്ടുകാരുടെ സമ്മതം കൂടാതെ താൻ വിവാഹം ചെയ്യു ആളുമൊത്തു നാളെയെക്കുറിച്ചുള്ള ചിന്തകൂടാതെ ഇറങ്ങിത്തിരിച്ച മദ്ധ്യവർഗ്ഗത്തിൽപ്പെട്ട ഒരു പെൺകുട്ടിയുടെ പെരുമാറ്റത്തിലും പ്രതികരണങ്ങളിലും പ്രതിഫലിക്കുന്ന ലാഘവം കലർന്ന ഒരുവക ധിക്കാരമില്ലേ, അത് ശാരദയെപ്പോലെ പക്വതയാർജ്ജിച്ച ഒരു നടിക്ക് പുനഃസൃഷ്ടിക്കാനാവില്ല. നമ്മുടെ സങ്കല്പത്തിലുള്ള സീത എന്ന കഥാപാത്രത്തിന്റെ ഹൃദയത്തിന്റെ മടിത്തട്ടിൽ നിറഞ്ഞുയരുന്ന വിസ്മയം കലർന്ന ആഹ്ലാദവും, അവളുടെ ആകാംക്ഷനിറഞ്ഞ ചോദ്യങ്ങളും സംശയങ്ങളും, പരിചയക്കുറവുമൂലം സംഭവിക്കുന്ന ചെറിയ വീഴ്ചകളും ഏറ്റവും നന്നായി പിടിച്ചെടുക്കാൻ കഴിയുന്നത് താരുണ്യം അഴകുപകർന്ന ഒരു നടിക്കാണ്. മധുവിനെക്കുറിച്ചു പറയാനാണെങ്കിൽ, ഈ നടന്റെ രൂപവും പ്രായവും *സ്വയംവര*ത്തിലെ നായകന് ഇണങ്ങുന്നതല്ല. സിനിമയിലെ ചില ഷോട്ടുകളിലെങ്കിലും മധുവിന്റെ യഥാർത്ഥ പ്രായം എടുത്തുകാട്ടുന്നുണ്ട്.

തന്റെ ആദ്യ ചിത്രത്തിൽ പുതുമുഖങ്ങളെ വച്ചുകൊണ്ടുള്ള പരീക്ഷണത്തിനു മുതിരുന്നതിനു പകരം പരിചയസമ്പന്നരായ നടീനടന്മാരുടെ സേവനമുപയോഗിക്കാൻ തീരുമാനിച്ചതിന് സംവിധായകന് അദ്ദേഹത്തിന്റേതായ കാരണങ്ങൾ കാണുമായിരിക്കും. അമ്പതുവർഷങ്ങൾക്കിപ്പുറം *സ്വയംവരം* ആദ്യമായി കാണുന്ന ഒരു പ്രേക്ഷകന് ഉണ്ടാകാനിടയുള്ള സന്ദേഹങ്ങളാണ് ഞാനിവിടെക്കുറിച്ചത്.

നമ്മുടെ സംവിധായകരുടെ കൂട്ടത്തിൽ എഴുതിത്തയ്യാറാക്കിയ സൗണ്ട് സ്ക്രിപ്റ്റുമായി സിനിമാ ചിത്രീകരണത്തിന് ഇറങ്ങിത്തിരിച്ച ഒന്നാമത്തെ വ്യക്തി അടൂരാണെന്നു തോന്നുന്നു. *സ്വയംവര*ത്തിന്റെ സാങ്കേതിക മേന്മകൾ എടുത്തുകാട്ടുന്നതിന്റെ ഭാഗമായി പലരും ചൂണ്ടിക്കാണിച്ചിട്ടുള്ള ഒരു കാര്യമാണ് ഈ ചിത്രത്തിൽ സ്വാഭാവികശബ്ദങ്ങൾ ഉപയോഗിക്കുന്ന കാര്യത്തിൽ സംവിധായകൻ കാണിച്ചിട്ടുള്ള തനിമ. *സ്വയംവര*ത്തിൽ പരിസരശബ്ദങ്ങൾ ധ്വനിചിഹ്നത്തിന്റെ തലത്തിലേക്കുയരുന്നതായി കാണാൻ കഴിയും.

വിശ്വനാഥൻ മരണത്തിലേക്കു നീങ്ങുന്ന രംഗം മനസ്സിൽ തെളിഞ്ഞുവരുന്നു. രാത്രിശബ്ദങ്ങളാണ് നാം ആദ്യം കേൾക്കുന്നത്. കഥാനായകന്റെ മരണവെപ്രാളം കൂടിവരുമ്പോൾ അയാൾ ജോലി നോക്കിയിരുന്ന മില്ലിൽ ഈർച്ചവാൾ കൊണ്ടു തടിയറക്കുന്ന ശബ്ദം പശ്ചാത്തലത്തിലുയരുന്നു. ക്യാമറ അയാളുടെ മുഖത്തേക്കു നീങ്ങിച്ചെല്ലുമ്പോൾ ഈർച്ചവാളിന്റെ ശബ്ദം അലർച്ചയായി മാറുന്നു.

സിനിമയുടെ ആദ്യഭാഗത്തു വിശ്വനാഥനും സീതയും അവർ ആദ്യം താമസിക്കുന്ന ഹോട്ടൽമുറിയിൽ പരസ്പരം ചേർന്നു നില്ക്കുമ്പോൾ താഴെ തെരുവീഥിയിൽ കീർത്തനങ്ങളാലപിച്ചുകൊണ്ട് ഒരു സംഘമാളുകൾ നടന്നുനീങ്ങുന്നതു നാം കാണുന്നു. ഭജന ഉച്ചത്തിൽ ഉയരുന്ന വേളയിൽ ഹോട്ടൽമുറിക്കുള്ളിൽ ഭാര്യാഭർത്താക്കന്മാർ ശാരീരികവേഴ്ചയിലേർപ്പെടുന്നതിന്റെ സൂചന നമുക്കു ലഭിക്കുന്നു.

ഭക്തിയുടെ ലഹരിയും രതിമൂർച്ഛയും കൂടിപ്പിണയുന്ന ഒരു മുഹൂർത്തമാണിത്.

സംഗീതത്തിന്റെ ഉപയോഗത്തിലും തികഞ്ഞ മിതത്വമാണ് സംവിധായകൻ പുലർത്തുന്നത്. സംഗീത സംവിധായകനായ എം ബി ശ്രീനിവാസനും അടൂരും തമ്മിലുള്ള സഹകരണമാരംഭിച്ചത് *സ്വയംവര*ത്തിലായിരുന്നു. അക്കാലത്തെ മുഖ്യധാരാസിനിമകളിലെ സമ്പ്രദായങ്ങളിൽനിന്നു തീർത്തും വിഭിന്നമായി *സ്വയംവര*ത്തിൽ മൊത്തം ഭാവാന്തരീക്ഷത്തിനു സാന്ദ്രത പകരുക എന്ന ലക്ഷ്യത്തോടുകൂടി ചുരുക്കം ചില ഭാഗങ്ങളിൽ മാത്രമാണ് പശ്ചാത്തലസംഗീതം ഉപയോഗിച്ചിട്ടുള്ളത്.

അടൂരിന്റെ സംവിധാനശൈലിയുടെ അടയാളമുദ്രകളായി പിന്നീട് അറിയപ്പെട്ട പല ശീലങ്ങളുടെയും തുടക്കം ഈ സിനിമയിലാണ്. വിശദാംശങ്ങൾ ചിത്രീകരിക്കുന്നതിൽ അടൂർ കാണിക്കുന്ന പഴുതടച്ച ശ്രദ്ധ ഇതിനുദാഹരണമാണ്. തന്റെ കഥാപാത്രങ്ങളുടെ വസ്ത്രധാരണരീതിയുടെ കാര്യത്തിലായാലും ശരി കഥാപരിസരത്തിന്റെ സവിശേഷതകളുടെ കാര്യത്തിലായാലും ശരി, നേരിയ വിശദാംശങ്ങളിൽപ്പോലും മനസ്സിരുത്തുന്ന പതിവ് അടൂരിനുണ്ട്. ഈ 'ഡീറ്റെയ്‌ലിങ്' *സ്വയംവര*ത്തിലും അതിന്റെ കൃത്യതയും സത്യസന്ധതയും വെളിപ്പെടുത്തിക്കൊണ്ടു തെളിഞ്ഞുനില്പുണ്ട്. *സ്വയംവര*ത്തിൽ ഒരിടത്തു മാത്രമാണ് സംവിധായകന് ഇക്കാര്യത്തിൽ ചെറിയൊരു കൈത്തെറ്റു പറ്റിയതായി നമുക്കു തോന്നുന്നത്. പട്ടണത്തിലെ പുതിയ ജീവിതവുമായി പൊരുത്തപ്പെടാൻ ശ്രമിക്കുന്ന നവദമ്പതികൾ രണ്ടറ്റവും കൂട്ടിമുട്ടിക്കാൻ പാടുപെടുന്ന സന്ദർഭത്തിൽ സീത സെയിൽസ് ഗേളിന്റെ ജോലിക്കുള്ള അപേക്ഷയുമായി ഒരു കമ്പനിയിൽ കയറിച്ചെല്ലുന്ന രംഗമുണ്ട്. ഈ സമയത്തുള്ള ശാരദയുടെ വേഷവിധാനത്തിലും മേക്കപ്പിലും ലേശം കൃത്രിമത്വം കടന്നുകൂടിയിട്ടുണ്ട്.

*സ്വയംവര*ത്തിൽനിന്നാരംഭിച്ച അടൂരിന്റെ സർഗ്ഗസപര്യ *അനന്തര*ത്തിൽ (1987) എത്തിയപ്പോൾ ഒരു താളവട്ടം പൂർത്തിയാക്കിതായി ഞാൻ കരുതുന്നു. ഈ കാലയളവിലുള്ള അദ്ദേഹത്തിന്റെ സിനിമകളിൽ ചില അടിസ്ഥാനപ്രമേയങ്ങൾ ആവർത്തനസ്വഭാവത്തോടെ കടന്നുവരുന്നുണ്ട്. സമാനമായ മുഖച്ഛായയുള്ള കഥാപാത്രങ്ങളെ ഈ ചിത്രങ്ങളിൽ നിങ്ങൾ കണ്ടുമുട്ടിയെന്നിരിക്കും. ഫ്യൂഡലിസത്തിന്റെ അന്തിവെളിച്ചം തങ്ങിനില്ക്കുന്ന ജീവിതപരിസരത്തോട് ഈ സംവിധായകനുള്ള പ്രത്യേക പ്രതിപത്തിയെപ്പറ്റി എല്ലാവർക്കുമറിയാം. എന്നാൽ ഇവിടെ പലരും വേണ്ടത്ര മനസ്സിലാക്കാതെ പോയ ഒരു കാര്യം *സ്വയംവരം* മുതലുള്ള തന്റെ ഓരോ സിനിമയിലും ചലച്ചിത്രഭാഷയുടെ അതിരുകൾ വികസിപ്പിക്കാൻ അടൂർ നടത്തിയ ശ്രമത്തിന്റെ സ്വഭാവമാണ്. സാമ്പ്രദായികമായ കഥപറച്ചിലിൽ അധിഷ്ഠിതമായ ആഖ്യാനരൂപത്തെ പുതുക്കിപ്പണിയുന്നതിൽ അദ്ദേഹം കാണിച്ചിട്ടുള്ള തളരാത്ത ഉത്സാഹം കേവലം പരീക്ഷണകൗതുകത്തിലും കവിഞ്ഞ ഒന്നാണ്. അടൂരിന്റെ കലാജീവിതത്തിന്റെ ഒന്നാം പകുതിയിൽപ്പെട്ട സിനിമകളുടെ കൂട്ടത്തിൽ തികഞ്ഞ ഇഴപ്പൊരുത്തമുള്ള മൂന്നു രചനകളാണ് *എലിപ്പത്തായ*വും *മുഖാമുഖ*വും *അനന്തര*വും. അതിവേഗത്തിൽ പരിണമിച്ചുകൊണ്ടിരിക്കുന്ന സമൂഹത്തിന്റെ ദയാരഹിതമായ രീതികൾക്കു മുന്നിൽ, ഇന്നലെകളെ മായ്ച്ചുകൊണ്ടു

മുന്നേറുന്ന ചരിത്രത്തിന്റെ യുക്തിരാഹിത്യത്തിനു മുന്നിൽ, ഒരു വിഭക്തവ്യക്തിത്വ ത്തിന്റെ അടിത്തട്ടിൽ കുടികൊള്ളുന്ന നശീകരണവാസനകളുടെ മുമ്പിൽ ചകിത നായി നിലയുറപ്പിച്ച വ്യക്തിയാണ് ഈ ചലച്ചിത്രത്രയത്തിന്റെ കേന്ദ്രബിന്ദു. (ഒരു പാശ്ചാത്യ സിനിമാവിമർശകൻ ഈ സിനിമകളെ 'ട്രിലജി ഓഫ് ഏലിയനേഷൻ' എന്നു വിശേഷിപ്പിച്ചു കണ്ടിട്ടുണ്ട്). അടൂർ ഗോപാലകൃഷ്ണന്റെ അന്താരാഷ്ട്രപ്രശസ്തി ക്ക് അടിസ്ഥാനമൊരുക്കിയത് ഈ രചനകളാണ്.

ആന്ദ്രെ വൈദയുടെ *ആഷസ് ആൻഡ് ഡൈമണ്ട്സ്* എന്ന സിനിമയിലെ പ്രധാന കഥാപാത്രമായ മസീക് ഒരു വൃത്തികെട്ട ചവറ്റുനിലത്തുകിടന്നു മരിക്കുന്ന രംഗം ഓർമ്മയില്ലേ? ഇവിടെ സംവിധായകൻ പ്രതിരൂപാത്മകമായി നിർദ്ദേശി ക്കുന്നതെന്താണെന്നു കണ്ടെത്താൻ വിഷമമില്ല: ഇതാ പാഴിൽപ്പോയ ഒരു ജീവിതം.

സ്വയംവരത്തിലെ വിച്ഛേദങ്ങൾ

ഡോ. പി കെ രാജശേഖരൻ

സാഹിത്യ അക്കാദമി അവാർഡ് നേടിയ സാഹിത്യ നിരൂപകൻ. മുതിർന്ന മാധ്യമപ്രവർത്തകൻ. മാതൃഭൂമിയിൽ ലീഡർ റൈറ്ററായിരുന്നു. മികച്ച ചലച്ചിത്രഗ്രന്ഥത്തിനുള്ള സംസ്ഥാന പുരസ്കാരം നേടി. വിവിധ സാഹിത്യ-സിനിമാ അവാർഡ് ജൂറികളിൽ അംഗം. പിതൃഘടികാരം, അന്ധനായ ദൈവം നിശാസന്ദർശനങ്ങൾ, ഏകാന്ത നഗരങ്ങൾ, വാക്കിന്റെ മൂന്നാംകര, ബുക്സ്റ്റാൾജിയ തുടങ്ങിയവ പ്രധാനകൃതികൾ.

സുന്ദരികളും സുന്ദരന്മാരും അവസാനിക്കുന്നിടത്തു നിന്നാണു *സ്വയംവരം* തുടങ്ങുന്നതെന്ന് എനിക്കു തോന്നിയിട്ടുണ്ട്. ഉറൂബിന്റെ നോവലും (1958) അടൂർ ഗോപാലകൃഷ്ണന്റെ ചലച്ചിത്രവും (1972) തമ്മിലുള്ള ഏതെങ്കിലും തരത്തിലുള്ള നേർബ്ബന്ധമല്ല, കഥാപാത്രങ്ങളും പശ്ചാത്തലങ്ങളും ചരിത്രസന്ദർഭങ്ങളും തമ്മിലുള്ള ചില സമാനതകളും വ്യത്യസ്തതകളുമാണ് നോവൽപാഠത്തെയും ചലച്ചിത്രപാഠത്തെയും അങ്ങനെ ബന്ധിപ്പിക്കാൻ പ്രേരിപ്പിക്കുന്നത്. അവ തമ്മിൽ നേർബ്ബന്ധമില്ലെന്നു മാത്രമല്ല ഗണപരമായും കലാപ്രസ്ഥാനപരമായും വ്യത്യസ്തതയുണ്ടുതാനും. കലാപരമായി രണ്ടിനുമിടയിൽ ഒന്നരപ്പതിറ്റാണ്ടിന്റെ അകലവുമുണ്ട്. ഭിന്നമായ അഭിരുചിയുടെയും കലാചരിത്രത്തിൽ അവ സ്ഥാനപ്പെടുന്നതും. എന്നാൽ വ്യത്യസ്ത ജനുസ്സുകളിലും കലാസന്ദർഭങ്ങളിലുമാണെങ്കിലും മലയാളിയുടെ കലാനുഭവത്തിലും അനുഭൂതിയിലും പരമ്പരാഗതരീതിയിൽനിന്നുള്ള യാത്രപറയൽ തുടങ്ങിവച്ച രചനകളാണവ. പാരമ്പര്യം, ആധുനികത്വം, രാഷ്ട്രം, വ്യക്തിയുടെ സാമൂഹികസ്ഥാനം, ശരീരം, സ്വത്വം, കുടുംബം, യാഥാർത്ഥ്യാവിഷ്കാരം തുടങ്ങിയ സംവർഗ്ഗങ്ങളെ അഭിസംബോധനചെയ്യുന്നതിൽ അവ പ്രകടിപ്പിച്ച വ്യവസ്ഥാപിത വിരുദ്ധമായ സൗന്ദര്യ ശാസ്ത്രപരവും ആഖ്യാനപരവുമായ വിച്ഛേദവും നവീനത്വവും മാത്രമല്ല, അടിസ്ഥാന പ്രമേയങ്ങളിലും ചരിത്രസന്ദർഭങ്ങളിലും സാദൃശ്യവും വ്യത്യസ്തമായ വായനയ്ക്കു പ്രേരിപ്പിക്കുന്നു. ആവിർഭാവകാലത്തു വ്യത്യസ്തമായ സ്വകാര്യതയാണു *സുന്ദരികളും സുന്ദരന്മാർക്കും സ്വയംവരത്തിനും* ലഭിച്ചത്. വായനക്കാർക്കു പരിചിതമായ യഥാർത്ഥ സമ്പ്രദായം പിന്തുടർന്നുകൊണ്ടുതന്നെ

അതിൽ ചില പിളർപ്പുകൾ സൃഷ്ടിച്ച നവീനമായൊരു ഭാവുകത്വത്തിലേക്കുള്ള വാതിൽ തുറന്നിട്ട *സുന്ദരികളും സുന്ദരന്മാരും* വ്യാപകമായ പാരായണ പ്രീതിനേടി. അതായിരുന്നില്ല തുടക്കത്തിൽ *സ്വയംവര*ത്തിന്റെ സ്ഥിതി. പാരമ്പര്യലംഘകമായ നവീനത പ്രകടിപ്പിച്ച *സ്വയംവര*ത്തെ കമ്പോളാധിഷ്ഠിതവും ബഹുജനപ്രീതവുമായ മുഖ്യധാരാ ചലച്ചിത്രബോധത്തിന് ഉൾക്കൊള്ളാനായില്ല, പിന്നീടതു ദിശാവ്യതിയാനസൂചകമായ ക്ലാസിക്കായി സ്ഥാനപ്പെടുത്തപ്പെട്ടെങ്കിലും. യഥാർത്ഥനോവലിനെ പുനർഭാവനം ചെയ്യാനുള്ള യത്നം *സുന്ദരികളും സുന്ദരന്മാരി*ലുമുണ്ടായിരുന്നു. ആധുനിക ലോകത്തേക്കുള്ള പ്രത്യാശാഭരിതമായ നോട്ടവും കേരളത്തിലെ ആധുനികതാ പ്രസ്ഥാനത്തിന്റെ സ്വഭാവം പുനർഭാവനം ചെയ്യുകയായിരുന്നു *സ്വയംവരം.* ആയിരത്തിത്തൊള്ളായിരത്തി അറുപതുകളിൽ ആരംഭിച്ച ആധുനികത ഏകാത്മമായ പ്രസ്ഥാനമോ പ്രവണതയോ ആയിരുന്നില്ല. പരമ്പരാഗത രീതികൾ തള്ളിക്കളഞ്ഞു മലയാളസാഹിത്യത്തിനും ചിത്രശില്പങ്ങളിലും വാസ്തുശില്പത്തിലുമെല്ലാം വേരുന്നിയ ആധുനികതയ്ക്കുള്ളിൽ ആശയത്തിന്റെയും ആഖ്യാനത്തിന്റെയും വൈവിദ്ധ്യമുണ്ടായിരുന്നു. ചലച്ചിത്രമാധ്യമത്തിലൂടെ *സ്വയംവരം* ആധുനികതയുടെ സവിശേഷമായൊരു പരിചരണരീതിയും പരിഗണനയും ആവിഷ്കരിച്ചു. മലയാളത്തിലെ ആധുനികതാപ്രസ്ഥാനം പൊതുവായ ഒരു ദർശനാടിത്തറയില്ലാത്ത പലതരം ആധുനികതകളുടെ സമുച്ചയമായിരുന്നുവെന്ന് ഇന്നു നമുക്കറിയാം. *സ്വയംവര*വും അടൂരിന്റെ തുടർന്നുള്ള ചിത്രങ്ങളും വെളിപ്പെടുത്തുന്ന ആധുനികതാലാവണ്യ സങ്കല്പം അതാണ്. മലയാള സിനിമ ആവർത്തിച്ചുകൊണ്ടിരുന്ന നാടക സ്വഭാവമുള്ള ആഭാസയാഥാർത്ഥ്യത്തെ അട്ടിമറിച്ച വിമർശനാത്മകമായ യാഥാർത്ഥ്യാവിഷ്കരണത്തിനും പാരമ്പര്യത്തിന്റെ വിമർശനപരിശോധനയ്ക്കും *സ്വയം വരം* ശ്രമിച്ചു. മലയാള നോവലിന്റെ ചരിത്രത്തിൽ വ്യത്യസ്തമായ സന്ദർഭത്തിലാണെങ്കിലും ഇതിനു സമാന്തരമായൊരു പുനർഭാവനം *സുന്ദരികളും സുന്ദരന്മാരും* നിർവ്വഹിച്ചിട്ടുണ്ട്. നോവലിലെ യഥാർതഥ രചനാരീതി മാറ്റിയെഴുതാനുള്ള വിജയകരമായ ശ്രമായിരുന്നു അത്. മൂർത്തമായ ചരിത്രസാഹചര്യത്തെ വർഗ്ഗസംഘർഷ ത്തിന്റെ ചരിത്രമായും കഥാപാത്രങ്ങളെ സാമൂഹികവർഗ്ഗങ്ങളുടെ പ്രതിനിധികളായും കണ്ടു ജീവിതയാഥാർത്ഥ്യങ്ങൾ സാദൃശ്യാത്മകത്വത്തിന്റെ അടിസ്ഥാനത്തിൽ അവതരിപ്പിച്ച പരമ്പരാഗത റിയലിസ്റ്റ് രീതിയെ കേരളീയസമൂഹത്തിലേക്കു കടന്നുവന്ന ആധുനികത്വ (കഥാപ്രസ്ഥാനമായ ആധുനികത/മോഡേണിസത്തിൽനിന്നു വ്യത്യസ്തമായിവേണം ആ ചരിത്രഘട്ടത്തെ മനസ്സിലാക്കേണ്ടത്)വുമായുള്ള സംഘർഷം സമൂഹത്തിലും വ്യക്തിയിലും സാമൂഹിക സ്ഥാപനങ്ങളിലും സൃഷ്ടിച്ച പരിവർത്തനത്തിന്റെയും പ്രതിസന്ധിയു ടെയും ദേശരാഷ്ട്ര ഭാവനയുടെയും പശ്ചാത്തലത്തിൽ മാറ്റിയെഴുതുകയായിരുന്നു *സുന്ദരികളും സുന്ദരന്മാരും.* സ്വാതന്ത്ര്യാനന്തര രാഷ്ട്രത്തിലെ പരിവർത്തങ്ങളുടെയും പ്രതിസന്ധികളുടെയും സംഘർഷങ്ങളുടെയും പശ്ചാത്തലത്തിൽ മാറ്റിയെഴുതിയ ആധുനികതയാണു *സ്വയംവരം* സൃഷ്ടിച്ചത്.

രണ്ട് വിശ്വനാഥന്മാരുടെ അല്ലെങ്കിൽ കമിതാക്കളായ രാധാവിശ്വന്മാരുടെയും സീതാവിശ്വന്മാരുടെയും കഥകളാണ് ഉറൂബിന്റെയും അടൂരിന്റെയും കലാസൃഷ്ടികൾ.

സ്വതന്ത്രമായ ദേശരാഷ്ട്രമായിത്തീരാൻ വെമ്പിക്കൊണ്ട് കൊളോണിയൽ അധിനിവേശിത ഇന്ത്യ സ്വാതന്ത്ര്യ സമരം നയിക്കുകയായിരുന്ന ഇരുപതുകൾ തൊട്ട രണ്ടാംലോകമഹായുദ്ധത്തിന്റെ അന്ത്യംവരെയാണ *സുന്ദരികളും സുന്ദരന്മാരും*മിലെ കഥാകാലം. മലബാർ കലാപം, അതിന്റെ ഭാഗമായുണ്ടായ നിർബ്ബന്ധിത മതപരിവർത്തനം, ജാതി-മത ഭ്രാന്ത്, ജന്മിത്തം ദേശീയ പ്രസ്ഥാനം, കമ്യൂണിസ്റ്റ് പ്രസ്ഥാനം, തൊഴിലാളി പ്രസ്ഥാനം തുടങ്ങിയവയാണ് പശ്ചാത്തലം. രണ്ടു ലോകയുദ്ധങ്ങൾക്കിടയിലെ ആ ശിഥിലകാലത്തെ മലബാറിലെ ജീവിതം വ്യത്യസ്തമായ ജീവിതാഖ്യാനങ്ങൾ കോർത്തുകെട്ടി ഉറൂബിന്റെ തന്നെ ഭാഷയിൽപ്പറഞ്ഞാൽ, ഒരു വലിയ കഥയായി ആ നോവൽ അവതരിപ്പിക്കുന്നു. പലതരം ജീവിത പ്രസിസന്ധികളിലൂടെ കടന്നുവരുന്ന വിശ്വനാഥനും രാധയും രാഷ്ട്രം സ്വതന്ത്രമാകാൻ പോകുന്നകാലത്തു തങ്ങളുടെ പരസ്പരാനുരാഗം വെളിപ്പെടുത്തി ദാമ്പത്യവും കുടുംബവും സ്ഥാപിക്കാൻ തുടങ്ങുന്നതിന്റെ സൂചനയിൽ നോവൽ സമാപിക്കുന്നു. ദേശീയ സ്വാതന്ത്ര്യാനന്തരമുള്ള മൂന്നാം ദശകത്തിന്റെ തുടക്കമാണ *സ്വയംവര*ത്തിന്റെ കഥാകാലം. സിനിമയിൽ സൂചിപ്പിക്കപ്പെടുന്നില്ലെങ്കിലും സ്വതന്ത്ര ഇന്ത്യ നടത്തിയ ഒരു യുദ്ധത്തിന്റെ പശ്ചാത്തലം ആ കാലത്തിനുമുണ്ട്. സ്വാതന്ത്ര്യം, ജനാധിപത്യം, തൊഴിൽ സ്വാശ്രിതത്വം തുടങ്ങിയ ആദർശാത്മകാശയങ്ങളുടെ അടിസ്ഥാനത്തിൽ ഭാവിയിലേക്കു പ്രതീക്ഷാ നിർഭരമായി നോക്കുന്ന സ്വാതന്ത്ര്യാനന്തര തലമുറയിൽപ്പെട്ടവരാണ *സ്വയംവര*ത്തിലെ സീതയും. രാഷ്ട്രത്തിലും വ്യക്തിജീവിതത്തിലും സ്വയം സ്ഥാനപ്പെടുത്താനും സ്വേച്ഛപ്രകാരം കുടുംബം രൂപപ്പെടുത്താനും സ്വജീവിതം സ്വതന്ത്രമായി സ്ഥാപിക്കാനും അഭിലഷിച്ചുകൊണ്ട് വീടും പാരമ്പര്യവുമുപേക്ഷിച്ച് ഇറങ്ങിപ്പോന്നവർ സ്വാതന്ത്ര്യപൂർവ്വഘട്ടത്തിൽ ഉറൂബ് പ്രകടിപ്പിച്ച വലിയ കഥയുടെ ആദർശം പ്രതീക്ഷകളും രാഷ്ട്രീയാദർശങ്ങളും ശിഥിലമായിക്കഴിഞ്ഞിരിക്കുന്ന സ്വാതന്ത്ര്യാനന്തരഘട്ടത്തിൽ അസാദ്ധ്യമായതിനാൽ വിശ്വത്തിന്റെയും സീതയുടെ പ്രേമ-ദാമ്പത്യ ജീവിതത്തെ ചെറിയകഥയായി ദൃശ്യവല്ക്കരിക്കുകയാണ് അടൂർ ചെയ്യുന്നത്.

അധിനിവേശത്തിന്റെയും ജന്മിത്വത്തിന്റെയും കാലത്തെ പ്രേമ ബന്ധങ്ങൾ പരാജയപ്പെടുന്ന ലോകംകൂടിയാണ് *സുന്ദരികളും സുന്ദരന്മാരി*ലുമുള്ളത്. ജാതിയുടെയും ജന്മിത്വത്തിന്റെയും മിഥ്യാഭിമാനങ്ങളാൽ പ്രേമാഭിലാഷങ്ങൾ തകർന്നവ

രുടെ അടുത്ത തലമുറ സ്വാതന്ത്ര്യ പ്രാപ്തിയുടെയും രാഷ്ട്രപ്രാപ്തിയുടെയും സന്ദർഭത്തിൽ ചരിത്രപരിണാമത്തിന്റെയും ആധുനികത്വാവശ്യങ്ങളുടെയും ഫലമായി തങ്ങളുടെ ജാതിശരീരങ്ങളിൽനിന്നു മുക്തരായ സ്വതന്ത്രശരീരങ്ങളായിത്തീർന്നു വിജയകരമായ പ്രേമബന്ധത്തിലെത്തുന്നു. ഭൂമിയുടെ അറ്റം കണ്ടുപിടിക്കുന്ന ബാല്യകാല വ്യാമോഹം യൗവനത്തിലും അബോധപൂർവ്വം തുടർന്നു പ്രത്യേക ലക്ഷ്യമൊ ന്നുമില്ലാതെ അലഞ്ഞുതിരിഞ്ഞ കലാകാരൻകൂടിയായ വിശ്വം തികഞ്ഞ കുടുംബബോധവും സമാനശക്തിയുള്ള രാധയുമായി ഒത്തുചേരുന്നു. ലക്ഷ്യമില്ലാതെ നടന്ന താൻ സ്വയം കണ്ടുപിടിച്ചുവെന്നു തിരിച്ചറിയുന്ന വിശ്വവും ലോകബോധമുള്ള രാധ യും ഒളിച്ചുകളിക്കുമ്പോൾ പരസ്പരം കണ്ടുപിടിച്ച രണ്ടു കുട്ടികളെപ്പോലെ പൊട്ടിച്ചിരിക്കുന്ന ആ സമാപനസന്ദർഭത്തിൽ അവർ ദാമ്പത്യത്തിലേക്കും കുടുംബം സ്ഥാപിക്കുന്നതിലേക്കും നീങ്ങുകയാണെന്ന ഭാവിസൂചനയുണ്ട്. സ്വന്തമായ വീടും കുടുംബവുമില്ലാത്ത അവരുടെ സംയോജനത്തെ നിലവിൽ വരാനിരിക്കുന്ന സ്വതന്ത്ര രാഷ്ട്രവുമായി ഉറൂബ് കൂട്ടിയിണക്കുന്നു. പ്രത്യാശാനിർഭരമായ ആ രംഗത്തിന്റെ വ്യത്യസ്തമായൊരു പാഠസന്ദർഭത്തിലെ തുടർച്ചയായിക്കാണാം *സ്വയംവര*ത്തിന്റെ തുടക്കത്തെ.

ഋത്വിക് ഘട്ടക്കിന്റെ *സുവർണ്ണരേഖ*യിലെ അഭിരാം, സീത എന്നീ കമിതാക്കളുടെ ജീവിതത്തിന്റെ തുടർച്ചയെക്കുറിച്ചുള്ള ചിന്തയാവണം തന്നെ *സ്വയംവര*ത്തിലെത്തിച്ചതെന്ന് അടൂർ ഗോപാലകൃഷ്ണൻ തന്നെ പറഞ്ഞിട്ടുണ്ട്.

> “ഗ്രാമത്തിൽനിന്നു കൊല്ക്കത്തയിലേക്കു നാടുവിട്ടവരാണ് അഭിയും സീതയും. ബസ് ഡ്രൈവറായിരുന്ന അഭിയെ ഒരു അപകടത്തെത്തുടർന്ന് ആൾക്കൂട്ടം തല്ലിക്കൊന്നു. നിരാധാരയായ സീത വേശ്യാത്തെരുവിലുമെത്തി. സീതയും അഭിയും വീടുവിട്ടു കൊല്ക്കത്തയിലേക്കു പലായനം ചെയ്തതു മുതൽ സീത വേശ്യാത്തെരുവിൽ എത്തുന്നതു വരെയുള്ള കാലഘട്ടത്തെപ്പറ്റി സിനിമയിൽ ഒന്നുംപറയുന്നില്ല. ഈ ഇടക്കാലം അവർക്കെന്തായിരിക്കും സംഭവിച്ചിരിക്കുക എന്ന് അക്കാലത്തൊക്കെ ആലോചിച്ചിട്ടുണ്ട്. ഒരുപക്ഷേ, ആ ചിന്തയായിരിക്കാം *സ്വയംവര*ത്തിന്റെ ബീജാവാപത്തിലേക്കു നയിച്ചത്. ഒരുവേള അല്ലാതെയുമിരിക്കാം. ഏതായാലും ഘട്ടക്കിന്റെ സീതയും അഭിയുമല്ല *സ്വയംവര*ത്തിലെ സീതയും വിശ്വനാഥനും. അവർ തികച്ചും മലയാളി മദ്ധ്യവർഗ്ഗത്തിന്റെ പിന്തുടർച്ചക്കാരും പ്രതിനിധികളും തന്നെ"യെന്ന് അടൂർ എഴുതിയിട്ടുണ്ട്.

പ്രത്യാശാനിർഭരമായ ആ മദ്ധ്യവർഗ്ഗ പ്രതിനിധികളെയാണു സിനിമയ്ക്കു മുൻപു നോവലിൽ നാം കണ്ടത്. അവരുടെ ഭാവിയിലേക്കു നീങ്ങാതെ നോവലിസ്റ്റ് പിൻവാങ്ങി. *സ്വയംവരം* അവിടെ നിന്നു തുടങ്ങുന്നു, സ്വാതന്ത്ര്യപൂർവ്വമായ ആ പ്രേമജീവിത പ്രതീക്ഷയെ സ്വാതന്ത്ര്യാനന്തര രാഷ്ട്രത്തിന്റെയും യഥാതഥാനന്തര കലാസങ്കല്പത്തിന്റെയും ശിഥിലലോകത്തിൽ ഇറക്കി നിർത്തിക്കൊണ്ടു നാല്പതുകളിലെ രാധാവിശ്വന്മാരെപ്പോലെ രാഷ്ട്രഭാവനയുടെയും നവോത്ഥാനമൂല്യങ്ങളുടെയും ലിബറൽ ഹ്യൂമനിസ്റ്റ് സങ്കല്പങ്ങളുടെയും പ്രത്യാശയുടെ വെളിച്ചത്തിലല്ല *സ്വയംവര*ത്തിലെ എഴുപതുകളാദ്യത്തെ സീതാവിശ്വന്മാർ നില്ക്കുന്നത്. രാഷ്ട്രസ്വാത

ന്ത്ര്യം തുടങ്ങിയ സങ്കല്പങ്ങൾ മാത്രമല്ല കലാസങ്കല്പങ്ങളും ലിബറൽ ഹ്യൂമനിസത്തിന്റെ സങ്കല്പങ്ങളും ശിഥിലമായിക്കഴിഞ്ഞ അധിനിവേശാനന്തര ആധുനികതയുടെ ലോകത്തു നില്ക്കുന്നവരാണ് *സ്വയംവര*ത്തിലെ വിശ്വനാഥനും സീതയും. യഥാതഥ കഥയിൽ പറഞ്ഞ സാദൃശ്യാത്മകമായ യാഥാർത്ഥ്യമല്ല അവരുടേത്. സാമൂഹിക വർഗ്ഗപ്രതിനിധികളോ നവോത്ഥാന കാലത്തിന്റെ ഉദാരമാനവികതാവാദത്തിന്റെ പിന്തുടർച്ചക്കാരോ അല്ല. സ്വാതന്ത്ര്യാനന്തര നിരാശകളുടെയും പാരമ്പര്യഭാരത്തിന്റെയും അസംതൃപ്തരായ അശരണസന്തതികളാണ് അവർ. നോവലിലെ വിശ്വവും രാധയും നില്ക്കുന്ന കാല്പനിക യാഥാർത്ഥ്യത്തിന്റെ ഇടത്തിൽനിന്നു സ്വാതന്ത്ര്യാനന്തരകാലത്തെ ദാമ്പത്യത്തിന്റെയും കുടുംബത്തിന്റെയും ആധുനിക യാഥാർത്ഥ്യത്തിലേക്കും കലയിലെ ആധുനികതയിലേക്കുള്ള യാത്രയാണു *സ്വയംവര*ത്തിലെ വിശ്വവും സീതയും ആരംഭിക്കുന്നത്. കലാകാരന്മാരായ ആ നായകർ, നർത്തകനായ വിശ്വവും നോവലിസ്റ്റായ വിശ്വവും രണ്ടുതരം ഭാവുകത്വകാലങ്ങളുടെയും രാഷ്ട്രീയ കാലങ്ങളുടെയും പ്രതിനിധികളാണെങ്കിലും ഭാവിയെ ഉറ്റുനോക്കുന്നവരും പരാജിതരുമായ കലാകാരന്മാരാണ്. കാല്പനികഭാവുകത്വത്തിന്റെ പ്രിയപ്പെട്ട ബിംബമായിരുന്നു പരാജയപ്പെടുന്ന കലാകാരൻ. *സ്വയംവരം* അവതരിപ്പിച്ച ദുരന്ത യാഥാർത്ഥ്യത്തിന്റെ സ്വഭാവം തേടേണ്ടത് ഈ നായക സങ്കല്പത്തിലാണ്. ദേശീയ സ്വാതന്ത്ര്യ പ്രസ്ഥാനത്തിന്റെ കമ്യൂണിസ്റ്റ് പ്രസ്ഥാനത്തിന്റെയും സാമൂഹിക നവോത്ഥാനാധുനികത്വത്തിന്റെയും ജാതി-മത നിരപേക്ഷമായ ലിബറൽ ഹ്യൂമനിസ്റ്റ് മനുഷ്യവീക്ഷണവും രാഷ്ട്രഭാവനയുമാണ് നോവലിലെ വിശ്വനാഥനെയും രാധയെയും രൂപപ്പെടുത്തുന്നത്. ജാതി ശരീരവും മതശരീരവുമായി ചിട്ടപ്പെടുത്തപ്പെട്ട കേരളീയ മനുഷ്യർ ജാതി-മത നിരപേക്ഷമായ സ്നേഹഭാവന പ്രകടിപ്പിക്കുന്ന സ്വതന്ത്രവ്യക്തികളായി രൂപപ്പെടുന്നതിന്റെ ആദർശാത്മ ചിത്രമാണ് ഉറൂബ് അവതരിപ്പിച്ചത്. ജന്മിത്തത്തിന്റെ ഗ്രാമത്തിൽനിന്നു മുതലാളിത്തത്തിന്റെ നഗരത്തിലേക്കുള്ള കുടിയേറ്റം സ്വതന്ത്രതയിലേക്കുള്ള മാറ്റം കൂടിയാണവർക്ക്. ആദർശാത്മക ലോകത്തെക്കുറിച്ച് ആ ഭാവനയിൽ ലിബറൽ ഹ്യൂമനിസ്റ്റ് വീക്ഷണവും കാല്പനികസമീപനവുമുണ്ട്. ദാമ്പത്യം, കുടുംബം, സ്വതന്ത്രലോകം എന്നിവയെക്കുറിച്ചുള്ള പ്രത്യാശാഭരിതമായ ആ സന്ദർഭം കാല്പനിക കാന്തിയിൽ അവതരിപ്പിച്ചുകൊണ്ടാണു *സുന്ദരികളും സുന്ദരന്മാരും* ഉറൂബ് അവസാനിപ്പിക്കുന്നത്. "അവൾ ചുറ്റും നോക്കി. പച്ച പിടിച്ച ഭൂമി. അതു മാടിവിളിക്കുന്നു. അവളെ കെട്ടിപ്പിടിക്കുന്നു, രോമാഞ്ചങ്ങളുണ്ടാക്കുന്നു. ജീവന്റെ അജയ്യമായ തള്ളിക്കയറ്റം, തന്നത്താൻ സാക്ഷാൽക്കരിക്കുവാനുള്ള മഹത്തായ പ്രേരണ, അമീബയിൽനിന്ന് അവസാന മനുഷ്യനിലേക്കു വലിച്ചുമുറുക്കിക്കെട്ടിയ ആ തന്ത്രിയുടെ ശക്തിമത്തായ നാദം, വിത്തുകളിലും മരങ്ങളിലും അനവരതമായി നിശ്ശബ്ദമായി മന്ത്രിക്കപ്പെടുന്ന പ്രണവം അത് രാധയുടെ ഹൃദയത്തിൽക്കിടന്നു മുഴങ്ങി........ വിശ്വനാഥൻ ആ മുഖത്തേക്കു നോക്കി. പെട്ടെന്ന് ഒരു തിരശ്ശീല നീങ്ങിപ്പോയതുപോലെ തോന്നും. പ്രപഞ്ചം തളിരണിഞ്ഞു നില്ക്കുകയാണ്. ഇരുപേരും പിന്നെ സംസാരിച്ചില്ല. അതിന്റെ ആവശ്യമില്ലായിരുന്നു." ഈ കാല്പനിക പ്രത്യാശയും സാമൂഹിക യാഥാർത്ഥ്യവും തകർന്നുവീഴുകയാണു സമാനമാ

യൊരു പ്രേമസാക്ഷാൽക്കാര സന്ദർഭത്തിൽനിന്നു സ്വാതന്ത്ര്യാനന്തര നഗരത്തിലേക്കു പുറപ്പെടുന്ന *സ്വയംവര*ത്തിലെ സീതയുടെയും വിശ്വനാഥന്റെയും ജീവിതത്തിൽ.

*സ്വയംവര*ത്തിന്റെ തുടക്കത്തിൽത്തന്നെ സ്വപ്നത്തിനും യാഥാർത്ഥ്യത്തിനുമിടയിൽ സന്ദിഗ്ദ്ധരായി നില്ക്കുന്ന നായികാനായകരെ പ്രേക്ഷകർ കാണുന്നു. സാമൂഹിക യാഥാർത്ഥ്യത്തിന്റെ കരിമ്പാറയിൽ തട്ടി സ്വപ്നം ശിഥിലമാകാൻ പോവുകയാണെന്നു സ്വപ്നദൃശ്യങ്ങളിലൂടെ തുടക്കത്തിൽ തന്നെ സിനിമ പ്രഖ്യാപിക്കുന്നു. അനിശ്ചിതത്വവും സന്ദിഗ്ദ്ധതയുടെ സിനിമയുടെ ആഖ്യാനം മുന്നോട്ടു പോകുന്തോറും വർദ്ധിച്ചുകൊണ്ടിരിക്കുന്നു. അനിശ്ചിതമായ ഭാവിക്കുമുന്നിൽ നിശ്ചേഷ്ടയായി ഇരിക്കുന്ന സീതയിലും പാൽ കുടിക്കുന്ന കൈക്കുഞ്ഞിലും ചുമരിൽനിന്നിളകിവീണു വെള്ളത്തിൽ കുതിർന്നില്ലാതാകുന്ന സീതാസ്വയംവര ചിത്രത്തിലും മഴയിലും ഇടിയിലും കാറ്റിലും വിറയ്ക്കുന്ന വാതിലിന്റെ ദൃശ്യത്തിലും സിനിമ അവസാനിക്കുന്നു. രാഷ്ട്രത്തെക്കുറിച്ചുള്ള ആഖ്യാനകത്തെയും കഥയുടെ ആഖ്യാനകത്തെയുംകുറിച്ചുള്ള നിഷേധപ്രസ്താവമായി *സ്വയംവരം* മാറുന്നതങ്ങനെയാണ്. നവോത്ഥാനകാലത്തിന്റെയും ദേശീയ പ്രസ്ഥാനത്തിന്റെയും രാഷ്ട്രാഖ്യാനകം ശിഥിലമായ സ്വാതന്ത്ര്യാനന്തര രാഷ്ട്രത്തിന്റെ സന്ദർഭത്തിലെ ജീവിതയാഥാർത്ഥ്യങ്ങൾ. യാഥാർത്ഥ്യത്തിന്റെ കലാവിഷ്കാരത്തിലും ആഖ്യാനത്തിലും ശൈഥില്യത്തിന്റെയും സന്ദിഗ്ദ്ധതയുടെയും അനിശ്ചിതത്വത്തിന്റെയും ലാവണ്യബോധമാണു കൊണ്ടുവന്നത്. ആധുനികതയെന്നു വ്യവഹരിക്കപ്പെടുന്ന ആ കലാരീതി ജീവിതശൈഥില്യത്തെ ആവിഷ്കരിക്കുന്നതിനുവേണ്ടി പരമ്പരാഗതമായ സൗന്ദര്യബോധത്തെയും ആഖ്യാന പ്രകാരങ്ങളെയും തിരസ്കരിച്ചു. ബഹുജനപ്രീതിയുള്ള പരമ്പരാഗത കലാഖ്യാനത്തെക്കുറിച്ചുള്ള ഒട്ടേറെ സൂചനകളിലൂടെ *സ്വയംവരം* അതു വെളിപ്പെടുത്തുന്നുണ്ട്. ശുഭപര്യവസായിയായ സിനിമകളുടെ അന്ത്യരംഗങ്ങളെ ഓർമ്മിപ്പിക്കുകയും സന്തുഷ്ടരായ താരജോഡികൾ പ്രത്യക്ഷപ്പെടുന്ന സിനിമാപോസ്റ്ററുകൾ അവതരിപ്പിക്കുകയും ചെയ്തുകൊണ്ട് പാരമ്പര്യത്തിൽനിന്നുള്ള ആധുനികതയുടെ ആഖ്യാനവിച്ഛേദം അടൂർ രേഖപ്പെടുത്തി. ഭൂതകാലസ്മരണകളില്ലാത്ത വർത്തമാനകാലത്തിലും ഭാവി പ്രതീക്ഷയിലും ജീവിക്കുന്ന വിശ്വനാഥന്റെ ഉള്ളിലെ കാല്പനിക ഭൂതകാലമാണ് ആധുനികതയുടെ പുതിയ ലാവണ്യബോധത്തിന്റെ കാലത്ത് അയാളെഴുതുന്ന നോവൽ. *നിർവൃതി* എന്ന അതിന്റെ ശീർഷകത്തിൽത്തന്നെയുണ്ട് കാല്പനികതയുടെ അതിഭാവുകമായ ലാവണ്യബോധം. *സുന്ദരികളും സുന്ദരന്മാരും* അവസാനിക്കുന്ന സന്ദർഭത്തിൽ സമസ്ത ജീവരാശികളും അനുഭവിക്കാൻ വെമ്പൽകൊള്ളുന്ന വേദനയാവും അടങ്ങാത്ത മന്ദസ്മിതവും അത്യാർദ്രമായ കടാക്ഷവും കൂടിപ്പിണയുന്ന, ആനന്ദമായും പ്രത്യക്ഷപ്പെടുന്ന കാല്പനിക നിർവൃതിയെയാണ് ആധുനികതാസാഹിത്യവും *സ്വയംവര*ത്തിൽ തുടങ്ങുന്ന ആധുനികതാചലച്ചിത്രവും തിരസ്കരിച്ചത്. പരാജയപ്പെടുന്ന കലാകാരൻ എന്ന കാല്പനിക ബിംബത്തിന്റെ ഛായയുള്ള വിശ്വനാഥന്റെ അച്ചടിക്കപ്പെടാതെപോയ ആ നോവലിന്റെ കൈയെഴുത്തുപ്രതിയുടെ താളുകൾ നിലത്തു കീറിക്കിടക്കുന്നതിന്റെ (കൈയെഴുത്തുപ്രതി കീറിക്കളിച്ചതു മകളാണെന്നു വ്യക്തമെന്നു *സ്വയംവര*ത്തിന്റെ പ്രസിദ്ധീകൃത

തിരക്കഥയിൽ അടൂർ എഴുതിയിട്ടുണ്ട്) ദൃശ്യം യാദൃച്ഛികമായല്ല സിനിമയിൽ പ്രത്യക്ഷപ്പെടുന്നത്. *സുന്ദരികളി*ലെ വിശ്വനാഥനിലും രാധയിലും ഇല്ലാതിരുന്ന സന്ദിഗ്ധതയിലേക്കും അനിശ്ചിതത്വത്തിലേക്കുമുള്ള ആഖ്യാന സഞ്ചാരത്തിലൂടെ സ്വാതന്ത്ര്യാനന്തര രാഷ്ട്രത്തിന്റെയും രാഷ്ട്രീയത്തിന്റെയും പശ്ചാത്തലത്തിൽ കലാവിഷ്കാരത്തെക്കുറിച്ചുള്ള ആധുനികതാഭാവന കൂടിയാണ് *സ്വയംവരം* അവതരിപ്പിച്ചത്. അതുകൊണ്ടുതന്നെ *സ്വയംവര*ത്തെ സൗന്ദര്യശാസ്ത്രപരമായ ദൃശ്യപ്രസ്താവമായും പാരമ്പര്യത്തിൽനിന്നുള്ള ആഖ്യാനവിച്ഛേദത്തിന്റെ ദൃശ്യപ്രസ്താവമായും കൂടി കാണാം; നാം സ്വയം വരിച്ച രാഷ്ട്രത്തിന്റെ സ്വാതന്ത്ര്യാ നന്തര ശൈഥില്യത്തിന്റെ ആഖ്യാനകമായും!

നല്ല സിനിമയുടെ പൂക്കാലം

എ മീരാസാഹിബ്

സംസ്ഥാന ഇക്കണോമിസ്ക്സ് ആൻഡ് സ്റ്റാറ്റിസ്റ്റിക്സ് വകുപ്പ് മുൻ ഡയറക്ടർ. ആദ്യകാല ഫിലിം സൊസൈറ്റി പ്രവർത്തകൻ. 'ചിത്രലേഖ ഫിലിം സൊസൈറ്റി'യുടെ ആദ്യകാല കമ്മിറ്റി അംഗം, 'ചിത്രലേഖ ഫിലിം കോഓപ്പറേറ്റീവ്' ഡയറക്ടർ, അടൂർ ഗോപാലകൃഷ്ണന്റെ കൊടിയേറ്റം മുതൽ മിക്ക സിനിമകളുടെയും മുഖ്യ സംവിധാന സഹായി, കേരളത്തിന്റെ രാജ്യാന്തര ചലച്ചിത്ര മേളയുടെ 1999, 2001 എഡിഷനുകളുടെ ഡയറക്ടർ, 1998 പതിപ്പിന്റെ കോ ഓർഡിനേറ്റർ, ചലച്ചിത്ര അക്കാദമിയുടെ എക്സിക്യൂട്ടീവ് ബോർഡ് അംഗം, വിവിധ ഫെസ്റ്റിവൽ ബുക്കുകളുടെയും ഫെസ്റ്റിവൽ ബുള്ളറ്റിനുകളുടെയും ചീഫ് എഡിറ്റർ എന്നീ നിലകളിൽ പ്രവർത്തിച്ചു. വിവിധ ജ്യൂറികളിൽ അംഗമായിട്ടുണ്ട്. ചലച്ചിത്രവികസന കോർപ്പറേഷൻ ഡയറക്ടർ ബോർഡ് അംഗം, ഐസെൻസ്റ്റൈനെപ്പറ്റി ചലച്ചിത്രവികസന കോർപറേഷൻ പുറത്തിറക്കിയ പുസ്തകത്തിന്റെയും മങ്കട രവിവർമ്മയെക്കുറിച്ച ചലച്ചിത്ര അക്കാദമി പുറത്തിറക്കിയ പുസ്തകത്തിന്റെയും രചയിതാവ്, ചലച്ചിത്ര നിരൂപകൻ, കോളമിസ്റ്റ്.

ആമുഖം - സ്വയംവരം വന്ന വഴി

അടൂർ വഴിതെറ്റി കയറിയ ഇടമായിരുന്നു പൂണെ ഫിലിം ഇൻസ്റ്റിറ്റ്യൂട്ട്. നെറ്റി ചുളിക്കണ്ട. നല്ല സിനിമയുടെ കൊടിയുമായി ഫിലിം ഇൻസ്റ്റിറ്റ്യൂട്ടിൽനിന്നു തിരക്കഥാരചനയും സംവിധാനവും പഠിച്ചിറങ്ങിയ, അടൂർ തുവയൂർ വടക്കുമുറിയിൽ മൗട്ടത്തുകുടുംബത്തിലെ തനി നാടൻ ചെറുപ്പക്കാരൻ, നല്ല നാടകക്കാരനാകാനും തിരനാടക പാഠങ്ങൾ വഴി നാടകസംബന്ധമായ അറിവിന്റെ സീമകൾ വിപുലമാക്കാനും മനസ്സുവച്ചാണ് ഇൻസ്റ്റിറ്റ്യൂട്ടിൽ ചേർന്നത്. പക്ഷേ, പുറത്തുവന്നത് ലോക സിനിമയുടെ അത്ഭുതച്ചെപ്പ് തുറന്നുകണ്ട ആഹ്ലാദത്തോടെയാണ്. ആദ്യം പഠിച്ച പാഠം, 'നാടകമല്ല സിനിമ' എന്നാണ്. മറ്റൊന്ന്, പഠിക്കുന്നത്, നാട്ടിൽ കണ്ടുവളർന്ന നാടകസമാന സിനിമയുമല്ല എന്ന സത്യവും. ലോക സിനിമയിലേക്കുള്ള വിശാല കവാടം, അതിലൂടെ ചലച്ചിത്രാസ്വാദനത്തിന്റെയും, സിനിമയുടെ സൗന്ദര്യശാസ്ത്രത്തിന്റെയും രഹസ്യ അറകൾ പ്രൊഫസർ സതീഷ് ബഹാദൂർ

തുറന്നിട്ടു. ചെങ്ങന്നൂർ ബസ്സ്റ്റാൻഡിനെതിരെ ഉണ്ടായിരുന്ന ചായക്കടയിലെ ദിനപത്രത്താളിൽ ഫിലിം ഇൻസ്റ്റിറ്റ്യൂട്ടിന്റെ പ്രവേശനപ്പരസ്യത്തിൽ Screenplay writing ഒരു പഠനവിഷയമായി കണ്ടപ്പോൾ, ആ വഴിക്ക് നാടകരചനയിൽ കൂടുതൽ അവഗാഹം നേടാമെന്നേ അടൂർ കരുതിയുള്ളൂ. പക്ഷേ, പൂണെ ലോ കോളേജ് റോഡിലെ പഴയ 'പ്രഭാത് സ്റ്റുഡിയോ' അങ്കണത്തിലെ ബോധിവൃക്ഷ (Wisdom Tree) ചുവട്ടിൽ എത്തിയപ്പോഴാണ് മനസ്സിലായത്, ഇത് മറ്റൊരു ലോകമാണെന്ന്. നാടകമല്ല സിനിമയെന്ന തിരിച്ചറിവ് അടൂരിനെ കൂട്ടിക്കൊണ്ടു പോയത് ലോകസിനിമയുടെ മായികപ്രപഞ്ചത്തിലേക്കാണ്. അടൂരെന്ന നാടകക്കാരൻ പതുക്കെ പതുക്കെ ആ വാതിൽ കടന്നു ഗ്രിഫിത്ത് മുതൽ ഐസൻസ്റ്റൈൻ വരെയും വിറ്റോറിയോ ഡിസീക്ക മുതൽ സത്യജിത് റേ വരെയും ഉള്ളവരുടെ ചലച്ചിത്രങ്ങളെ അപഗ്രഥിച്ചു പഠിച്ചു. സിനിമയുടെ സൗന്ദര്യ ശാസ്ത്ര പൊരുളുകൾ സതീഷ് ബഹാദൂർ കാട്ടിക്കൊടുത്തു. സിനിമയുടെ പല ജനുസുകളിലെയും ചിത്രങ്ങൾ അദ്ദേഹം പരിചയപ്പെടുത്തി. അത് അടൂരിനും കൂട്ടുകാർക്കും അത്ഭുതവും ആവേശവും പകർന്നു. *പഥേർ പാഞ്ചാലി* സതീഷ് ബഹാദൂറിനു ഏറെ ഇഷ്ടമുള്ള ഇന്ത്യൻ ചിത്രമായിരുന്നു. "ജുഗുപ്സാവഹമായ ചലച്ചിത്രാഭാസ"മെന്ന് ആഗോളാടിസ്ഥാനത്തിൽ കുപ്രസിദ്ധി നേടിയ നമ്മുടെ വ്യവസ്ഥാപിത സിനിമയ്ക്കു നേരെ സത്യജിത് റേ എന്ന പുത്തൻകൂറ്റുകാരൻ നടത്തിയ ആക്രമണമായിരുന്നു അതെന്നും (*പഥേർ പാഞ്ചാലി, അടൂർ ഗോപാലകൃഷ്ണന്റെ തെരഞ്ഞെടുത്ത ലേഖനങ്ങൾ*) 'നാടകത്തിന്റെ ഉടലും ഉയിരും സംഭാഷണമാണെന്നും, മറിച്ച് തിരക്കഥയുടെ ആദ്യ പരിഗണന കാഴ്ചയ്ക്കും കേൾവിക്കുമാണെന്നും' അടൂർ തിരിച്ചറിഞ്ഞു. ഒരു സൂക്ഷ്മാന്വേ

ഷണത്തിൽ, നാടകത്തിലെ സംഭാഷണത്തിന് ചാർത്തിക്കൊടുത്തിട്ടുള്ള ധർമ്മങ്ങളൊന്നും തന്നെ സിനിമയുടെ സംഭാഷണത്തിന് ചേരാത്തതാണെന്നും' മനസ്സിലാക്കി (തിരക്കഥ സാഹിത്യമോ?-അടൂർ ഗോപാലകൃഷ്ണൻ). അമൂർത്തമോ, ഉത്ഘോഷണപരമോ ആയ സമീപനം സ്വീകരിക്കാതെ, ലളിതമായി, കാണികളുമായി സംവദിക്കുക എന്ന രീതിയാണ് അടൂരിൽ വളരുകയുംദൃഢമൂലമായിത്തീരുകയും ചെയ്തത്. ഒരു പ്രയോഗസിദ്ധാന്തവും (Praxsi) അന്ധമായി പിന്തുടരാതിരിക്കാൻ ശ്രദ്ധാലുവായി. ആത്യന്തികമായി ദൃശ്യങ്ങളെ കഥപറച്ചിലുമായി സമന്വയിപ്പിക്കണമെന്ന സിദ്ധാന്തക്കാരനായി. ഒന്ന് മറ്റൊന്നിൽനിന്നു വേറിട്ട് നില്ക്കാൻ അനുവദിക്കാത്ത കഥനരീതി. പരിചിതമല്ലാത്ത ഒരു ഭൂമികയിലേക്ക് ഇറങ്ങാനോ, അനുഭവിക്കാത്ത ഒരു ജീവിതത്തെ അപഗ്രഥിക്കാനോ തയ്യാറല്ല എന്ന പ്രത്യേകതയും തന്റെ സിനിമകൾക്കുണ്ടാവണമെന്ന് അടൂർ തീരുമാനിച്ചിരുന്നു. ഇറ്റലിയിലെ മൈക്കലാഞ്ചലോ അന്റോണിയോണിയെപ്പോലുള്ള വിശ്വസംവിധായകരും ഈ മാർഗ്ഗം തന്നെ പിന്തുടർന്ന് വിജയിച്ചവരാണ്.

സ്വയംവരം യാഥാർത്ഥ്യമാകുന്ന കാലം

സിനിമയിൽ സാങ്കേതികപരിജ്ഞാനം നേടി ഫിലിം ഇൻസ്റ്റിറ്റ്യൂട്ടിൽനിന്നു പഠിച്ചിറങ്ങിയാൽ മാത്രം പോരാ. പ്രായോഗിക പരിശീലനം കൈവരിക്കാൻ മുഖ്യധാരയിൽ ചേർന്നു സിനിമാ സ്റ്റുഡിയോകളിലേക്കും നിർമ്മാണസംരംഭങ്ങളിലേക്കും ചേരേണ്ടതുണ്ടെന്നാണു പൊതുധാരണ. എന്നാൽ ചിലർ അപ്രന്റീസ് ആകാതെ നേരിട്ടു സിനിമ ചെയ്യാനുള്ള ധൈര്യം വളർത്തിയെടുത്തു, മണി കൗൾ, കുമാർ സഹ്നി, അടൂർ ഗോപാലകൃഷ്ണൻ തുടങ്ങി അപൂർവ്വം ചിലർ. അടൂർ ഒരുമുഴം നീട്ടിയെറിഞ്ഞു. തങ്ങൾ വിശ്വസിക്കുന്നതരം സിനിമ കാണാൻ ആളുകളെ ഒരുക്കേണ്ടത് അവശ്യമാണെന്ന് മനസ്സിലാക്കി. പഠിച്ചിറങ്ങിയാൽ ഇത്തരം ചിത്രങ്ങൾ നിർമ്മിക്കാൻ തയ്യാറുള്ളവരുടെയും, ആസ്വാദനശേഷിയുള്ള ചലച്ചിത്ര സാക്ഷരരുടെയും ഒരു സമൂഹത്തെ സൃഷ്ടിച്ചെടുക്കുകയാണ് വേണ്ടതെന്നും അതിനുള്ള ഉത്തമമാർഗ്ഗം മേൽത്തരം സിനിമകൾ കാണാനുള്ള സംസ്കാരം വളർത്തുകയാണെന്നും വിശ്വസിച്ചു. ഫിലിം സൊസൈറ്റികളാണ് അതിനുള്ള മാർഗ്ഗമെന്നും കണ്ടെത്തി. അദ്ധ്യാപനജീവിതത്തിനിടെ ഫിലിം സൊസൈറ്റി പ്രസ്ഥാനത്തെപ്പറ്റി അവഗാഹമുണ്ടാക്കിക്കഴിഞ്ഞ പ്രൊഫ. സതീഷ് ബഹാദൂർ അതു തന്റെ ശിഷ്യർക്കു പകർന്നു നല്കിയതാണ്. ജവാഹർലാൽ നെഹ്രുവിന്റെ താല്പര്യപ്രകാരം ഫിലിം സൊസൈറ്റി പ്രസ്ഥാനം കെട്ടിപ്പടുക്കാൻ എത്തിയ പ്രസിദ്ധ ചലച്ചിത്ര ഗ്രന്ഥകാരിയും, *സൈറ്റ് ആൻഡ് സൗണ്ട്* ലേഖികയും, സെർജ്ജി ഐസെൻസ്റ്റൈൻ, പോൾ റോബ്സൺ, ജവാഹർലാൽ നെഹ്രു എന്നിവരുടെ ജീവചരിത്രരചയിതാവുമായ നിരൂപക മേരി സീറ്റൺ, ആഗ്ര ഫിലിം സൊസൈറ്റി പ്രവർത്തകനും സെന്റ് ജോൺസ് കോളേജ് അദ്ധ്യാപകനുമായിരുന്ന സതീഷ് ബഹാദൂറിനെ കണ്ടെത്തി, ഫിലിം അപ്രീസിയേഷൻ പ്രൊഫസറായി ഇൻസ്റ്റിറ്റ്യൂട്ടിൽ നിയമിച്ചതു ഫിലിം സൊസൈറ്റിപ്രസ്ഥാനത്തിന് ഊർജ്ജം പകർന്നു. ഇന്ത്യയിൽ ഫിലിം സൊസൈറ്റി പ്രസ്ഥാനത്തിന്റെ വേരോട്ടം കൂട്ടുന്നതു ലക്ഷ്യമായി കണ്ട വ്യക്തി

യായിരുന്ന മേരി സീറ്റൺ.

ഫിലിം ഇൻസ്റ്റിറ്റ്യൂട്ടിലെ പഠനസമ്പ്രദായത്തിൽ ചലച്ചിത്രാസ്വാദനത്തിന്റെ പ്രാധാന്യത്തെക്കുറിച്ചും, സതീഷ് ബഹാദൂറിന്റെ അദ്ധ്യാപന രീതിയെപ്പറ്റിയും അടൂർ എഴുതിയിട്ടുണ്ട്. 1976 ൽ ഫിലിം ആൻഡ് ടെലിവിഷൻ ഇൻസ്റ്റിറ്റ്യൂട്ടിൽ ചലച്ചിത്രാസ്വാദന കോഴ്സിൽ പഠിപ്പിക്കുമ്പോൾ അദ്ദേഹം ഞങ്ങളോട് പറയുമായിരുന്ന, 'ചിത്രലേഖ'യുടെ വിജയവും *സ്വയംവര*ത്തിന്റെ പ്രശസ്തിയും ഫിലിം ഇൻസ്റ്റിറ്റ്യൂട്ടിന് മേൻമ ചാർത്തിയെന്ന്. പില്ക്കാലത്ത് 'ചിത്രലേഖ സ്റ്റുഡിയോ കോംപ്ലക്സി'ൽ എത്തി 'ചിത്രലേഖ'യുടെ 'സെന്റർ ഫോർ ഫിലിം സ്റ്റഡീസി'ന്റെ ചലച്ചിത്രാസ്വാദന കോഴ്സിൽ പങ്കെടുക്കുമ്പോൾ (1977 ഏപ്രിൽ 8-14) താൻ കണ്ട സ്വപ്നങ്ങൾ തന്റെ ശിഷ്യന്റെ പരിശ്രമത്തിൽ യാഥാർത്ഥ്യമായ സംതൃപ്തി ആ ചലച്ചിത്രതാപസനുണ്ടായിക്കാണണം.

തിരുവനന്തപുരം ശ്രീകുമാർ തിയേറ്ററിൽ 1965 ജൂലൈയിൽ 'ചിത്രലേഖാ ഫിലിം സൊസൈറ്റി'യുടെ ഉദ്ഘാടനം നടന്നു. ഗവർണ്ണർ ഭഗവൻ സഹായ് ആയിരുന്നു ഉദ്ഘാടകൻ. ചിത്രനിർമ്മാണം ലക്ഷ്യമാക്കി 'ചിത്രലേഖ ഫിലിം കോ-ഓപ്പറേറ്റീവ് ലിമിറ്റഡ്' എന്ന പേരിൽ ഒരു സഹകരണ സ്ഥാപനം 1965 നവംബർ 30ന് രജിസ്റ്റർ ചെയ്തു. നിർമ്മാണം, വിതരണം, ഫിലിം സ്റ്റുഡിയോ സംസ്ഥാപനം, ഔട്ട് ഡോർ യൂണിറ്റ് തുടങ്ങി ഒരു ഗംഭീര ആശയം. കച്ചവടസിനിമയ്ക്കൊരു ബദൽ. സർക്കാർ നടപടികൾ നിശ്ചയമുണ്ടായിരുന്ന അടൂരിന്റെ ഉറ്റ സുഹൃത്ത് കുളത്തൂർ ഭാസ്കരൻ നായരുടെ വലിയ ശ്രമവും സഹകരണ മേഖലയിലെ അറിവും അത് രജിസ്റ്റർ ചെയ്ത് പ്രവർത്തനക്ഷമമാക്കാൻ സഹായിച്ചു. അടൂരും ബോംബെയിലെ 'ഭാരതീയവിദ്യാഭവനി'ൽ പഠിച്ച സമയത്തെ ഇടവേളകളിൽ പൂണെയിൽ എത്തുമായിരുന്ന കുളത്തൂർ ഭാസ്കരൻ നായരും ചേർന്ന് രൂപീകരിച്ച 'ഫിലിം യൂണിറ്റി'ന്റെ

സ്ഥാപനവല്ക്കരിച്ച സഹകരണ പ്രസ്ഥാനമായി അത് പ്രവർത്തനം തുടങ്ങി. അടൂർ ഗോപാലകൃഷ്ണൻ ചെയർമാനും, കുളത്തൂർ ഭാസ്കരൻ നായർ മാനേജിങ് ഡയറക്ടറുമായ ഡയറക്ടർ ബോർഡ് ആണ് 'കോ-ഓപ്പറേറ്റീവ് ലിമിറ്റഡി'നെ നിയന്ത്രിച്ചത്. 'ചിത്രലേഖ ഫിലിം സൊസൈറ്റി'യും 'ചിത്രലേഖ ഫിലിം കോ-ഓപ്പറേറ്റീവും' വ്യത്യസ്ത അസ്തിത്വങ്ങളുള്ള സംഘടനകളായിരുന്നു.

കേരളത്തിലെ ആദ്യ ചലച്ചിത്രോത്സവം

ആലുവയിൽ 1965-66 ൽ നടന്ന 'അഞ്ചാമത് ഓൾ ഇന്ത്യാ റൈറ്റേഴ്സ് കോൺഫെറൻസി'നോടനുബന്ധിച്ച കേരളത്തിലെ ഒമ്പതു നഗരങ്ങളിൽ അന്തർദ്ദേശിയ ചലച്ചിത്രോത്സവം. സിനിമയുടെ തെരഞ്ഞെടുപ്പും പ്രോഗ്രാമിങ്ങും നടത്തിയത് അടൂർ ഗോപാലകൃഷ്ണനായിരുന്നു. അമരക്കാർ എം ഗോവിന്ദനും എം കെ കെ നായരും സി എൻ ശ്രീകണ്ഠൻ നായരും. ഫിലിംസൊസൈറ്റി പ്രസ്ഥാനത്തിന് ഈ മേള നല്കിയ പ്രചോദനം ചെറുതല്ല. കേരളത്തിൽ നടക്കുന്ന ആദ്യത്തെ ചലച്ചിത്രോത്സവം. ഞാൻ കൊല്ലത്തു പോയി രണ്ടു ചിത്രങ്ങൾ കണ്ടത് ഓർമ്മിക്കുന്നു. റേ യുടെ *മഹാനഗറും*, റൊമാൻ പൊളാൻസ്കിയുടെ *നൈഫ് ഇൻ ദി വാട്ടറും*. 21 ലോക ക്ലാസിക്കുകളും 10 ഹ്രസ്വ /ഡോക്യുമെന്ററി ചിത്രങ്ങളും 10 കേന്ദ്രങ്ങളിൽ (നാഗർകോവിൽ കൂടി ചേർത്ത്)ഒരേ സമയം ഒരാഴ്ചക്കാലം പ്രദർശിപ്പിച്ചിരുന്നു.

സിനിമ സാഹിത്യം

നല്ല സിനിമയുടെ ആസ്വാദനത്തിനു സഹായകമായ, അന്നുവരെ മലയാളം

കണ്ടിട്ടില്ലാത്ത ലേ ഔട്ടും ഉള്ളടക്കവും ഗൗരവവുമുള്ളൊരു സിനിമാ പ്രസിദ്ധീകരണം പൂണെയിൽ വച്ചേ അടൂർ തയ്യാറാക്കിയിരുന്നു. പുറംചട്ടക്കാലം കൊണ്ടുപോയെങ്കിലും ബാക്കി ഭാഗം 53 മൂന്നു കൊല്ലത്തിനുശേഷവും എന്റെ ഗ്രന്ഥശേഖരത്തിൽ ഉണ്ട്. ലോക സിനിമയിലെ നാഴികക്കല്ലുകളായ 10 ചിത്രങ്ങളിൽനിന്നുള്ള നിശ്ചലചിത്രങ്ങളും ലഘു വിവരണങ്ങളുമാണു തുടക്കത്തിൽ. തുടർന്നു *പഥേർ പാഞ്ചാലി* ലോകത്തിനു പരിചയപ്പെടുത്തിയ മേരി സീറ്റൺ, സത്യജിത് റേ, ഋത്വിക് ഘട്ടക്, എസ് ബി ഥക്കർ, മങ്കട രവിവർമ്മ, അടൂർ ഗോപാലകൃഷ്ണൻ, ബൽരാജ് സാഹ്നി, പി ഡി ഷേണായ്, ബി കെ കരഞ്ചിയ ഫിറോസ് രംഗൂൺവാല, പി ആർ എസ് പിള്ള, ജഗ്മോഹൻ, സമിരൺ ദത്ത, സതീഷ് ബഹാദൂർ, മനോജ് ഭട്ടാചാര്യ, കെ എ അബ്ബാസ്, കൊബിത സർക്കാർ, ചിതാനന്ദ ദാസ് ഗുപ്ത, നാദിർഷാ, രാമദാസ്, പി കെ നായർ, കുളത്തൂർ ഭാസ്കരൻ നായർ തുടങ്ങിയവരുടെ ലേഖനങ്ങളും, *അപരാജിത, നേക്കഡ് സിറ്റി, ബാലഡ് ഓഫ് എ സോൾജ്യർ* എന്നീ ചിത്രങ്ങളുടെ ചിത്രണരേഖകളും ഉള്ളടക്കം ചെയ്തിട്ടുണ്ടായിരുന്നു. അടൂർ പൂണെയിലിരുന്നു സംഘടിപ്പിച്ച ഇംഗ്ലീഷിലുള്ള ലേഖനങ്ങൾ മലയാളത്തിലേക്ക് പരിഭാഷപ്പെടുത്തിയത് ഭാസ്കരൻ നായരുടെ നേതൃത്വത്തിൽ ശ്രീവരാഹം ബാലകൃഷ്ണൻ, പ്രഭാകരൻ നായർ തുടങ്ങിയവരുൾപ്പെട്ട സംഘമായിരുന്നു. അത്തരം ഗൗരവമായ ഒരു പ്രസിദ്ധീകരണം പിന്നീടൊരിക്കലും കണ്ടിട്ടില്ല.

ചില സ്വയംവര പൂർവ്വ പരീക്ഷണങ്ങൾ

ഇതിനിടെ സി എൻ ശ്രീകണ്ഠൻ നായരുടെ കഥയെ ആസ്പദമാക്കി 'കാമുകി' എന്നൊരു സിനിമ കുറച്ചു ഷൂട്ട് ചെയ്തു. അതിൽ മരിയാനോ എന്ന 'ചിത്രലേഖാ' സുഹൃത്ത് കുറെ പണം മുടക്കി. ഏറ്റുമാനൂർ സോമദാസൻ രചിച്ച ശിവനും ശശിയും (പി കെ ശിവദാസ്, വി കെ ശശിധരൻ) സംഗീതം നല്കിയ നാല് ഗാനങ്ങളും ആലേഖനം ചെയ്തു. യേശുദാസും എസ് ജാനകിയും പാടി. പിന്നീട് ഇതിന്റെ റഷസും പാട്ടുകളും രാജീവ്നാഥിനു വിറ്റു മരിയാനോയുടെ പണം തിരികെ കൊടുത്തു. കുളത്തൂരും ഞാനും ചേർന്നാണു ടാഗോർ തിയേറ്ററിൽ ചിത്രം രാജീവ്നാഥിനെ കാണിച്ചതും ധാരണയിലെത്തിയതും. മരിയാനോയും ഒപ്പമുണ്ടായി. രാജീവ്നാഥ് അത് തന്റെ *തീരങ്ങളിൽ* ഉൾപ്പെടുത്തി. അതിനിടെ സംസ്ഥാന ആരോഗ്യ വകുപ്പിനായി *പ്രതിസന്ധി* എന്നൊരു ലഘുചിത്രം നിർമ്മിച്ചു. അതിൽ അന്നത്തെ സിനിമാരംഗത്തെ പ്രമുഖർ പങ്കെടുത്തു. അതൊരു പ്രായോഗിക പാഠശാലകൂടിയായി, അടൂരിനും സംഘത്തിനും. അതിന്റെ നിർമ്മാണം ആത്മവിശ്വാസം പകർന്നു.

*സ്വയംവര*ത്തിന്റെ തിരക്കഥയെ അടിസ്ഥാനമാക്കി ഫിലിം ഫിനാൻസ് കോർപറേഷൻ ധനവായ്പ അനുവദിച്ചു. *പ്രതിസന്ധി*യിൽനിന്നുമുള്ള ലാഭം *സ്വയംവര*ത്തിനുള്ള മുതൽമുടക്കിന്റെ ഭാഗമായി. ചിത്രത്തിന്റെ നിർമ്മാണച്ചുമതല സംഘത്തിന്റെ മാനേജിങ് ഡയറക്ടർ എന്ന നിലയിൽ കുളത്തൂർ ഭാസ്കരൻനായർ നിർവ്വഹിച്ചു.

*സ്വയംവര*വും നല്ല സിനിമയുടെ പൂക്കാലവും

സ്വയംവരം യാഥാർത്ഥ്യമാകുന്ന കാലം ഉത്സാഹത്തിന്റേതായിരുന്നു. ഫിലിം സൊസൈറ്റി പ്രവർത്തകരും എഴുത്തുകാരും ചിത്രകാരന്മാരും മാധ്യമപ്രവർത്തകരും ഫിലിം ഇൻസ്റ്റിറ്റ്യൂട്ടിലെ പൂർവ്വവിദ്യാർത്ഥികളും ഒത്തൊരുമിച്ച ചേർന്ന ഒരു സാംസ്കാരിക ഉത്സവ കാലം. ഈ ആവേശവും ഉത്സാഹവും കച്ചവടസിനിമക്കാരെ ഒട്ടൊന്നുമല്ല അലോസരപ്പെടുത്തിയത്. തങ്ങൾ നേരിൽ കണ്ടത് യൗവനത്തിന്റെ സാഹസികത മാത്രമാണെന്ന് പ്രചരിപ്പിച്ചവരായിരുന്നു കൂടുതലും.

*സ്വയംവര*ത്തിലേക്കുള്ള യാത്ര ഏറെ യാതന നിറഞ്ഞതായിരുന്നു. എന്നാൽ നല്ല സിനിമയെ പ്രണയിച്ചവരുടെ കൂട്ടായ്മയുടെ ശക്തി അടൂരിനെയും 'ചിത്രലേഖ'യെയും നിഴൽപോലെ പിന്തുടർന്നു. അറിയാവുന്നവരും അറിയാത്തവരും അക്കൂട്ടത്തിലുണ്ടായിരുന്നു.

പൂർവ്വ കഥ

കെ ടി ജോൺ എന്ന സുഹൃത്ത് സ്വാതിതിരുനാളിനെക്കുറിച്ചെടുത്ത ഹ്രസ്വചിത്രത്തിന്റെ ബാക്കിവന്ന റോ ഫിലിം അടൂർ ഗോപാലകൃഷ്ണന് നല്കുന്നു. അടൂർ അതുപയോഗിച്ച് ജോണിന്റെ യൂണിറ്റിന്റെ സഹായത്തോടെ ഒരു 50 സെക്കൻഡു ചിത്രമെടുക്കുന്നു; *ദി മിത്ത്* എന്ന അടൂരിന്റെ ആദ്യചിത്രം അങ്ങനെ ജനിച്ചു. സതീഷ് ബഹാദൂറിന്റെ ഉപദേശപ്രകാരമാണതു നിർമ്മിച്ചത്. അത് 67 ലെ 'മോൺട്രിയൽ എക്സ്പോ'യിലേക്കു തെരഞ്ഞെടുക്കപ്പെട്ടു, സമ്മാനവും നേടി. ഹാൻഡിക്രാഫ്റ്റ്സിനെക്കുറിച്ചുള്ള ഡോക്യുമെന്ററിയും സംസ്ഥാന ഭാഗ്യക്കുറിയെക്കുറിച്ചുള്ള രേഖാചിത്രവും തുടർന്നുണ്ടായി. യൂണിസെഫിനു വേണ്ടി നിർമ്മിച്ച *നമ്മുടെ ആഹാരം* എന്ന ഹ്രസ്വചിത്രത്തിനുള്ള പ്രതിഫലമായി അടൂരിന് ലഭിച്ച 'നാഗ്രാ ടേപ്റെക്കോർഡർ' 'ചിത്രലേഖ'യ്ക്കു കൈമാറുകയായിരുന്നു. അന്നത്തെ മദിരാശിയിലെ സ്റ്റുഡിയോക്കാർ, ഇതിലെ ട്രാക്ക് ട്രാൻസ്ഫർ ചെയ്യാൻ കൊണ്ടുപോകുമ്പോൾ 'ചിന്ന പെട്ടി' എന്ന് പരിഹസിക്കുന്നതും, പിന്നീട് ഇതിന്റെ ഉപയോഗ- സിങ്ക് - സാദ്ധ്യതകൾ മനസ്സിലാക്കി ഏറ്റവും ഉപകാരമുള്ള ശബ്ദലേഖനോപകരണമായി പരിചരിക്കുന്നതും ഞാൻ കണ്ടു.

ചില *സ്വയംവരം* നേരറിവുകൾ

*സ്വയംവര*ത്തിന്റെ ആലോചനാസമയം മുതൽ അതിന്റെ പുരോഗതി കുളത്തൂർ എന്നോടു പറഞ്ഞിരുന്നു, പിന്നെ ഫിലിം സൊസൈറ്റി സ്ക്രീനിങ്ങിനും, വല്ലപ്പോഴും ശാസ്തമംഗലം 'മണി ഭവനി' ലെ ('ചിത്രലേഖ' ഓഫീസ്) സന്ദർശന വേളയിലും. ആദ്യഘട്ടത്തിലൊന്നും ഞാനതിൽ ഉൾപ്പെട്ടിരുന്നില്ല. കാരണം യൂണിവേഴ്സിറ്റി കോളേജിലെ പ്രൊഫസറന്മാർക്കു പി ജി വിദ്യാർത്ഥികളുടെ മേൽ കണ്ണുണ്ടായിരുന്ന കാലം. പിന്നീട് ഷൂട്ടിങ്ങായപ്പോൾ ഡൽഹിയിലെ സെഫോളജി -ഗ്രോത്ത് പഠനകേന്ദ്രമായ 'സെന്റർ ഫോർ ഡെവലപ്പിങ് സൊസൈറ്റീസി'ൽ അസോഷിയേറ്റ് ഗവേഷകനായുള്ള ജോലിക്കായി ട്രെയിൻ യാത്രകൾ. പടത്തിന്റെ ഷൂട്ടിങ്ങിനു ശേഷമാണ് കേരള സർവ്വകലാശാല ഇക്കോണോമിക്സ് വകുപ്പിലെ

റിസർച്ച് പ്രോജക്റ്റിൽ ഞാൻ ചേരുന്നത്. അപ്പോഴേക്കും എഡിറ്റിങ്ങിനു തുടക്കമായി. കുറെ കഴിഞ്ഞപ്പോൾ സാമ്പത്തിക ബുദ്ധിമുട്ടുകൾ അലട്ടാൻ തുടങ്ങി. ഒരു ദിവസം കുളത്തൂർ ഞാൻ താമസിച്ച 'റോഡ് മാസ്റ്റർ ലോഡ്ജി'ൽ ധൃതിയിൽ വന്നു പറഞ്ഞു: "ഫണ്ടിന് വലിയ ഷോർട്ടേജ്. ആശാന് ധാരാളം സുഹൃത്തുക്കൾ ഉണ്ടല്ലോ, ആരോടെങ്കിലും കുറച്ചു രൂപ മറിച്ചുതരണം. ഗോപാലകൃഷ്ണൻ മദിരാശിയിൽ എഡിറ്റിങ്ങിൽ ആണ്. അവിടേക്കയച്ചുകൊടുക്കാനാണ്." ഞാൻ പലരോടും തിരക്കി. ഒരു നിവൃത്തിയും ഇല്ല. സംവിധായകന്റെ ആദ്യ സംരംഭം എന്നറിഞ്ഞപ്പോൾ മുഖംതരാതെ മാറി. ഭാസിയുടെ (അങ്ങനെയാണു ഞങ്ങൾ അടുപ്പക്കാർ കുളത്തൂരിനെ വിളിച്ചിരുന്നത്) നിർബ്ബന്ധം കൂടിക്കൂടി വന്നു. അവസാനം യൂണിവേഴ്സിറ്റിയിലെ എന്റെ സഹപ്രവർത്തകനും സുഹൃത്തുമായ ശാസ്തമംഗലത്തെ മാധവക്കുറുപ്പിന്റെ അടുത്ത കൂട്ടുകാരായ അബുദാബി 'ആരംകോ' എണ്ണ കമ്പനിയിലെ രണ്ട് ഉയർന്ന ഉദ്യോഗസ്ഥരെ (ശശിയും (knsair),സയ്ദ് യെമനി തങ്ങളും) പരിചയപ്പെടുത്തി. അവരോടു പറഞ്ഞപ്പോൾ ആലോചിച്ചു അടുത്തദിവസം പറയാമെന്ന് പറഞ്ഞു. പിറ്റേന്നവർ പറഞ്ഞത്, ഉറപ്പില്ലാതെ എങ്ങനെ സിനിമാക്കാർക്കു പണം കൊടുക്കുമെന്ന് ഗൾഫിലെ വിതരണക്കാർ ചോദിക്കുന്നുവെന്നാണ്. ഗൾഫിലെ വിതരണാവകാശം നല്കാമെന്നു കുളത്തൂർ പറഞ്ഞു. ഇത്തരം സിനിമകളല്ല മണലാരണ്യത്തിലുള്ളവർ കാണുന്നത്, എല്ലാ മസാലകളും, സ്റ്റണ്ടും ഒക്കെയുള്ള കൊമേർഷ്യൽ ചിത്രമാണെങ്കിൽ നോക്കാം എന്ന് ഗൾഫ് വിതരണക്കാർ അറിയിച്ചതായി പറഞ്ഞു. ഭാസി അവർ കേൾക്കാതെ എന്നോടു പറഞ്ഞു, "എല്ലാം സമ്മതം, പക്ഷേ, ഗൾഫിൽ ഓടുമെന്നൊന്നും നമുക്ക് ഉറപ്പുനല്കാൻ കഴിയില്ല, എന്തായാലും ആശാൻ രൂപ അഡ്വാൻസായി തരാൻ പറഞ്ഞാട്ടെ." (അന്ന് 'ചിത്രലേഖ'യിലെ സുഹൃത്തുക്കൾ പരസ്പരം 'ആശാൻ' എന്നാണു വിളിച്ചിരുന്നത്.

അടൂരും കുളത്തൂരും 'എടാ, നീ' എന്ന ആത്മബന്ധമുള്ള സംബോധനയും). എങ്കിലും എന്റെ സ്നേഹബന്ധം കണക്കിലെടുത്ത്, സ്വന്തം റിസ്കിൽ അവർ കുറച്ചു രൂപ കുളത്തൂരിനെ ഏല്പിച്ചു. ഞാനും ഗൾഫ് സുഹൃത്തുക്കളും കുളത്തൂരിനൊപ്പം ബാങ്കിൽ പോയി മദിരാശിയിലേക്കു ഡ്രാഫ്റ്റ് എടുത്തു. മദ്രാസ് എഗ്മൂറിലെ 'ഗീത് ഹോട്ടൽ' വിലാസത്തിൽ അയയ്ക്കാൻ എന്നെത്തന്നെ കുളത്തൂർ ഏല്പിച്ചു. ഞാനതു ജനറൽ പോസ്റ്റ് ഓഫീസിൽനിന്നു രജിസ്റ്റർ ആയി അടൂരിനയച്ചു. ആയിടെ മാത്രം വിവാഹിതനായ അടൂരിന്റെ ഭാര്യയും ആ സമയത്ത് മദ്രാസിൽ ഉണ്ട്. ഗൾഫിലും *സ്വയംവരം* തികഞ്ഞ ഫ്ളോപ്പായി. പിന്നീട് *കൊടിയേറ്റ*വും അവരെത്തന്നെ ഏല്പിച്ചു, അതിൽനിന്നു കടംവീട്ടാൻ കഴിഞ്ഞെന്നവർ വർഷങ്ങൾകഴിഞ്ഞ് കണ്ടപ്പോൾ പറഞ്ഞു.

പരസ്യവും ഒരു സംഭവം

"നാം ഏതോ പാമ്പിന്റെ വായിൽപ്പെട്ടിരിക്കുന്നു!" *സ്വയംവര*ത്തിന്റെ ഒരു പോസ്റ്ററിന്റെ തലക്കെട്ടാണ്. മറ്റ് ചില പോസ്റ്ററുകൾക്കും ഇത്തരം തലക്കെട്ടുകൾ ഉണ്ടായിരുന്നു. *സ്വയംവരം* പോലെത്തന്നെ അതിന്റെ പരസ്യങ്ങളും അസാധാരണമായിരുന്നു. കച്ചവടസിനിമയെന്ന പാമ്പിന്റെ വായിൽപ്പെട്ട സിനിമയെന്ന കലയെ ശരിയായ ജീവനത്തിലേക്കു തിരിച്ചുവിടാൻ *സ്വയംവര*ത്തിന് ഒരു പരിധിവരെ കഴിഞ്ഞു. മലയാളത്തിലെ അതിപ്രശസ്തരായ ചിത്രകാരൻമാരാണു പോസ്റ്ററുകൾ രൂപകല്പന നടത്തിയത്.

അവരൊക്കെ ശാസ്തമംഗലത്തെ 'ചിത്രലേഖ'യുടെ ഓഫീസിൽ ഒത്തുകൂടി പോസ്റ്ററുകൾ ഡിസൈൻ ചെയ്തു. ചിത്രകാരന്മാരുടെ ഒരു സംഘംതന്നെയുണ്ടായിരുന്നു. എം വി ദേവൻ, സി എൻ കരുണാകരൻ, നമ്പൂതിരി, സോമൻ, ദേവദത്തൻ തുടങ്ങിയവർ. റിലീസിങ്ങിനോടനുബന്ധിച്ച് ഈ പോസ്റ്ററുകളുടെ പ്രദർശനങ്ങൾ സ്റ്റാച്യുവിലും പുത്തരിക്കണ്ടം മൈതാനത്തും നടത്തി. പോസ്റ്ററുകൾ അച്ചടിച്ചതു ശിവകാശിയിലാണ്. 1972 നവംബറിൽ ഒരു ദിവസം കുളത്തൂരിനൊപ്പം അദ്ദേഹത്തിന്റെ ഹെറാൾഡ് കാറിലും 'ചിത്രലേഖ'യുടെ '902' 'അംബാസഡറി'ലും പോസ്റ്ററുകൾ കൊണ്ടു

വരാൻ പോയത് ഓർമ്മയിലുണ്ട്. ഹെറാൾഡ് വഴിയിൽ കേടായി കിടന്നു. എവിടെയോപോയി മെക്കാനിക്കിനെ കൊണ്ടുവന്നു നന്നാക്കിയാണ് യാത്ര തുടർന്നത്.

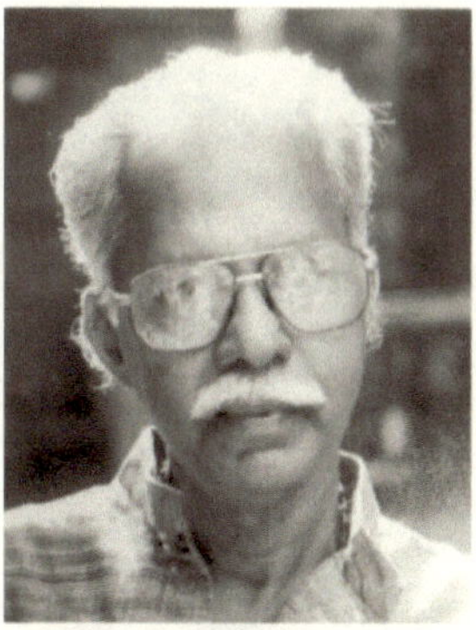

കുളത്തൂർ ഭാസ്കരൻ നായർ

വിതരണം, റിലീസ് കടമ്പകൾ

വിതരണക്കാര്യത്തിലും കുറെ സഹായങ്ങൾ ചെയ്യാൻ കഴിഞ്ഞു. ഫിലിം റെപ്രസെന്റേറ്റീവ് എന്ന ഒരു കൂട്ടരുണ്ട്. പരിചയസമ്പന്നർ പുതിയ കമ്പനികളിൽ ചേരില്ല. അവർ ഡബിൾ ഡി സി ആർ തുടങ്ങിയ തട്ടിപ്പുകൾ നടത്തി കാശുണ്ടാക്കാനെ ശ്രമിക്കു. ഓടാത്ത പടം വിതരണം ചെയ്യുന്ന പുതിയ കമ്പനിയിൽ അവരാരും വന്നില്ല. രംഗത്ത് മുൻപരിചയമുള്ള സോമനെ മാനേജരാക്കി, പുതുതായെത്തിയ 14 ചെറുപ്പക്കാർക്കു പരിശീലനം നല്കി 'ചിത്രലേഖ' സ്വന്തം വിതരണക്കമ്പനി ആരംഭിക്കുകയായി. വടക്കൻ ജില്ലകളിലെ മേൽനോട്ടം വിതരണരംഗത്തു പരിചിതനായ ഉണ്ണിത്താനെ ഏല്പിച്ചു. ആദ്യ ആഴ്ച മുഴമിച്ചില്ല, ഹോൾഡ് ഓവർ. തിരുവനന്തപുരത്തു ശ്രീപത്മനാഭ തീയേറ്ററിൽ ആയിരുന്നു റിലീസ്. റിലീസിന് തലേദിവസം അവിടം അലങ്കരിച്ച് ഉത്സവപ്രതീതി സൃഷ്ടിച്ചു. 1972 നവംബർ 24 ന റിലീസ് ചെയ്ത *സ്വയംവരം* ഒരാഴ്ചയ്ക്കുള്ളിൽത്തന്നെ ഹോൾഡ് ഓവർ ആയി. തുടർന്ന്, സംസ്ഥാന അവാർഡിൽ *സ്വയംവരം* പൂർണ്ണമായി തഴയപ്പെട്ടു. എന്നാൽ, ദേശിയ അവാർഡ് കിട്ടിക്കഴിഞ്ഞപ്പോൾ കുറെ തീയേറ്റർ ഉടമകൾ പടം ആവശ്യപ്പെട്ടുകൊണ്ടു സമീപിച്ചു.

അവാർഡ് വിവാദങ്ങൾ

കേരള അവാർഡുമായി ബന്ധപ്പെട്ട ചില സംഗതികളും ഓർമ്മയിലുണ്ട്. പി കെ നായർ (ചെയർമാൻ), ഹമീദുദ്ദീൻ മഹമ്മൂദ് എന്നിവർ കേരളത്തിന് വെളിയിൽനിന്നു വന്ന ജൂറി അംഗങ്ങളും, മാധവിക്കുട്ടി (കമല സുരയ്യ), തോട്ടം രാജശേഖരൻ തുടങ്ങിയവരും. *മരം* എന്ന സിനിമയ്ക്കായി മാധവിക്കുട്ടിയും *പണിതീരാത്ത വീടി*നായി തോട്ടവും വാദിച്ചുവെന്നു സിനിമാലേഖകർ പറഞ്ഞത് ഓർക്കുന്നു. കച്ചവട സിനിമാക്കാരുടെ കൗശലങ്ങൾക്കും ചരടുവലികൾക്കും അപ്പുറം നിന്ന പി കെ നായരും ഹമീദുദ്ദീനും ഒറ്റപ്പെട്ടു. കെ എസ് സേതുമാധവന്റെ *പണിതീരാത്ത വീട്* മികച്ച ചിത്രമായി, സേതുമാധവൻ മികച്ച സംവിധായകനും. *സിനിരമ*യിൽ ചലച്ചിത്രനിരൂപണം നടത്തിയിരുന്ന ഞാൻ പി കെ നായരോടൊപ്പം കൊല്ലത്തു പോയി. *സിനിരമ* ലേഖകൻ ദേവാനന്ദിനു നായർ ഇന്റർവ്യൂ നല്കി, അതവർ പൂർണ്ണ രൂപത്തിൽ സെന്റർപ്രെഡ് ആയി പ്രസിദ്ധം ചെയ്തു. *സിനിരമ*യിലും മലയാളനാടിന്റെ *മൂവിരമ*യിലും *ചിത്രരമ*യിലും പശ്ചിമതാരകയിലും പിന്നീടു വൈക്കം ചന്ദ്രശേഖരൻനായർ തുടങ്ങിയ *ചിത്രകാർത്തിക*യിലും അക്കാലത്തു സിനിമ നിരൂപണവും

മീരസാഹിബും അടൂരും

സിനിമ സംബന്ധിയായ ലേഖനങ്ങളും ഞാൻ 'എ മീര' എന്ന പേരിൽ എഴുതിയിരുന്നു. *സ്വയംവര*ത്തെക്കുറിച്ചും എഴുതി.

ദേശീയ അവാർഡ്

കേരളത്തിൽ തഴയപ്പെട്ടതു ദേശീയ തലത്തിൽ ശ്രദ്ധിക്കപ്പെട്ടു. സിനിമയിൽ സംഭവിക്കുന്ന മാറ്റങ്ങളെക്കുറിച്ചും വ്യത്യസ്ത ജനുസുകളെക്കുറിച്ചും ബോധമുണ്ടായിരുന്ന ദേശീയ ജൂറി നാഷണൽ അവാർഡിൽ *സ്വയംവര*ത്തിന് നാല് അവാർഡുകൾ നല്കി ആദരിച്ചു. ദേശീയ അവാർഡ് വാർത്ത 'വേണുഗോപാലനിലയം' റെസ്റ്റോറന്റിലെ റേഡിയോയിൽനിന്നാണറിയുന്നത്. ('ചിത്രലേഖ'ക്കാരുടെ അക്കാലത്തെ ഒരു ജോയിന്റ്) അടൂരിനോടൊപ്പം വാർത്ത കേട്ടറിഞ്ഞത് ഇപ്പോഴും ഓർക്കുന്നു.

ചിത്രലേഖയോടുള്ള വിടപറച്ചിൽ

ആ വലിയ സൗഹൃദ-പാരസ്പര്യം തകർന്നതും, വേദനയോടാണെങ്കിലും അടൂരും ഞാനും 'ചിത്രലേഖ' വിട്ടുപോന്നതും അടുത്തചിത്രമായ *എലിപ്പത്തായം* 'ജനറൽ പിക്ചേഴ്സ്' രവി നിർമ്മിച്ചതും പില്ക്കാല ചരിത്രം.

സ്വയംവരജാലകം: സ്വയംവരത്തിന്റെ ആഖ്യാനസവിശേഷതകൾ

മധു ഇറവങ്കര

ദേശീയ സംസ്ഥാന അവാർഡ് നേടിയ ചലച്ചിത്ര നിരൂപകൻ. കോളേജ് അദ്ധ്യാപകൻ, സംവിധായകൻ. മലയാള സിനിമയും സാഹിത്യവും എന്ന പുസ്തകത്തിന് മികച്ച ചലച്ചിത്ര ഗ്രന്ഥത്തിനുള്ള ദേശീയ ബഹുമതി. സംസ്ഥാന ചലച്ചിത്ര ടി വി അവാർഡുകൾ നേടി. കോഴിക്കോടൻ അവാർഡ്, ചലച്ചിത്ര ഗ്രന്ഥത്തിനുള്ള മുംബൈ ചലച്ചിത്രമേളയിലെ ബഹുമതി, മികച്ച ഡോക്യുമെന്ററിക്കുള്ള ആഫ്റ്റാ ഇന്റർനാഷനൽ ഡോക്യുമെന്ററി ഫിലിം അവാർഡ്, സംസ്ഥാന ടി വി അവാർഡ് എന്നിവ നേടി. ഫിപ്രെസി നിർവ്വാഹകസമിതിയംഗം, ദേശീയ സംസ്ഥാന അവാർഡ് ജൂറിയംഗം. മലയാള സിനിമയും സാഹിത്യവും, ലോകസിനിമയുടെ മൂന്നാം കണ്ണ്, ഇന്ത്യൻ സിനിമ 100 വർഷം 100 സിനിമ എന്നിവ പ്രധാന കൃതികൾ.

ഒരു സിനിമയുടെ പിറവി മുതൽ 50 വർഷം പൂർത്തിയാവുന്ന ഇന്നുവരെ സജീവ ചർച്ചയ്ക്കു വിഷയമാവുക: ഒരു നൂറ്റാണ്ടുപോലും പാരമ്പര്യം അവകാശപ്പെടാനില്ലാത്ത ഒരു നാടിന്റെ സിനിമാചരിത്രത്തിൽ നാഴികക്കല്ലാകുകയും അവിടത്തെ കലാസാംസ്കാരികരംഗമാകെ മാറ്റിയെഴുതുകയും ചെയ്യുക; ഏതു സിനിമാചിന്തകളും ഒടുവിൽ ഒരു സിനിമയിൽ എത്തിച്ചേരുക. ഇന്ത്യൻ സിനിമയിൽ *പാഥേർ പാഞ്ചാലി*ക്കു മാത്രം അവകാശപ്പെടാവുന്ന അപൂർവ്വനേട്ടങ്ങൾ മറ്റൊരു സിനിമ കൂടി സ്വന്തമാക്കുക-*സ്വയംവരം* എന്ന മലയാള സിനിമ ചരിത്രം തിരുത്തിയെഴുതിക്കൊണ്ടിരിക്കുകയാണ്.

മലയാള സിനിമയിൽ *സ്വയംവര*ത്തിന് അനിഷേദ്ധ്യമായ ഒരു സ്ഥാനമുണ്ട്. നമ്മുടെ സിനിമയെ *സ്വയംവര*ത്തിനു മുൻപെന്നും അതിനു ശേഷമെന്നും രണ്ടായി വിഭജിക്കാം. *സ്വയംവരം* റിലീസ് ചെയ്ത 1972 എന്ന വർഷം ഈ വിഭജനത്തിന്

അടിസ്ഥാനരേഖയായിത്തീരുന്നു. പ്രേക്ഷകന്റെ സംവേദനതലങ്ങളിൽ സമൂലമായ മാറ്റത്തിനു കളമൊരുക്കിയ ചിത്രം നമ്മുടെ നവസിനിമാപ്രസ്ഥാനത്തിനും തുടക്കംകുറിച്ചു. അതിഭാവുകത്വമില്ലാത്ത ആവിഷ്കരണവും ജീവിതചിത്രീകരണത്തിലെ സത്യസന്ധതയുംകൊണ്ട് മലയാളചലച്ചിത്രത്തിനു ദിശാബോധം നല്കിയ ചിത്രമെന്ന സവിശേഷതകൂടി *സ്വയംവര*ത്തിനുണ്ട്.

നമ്മുടെ സിനിമ 1928 ൽ പിറവിയെടുത്തെങ്കിലും ആദ്യകാല തമിഴ്സിനിമയുടെ സ്വാധീനത്തിൽനിന്നു പുറത്തുവരാൻ പിന്നെയും കാലങ്ങളെടുത്തു. മദിരാശിയും സേലവും കോയമ്പത്തൂരും കേന്ദ്രമാക്കിയുള്ള മലയാള സിനിമാനിർമ്മാണം ഏറെനാൾ തമിഴ് ശൈലിയിൽത്തന്നെ തുടർന്നു. മലയാളത്തിലെ സാഹിത്യകാരന്മാർ, വിശേഷ്യ നാടകകൃത്തുക്കൾ സിനിമാമേഖലയിൽ തിരനാടകരചയിതാക്കളായി ചേക്കേറി. നാടകത്തിന്റെ തിരശ്ശീലയിലേക്കുള്ള രൂപമാറ്റമാണു സിനിമയെന്ന തെറ്റിദ്ധാരണയിൽ സംഭാഷണങ്ങൾകൊണ്ട് അവർ തിരനാടകങ്ങൾ രചിച്ചു. സംഭാഷണങ്ങൾ ഉരുവിടുകയും രംഗത്തുവന്നു പാടുകയുമായിരുന്നു നടീനടന്മാരുടെ പ്രധാന കർമ്മം. സിനിമയുടെ ശീർഷകങ്ങളിൽ പോലും തിരക്കഥ എന്ന സംജ്ഞ അന്യമായിരുന്നു. തിരക്കഥയ്ക്കു പകരം കഥ, സംഭാഷണം എന്നാണ് ശീർഷകങ്ങളിൽ തെളിഞ്ഞിരുന്നത്. സംഭാഷണമായാൽ തിരക്കഥയായി എന്നായിരുന്നു ധാരണ. നാടകത്തിന്റെ പൊതുഘടനയിൽ രംഗങ്ങളൊരുക്കുകയും അവയിൽ സംഭാഷണങ്ങൾ കൂട്ടിച്ചേർക്കുകയുമായിരുന്നു പതിവ്. ക്യാമറാ ചലനങ്ങളോ, ക്യാമറാ കോണുകളോ, ഷോട്ടുകളുടെ വലിപ്പവ്യത്യാസമോ ഒന്നും സംഭാഷണരചയിതാക്കളുടെയോ സംവിധായകരുടെയോ മുൻഗണനാ ക്രമങ്ങളിൽ ഉണ്ടായിരുന്നില്ല.

ഇക്കാലയളവിലെ സിനിമകളൊക്കെ എങ്ങനെ ജനങ്ങളെ ആകർഷിക്കുകയും സാമ്പത്തികമായി വിജയം വരിക്കുകയും ചെയ്തുവെന്നത് ഉത്തരം തേടേണ്ട ചോദ്യമാണ്. ഇതിവൃത്തങ്ങളുടെ കരുത്തും കഥാപാത്രങ്ങൾക്കു മിഴിവേകിയ നടീനടന്മാരുടെ അഭിനയമികവുമായിരുന്നു പ്രധാനകാരണങ്ങൾ. സാഹിത്യകൃതികളിൽനിന്ന് അഭ്രപാളിയിലേക്കെത്തിയ കരുത്തുറ്റ കഥാപാത്രങ്ങളെ അവയർഹിക്കുന്ന ഗൗരവത്തോടെ തിരശ്ശീലയിലവതരിപ്പിക്കാൻ പോന്ന അഭിനേതാക്കളുടെ സാന്നിദ്ധ്യം എടുത്തുപറയേണ്ടതാണ്. സത്യനെയും കൊട്ടാരക്കര ശ്രീധരൻ നായരെയും മധുവിനെയും പ്രേംനസീറിനെയും പോലുള്ള നടന്മാരും ഷീല,ശാരദ, ജയഭാരതി തുടങ്ങിയ നടിമാരും ശക്തരായ കഥാപാത്രങ്ങളെ അവതരിപ്പിക്കുന്നതിൽ മത്സരിക്കുകയായിരുന്നു.

പഥേർ പാഞ്ചാലി ഇന്ത്യയിൽ നല്ല സിനിമയ്ക്കു തുടക്കംകുറിച്ചെങ്കിലും ദേശീയതലത്തിലും പ്രാദേശികതലത്തിലും അതു വ്യാപകമായി പ്രദർശിപ്പിക്കപ്പെടുകയോ ചർച്ചചെയ്യപ്പെടുകയോ ഉണ്ടായില്ല. തൽഫലമായി ചിത്രത്തിന്റെ സ്വാധീനം വളരെക്കുറച്ചേ അക്കാലത്ത് ഇന്ത്യൻ സിനിമകളിലുണ്ടായുള്ളൂ. മൃണാൾ സെന്നിന്റെ *ഭുവൻഷോം* (1969) എന്ന സിനിമയോടുകൂടി പ്രോദ്ഘാടനം ചെയ്യപ്പെട്ട ഇന്ത്യൻ നവതരംഗത്തിനു പിന്തുടർച്ചയായി *ഉസ്കി റോട്ടി*യും *സാരാ ആകാശും മായാദർപ്പണും* എത്തിയതോടെ അതൊരു പ്രസ്ഥാനമായി മാറുകയും പ്രാദേശിക സിനിമകളിൽ

പ്രധാനമായും ബംഗാളി, കന്നട, മലയാളം സിനിമകളിൽ അതിന്റെ അനുരണന ങ്ങളുണ്ടാവുകയും ചെയ്തു.

സത്യജിത് റേയുടെയും ചിദാനന്ദ് ദാസ്ഗുപ്തയുടെയും നേതൃത്വത്തിൽ 1947ൽ ഇന്ത്യയിൽ ആദ്യത്തെ ഫിലിം സൊസൈറ്റി കല്‍ക്കത്തയിൽ രൂപീകരിക്കപ്പെട്ടു വെങ്കിലും അറുപതുകളുടെ പകുതി കഴിഞ്ഞും എഴുപതുകളിലുമാണ് പ്രസ്ഥാനം ശക്തിയാർജ്ജിക്കുന്നത്. ഫിലിം സൊസൈറ്റികളിലൂടെ ലോകസിനിമാക്ലാസി ക്കുകളെ പരിചയപ്പെടാനും അവയെക്കുറിച്ച് ചർച്ച ചെയ്യാനും ന്യൂനപക്ഷം വരുന്ന പ്രേക്ഷകസമൂഹം തയ്യാറായി. കേരളത്തിലും ചിത്രലേഖ ഫിലിം സൊസൈറ്റി ഈ ദിശയിൽ നടത്തിയ ധീരമായ പ്രവർത്തനങ്ങളെ ശ്ലാഘിച്ചേ മതിയാവൂ. ഇങ്ങനെ പുതുതായി സൃഷ്ടിക്കപ്പെട്ട പ്രേക്ഷകവൃന്ദത്തിന്റെ സവിധത്തിലേക്കാണ് നവതരംഗസിനിമകളും മലയാളത്തിലെ അതിന്റെ പ്രതിനിധിയായി *സ്വയംവ ര*വുമെത്തുന്നത്.

സ്വയംവരം പ്രേക്ഷകരുടെ മുന്നിലെത്തിയിട്ട് 50 വർഷമാകുന്നു. ചിത്രത്തിന്റെ പുനർവായനകളുടെ സാർത്ഥകമായ വർഷങ്ങളാണ് കടന്നുപോയത്. *സ്വയംവര*ത്തെ മാറിക്കൊണ്ടിരിക്കുന്ന സാമൂഹികകാലത്തിന്റെയും ചലച്ചിത്രകാ ലത്തിന്റെയും വെളിച്ചത്തിൽ പുനർനിർണ്ണയിക്കുക എന്നത് ഒരു കലാസൃഷ്ടിയി ൽനിന്നു നാം അവകാശമായി ആവശ്യപ്പെടാവുന്ന ഒന്നാണ്. അതിനായി *സ്വയം വര*ത്തെ അതിന്റെ എല്ലാ ശക്തിദൗർബല്യങ്ങളോടെയും കണ്ടെത്തുക എന്നതിനാവണം പ്രഥമ പരിഗണന എന്നു കരുതുന്നു.

സമകാലികപ്രസക്തി എല്ലാക്കാലത്തും അവകാശപ്പെടാവുന്ന ഇതിവൃത്തമാ ണ് *സ്വയംവര*ത്തിന്റേത്. മദ്ധ്യവർഗ്ഗത്തിന്റെ പ്രതിനിധികളായി വിശ്വനാഥനെയും സീതയേയും അവതരിപ്പിക്കുകവഴി അവർ പ്രതിനിധാനം ചെയ്യുന്ന വർഗ്ഗത്തിന്റെ സമസ്യകളും ആഖ്യാനത്തിന്റെ മുഖ്യധാരയാകുന്നു.

*സ്വയംവര*ത്തിന്റെ കഥാകാലവും ചലച്ചിത്രകാലവും തമ്മിൽ അന്തരമില്ല. ഇതിലെ ഒരു കഥാപാത്രവും ഭൂതകാലത്തിന്റെ ഭാരം പേറുന്നവരല്ല. അതിനാൽ വർത്തമാനകാലം യഥാതഥമായി അവതരിപ്പിക്കപ്പെടുന്നു. *സ്വയംവര*ത്തിൽ ഒരു പുരുഷനും സ്ത്രീയും ഒന്നിച്ചു ജീവിക്കാൻ തീരുമാനിച്ചുറച്ച് സ്വന്തം നാട്ടിൽനിന്ന് അന്യനാട്ടിലേക്കു വരുന്നു. അവരുടെ ഭൂതകാലം ചലച്ചിത്രകാരന്റെ അന്വേഷണ വിഷയമല്ല. സാധാരണയായി ഇതുപോലെയുള്ള കഥാചിത്രീകരണത്തിൽ അവരുടെ ഭൂതകാലം അവതരിപ്പിക്കാനായിരിക്കും കൂടുതൽ സമയം ഉപയോഗി ക്കുക. അവരുടെ പ്രണയകാലം, വീട്ടുകാരുടെ എതിർപ്പ്, ഒളിച്ചോട്ടം എന്നിങ്ങനെ ഒരുപാടു സംഭവങ്ങളാൽ ക്ലീഷേയായിത്തീർന്ന സിനിമാക്കഥകൾ നമുക്കു പരി ചിതമാണ്. പണ്ടും ഇന്നും ഇങ്ങനെയൊരു കഥയെ ചുറ്റിപ്പറ്റിയാണ് മിക്ക സിനി മകളും വികസിക്കുന്നത്. *സ്വയംവര*ത്തിൽ അത്തരമൊരു ഭൂതകാല പര്യവേഷണ മില്ലാതിരുന്നതാണ് പ്രേക്ഷകനെ ഞെട്ടിച്ച പ്രധാന ഘടകം. വിശ്വനാഥന്റെയും സീതയുടെയും സ്വയം തെരഞ്ഞെടുപ്പുകളും അതു നീട്ടിത്തരുന്ന അനിശ്ചിതത്വവു മാണു സിനിമയെ മുന്നോട്ടു നയിക്കുന്നത്. ഇവിടെ ജീവിതം സത്യസന്ധമായി ചിത്രീകരിക്കപ്പെടുന്നു. അതിഭാവുകത്വത്തിന്റെ ലാഞ്ചന പോലുമില്ലാതെ വിശ്വവും

സീതയും കല്യാണിയും സ്മഗ്ലർ വാസുവും അരിക്കാരി ജാനകിയമ്മയും കണക്കപ്പി ള്ളയുമൊക്കെ നമ്മുടെ മുന്നിൽ നില്ക്കുകയാണ്. അവർ നമുക്കു ചുറ്റുമുള്ള സാധാരണ മനുഷ്യരാണ്. ജീവിത ചിത്രീകരണത്തിലുള്ള കറയറ്റ സത്യസന്ധതയാണു *സ്വയം വരത്തി*ന്റെ പ്രത്യേകതയും അപൂർവ്വതയും.

*സ്വയംവര*ത്തെക്കുറിച്ച് എഴുതിയവരും ചർച്ചചെയ്തവരുമൊക്കെ അതിനെ ഒരു 'നിയോറിയലിസ്റ്റിക്ക് സിനിമ' എന്നു വിശേഷിപ്പിച്ചു. *പഥേർ പാഞ്ചാലി*യുടെ പിന്തു ടർച്ചാവകാശം അതിനുമേൽ ചാർത്തിക്കൊടുക്കുകയും ചെയ്തു. ഇതിനോടു വിയോ ജിപ്പു പ്രകടിപ്പിച്ചത് ഒരുപക്ഷേ, പീറ്റർ ലാൽ അട്ടിപ്പേറ്റിയായിരിക്കാം.[1] എന്നാൽ പീറ്റർ ലാലിന്റെ നിരീക്ഷണമാണു *സ്വയംവര*ത്തിന് കൂടുതൽ ഇണങ്ങുന്നതെന്ന് ചലച്ചിത്രത്തെ മുൻവിധിയോടുകൂടിയല്ലാതെ സമീപിക്കുന്നവർക്കു മനസ്സിലാകും. ചില രംഗങ്ങളുടെ ആവിഷ്കരണരീതി നിയോറിയലിസ്റ്റിക്ക് സിനിമകളെ അനുസ്മ രിപ്പിക്കുന്നു എന്നതുകൊണ്ടു മാത്രം ഇത് നിയോറിയലിസ്റ്റിക്ക് പ്രസ്ഥാനത്തിൽ ഉൾപ്പെടുത്താവുന്ന ഒരു സിനിമയല്ല.

ലോകസിനിമയിൽ തനതായ ഇടം നേടിയ സംവിധായകരെല്ലാം സ്വന്തമായ ഒരു സിനിമാറ്റിക്ക് ശൈലി രൂപപ്പെടുത്തിയവരാണ്. വിറ്റോറിയോ ഡിസീക്കയും ഫെല്ലിനിയും ബർഗ്ഗ്മാനും ഗോദ്ദാർദ്ദും തർക്കോവ്സ്കിയും ത്രൂഫോയും സത്യജിത് റേയുമൊക്കെ സ്വന്തമായ ശൈലി കണ്ടെത്തിയവരാണ്. അവരുടെ നിരയിലേക്ക് തീർച്ചയായും പ്രതിഷ്ഠിക്കാവുന്ന ഇന്ത്യൻ സംവിധായകനാണ് അടൂർ ഗോപാല കൃഷ്ണനെന്നതിൽ തർക്കമില്ല. അടൂരിന്റെ പില്ക്കാല സിനിമകളിലൂടെ സഞ്ചരിക്കുന്ന ഒരാൾക്ക് അദ്ദേഹത്തിന്റെ ചലച്ചിത്രശൈലിയുടെ പ്രത്യേകതകൾ *സ്വയംവര*ത്തിൽ ദർശിക്കാം.

സത്യവും മിഥ്യയും ചേർന്നുള്ള ഒരാഖ്യാന ശൈലിയാണ് അടൂർ *സ്വയംവരം* മുതലുള്ള ചിത്രങ്ങളിൽ സ്വീകരിച്ചിരിക്കുന്നത്. യഥാതഥമായ ചിത്രീകരണത്തിനിടെ അതിനു ശക്തിപകരാൻ അദ്ദേഹം ധാരാളം രൂപകങ്ങൾ (Metaphor) ഉപയോഗിക്കുന്നു. ചിലപ്പോഴതു ഭ്രമാത്മകതയുടെ വക്കിൽ വരെ ചെന്നെത്തിയേക്കാം. *സ്വയംവര*ത്തിൽ രൂപകങ്ങളുടെ ഒരു നിരതന്നെയുണ്ട്. അത് കടലിന്റെയും വനഃസ്ഥലിയുടെയും റെയിൽവേ പാളത്തിന്റെയും മഴയുടെയും അടഞ്ഞ കതകിന്റെ സാക്ഷയുടെയും രൂപത്തിൽ ആഖ്യാനത്തിന്റെ അടരുകകളിൽ പ്രത്യക്ഷപ്പെടുന്നു. ധ്വനിസാന്ദ്രതയേറുന്ന രൂപകങ്ങളിലൂടെ ചലച്ചിത്രത്തിന്റെ അർത്ഥതലങ്ങളിലേക്കുള്ള പ്രേക്ഷകന്റെ യാത്ര സുഗമമായിത്തീരുകയും അപരിമേയമായ അനുഭൂതിമണ്ഡലങ്ങളിലേക്കവൻ നയിക്കപ്പെടുകയും ചെയ്യുന്നു.

നഗരത്തിലെത്തിയശേഷം വിശ്വനും സീതയും സാമാന്യം നല്ലൊരു ഹോട്ടലിൽ മുറിയെടുത്തു താമസിക്കുന്നു. അവരുടെ പ്രണയസ്വപ്നങ്ങൾക്കു ചിറകു വയ്ക്കുന്നത് ഈ സമയത്താണ്. മൂന്നു വ്യത്യസ്തങ്ങളായ രംഗങ്ങളിൽ ഇവിടെ ആവിഷ്കരിച്ചിരിക്കുന്നു. യഥാർത്ഥവും അയഥാർത്ഥവുമായ ദൃശ്യഖണ്ഡങ്ങൾ ഇടകലർത്തി അവരുടെ ഇരുളടഞ്ഞ ഭാവിജീവിതവുമായി ബന്ധപ്പെട്ട പ്രവചനങ്ങൾ സൃഷ്ടിക്കപ്പെടുകയാണ്. ഒന്നാമത്തെ രംഗത്ത് അവർ കടൽത്തീരത്താണ്. ഒരു ശുക്കുപാറയുടെ അഗാധമായ ഗർത്തവും അവിടേക്കു നടന്നിറങ്ങുന്ന വിശ്വവും ഇവിടെയൊരു രൂപകമാവുന്നു. രണ്ടാമത്തെ രംഗത്ത് കുട്ടികളുടെ പാർക്കിലെ റെയിൽവേപ്പാളവും ട്രെയിനും മറ്റൊരു രൂപകമായി മാറുന്നു. ഇവിടെയും ദുരന്തത്തിലേക്കു നടന്നകലുന്ന വിശ്വത്തെയാണു നാം കാണുന്നത്. അടുത്ത രംഗത്തു താരജോഡികളുടെ പോസ്റ്ററുകൾ യാഥാർത്ഥ്യത്തെ വെളിവാക്കുന്നു. തുടർന്ന് വിശ്വം ഒറ്റയ്ക്കോടുന്നു. സീത പിന്നാലെയും. ഓടിയോടി പേടിപ്പെടുത്തുന്ന ഒരു വനസ്ഥലിയിൽ സീത ഒറ്റപ്പെടുകയാണ്. ഈ രംഗങ്ങളിലൊക്കെ സീതയ്ക്കു വിശ്വത്തെ നഷ്ടപ്പെടുന്നു. വല്ലാത്തൊരു ദുരന്തഭീതി സീതയെ തളർത്തുന്നു. രൂപകങ്ങളുടെ സമർത്ഥമായ പ്രയോഗത്തിലൂടെ ആഖ്യാനത്തിന്റെ ഭ്രമാത്മകമായ പടവുകൾ കയറുകയാണ് അടൂർ. ഇങ്ങനെ നിയോറിയലിസത്തിന്റെ അനുരണനങ്ങൾ ആഖ്യാനഗാത്രത്തിൽനിന്നു തുടച്ചു നീക്കപ്പെടുകയാണ്.

അവസാന സീക്വൻസിലെ അടഞ്ഞ കതകിന്റെ സാക്ഷ തന്നെയാണ് ഏറ്റവും ശക്തമായ രൂപകം. സാക്ഷ ഒരുപാടു ചോദ്യങ്ങൾ പ്രേക്ഷകനോടു ചോദിക്കുന്നു. അടഞ്ഞ കതകിന്റെ നശ്വരമായ സുരക്ഷിതത്വത്തിൽ സീതയ്ക്ക് എത്രകാലം കഴിയാനാവും? കതകിന്റെ സാക്ഷ തുറന്നു നെറികെട്ട ജീവിതത്തിന്റെ അഴുക്കുചാലിലേക്കു സീത ഇറങ്ങിപ്പോകുമോ? അതുമല്ലെങ്കിൽ ധീരയും ത്യാഗമയിയുമായ ഒരമ്മയുടെ സ്ഥാനത്തു നിന്നുകൊണ്ടു ജീവിതത്തോടൊപ്പം സധൈര്യം സീത നടക്കുമോ? കഥയുടെ ക്ലൈമാക്സ് കഴിഞ്ഞുള്ള കഥാനിർവ്വഹണത്തിലേക്കു സംവിധായകൻ കടക്കുന്നില്ല. സാദ്ധ്യതകളൊക്കെ നമ്മുടെ മുന്നിൽ തുറന്നിട്ടിട്ട് ദൂരെ മാറി നിന്നു സാകൂതം വീക്ഷിക്കുന്ന സംവിധായകനാണിവിടെ. എല്ലാം ശുഭപര്യവസായിയാക്കി ഒടുവിൽ ഒരു ഗ്രൂപ്പ് ഫോട്ടോയിൽ സമാപിക്കുന്ന ചിത്രങ്ങളിൽനിന്ന് വ്യത്യസ്തമായി പ്രേക്ഷകന്റെ ചിന്തയ്ക്കു വിടാനായി ഒരു തുറന്ന അന്ത്യത്തെ

സാക്ഷാൽക്കരിച്ചത് അക്കാലത്തെ പ്രേക്ഷകന് തീർച്ചയായും ഞെട്ടലുളവാക്കിയിട്ടുണ്ട്.

മറ്റൊരു സീക്വൻസിൽ മഴ രൂപകമായി പ്രത്യക്ഷപ്പെടുന്നു. തന്റെ ട്യൂട്ടോറിയലിലെ ജോലിയും നഷ്ടപ്പെട്ട് ജീവിതത്തിലെ പ്രതീക്ഷകളെല്ലാം തകർന്ന വിശ്വം വീടിന്റെ വരാന്തയിൽ മഴയെ നോക്കി നിസ്സംഗനായി ഇരിക്കുന്നു. ആർത്തലച്ചുവരുന്ന മഴ മറ്റെല്ലാവർക്കും അപ്രതീക്ഷിതമായ തിരക്കു സമ്മാനിക്കുമ്പോൾ വിശ്വത്തിനത് നിർജ്ജീവത പകരുകയാണ്.

അവസാന സീക്വൻസിൽ ഇടിയും മിന്നലുമുള്ള രാത്രിയിൽ അടഞ്ഞ കതകിന്റെ സാക്ഷയിൽ നോക്കിയിരിക്കുന്ന സീത. മിന്നലിന്റെ ക്ഷണവെട്ടത്തിൽ ഭിത്തിയിലെ സീതാസ്വയംവരത്തിന്റെ കലണ്ടർ ചിത്രം ഒരു രൂപകമായി തെളിയുന്നു. സീത ജീവിതത്തെ സ്വയംവരിക്കുകയാണ്.

*സ്വയംവര*ത്തിലെ ആഖ്യാനം ആദ്യ നോട്ടത്തിൽ ലളിതമാണെന്നു തോന്നാമെങ്കിലും ദൃശ്യാഖ്യാനത്തിന്റെ ഒട്ടേറെ തലങ്ങൾ അതിനുണ്ട്. തുടക്കത്തിലെ നീണ്ട ബസ് യാത്രതന്നെ ഒരുദാഹരണം. സംവിധായകനും മനുഷ്യന്റെ ജീവിതയാത്രയെക്കുറിച്ചു നടത്താനുള്ള ഒരു പ്രസ്താവനയായിത്തീരുന്നുണ്ടത്. ഓരോ യാത്രയും ജീവിതം തന്നെയാണ്. സന്തോഷങ്ങളും ദുഃഖങ്ങളും യാദൃച്ഛികതകളും അനിശ്ചിതത്വങ്ങളും നിറഞ്ഞ ജീവിതയാത്രകൾ! ദൂരെയുള്ള ഏതോ നാട്ടിൽനിന്ന് നഗരത്തിലേക്കു വരുന്ന ബസ്. അതിലെ യാത്രക്കാരിൽ വിശ്വവും സീതയും. പിന്നെ മറ്റുയാത്രക്കാരും. 46 ദൃശ്യഖണ്ഡങ്ങളിലൂടെ ഇതൾവിരിയുന്ന ഈ ബസ് യാത്ര അവസാനിക്കുന്നത് ട്രാഫിക്ക് കോൺസ്റ്റബിളിന്റെ സ്റ്റോപ്പ് ബോർഡിലാണ്. സമീപദൃശ്യങ്ങളിലോ മദ്ധ്യദൃശ്യങ്ങളിലോ ആണ് മുഴുവൻ യാത്രയും ചിത്രീകരിച്ചിരിക്കുന്നത്. ഒരു വിദൂരദൃശ്യം പോലും ഇടയ്ക്കു പ്രത്യക്ഷപ്പെടുന്നില്ല. ക്യാമറ ഓരോ യാത്രികനെയും അവന്റെ ചെയ്തികളെയും അടുത്തു നിന്നു കാണുകയാണ്. ബാഹ്യതലത്തിൽ ബസിന്റെ യാത്രയാണ് നാം കാണുന്നത്. എന്നാൽ ഓരോ യാത്രികനും ആന്തരികതലത്തിൽ മറ്റൊരു യാത്ര നടത്തുകയാണ്. പ്രതീക്ഷയുടെയോ ദുഃഖത്തിന്റെയോ സന്തോഷത്തിന്റെയോ അനിശ്ചിതത്വത്തിന്റെയോ ഒക്കെ ആന്തരികയാത്രകൾ! കണ്ടുപഴകിയ സിനിമയിലെ ബസ് യാത്രകളൊക്കെ രണ്ടോ മൂന്നോ ദൃശ്യഖണ്ഡങ്ങളിലൊതുങ്ങിയവയായിരുന്നു. അതിനാൽത്തന്നെ ഇത്തരമൊരു ബസ് യാത്രയുടെ ദൈർഘ്യം സാധാരണ പ്രേക്ഷകനെ അമ്പരപ്പിച്ചിരിക്കണം. പക്ഷേ, ഈ ദൃശ്യഖണ്ഡങ്ങളിലൂടെ അനാവൃതമാവുന്ന ജീവിതത്തിന്റെ പരിച്ഛേദം *സ്വയംവര*ത്തിലേക്കുള്ള ഒരു പ്രവേശികയായിത്തീരുന്നു.

അവരോഹണക്രമത്തിലുള്ള ഒരു ജീവിതചിത്രീകരണമാണ് *സ്വയംവര*ത്തിന്റേത്. ബസ് യാത്രയിൽ ഒന്നിച്ചുള്ള ഒരു ജീവിതത്തിന്റെ സ്വപ്നം നെയ്യുകയാണവർ. അപ്പോൾ അവരുടെ കണ്ണുകളിൽ പ്രതീക്ഷയുടെ തിളക്കമുണ്ട്. പിന്നെയവർ നഗരത്തിലെ സാമാന്യം ഭേദപ്പെട്ടൊരു ഹോട്ടൽ മുറിയിലെത്തുന്നു. കൈയിലുള്ള സാമ്പത്തികം തീരുന്ന ഘട്ടമായപ്പോൾ താഴ്ന്ന ഒരു ലോഡ്ജിലേക്കു താമസം മാറ്റുന്നു. അവിടെ നിന്ന് അവർ ചേരിയിലെ ഒരു വീട്ടിലേക്ക്. ഓരോ ഘട്ടത്തിലും അവരോഹണമാണവർക്കു വിധിച്ചിട്ടുള്ളത്. വ്യക്തിപരമായി വിശ്വവും ഈ അവ

രോഹണക്രമത്തിലൂടെയാണ് നീങ്ങുന്നത്. എഴുത്തുകാരനിൽനിന്ന ട്യൂട്ടോറിയൽ അദ്ധ്യാപകനിലേക്ക്, അവിടെ നിന്ന് ഈർച്ചമില്ലിലെ കണക്കെഴുത്തുകാരനിലേക്കുള്ള പടിയിറക്കമാണത്.

ജീവിതത്തിലെ അപ്രതീക്ഷിതമായ സ്വയംതെരഞ്ഞെടുപ്പുകളുടെ കഥയാണ് *സ്വയംവരം*. സാർത്രിയൻ ചിന്തകളുടെ അന്തർദ്ധാര പാത്രസൃഷ്ടിയിൽ പ്രകടമാണ്. വസ്തുക്കളും മനുഷ്യരും തമ്മിലുള്ള അടിസ്ഥാനപരമായ വ്യത്യാസത്തിലൂന്നിയതാണ് അസ്തിത്വവാദസിദ്ധാന്തമെന്ന സാർത്രിയൻ ചിന്താധാര. ഒരു വസ്തുവുണ്ടാകും മുമ്പു തന്നെ അതിന് അസ്തിത്വമുണ്ട്. ഉദാഹരണത്തിന് നാമെഴുതാനുപയോഗിക്കുന്ന പേന നിർമ്മിക്കപ്പെടുന്നതിനുമുമ്പ് അതിന്റെ ഉപയോഗം നിർവ്വചിക്കപ്പെട്ടിരിക്കുന്നു. എന്നാൽ മനുഷ്യനെ സംബന്ധിച്ച് അങ്ങനെയൊരു മുൻകൂട്ടിയുള്ള നിർവ്വചനം അസാദ്ധ്യമാണ്. അവൻ ആരായിത്തീരുന്നുവോ അതിന്റെ പൂർണ്ണ ഉത്തരവാദിത്വം അവനിൽത്തന്നെ നിക്ഷിപ്തമാണ്. അവന്റെ തെരഞ്ഞെടുപ്പുകളാണ് അവനെ ഓരോ ഇടങ്ങളിൽ എത്തിക്കുന്നത്. *സ്വയംവര*ത്തിലെ വിശ്വനാഥനും സീതയും അങ്ങനെയൊരു സ്വയം തെരഞ്ഞെടുപ്പിന്റെ ഇരകളാണ്. മനുഷ്യനെന്ന പ്രഹേളികയുടെ ഭാഗമായി അവർക്ക് അങ്ങനെയേ പ്രവർത്തിക്കാനാവൂ. തെരഞ്ഞെടുപ്പുകളുടെ വരുംവരായ്കകൾ അവരുടേതു മാത്രമാണ്.

നമ്മുടെ സമൂഹത്തിൽ വിവാഹമെന്ന സാമൂഹിക സ്ഥാപനത്തിന് ഏറെ പ്രസക്തിയുണ്ട്. വിവാഹത്തിലൂടെ ഒരു പുരുഷനും സ്ത്രീയും മാത്രമല്ല ഒന്നിക്കുന്നത്; രണ്ടു കുടുംബങ്ങളാണ്. ഇരു കുടുംബങ്ങളിലൂടെ രണ്ടു സമൂഹവും രണ്ടു നാടും കൂടി ചേരുന്നു. വലിയൊരു സമൂഹത്തിന്റെ പിന്തുണയും സഹകരണവും പുരുഷന്റെയും സ്ത്രീയുടെയും ജീവിതയാത്രയിലുടനീളമുണ്ടാകുന്നു എന്നതാണ് വിവാഹം എന്ന സ്ഥാപനം ഉറപ്പുതരുന്നത്. എന്നാൽ അതിനെ മറികടന്ന വിശ്വത്തിനും സീതയ്ക്കും സ്വാഭാവികമായി സമൂഹത്തിന്റെ കരുതലും സഹകരണവും നഷ്ടപ്പെടുന്നു. ഒരു രാത്രി മൂന്നു മദ്യപന്മാർ ലക്കുകെട്ട് വിശ്വത്തിന്റെ കതകിൽ മുട്ടി ചോദിക്കുന്നുണ്ട്, “അളിയനാ പെണ്ണിനെ തട്ടിക്കൊണ്ടു വന്നതല്യോ?” എന്ന്. വീടും നാടും വിട്ടു ദൂരെ സ്ഥലത്തെത്തിയിട്ടും അവിടത്തെ സമൂഹം അവരെ ഭാര്യാഭർത്താക്കന്മാരായി അംഗീകരിക്കുന്നില്ല എന്നതിന്റെ പ്രതിഫലനമാണ് ഈ സംഭവം, ഒരു പുരുഷനും സ്ത്രീയും സ്വതന്ത്രമായി ജീവിതത്തിലൊന്നിച്ചു ചേരാനനുവദിക്കാത്ത സമൂഹത്തിന്റെ യാഥാസ്ഥിതിക സ്വഭാവത്തിലേക്കും വിമർശനബുദ്ധ്യാ കണ്ണുപായിക്കുന്നു സംവിധായകൻ.

ഓരോ അടൂർ ചിത്രവും മാനവികതയുടെ ആഘോഷമാണ്. *സ്വയംവര*വും അതിനൊരപവാദമല്ല. നന്മയുടെ വക്താവാണു വിശ്വം. മറ്റൊരാളുടെ ജോലി തട്ടിയെടുത്ത ഒരാളെന്ന കുറ്റബോധം അയാളെ വല്ലാതെ അലട്ടുന്നുണ്ട്. ദാരിദ്ര്യത്തിന്റെ നെല്ലിപ്പലകയിലാണെങ്കിലും അഭ്യസ്തവിദ്യനായ മദ്ധ്യവർഗ്ഗ യുവാവിന്റെ ധാർമ്മികബോധം അയാൾ പുലർത്തുന്നു. കണക്കപ്പിള്ളയുടെ വീട്ടിൽ അയാളുടെ ദീനക്കിടക്കയ്ക്കരികിൽ ഉറങ്ങാതെ അയാളെ ശുശ്രൂഷിക്കുന്ന മനുഷ്യസ്നേഹിയായ വിശ്വത്തിന്റെ മരണകാരണവും ഇതുതന്നെയായിത്തീരുന്നു. അരിക്കാരി ജാനകിയമ്മയാണ് മാനവികതയുടെ മറ്റൊരാൾരൂപം. എല്ലാമറിയുന്ന, എന്നാൽ നിശ്ശബ്ദയായി വിശ്വത്തിന്റെ കുടുംബത്തെ സ്നേഹിക്കുകയും സഹായിക്കുകയും ചെയ്യുന്ന

അവർ വിശ്വത്തിന്റെ മരണശേഷവും സീതയെ സ്വന്തം മകളെപ്പോലെ കണക്കാക്കുകയാണ്.

തീവ്രമായ ജീവിതമുഹൂർത്തങ്ങളെ ആവിഷ്കരിക്കുമ്പോഴും *സ്വയംവര*ത്തിലെ നർമ്മത്തിന്റെ അടിയൊഴുക്കുകൾ കാണാതിരുന്നുകൂടാ. ബസിലെ ചില യാത്രക്കാർ, സ്മഗ്ളർ വാസു, കല്യാണി, മൂന്ന മദ്യപന്മാർ എന്നിങ്ങനെയുള്ള കഥാപാത്രങ്ങളിലൂടെ നർമ്മത്തിന്റെ കുഞ്ഞലകൾ നമ്മിലേക്കു കടത്തിവിടുന്നു. അതുവരെയുണ്ടായ മലയാള സിനിമകളിൽ നാം അടുത്തു പരിചയിച്ച അട്ടക്കളഹാസ്യമോ വിദൂഷകവിചാരങ്ങളോ അല്ല അത്. ജീവിതത്തിന്റെ കണ്ണീരുപ്പിനു മേലേ സുതാര്യമായ ഒരു ആവരണംപോലെ പടരുന്ന ചാപ്ലിൻ നർമ്മത്തിന്റെ മറ്റൊരു വകഭേദമാണത്. മൂന്നു മദ്യപന്മാരുടെ ജല്പനങ്ങളിലൂടെ സമൂഹമനസ്സിന്റെ ജ്വരജടിലത വ്യക്തമാക്കുന്ന ഒരു സീക്വൻസുണ്ട്. ഒരാണും പെണ്ണും ഒരുമിച്ചു താമസിക്കുന്നതിന്റെ അസഹ്യതയും അവർക്കെതിരെ സമൂഹം കരുപ്പിടിപ്പിക്കുന്ന ആക്ഷേപങ്ങളും നർമ്മത്തിന്റെ ആവരണത്തിലൂടെ അവതരിപ്പിക്കപ്പെടുകയാണ്.

സ്വയംവരം ഉയർത്തിപ്പിടിക്കുന്ന രാഷ്ട്രീയചിന്തകൾ ഏറെ പ്രസക്തമാണ്. തൊഴിലില്ലായ്മയുടെയും ചൂഷണത്തിന്റെയും രാഷ്ട്രീയമാണ് പരാമർശവിധേയമാകുന്നത്. എഴുപതുകളിലെ സമരകലുഷിതമായ അന്തരീക്ഷം ഇടയ്ക്കിടെ ചിത്രത്തിൽ പ്രത്യക്ഷപ്പെടുന്നു. മൈതാനത്തിലെ തീപ്പൊരി രാഷ്ട്രീയ പ്രസംഗവും, പിരിച്ചുവിട്ടവരെ തിരിച്ചെടുക്കാൻ വേണ്ടിയുള്ള സമരങ്ങളും, രാഷ്ട്രീയപ്പാർട്ടികളുടെ പ്രതിഷേധജാഥകളും ഒക്കെ വിശ്വന്റെ കാഴ്ചയുടെ പരിസരത്തെത്തുന്നു. എന്നാൽ അവയിലൊന്നും കൂടിച്ചേരാനാവാത്ത മദ്ധ്യവർഗ്ഗത്തിന്റെ പ്രതിസന്ധി വിശ്വം അറിയുന്നു. വിശ്വത്തിന് കണക്കപ്പിള്ളയായി ജോലികിട്ടുന്നത് മറ്റൊരു തൊഴിലാളിയെ പിരിച്ചുവിട്ട ഒഴിവിലാണ്. *സ്വയംവര*ത്തിൽ ഏറ്റവും കൂടുതൽ ശ്രദ്ധയാകർഷിക്കുന്ന കഥാപാത്രമാണ് ഈ തൊഴിലാളിയുടേത്. തന്റെ നഷ്ടബോധവും നിസ്സഹായതയും ദേഷ്യവും പരിഭവവുമൊക്കെ കൂടിക്കലർന്ന വികാരം ഇതിലൊന്നിലും നേരിട്ടു പങ്കാളിയാകാത്ത വിശ്വത്തോടാണയാൾ പ്രകടിപ്പിക്കുന്നത്. അയാളെപ്പോലെ വിശ്വനും ഇക്കാര്യത്തിൽ നിസ്സഹായനാണെന്ന് അയാൾക്കറിയില്ലല്ലോ. പനി മൂർച്ഛിച്ച കണക്കപ്പിള്ള ഒരുദിവസം അവധി ചോദിക്കുമ്പോൾ അതു നിഷേധിക്കുന്ന ചൂഷണത്തിന്റെ രാഷ്ട്രീയം സംവിധായകൻ ചൂണ്ടിക്കാട്ടുന്നു.

മോസ്കോ ചലച്ചിത്ര മേളയിൽ തനിക്കുണ്ടായ തിക്തമായ ഒരനുഭവത്തെപ്പറ്റി അടൂർ പറയുന്നുണ്ട്.[2] മോസ്കോയിൽ ചലച്ചിത്രത്തിനു തണുത്ത പ്രതികരണമത്രേ ലഭിച്ചത്. ചിത്രത്തിൽ ഒരു ഇടുങ്ങിയ വഴിയിലൂടെ പ്രധാന റോഡിലേക്കു നടക്കുന്ന വിശ്വം ഒരു ജാഥ വരുന്നതു കാണുന്നു. വിശ്വം ആ ജാഥയെ നോക്കിനില്ക്കുന്നു. ജാഥയിൽ ചേരാത്ത വിശ്വത്തെ നിശിതമായി വിമർശിച്ചുകൊണ്ട് റഷ്യയിലെ ഒരു ചലച്ചിത്രനിരൂപകനെഴുതിയത് അടൂർ ഓർമ്മിക്കുന്നു. ജാഥയിൽ ചേരാനാവാത്തതാണ് ഇവിടത്തെ മദ്ധ്യമവർഗ്ഗത്തിന്റെ സമസ്യ എന്നു ചിത്രം അടിവരയിട്ടു പറയുന്നു. യഥാർത്ഥത്തിൽ അതിനെക്കുറിച്ചാണു *സ്വയംവരം*.

ചലച്ചിത്രം ശക്തമായൊരു കലാമാദ്ധ്യമവും അതേസമയം പൊതുജനമാദ്ധ്യമവുമാണ്. മാദ്ധ്യമത്തിന്റെ ഭാഷയും വ്യാകരണവും സിനിമയ്ക്കും ബാധകമാണ്.

സിനിമയുടെ ഭാഷ നിർവ്വചിക്കുന്നതിൽ അതിന്റെ സാങ്കേതികതയ്ക്ക് ഏറെ പ്രാധാന്യമുണ്ട്. തിരക്കഥ, സംവിധാനം, ഛായാഗ്രഹണം, ചിത്രസന്നിവേശം, ശബ്ദലേഖനം, ശബ്ദമിശ്രണം, ഗ്രാഫിക് ഡിസൈനിങ് എന്നിങ്ങനെയുള്ള സാങ്കേതികതകളിലൂടെ കടന്നുപോകുമ്പോഴാണ് സിനിമ പൂർണ്ണമാകുന്നത്. മലയാള സിനിമയിൽ ഈ സാങ്കേതിക സംജ്ഞകൾക്കൊക്കെ ആദ്യമായി അർത്ഥവും വ്യാപ്തിയും കൈവരുന്നത് *സ്വയംവര*ത്തോടെയാണ്.

മലയാള സിനിമ അതുവരെ അനുവർത്തിച്ചു പോന്ന സാങ്കേതികയിൽനിന്ന് ഏറക്കുറെ വ്യതിചലിച്ചാണ് *സ്വയംവര*ത്തിന്റെ പിറവി. നാടകത്തിന്റെ ഭാഷയിൽ സംവേദനം നിർവ്വഹിച്ചുകൊണ്ടിരുന്ന മലയാളത്തിൽ ആദ്യമായി ചലച്ചിത്രത്തിന്റെ ഭാഷയിൽ സംവദിക്കുന്ന ഒരു സിനിമയുണ്ടായി എന്നതാണ് പ്രകടമായ വ്യത്യാസം.

ഭാഷ അതിന്റെ ശുദ്ധിയോടെ ഉപയോഗിക്കണമെങ്കിൽ വ്യാകരണത്തിന്റെ സമർത്ഥമായ പ്രയോഗമുണ്ടാവണം. ചലച്ചിത്രത്തിന് ഒരു ദൃശ്യഭാഷയുണ്ട്. അതിന്റെ ശുദ്ധമായ പ്രയോഗം സാദ്ധ്യമാകുന്ന വ്യാകരണവുമുണ്ട്. ചലച്ചിത്രവ്യാകരണം അതിന്റെ സാങ്കേതികതയുമായി ബന്ധപ്പെട്ടുകിടക്കുന്നു. ഫ്രെയിമും ഷോട്ടും സീനും സീക്വൻസും വസ്തുവും ക്യാമറയുമായുള്ള അകലവും ക്യാമറാക്കോണുകളും ചലനങ്ങളും ലെൻസുകളുടെ ഉപയോഗവുമെല്ലാം അതിന്റെ വ്യാകരണങ്ങളിൽ ചിലതു മാത്രമാണ്. ചലച്ചിത്രത്തിന്റെ വ്യാകരണങ്ങളെക്കുറിച്ചുള്ള അറിവും അതെങ്ങനെ ചലച്ചിത്രഭാഷയിൽ ഉപയോഗിക്കുന്നു എന്നതുമാണ് ചലച്ചിത്രത്തിന്റെ സൗന്ദര്യത്തെ നിർണ്ണയിക്കുന്നത്. മലയാളത്തിൽ ചലച്ചിത്ര പൂർണ്ണതയും സൗന്ദര്യവും കൈവന്ന ആദ്യസിനിമ *സ്വയംവര*മാകുന്നത് സാങ്കേതികതയിൽ അതു കൈവരിച്ച നേട്ടംകൊണ്ടാണ്.

ഒരു നല്ല തിരക്കഥയിൽനിന്നേ നല്ല സിനിമ ജന്മമെടുക്കൂ. ദൃശ്യഭാഷയ്ക്ക് ഊന്നൽ നല്കുന്നതായിരിക്കണമത്. നാടകത്തിന്റെ ഭാഷയല്ല സിനിമയുടേതെന്നു പൂർണ്ണ ബോദ്ധ്യമുള്ള ഒരു സംവിധായകൻതന്നെ രചിച്ച തിരക്കഥ സിനിമ എന്ന മാധ്യമത്തോടു നീതിപുലർത്തി. അതുകൊണ്ടുതന്നെ ദൃശ്യഭാഷയിലൂടെ സംവദിക്കുന്ന ചലച്ചിത്രം സാക്ഷാൽക്കരിക്കാനുള്ള അടിസ്ഥാന ഘടകങ്ങൾ *സ്വയംവര*ത്തിന്റെ തിരക്കഥയിലുണ്ടായിരുന്നു.

തിരക്കഥാകൃത്തിനെപ്പോലെ മലയാളസിനിമയിൽ ഒരു സംവിധായകന്റെ സാന്നിദ്ധ്യം ആദ്യമായി അടയാളപ്പെടുത്തിയ ചിത്രമെന്ന നിലയിൽ *സ്വയംവര*ത്തിന് പ്രത്യേക പ്രാധാന്യമുണ്ട്. അതിനു മുമ്പുള്ള സിനിമകളിൽ സംഭാഷണ രചയിതാവ് എന്ന തിരക്കഥാകൃത്ത് എഴുതി നല്കുന്ന തിരക്കഥയെ തിരശ്ശീലയിലേക്കു സംക്രമിപ്പിക്കുക എന്ന കർമ്മം മാത്രമായിരുന്നു സംവിധായകന്റേത്. സംവിധായകന്റെ സിനിമയേക്കാൾ അവയൊക്കെ അതിലഭിനയിച്ച നടീനടന്മാരുടെ സിനിമകളായിരുന്നു. ആദ്യമായി മലയാളത്തിൽ സംവിധായകന്റെ പേരിൽ ഒരു സിനിമ അറിയപ്പെടുന്നത് *സ്വയംവര*ത്തിലൂടെയാണ്. ചലച്ചിത്രസിദ്ധാന്തങ്ങളിൽ ഉന്നതമായ തലങ്ങളിൽ നില്ക്കുന്ന ഒന്നാണ് രചയിതാസിദ്ധാന്തം (Auteur Theory). ഈ ചിന്താപദ്ധതിയനുസരിച്ച് ഒരു സിനിമയുടെ രചയിതാവാണ്

സംവിധായകൻ. നടീനടന്മാരും സാങ്കേതികവിദഗ്ദ്ധരുമൊക്കെ സംവിധായകന്റെ ഉപകരണങ്ങൾ മാത്രമാണ്. സംവിധായകന്റെ കലയാണ് സിനിമ എന്ന ആത്യന്തികമായ നിർവ്വചനത്തിലേക്കാണ് നാമെത്തുക. സിനിമയുടെ ഇതിവൃത്തം കണ്ടെത്തുന്നതുമുതൽ റിലീസ് ഫോർമാറ്റ് തയ്യാറാക്കുന്നതുവരെയുള്ള ഘട്ടങ്ങളിൽ സംവിധായകന്റെ ക്രിയാത്മകമായ ഇടപെടലിലൂടെയാണ് സിനിമയുടെ അനുക്രമവികാസം പൂർണ്ണതയിലെത്തുന്നത്. മലയാളത്തിന് രചയിതാവായി ഒരു സംവിധായകനെ ആദ്യമായി നല്കിയ സിനിമയെന്ന സവിശേഷത കൂടി *സ്വയംവര*ത്തിനുണ്ട്.

ആൽഫ്രഡ് ഹിച്ച്കോക്കിന്റെ മതത്തിൽ, "സിനിമ രണ്ടു മേശപ്പുറങ്ങളിലാണ് സംഭവിക്കുന്നത്; എഴുത്തുകാരന്റെയും എഡിറ്ററുടെയും." ചലച്ചിത്രത്തിന് അർത്ഥപൂർത്തിയും സൗന്ദര്യതലങ്ങളും പ്രദാനം ചെയ്യുന്നതിൽ എഡിറ്റിങ്ങിനുള്ള പങ്കിനെയാണ് ഹിച്ച്കോക്ക് ഉദ്ഘോഷിക്കുന്നത്. *സ്വയംവര*ത്തിനു മുമ്പ് സിനിമയുടെ ശീർഷകങ്ങളിൽ എഡിറ്റിങ്ങിന് 'ചിത്രസംയോജനം' എന്നാണുപയോഗിച്ചിരുന്നത്. എന്നാൽ 'ഫിലിം എഡിറ്റിങ്' ചിത്രസംയോജനം മാത്രമല്ലെന്ന് അതിനെക്കുറിച്ച ബോദ്ധ്യമുള്ളവർക്കറിയാം. ചിത്രസംയോജനത്തിനപ്പുറത്തുള്ള എഡിറ്റിങ്ങിന്റെ സൗന്ദര്യശാസ്ത്രത്തെ അഭിവ്യഞ്ജിപ്പിക്കാൻ പോന്ന 'ചിത്രസന്നിവേശം' എന്ന പദമാണ് അടൂർ *സ്വയംവര*ത്തിൽ ആദ്യമായി ഉപയോഗിച്ചത്. ഒരു ചിത്രത്തെ അപൂർവ്വമാനങ്ങളിലേക്കുയർത്താൻ സന്നിവേശസാങ്കേതികത്തിനാകുമെന്നു *സ്വയംവരം* തെളിയിച്ചു.

ഒരു ദൃശ്യ-ശ്രാവ്യ മാധ്യമമായ സിനിമയിൽ ദൃശ്യഖണ്ഡത്തോടൊപ്പം ശബ്ദഖണ്ഡവും പ്രധാനപ്പെട്ടതാണ്. എന്നാൽ *സ്വയംവര*ത്തിനു മുമ്പ് നമ്മുടെ സംവിധായകർ ശബ്ദമെന്നാൽ സംഭാഷണവും പശ്ചാത്തലസംഗീതവും ഫൈറ്റ് സീക്വൻസുകളിലെ പഞ്ചും മാത്രമാണെന്നു ധരിച്ചിരുന്നു. സാങ്കേതികമായി ഏറെ മുന്നേറിയിട്ടും ഇന്നും കമ്പോള സിനിമക്കാർ വളരെക്കുറച്ചുമാത്രം ശ്രദ്ധിക്കുന്ന ഒരു മേഖലയാണ് സ്വാഭാവിക ശബ്ദലേഖനം. കാതടപ്പിക്കുന്ന പശ്ചാത്തലസംഗീത ശബ്ദഘോഷങ്ങൾക്കിടയിൽ സ്വാഭാവികശബ്ദങ്ങളെ മുക്കിക്കൊല്ലുന്നു. മലയാള സിനിമയിൽ സ്വാഭാവിക ശബ്ദത്തെ ക്രിയാത്മകമായി ഉപയോഗിച്ച ആദ്യസിനിമയാണ് *സ്വയംവരം*. സംഭാഷണങ്ങളും പശ്ചാത്തലസംഗീതവും മറ്റു സ്വാഭാവിക പശ്ചാത്തലശബ്ദങ്ങളും കൂടിച്ചേർന്നതാണ് സിനിമയുടെ ശബ്ദരേഖ എന്നു *സ്വയംവര*ത്തിലൂടെ വെളിവാക്കുകയായിരുന്നു അടൂർ. ചിത്രത്തിൽ ശബ്ദഖണ്ഡങ്ങൾ സൂചകമായി പ്രവർത്തിക്കുന്ന എത്രയോ സന്ദർഭങ്ങളുണ്ട്. തടിയറപ്പുമില്ലിലെ ഈർച്ചവാളിന്റെ ശബ്ദം, ജാഥയിലെ തൊഴിലാളികളുടെ മുദ്രാവാക്യം വിളി, ഹോട്ടൽമുറിയിൽ വിശ്വത്തിന്റെയും സീതയുടെയും രതിയുടെ ആരോഹണാവരോഹണവേളയിൽ പുറത്തു നിരത്തിലൂടെ 'ഹരേ രാമ' പാടിപ്പോകുന്ന ഭജനസംഘത്തിന്റെ ശബ്ദം എന്നിങ്ങനെ വെറും ശബ്ദങ്ങൾക്കപ്പുറം സിനിമയിലെ സൂചകങ്ങളായോ രൂപകങ്ങളായോ ശബ്ദപഥം സംക്രമിക്കപ്പെട്ടിരിക്കുന്നു. മലയാളസിനിമയിൽ ശബ്ദമിശ്രണം എന്ന സാങ്കേതികതയ്ക്ക് അർത്ഥവ്യാപ്തി കൈവരുന്നതും *സ്വയംവര*ത്തോടെയാണ്.

സ്വാഭാവിക ശബ്ദം പോലെ പ്രാധാന്യമേറിയതാണ് സിനിമയിലെ പശ്ചാത്തലസംഗീതം. ഒരമൂർത്ത കലയാണ് സംഗീതം. അതു നമ്മുടെ ഇന്ദ്രിയങ്ങളോടു നേരിട്ടു സംവദിക്കുന്നു. സിനിമയ്ക്കു സംഗീതവുമായുള്ള ബന്ധം ജൈവപരമാണ്. ദൃശ്യഖണ്ഡങ്ങളുടെ വൈകാരിക തീവ്രത വർദ്ധിപ്പിക്കുകയാണ് സംഗീതത്തിന്റെ ഉദ്ദേശ്യം. സംഗീതമെന്നാൽ പാട്ടുകളെപ്പറ്റിയല്ല സൂചിപ്പിക്കുന്നത്. ജീവിതഗന്ധിയായൊരു സിനിമയിൽ ഗാനങ്ങൾക്കു സ്ഥാനമില്ല. ജീവിതയാഥാർത്ഥ്യങ്ങളിൽനിന്ന് ഒളിച്ചോടിപ്പോകുന്ന കച്ചവടസിനിമയുടെ വിപണിമൂല്യം വർദ്ധിപ്പിക്കാനുള്ള ഒരുപാധി മാത്രമാണവ. *സ്വയംവര*ത്തിൽ പാട്ടുകളില്ല എന്നത് അക്കാലത്തു വിതരണക്കാരുടെ ചർച്ചാവിഷയമായിരുന്നു.

വളരെ ശ്രദ്ധയോടെ നിർവ്വഹിച്ച ഒന്നാണു *സ്വയംവര*ത്തിലെ പശ്ചാത്തലസംഗീതം. ആദിമദ്ധ്യാന്ത ഏറ്റക്കുറച്ചിലുകളില്ലാതെ സ്ഥാനത്തുമസ്ഥാനത്തും ഉപയോഗിക്കപ്പെടുന്ന പശ്ചാത്തലസംഗീതം സിനിമയെ അരോചകമാക്കുന്ന ഘടകമാണ്. നിശ്ശബ്ദതയാണു സിനിമയിലെ ഏറ്റവും മൂല്യമേറിയ ഘടകം എന്ന അറിവിൽനിന്നാണ് *സ്വയംവര*ത്തിലെ പശ്ചാത്തലസംഗീതം ക്രമപ്പെടുത്തിയി രിക്കുന്നത്. വളരെ സൂക്ഷ്മതയോടെ ദൃശ്യപരിസരം ആവശ്യപ്പെടുന്ന വൈകാരികതയെ സാന്ദ്രമാക്കാൻ വേണ്ടി മാത്രമാണിവിടെ സംഗീതം ഉപയോഗിച്ചിരിക്കുന്നത്.

*സ്വയംവര*ത്തിന്റെ റിലീസിനോടനുബന്ധിച്ച പുറത്തിറക്കിയ പോസ്റ്ററുകൾ ഇത്തരമൊരു സിനിമയുടെ വരവറിയിക്കുന്നതു തന്നെയായിരുന്നു. പ്രശസ്ത ചിത്രകാരന്മാരായ എം വി ദേവൻ, നമ്പൂതിരി, ദേവദത്തൻ, സി എൻ കരുണാകരൻ, സോമൻ എന്നിവർ രൂപകല്പന ചെയ്ത പോസ്റ്ററുകൾ നാളിതുവരെയുള്ള സിനിമാപോസ്റ്ററുകളുടെ മാതൃകയിലായിരുന്നില്ല. പോസ്റ്ററുകളിലൂടെ സിനിമയുടെ പ്രത്യേകതകൾ കാണികളിൽ എങ്ങനെ എത്തിക്കാമെന്ന പരീക്ഷണം കൂടിയായിരുന്നു *സ്വയംവര*ത്തിന്റേത്.

ശീർഷകങ്ങളുടെ അർത്ഥപൂർണ്ണിമ അടൂർ ചിത്രങ്ങളുടെ പ്രത്യേകതയാണ്. സിനിമയുടെ സത്ത പൂർണ്ണമായി ഉൾക്കൊള്ളുന്ന ശീർഷകമാണ് അദ്ദേഹം എല്ലായ്പ്പോഴും സിനിമയ്ക്കായി തെരഞ്ഞെടുക്കുന്നത്. *സ്വയംവരം* വിശ്വനാഥന്റെയും സീതയുടെയും സ്വയംതെരഞ്ഞെടുപ്പുകളുടെ കഥയാണ്. ഒടുവിൽ വിശ്വം ഈ ലോകം വിട്ടു യാത്രയാകുമ്പോൾ ഒറ്റയ്ക്കൊരു തെരഞ്ഞെടുപ്പിനെ അഭിമുഖീകരിക്കുകയാണ് സീത. ദയാരഹിതമായി തെരഞ്ഞെടുപ്പെന്ന ഡെമോക്ലീസിന്റെ വാൾ അവളുടെ ശിരസ്സിനു മുന്നിൽ തൂങ്ങിയാടുന്നു.

പ്രേക്ഷകനായി ബാക്കിവയ്ക്കുന്ന സിനിമയാണ് *സ്വയംവരം*. അത്തരമൊരു സിനിമാനുഭവം മലയാള സിനിമയ്ക്കുതുവരെ അന്യമായിരുന്നു. ശുഭാന്ത്യത്തോടെയോ ദുരന്തത്തോടെയോ അവസാനിക്കുന്ന കഥാചിത്രീകരണം സാധാരണയായി അതിൽത്തന്നെ പൂർണ്ണമായിരിക്കും. പ്രേക്ഷകന്റെ എല്ലാ ചോദ്യങ്ങൾക്കും തൃപ്തികരമായ മറുപടി പറഞ്ഞുകൊണ്ടാണ് സാധാരണ സിനിമകൾ അവസാനിക്കുന്നത്. അതിനവസരം കിട്ടിയില്ലെങ്കിൽ കഥാനിർവ്വഹണം എന്ന ഏച്ചുകെട്ടലിലൂടെ പ്രേക്ഷകനെ സംതൃപ്തനാക്കിയേ സിനിമ അവസാനിക്കൂ. പ്രേക്ഷകനും ചിന്തിക്കാനായി ഇത്തരം സിനിമകൾ ഒന്നും അവശേഷിപ്പിക്കുന്നില്ല. എന്നാൽ *സ്വയംവരം* അവ

സാനിക്കുന്നത് അടഞ്ഞ കതകിന്റെ സാക്ഷയുടെ സമീപദൃശ്യത്തോടെയാണ്. സീതയുടെ ജീവിതത്തിന്റെ അനിശ്ചിതത്വത്തെക്കുറിച്ചുള്ള ചിന്തകൾ പ്രേക്ഷകന്റെ ബാദ്ധ്യതയാണ്. തിയേറ്റർ വിട്ടിറങ്ങിയാലും *സ്വയംവരം* പ്രേക്ഷകനെ അസ്വസ്ഥ പ്പെടുത്തിക്കൊണ്ടേയിരിക്കും. അടഞ്ഞ വാതിലിലെ സാക്ഷ യും ദുഃഖാകുലയായ സീതയും നേർത്ത നൊമ്പരംപോലെ പ്രേക്ഷകനെ പിന്തുടരുക തന്നെ ചെയ്യും.

മാധ്യമബോധവും പുതിയ ചലച്ചിത്ര സങ്കല്പങ്ങളും കൈമുതലാക്കിയ ഒരു പിടി സംവിധായകർക്കു *സ്വയംവരം* ആത്മവിശ്വാസം പകർന്നു. ഇവരിൽ പലരും പൂണെ ഫിലിം ഇൻസ്റ്റിറ്റ്യൂട്ടിൽനിന്നു ചലച്ചിത്രവിദ്യാഭ്യാസം പൂർത്തിയാക്കിയ വരുമായിരുന്നു. തങ്ങളുടെ പുതിയ ചലച്ചിത്രങ്ങളുമായി സധൈര്യം അവർ പ്രേക്ഷ കർക്കു മുന്നിലെത്തി. പരമ്പരാഗതമായ ഇതിവൃത്തങ്ങളിൽനിന്നു വ്യത്യസ്തമായി അപൂർവ്വമായ ജീവിതസന്ധികൾ സത്യസന്ധതയോടെ വെള്ളിത്തിരയിലെത്തി. അങ്ങനെ മലയാള സിനിമയുടെ ഗുണപരമായ വളർച്ചയ്ക്കു *സ്വയംവരം* നല്കിയ സംഭാവന ഏറെയാണ്.

ഫിലിം സൊസൈറ്റി പ്രസ്ഥാനത്തിന്റെ വളർച്ച *സ്വയംവര*ത്തിന്റെ കടന്നുവര വിനെ തുണച്ചുവെങ്കിൽ ചിത്രത്തിന്റെ അഭൂതപൂർവ്വമായ വിജയം പ്രസ്ഥാനത്തിന്റെ തുടർപ്രവർത്തനങ്ങളെ ഏറെ സഹായിച്ചു. തൽഫലമായി ഫിലിം സൊസൈറ്റി പ്രസ്ഥാനം ശക്തിയാർജ്ജിച്ചു. ലോക ക്ലാസിക്കുകളുടെ നിരന്തരമായ കാഴ്ച നല്ല സിനിമയെയും ചീത്ത സിനിമയും തിരിച്ചറിയാൻ പ്രേക്ഷകരെ പ്രാപ്തരാക്കി. ഇതു സിനിമയുടെ തെരഞ്ഞെടുപ്പിലും ആസ്വാദനത്തിലും പ്രതിഫലിച്ചു. പുതിയ ചലച്ചി ത്രകാരന്മാരുടെ രംഗപ്രവേശത്തിനും പരീക്ഷണത്വരത നിറഞ്ഞ ചലച്ചിത്രങ്ങളുടെ നിർമ്മാണത്തിനും ഇതു ഹേതുവായി.

സമാന്തരസിനിമകൾക്കു പ്രചോദനമായതുപോലെ തന്നെ *സ്വയംവരം* മുഖ്യ ധാരാ സിനിമയുടെ സ്വഭാവത്തെയും മാറ്റിമറിച്ചു. സിനിമയെന്ന മാധ്യമം എങ്ങ നെയായിരിക്കണമെന്ന പുതിയ അറിവ് അതു നമ്മുടെ സിനിമയ്ക്കു നല്കി. കച്ചവട സിനിമയിലും ഇതിന്റെ പ്രതിഫലനങ്ങളുണ്ടായി. കമ്പോള സിനിമയിൽപ്പോലും തിരക്കഥാകൃത്തിനു പ്രാധാന്യം വന്നുചേർന്നു. അവ സാങ്കേതികമായി കൂടുതൽ ചലച്ചിത്രമാധ്യമത്തോടടുത്തു. എല്ലാ ചേരുവകളോടെയാണെങ്കിലും അവ ചലച്ചി ത്രമാധ്യമത്തിലൂടെ കഥപറയാൻ തുടങ്ങി.

നമ്മുടെ പരമ്പരാഗത ചലച്ചിത്രനിരൂപണം *സ്വയംവര*ത്തിനുണ്ടാക്കിയ ആഘാതം ചില്ലറയല്ല. സാഹിത്യനിരൂപണത്തിന്റെ ചുവടുവച്ച് സിനിമയിലെ കഥാപാത്രങ്ങളുടെ സ്വഭാവസവിശേഷതകൾ ചർച്ചചെയ്യുന്ന ഒരു രീതിയാണ് ചലച്ചിത്രനിരൂപണത്തിലും ഇവിടെ പിന്തുടർന്നത്. വെറും ചലച്ചിത്രാവലോകന മെന്ന ഈ പ്രക്രിയയെ നിരൂപണമെന്നു പണ്ടുള്ളവർ വിളിച്ചു. ഒരു കലാരൂപമെന്ന നിലയിൽ സിനിമ ഇന്ത്യയിലും പ്രാദേശിക ഭാഷകളിലും ഉന്നതി നേടാതിരിക്കാ നുള്ള ഒരു പ്രധാനകാരണം ഈ ചലച്ചിത്രനിരൂപണരീതിയായിരുന്നു. ചലച്ചിത്ര സിദ്ധാന്തങ്ങളെക്കുറിച്ചോ സാങ്കേതികതയിലൂന്നിയ സൗന്ദര്യശാസ്ത്ര സങ്കല്പങ്ങ ളെക്കുറിച്ചോ ഉള്ള അജ്ഞത കഥാപാത്രനിരൂപണത്തിൽ ഇക്കൂട്ടരെ തളച്ചിട്ടു. ഇതേ മാനദണ്ഡത്തിലാണ് നമ്മുടെ ചലച്ചിത്രനിരൂപകർ *സ്വയംവര* ത്തെയും

സമീപിച്ചത്. യാഥാസ്ഥിതിക നിരൂപകനായിരുന്നിട്ടുപോലും *സ്വയംവര*ത്തെപ്പറ്റി നന്മയോടെ എഴുതിയത് അക്കാലത്ത് കോഴിക്കോടൻ മാത്രമായിരുന്നു. മറ്റുള്ളവർ വിശ്വത്തിന്റെയും സീതയുടെയും തെറ്റായ തെരഞ്ഞെടുപ്പിനെപ്പറ്റിയാണുപന്യസിച്ചത്. ചലച്ചിത്ര ഭാഷയിലൂടെ സംവദിച്ച സിനിമയുടെ മേന്മ ആദ്യം ആരും കണ്ടെത്തിയില്ല. ഒടുവിൽ ദേശീയ ചലച്ചിത്രപുരസ്കാരങ്ങളുടെ പിൻബലം വേണ്ടിവന്നു *സ്വയംവര*ത്തെക്കുറിച്ചു മറിച്ചു ചിന്തിക്കാൻ.

നല്ല സിനിമയിൽനിന്നേ നല്ല നിരൂപണമുണ്ടാവൂ. അതുപോലെ തന്നെ മറിച്ചും. *സ്വയംവര*ത്തിന്റെ മേന്മ തിരിച്ചറിഞ്ഞതോടെ അതേക്കുറിച്ചു നല്ല നിരൂപണങ്ങളുമുണ്ടായി. ഫിലിം സൊസൈറ്റികളിലൂടെ ലോക ക്ലാസിക്കുകളെ അടുത്തറിഞ്ഞവർ നിരൂപണരംഗത്തു പരിവർത്തനങ്ങളുണ്ടാക്കി. അങ്ങനെ മലയാള സിനിമാ നിരൂപണരംഗത്തെ സംശുദ്ധമാക്കാനും *സ്വയംവരം* കാരണമായി.

പരമ്പരാഗത നിരൂപകർ *സ്വയംവര*ത്തെ കലാസിനിമയുടെ കള്ളിയിൽ തളച്ചിട്ടു.[3] അതിനാൽ പിന്നീട് ചലച്ചിത്രരംഗത്ത് അനഭിലഷണീയമായ ഒരു പ്രവണതയ്ക്കും തുടക്കമായി. കൂട്ടം തെറ്റി നടന്ന സിനിമകളെ 'കലാസിനിമകൾ' എന്നു പേരിട്ട് അവയെ മാറ്റിനിർത്തി. സിനിമാതീയേറ്ററുകളിൽ ഉച്ചപ്പടങ്ങളാക്കി അവയ്ക്കു പ്രത്യേക പ്രദർശനം ഏർപ്പെടുത്തി. കലാസിനിമകളുടെ ലേബലിൽ വന്ന ഭൂരിപക്ഷം വരുന്ന കള്ളനാണയങ്ങൾക്കിടയിൽ നല്ല സിനിമകളും അപ്രത്യക്ഷമായി. മലയാള സിനിമാരംഗത്ത് ആർട്ട്, കൊമേഴ്സ്യൽ, ഒത്തുതീർപ്പുസിനിമ എന്നിങ്ങനെയുള്ള വർഗ്ഗീകരണം നിരൂപകരുടെ സംഭാവനയാണ്. ഈ തരംതിരിവ് നല്ല സിനിമയുടെ വളർച്ചയെ അന്നുമിന്നും ബാധിക്കുന്നുണ്ട്. പ്രത്യേകിച്ചും സമൂഹമാധ്യമങ്ങളുടെ കാഴ്ചയിലെ ഇടപെടൽ അനിയന്ത്രിതമായതോടെ ഈ പ്രതികൂലാന്തരീക്ഷം കൂടുതൽ കരുത്താർജ്ജിക്കുന്നു.

സ്വയംവരം ചലച്ചിത്ര രംഗത്തെ മാത്രമല്ല പുതിയ ഉണർവ്വിലേക്കു നയിച്ചത്. കേരളത്തിന്റെ സാംസ്കാരികരംഗത്തെയാകെ അതു പുത്തൻ ചിന്തകളിലേക്കു കൈപിടിച്ചുയർത്തി. മലയാള സാഹിത്യത്തിൽ ആധുനികത മെല്ലെ കടന്നുവരുന്ന സന്ദർഭമായിരുന്നു അത്. *സ്വയംവര*ത്തിന്റെ ധീരമായ കടന്നുവരവ് ആധുനികതാ പ്രസ്ഥാനത്തിനും കരുത്തേകി. കഥയിലും കവിതയിലും നാടകത്തിലും നോവലിലും അതിന്റെ സ്വാധീനം കണ്ടുതുടങ്ങി. പുതിയ പരീക്ഷണങ്ങളുമായി നാടകകൃത്തുക്കളും സംവിധായകരും രംഗത്തെത്തി. സാമാന്യജനത്തെ ഏറ്റവുമധികം സ്വാധീനിക്കുന്ന ജനകീയ കല സിനിമയാണെന്നു സാംസ്കാരികരംഗത്തെ പുതിയ ചലനങ്ങൾ സാക്ഷ്യപ്പെടുത്തി.

ചിത്രകലയിലും സംഗീതത്തിലുമെല്ലാം സമാനതകളില്ലാത്ത മുന്നേറ്റങ്ങളുണ്ടായി. സിനിമയിൽ അടൂർ കാണിച്ച പരീക്ഷണത്വരത കലാരംഗത്തും സാംസ്കാരികരംഗത്തും പുതിയ പരീക്ഷണങ്ങൾക്കുള്ള ധൈര്യം ഒരു തലമുറയ്ക്കു നല്കിയെന്നതു ചെറിയ കാര്യമല്ല.

സ്വയംവരം എല്ലാ അർത്ഥത്തിലും ഒരു ക്ലാസിക്ക് സിനിമയാണ്. ഏതു ലോക ക്ലാസിക്കിനോടും ചേർത്തുവയ്ക്കാവുന്ന വൈശിഷ്ട്യം അതിനുണ്ട്. അതിരുകളില്ലാത്ത കാലം നീന്തിക്കടക്കുന്നവയാണ് ക്ലാസിക്കുകൾ. വീണ്ടും വീണ്ടും കാണാനും വാ

യിക്കാനും നമ്മെ പ്രേരിപ്പിക്കുകയും ഓരോ കാഴ്ചയിലും വായനയിലും പുതിയ അർത്ഥതലങ്ങൾ അനുഭവവേദ്യമാക്കിത്തീർക്കുന്നവയുമാണവ. ചലച്ചിത്രമാധ്യമത്തോടും ജീവിതചിത്രീകരണത്തോടും സത്യസന്ധത പുലർത്താനുള്ള നിയോഗം പേറുന്ന അത്തരം ചിത്രങ്ങളുടെ ശ്രേണിയിൽ *സ്വയംവര*ത്തെയും പ്രതിഷ്ഠിക്കാം.

1. പീറ്റർലാൽ അട്ടിപ്പേറ്റി: *സ്വയംവരം -കാലവും ജീവിതവും, സ്വയംവരം* (തിരക്കഥ) ഡി സി ബുക്സ് കോട്ടയം 2011.
2. അടൂർ ഗോപാലകൃഷ്ണൻ അഭിമുഖം, ഐ ഷണ്മുഖദാസ്, മീഡിയ മാതംഗി 2021.
3. മധു ഇറവങ്കര; *സ്വയംവരവും മലയാള സിനിമയും, അലിവിന്റെ മന്ദാരങ്ങൾ* കറന്റ് ബുക്സ് കോട്ടയം 2002.

തിരിഞ്ഞുനോക്കുമ്പോൾ തെളിയുന്നത്

ഡോ. സി എസ് വെങ്കിടേശ്വരൻ

ദേശീയ സംസ്ഥാന ബഹുമതികൾ നേടിയ ചലച്ചിത്രനിരൂപകൻ, ഹ്രസ്വചിത്രകാരൻ, അദ്ധ്യാപകൻ. ഇംഗ്ലീഷിലും മലയാളത്തിലും ചലച്ചിത്ര പഠന നിരൂപണങ്ങൾ എഴുതുന്നു. കെ.ആർ മോഹനൻ-സമാന്തരയാത്രകൾ, അടൂർ ഗോപാലകൃഷ്ണൻ എ ഡോർ ടു അടൂർ, മലയാള സിനിമാ പഠനങ്ങൾ, മലയാള ടെലിവിഷൻ പഠനങ്ങൾ, സിനിമാ ടാക്കീസ്, ഉടലിന്റെ താരസഞ്ചാരങ്ങൾ തുടങ്ങിയവ പ്രധാന കൃതികൾ. പകർന്നാട്ടം അമ്മന്നൂർ ദ ആക്ടറിന് മികച്ച ഹ്രസ്വചിത്രത്തിനുള്ള ദേശീയ സംസ്ഥാന അവാർഡുകൾ. സംസ്ഥാന ചലച്ചിത്ര അക്കാദമി നിർവ്വാഹകസമിതിയംഗം. ദേശീയ അവാർഡ് ജൂറിയംഗമായിട്ടുണ്ട്. ഗുലാത്തി ഇൻസ്റ്റിറ്റ്യൂട്ട് ഓഫ് ടാക്സേഷൻ സ്റ്റഡീസിൽനിന്നു വിരമിച്ചു.

അരന്നൂറ്റാണ്ടിനുശേഷം തിരിഞ്ഞുനോക്കുമ്പോൾ *സ്വയംവരം* എന്ന ചിത്രത്തിന്റെ സിനിമാചരിത്രപരമായ സവിശേഷതകളായി തെളിഞ്ഞുവരുന്നത് എന്തൊക്കെയാണ്? ഏതൊക്കെ ലാവണ്യപരമായ വ്യതിരിക്തതകളും ആന്തരികമായ ആകുലതകളുമാണ് അതിൽ കൂടുതൽ തെളിച്ചവും മുഴക്കവും നേടുന്നത്?

തീർച്ചയായും അതുവരെയുള്ള മലയാളസിനിമകളുടെ ആഖ്യാന-പരിചരണരീതികളിൽനിന്ന് വഴിമാറി സഞ്ചരിച്ച ചിത്രമാണ് *സ്വയംവരം*. ചിരപരിചിതമായ ആദിമദ്ധ്യാന്തഘടന, ആവർത്തന വിരസമായ ചിത്രണരീതികൾ, അതിനാടകീയമായ അഭിനയരീതികൾ, സാമ്പ്രദായികമായ ശബ്ദ/സംഗീതസന്നിവേശം, വീര/ദുരന്ത നായക-നായികാസ്വരൂപങ്ങൾ, പാട്ട്, നൃത്തം, ഹാസ്യത്തിനുവേണ്ടിയുള്ള ഹാസ്യം തുടങ്ങി ചിട്ടപ്പടി ചേരുവകൾ ചേർത്ത കഥന രീതി- ഇവയെ പൂർണ്ണമായി ഒഴിവാക്കിയ ചിത്രമാണ് *സ്വയംവരം*. മാത്രമല്ല, പിന്നീട് കലാസിനിമയുടെ മുഖമുദ്രകളോ ലക്ഷണങ്ങളോ ആയിത്തീർന്ന പല അഭിനയദൃശ്യ ശ്രാവ്യ നൂതനകൾക്കും ഈ ചിത്രമാണ് തുടക്കമിട്ടത്.

മലയാള സിനിമയിൽ തൊട്ടുമുമ്പുള്ള പതിറ്റാണ്ടിൽത്തന്നെ, അതായത്, 1960-

70 കാലത്ത്, വളരെ നൂതനമായ പ്രമേയങ്ങളും ആഖ്യാനരീതികളും മിഴിവുള്ള അഭിനയപ്രകടനങ്ങളും അവതരിപ്പിച്ച മികച്ച ചിത്രങ്ങൾ പുറത്തുവന്നു: *റോസി*/1965, *ഓളവും തീരവും*/1969 (പി എൻ മേനോൻ), *ഓടയിൽനിന്ന്*/1965, *യക്ഷി*/1968, *അനാഴികനേരം*/1970 (കെ എസ് സേതുമാധവൻ), *ഭാർഗ്ഗവീനിലയം*/1964, *നഗരമേ നന്ദി*/1967 (എ വിൻസന്റ്), *ഇരുട്ടിന്റെ ആത്മാവ്*/1967, *കള്ളിച്ചെല്ലമ്മ*/1969 (പി ഭാസ്കരൻ), *ഏഴു രാത്രികൾ*/1968, *അഭയം*/1970 (രാമു കര്യാട്ട്) തുടങ്ങിയ ചിത്രങ്ങൾ പലരീതിയിൽ എഴുപതുകളിലെ 'നവതരംഗത്തിന്റെ മുൻഗാമികളോ മുന്നോടികളോ ആയി. എന്നാൽ സിനിമയുടെ രൂപഭാവങ്ങളിലും ദൃശ്യശബ്ദവിന്യാസത്തിലും *സ്വയംവരം* ആനയിച്ച വിച്ഛേദങ്ങൾ കുറെക്കൂടി നിർണ്ണായകമായിരുന്നു. ആഖ്യാനഘടനയുടെയും ദൃശ്യപരിചരണത്തിന്റെയും കാര്യത്തിൽ അത് വളരെ പ്രകടവുമായിരുന്നു.

പുതിയ തുടക്കങ്ങൾ

*സ്വയംവര*ത്തിന്റെ തുടക്കവും സമാപ്തിയും തന്നെ അത്തരമൊരു വിച്ഛേദത്തെ പ്രഖ്യാപിക്കുന്നുണ്ട്: ചിത്രത്തിന്റെ തുടക്കത്തിൽ ഏഴു മിനിറ്റോളം നീണ്ട ബസ് യാത്രയുടെ ദൈർഘ്യം- 'കഥ' യുമായി പ്രത്യക്ഷബന്ധമോ മറ്റെന്തെങ്കിലും കാര്യകാരണയുക്തിയോ ഇല്ലാത്ത ഈ രംഗപംക്തി - നൂതനമായ ഒരു സ്ഥലകാലാനുഭവത്തിലേക്കാണ് / ആഖ്യാനാന്തരീക്ഷത്തിലേക്കാണ് പ്രേക്ഷകരെ ക്ഷണിച്ചത്. ചിത്രം അവസാനിക്കുന്നതും അതുവരെ പരിചിതമായ ഏതെങ്കിലും തരത്തിലുള്ള പരിസമാപ്തിസുഖമോ വികാരവിരേചനമോ നല്കിക്കൊണ്ടല്ല. ആഖ്യാനമുയർത്തുന്ന നാടകീയവും സാമൂഹികവും നൈതികവുമായ സമസ്യകൾ മുഴുവൻ അന്ത്യത്തിൽ പരിഹരിക്കപ്പെടുകയോ ഉത്തരം കണ്ടെത്തുകയോ ചെയ്യുന്ന പതിവു രീതിയിലല്ല *സ്വയംവര*ത്തിന്റെ അന്ത്യം. മായികപരിഹാരങ്ങളോ പ്രത്യയശാസ്ത്രപരമായ സമാശ്വാസങ്ങളോ ഉത്തരങ്ങളോ നല്കാൻ വിസമ്മതിക്കുന്ന *സ്വയംവരം* വ്യത്യസ്തമാകുന്നത് അത് നമ്മളോട് ചോദിക്കുന്ന ചോദ്യങ്ങൾ കൊണ്ടാവും. ഉത്തരങ്ങൾ, പരിഹാരങ്ങൾ, പരിസമാപ്തികൾ ഇവയെ എല്ലാം നമ്മിലേക്ക് തിരിച്ചുവിടുന്ന ഈ രീതി, സിനിമാനുഭവം എന്ന തലത്തിൽ നൈതികമായ അട്ടിമറിയോ തിരിച്ചിടലോ കൂടിയാണ്. പൊതുവേ വിനോദത്തിനും പരിഹാരങ്ങൾക്കും വിരേചനങ്ങൾക്കുമായി നമ്മൾ പാഠങ്ങളിലേക്ക് നോക്കുകയും അവയെ ആശ്രയിക്കുകയും ചെയ്യുമ്പോൾ ഇവിടെ പാഠം നമ്മെയാണ് പ്രതീക്ഷയോടെ അല്ലെങ്കിൽ ഹതാശയമായി ഉറ്റുനോക്കുന്നത്. ചിത്രത്തിന്റെ ഒടുവിൽ ക്യാമറയിലേക്കുള്ള - നമ്മുടെ നേർക്കുള്ള - സീതയുടെ ദീർഘമായ ആ നോട്ടം ആഖ്യാനത്തിന്റെകൂടി തിരിഞ്ഞുനോട്ടമാണ്.

നായികാനായകരൂപങ്ങൾ

ഇതിലെ നായകൻ വിശ്വനാഥൻ എന്ന യുവാവ് കാല്പനികനാണെങ്കിലും കാല്പനികനായകനല്ല; ദുരന്തങ്ങൾക്ക് നടുവിൽ ജീവിക്കുകയും ഒടുങ്ങുകയും ചെയ്യുന്നുണ്ടെങ്കിലും അയാൾ ഒരു ദുരന്തനായകനുമല്ല. തന്റെ തീരുമാനത്തെ തുടർന്ന്

അയാളെത്തിച്ചേരുന്ന ലോകത്തിൽ ഒന്നിനെയും നിയന്ത്രിക്കാനോ കീഴടക്കാനോ ഉള്ള നായകത്വമോ ധീരോദാത്തതയോ അയാൾക്കില്ല. സാഹചര്യങ്ങളുടെ ഒഴുക്കിലും സമ്മർദ്ദങ്ങളിലുംപെട്ട് നിസ്സഹായനായി കീഴ്പ്പെടുന്ന ഒരാളാണയാൾ. തന്റെ സ്വപ്നങ്ങളൊന്നും അയാൾക്ക് സഫലീകരിക്കാനാവുന്നില്ല: ഒരെഴുത്തുകാരനാവുക, നഗരത്തിൽ മാന്യമായ ഒരു ജോലി കണ്ടെത്തുക, അദ്ധ്വാനിച്ച കുടുംബം പുലർത്തുക, വിശ്വസിച്ച് കൂടെവന്ന കാമുകിക്ക് മാന്യവും അന്തസ്സുള്ളതുമായ ജീവിതസാഹചര്യം ഉറപ്പാക്കുക തുടങ്ങി ഒരു ദൗത്യത്തിലും അയാൾ വിജയിക്കുന്നില്ല എന്നുമാത്രമല്ല, സാധാരണവും ബൗദ്ധികവും ഭൗതികവുമായ എല്ലാ വെല്ലുവിളികൾക്കും മുന്നിൽ അമ്പേ പരാജയപ്പെടുകയും ചെയ്യുന്നു. താൻ ചെന്നുപെടുന്ന, കൂടുതൽ കൂടുതൽ പ്രതികൂലമാകുന്ന അവസ്ഥകളെ ഒരുരീതിയിലും അയാൾക്ക് അതിജീവിക്കാനാവുന്നില്ല. ഒടുവിൽ അയാളെ കാത്തിരിക്കുന്നത് അതിസാധാരണമായ ഒരന്ത്യമാണ്; തികച്ചും അപ്രതീക്ഷിതമായ ഒരു സന്ദർഭത്തിൽ പെട്ടെന്നുണ്ടാകുന്ന പനിക്ക് കീഴടങ്ങുകയാണയാൾ (പുറംലോകത്തിനെതിരെയുള്ള അയാളുടെ ആന്തരിക പ്രതിരോധങ്ങൾ നശിച്ചുപോയിരിക്കുന്നു എന്ന സൂചന അവിടെയുണ്ട്. വൃദ്ധ സഹപ്രവർത്തകനിൽനിന്നാണ് അതു പകരുന്നത് എന്നതും ശ്രദ്ധേയമാണ്; ജീവിച്ചിരുന്നെങ്കിൽ ഒരുപക്ഷേ, വിശ്വത്തിന്റെ തന്നെ ഭാവിയാണയാൾ). ആ മരണത്തിലേക്ക് നയിക്കുന്ന സാഹചര്യങ്ങളിലോ അയാളുടെ പ്രതികരണങ്ങളിലോ സാഹസികമോ ദുരന്താത്മകമോ നായകപ്രഭ/ച്ഛവയുള്ളതോ ആയ ഒന്നുമില്ല. കാലത്തിന്റെ, സാഹചര്യത്തിന്റെ അപ്രതിഹതമായ കുത്തൊഴുക്കിൽ പെട്ടുപോകുന്ന ഒരു മനുഷ്യൻ മാത്രമാണയാൾ.

*സ്വയംവര*ത്തിന്റെ 'കഥ'യാണെങ്കിൽ അതിസാധാരണവും ചിര പരിചിതവുമായ ഒന്നാണ്: കുടുംബത്തെയും സമൂഹത്തെയും വെല്ലുവിളിച്ച്, കാല്പനികമായ സ്വപ്നങ്ങളുടെ ചിറകിലേറി നഗരത്തിൽ അഭയംതേടുന്ന യുവകമിതാക്കളുടെ കഥയാണത്. സ്വന്തം നാടും വീടും വിട്ട് കാമുകനോടൊപ്പം പുതുജീവിതം തേടി കൂടെയിറങ്ങുന്ന ധീരനായിക നമുക്കപരിചിതയല്ല; എന്നാൽ ഈ സാഹസികജീവിതയാത്രയിൽ ഉയർന്നുവരുന്ന തടസ്സങ്ങളേയും വെല്ലുവിളികളേയും നേരിടുന്നതിലും അവയുമായി പൊരുത്തപ്പെടാനും മറികടക്കാനുമുള്ള ശ്രമങ്ങളിലും അവർ രണ്ടുപേരുടെയും കാഴ്ചപ്പാടുകളും പ്രതികരണങ്ങളും തികച്ചും വ്യത്യസ്തമാണ്. ഒരുപക്ഷേ, *സ്വയംവരം* ഉന്നയിച്ച വളരെ സൂക്ഷ്മവും എന്നാൽ നിർണ്ണായകവുമായ സ്ത്രീപക്ഷ നിലപാട് ഇന്ന് തിരിഞ്ഞുനോക്കുമ്പോൾ കൂടുതൽ തെളിഞ്ഞുവരുന്നതായി തോന്നുന്നു. സാഹചര്യങ്ങളോട് സക്രിയമായി ഇടപഴകുന്ന (പൊരുതുന്ന എന്ന വാക്ക് ബോധപൂർവ്വം ഒഴിവാക്കുന്നു), തന്നെ ചൂഴന്നു നില്ക്കുന്ന പുരുഷ ലോകത്തിനു കീഴടങ്ങാൻ വിസമ്മതിക്കുന്ന എന്തോ ഒന്ന് സീതയിൽ നമ്മൾ കാണുന്നുണ്ട്. പ്രത്യക്ഷമോ വാചാലമോ ആയ ഒന്നല്ല, മറിച്ച് ആന്തരികവും ജൈവികവുമായ ഒരു ആയിത്തീരൽ സീതയിലുണ്ട്.

ആഖ്യാനത്തിനകത്തെ നായികയുടെ ജീവിതം അല്ലെങ്കിൽ ജീവിതപ്പാത അതിസാധാരണമായിരിക്കുമ്പോൾത്തന്നെ തികച്ചും അസമ്പ്രദായികവുമാണ്; 'ദുരന്തനായിക' എന്ന രീതിയിൽ അതുവരെ ശാരദ അവതരിപ്പിച്ച കഥാപാത്രങ്ങളിൽനിന്ന്

*സ്വയംവര*ത്തിലെ സീതയ്ക്കുള്ള അകലം പ്രകടമാണ്. ഇവിടേയും സഹനവും ത്യാഗവും അരക്ഷിതാവസ്ഥയും സമാനമായ വൈകാരിക രംഗങ്ങളുമുണ്ട്; എന്നാൽ വിശ്വത്തെ അപേക്ഷിച്ച് ബാഹ്യവും ആന്തരികവും, ഭൗതികവും മാനസികവുമൊക്കെയായ തലങ്ങളിൽ ലോകത്തെയും ജീവിതത്തെയും കൂടുതൽ ആഴത്തിലും തീവ്രമായും അനുഭവിക്കുന്നതും തിരിച്ചറിയുന്നതും അഭിമുഖീകരിക്കുന്നതും സീതയാണ്. നായകകഥാപാത്രത്തെക്കാൾ സങ്കീർണ്ണമായ കഥാപാത്രമാണ് സീത. അങ്ങനെ തുടക്കത്തിൽ ഇരുവരുടേതുമായിരുന്ന *സ്വയംവരം* ഒടുവിൽ അവളുടേതുമാത്രമായിത്തീരുന്നു.

ഇരുവരുടെയും കാലാനുഭവത്തിൽ അഥവാ 'കാലബന്ധ'ത്തിൽ ഈ വ്യത്യാസം പ്രകടമാണ്. ചിത്രത്തിൽ നായകന്റെ ഭൂതകാലത്തെയോ കുടുംബത്തെയോ പറ്റി സൂചനകളേയില്ല എങ്കിൽ സീതയുടെ മനഃസഞ്ചാരങ്ങളിൽ സ്ഥലവും കാലവും മനുഷ്യരുമൊക്കെയുണ്ട്. ഗർഭിണിയായ സീത കാണുന്ന പേക്കിനാവിൽ -ആമ്പല്ക്കുളവും അച്ഛനും മറ്റുമുള്ളത്- ഒരു സ്ഥലത്തെയും ജീവിതപശ്ചാത്തലത്തെയും കുറിച്ചുള്ള അവ്യക്ത സൂചനകളുണ്ട്. ഗർഭിണിയാണ് എന്നറിഞ്ഞശേഷമാണ് ഈ സ്വപ്നം എന്നതും ശ്രദ്ധേയം. (ഗർഭാവസ്ഥ ഭാവിയിലേക്കുള്ള തുടർച്ചയും ഭാവിയെച്ചൊല്ലിയുള്ള പ്രതീക്ഷയും ആശങ്കയും കൂടിയാണല്ലോ): ആഖ്യാനത്തിന്റെ യഥാതഥതലത്തെ ഭേദിച്ച പലവിധം കാല(അ)ബോധങ്ങളെ, അതായത് ഭൂതകാലത്തിൽനിന്നുള്ള ഓർമ്മയും വർത്തമാനകാലത്തെക്കുറിച്ചുള്ള ഭീതിയും ഭാവിയെക്കുറിച്ചുള്ള ആശങ്കയും ആവാഹിക്കുന്നു. വിശ്വനാഥനെ സംബന്ധിച്ച് അയാൾ പരിപൂർണ്ണമായി വർത്തമാനകാലത്തു ജീവിക്കുന്ന, അതിന്റെ കെട്ടുപിണച്ചിലുകളിൽ കുരുങ്ങിപ്പോകുന്ന മനുഷ്യനാണ്; തുടക്കത്തിൽ എഴുത്തുകാരൻ എന്ന രീതിയിൽ അയാൾക്ക് ഭാവിയെക്കുറിച്ച് ഒരു സ്വപ്നമുണ്ട്; എന്നാൽ ആദ്യപ്രസിദ്ധീകരണ ശ്രമത്തിൽ പരാജയപ്പെടുന്നതോടെ വിശ്വം ആ സ്വപ്നത്തിൽനിന്ന്, എഴുത്തുകാരൻ എന്ന ഭാവിയിൽനിന്ന്, ഭാവനയിൽനിന്ന്, പരിപൂർണ്ണമായി പിന്മടങ്ങുകയാണ്. ചിത്രത്തിലുടനീളം ഭൂതകാലത്തെ അയാൾ പരിപൂർണ്ണമായി നിഷേധിക്കുകയോ മറയ്ക്കുകയോ ചെയ്യുമ്പോൾ സീതയുടെ ഭൂതകാലം പല രീതിയിൽ അവളെ പിന്തുടരുന്നു. നായകനിൽനിന്ന് വ്യത്യസ്തമായി സീതയ്ക്ക് അവളുടെ ഭൂതകാലത്തെ പൂർണ്ണമായി ഉപേക്ഷിക്കാനോ ഉച്ചാടനം ചെയ്യാനോ കഴിയുന്നില്ല. ഭൂതകാലം പേക്കിനാവുകളും ഓർമ്മകളുമൊക്കെയായി അവളെ വേട്ടയാടുന്നു; വിശ്വത്തെപ്പോലെ വർത്തമാനകാലത്തിൽ കുടുങ്ങിയൊടുങ്ങാതെ, ത്രികാലങ്ങളിലേക്കും അവളുടെ ജീവിതം പടരുന്നു: ഭൂതകാലം വീണ്ടും വീണ്ടും സീതയെ പലരീതിയിൽ വേട്ടയാടുന്നു; വർത്തമാനകാലത്തിൽ നിരന്തരം മോശമാകുന്ന സാഹചര്യങ്ങളുമായി അവൾ പൊരുതുന്നു, പൊരുത്തപ്പെടുന്നു; ചിത്രം അവസാനിക്കുന്നത് അനിശ്ചിത ഭാവിയുമായുള്ള അവളുടെ നേർമുഖാമുഖത്തിലാണ്.

വിശ്വനാഥൻ മരിച്ചശേഷം മറ്റുള്ളവർ നിർബ്ബന്ധിക്കുമ്പോഴും സ്വന്തം വീട്ടിലേക്കോ നാട്ടിലേക്കോ തിരിച്ചുപോകാനോ കണക്കപ്പിള്ളയുടെ വീട്ടിൽ അഭയം തേടാനോ സീത തയ്യാറാവുന്നില്ല. അതുവരെയുള്ള സീതയുടെ നഗരജീവിതത്തിനിടയിൽ അവൾ ഇടപെടുന്ന/അവൾക്കുചുറ്റും അനാവൃതമാകുന്ന സമൂഹവും ശോഭ

നമായ ഒന്നും വാഗ്ദാനം ചെയ്യുന്ന ഒന്നല്ല. എങ്കിലും സ്വയം വരിച്ച ആ ജീവിതത്തിനോടുള്ള, അതായത് തന്റെ തീരുമാനത്തോടുള്ള പ്രതിബദ്ധതയും, അനിശ്ചിതവും അപ്രവചനീയവുമായ ഭാവിയെ, അതിന്റെ എല്ലാവിധ വരുംവരായ്കകളോടെയും സ്വീകരിക്കാനുള്ള സന്നദ്ധതയും ബാദ്ധ്യതയും സീത ഇവിടെ അസന്ദിഗ്ദ്ധമായി സ്വയം ഏറ്റെടുക്കുന്നുണ്ട്. വിശ്വത്തോടൊപ്പം ഇറങ്ങിത്തിരിച്ച സാഹചര്യത്തിലുള്ള *സ്വയംവര*ത്തിൽ ഒരാളുടെ കൂട്ടും പ്രചോദനവും ബലവും കൂടിയുണ്ടായിരുന്നെങ്കിൽ ഒടുവിൽ തന്റെ ജീവിതത്തെക്കുറിച്ചുള്ള സീതയുടെ തീരുമാനത്തിൽ-അതിന്റെ ഉറപ്പിൽ, സ്ഥൈര്യത്തിൽ-അവൾ തനിച്ചാണ്. അക്കാലത്തെ നവതരംഗ സിനിമകളിലെ നായികമാരിൽനിന്ന് വേറിട്ടുനില്ക്കുന്ന സ്ത്രീകഥാപാത്രമാണ് സീത.

എന്നാൽ അത്തരമൊരു തീരുമാനത്തിന് ദുരന്തഭാവം നല്കാനോ അതിനെ അതിനാടകീയമായി അവതരിപ്പിക്കാനോ ചിത്രവും നായിക കഥാപാത്രവും ശ്രമിക്കുന്നില്ല. ജീവിതത്തിന്റെയും ലോകത്തിന്റെയും (ആഖ്യാനത്തിന്റെയും) അനിശ്ചിതാവസ്ഥകളെ പരിഹരിക്കുകയല്ല മറിച്ച് അവയെ കൂടുതൽ രൂക്ഷമായി നിലനിർത്തിക്കൊണ്ടും അവയെ നമുക്കുനേരെ തിരിച്ചുനിർത്തിക്കൊണ്ടുമാണ് ചിത്രം അവസാനിക്കുന്നത്. ലോകത്തിനും/സമൂഹത്തിനും സീതയ്ക്കുമിടയിലെ പുറംലോകത്തെ കാറ്റിലും കോളിലും ഇളകുന്ന ആ വാതിൽ മുമ്പെന്നത്തെക്കാളധികം ദുർബ്ബലവുമാണ്. പുറത്തുള്ള മഴയും ഇടിമിന്നലും അകത്തുള്ള സീതയുടെ ജീവിതത്തിന്റേതു കൂടിയാണ്. ചിത്രത്തിന്റെ തുടക്കത്തിൽ അവരൊന്നിച്ച് ഇറങ്ങിത്തിരിച്ച കാല്പനികവും പ്രതീക്ഷാനിർഭരവുമായ ബസ് യാത്ര ഒടുവിൽ എത്തിച്ചേരുന്നതിവിടെയാണ്. എന്നാൽ ഇതൊരു അന്ത്യമല്ല, സ്വയംവരിച്ച മറ്റൊരു ജീവിതത്തിന്റെയും യാത്രയുടെയും തുടക്കംകൂടിയാണ്. ഇതുവരെയുള്ള അതിന്റെ ഗതിവിഗതികളിൽ ആഖ്യാനമുയർത്തിയ ഭൗതിക/ നൈതിക/ ദാർശനിക സമസ്യകൾക്കൊന്നും ഇവിടെ പരിഹാരമോ പരിസമാപ്തിയോ ഇല്ല. പുറംലോകം ആസുരമായ അനിശ്ചിതത്ത്വങ്ങളോടെ പുറത്ത് കോരിച്ചൊരിയുന്നുണ്ട്. ഇത്തരത്തിലുള്ള തികച്ചും സ്നിദ്ധവും അനിശ്ചിതവുമായ അന്ത്യത്തിന്റെ തെരഞ്ഞെടുപ്പിൽ ചലച്ചിത്ര രചയിതാവിന്റെകൂടി സ്വയംവരമുണ്ട്.

പ്രണയത്തെ, പ്രണയത്തിന്റെ ലോകജീവിതത്തെ, ഇത്രയും രൂക്ഷവും നിഷ്കരുണവുമായി അവതരിപ്പിച്ചിട്ടുള്ള ചിത്രങ്ങൾ അപൂർവ്വമാണ്. യാഥാർത്ഥ്യത്തെ അല്ലെങ്കിൽ സംഭവങ്ങളെ ന്യായീകരിക്കുന്ന അതീതയുക്തികളോ ദുരന്തത്തിന്റെ കാര്യകാരണയുക്തി നല്കുന്ന ആശ്വാസങ്ങളോ, അന്തിമത്വം (ക്ലൈമാക്സോ കഥാർസിസോ) നല്കുന്ന വികാരവിരേചനമോ ഇവിടെയില്ല. തന്റെതന്നെ തീരുമാനങ്ങളുടെ ഉത്തരവാദിത്വമേറ്റെടുത്ത് വിധിയോട് പൊരുതിത്തോല്ക്കുന്ന ദുരന്തനായകനോ, വ്യക്തി കടന്നുപോകുന്ന സംഘർഷങ്ങൾക്കും ദുഃഖങ്ങൾക്കും അസ്തിത്വവാദപരമോ ദാർശനികമോ ആയ അധികമാനങ്ങളോ, പ്രത്യയശാസ്ത്ര പരമായ വിശദീകരണയുക്തിയോ ഇവിടെയില്ല; ആന്തരികവ്യഥകൾ വേട്ടയാടുന്ന അസ്തിത്വവാദിയോ, വ്യവസ്ഥയോട് പൊരുതുന്ന അധഃസ്ഥിത വർഗ്ഗത്തിന്റെ പ്രതിനിധിയോ അല്ല ഇയാൾ. എല്ലാത്തരത്തിലും നിസ്സഹായവും നിരാലംബവുമായ ഒരു മദ്ധ്യവർഗ്ഗ/ഇടനിലയിലാണ് അയാൾ നിലകൊള്ളുന്നത്. അതുകൊണ്ടു

തന്നെ ജീവിതത്തിനുപരിയായ എന്തെങ്കിലും നീതിന്യായങ്ങളുടെ സമാശ്വാസമോ, അനിശ്ചിതത്ത്വങ്ങളെ അതിവർത്തിക്കുന്ന അതീതയുക്തികളുടെ സമാധാനങ്ങളോ ഇവിടെയില്ല; ഇവിടെയുള്ളത് വ്യക്തികളും മനുഷ്യജീവിതങ്ങളുമെല്ലാം ഉള്ളടങ്ങുന്ന, അവയിലൂടെ നിരങ്കുശം നിരന്തരം ഒഴുകുന്ന ജീവിതവും ജീവന്റെ ചലനവും മാത്രമാണ്. വ്യക്തികൾ, അവരുടെ തൃഷ്ണകൾ അഭിലാഷങ്ങൾ മനുഷ്യബന്ധങ്ങളിലെ കെട്ടുപിണച്ചിലുകൾ അതിജീവനത്തിനിടയിൽ നേരിടുന്ന നിത്യസംഘർഷങ്ങൾ അതെല്ലാം കൂടിച്ചേർന്ന് ചമയ്ക്കപ്പെടുന്ന സമൂഹം-അതെല്ലാം തന്നെ നമ്മൾ കണ്ടുശീലിച്ച നാടകങ്ങളാണെങ്കിലും നമ്മുടെ സിനിമ-ആഖ്യാനശീലം എന്നത് അവയെ ഏതെങ്കിലും തലത്തിലുള്ള വൈയക്തിക മാനസികനിലകൾ, ഔന്മുഖ്യങ്ങൾ, വികല്പങ്ങൾ, വർഗ്ഗസംഘർഷങ്ങൾ തുടങ്ങിവയിലൂടെ വിശദീകരണക്ഷമമാക്കുകയോ അങ്ങനെ സാധൂകരിക്കുകയോ സാമാന്യവല്ക്കരിക്കുകയോ ചെയ്യുക എന്നതാണ്. ആഖ്യാനം അവയെ ഉൾക്കൊള്ളുന്നതും മെരുക്കുന്നതും ഏതെങ്കിലും കാര്യകാരണബന്ധത്തിന്റേയോ അതീതയുക്തികളുടെയോ ചട്ടക്കൂട് അല്ലെങ്കിൽ സമാധാനം അവയ്ക്ക് നല്കുന്നതിലൂടെയാണ്, അത്തരം ഒരു ചട്ടക്കൂട് നമുക്കും, പ്രേക്ഷകർക്കും ആശ്വാസവും വിരേചനവും നല്കാറുണ്ട്. അത്തരം യാതൊരു രക്ഷാമാർഗ്ഗവും ഇവിടെയില്ല എന്നതാണ *സ്വയംവര*ത്തെ ആഖ്യാനം എന്ന നിലയ്ക്ക് അക്കാലത്തെ മറ്റുചിത്രങ്ങളിൽനിന്ന് വേറിട്ടതാക്കുന്നത്. പ്രത്യയശാസ്ത്രം നല്കുന്ന ഹേതുബോ(ധ)ധ്യ സമാധാനങ്ങൾ, ആദിമദ്ധ്യാന്ത-പരിസമാപ്തിയണയ്ക്കുന്ന സമാശ്വാസങ്ങൾ, നീതിയുടെയും നന്മയുടെയും വിജയവും അനീതിയുടെയും തിന്മയുടെയും പരാജയവും അല്ലെങ്കിൽ അത്തരം എന്തെങ്കിലും സൂചന നല്കുന്ന ചെറുതണൽ പോലും ഇവിടെയില്ല; മറിച്ച്, ജീവിതയാഥാർത്ഥ്യത്തിന്റെ ഉച്ചവെയിൽ മാത്രം.

സ്വപ്നസൂചനകൾ

വിശ്വത്തിന്റെ ഈ മനോനിലയെക്കുറിച്ചുള്ള സൂചന, അല്ലെങ്കിൽ അതിനെപ്പറ്റി സീതയ്ക്കുള്ള ആശങ്ക ആദ്യഭാഗത്തെ പകൽസ്വപ്ന ദൃശ്യങ്ങളിലും പ്രതിഫലിക്കുന്നുണ്ട്; അയാളിലുള്ള ഈ ജീവിത പരാങ്മുഖത്വത്തെക്കുറിച്ചുള്ള സീതയുടെ ഭയം അവയിലുടനീളം നിഴൽവീഴ്ത്തുന്നുണ്ട്. നഗര ഹോട്ടലിൽ മുറിയെടുത്ത ശേഷമുള്ള സന്ദർഭത്തിലാണ് ഈ ഭ്രമദൃശ്യങ്ങൾ അതുവരെ യഥാതഥമായ സ്ഥലരാശികളിലും കാലവേഗങ്ങളിലും സഞ്ചരിച്ച ആഖ്യാനത്തിനു കുറുകെ പ്രത്യക്ഷപ്പെടുന്നത്. മൂന്നു ഖണ്ഡങ്ങളിലായിട്ടാണ് ഈ രംഗപംക്തി: ആദ്യത്തേത് കടലോരത്തും രണ്ടാമത്തേത് ഒരു തീവണ്ടിപ്പാതയിലും മൂന്നാമത്തേത് കാട്ടുപ്രദേശത്തുമാണ് അരങ്ങേറുന്നത്. അണിഞ്ഞൊരുങ്ങിയ സീത കടലോരത്ത് ആഹ്ലാദത്തോടെ ഓടുന്ന സ്ലോമോഷൻ ദൃശ്യത്തിൽ തുടങ്ങുന്ന ആദ്യഖണ്ഡത്തിൽ വിശ്വം അവളെ പിന്നിലാക്കിക്കൊണ്ട് കടൽത്തിരകളിരമ്പുന്ന പാറയിടുക്കിലേക്ക് നടന്നിറങ്ങുന്നതാണ് കാണുന്നത്; മുകളിൽനിന്ന് സീത ഭയാശങ്കകളോടെ തിരിച്ചുവിളിക്കുമ്പോഴും അയാൾ തന്റെ ഇറക്കം തുടരുന്നു. ഏറ്റവും താഴെ ഇറങ്ങിനില്ക്കുന്ന അയാളിൽനിന്ന് കട്ട് ചെയ്യുന്നത് തന്റെ മടിയിൽ കിടക്കുന്ന വിശ്വത്തിനെ തഴുകുന്ന സീതയിലാണ്. പിന്നീട് കാണുന്നത് കടലോരത്ത് തിരകൾ കരയ്ക്കു കൊണ്ടിട്ടതുപോലെ കിടക്കുന്ന

രണ്ടുപേരെയുമാണ്. *ചെമ്മീനി*ലെ പ്രശസ്ത രംഗത്തെ ഓർമ്മിപ്പിക്കുന്ന ഈ ദൃശ്യം അസാദ്ധ്യമായ പ്രണയത്തെയും മരണത്തെയും ആവഹിക്കുന്ന ഒന്നാണ്. കിടപ്പിൽനിന്ന് സീത എഴുന്നേല്ക്കുമ്പോൾ അവരുടെ കൈകൾ രണ്ടും ബന്ധിപ്പിക്കുന്ന ഒരു പൂമാല കാണാം; അത് അവരുടെ വിവാഹത്തെയും പലായനത്തെയും ആദ്യരാത്രിയെയും സൂചിപ്പിക്കുന്നു. സീതയാണ് ആ ഉറക്കത്തിൽനിന്ന് (മരണത്തിൽനിന്ന്?) അയാളെ ഉണർത്തുന്നത്. അടുത്ത രംഗത്തു കാണുന്നത് രണ്ടുപേരും ഒരു തീവണ്ടിപ്പാതയ്ക്കരികെ നില്ക്കുന്നതും പെട്ടെന്ന് വിശ്വം ഓടിച്ചെന്ന് തീവണ്ടിപ്പാളത്തിൽ തലവച്ചു കിടക്കുന്നതുമാണ്. തീവണ്ടിയുടെ പാഞ്ഞടുക്കുന്ന ശബ്ദം കേട്ടുഭയന്ന് സീത അയാളെ വിലക്കുകയും ഓടിച്ചെന്ന് പിടിച്ചെഴുന്നേല്പിക്കുകയും ചെയ്യുന്നു. എഴുന്നേറ്റ് സീതയെ ഗാഢം പുണരുന്ന വിശ്വത്തിന്റെ ദൃശ്യത്തിൽനിന്ന് കട്ട് ചെയ്യുന്നത് കാമുകീകാമുകന്മാരുടെ ചിത്രങ്ങളുള്ള കുറേ സിനിമാ പോസ്റ്ററുകളുടെ പരമ്പരയിലേക്കാണ്. പിന്നെയുള്ള രംഗത്തു കാട്ടിലൂടെ ഓടിയകലുന്ന വിശ്വത്തെയും, ഒപ്പം എത്താനാവാതെ കിതയ്ക്കുന്ന സീതയെയുമാണ് കാണുക. ഭയപ്പെടുത്തുന്ന വനശബ്ദങ്ങളുടെ പശ്ചാത്തലത്തിൽ ദിക്കറിയാതെയോടുന്ന സീത ഒരു പാറയിടുക്കിലെത്തി നില്ക്കെ പെട്ടെന്നവളുടെ തോളിൽ ഒരു കൈവന്നു പതിക്കുമ്പോൾ അവൾ ഞെട്ടിത്തരിച്ച് നിലവിളിക്കുന്നതോടെ ആ ദുഃസ്വപ്നം അവസാനിക്കുന്നു. ഈ മൂന്നു രംഗത്തിലും പ്രണയഹർഷത്തോടൊപ്പം മരണവുമുണ്ട്; സീതയാണ് ഓരോ തവണയും വിശ്വത്തെ പിന്തിരിപ്പിക്കാൻ ശ്രമിക്കുന്നത്. ഗർഭിണിയായ സീത കാണുന്ന സ്വപ്നത്തിൽ അച്ഛനാണ് അവളെ വിടാതെ പിന്തുടരുന്നത്; ആമ്പല്ക്കുളത്തിൽ പൂപറിക്കാനായിറങ്ങുന്ന സീതയെ അച്ഛൻ വെള്ളത്തിന്റെ ആഴങ്ങളിലേക്ക് പിടിച്ചുവലിക്കുകയും പിന്നീട് കാട്ടിലൂടെ പിന്തുടരുകയും ചെയ്യുന്നു. ഓടിരക്ഷപ്പെടാൻ ശ്രമിക്കുമ്പോൾ അവൾ ഉറക്കെ വിളിച്ചിട്ടും വിശ്വൻ രക്ഷക്കെത്തുന്നില്ല. ഈ സ്വപ്നദൃശ്യങ്ങളുടെ കേന്ദ്രത്തിലെല്ലാമുള്ളത് സീത അനുഭവിക്കുന്ന ഭയവും അരക്ഷിതാവസ്ഥയും ഏകാന്തതയുമാണ്; വിശ്വം തന്നെവിട്ടുപോകുമെന്ന ഭീതി (പ്രവചനം?) പ്രകടമായിത്തന്നെ ഈ രംഗങ്ങളിലെല്ലാമുണ്ട്.

അകംലോകം /പുറംലോകം

വളരെ സാമ്പ്രദായികവും പറഞ്ഞുപഴകിയതുമായ ഒരു 'കഥ'യാണ് *സ്വയംവര*ത്തിന്റേത്. സ്വതന്ത്രമായ ജീവിതവും ജീവനവും തേടി സ്വന്തം നാടും വീടും വിട്ട് നഗരത്തിലെത്തുന്ന പുരുഷനും സ്ത്രീയും കടന്നുപോകുന്ന അനുഭവങ്ങളും സംഘർഷങ്ങളുമാണ് *സ്വയംവരം.* "കുറച്ചു വടക്കുനിന്ന്" എന്ന് വളരെ അവ്യക്തമായ ചില മറുപടികളൊഴികെ അവരുടെ നാടിനെയും കുടുംബത്തെയും സംബന്ധിച്ച വിവരങ്ങളൊന്നും വെളിപ്പെടുന്നില്ല. പ്രാരംഭത്തിലെ ബസ് യാത്രയിലാണ് ഈ കഥാപാത്രങ്ങളെ നമ്മൾ കണ്ടുമുട്ടുന്നതും അവിടുന്ന് അവരുടെ പടിപടിയായി വീണടയുന്ന ജീവിതത്തെ പിന്തുടരുന്നതും. എഴുത്തുകാരനാകണം എന്ന ഒരൊറ്റ മോഹമായിരിക്കും വിശ്വനാഥൻ എന്ന കഥാപാത്രത്തിന്റെ മനോഘടനയെയും ജീവിതസ്വപ്നങ്ങളേയുംകുറിച്ചുള്ള ഏകസൂചന; അതിൽ പരാജയപ്പെടുന്നതോടെ അയാൾ പിന്നീട് ഏതെങ്കിലും സാഹിത്യ ശ്രമത്തിലേർപ്പെടുകയോ സാഹിത്യ

സംഘങ്ങളിലോ ചർച്ചകളിലോ പങ്കെടുക്കുന്നതായോ കാണുന്നില്ല. തുടക്കം മുതൽ തങ്ങളെടുത്ത തീരുമാനം *സ്വയംവരം-* തെറ്റായിരുന്നോ എന്ന ചിന്തയും സംശയവും അയാളെ വേട്ടയാടുന്നുണ്ട്: ചിത്രത്തിലെ ആദ്യത്തെ സംഭാഷണത്തിൽത്തന്നെ വിശ്വത്തിന്റെ ആത്മശങ്ക വെളിപ്പെടുന്നുണ്ട്: "വേണ്ടിയിരുന്നില്ല എന്നു തോന്നുന്നുണ്ടോ? എന്തും നേരിടാനുള്ള ധൈര്യത്തോടെയല്ലേ നമ്മൾ പോന്നത്?.. വിശ്വസിക്കാൻ കഴിയുന്നില്ല... ഒരു സ്വപ്നം പോലെ തോന്നുന്നു..." ഈ ചോദ്യം, സംശയം ചിത്രത്തിലുടനീളം അയാൾ ആവർത്തിക്കുന്നുണ്ട്, ഓരോ ഘട്ടത്തിലും സീത അത് തള്ളിക്കളയുന്നുണ്ടെങ്കിലും. എഴുത്തുകാരൻ, കാമുകൻ, ഭർത്താവ് തുടങ്ങിയ തന്റെ സ്വപ്നങ്ങളിലൊന്നും ആത്മവിശ്വാസം പുലർത്താനാവാതെ, നിത്യജീവിതത്തിന്റെ ഇടുക്കങ്ങളിലേക്ക് സ്വയം ചുരുങ്ങുന്ന ഒരാളെയാണ് വിശ്വത്തിൽ കാണുന്നത്. ആദ്യ ബസ് യാത്രയുടെ-അവരുടെ പ്രണയനിശ്ചയത്തിന്റെയും-തിരശ്ചീനമായ നീക്കത്തിൽനിന്നും, ഹോട്ടൽ ജീവിതത്തിന്റെ ലംബമാനമായ ഉയർച്ചകളിൽനിന്നും അയാൾ ആ ചെറിയ വാടക വീടിന്റെയും തടിമിൽ ജോലിയുടെയും പരിമിതവൃത്തത്തിന്റെ നിശ്ചലതയിലേക്കും ആവർത്തനങ്ങളിലേക്കും പതിക്കുകയാണ് ചെയ്യുന്നത്. ക്യാമറയുടെ നോട്ടങ്ങളും ഉയർന്ന കോണുകളിൽനിന്നും ചടുലചലനങ്ങളിൽനിന്നും സമനിലയിലുള്ള കോണുകളിലേക്കും നിശ്ചലദൃശ്യങ്ങളിലേക്കും ക്രമേണ മാറുന്നതുകാണാം.

നേരത്തേ സൂചിപ്പിച്ചതുപോലെ, സ്വന്തം നിലയ്ക്ക് തന്നിഷ്ടപ്രകാരം ഒരു ജീവിതം വരിക്കുക, ആ തീരുമാനം നടപ്പാക്കുക, വരുംവരായ്കകളെ നേരിടുക തുടങ്ങിയ കാര്യങ്ങളിൽ അവരുടെ സമീപനങ്ങളിലെ വ്യത്യാസം പ്രകടമാണ്. തീരുമാനം എടുക്കുക എന്ന കൃത്യവും (അതുവരെയുള്ള ജീവിതത്തിൽനിന്നുള്ള ഒരു ഇടർച്ചയാണത്, ധൈര്യം ആവശ്യമുള്ള ഒന്ന്) പ്രഖ്യാപനവും, അത് നടപ്പാക്കി അതനുസരിച്ച് ജീവിക്കുക എന്ന തുടർച്ചയും അഥവാ അതാവശ്യപ്പെടുന്ന നിരന്തരസമരവും തമ്മിലുള്ള വൈജാത്യംകൂടി ഇവിടെയുണ്ട്. അവർ സൃഷ്ടിക്കാൻ ശ്രമിക്കുന്നത് സ്വച്ഛമായ ഒരു അകം ലോകവും സ്വതന്ത്രവുമായ ഒരു ജീവിതവുമാണ്. എന്നാൽ തുടക്കം മുതൽതന്നെ പുറംലോകം അതിലേക്ക്, അവരുടെ നിത്യജീവിതത്തിലേക്ക്, ജീവിക്കുന്ന ഇടങ്ങളിലേക്ക് അതിക്രമിച്ചുകയറാൻ ശ്രമിക്കുന്നതുകാണാം. ആദ്യം താമസിച്ച മുന്തിയ ഹോട്ടലിൽ അവരുടെ പ്രണയസ്വകാര്യതയെ ഭഞ്ജിച്ചുകൊണ്ട് വെയ്റ്റർ കടന്നുവരുന്നു, വാടകകുറഞ്ഞ ലോഡ്ജിൽ താമസക്കാരുടെയെല്ലാം ചൂഴ്ന്നനോട്ടങ്ങൾക്കിടയിലാണ് അവർ കഴിയുന്നത്; അവിടെ വിശ്വമില്ലാത്ത സമയത്ത് ഒരാൾ മുറിയിലേക്ക് ബലം പ്രയോഗിച്ച് കടക്കാനും ശ്രമിക്കുന്നു. അവിടം വിട്ട് അവർ തെരഞ്ഞെടുക്കുന്ന ചെറിയ വീട്ടിലേക്കും ഒട്ടേറെപ്പേർ ക്ഷണിക്കാതെ കടന്നുകയറുന്നുണ്ട്: തുടക്കം മുതൽതന്നെ തൊട്ടുമുന്നിലുള്ള വീട്ടിൽ താമസിക്കുന്ന കല്യാണി എന്ന ലൈംഗിക തൊഴിലാളിയും അവിടുത്തെ സ്ഥിരം ഇടപാടുകാരനായ സ്മഗ്ലർ വാസുവും സീതയെ നോട്ടമിടുന്നുണ്ട്; പിന്നീട് പലപ്പോഴും കല്യാണി സീതയുമായി കൂട്ടുകൂടാൻ ശ്രമം നടത്തുന്നുണ്ടെങ്കിലും സീത അത് പ്രോത്സാഹിപ്പിക്കുന്നില്ല; ഇടയ്ക്കെത്തുന്ന വീട്ടുടമയും സഹായിയായ ജാനകി എന്ന അയല്ക്കാരിയും സുകുമാരൻ എന്ന ബാലനുമൊഴിച്ചാൽ മറ്റുള്ളവരെല്ലാം അവിടെ ക്ഷണിക്കാതെ

എത്തുന്നവരാണ്: പോസ്റ്റ്മാൻ, പൊലീസുകാരൻ തുടങ്ങി സ്മഗ്ലർ വാസുവും, അർദ്ധരാത്രി വന്നു കതകുമുട്ടുന്ന മദ്യപസംഘംവരെ കടന്നുകയറ്റക്കാരുടെ നിര നീളുന്നു. കമിതാക്കളുടെ നഗരത്തിലേക്കുള്ള ആശ്രയവും പുതുജീവിതവും തേടിയുള്ള പലായനത്തിലെ പ്രതീക്ഷകളിലൊന്ന് – അല്ലെങ്കിൽ നഗരത്തിന്റെ, നാഗരികതയുടെ, വാഗ്ദാനങ്ങളിലൊന്ന് – സ്വകാര്യതയും സ്വാതന്ത്ര്യവുമാണെങ്കിൽ, ആരോടും ബാദ്ധ്യതയില്ലാത്ത അനാമിക തയ്യാറാണെങ്കിൽ, അതാണിവിടെ നിരന്തരം ഭഞ്ജിക്കപ്പെടുന്നത്.

എന്നാൽ ജീവിതത്തോടും ഭൂതകാലത്തോടും എന്നതുപോലെ പുറംലോകത്തോടുള്ള സമീപനത്തിലും രണ്ടുപേരുടെയും നിലപാട് വ്യത്യസ്തമാണ്. സീതയുടെ പുറംലോകവുമായുള്ള ഇടപെടലുകളിലെല്ലാം ഏതെങ്കിലും തരത്തിലുള്ള തെരഞ്ഞെടുപ്പും നിർവ്വാഹകത്വവും ഉള്ളതായിക്കാണാം. സീത തള്ളേണ്ടവരെ ബലം പ്രയോഗിച്ച് പുറത്താക്കുന്നു/അവഗണിക്കുന്നു. അതേസമയം കൊള്ളേണ്ടവരെ- ജാനകിയെയും സുകുമാരനെയുംപോലുള്ളവരെ- സീത നിരുപാധികം സ്വാഗതം ചെയ്യുന്നു. ഒരൊറ്റ രംഗത്താണ് നമ്മൾ സീതയെ തനിച്ച്, പുറംലോകത്തു കാണുന്നത്: അത് സെയിൽസ് ഗേളിന്റെ ജോലി തേടി സീത ഒരു ഓഫീസിൽ ചെല്ലുന്ന രംഗത്താണ്. ജോലിക്കായി ഒരു നിക്ഷേപം കെട്ടിവയ്ക്കേണ്ടതിന്റെ പേരിൽ ആ അവസരം സീതയ്ക്ക് നഷ്ടപ്പെടുകയും ചെയ്യുന്നു. പിന്നെയുള്ള രംഗങ്ങളിലെല്ലാം കുടുംബം പുലർത്തുക എന്ന ഒരിക്കലുമവസാനിക്കാത്ത ജോലിയിലേർപ്പെട്ടിരിക്കുന്നതായാണ് നമ്മൾ സീതയെ കാണുന്നത്; എപ്പോഴും എന്തെങ്കിലും കൃത്യത്തിൽ:

പാചക ഒരുക്കങ്ങൾ, പാചകം, വീട് വൃത്തിയാക്കൽ, തുണിയലക്കൽ, വസ്ത്രമുണക്കൽ തുടങ്ങി വായന (മറ്റൊരു *സ്വയംവര*ത്തിന്റെ കഥയായ ഉറൂബിന്റെ *സുന്ദരികളും സുന്ദരന്മാരു*മാണ് സീത വായിക്കുന്നത് എന്നത് ശ്രദ്ധിക്കുക) വരെയുള്ള പലതിലും ഏർപ്പെട്ടിരിക്കുന്നതായാണ് നമ്മൾ കാണുന്നത്.

നേരെമറിച്ച് ലോകം അല്ലെങ്കിൽ സാഹചര്യത്തിന്റെ സമ്മർദ്ദങ്ങൾക്കനുസരിച്ച് പ്രതികരിക്കുകയാണ് വിശ്വം ചെയ്യുന്നത്. എഴുത്തുകാരനാവാനുള്ള ശ്രമം പരാജയപ്പെട്ടശേഷം ട്യൂട്ടോറിയൽ കോളേജ് അദ്ധ്യാപക ജോലിയിലേക്കും അതും നഷ്ടപ്പെട്ട് തടിമില്ലിലെ കണക്കെഴുത്തുകാരൻ എന്ന നിലയിലേക്കും അയാളുടെ ലോകം സങ്കോചിക്കുമ്പോൾ അയാളും സ്വയം സങ്കോചിക്കുകയും താനെത്തിപ്പെടുന്ന അവസ്ഥകളിലേക്ക് ചുരുങ്ങുകയുമാണ്. പുറംലോകത്തിന്റെ ആനുകൂല്യങ്ങൾക്കായി കാത്തിരിക്കുന്ന ഒരാളാണ് വിശ്വം. എഴുത്തുകാരനാകാൻ ആഗ്രഹിക്കുമ്പോഴും പത്രാധിപർ നിരസിക്കുന്നതോടെ അയാൾ അതിൽനിന്ന് പിന്മാറുന്നു; ട്യൂട്ടോറിയലിൽ ശമ്പളം ചോദിച്ചുവാങ്ങുന്നതിനുപകരം ഉടമയുടെ നിർബ്ബന്ധത്തിനു വഴങ്ങി അയാൾക്കൊപ്പം മദ്യപിക്കുന്നു; ട്യൂട്ടോറിയലിൽനിന്ന് നിഷ്കരുണം പിരിച്ചുവിടുമ്പോഴും അയാൾക്ക് പ്രതികരിക്കാനാവുന്നില്ല; തടിമില്ലിലെ കണക്കെഴുത്തുജോലിയിൽ പ്രവേശിക്കുമ്പോഴും അതേ ജോലിയിൽനിന്ന് പിരിച്ചുവിട്ട തൊഴിലാളിയുടെ നോട്ടവും സാന്നിദ്ധ്യവും അയാളെ നിരന്തരം വേട്ടയാടുന്നു; ആ തൊഴിലാളി സഖാവിനോട് സഹഭാവം പുലർത്താനോ ആട്ടിയോടിക്കാനോ അയാൾക്കു കഴിയുന്നില്ല. സ്മഗ്ലർ വാസുവിന്റെ സാന്നിദ്ധ്യവും അയാളുമായുള്ള കണ്ടുമുട്ടലുകളും വിശ്വത്തെ അസ്വസ്ഥനാക്കുകയാണ്; ഒരിക്കലും വാസുവിനെ കർക്കശമായി നേരിടാൻ അയാൾക്കു കഴിയുന്നില്ല. വിശ്വം നഗരത്തിലൂടെ അലയുന്ന രണ്ട് ദൃശ്യപംക്തികളിൽ ഈ വിമുഖത (അല്ലെങ്കിൽ പരാങ്മുഖത) പ്രകടമാണ്. രണ്ട് രംഗങ്ങളിലും നിരത്തിലൂടെ തൊഴിലാളിസമരജാഥകൾ കടന്നുപോകുന്നുണ്ട്, അയാളെപ്പോലെയുള്ള തൊഴിൽരഹിതരുടെയും പിരിച്ചുവിടപ്പെട്ടവരുടെയുമൊക്കെ ഒത്തുചേരലുകളും പ്രതിഷേധങ്ങളുമാണ് അവയെങ്കിലും അയാളവയിൽനിന്നൊക്കെ അകലം പാലിക്കുന്നു. പൊതു മൈതാനത്തു രാഷ്ട്രീയപ്രസംഗം കേൾക്കുമ്പോഴും അതേ മനോനിലയിലാണ് വിശ്വം. രാത്രി വഴിയിൽ വച്ച് ഒരു ലൈംഗികത്തൊഴിലാളി മാടിവിളിക്കുമ്പോൾ അയാൾ ധൃതിയിൽ നടന്നകലുന്നു. പുറംലോകം അയാൾക്ക് ജീവിക്കാനോ ജീവനത്തിനോ ഉള്ള അവസരങ്ങൾ നിഷേധിക്കുക മാത്രമല്ല കൂടുതൽ കൂടുതൽ അസ്സഹനീയവുമായി മാറുന്നുണ്ട്. ആ കീഴടങ്ങലിന്റെ തുടർച്ചയോ പാരമ്യമോ ആണ് ഒടുവിൽ അയാളുടെ ജീവൻ തന്നെ അപഹരിക്കുന്ന പനിയും. തുടക്കം മുതലേ അയാളെ വേട്ടയാടുന്ന കുറ്റബോധം *സ്വയംവര*ത്തെക്കുറിച്ചുള്ളതാണെങ്കിൽ, അത് പിന്നീട് ജോലി കണ്ടെത്താനും കുടുംബം പോറ്റാനുമുള്ള കഴിവുകേടായും, മറ്റൊരാളുടെ ജോലി കവർന്നെടുത്തതിലെ കുറ്റബോധവുമൊക്കെയായി വ്യാപിക്കുന്നു. അങ്ങനെനോക്കുമ്പോൾ ബാഹ്യവും ശാരീരികവുമെന്നതിനെക്കാൾ അയാളുടെ മരണത്തിനുമുമ്പുതന്നെ മാനസികവും ആന്തരികവുമായ തലങ്ങളിൽ അതു സംഭവിച്ചു കഴിഞ്ഞിരിക്കുന്നു.

തികച്ചും വ്യക്തിപരമായ ദുരന്തമായിട്ടാണോ വിശ്വത്തിന്റെ വിധിയെ കാണേ

ണ്ടത്? എന്തുകൊണ്ടാണ് വിശ്വം എന്ന വ്യക്തിക്ക് തന്റെ ജീവിതത്തെ, വിധിയെ, വൈയക്തികതയെ, അതിവർത്തിക്കുന്ന എന്തെങ്കിലും ഒന്നുമായി സാത്മ്യപ്പെടാനും അതിന്റെ ഭാഗമായി സ്വയം കാണാനും സാധിക്കാത്തത്? ഈ രീതിയിൽ ഒരുവിധത്തിലുമുള്ള സാമൂഹികതയിലും ആശ്രയമോ സാത്മ്യമോ ഇല്ലാത്ത വ്യക്തിപരതയിലേക്കുള്ള ചുരുക്കം മറ്റു അടൂർ കഥാപാത്രങ്ങളിൽനിന്നും മറ്റു നവതരംഗനായകരിൽനിന്നും അയാളെ വ്യത്യസ്തനാക്കുന്നു. *അശ്വത്ഥാമാവി*ലെ കുഞ്ഞുണ്ണിയെപ്പോലെ വൈരാഗിയുടെ ഭോഗലാലസതയിലോ, *ഉത്തരായണ*ത്തിലെ രവിയെപ്പോലെ സന്ദേഹിയുടെ സഞ്ചാരത്തിലോ, *സ്വപ്നാടന*ത്തിലെ ഗോപിനാഥനെപ്പോലെ തന്റെ ഷണ്ഡത്വത്തിൽനിന്നുള്ള ഒളിച്ചോട്ടത്തിലോ അയാൾക്ക് അഭയം തേടാനാകുന്നില്ല. സാമൂഹികവും വൈയക്തികവും ആയ ഒരുതരം ശൂന്യത അയാൾക്കുചുറ്റും നിറയുകയാണ്. വ്യക്തികളുടെ/പ്രണയത്തിന്റെ സ്വയംവരവും അതിന് ഒരുവിധത്തിലും പൊരുത്തപ്പെടാനോ അതിജീവിക്കാനോ കഴിയാത്ത സമൂഹവും തമ്മിലുള്ള ഒരു മുഖാമുഖംകൂടി ഇവിടെയുണ്ട്. സ്വന്തം വിധി തെരഞ്ഞെടുക്കുന്ന വ്യക്തികൾക്ക് നിലനില്ക്കാനാവാത്ത നൈതികശൂന്യമായ ഒരിടത്തെക്കുറിച്ചുള്ള ആശങ്ക കൂടി *സ്വയംവര*ത്തിലുണ്ട്.

നഗരത്തിന്റെയും ആധുനികതയുടെയും വാഗ്ദാനങ്ങൾ

തിരിഞ്ഞുനോക്കുമ്പോൾ അന്നത്തെ സാഹിത്യസിനിമാവ്യവഹാരങ്ങളും ഭാവനാസഞ്ചാരങ്ങളുമായി *സ്വയംവരം* വിഘടിച്ചുനില്ക്കുന്നതായിക്കാണാം. *സ്വയംവര*ത്തിന്റെ റിയലിസം അതുവരെയുള്ള യഥാതഥശൈലികളും അനുമാനങ്ങളുമായി കലഹിക്കുന്നുണ്ട്. അവിടെയെല്ലാം യാഥാർത്ഥ്യത്തെയും അനുഭവത്തെയും അതുവഴി ജീവിതത്തെയും ലോകത്തെയും ചില പൂർവ്വനിശ്ചിതമായ ആശയങ്ങളിലേക്കോ ആദർശങ്ങളിലേക്കോ വിശദീകരണങ്ങളിലേക്കോ ഇണക്കിച്ചേർക്കാനോ ഒതുക്കാനോ ആഖ്യാനങ്ങൾ ഒളിഞ്ഞോ തെളിഞ്ഞോ ശ്രമിക്കുന്നതായി കാണാം. ആ രീതിയിൽ ആഖ്യാനം നല്കുന്ന ചില അതീതയുക്തികളിലൂടെ ജീവിതത്തിൽനിന്നും യാഥാർത്ഥ്യത്തിൽനിന്നും ഒളിച്ചോടാനുള്ള ഒരു പഴുതും *സ്വയംവരം* നല്കുന്നില്ല.

മറ്റൊരു വീക്ഷണകോണിൽ നോക്കിയാൽ *സ്വയംവരം* ഒരുപക്ഷേ, ഉന്നയിക്കാൻ ശ്രമിക്കുന്ന പ്രശ്നം അല്ലെങ്കിൽ വിമർശം കൊളോണിയൽ-അനന്തര ആധുനികതയെക്കുറിച്ചുള്ളതുതന്നെയാണ്. ഒരുവശത്ത്, ഇന്ത്യൻ സിനിമയിലെ കുപിതയൗവനത്തിന്റെ ഉയർച്ചയുടെ പശ്ചാത്തലമായി സാമൂഹികതലത്തിൽ ചൂണ്ടിക്കാണിക്കപ്പെട്ട നെഹ്റുവിയൻ രാഷ്ട്രനിർമ്മാണ സ്വപ്നങ്ങളിലുള്ള വിശ്വാസനഷ്ടം, പൊതുസമൂഹത്തെയും രാഷ്ട്രീയത്തെയും ഗ്രസിക്കുന്ന അഴിമതി, അഭ്യസ്തവിദ്യരായ യുവാക്കൾക്കിടയിലെ തൊഴിലില്ലായ്മ തുടങ്ങിയവ കേരളീയാന്തരീക്ഷത്തിലും ശക്തമായിരുന്നു. ഇവിടെ അതിനെല്ലാം ആക്കം കൂട്ടുന്ന ചില 'പ്രാദേശിക'ഘടകങ്ങൾ കൂടിയുണ്ട്: വ്യവസ്ഥാപിത സോഷ്യലിസ്റ്റ്-കമ്യൂണിസ്റ്റ് പ്രസ്ഥാനങ്ങൾക്കു സംഭവിച്ച അപചയം, ഭൂപരിഷ്കരണാനന്തര സമ്പദ്വ്യവസ്ഥയിലെ സ്തംഭനാവസ്ഥ, കൂട്ടുകുടുംബങ്ങളിൽനിന്ന് അണുകുടുംബങ്ങളിലേക്കുള്ള പരിവർത്തനത്തിലെ

സംഘർഷങ്ങൾ, ഇവയെല്ലാം ചേർന്നതാണ് *സ്വയംവര* കാലം. ആധുനികനാഗരികതയും ദേശീയസ്വാതന്ത്ര്യവും സാമൂഹികനവോത്ഥാനപ്രസ്ഥാനങ്ങളും വാഗ്ദാനം ചെയ്ത സർവ്വമൂല്യങ്ങളേയുംകുറിച്ചുള്ള ഗാഢവിമർശം ഇവിടെയുണ്ട്. ഒന്നിലും തന്നെ കണ്ടെത്താനാവാതെ, അവനവനിലേക്ക് തകർന്നടിയുന്ന മനുഷ്യനെയാണ് വിശ്വത്തിൽ കാണുന്നത്. *ഉത്തരായണ*ത്തിലെ രവി, *അശ്വത്ഥാമാവി*ലെ കുഞ്ഞുകുട്ടൻ, *സ്വപ്നാടന*ത്തിലെ ഗോപിനാഥൻ എന്നിവരെപ്പോലെ രാഷ്ട്രീയാദർശങ്ങൾക്കുവന്ന അപചയം, എല്ലാറ്റിലുമുള്ള വിശ്വാസനഷ്ടം, അസ്തിത്വപ്രതിസന്ധി, ലൈംഗികമായ ആകാംക്ഷ, നിരന്തരം നീട്ടിവയ്ക്കപ്പെടുന്ന പ്രതീക്ഷകൾ തുടങ്ങിയ അധികമാനങ്ങളൊന്നും ഇവിടെയില്ല. ഇവിടെയുള്ളത് സ്വന്തം ഇച്ഛയ്ക്കും താല്പര്യങ്ങൾക്കുമനുസരിച്ച് മാന്യമായി ജീവിക്കാനുള്ള അവകാശം, സ്വപ്നം എന്നിവ മാത്രമാണുള്ളത്. ചിത്രത്തിന്റെ 'അരാഷ്ട്രീയത,' ആഖ്യാനദർശനപരമായ വീഴ്ചയോ പോരായ്മയോ ആയി അക്കാലത്തെ പല നിരൂപണങ്ങളിലും വിമർശിക്കപ്പെട്ടിട്ടുണ്ട്. പക്ഷേ, തിരിഞ്ഞുനോക്കുമ്പോൾ അതീതതത്ത്വങ്ങളുടെ ഈ നിരാസം അല്ലെങ്കിൽ അഭാവം ആഖ്യാനത്തിന് പ്രാതിനിധ്യങ്ങളുടെ ഭാരമില്ലായ്മ നല്കുന്നുണ്ട്. ഒന്നിന്റെയും പ്രതിനിധിയോ സൂചകമോ അല്ലാത്ത വിശ്വത്തെയും സീതയേയും അത് വെറും മനുഷ്യരാക്കുന്നുമുണ്ട്; അതായിരിക്കും ഒരുപക്ഷേ, കൊളോണിയൽ അനന്തര സമൂഹത്തെ – അതീതാശയങ്ങളെയും യുക്തികളെയും മാറ്റിനിർത്തിക്കൊണ്ട്-അകത്തുനിന്ന് അല്ലെങ്കിൽ അനുഭവസ്ഥലത്തുനിന്ന് നോക്കുന്ന അനുഭവമാക്കി *സ്വയംവര*ത്തെ മാറ്റുന്നതും. വ്യക്ത്യതീതമായ എല്ലാ ആശയസംഹിതകളും പ്രസ്ഥാനങ്ങളും നല്കിയ വാഗ്ദാനലംഘനങ്ങളുടെ ഒരു മനുഷ്യചിത്രം കൂടിയാണ് *സ്വയംവരം*.

സ്വയംവരത്തിലെ മഴ

എസ് ഭാസുരചന്ദ്രൻ

മുതിർന്ന മാധ്യമപ്രവർത്തകൻ, എഴുത്തുകാരൻ, തിരക്കഥാകൃത്ത്, ചലച്ചിത്രനിരൂപകൻ. കേരളകൗമുദി വാരാന്തപ്പതിപ്പിന്റെ പത്രാധിപർ, റസിഡന്റ് എഡിറ്റർ, കലാകൗമുദി പത്രാധിപസമിതിയംഗം.. എഴുന്നള്ളത്ത്, ഈ കണ്ണികൂടി, മുഖചിത്രം, ഫ്ലാഷ്, ഉത്സവമേളം തുടങ്ങിയ ചിത്രങ്ങൾക്ക് തിരക്കഥയെഴുതി. നിശ്ശബ്ദം (നോവൽ), സിനിമ പെയ്യുന്നു തുടങ്ങിയവയുടെ രചയിതാവ്. കോഴിക്കോടൻ പുരസ്കാരമടക്കം ബഹുമതികൾ.

പകൽ തീരാറാകവേയാണെന്നു തോന്നുന്നു, അങ്ങനെയിരിക്കേ ഒരിക്കൽ, ഈ ചേരിപ്രദേശത്ത് മഴയെത്തിയത്. വിശ്വം വരാന്തയിൽ കസേരയിലിരിക്കുകയായിരുന്നു. അയാളങ്ങനെ തന്നെ നോക്കിയിരുന്നു. സീത, എന്നാൽ, തുള്ളികൾ പെരുകി വരാനിരിക്കുന്ന മഴയെ അറിഞ്ഞതുപോലെ തോന്നിക്കുന്നു. പുറത്ത് ഉണങ്ങുവാൻ വിരിച്ചിരിക്കുന്ന തുണികളെടുക്കണം, അതു നനയും. വെമ്പലോടെ മുറ്റത്തിറങ്ങി അവൾ കൈരണ്ടും വിതിർത്ത് കോളുകൊണ്ട മാനത്തേക്ക് മലർന്നു. വീണുതുടങ്ങുകയാണ് മഴ. തുള്ളികൾ അയയിൽ കിടന്നിരുന്ന ഷർട്ടിൽ പതിച്ചുപടർന്നു. മഴയും ഇരമ്പവും തിണർക്കുകയാണ്. ഇരുണ്ട മനുഷ്യൻ ഇടവഴിയിൽ മേയാൻ വിട്ടിരുന്ന മുഷിഞ്ഞ കന്നുകളേയും പായിച്ചോടി. പതുങ്ങിനില്ക്കുകയായിരുന്ന കറുത്ത മഴ നീരാളിക്കൈകൾ വിതിർത്ത് ഈ ഭൂമിയെ അതിലെ മനുഷ്യരോടൊത്ത് കൊരുത്തെടുക്കാനെന്നവണ്ണം...

ഒരു ചലച്ചിത്രത്തിൽ മഴ ഇങ്ങനെ വിശദാംശങ്ങളിൽ ചിത്രീകരിക്കുന്നു എങ്കിൽ, അതു വെറുതെയാവില്ല. എന്തുകൊണ്ട് മഴ? പ്രകൃതിയിലെ മഴയ്ക്കു് ഉന്നങ്ങളുണ്ടായിക്കൊള്ളണമെന്നില്ല. ചലച്ചിത്രത്തിൽ, അല്ലെങ്കിൽ മറ്റേതെങ്കിലും സൗന്ദര്യസൃഷ്ടിയിൽ അത് ഒരുദ്ദേശ്യത്തോടുകൂടിയതാവുന്നു. *സ്വയംവര*ത്തിലെ മഴ വരുന്ന ദൃശ്യങ്ങൾക്ക് പ്രധാനമായി രണ്ടു തലങ്ങളിലെ പ്രസക്തിയാണ് ഞാൻ കാണുന്നത്. രണ്ടു മനസ്സുകൾ തമ്മിലുള്ള അടിസ്ഥാനപരമായ സ്വഭാവഭേദത്തെക്കുറിച്ച് വൈകാരിക സൂചന നല്കിക്കൊണ്ട് ആ ചിത്രത്തിന് ശില്പപരമായ സംഭാവന നല്കുന്നു. അത് വാക്കുകളില്ലാതെ വാചാലമായിക്കൊണ്ട് സിനിമയുടെ മൊത്തം ചലച്ചിത്രാത്മകശൈലിയിലേക്ക് മുതല്ക്കൂട്ടു നടത്തുന്നു. സംഭാവനയുടെ മറ്റൊരു

തലംകൂടി തൊട്ടു കാട്ടേണ്ടതാണ്. അതായത് ഒരന്തരീക്ഷം പെയ്യുകൊണ്ട് ആ മഴ *സ്വയംവര*ത്തിലെ അടിസ്ഥാനഭാവത്തെ പൊലിപ്പിക്കുന്നു.

മഴ പുറപ്പെട്ടുവരവേ, പുറത്തു വിരിച്ചിരിക്കുന്ന തുണിയിൽ സീത കാട്ടുന്ന കരുതലാണ് ആദ്യം ശ്രദ്ധിക്കേണ്ടത്. സംഭാഷണങ്ങളിലൂടെയും ക്രിയകളിലൂടെയും എന്നതിലുപരി സൂചനാചിത്രങ്ങളിലൂടെ ഭാവപ്രകാശനം സാധിക്കുന്ന ചലച്ചിത്രമാണ് അടൂർ ഗോപാലകൃഷ്ണന്റെ *സ്വയംവരം.* ഈ രീതി തന്നെ പ്രധാനമായും പാത്രാവർണ്ണനത്തിനും സ്വീകരിക്കുന്നു. സീതയുടെ വിപത്തുകളെ കാലേ അറിയാനുള്ള ശീലവും പതറാതെ അവയുടെ മുന്നിൽനിന്ന് തീരുമാനംകൊള്ളാനുള്ള മിടുക്കും സൂചിപ്പിക്കുന്ന എണ്ണം തികഞ്ഞ ദൃശ്യങ്ങളുണ്ട് *സ്വയംവര*ത്തിൽ. ട്യൂട്ടോറിയലിലെ പണി പോയി ജീവിതം തെരുവീഥിയിലെ അനാഥത്വത്തിലേക്ക് വഴുതവേ വിശ്വം സീതയോടു പറഞ്ഞുപോകുന്നു: "ഒന്നും വേണ്ടിയിരുന്നില്ല." മൂകവും മധുരവുമായെങ്കിലും കരുത്തോടെയാണ് അവളത് നിഷേധിക്കുന്നത്. സ്വയംവരിച്ച പ്രിയനെ വിധി കൊഴിച്ചെടുത്തുകൊണ്ടു പോയതിനുശേഷമെത്തുന്ന ചിത്രാവസാനത്തിൽ, മഴയെരിയുന്ന രാത്രിയിൽ, ഉറക്കത്തിയ വാതില്ക്കലാരോ മുട്ടാതെ മുട്ടുന്നതിനു മുമ്പ്, സീത കുഞ്ഞിന് നല്കാൻ പാൽ ചൂടാക്കി കുപ്പിയിലൊഴിക്കുന്നു എന്നത് അതിശ്രദ്ധേയമാണ്. വാതിലിനപ്പുറത്തെ രാത്രിയിലെ ആരാധകനെ അവൾ ഭയക്കുന്നില്ല. നിശ്ചയബലം ആത്മാവുതന്നെയാക്കിയ സീതയുടെ മുഖത്തിന്റെ ക്ലോസപ്പിലാണ് ചിത്രം പൂർത്തിയാവുന്നത് എന്നതും മനസ്സിലാക്കണം.

ഇതിനോടു വേർപെടുന്ന സമീപനമാണ് വിശ്വത്തിൽനിന്നുണ്ടാകുന്നത്. കൈ

പിടിച്ച വ്യക്തിത്വങ്ങൾ തമ്മിലുള്ള ഈ സൂക്ഷ്മവൈരുദ്ധ്യം *സ്വയംവര*ത്തിൽ ആലേഖനം ചെയ്യുന്ന ജീവിതദുരന്തത്തിന്റെ വിതാനങ്ങളെ ആയതമാക്കുകയാണ് ചെയ്യുന്നത്. മധുവിധു മധുരവുമുണ്ടു നടന്ന ദിവസങ്ങളിൽത്തന്നെയൊരിക്കൽ, സമുദ്രത്തിലേക്കുള്ള പാറകൾ പണിതൊരു ഗുഹാമുഖത്തിൽ കടന്നു നടന്ന് വിശ്വം തന്റെ മരണാഭിനിവേശ (death moct) ത്തെ ഓമനിച്ചുണർത്തുന്നുണ്ട്. ഉരുമ്മിയുല്ലസിച്ചുനടന്ന മനസ്സുകൾ തമ്മിലുള്ള വാസനാഭേദം ഇവിടെ തന്നെ വ്യക്തം. തുടർന്നുവരുന്ന ദൃശ്യങ്ങൾ ചൊല്ലുന്നു: വിശ്വം രതി കാമനകളാൽ ഉണർത്തപ്പെട്ടുന്നൊരു നിഷ്ക്രിയൻ മാത്രമാണ്; പലപ്പോഴുമയാൾ അലസനും നിസ്സംഗനുമാണ്, ചിലപ്പോഴാകട്ടെ വിഷാദപൂജ ചെയ്യുന്നൊരു കാല്പനികനും. ബസ്സിരമ്പം സംഗീതമാവുന്ന ടൈറ്റിൽക്കാഴ്ചകൾക്കുശേഷം സിനിമയിൽ ആദ്യം മിണ്ടുന്നത് വിശ്വമാണ്. കാമുകിയെ ഉരുമ്മിനിന്ന് മറവിയോടെ അയാൾ മന്ത്രിക്കുന്നു: "വിശ്വസിക്കാനാവുന്നില്ല, ഒരു സ്വപ്നംപോലെ തോന്നുന്നു!"

-വിപത്തുകളുമായി മഴ മദിച്ചുവരുന്നതയാൾ അറിയുന്നതേയില്ല. ഒരുപക്ഷേ, അയാളാക്കെട്ടുതികളുടെ കാല്പനികഹാരിതകളെ നുകരുവാനൊരുങ്ങിയിരുന്നതാവാം.

ഒരു കവിത അതിന്റെ എല്ലാ അംശങ്ങളും ചേർത്തൊരുക്കുന്ന സാകല്യതയാണല്ലോ.'A poem means the sum of Ãnything which' എന്ന് സ്റ്റീഫൻ സ്പെൻഡർ. ചലച്ചിത്രത്തെക്കുറിച്ചും ഇങ്ങനെ പറയാം. കലാകാരനായിരിക്കുക എന്നാൽ മൗലികമായും ശില്പിയായിരിക്കുക എന്നതുകൂടിയാണ്. സൂക്ഷ്മാംശങ്ങളെ കൊത്തിയൊരുക്കി ശില്പി ആകൃതികൾ സൃഷ്ടിക്കുന്നു. സിനിമയെ ഒരു സമഗ്ര സ്വരൂപമായി മനസ്സിൽ സംവിധാനം ചെയ്തെടുക്കുകയും പിന്നീട് സൃഷ്ടി എന്ന ബാഹ്യപ്രക്രിയയിൽ എത്രയും നേർത്ത ഇഴകളുടെ നിർബ്ബന്ധനത്തിലൂടെ പോലും ആ സങ്കല്പത്തിന് മൂർത്തരൂപം നല്കുകയും ചെയ്യുന്ന എത്ര ചലച്ചിത്രകാരന്മാരുണ്ട് മലയാളത്തിൽ? തെന്നിയും തെറിച്ചും മിന്നുന്ന ജീവിതത്തിന്റെ നുറുങ്ങുകളും ചാരുതയും ഒരു ശരാശരിക്കാരൻ ചലച്ചിത്രകാരന്റെ രചനകളിൽപ്പോലും കണ്ടുവെന്നു വരും. ഒരു സാകല്യമുദ്ര (Ottal Impact) കാണുന്നവരിലേല്പിക്കാൻ വിഭവങ്ങളെ ക്രമീകരിച്ചെടുക്കുകയും അവയുടെ ഏറ്റവും ചെറിയ തന്മാത്രകളിലൂടെ പോലും ചലച്ചിത്രഭാവത്തിന് പൊലിപ്പം കൂട്ടിയെടുക്കുകയും ചെയ്യുന്നയാളാണ് സൃഷ്ട്യന്മുഖനായ ചലച്ചിത്രരചയിതാവ്. പക്ഷേ, ഇവിടെ, സിനിമയെക്കുറിച്ച് ഇന്നും നിലവിലുള്ള ശരാശരി ധാരണ, നോവലിനെക്കുറിച്ചുണ്ടായിരുന്ന പൊളിഞ്ഞ ഒരു ധാരണയാണ്- അതായത്, എന്തും കുത്തിക്കൊള്ളിക്കാവുന്ന ചാക്ക്! ചലച്ചിത്രം കഥയാണ്, സാഹിത്യത്തിന്റെ ആവിഷ്കാരമാണ് എന്ന് പ്രധാനപ്പെട്ട ദിവ്യന്മാർ തന്നെ ഇന്നും പറയുന്നു. എം ടി പോലും ആവർത്തിക്കുന്നു, സിനിമ ക്യാമറ കൊണ്ടെഴുതുന്ന സാഹിത്യമാണെന്ന്. ഒരു കഥയിൽ തന്റെ ഭാവശില്പം കൊത്തിയെടുക്കുവാനുള്ള അപാകവസ്തുക്കൾ, (raw material) കണ്ടെത്താം സംവിധായകൻ. അപ്പോഴും കഥയല്ല ചലച്ചിത്രം 'Think in visual instead of verbal terms' എന്ന് ആൻഡ്രൂ ബുച്ചനാൻ Film making from script to screen-ൽ. സ്വന്തമായ ഭാഷയുള്ള, പ്രകാശനശൈലിയുള്ള സ്വതന്ത്രമാധ്യമമാണ് സിനിമ.

പ്രധാനമായും ദൃശ്യങ്ങളാണ്, കഥാപാത്രങ്ങളല്ല, ചലച്ചിത്രത്തിൽ സംസാരിക്കേണ്ടത്.

*സ്വയംവര*ത്തിലേക്ക് മടങ്ങുന്നു. *സ്വയംവര*ത്തിലെ മഴ അതിന്റേതു മാത്രമായ പ്രസക്തിയുമായി, വേർപെടുത്തിയെടുത്താൽ വിടവു സൃഷ്ടിക്കുന്ന ഒന്നായി നില്ക്കുന്നു. പെയ്തൊടുങ്ങി ഒലിച്ചുപോകുന്നില്ല. അതു പെരുകിനിറഞ്ഞുവരുന്നു.

വിദ്യാർത്ഥിയായിരുന്ന കവി കെ കെ ഹിരണ്യൻ എഡിറ്റ് ചെയ്ത, തൃശ്ശൂർ ശ്രീ കേരളവർമ്മ കോളേജിന്റെ 1975 ലെ മാഗസിനിൽ ആ കാലത്ത് കോളേജിൽ എം എ വിദ്യാർത്ഥിയായിരുന്ന ലേഖകൻ എഴുതിയത്.

ജീവിത പ്രതിസന്ധികളുടെ സ്വയംവരദർശനം

ഡോ. അരവിന്ദൻ വല്ലച്ചിറ

ദേശീയ സംസ്ഥാന അവാർഡുകൾ നേടിയ ചലച്ചിത്ര നിരൂപകൻ. വെറ്റിനറി സർജ്ജൻ. ആത്മനിന്ദയുടെ പൂക്കൾ, അടക്കം 23പതിനഞ്ചോളം പുസ്തകങ്ങൾ. സംസ്ഥാന ചലച്ചിത്ര അക്കാദമി അംഗമായിരുന്നു. മലയാള സിനിമ നാൾവഴികൾ, തിരക്കഥ സിനിമയുടെ ബ്ലൂപ്രിന്റ്, മലയാള സിനിമ 85 വർഷം, സിനിമ ബോധമനസ്സിന്റെ സ്വപ്നം, യന്ത്രവല്ക്കരിച്ച കാവ്യദേവത തുടങ്ങിയവ പ്രധാന കൃതികൾ

തീവ്രവും പരുഷവുമായ ജീവിതയാഥാർത്ഥ്യങ്ങളിലൂടെ കടന്നുപോകുന്ന മനുഷ്യരുടെ നിസ്സഹായാവസ്ഥയും ദുരന്തങ്ങളും അവതരിപ്പിക്കുന്ന ചിത്രമാണ് *സ്വയംവരം*. കാലത്തിന്റെ പിൻവിളികൾ കേൾക്കാതെ പോകുന്ന മനുഷ്യരെപ്പറ്റിയാണ് സിനിമ പറയുന്നത്. അവരുടെ ധർമ്മസങ്കടങ്ങളും നെടുവീർപ്പുകളും വേദനയും നമുക്കു കാണാതിരിക്കാനാവില്ല. കാരണം അതൊരു പ്രപഞ്ചസത്യമാണ്. മാനവികതയുടെ നിസ്സഹായതയും അസ്തിത്വരാഹിത്യവും നമുക്കതിൽ വായിച്ചെടുക്കാം.

കാലത്തോട് സംവദിച്ചാണ് എല്ലാ കലകളും സംവേദനത്തിന്റെ ഭൂമിക സാദ്ധ്യമാക്കുന്നത്. മനുഷ്യജീവിതത്തിന്റെ സന്തുലിതാവസ്ഥ നിലനിർത്തുകയാവണം കലകളുടെ, പ്രത്യേകിച്ച് സിനിമയുടെ ലക്ഷ്യം. ജൈവികവും സാംസ്കാരികവുമായ മാറ്റം അതുകൊണ്ടുവരുന്നു. മനുഷ്യസമൂഹത്തെ അഭിസംബോധന ചെയ്തുകൊണ്ടു ബോദ്ധ്യങ്ങളെ പുനർനിർമ്മിക്കുകയാണ് യഥാർത്ഥത്തിൽ ചലച്ചിത്രകാരൻ. ഇതോടൊപ്പം അനുഭൂതിസാന്ദ്രമായ അനുഭവം പങ്കുവയ്ക്കുകയും ചെയ്യുന്നു.

മോഹങ്ങളും മോഹഭംഗങ്ങളുമായി ജീവിച്ച മനുഷ്യരുടെ കഥ പറയുന്ന *സ്വയംവരം* സർഗ്ഗാത്മകമായ അസംതൃപ്തിയുടെ അപരിചിതലോകം തേടിയുള്ള യാത്രകൂടിയാണ്. സ്മൃതിബോധത്തിന്റെ അനന്തതകൾക്കപ്പുറം ഉയർന്നുനില്ക്കുന്ന പ്രേക്ഷകമനസ്സ് ചിത്രത്തിന്റെ ആത്മാവുമായി വിലയം പ്രാപിക്കുന്നുവെന്നതാണ് സവിശേഷത. അങ്ങനെ നവീകരിക്കപ്പെടുന്ന മാനവികതയിലേക്ക് എത്തിച്ചേരുകയാ

ണ് ആസ്വാദകർ. ഈ ദൗത്യം യാഥാർത്ഥ്യമാക്കുന്നതിൽ അടൂർ എന്ന സംവിധായകൻ വിജയിച്ചിരിക്കുന്നു. അത് അദ്ദേഹത്തിന്റെ സർഗ്ഗാത്മകതയുടെ വിജയമാണ്.

മലയാളത്തിലെ നവതരംഗ പ്രസ്ഥാനത്തിനു നാന്ദികുറിച്ച ചിത്രമാണ് *സ്വയംവരം*. വ്യത്യസ്ത ആവിഷ്ക്കാരശൈലികൊണ്ട് മലയാള സിനിമയിലെന്നല്ല ഇന്ത്യൻ സിനിമയിൽത്തന്നെ ഒരു നൂതന സങ്കേതം യാഥാർത്ഥ്യമാക്കിയ ചിത്രം. നവതരംഗസിനിമയുടെ ആശയസംവേദനത്വം അനശ്വരമാക്കിയ പ്രഥമ ചിത്രമെന്ന നിലയിലാണ് *സ്വയംവരം* മലയാളത്തിൽ പരിഗണന നേടുന്നത്. മലയാളത്തിലെ എക്കാലത്തെയും മികച്ച 10 ചിത്രങ്ങളിൽ ഒന്നായിട്ടാണ് ചലച്ചിത്രനിരൂപകൻ കോഴിക്കോടൻ *സ്വയംവര*ത്തെ വിലയിരുത്തുന്നത്.

ചിത്രത്തിൽ ഗാനങ്ങളുണ്ടായിരുന്നില്ല. സിനിമയ്ക്കു ഗാനങ്ങൾ അനിവാര്യമല്ല, ഒരു അലങ്കാരം മാത്രമാണ്. പ്രദർശനത്തിന്റെ തുടക്കത്തിൽ പ്രേക്ഷക പങ്കാളിത്തം കുറവായിരുന്നു. പുതിയ രീതിയിലുള്ള ചലച്ചിത്രാവിഷ്കരണം പ്രേക്ഷകരെ സ്വാധീനിക്കാതെ പോയതാവാം കാരണം. ചിത്രത്തിൽ ഗാനങ്ങൾ ഉൾപ്പെടുത്തിയിരുന്നെങ്കിൽ പ്രേക്ഷകരിൽനിന്നു മെച്ചപ്പെട്ട പ്രതികരണം ഉണ്ടാകുമായിരുന്നു എന്നാണ് ഇതേപ്പറ്റി അടൂർ പ്രതികരിച്ചത്.

*സ്വയംവര*ത്തിനു മുമ്പുള്ള മലയാള സിനിമയെ മൂന്നു ചിത്രങ്ങൾ ചേർന്നുള്ള ഒരു ത്രികോണത്തിലേക്കു ചേർത്തുനിർത്താം. ഈ ത്രികോണത്തിലെ ആദ്യ ചിത്രം *നീലക്കുയിലാ*ണ്. ശക്തമായ സാമൂഹികപ്രശ്നങ്ങളുടെ ആവിഷ്കരണംകൊണ്ട് ഈ ചിത്രം ശ്രദ്ധേയമായിരുന്നു. രണ്ടാമത്തെ ചിത്രമാകട്ടെ ഇന്ത്യയിലെ മികച്ച സിനിമയ്ക്കുള്ള സുവർണ്ണകമലം നേടിയ *ചെമ്മീനാ*ണ് (1965). മലയാളത്തിലെ കഥാപ്രപഞ്ചത്തെ വിശാലമായി നോക്കിക്കാണാൻ ഈ ചിത്രം ചലച്ചിത്രകാരന്മാർക്കു പ്രേരണയായി. ഇതിലെ മൂന്നാമത്തെ ചിത്രം *ഓളവും തീരവും* (1970) ആണ്. കൃത്രിമമായി നിർമ്മിച്ച സെറ്റുകളിൽനിന്നു മാറി പ്രകൃതിദൃശ്യങ്ങളുടെ പശ്ചാത്തലത്തിൽ ക്യാമറയുടെ ഭാഷയിൽ കവിത രചിച്ച ഈ ചിത്രം വേറിട്ടൊരു അനുഭവമായിരുന്നു. തൂലികയിൽനിന്നു ഛായാഗ്രഹണത്തിലേക്കും സംഘാടകനിൽനിന്നു സംവിധായകനിലേക്കുമുള്ള ദൂരമാണ് ഈ ത്രികോണത്തിൽനിന്നു *സ്വയംവര*ത്തിലേക്കുള്ള യഥാർത്ഥ അകലം.

നല്ല സിനിമ/ മികച്ച സിനിമ എന്ന സങ്കല്പത്തെപ്പറ്റി വ്യക്തമായ ധാരണയും വിശ്വാസവുമുള്ള ചലച്ചിത്രകാരനാണ് അടൂർ ഗോപാലകൃഷ്ണൻ. തന്റെ വിശ്വാസങ്ങൾക്കും സിദ്ധാന്തങ്ങൾക്കും അനുസൃതമായിട്ടാണ് അദ്ദേഹം ചിത്രങ്ങൾ നിർമ്മിച്ചിട്ടുള്ളത്. ഒരു മികച്ച ചിത്രത്തിന്റെ സൃഷ്ടിയിൽ സംവിധായകനുണ്ടാകേണ്ട അല്ലെങ്കിൽ അനുധാവണം ചെയ്യേണ്ട ആഖ്യാനബോധത്തെയും സിനിമാറ്റിക് ദർശങ്ങളെയുംപറ്റി വ്യക്തമായ ധാരണ അദ്ദേഹത്തിനുണ്ട്. അടൂരിന്റെ വാക്കുകൾ തന്നെ കടമെടുത്താൽ,

> ബോധപൂർവ്വമല്ലാത്ത ഒരു സൃഷ്ടിയും കലയാവുകയില്ല. അതേസമയം കലാകാരന് കലയെപ്പറ്റി വ്യക്തമായ ബോധവും വേണം. പറയാനുള്ള കാര്യത്തെപ്പറ്റിയുള്ള ബോധവും പറയുന്ന രീതി (മാധ്യമം) യെപ്പറ്റിയുള്ള

ബോധവും തുല്യപ്രാധാന്യമർഹിക്കുന്നു. ഇതൊന്നുമില്ലാതെ എന്തൊക്കെയോ കാണിച്ചുകൂട്ടി അതാണു കലയെന്നു വാദിക്കുന്നത് അംഗീകരിക്കാൻ കഴിയില്ല. പരീക്ഷണം എന്ന പേരും ഇത്തരം സൃഷ്ടികൾക്കു ചേരുകയില്ല. പക്ഷേ, പരക്ഷണവും ധാരാളം തെറ്റിദ്ധരിക്കപ്പെട്ടിരിക്കുന്നു. നിയമങ്ങൾ ഭഞ്ജിക്കുകയെന്നതാണ് പരീക്ഷണമായി പലപ്പോഴും കൊണ്ടാടാറുള്ളത്. സ്ഥാപിത നിയമങ്ങളിൽനിന്നുള്ള വ്യതിയാനം പരീക്ഷണങ്ങളിലുണ്ട്. പക്ഷേ, ഈ വ്യതിയാനം മാധ്യമത്തിൽ പുതിയൊരു മാനമായി അനുഭവപ്പെടണമെങ്കിൽ അതിന്റെ സ്രഷ്ടാവിന് ആദ്യമേ നിയമം എന്തെന്ന അറിവു വേണം. നിയമം അറിയുന്നവനേ നിയമം എങ്ങനെ ലംഘിക്കണമെന്നും അറിയാവൂ. അന്ത്യവിശകലനത്തിൽ ആ ലംഘനം നിയമഭഞ്ജനമാവുന്നതിനു പകരം പുതിയൊരു നിയമത്തിന്റെ സൃഷ്ടിക്കു വഴിയൊരുക്കുകയാണ്. സിനിമയിലെ എല്ലാ പരീക്ഷണങ്ങളും പിന്നീട് കൺവെൻഷനായി തീരുന്നത് അങ്ങനെയാണ്...സിനിമയിലെ ദൃശ്യത്തിനും ശബ്ദത്തിനും തനതായ ഭാഷയുണ്ട്. ആ ഭാഷ ആദ്യം മനസ്സിലാക്കണം. കൂടാതെ ലൈറ്റിങ്ങിലും ലബോറട്ടറിയിലെ ഗ്രെയ്ഡിങ് തുടങ്ങിയ അനേകം സങ്കീർണ്ണമായ സാങ്കേതികതകളിലും അവഗാഹം വേണം. ഇതൊന്നുമില്ലാതെ നിർമ്മിക്കുന്ന സൃഷ്ടികളെല്ലാം കാപട്യങ്ങളാണ്. അവയ്ക്ക് ആർട്ട് സിനിമയുടെ ലേബൽ നല്കിയതുകൊണ്ടു മാത്രം കാര്യമില്ല.

(അടൂർ ഗോപാലകൃഷ്ണൻ, ഫിലിം മാഗസിൻ, 1979 ജൂലൈ 15, ലക്കം 170, പേജ് 04)

*സ്വയംവര*ത്തിലെ നമുക്കു തൊട്ടറിയാവുന്ന യാഥാർത്ഥ്യം സ്വന്തം അസ്തിത്വത്തെക്കുറിച്ചുള്ള തീവ്രമായ വ്യഥയാണ്. ഇതിനു കാലിക പ്രസക്തിയുണ്ടെന്നു പറയാം. ഒരു ശരാശരി മനുഷ്യന്റെ തീവ്രമായ ഭാവാത്മകത ഇത്രയേറെ അടുത്തറിയുന്ന കലാകാരൻ അടൂരിനെപ്പോലെ ഏറെയില്ല എന്ന അനുഭവത്തിൽ എല്ലാ അപര്യാപ്തതയും മാഞ്ഞുപോകുന്നു.

സമൂഹത്തിൽ ഒറ്റപ്പെട്ടു പോകുന്ന മനുഷ്യരുടെ ജീവിതമാണ് ചിത്രത്തിൽ ആവിഷ്കരിക്കുന്നത്. ഇപ്രകാരം ഒറ്റപ്പെടുന്ന മനുഷ്യരെല്ലാം ഓരോ തുരുത്തുകളാണ്. സാമൂഹിക, വൈകാരിക പ്രതിസന്ധികളിൽ ഒറ്റപ്പെടുന്ന മനുഷ്യന്റെ സമീപനം നിസ്സംഗവും ഏകതാനവുമാണ്. ഇങ്ങനെ സ്വയം സൃഷ്ടിക്കുന്ന വത്മീകങ്ങളിലൊളിക്കുന്ന മനുഷ്യരുടെ നിസ്സഹായാവസ്ഥയാണ് അടൂർ ആവിഷ്കരിച്ചത്. *സ്വയംവര*ത്തിലെ വിശ്വനാഥൻ ഇതിന്റെ മികച്ച ഉദാഹരണമാണ്.

അന്തർമുഖത്വം പേറുന്ന ഈ സംവിധായകന്റെ വ്യക്തിപരമായ നിസ്സംഗത അദ്ദേഹത്തിന്റെ കഥാപാത്രങ്ങളെയും ഒട്ടൊക്കെ സ്വാധീനിക്കുന്നുണ്ടെന്നു കാണാവുന്നതാണ്. "എന്റെ കഥാപാത്രങ്ങളിൽ ഞാനുണ്ട്."എന്നു തുറന്നു പറയാൻ മനസ്സു കാണിച്ച സംവിധായകനാണ് അടൂർ.

സിനിമയുടെ സ്രഷ്ടാവായ സംവിധായകനു തന്നെയാണ് ചിത്രത്തിന്റെ ജയാപജയങ്ങളുടെ പൂർണ്ണ ഉത്തരവാദിത്വം. തന്റെ മനസ്സിലുള്ള സിനിമ യാഥാർത്ഥ്യമാകുമ്പോളതെങ്ങനെയാവണം, എന്താവണം എന്നൊക്കെ നിശ്ചയിക്കുന്നത് സംവിധായകനാണ്. സമഗ്രവീക്ഷണത്തിൽ സംവിധായകനാണ് സിനിമയുടെ പരമാധികാരി. അഭിനേതാക്കളും ഛായാഗ്രാഹകനും മറ്റു സാങ്കേതികവിദഗ്ധരും സംവിധായകന്റെ നിർദ്ദേശമനുസരിച്ചാണു പ്രവർത്തിക്കുന്നത്. സിനിമയിൽ എന്തുകൊണ്ട് സംവിധായകൻ സർവ്വാധിപതിയായി മാറുന്നുവെന്നതിന് അടൂരിന് വ്യക്തമായ മറുപടിയുണ്ട്.

> നിർമ്മാണദശയിൽ എന്റെ സിനിമയെക്കുറിച്ച് എനിക്കു മാത്രമേ അറിയാവൂ. അതിന് ഒരേയൊരു വ്യാഖ്യാനമേ ഉണ്ടാവുകയുള്ളൂ. അതെന്റെ വ്യാഖ്യാനമാണ്. ഒരേ കാഴ്ചപ്പാടിലൂടെയാണ് ആ സിനിമ നയിക്കപ്പെടുക. അതെന്റെ കാഴ്ചപ്പാടാണ്. എനിക്കല്ലാതെ മറ്റാർക്കും എന്റെ ചിത്രത്തിന്റെ ഒരു അംശത്തെയും വ്യാഖ്യാനിക്കാൻ കഴിയുകയുമില്ല. എന്റെ സിനിമയിലെ അഭിനേതാവ് ഒന്നും വ്യാഖ്യാനിക്കുന്നില്ല. എന്നോട് പ്രതികരിക്കുന്നവൻ മാത്രമാണ് അഭിനേതാവ്. സിനിമയിൽ ഇമോഷണൽ കണ്ടിന്യൂയിറ്റിയുടെ ആവശ്യമില്ല. അതുകൊണ്ട് നാടകത്തിലെന്നപോലെ അഭിനയം സിനിമയിൽ ആവശ്യമില്ല. ഒരു ഷോട്ട് എടുക്കുമ്പോൾ നടൻ അല്ലെങ്കിൽ നടി എന്തു ചെയ്യണമെന്നതിനെക്കുറിച്ച് എനിക്കു നല്ല നിശ്ചയമുണ്ട്. *സ്വയംവരം* നിർമ്മിക്കുമ്പോൾ ചിത്രീകരണസമയത്തുതന്നെ ഡയലോഗും റെക്കോർഡ് ചെയ്തിരുന്നു. അതുകൊണ്ടു വലിയ പ്രയോജനമില്ലെന്നു പിന്നീടെനിക്കു ബോദ്ധ്യമായി. ഇപ്പോൾ ചിത്രീകരണസമയത്തെടുക്കുന്ന പൈലറ്റ് ട്രാക്കിൽ എന്റെ നിർദ്ദേശങ്ങൾ മാത്രമേ ഉണ്ടാവുകയുള്ളൂ. ക്യാമറ പ്രവർത്തിക്കുന്നതോടെ എന്റെ നിർദ്ദേശങ്ങൾ അവസാനിക്കുന്നില്ല, പകരം

> തുടരുകയാണു ചെയ്യുന്നത്. ഞാൻ നിർദ്ദേശങ്ങൾ നല്കുന്നത് പെട്ടെന്നൊരു ഘട്ടത്തിൽ നിർത്തിയാൽ ഞാൻ ഉദ്ദേശിക്കുന്നതു ലഭ്യമാകുന്നതെങ്ങനെ? ക്യാമറ സ്റ്റാർട്ട് ചെയ്യുമ്പോൾ മറ്റുള്ളവരുടെ ചിത്രങ്ങളിലെ അഭിനേതാവ് ഫ്രീ ആകുന്നുവെങ്കിൽ എന്റെ ചിത്രത്തിൽ അങ്ങനെ ഫ്രീയാവാൻ കഴിയില്ലെന്നതാണ് വാസ്തവം.

(അടൂർ ഗോപാലകൃഷ്ണൻ, ഫിലിം മാഗസിൻ, 1982 മാർച്ച് 14, ലക്കം 308, പേജ് 10)

സിനിമയിൽ തിരക്കഥയ്ക്കു വലിയ പ്രാധാന്യമുണ്ട്. ഒരു ചിത്രത്തിന്റെ മൊത്തത്തിലുള്ള സൗന്ദര്യവും ആസ്വാദനവും യഥാർത്ഥമാകുന്നത് ശക്തമായ തിരക്കഥയിൽനിന്നാണ്. സിനിമയിൽ തിരക്കഥയുടെ പ്രസക്തിയെപ്പറ്റി അടൂർ വ്യക്തമാക്കുന്നത് ഇങ്ങനെയാണ്:

> ഒരു നല്ല ചിത്രത്തെ സംബന്ധിച്ചിടത്തോളം അടിസ്ഥാനപരമായി വേണ്ടത് ഒരു നല്ല സ്ക്രിപ്റ്റ് തന്നെയാണ്. നല്ല സ്ക്രിപ്റ്റില്ലാതെ ഒരിക്കലും ഒരു നല്ല ചിത്രമുണ്ടാക്കാൻ പറ്റില്ലെന്നു വിശ്വസിക്കുന്നവനാണു ഞാൻ. സത്യജിത് റേയുടെ ചിത്രങ്ങളുടെ വിജയത്തിനു കാരണം സ്ക്രിപ്റ്റിന്റെ പൂർണ്ണതയാണ്. എന്നെ സംബന്ധിച്ചിടത്തോളം ആവശ്യം ഒരു നല്ല തിരക്കഥയാണ്. എന്റെ സിനിമയുടെ സ്ക്രിപ്റ്റ് ഞാൻ എഴുതുന്നു. സിനിമ ഒരു പരിധിവരെയല്ല, പരിപൂർണ്ണമായും സ്ക്രിപ്റ്റിനെആധാരമാക്കിയാണിരിക്കുന്നത്. സ്ക്രിപ്റ്റിന്റെ അടിസ്ഥാനത്തിലാണു ഫലം നിർമ്മിക്കുന്നതെങ്കിൽ ചിത്രത്തിന്റെ ഉത്തരവാദി തിരക്കഥാകൃത്തു തന്നെയാണ്. കാരണം സ്ക്രിപ്റ്റ് റൈറ്ററാണല്ലോ രംഗങ്ങളും കഥാപാത്രങ്ങളുമൊക്കെ സങ്കല്പിച്ച് ഒരുക്കിയെടുക്കുന്നത്. ഒരു പരിപൂർണ്ണ സ്ക്രിപ്റ്റിൽനിന്നു നിർമ്മിച്ച ചിത്രത്തിന് ഉയരങ്ങളിലേക്കുള്ള പ്രവാഹമേയുള്ളൂ. അതായത് കാണികളെ സാവകാശം ദൃശ്യങ്ങളിലൂടെ മുകളിലേക്കുയർത്താൻ കഴിയും. നല്ല തിരക്കഥയില്ലെങ്കിൽ അതിന്റെ പ്രവാഹം ഏറിയുംകുറഞ്ഞുമിരിക്കും. കാണികളെ സാവകാശം ഉയരങ്ങളിലേക്കു കൊണ്ടുപോകുന്ന ഒന്നായിരിക്കണം ഉത്തമമായ ഒരു ചിത്രം. ഇതു കൈവരിക്കാൻ എത്രപേർക്കു കഴിയും?

(അടൂർ ഗോപാലകൃഷ്ണൻ, ഫിലിം മാഗസിൻ, 1980 ഫെബ്രുവരി 24, ലക്കം 202, പേജ് 34)

സിനിമയ്ക്കു ശക്തമായ, കെട്ടുറപ്പുള്ള കഥ അനിവാര്യമാണെന്നു വിശ്വസിച്ചിരുന്ന കാലയളവിൽ പുറത്തുവന്ന *സ്വയംവരം* മികച്ച സാഹിത്യകൃതിയുടെ ആശ്രയമില്ലാതെതന്നെ നല്ല സിനിമ സൃഷ്ടിക്കാമെന്നതിന്റെ തെളിവായി. മാത്രമല്ല, സിനിമ സംവിധായകന്റെ കലയാണെന്ന് അത് നമ്മേ ബോദ്ധ്യപ്പെടുത്തുകയും ചെയ്തു. സിനിമ മാത്രം സർവ്വസ്വമായി കാണുന്ന മലയാളത്തിലെ ആദ്യത്തെ ചലച്ചിത്രകാരനാണ് അടൂർ ഗോപാലകൃഷ്ണൻ.

പ്രശസ്ത ബംഗാളി സംവിധായകനായ ഋത്വിക് ഘട്ടക്കിന്റെ *സുവർണ്ണരേഖ സ്വയംവര*ത്തിന്റെ നിർമ്മാണത്തിൽ വലിയ സ്വാധീനം ചെലുത്തിയതായി അടൂർ പറയുന്നു.

അടൂരിന്റെ *സ്വയംവര*വും ഋത്വിക് ഘട്ടക്കിന്റെ *സുവർണ്ണരേഖ*യും തമ്മിൽ ചില

സമാനതകൾ കാണാം. വിശ്വനാഥൻ, സീത എന്നിവരൊന്നിച്ച് നല്ലൊരു ജീവിതം പ്രതീക്ഷിച്ച നഗരത്തിലേക്കെത്തുകയാണ്. ഒടുവിൽ നഗരത്തിന്റെ ഊഷരതയിൽ അവരുടെ സ്വപ്നങ്ങൾ കരിഞ്ഞുവീഴുന്നതാണ് *സ്വയംവര*ത്തിൽ. *സുവർണ്ണരേഖ*യിലെ നായികയും സീതയാണ്. ഉയർന്ന ജാതിക്കാരനായ ഈശ്വറിന്റെ അനുജത്തി. അവൾ കീഴ്ജാതിക്കാരനായ അഭിരാമുമായി പ്രണയത്തിലാണ്. പ്രണയസാഫല്യം തേടി അവർ നഗരത്തിലേക്ക് ഒളിച്ചോടുന്നു. എഴുത്തുകാരനാവാനായിരുന്നു അഭിരാമിനു താല്പര്യം. എന്നാൽ അയാൾ ആ രംഗത്ത് എവിടെയും എത്തുന്നില്ല. കാലം അയാൾക്കു കരുതിവച്ചത് ടാക്സി ഡ്രൈവറുടെ ജോലിയാണ്. ഒരു യാത്രയ്ക്കിടയിൽ വണ്ടി അപകടത്തിൽപ്പെട്ട് അയാൾ മരണത്തിനു കീഴടങ്ങുന്നു. അനാഥയായി മാറിയ സീത വേശ്യാവൃത്തിയിലേക്കു തിരിയുന്നു.

ദുരന്തമയമായ ജീവിതമാണ് രണ്ടു സീതമാർക്കും വിധി സമ്മാനിക്കുന്നത്. പ്രണയവും വിശ്വാസവും സമ്മാനിച്ച ജീവിതമോഹങ്ങൾ ക്രമേണ അവരുടെ ജീവിതത്തിൽ നഷ്ടമാവുന്നു. അഭിശപ്തമായ, ദുരന്തപൂർണ്ണമായ ജീവിതം നയിക്കാൻ വിധിക്കപ്പെട്ട രണ്ട് അനാഥജന്മങ്ങളായി അവർ മാറുന്നു. നിരപരാധികളായ രണ്ടു സ്ത്രീകൾക്കു കാലം ഏല്പിച്ച പ്രഹരം.

*സ്വയംവര*ത്തെപ്പറ്റി സംവിധായകനായ അടൂർ തന്നെ പറഞ്ഞിട്ടുള്ളത് ഇവിടെ പ്രസക്തമാണ്. ചിത്രത്തിന്റെ സ്രഷ്ടാവ് തന്നെ സ്വന്തം സൃഷ്ടി വിലയിരുത്തുമ്പോൾ അതിനൊരു പ്രാധാന്യമുണ്ടല്ലോ.

> *സുവർണ്ണരേഖ*യിൽ സീതയും അഭിയും വീട്ടുവിട്ട് കല്ക്കത്തയിലേക്കു പ്രയാണം ചെയ്യതു മുതൽ സീത വേശ്യാത്തെരുവിൽ എത്തുന്നതുവരെയുള്ള കാലഘട്ടത്തെപ്പറ്റി സിനിമയിൽ ഒന്നും പറയുന്നില്ല. ഈ ഇടക്കാലം അവർക്കെന്തായിരിക്കും സമ്മാനിച്ചിരിക്കുകയെന്ന് അക്കാലത്തൊക്കെ ആലോചിച്ചിട്ടുണ്ട്. ഒരുപക്ഷേ, ആ ചിന്തയായിരിക്കാം *സ്വയവര*ത്തിന്റെ ബീജാവാപത്തിലേക്കു നയിച്ചത്. ഒരുവേള അങ്ങനെ അല്ലാതെയുമിരിക്കാം. എന്തായാലും ഘട്ടക്കിന്റെ സീതയും അഭിയുമല്ല *സ്വയംവര*ത്തിലെ സീതയും വിശ്വനാഥനും. അവർ തികച്ചും മലയാളി മദ്ധ്യവർഗ്ഗത്തിന്റെ പിന്തുടർച്ചക്കാരും പ്രതിനിധികളും തന്നെ. ആദ്യം മനസ്സിൽ തട്ടുന്ന, നമ്മെ അലട്ടുന്ന ഒരനുഭവത്തിൽനിന്ന്, സന്ദർഭത്തിൽനിന്ന്, എത്രയോ രാസമാറ്റങ്ങളിലൂടെ, രൂപാന്തരങ്ങളിലൂടെ കടന്നുപോയിട്ടാണ് സർഗ്ഗാത്മകമായ ഒരു സിനിമ രൂപപ്പെടുന്നത്.

(അടൂർ ഗോപാലകൃഷ്ണൻ, സിനിമ സംസ്കാരം, മാതൃഭൂമി ബുക്സ്, കോഴിക്കോട്, 2011 പേജ് 56, 57)

ശബ്ദത്തെ പ്രതീകാത്മകമായി ഉപയോഗപ്പെടുത്താൻ അടൂർ *സ്വയംവര*ത്തിൽ ശ്രമിച്ചിട്ടുണ്ട്. ഒരുദാഹരണം പറയാം. വിശ്വന്റെ മരണസമയത്ത് ഉപയോഗിച്ചിരിക്കുന്ന ശബ്ദം ഒരുതരം സർറിയലിസ്റ്റിക്ക് സ്വഭാവമാർന്നതാണ്. അയാൾ ജോലി ചെയ്യിരുന്ന തടിമില്ലിലെ ഈർച്ചവാളിന്റെ സ്വരമാണവിടെ നാം കേൾക്കുന്നത്.

കാലത്തിൽ മെനഞ്ഞെടുത്ത ഒരു ദൃശ്യശില്പമാണ് *സ്വയംവരം*. കാലമെന്നത് ഒരു യാഥാർത്ഥ്യമാണെന്നതുപോലെത്തന്നെ പ്രഭാവവുമാകുന്നു. കഥാപാത്രങ്ങ

ളുടെ ജീവിത നൈരന്തര്യം നമുക്കു ബോദ്ധ്യമാവുന്നത് കാലത്തിലൂന്നിയ ഒരു ദൃശ്യാത്മകതയിലാണ്. വിശ്വന്റെ ജീവിത പരാജയവും മരണവുമൊക്കെ കാലത്തിന്റെ നിയതമായ സത്യങ്ങളായിരുന്നു. എഴുപതുകളിൽ കേരളത്തിൽ നിലനിന്ന വൈകാരിക പ്രതിസന്ധികളും ആകുലതകളും ഉൽക്കണ്ഠകളും ഈ ചിത്രം അനുധാവനം ചെയ്യുന്നു.

ചലച്ചിത്ര നിരൂപകനായ എം എഫ് തോമസ് *സ്വയംവര*ത്തെ വിലയിരുത്തുന്നത് വ്യത്യസ്തമായ തലത്തിലാണ്:

> അശാന്തമായ കടൽപോലെ മനസ്സിനെ നിരന്തരം അസ്വസ്ഥമാക്കുന്ന മൗലികവും സജീവവുമായൊരു കലാസൃഷ്ടിയുടെ സങ്കീർണ്ണമായ ഭാവങ്ങൾ അനിവാര്യമായും വ്യത്യസ്ത വിലയിരുത്തലുകൾക്കു വിധേയമാണ്. കഠിനമായ ജീവിതമാണ് സീതയെ കാത്തിരിക്കുന്നത്. കാറ്റും മഴയും ഇടിയും മിന്നലും നിറഞ്ഞ ആ ജീവിതത്തെ പരുഷവും തീക്ഷ്ണവുമായ പകയോടെ അഭിമുഖീകരിക്കാൻ സീത ഉറപ്പിച്ചുകഴിഞ്ഞു. അടച്ച സാക്ഷയ്ക്കു മുന്നിൽനിന്നു വിശ്വത്തിന്റെ തുണയില്ലാതെ സീത മറ്റൊരു ജീവിതയാത്രയ്ക്കു തുടക്കം കുറിക്കുന്നു, വാസ്തവത്തിൽ സ്വപ്നങ്ങളിൽനിന്നു യാഥാർത്ഥ്യത്തിലേക്കുള്ള പ്രയാണ കഥയാണ് *സ്വയംവരം* പറയുന്നത്.

(*അടൂരിന്റെ ചലച്ചിത്രയാത്രകൾ*, സൈൻ ബുക്സ്, തിരുവനന്തപുരം 2006 പേജ് 15).

> പ്രപഞ്ചത്തിലെ എല്ലാറ്റിനെയും നിഷേധിച്ചാലും ജീവിതത്തെ നിഷേധിക്കാനാവില്ല. അതുകൊണ്ടുതന്നെ ഗോപാലകൃഷ്ണന്റെ ചലച്ചിത്രങ്ങളെയും നിഷേധിക്കാനാവില്ല. കാരണം അതു ജീവിതമാണ്. ജീവിതത്തെ അത്രയുമടുത്തുനിന്നു വീക്ഷിച്ച ചലച്ചിത്രകാരന്മാർ നമുക്ക് അപൂർവ്വമാണ്. ഗോപാലകൃഷ്ണന്റെ ചിത്രങ്ങളിൽ നാം നമ്മുടെ ജീവിതം കാണുന്നു. നമ്മുടെ പാരമ്പര്യം കാണുന്നു. നമ്മുടെ ചുറ്റുപാടുകൾകാണുന്നു. നമുക്കു സുപരിചിതമായ കേരളം കാണുന്നു. അതിന്റെ ഏറ്റവും ചെറിയ തുടിപ്പുപോലും നമുക്കു കേൾക്കാം, കാണാം.
>
> *സ്വയംവരം* സ്വയം തീരുമാനമെടുക്കൽ കൂടിയാണ്. ചിത്രത്തിന്റെ ആദ്യത്തിൽ സീത ഒരു തീരുമാനമെടുക്കുന്നു; ഒരുമിച്ചു ജീവിതത്തിലേക്കിറങ്ങാൻ. ചിത്രം അവസാനിക്കുന്നിടത്തും അങ്ങനെയൊരു തീരുമാനമെടുക്കേണ്ട സന്ദർഭം വരുന്നു. സീതയെ സംബന്ധിച്ചിടത്തോളം വീണ്ടുമൊരു തീരുമാനം സ്വയംവരിക്കേണ്ട അവസ്ഥയിലാണു ചിത്രമവസാനിക്കുന്നത്."

എന്ന് എം എഫ് തോമസ് രേഖപ്പെടുത്തുന്നു (*ദൃശ്യതാളം* മാസിക, 2021 ജൂലൈ ലക്കം 02, പേജ് 06).

കേന്ദ്ര, സംസ്ഥാന സർക്കാരുകൾ പലപ്പോഴും *സ്വയംവര*ത്തോട് നിഷേധാത്മക നിലപാടാണ് സ്വീകരിച്ചത്. സംസ്ഥാന അവാർഡിന് വേണ്ടത്ര പരിഗണന ലഭിച്ചില്ല. അക്കാലത്ത് സജീവമായിരുന്ന ദൂരദർശൻ ടെലിവിഷൻ ചാനലിൽനിന്നു പോലും മോശമായ അനുഭവമാണ് *സ്വയംവര*ത്തിനുണ്ടായത്. അടൂരിന്റെ വാക്കുകൾ നമുക്കു ശ്രദ്ധിക്കാം

> ഇന്ത്യയിലെ മികച്ച ചിത്രങ്ങൾ ദൂരദർശനിൽ രാത്രി കാണിക്കുന്ന ഒരു

പരിപാടി മുൻപുണ്ടായിരുന്നു. അതുപ്രകാരം 1987 മെയ് 12 ന് ചൊവ്വാഴ്ച്ച പ്രദർശിപ്പിച്ച ചിത്രം സ്വയംവരമായിരുന്നു. പക്ഷേ, പടം തുടങ്ങുന്നതിനു മുമ്പ് ദൂരദർശൻ അധികാരികൾ എഴുതി കാണിച്ചത് 18 വയസ്സിനു താഴെ ഉള്ളവർ ഈ ചിത്രം കാണാൻ പാടില്ല എന്നായിരുന്നു. അടൂരിന്റെ വിഖ്യാതമായ *സ്വയംവരം* എന്ന ചിത്രം ലൈംഗികപരാമർശമുള്ള ചിത്രമായിട്ടാണ് ദൂരദർശൻ കണ്ടത്. ദൂരദർശൻ അധികാരികളുടെ കലാബോധമോർത്ത് ഖേദം തോന്നി. ഈ സംഭവം *ചിത്രഭൂമി* വാരികയിൽ ഒരാൾ എഴുതി. (അടൂർ ഗോപാലകൃഷ്ണൻ, *ചിത്രഭൂമി* സിനിമാ ദ്വൈവാരിക, 1987 ജൂൺ 14,-20 ലക്കം10 പേജ് 28,29)

*സ്വയംവര*ത്തിന്റെ അവസാനരംഗം പ്രേക്ഷകരിൽ വേദനയും മാനസിക സംഘർഷവും സൃഷ്ടിക്കാൻ പര്യാപ്തമാണ്. ജീവിതത്തെക്കുറിച്ചുള്ള നമ്മുടെ സങ്കല്പങ്ങളെ അത് മാറ്റി മറിച്ചേക്കാം. നിസ്സഹായയായ, നിരാലംബയായ ഒരു സ്ത്രീയുടെ ജീവിതാവസ്ഥ നമ്മുടെ മനസ്സിനെ അസ്വസ്ഥമാക്കും. ജീവിതവും അതു നല്കുന്ന പ്രതീക്ഷകൾക്കും ഇത്രയൊക്കയേ വിലയുള്ളുവെന്ന് നമ്മൾ തിരിച്ചറിയുന്നത് അപ്പോഴാണ്. തിരക്കഥയിലെ അവസാന രംഗം അടൂർ ആവിഷ്കരിക്കുന്നത് നമുക്കൊന്നു നോക്കാം.

എണ്ണൂറ്റിയാറ് - സമീപ ദൃശ്യം
മുൻവശത്തേക്കുള്ള കതകിന്റെ കനം കുറഞ്ഞ ദുർബ്ബലമായ സാക്ഷ, ഇടിയൊച്ചകളിൽ വിറപൂണ്ടു.

എണ്ണൂറ്റിയേഴ് - സമീപ ദൃശ്യം
സീത കുഞ്ഞിൽനിന്ന് മെല്ലെ മുഖമുയർത്തി അല്പമൊരു ഭയാശങ്ക.

എണ്ണൂറ്റിയെട്ട് - സമീപ ദൃശ്യം
ആശങ്കയോടെ സാക്ഷയിലേക്കു നോക്കി. അടച്ചിട്ട ദുർബ്ബലമായ സാക്ഷ ഇടിമുരൾച്ചകളിൽ വിറകൊണ്ടു.

എണ്ണൂറ്റിയൊമ്പത് - സമീപ ദൃശ്യം
സീത പലതരം വികാരങ്ങളോടെ അങ്ങോട്ടുതന്നെ നോക്കിയിരുന്നു.

എണ്ണൂറ്റിപ്പത്ത് - സമീപ ദൃശ്യം
കുട്ടി നല്ല ഉറക്കത്തിലാണ്.

എണ്ണൂറ്റിപ്പതിനൊന്ന് - സമീപ ദൃശ്യം
സീത പുറത്തേക്കു നട്ട നോട്ടവുമായി ഇരുന്നു. ഇടിയും മഴയും തകർത്തു.

എണ്ണൂറ്റിപന്ത്രണ്ട് - സമീപ ദൃശ്യം

സീതാസ്വയംവര ചിത്രത്തിൽ കൊള്ളിമീനുകൾ വീശി. കൂര ചോർന്നൊഴുകിയ മഴവെള്ളം സീതാസ്വയംവര ചിത്രത്തെ കുതിർത്ത് കണ്ണീരായി കീഴേക്ക് ഒഴുകി.

എണ്ണൂറ്റിപ്പതിമൂന്ന് - സമീപ ദൃശ്യം

ഇടിയും കാറ്റും ആഞ്ഞ് തള്ളിക്കൊണ്ടിരുന്ന കതക് സാക്ഷയുടെ സുരക്ഷയിൽ സംശയിച്ച് വിറകൊണ്ടു നിന്നു.

എണ്ണൂറ്റിപ്പതിനാല് - സമീപ ദൃശ്യം

സീതയുടെ നോട്ടം കതകിലും സാക്ഷയിലുമാണ്. അങ്ങനെ നോക്കിയിരിക്കെ അവളുടെ ചിത്രം നിശ്ചലമായി. അത് ക്രമേണ വിളറി വെളുപ്പായി അപ്രത്യക്ഷ മായി.

(അടൂർ ഗോപാലകൃഷ്ണൻ, സ്വയംവരം തിരക്കഥ, അടൂർ ഗോപാലകൃഷ്ണന്റെ തിരക്കഥ കൾ ഡി സി ബുക്സ് കോട്ടയം 2021, പേജ് 690, 691)

സാക്ഷയിട്ടിരിക്കുന്ന വാതിലിന്റെ നേർക്ക് നോക്കി നിർവ്വികാരയായിരിക്കുന്ന സീത. ഈ അസന്ദിഗ്ധതയിലാണ് ചിത്രം അവസാനിക്കുന്നത്. ഇത്തരമൊരവ സ്ഥയിൽ ചിത്രം അവസാനിപ്പിച്ചതിനെപ്പറ്റി അടൂർ പറയുന്നതിൽ സ്രഷ്ടാവിന്റെ മനസ്സാണ് കാണുന്നത്.

> സ്വയംവരിച്ചവരാണ് വിശ്വവും സീതയും. അവർ പുറപ്പെട്ടുപോന്നത് ജീവിതത്തിന്റെ പരുക്കൻ യാഥാർത്ഥ്യങ്ങളിലേക്കാണ്. സിനിമയുടെ അവസാനം സീതയെന്ന നായികാകഥാപാത്രത്തിന് മുമ്പിൽ അവൾ സ്വയംവരിക്കേണ്ട ഭാവി കണ്ണുതുറിച്ച് നില്ക്കുന്നു. കമിതാവ് മരിച്ചു കഴിഞ്ഞു. ഇനി മൂന്ന് മാർഗ്ഗങ്ങളാണ് അവൾക്കു മുന്നിലുള്ളത്. ബന്ധുക്കളോടൊപ്പം തിരിച്ചുപോകാം. എതിർ വീട്ടിലെ സന്ദർശകനായ സ്മഗ്ളർ വാസുവിന്റെ വെപ്പാട്ടിയാകാം. വിദ്യാസമ്പന്നയെന്ന നിലയിൽ ഒരു ജോലി കണ്ടെത്തി സ്വയം ജീവിക്കാം, എന്നിങ്ങനെ ഇവിടെ ഒരു സ്വയം തെരഞ്ഞെടുപ്പിന്റെ പ്രതിസന്ധി നായിക അനുഭവിക്കുന്നുണ്ട്.

(*വരൂ അടൂരിലേക്കു പോകാം*, അക്ബർ കക്കട്ടിൽ, ഡി സി ബുക്സ്, കോട്ടയം 2006, പേജ് 61)

*സ്വയംവര*ത്തിലെ അവസാന രംഗം എന്റെ മനസ്സിലേക്ക് കൊണ്ടുവന്നത് പ്ര ശസ്ത പോളിഷ് സംവിധായകനായ റൊമാൻ പൊളാൻസ്കിയുടെ *നൈഫ് ഇൻ ദ വാട്ടറിലെ* അവസാന രംഗമാണ്. ഉല്ലാസ യാത്രയ്ക്കിടയിൽ തങ്ങളോടോപ്പം ചേർന്ന യുവാവിനെ തടാകത്തിലെ യാത്രയ്ക്കിടയിൽ കാണാതാകുന്നു. നായകനു മായുള്ള പിണക്കത്തിനൊടുവിലാണ് അവനെ കാണാതാകുന്നത്. ഉല്ലാസ യാത്ര കഴിഞ്ഞ് വീട്ടിലേക്ക് മടങ്ങുന്ന ആന്ദ്ര, ക്രിസ്റ്റീന ദമ്പതിമാർ സഞ്ചരിച്ചിരുന്ന കാർ ഒരു ജങ്ഷനിൽ നില്ക്കുകയാണ്. ഒരു വശത്തേക്കുള്ള വഴി അവരുടെ വീട്ടിലേക്കും മറ്റൊന്ന് പൊലീസ് സ്റ്റേഷനിലേക്കുമാണ്. ഏതു വഴി അവർ തെരഞ്ഞെടുക്കുമെ ന്ന്, അത് തീരുമാനിക്കാനുള്ള സ്വാതന്ത്ര്യം പ്രേക്ഷകർക്ക് നല്കിക്കൊണ്ടാണ് *നൈഫ് ഇൻ ദ വാട്ടർ* അവസാനിക്കുന്നത്. ഈ അനിശ്ചിതത്വം ചിത്രത്തിന് പ്ര

ത്യേക ആസ്വാദനതലം സംഭാവന ചെയ്യുന്നു. *സ്വയംവര*ത്തിന്റെ ദൃശ്യചാരുതയും ഈ അനിശ്ചിതത്വം പകരുന്ന ആസ്വാദനക്ഷമത തന്നെയാണ്.

ദൃശ്യമാധ്യമത്തിന്റെ സാദ്ധ്യതകളെ സംബന്ധിച്ച് അവബോധം വളർത്തുന്നതിൽ *സ്വയംവര*ത്തിന് പുതിയ മാനങ്ങൾ സംഭാവന നല്കാനായി. ഇതിനുശേഷവും കലാസിനിമകൾ എന്നു വിവക്ഷിക്കാവുന്ന ഒട്ടേറെ ചിത്രങ്ങൾ ഇവിടെ പിറവിയെടുത്തു. എന്നാൽ സിനിമാറ്റിക്ക് സൗന്ദര്യം പ്രകടമാക്കുന്ന ചിത്രങ്ങൾ എന്ന വിശേഷണത്തിൽ *സ്വയംവര*ത്തോടൊപ്പം നില്ക്കാൻ പോന്ന ചിത്രങ്ങളൊന്നുമുണ്ടായില്ല എന്നതാണ് യാഥാർത്ഥ്യം.

*സ്വയംവര*ത്തിലെ ദൃശ്യപ്പെരുമയും ശബ്ദവിശേഷവും

കെ വി മോഹൻ കുമാർ

മുതിർന്ന സിവിൽ സർവ്വീസ് ഉദ്യോഗസ്ഥൻ, മാധ്യമപ്രവർത്തകൻ. വയലാർ അവാർഡ് നേടിയ നോവലിസ്റ്റ്, ചെറുകഥാകൃത്ത്. സംസ്ഥാന ചലച്ചിത്ര അക്കാദമി സെക്രട്ടറിയായിരുന്നു. കേരളകൗമുദി, മലയാള മനോരമ എന്നിവിടങ്ങളിൽ പത്രാധിപസമിതിയംഗം, പൊതുവിദ്യാഭ്യാസ ഡയറക്ടർ എന്നീ നിലകളിൽ പ്രവർത്തിച്ചു. നിലവിൽ കേരള സംസ്ഥാന ഭക്ഷ്യസുരക്ഷാ കമ്മീഷൻ അദ്ധ്യക്ഷൻ. ഉഷ്ണരാശി, ശ്രാദ്ധശേഷം, പ്രണയത്തിന്റെ മൂന്നാം കണ്ണ് തുടങ്ങിയവ പ്രധാന രചനകൾ.

ചേർത്തലയിൽ അക്കാലത്ത് 'ഫ്രീ സർക്കിൾ' എന്നൊരു ഫിലിം സൊസൈറ്റി ഉണ്ടായിരുന്നു. പില്ക്കാലത്ത് പൂണെ ഫിലിം ഇൻസ്റ്റിറ്റ്യൂട്ടിൽ പഠിച്ച ശ്രദ്ധേയനായ ചലച്ചിത്ര ഛായാഗ്രാഹകൻ സണ്ണിജോസഫും സഹോദരൻ ജോസി ജോസഫുമായിരുന്നു മുഖ്യ സംഘാടകർ. ടൗണിലെ അവരുടെ വീട്ടിലെ സ്വീകരണ മുറിയിലായിരുന്നു 'ഫ്രീ സർക്കിളി'ന്റെ യോഗങ്ങൾ. ചേർത്തല എൻ എസ് എസ് കോളേജിൽ വിദ്യാർത്ഥിയായിരുന്ന ഞാനും അതിൽ അംഗമായിരുന്നു. നവസിനിമയെക്കുറിച്ചുള്ള ധാരണ എന്നിലുണ്ടായത് 'ഫ്രീ സർക്കിൾ' വേദികളിലൂടെയാണ്. കേരളത്തിലെങ്ങും ഫിലിം സൊസൈറ്റികൾ വേരോടിത്തുടങ്ങിയ കാലം. ഫ്രഞ്ച് *അവാന്ത് ഗാദെ* ചിത്രങ്ങൾ, ബർഗ്ഗ്മാന്റെ *സൈലൻസ്*, ഡിസീക്കയുടെ *ബൈസിക്കിൾ തീവ്സ്*, റേ യുടെ *പഥേർ പാഞ്ചാലി*, പി എൻ മേനോന്റെ *ഓളവും തീരവും* തുടങ്ങി ഒരുപാടു നല്ല ചിത്രങ്ങൾ ഫിലിം സൊസൈറ്റി വേദികളിലൂടെ കാണാനിടയായി. അടൂർ ഗോപാലകൃഷ്ണന്റെ *സ്വയംവരം* കാണുന്നതിനു മുന്നേ ആ ചിത്രത്തെക്കുറിച്ചുള്ള സംവാദത്തിൽ ഭാഗമാകാൻ കഴിഞ്ഞതും അങ്ങനെയാണ്. നാട്ടിലെ ബി ക്ലാസ് തിയേറ്ററുകളിൽ *സ്വയംവരം* പ്രദർശിപ്പിച്ചതായി ഓർമ്മയില്ല. *സ്വയംവരം* റിലീസ് ചെയ്യുമ്പോൾ ഞാൻ ഹൈസ്കൂൾ വിദ്യാർത്ഥിയായിരുന്നു. പിന്നെയും എത്രയോ കഴിഞ്ഞാണ്, കോളേജിൽ പഠിക്കുന്ന കാലത്ത് മലയാള സിനിമാ ചരിത്രത്തിൽ കറുപ്പിലും വെളുപ്പിലും വിരിയിച്ച ആ

വിസ്മയം കാണാനിടയായത്. പിന്നീട് *സ്വയംവരം* അഞ്ചോ ആറോ തവണ ഞാൻ കണ്ടിട്ടുണ്ടാവണം.

അന്ന് നിലവിലിരുന്ന സിനിമാ രീതികളിൽനിന്ന് വേറിട്ട ദൃശ്യാനുഭവമായി *സ്വയംവര*ത്തെ നവ തലമുറ വാഴ്ത്തുമ്പോഴും വിമർശനങ്ങളും രൂക്ഷമായിരുന്നു. മലയാള സിനിമയ്ക്ക് അതുവരെ അന്യമായിരുന്ന ആവിഷ്കാര ശൈലി. മലയാളി പ്രേക്ഷകന്റെ ഭാവുകത്വത്തെ തിരുത്തിയെഴുതിയ രചന. റിയലിസത്തിന്റെ സാമ്പ്രദായികരീതികളിൽനിന്നു വേറിട്ടു നിന്ന ആവിഷ്കാരം. പ്രണയിച്ച് നാടുവിടുന്ന വിശ്വത്തിന്റെയും സീതയുടെയും നഗരത്തിലേക്കുള്ള നീണ്ട ബസ് യാത്രയിലാണല്ലോ ചിത്രം ആരംഭിക്കുന്നത്. അത്രയും ദൈർഘ്യമേറിയ ബസ് യാത്രാ ദൃശ്യം മലയാളി സിനിമാസ്വാദകന് ആദ്യാനുഭവമായിരുന്നു. മുഴത്തിനു മുന്നൂറു ഡയലോഗ് കാച്ചുന്ന ശരാശരി സിനിമകളുടെ ഇടത്തേക്കാണു 'ആദ്യ പതിനഞ്ച് മിനിറ്റിൽ ഒന്നോ രണ്ടോ മോണോലോഗിലൊതുങ്ങുന്ന സംഭാഷണവുമായി *സ്വയംവരം* കടന്നുവന്നത്. ഹോട്ടൽ മുറിയുടെ ജാലകത്തിലൂടെ പുറം കാഴ്ചകൾ നോക്കി നില്ക്കുന്ന സീതയുടെ അരികിലെത്തുന്ന നായകൻ "എന്തും നേരിടാനുള്ള ധൈര്യത്തോടെയല്ലേ നമ്മൾ പോന്നത്?... വിശ്വസിക്കാൻ കഴിയുന്നില്ല. ഒരു സ്വപ്നം പോലെ തോന്നുന്നു" എന്ന് പറയുമ്പോഴാണു ചിത്രത്തിൽ മൗനം ഭേദിക്കുന്നത്. എന്നാൽ അതിലും എത്രയോ മുന്നേ ബസ് യാത്രയ്ക്കിടയിലെ പ്രണയാതുരമായ നോട്ടങ്ങളിലൂടെ വിശ്വവും സീതയും അനുവാചകരോടു സംവദിക്കുന്നുണ്ട്. ഒന്നോർത്താൽ നിശ്ശബ്ദതയും ഒരു ശബ്ദവിശേഷം തന്നെയാണെന്ന് അടൂർ ഗോപാലകൃഷ്ണൻ പിന്നീടൊരിക്കൽ പറയുകയുണ്ടായി. "പലപ്പോഴും നിശ്ശബ്ദതയുടെ നിയോഗം പിന്നാലെ വരുന്ന ശബ്ദത്തിന്റെ ഉള്ളും ഊക്കും പെരുപ്പിക്കുക കൂടിയാണ്."

അതുപോലെ സിനിമയിലെ സംഭാഷണമെന്ന കലയുടെ സ്വാഭാവികതയ്ക്കും

*സ്വയംവര*മൊരുക്കിയ പുതിയ വഴിത്താര ശ്രദ്ധേയമായിരുന്നു. *നീലക്കുയിലും ചെമ്മീനും, ഓളവും തീരവും* സ്വാഭാവിക നാട്ടുവാമൊഴി വഴക്കത്തെ അഭ്രപാളിയിൽ പകർത്തിയ ശേഷവും മലയാള സിനിമ അച്ചടി വടിവുള്ള സംഭാഷണങ്ങളുടെ ചതുരക്കളങ്ങളിലായിരുന്നു. *സ്വയംവരം* അതിനെ തിരുത്തിക്കുറിച്ചു. വിദ്യാസമ്പന്നരായ വിശ്വന്റെയും സീതയുടേയും ഭാഷയായിരുന്നില്ല,"കല്യാണീ, കൊച്ചിന ഇങ്ങന വശം കെട്ടെട്ടുക്കാതെ"എന്നു പറയുന്ന ജാനകിയമ്മയും കല്യാണിയും ഉൾപ്പെടുന്ന സാധാരണക്കാരുടെ ഭാഷ. കഥാപാത്രങ്ങൾക്കനുസരിച്ച ഭാഷയുടെ വിന്യാസത്തിലും സ്വാഭാവികത വരുത്തിയതു കഥപറച്ചിലിന്റെ ആസ്വാദ്യത ഉയർത്തി.

*സ്വയംവര*ത്തിൽ എന്നെ വിസ്മയിപ്പിച്ച മറ്റൊരു ഘടകം സംവിധായകന്റെ നിയന്ത്രണത്തിൽ എം ബി ശ്രീനിവാസൻ ഒരുക്കിയ സംഗീതമാണ്. സിനിമയുടെ രൂപഭാവഘടനയോടു ചേർന്നു നില്ക്കുന്നതാവണം സംഗീതം എന്ന പുതിയൊരു പാഠം *സ്വയംവരം* നവ സിനിമാസങ്കല്പവുമായി പങ്കുവച്ചു. പ്രകൃതിജന്യ ശബ്ദങ്ങളായിരുന്നു *സ്വയംവര*ത്തിന്റെ പശ്ചാത്തലത്തിൽ അധികവും. വിശ്വനും സീതയും പരുക്കൻ ജീവിത യാഥാർത്ഥ്യങ്ങളെ അഭിമുഖീകരിക്കുന്നതിനു മുൻപ് അവരുടെ പ്രണയത്തിന്റെ കാല്പനിക ഭാവങ്ങൾക്കു ദൃശ്യ തലത്തിൽ സംഗീതം ഊടും പാവുമാകുന്നു. വിശ്വന് ലക്ചററായി ജോലി കിട്ടുമ്പോൾ, മദ്യപിച്ചെത്തുന്ന വിശ്വന്റെ മുന്നിൽ തകർന്നു നില്ക്കുന്ന സീത അയാളുടെ സ്വബോധത്തെ തട്ടിയുണർത്തുമ്പോൾ, അവരിലെ പ്രണയഭാവം വീണ്ടുമുണരുമ്പോൾ വീണയുടെ മധുരധ്വനി ആ രംഗത്തിനു മിഴിവേകുന്നു. സീത ഗർഭിണിയാണെന്നറിയുമ്പോൾ ഉതിരുന്ന വീണാനാദവും ആഹ്ലാദത്തിന്റെ നീർച്ചാൽ പ്രവാഹവും. സീത കുഞ്ഞിനു ജന്മം നല്കിയതറിഞ്ഞ് ഓടിയെത്തുന്ന വിശ്വന്റെ ഹൃദയവികാരം ആരോഹണത്തിലേക്കുയരുന്നതും വീണയുടേയും പുല്ലാങ്കുഴലിന്റെയും മാസ്മരിക ലയത്തിലൂടെയാണ്. അത്യാവശ്യഘട്ടത്തിൽ സർഗ്ഗാത്മ സാന്നിദ്ധ്യമായി മാറുന്നതല്ലാതെ സംഗീതം ചിത്രത്തിലെങ്ങും കടന്നുവരുന്നില്ല. അതേസമയം പ്രകൃതിയുടെ ശബ്ദവിന്യാസത്തെ സ്വാഭാവികമായി ഉൾച്ചേർത്തിട്ടുമുണ്ട്. കാക്കകളുടേയും കിളികളുടെയും മണ്ണാത്തിക്കിളിയുടെയും നായ്ക്കളുടെയുമെല്ലാം പല ദൂരപരിധികളിൽനിന്നുള്ള വ്യക്തവും അവ്യക്തവുമായ ഒച്ചകൾ. തേങ്ങ ചിരകുന്ന ഒച്ച. ഈർച്ചവാളിന്റെ ഭയാനകശബ്ദം. വാഹനങ്ങളുടെ ഒച്ച. കാറ്റിന്റെ ഒച്ച. നീർത്തുള്ളികളുടെ ഒച്ച... ഇങ്ങനെ ഒച്ചകളുടെ വൈവിദ്ധ്യത പകരുന്നതാണ് *സ്വയംവര*ത്തിലെ ദൃശ്യങ്ങൾ.

മങ്കട രവിവർമ്മ കറുപ്പിലും വെളുപ്പിലും ഒപ്പിയെടുത്ത ദൃശ്യവാങ്മയങ്ങളെക്കുറിച്ചു പരാമർശിക്കാതെ വയ്യ. ഇന്നും മനസ്സിന്റെ അഭ്രപാളികളിൽ *സ്വയംവരം* മികവുറ്റ ദൃശ്യാനുഭവമായി നിലനിർത്തുന്നതിൽ ആ ക്യാമറക്കാഴ്ചകൾക്ക് വലിയൊരു പങ്കുണ്ട്. വിശ്വന്റെ മരണത്തെ, ഏറെയൊന്നും പറയാതെ മുറ്റത്തെ ഉറുമ്പുകളുടെ ദൃശ്യത്തിലൂടെ സന്നിവേശിപ്പിച്ച ആവിഷ്കാര ചാതുരി പുതുമയാർന്ന അനുഭവമായിരുന്നു. ഒടുവിൽ, കഥാന്ത്യത്തിൽ വിശ്വന്റെ മരണശേഷം അകത്തു നിന്നും തഴുതിട്ട വാതിലിലേക്ക് നോക്കിയിരിക്കുന്ന സീതയുടെ കാഴ്ചയിൽ *സ്വയംവരം* വേറിട്ട അർത്ഥതലത്തിലേക്ക് പരാവർത്തനം ചെയ്യപ്പെടുമ്പോൾ പ്രതിപാദനം റിയലിസത്തിന്റെ

തനതുരീതികളെ തിരുത്തിയെഴുതുകയാണ്. എഴുപതുകളിൽ മലയാള സിനിമയിൽ നവ തരംഗത്തിനു തുടക്കമിട്ട ചിത്രം എന്ന വിശേഷണം *സ്വയംവര*ത്തിനു മാത്രം അവകാശപ്പെട്ടതാണ്. അഞ്ച് പതിറ്റാണ്ട് നീളുന്ന മലയാളിയുടെ നവ സിനിമാ സംവേദനത്തിനു അടിത്തറ പാകിയതും *സ്വയംവര*മാണ്.

കണ്ണു തെളിയിച്ച കാഴ്ച

ബൈജു ചന്ദ്രൻ

സംസ്ഥാന ദേശീയ ബഹുമതികൾ നേടിയ ദൃശ്യമാധ്യമപ്രവർത്തകൻ. ദൂരദർശൻ തിരുവനന്തപുരം നിലയത്തിലെ സ്ഥാപകപ്രവർത്തകരിൽ ഒരാൾ. ദൂരദർശൻ അസിസ്റ്റന്റ് സ്റ്റേഷൻ ഡയറക്ടറായി വിരമിച്ചു. ധാരാളം ഡോക്യുമെന്ററികളും ഹ്രസ്വചിത്രങ്ങളും സംവിധാനം ചെയ്തു.

ആ ബസ് ഓടിക്കൊണ്ടേയിരിക്കുകയാണ്. ദൂരെ ഏതോ സ്ഥലത്തുനിന്ന് യാത്ര തുടങ്ങി മെല്ലെ പട്ടണത്തിലേക്ക് പ്രവേശിക്കുകയാണ്, ഇപ്പോഴത്. പത്രം വായനയിൽ ലയിച്ചിരിക്കുന്ന ഒരാൾ, വാരിക മറിച്ചു നോക്കിക്കൊണ്ടിരിക്കുന്ന ഒരു സ്ത്രീ, ചോക്ലേറ്റ് കഴിക്കുന്ന കുട്ടി, വികാരിയച്ചന്റെ തോളിലേക്ക് ഉറക്കം തൂങ്ങി വീഴുന്ന കഷണ്ടിക്കാരൻ, ഗോട്ടി മീശ വച്ച ഒരു മനുഷ്യൻ, അച്ഛനും അമ്മയും കുഞ്ഞുമടങ്ങുന്ന ഒരു കുടുംബം....വിവിധതരക്കാരായ ആ യാത്രക്കാരുടെ കൂട്ടത്തിൽ നവദമ്പതികളെന്ന് ഒറ്റനോട്ടത്തിൽത്തന്നെ തോന്നിക്കുന്ന ആ രണ്ടു മനുഷ്യരും. കണ്ടക്ടർ ബെല്ലടിക്കുന്നു, ഡ്രൈവർ ബ്രേക്കിടുന്നു, ചിലർ ഇറങ്ങുകയും ചിലർ കയറുകയും ചെയ്യുന്നു. നഗരദൃശ്യങ്ങൾ പലതും വഴിയോരക്കാഴ്ചകളായി മിന്നിമറയുന്നു....

പ്രത്യേകിച്ച് സംഭാഷണങ്ങളോ നാടകീയ മുഹൂർത്തങ്ങളോ ഒന്നുമില്ലാത്ത, ഇത്രയും ദീർഘമായ ഒരു ബസ് യാത്ര ‘കണ്ണൂർ ഡീലക്സി’ൽ പോലും ഞാൻ കണ്ടിട്ടില്ല. എന്നാലുമെനിക്ക് ഒട്ടും വിരസത തോന്നിയില്ല. കാരണം ഞാൻ താമസിക്കുന്ന നഗരത്തിലെ പല ഇടങ്ങളിൽക്കൂടി, ഞാൻ സ്ഥിരമായി സ്കൂളിലേക്ക് പോകാറുള്ള ‘ട്രാൻസ്പോർട്ട്’ ബസിലാണ്, ഈ യാത്ര നടക്കുന്നത്. നഗരമെന്ന് വെറുതെ പറഞ്ഞെന്നേയുള്ളൂ. എഴുപതുകളിലെ തിരുവനന്തപുരം, പട്ടണമായി ഇനിയും വികസിച്ചിട്ടില്ലാത്ത ഒരു തനിഗ്രാമം തന്നെയായിരുന്നു. മണ്ണുകൊണ്ട് കെട്ടിയുണ്ടാക്കിയ ചെറിയ കയ്യാലകൾ, ഓലമേഞ്ഞ കൊച്ചു കുടിലുകൾ, ഓടിട്ട ചെറിയ വീടുകൾ, രണ്ടു നിലയിലേറെ ഉയരമില്ലാത്ത കെട്ടിടങ്ങൾ, ഇരുവശങ്ങളിലും പരന്നുകിടക്കുന്ന വിശാലമായ വയലുകൾ, കാളവണ്ടിയും സൈക്കിളും കറുപ്പും മഞ്ഞയും ചായമടിച്ച ടാക്സി കാറും സിറ്റി സർവ്വീസ് ബസും മാത്രം സഞ്ചരിക്കുന്ന,

തിരക്ക് തീരെ കുറഞ്ഞ തെരുവീഥികൾ... അതൊക്കെ കണ്ടും കടന്നുമായിരുന്നു ആ ബസ് മുന്നോട്ടു പോയിക്കൊണ്ടിരുന്നത്...

ഞാൻ ഇരിക്കുന്നതിന്റെ ചുറ്റുപാടും ഒന്നു കണ്ണോടിച്ചു. 'ശ്രീപത്മനാഭ' തീയേറ്ററിന്റെ ബാല്ക്കണിയിൽ അപൂർവ്വം സീറ്റുകൾ മാത്രമേ നിറഞ്ഞിട്ടുള്ളൂ. താഴെ റിസർവ്വേഷനിലും ഫസ്റ്റ് ക്ലാസിലുമൊന്നും ആരുമില്ലെന്ന് തന്നെ പറയാം.

പതിനൊന്ന് വയസ്സുകാരനായ എന്റെ അഭിരുചിയ്ക്കൊത്ത സിനിമയായിരുന്നില്ല, അത്. നസീറും ജയഭാരതിയും ഉമ്മറും അടൂർ ഭാസിയും ബഹദൂറുമൊന്നുമില്ലാതെ എന്തു സിനിമ! പക്ഷേ, എനിക്ക് ഉള്ളിന്റെയുള്ളിൽ വലിയ എന്തോ സംഭവത്തിൽ പങ്കുകൊള്ളുന്ന പ്രതീതിയായിരുന്നു, അപ്പോൾ. കാരണം കുറെ നാളുകളായി ഞാനീ സിനിമയെക്കുറിച്ചുപറഞ്ഞു കേൾക്കാൻ തുടങ്ങിയിട്ട്. ഇതിന്റെ പിറകിൽ പ്രവർത്തിക്കുന്നവരിൽ പലരെയും കണ്ടും കേട്ടും കുറച്ചൊക്കെ അറിയാവുന്നവരാണ്. അച്ഛന്റെ ചില ഉറ്റ സുഹൃത്തുക്കൾ, അടുത്ത പരിചയക്കാർ....അങ്ങനെ പലരും ഈ സിനിമയുമായി ബന്ധപ്പെട്ടിരിക്കുന്നു. ആ വ്യക്തികൾ മുൻകൈയെടുത്തു പുറത്തുകൊണ്ടുവന്ന സിനിമാ സംരംഭങ്ങളിൽ ചിലതൊക്കെ എനിക്ക് കാണാനവസരമുണ്ടായിട്ടുണ്ട്.

പക്ഷേ, ഈ സിനിമ....ഈ സിനിമയെക്കുറിച്ച് അച്ഛൻ വളരെ പ്രതീക്ഷയോടെ പറയുന്നത് കേട്ടിരുന്നു. അച്ഛൻ പത്രാധിപരായ *കേരളശബ്ദം* രാഷ്ട്രീയ വാരികയിലും സഹോദര പ്രസിദ്ധീകരണങ്ങളായ *കുങ്കുമം* സാംസ്കാരിക വാരികയിലും ചിത്രീകരണ വിശേഷങ്ങൾ വന്നിരുന്നു. തിരുവനന്തപുരത്തുകാരുടെ സ്വന്തം പത്രമായ *കേരളകൗമുദി*യുടെ 72 ലെ ഓണം വിശേഷാൽപ്രതിയിൽ ഒരുപാട് ചിത്രങ്ങളുമായി, സിനിമയെപ്പറ്റിയുള്ള ദീർഘമായ റിപ്പോർട്ട് വായിക്കുകയും ചെയ്തു.

സംവിധായകന്റെയും മറ്റ് പ്രധാന അണിയറ പ്രവർത്തകരുടെയുമൊക്കെ അഭിമുഖങ്ങളും ഉണ്ടായിരുന്നു, അവയിലെല്ലാം. അതൊക്കെ മനസ്സിലുണ്ടായിരുന്ന ഞാൻ, അതുകൊണ്ടു തന്നെ വലിയ പ്രതീക്ഷകളോട് കൂടിയാണ് ഈ ചിത്രം കാണാൻ വന്നിരിക്കുന്നത്. ആകാംക്ഷയോടെ സ്ക്രീനിലേക്ക് ഉറ്റുനോക്കിക്കൊണ്ട് ഞാൻ സീറ്റിന്റെ അറ്റത്തേക്ക് കയറിയിരുന്നു....അവർ രണ്ടുപേരിൽ മുതിർന്നയാൾക്ക് സാമാന്യത്തിലധികം പൊക്കമുണ്ടായിരുന്നു. ഇരുണ്ട നിറം. കട്ടി മീശ, കറുത്ത ഫ്രെയിമുള്ള കണ്ണടയ്ക്കുള്ളിൽ കാണുന്നത് ചെറിയൊരു കോങ്കണ്ണാണോ എന്ന് സംശയം.

ഉയരം കുറഞ്ഞ് ലേശം വെളുത്തനിറക്കാരനാണ് അപരൻ. ഭംഗിയായി ക്രോപ്പ് ചെയ്ത് ചീകിയൊതുക്കിവെച്ചിരുന്ന ചുരുണ്ട മുടി വളർന്ന് കിരണങ്ങൾപോലെ മുകളിലേക്ക് പടർന്നുനില്ക്കാൻ തുടങ്ങിയതും, ചുണ്ടിന് മുകളിലെ തീരെ നനുത്ത മീശ, റ മാതിരി വളഞ്ഞ് രണ്ടു വശങ്ങളിലൂടെയും താടിയിലേക്ക് അരിച്ചിറങ്ങിയതുമൊക്കെ കാലാന്തരത്തിൽ സംഭവിച്ചതാണ്. ചുരുട്ടിവച്ച കൈയുള്ള വെള്ളഷർട്ടും ടക്ക് ഇൻ ചെയ്ത പാന്റ്സും ധരിച്ചാണ് ആദ്യമൊക്കെ കണ്ടിട്ടുള്ളത്. ചിലപ്പോൾ പാന്റ്സിന് പകരം ഡബിൾ മുണ്ടുടുത്തും കണ്ടിട്ടുണ്ട്.

മുപ്പതുകളുടെ തുടക്കത്തിലുള്ള അവർ രണ്ടുപേരും ഒരൊറ്റ വയറ്റിൽപ്പിറന്ന സഹോദരന്മാരെപ്പോലെയായിരുന്നു. ഒരുമിച്ചല്ലാതെ ആ രണ്ടുപേരെയും അന്നൊന്നും ഒരിക്കലുമാരും കണ്ടിട്ടില്ല. ഇത്രയും അഭിപ്രായൈക്യമുള്ള ചങ്ങാതിമാരെ കാണാൻ കിട്ടിയിരുന്നില്ല എന്ന് പറഞ്ഞുകേട്ടിട്ടുണ്ട്. ആദ്യത്തെയാൾ ഒരുപാട് വാചാലൻ. ഒന്നാന്തരം സംഘാടകൻ. കാര്യങ്ങൾ അനായാസമായി നടത്തിയെടുക്കാൻ ബഹുമിടുക്കൻ. മറ്റേയാൾ അങ്ങേയറ്റം മിതഭാഷി. ചലച്ചിത്ര കലയെ സംബന്ധിച്ച് അക്ഷരാർത്ഥത്തിൽത്തന്നെ ഒരു എൻസൈക്ലോപീഡിയ. ഛായാഗ്രഹണവും എഡിറ്റിങ്ങും ശബ്ദലേഖനവും എന്നുവേണ്ട, സിനിമ പ്രദർശിപ്പിക്കുന്ന നേരത്ത് പ്രൊജക്ടർ ഓപ്പറേറ്റ് ചെയ്യുന്ന ജോലിയും സിനിമയുടെ പ്രിന്റുകളും വഹിച്ചുകൊണ്ടുള്ള സ്കൂട്ടറും ജീപ്പും ഓടിക്കുന്ന ഡ്രൈവർ പണിയും വരെ, ആളാണ് ഏറ്റെടുക്കാറ്. ഡോക്യുമെന്ററി നിർമ്മാണത്തെക്കുറിച്ച് വിവിധ സർക്കാർ വകുപ്പുകളോടും സിനിമാ പ്രദർശനം സംബന്ധിച്ച് പല വിദേശ എംബസികളോടും, അന്താ

രാഷ്ട്ര ഫിലിം ഫെസ്റ്റിവലുകളുടെ സംഘാടകരോടുമെല്ലാമുള്ള കത്തിടപാടുകൾ അദ്ദേഹത്തിന്റെ ചുമതലയിൽപ്പെട്ടതായിരുന്നു.

ആ രണ്ടുപേർ ആരൊക്കെയാണെന്ന് ഇനിയും പറയേണ്ട കാര്യമുണ്ടെന്ന് തോന്നുന്നില്ല. എങ്കിലും പറയാം. കുളത്തൂർ ഭാസ്കരൻ നായരും അടൂർ ഗോപാലകൃഷ്ണനുമായിരുന്നു അവർ. 'ചിത്രലേഖാ ഫിലിം കോ - ഓപ്പറേറ്റീവ് എന്ന, ചലച്ചിത്ര മേഖലയിലെ ആദ്യത്തെ സഹകരണപ്രസ്ഥാനത്തിന്റെ മുന്നണി പ്രവർത്തകരായിരുന്ന അടൂർ ഗോപാലകൃഷ്ണനെയും കുളത്തൂർ ഭാസ്കരൻ നായരെയും അന്നത്തെ ഒൻപത് -പത്തു വയസ്സുകാരൻ ഇത്രത്തോളം സൂക്ഷ്മതയോടെ ഓർമ്മിക്കാൻ പ്രത്യേകിച്ച് കാരണമുണ്ട്. അതുപറയും മുമ്പ്, ഈ രണ്ടുപേരുടെയും കൂട്ടത്തിൽ ചിലപ്പോഴൊക്കെ ഉണ്ടാകാറുണ്ടായിരുന്ന വേറെ ചില വ്യക്തികളെക്കുറിച്ച് കൂടി പറയട്ടെ. അച്ഛന്റെ അല്പം കൂടി പഴയ സുഹൃത്തുക്കളായ, അന്ന് എൽ ഐ സിയിൽ ഉദ്യോഗസ്ഥനായിരുന്ന കെ പി കുമാരൻ, കോളേജ് അദ്ധ്യാപകനായ ശ്രീവരാഹം ബാലകൃഷ്ണൻ എന്നിവരാണത്.

ശ്രീവരാഹത്തിന്റെ കഥകൾ *കേരളശബ്ദ*ത്തിലും *കുങ്കുമ*ത്തിലും *ജനയുഗ*ത്തിലും *കൗമുദി*യിലും മറ്റും അച്ചടിച്ചുവന്നത് കണ്ടിട്ടുണ്ട്. അതുപോലെ സിനിമയെക്കുറിച്ചുള്ള ലേഖനങ്ങളും. കെ പി കുമാരനാകട്ടെ, സാഹിത്യവും പുതിയ സിനിമകളെക്കുറിച്ചുള്ള എഴുത്തും അല്പം തീവ്രമായ രാഷ്ട്രീയ വിശ്വാസവുമൊക്കെ അന്ന് സജീവമായിക്കൊണ്ടു നടന്നിരുന്നു. ഇവരെല്ലാമൊരുമിച്ചുചേർന്നാരംഭിച്ച ചിത്രലേഖ ഫിലിം സൊസൈറ്റിക്ക് *കേരളശബ്ദം, കുങ്കുമം* പ്രസിദ്ധീകരണങ്ങളുടെ പത്രാധിപന്മാരായ അച്ഛന്റെയും (കെ എസ് ചന്ദ്രൻ) വൈക്കം ചന്ദ്രശേഖരൻ നായരുടെയും ശക്തമായ പിന്തുണയുണ്ടായിരുന്നു.

1969 ലാണ് *കേരളശബ്ദം, കുങ്കുമം* പ്രസിദ്ധീകരണങ്ങൾ കൊല്ലത്തുനിന്ന് തിരുവനന്തപുരത്തേക്ക് ആസ്ഥാനം മാറിയെത്തുന്നത്. ചെറുപ്പക്കാരായ എഴുത്തുകാരുടെയും സിനിമാപ്രവർത്തകരുടെയുമൊക്കെ പ്രധാന പ്രചോദനവും അഭയകേന്ദ്രവുമായിരുന്ന *കൗമുദി* ആഴ്ചപ്പതിപ്പും അന്നത്തെ ഏറ്റവും വലിയ 'പ്രതിഭാസ' മായ അതിന്റെ പത്രാധിപർ കെ ബാലകൃഷ്ണനും അപ്പോഴേക്കും ചരിത്രദൗത്യം പൂർത്തിയാക്കി പിൻവാങ്ങിക്കഴിഞ്ഞിരുന്നു. (1965 ൽ ഒരു ദിവസം പുറത്തിറങ്ങിയ ടാബ്ലോയ്ഡ് സൈസിലുള്ള *കൗമുദി*വാരികയുടെ സിനിമാ വാർത്തകൾ വരുന്ന നടുപേജുകളിലൊന്നിൽ, തിരുവനന്തപുരത്ത് 'ചിത്രലേഖ' എന്ന പേരിൽ ഒരു ഫിലിം സൊസൈറ്റി ആരംഭിച്ചതിനെക്കുറിച്ചുള്ള ഒരു ബോക്സ് വാർത്ത കാണാം. ഒപ്പം പൂന ഫിലിം ഇൻസ്റ്റിറ്റ്യൂട്ടിൽനിന്ന് പഠിച്ചിറങ്ങിയ അടൂർ ഗോപാലകൃഷ്ണൻ എന്ന ചെറുപ്പക്കാരന്റെ ഒരു കുഞ്ഞൻ പടവും.) തിരുവനന്തപുരത്ത്, *കൗമുദി*യുടെ അഭാവമൊരുക്കിയ വിടവിലേക്ക് കൂടിയാണ്, നേരത്തെ തന്നെ രാഷ്ട്രീയ സാംസ്കാരിക രംഗങ്ങളിൽ പേരെടുത്ത ഈ രണ്ടു പ്രസിദ്ധീകരണങ്ങളുടെയും വരവ്. സാഹിത്യ-കലാ-സാംസ്കാരിക മേഖലകളിലെ പ്രഗത്ഭരായ വ്യക്തികൾ മാത്രമല്ല പുതിയ തലമുറയിൽപ്പെട്ട ഒരുപാട് പ്രതിഭാശാലികൾ കൂടി ചേക്കേറുന്ന ഇടമായിരുന്നു പെരുന്താന്നിയിലെ *കേരളശബ്ദം, കുങ്കുമം* ഓഫീസ്. തൊട്ടപ്പുറത്ത് ഞങ്ങൾ താമസിച്ചിരുന്ന വീട്ടിലെയും നിത്യ സന്ദർശകരായിരുന്നു അവരിലേറെപ്പേരും.

അക്കൂട്ടത്തിൽ ഞാനേറ്റവും ഓർമ്മിക്കുന്ന രണ്ടുപേരായിരുന്നു ഈ അപൂർവ്വ സുഹൃത്തുക്കൾ. അവർ നടത്തിയ ചില ചലച്ചിത്ര പ്രദർശനങ്ങൾ കാണാൻ പോയതുകൊണ്ടു കൂടിയായിരിക്കാം ഞാൻ ഇത്ര കൃത്യമായി ഇതെല്ലാം ഓർമ്മിക്കാനിടവന്നത്.

'ചിത്രലേഖ ഫിലിം സൊസൈറ്റി' സംഘടിപ്പിച്ച ചില ഫിലിം സ്ക്രീനിങ്ങുകളിൽ വെച്ചാണ് ഞാൻ സത്യജിത് റേയുടെ സിനിമകളും, ചില വിദേശ സിനിമകളും ഒക്കെ കാണുന്നത്. ഞങ്ങൾ സ്ഥിരമായി നാടകങ്ങൾ കാണാൻ പോയിരുന്ന തിരുവനന്തപുരത്തെ ടാഗോർ തീയേറ്ററിൽ കണ്ട ആ ചലച്ചിത്ര പ്രദർശനങ്ങൾ ഓർമ്മയിൽ ഇപ്പോഴും പച്ചപിടിച്ചു കിടക്കുന്നു. അതോടൊപ്പം മുഖ്യ സംഘാടകനായി അവിടെ ഓടിനടന്ന ചുരുണ്ട മുടിയുള്ള ചെറുപ്പക്കാരന്റെ രൂപവും. തിരുവനന്തപുരത്തെ സാംസ്കാരികരംഗത്തിന്റെ ഒരു ക്രോസ് സെക്ഷൻ എന്ന് വിളിക്കാവുന്ന പ്രമുഖരുടെയും ചലച്ചിത്ര പ്രണയികളായ ചെറുപ്പക്കാരുടെയും (പില്ക്കാലത്ത് അവരൊക്കെ പല നിലകളിൽ പ്രസിദ്ധരായി)ഒരു വലിയ കൂട്ടം തന്നെ അന്നവിടെ സന്നിഹിതരായിരുന്നു.

ആയിടയ്ക്കാണ്, കേരള ആരോഗ്യമന്ത്രാലയം കുടുംബാസൂത്രണ സന്ദേശം പ്രചരിപ്പിക്കുന്നതിന്റെ ഭാഗമായി ഒരു സിനിമ നിർമ്മിക്കാൻ തിരക്കഥകൾ ക്ഷണിച്ചത്. സർക്കാർ തന്നെ നേരിട്ട് ഒരു സിനിമ നിർമ്മിക്കുന്ന പരിപാടി ആദ്യമായിട്ടായിരുന്നു. ഈ പ്രോജക്ടിന്റെ ചുമതലയുള്ള ഉദ്യോഗസ്ഥൻ യശോധരൻ (ആകാശവാണി പ്രൊഡ്യൂസർ സരസ്വതിയമ്മയുടെ ജീവിത സഖാവ്) ആയിരുന്നുവെന്നാണ് ഓർമ്മ. 1970 ലെ മുഖ്യമന്ത്രി സി അച്യുതമേനോനടക്കമുള്ളവർപ്പെടെയുള്ള മന്ത്രിമാരോട്ടും പ്രമുഖ രാഷ്ട്രീയ നേതാക്കളോടുമെല്ലാം ഉറ്റ സൗഹൃദം പുലർത്തിയിരുന്ന ഫോട്ടോഗ്രാഫർ ശിവൻ (ശിവൻസ് സ്റ്റുഡിയോ), ഏതാനും ചില മലയാള സിനിമകൾ സംവിധാനം ചെയ്ത എൻ ശങ്കരൻ നായർ എന്നിവർക്ക് പുറമെ 'ചിത്രലേഖ'യും ഈ പ്രോജക്ട് ലഭിക്കാനായി മുന്നിട്ടിറങ്ങി. ശിവനുവേണ്ടി സ്ക്രിപ്റ്റ് എഴുതിയത് പി കേശവദേവാണ്. ശങ്കരൻ നായർക്ക് വേണ്ടി ശ്രദ്ധേയനായ യുവ കഥാകൃത്ത് പി പത്മരാജനും. 'ചിത്രലേഖ'യുടെ സ്ക്രിപ്റ്റ് അടൂർ ഗോപാലകൃഷ്ണനും ശ്രീവരാഹം ബാലകൃഷ്ണനും ചേർന്നാണ് എഴുതിയത്. കടുത്ത മത്സരമായിരുന്നു നടന്നത് എന്ന് ഈ പേരുകൾ കേൾക്കുമ്പോൾത്തന്നെ മനസ്സിലാകുമല്ലോ. ഈ പ്രോജക്ട് നേടിയെടുക്കുന്ന കാര്യം ചർച്ച ചെയ്യാനും അതിനായി *കേരളശബ്ദ*ത്തിന്റെ സഹായം ആവശ്യപ്പെട്ടുകൊണ്ടുമാണ് കുളത്തൂരും അടൂരും അന്ന് വീട്ടിൽ വന്നിരുന്നത്.

ശിവനും ദേവും പത്മരാജനും ശങ്കരൻനായരുമൊക്കെ അച്ഛന്റെ അടുത്ത സുഹൃത്തുക്കളായിരുന്നെങ്കിലും ഇക്കാര്യത്തിൽ അച്ഛന്റെ പിന്തുണ 'ചിത്രലേഖ'യ്ക്കായിരുന്നു. *കേരളശബ്ദ*ത്തിൽ അതിന് അനുകൂലമായ ചില കുറിപ്പുകളും മറ്റും വരികയും ചെയ്തു. എതായാലും 'ചിത്രലേഖ'യ്ക്ക് തന്നെ ആ പ്രോജക്ട് ലഭിച്ചു. അതോടെ ശിവന് അച്ഛനോട് നീരസമാകുകയും ചെയ്തു. പില്ക്കാലത്ത് എന്നോട് വലിയ സ്നേഹവാത്സല്യങ്ങൾ പ്രകടിപ്പിച്ചിട്ടുള്ള ശിവൻ ചേട്ടൻ ഈ കഥകളൊന്നും ഒരിക്കലും പറഞ്ഞിട്ടില്ല. എനിക്കറിയാമെന്നു ഞാൻ ഭാവിച്ചിട്ടുമില്ല.

ശ്രീകുമാർ തിയേറ്ററിൽ *പ്രതിസന്ധി*യുടെ പ്രിവ്യൂ കാണാൻ അച്ഛനോടൊപ്പം ഞങ്ങൾ കുട്ടികളും പോയിരുന്നു. മധു, കവിയൂർ പൊന്നമ്മ, എസ് പി പിള്ള, അടൂർ ഭാസി തുടങ്ങിയ താരങ്ങളൊക്കെയുള്ള ഒരു ചെറിയ സിനിമ. സുജാത, എഴുത്തുകാരനായ കെ ജി സേതുനാഥിന്റെ കൂടെ വീട്ടിൽ വന്നു കണ്ടിട്ടുള്ള തിരുവനന്തപുരത്തെ അമച്വർ സ്റ്റേജിലെ പ്രമുഖ നടനായ കരമന ജനാർദ്ദനൻ നായർ, ജനാർദ്ദനൻ എന്നു തന്നെ പേരുള്ള മറ്റൊരു യുവനടൻ തുടങ്ങിയ പുതുമുഖങ്ങളും ഉണ്ടായിരുന്നു. വയലാർ - ദേവരാജൻ ടീമിന്റെ പാട്ടുകളുമൊക്കെയുണ്ടായിരുന്ന സിനിമ കുടുംബാസൂത്രണത്തിന്റെ സന്ദേശം രസകരമായി പറഞ്ഞതായി ഓർമ്മിക്കുന്നു.

അക്കാലത്ത് തന്നെയാണെന്നു തോന്നുന്നു, പലതുകൊണ്ടും വ്യത്യസ്തമായ മറ്റൊരു സിനിമ കാണാനും അവസരമുണ്ടായത്. 'ചിത്രലേഖ' നിർമ്മിച്ച ആ ചിത്രത്തിന്റെ പ്രിവ്യൂവും ശ്രീകുമാർ തിയേറ്ററിലായിരുന്നു. മിനിറ്റുകൾ മാത്രം നീണ്ടുനിന്ന ചിത്രത്തിൽ, അല്പവസ്ത്രധാരിയായ ഒരു വയസ്സൻ ഒരു വലിയ കല്ലുരുട്ടിക്കൊണ്ടുവന്ന് ഒരു മലയുടെ മുകളിൽനിന്ന് താഴേക്ക് ഉരുട്ടിവിടുന്നതായിരുന്നു ആകെയുണ്ടായിരുന്ന ദൃശ്യം. എന്റെ സിനിമാ സങ്കല്പങ്ങളെയാകെ തകിടം മറിച്ച ആ സിനിമയുടെ പേര് *ദി റോക്ക്* എന്നായിരുന്നു. സംവിധാനം കെ പി കുമാരനും. ഛായാഗ്രഹണം അടൂർ ഗോപാലകൃഷ്ണനുമായിരുന്നു എന്ന് പിന്നീട് പത്രത്തിൽ വായിച്ചു. ഏതൊക്കെയോ അന്തർദ്ദേശീയ പുരസ്കാരങ്ങൾ *റോക്കി*ന് കിട്ടി. ഈ രണ്ടു ചിത്രങ്ങളെയുംകുറിച്ച് അച്ഛൻ *കേരളശബ്ദ*ത്തിൽ എഴുതിയിരുന്നു. (ആയിടയ്ക്ക് ഹംഗറിയിൽ ഒരു ഫിലിം ഫെസ്റ്റിവലിൽ പങ്കെടുത്തു മടങ്ങിയെത്തിയ അടൂർ, രണ്ടു നൃത്ത രൂപങ്ങൾ ആലേഖനം ചെയ്ത ഒരു പ്രത്യേക തരത്തിലുള്ള തുണി വീട്ടിൽ കൊണ്ടുവന്ന് അച്ഛന് സമ്മാനിച്ചു. ഫ്രെയിം ചെയ്ത് ഭിത്തിയിൽ തൂക്കിയ ആ ഉപഹാരം 'ചിത്രലേഖ കാല'ത്തിന്റെ സ്മരണികയായി ഒരുപാട് വർഷങ്ങൾ അവിടെ കിടപ്പുണ്ടായിരുന്നു.)

ഒരുകൂട്ടം ചെറുപ്പക്കാരുടെ വർഷങ്ങൾ നീണ്ടുനിന്ന നിശ്ചയദാർഢ്യത്തോടെയുള്ള അക്ഷീണ പരിശ്രമങ്ങൾ ഒടുവിൽ ലക്ഷ്യം കാണുന്നതിന്റെ മുന്നോടിയായിരുന്നു അതൊക്കെ. *സ്വയംവരം* എന്ന ചിത്രം അണിയറയിൽ ഒരുങ്ങുന്നതിന്റെ വാർത്തകൾ, ചിത്രീകരണവിശേഷങ്ങൾ.... പല എഴുത്തുകാരെയും സംവിധായകരെയും അഭിനേതാക്കളെയുമൊക്കെ വീട്ടിലും അച്ഛന്റെ ഓഫീസിലുംവെച്ച് കണ്ടിട്ടുണ്ടെങ്കിലും 'ചിത്രലേഖ'യുടെ ആൾക്കാർ ഞങ്ങൾക്ക് കുറച്ചുകൂടി വേണ്ടപ്പെട്ട ആരൊക്കെയോ ആണെന്ന തോന്നലായിരുന്നു. അതുകൊണ്ടു തന്നെ ചിത്രത്തെക്കുറിച്ചുള്ള വാർത്തകളും വിശേഷങ്ങളും എവിടെ കണ്ടാലും ആവേശത്തോടെ വായിക്കും. *മാതൃഭൂമി*യിലെ കഥകൾക്കും നോവലുകൾക്കും ചിത്രം വരയ്ക്കുന്ന നമ്പൂതിരി, *ദേശാഭിമാനി* വാരികയിൽ ഇലസ്ട്രേഷൻ ചെയ്യുന്ന കരുണാകരൻ, പണ്ട് *മാതൃഭൂമിയി*ലും ആയിടയ്ക്ക് *മലയാളനാടി*ലുമൊക്കെ വരച്ചിരുന്ന, ലളിതകലാ അക്കാദമി ചെയർമാൻ കൂടിയായ എം വി ദേവൻ, പിന്നെ *മാതൃഭൂമി*യുടെ അവസാന പേജിൽ പ്രത്യക്ഷപ്പെടുന്ന രാമുവും ഗുരുജിയുമൊക്കെ വഴി സുപരിചിതനായ അരവിന്ദൻ.... ഇവരൊക്കെയാണ് *സ്വയംവര*ത്തിന്റെ പോസ്റ്ററും പബ്ലിസിറ്റിയുമൊക്കെ

കൈകാര്യം ചെയ്യുന്നതെന്ന് കേട്ടപ്പോൾ വലിയ കൗതുകമായിരുന്നു.

പുത്തരിക്കണ്ടം മൈതാനത്ത് ആണ്ടോടാണ്ട് നടത്താറുള്ള വ്യവസായ-കാർഷിക പ്രദർശനവും അതോടനുബന്ധിച്ചുള്ള നാടകാവതരണങ്ങളും മറ്റു കലാപരിപാടികളുമായിരുന്നു, അന്നൊക്കെ തിരുവനന്തപുരത്തുകാരുടെ ഏറ്റവും വലിയ എന്റർടെയ്ൻമെന്റ്. ആ വർഷത്തെ 'എക്സിബിഷനി'ൽ *സ്വയംവര*ത്തിൽനിന്നുള്ള സ്റ്റില്ലുകളും പോസ്റ്ററുകളും മറ്റും പ്രദർശിപ്പിച്ച ഒരു സ്റ്റാൾ ഉണ്ടായിരുന്നു. മധുവും ശാരദയും കൂടിയുള്ള വലിയൊരു ചിത്രം സ്റ്റാളിന്റെ കവാടത്തിൽ സ്ഥാപിച്ചിരുന്നു. (അക്കൊല്ലത്തെ എക്സിബിഷനിൽ, ഒരുദിവസം അരങ്ങേറിയ *രാമരാജ്യം* എന്ന നാടകത്തിൽ കണ്ട ഒരു ചെറുപ്പക്കാരൻ നടന്റെ വളരെ സ്വാഭാവികമായ അഭിനയത്തെക്കുറിച്ച് ഞങ്ങൾ പിള്ളേർ വീട്ടിൽ ചെന്ന് അമ്മയോട് പറഞ്ഞതോർക്കുന്നു. സോമൻ എന്ന പേരുള്ള ആ പുതുമുഖ നടനെ അതേ ദിവസം തന്നെ നാടകം കാണാനെത്തിയ മലയാറ്റൂർ രാമകൃഷ്ണന്റെ ഭാര്യ വേണീ രാമകൃഷ്ണന്റെ ശുപാർശ പ്രകാരം 'സിനിമേലെടുത്തു!')

അങ്ങനെയങ്ങനെ കാത്തു കാത്തിരുന്ന ആ ദിവസം ശ്രീപത്മനാഭ തീയേറ്ററിൽ പ്രദർശനത്തിനെത്തിയ *സ്വയംവരം* കാണാൻ ചെന്ന അനുഭവമാണ് തുടക്കത്തിൽ വിവരിച്ചത്.

സിനിമയുടെ നടന്നുപതിഞ്ഞ നടപ്പാതകളിൽനിന്നെല്ലാം പാടേ വേറിട്ടു കിടക്കുന്ന ഒരു വഴിത്താരയുണ്ടെന്ന് ഞാൻ തിരിച്ചറിയുന്നത്, 'ചിത്രലേഖ'യൊരുക്കിയ വേദിയിൽ കണ്ട ലോകസിനിമകളും സത്യജിത് റേ ഉൾപ്പെടെയുള്ള ചില ഇന്ത്യൻ സിനിമകളും കാണുമ്പോഴായിരുന്നുവെന്ന് നേരത്തെ പറഞ്ഞതാണല്ലോ. അന്നത്തെ മലയാള സിനിമകളിലൊന്നും അതുവരെ കണ്ടിട്ടില്ലാത്ത യാഥാർത്ഥ്യപ്രതീതി നിറഞ്ഞുനിന്ന പ്രതിസന്ധിയും പത്തുവയസ്സുകാരനായ എന്നെ സംബന്ധിച്ചിടത്തോളം പുതിയ ഒരനുഭവമായിരുന്നു. എന്നാൽ *സ്വയംവരം* എന്ന സിനിമയാണ് എന്നെ ശരിക്കും ഞെട്ടിച്ചുകളഞ്ഞത്. മനസ്സിനേറ്റ ഏറെ ഹൃദ്യമായ ഒരു ആഘാതം തന്നെയായിരുന്നു അത്. ആ സിനിമയെക്കുറിച്ച് പ്രമുഖ ചലച്ചിത്രനിരൂപകരും മറ്റുമെഴുതിയ ആഴത്തിലുള്ള വിശകലനങ്ങളും ആസ്വാദനങ്ങളുംകൊണ്ട് സമ്പുഷ്ടമായ ഈ പുസ്തകത്തിൽ, മലയാള സിനിമയെ ലോകസിനിമാ ഭൂപടത്തിൽ അടയാളപ്പെടുത്തിയ ആ സിനിമയെക്കുറിച്ച് കൂടുതലായി എന്തെങ്കിലുമെഴുതണമെന്ന് ഞാൻ കരുതുന്നില്ല.

മധുവും ശാരദയും തിക്കുറിശ്ശിയുമൊഴിച്ചുള്ള ഒരൊറ്റ താരംപോലും *സ്വയംവര*ത്തിൽ അഭിനയിച്ചിരുന്നില്ല. കെ പി എ സിയുടെ സ്റ്റേജിൽനിന്നെത്തിയ അടൂർ ഭവാനിയും ലളിതയും അപ്പോഴും സിനിമാതാരത്തിന്റെ പദവിയിലേക്ക് ഉയർന്നിട്ടുണ്ടായിരുന്നില്ല. തിരുവനന്തപുരത്തിന്റെ അമച്വർ സ്റ്റേജിൽ കരുത്തുറ്റ സാന്നിദ്ധ്യംതെളിയിച്ച 'പ്രസാധന' ഗോപിയായിരുന്നു മലയാള സിനിമയ്ക്കു *സ്വയംവരം* നല്കിയ ഏറ്റവും വലിയ സംഭാവന. (ആ തടിക്കമ്പനിയുടെ ഗേറ്റിൽ അകത്തേക്ക് തന്നെ നോക്കിക്കൊണ്ട് ക്ഷമയോടെ നില്ക്കുന്ന തൊഴിലാളിയുടെ പരിക്ഷീണമായ മുഖം ഒരിക്കലും മറക്കാൻ കഴിയില്ല!)

അടൂർ ഭാസിയെക്കൂടാതെ ഒരു മലയാള സിനിമയെടുക്കാൻ ആരും ധൈര്യം

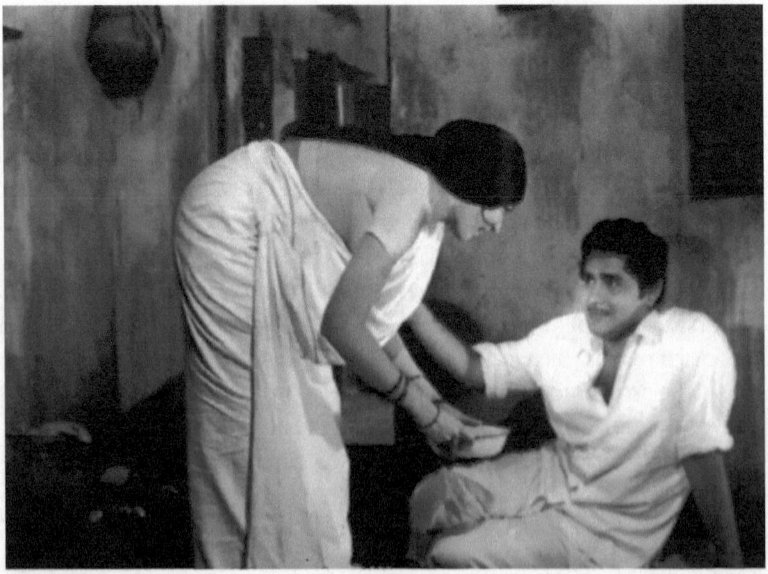

കാണിക്കാത്ത കാലമായിരുന്നു അത്. അടൂർ ഗോപാലകൃഷ്ണന്റെ തൊട്ടടുത്ത ബാച്ചിൽ പൂന ഫിലിം ഇൻസ്റ്റിറ്റ്യൂട്ടിൽനിന്ന് പഠിച്ചിറങ്ങിയ, ഋത്വിക് ഘട്ടക്കിന്റെ മാനസപുത്രനായ ജോൺ ഏബ്രഹാമിന്റെ കന്നിച്ചിത്രവും 1972 ൽത്തന്നെയാണ് പുറത്തിറങ്ങിയത്. *വിദ്യാർത്ഥികളേ ഇതിലേ ഇതിലേ* എന്ന ആ ചിത്രത്തിൽ, അടൂർ ഭാസി തന്റെ പതിവ് ഹാസ്യ വേഷത്തിൽ അഭിനയിച്ചുവെന്നു മാത്രമല്ല, തമിഴ് ഹാസ്യനടിയായ മനോരമയോടൊപ്പം സ്വയം പാടിയ 'ജിഞ്ചിലം ചിലചിലം' എന്നൊരു പാട്ടിനൊപ്പിച്ച് കുറവൻ - കുറത്തി നൃത്തം കളിക്കുകകൂടി ചെയ്തു!

അങ്ങനെ അതുവരെ ഒരിക്കലും മലയാള സിനിമ ദർശിച്ചിട്ടില്ലാത്ത വ്യത്യസ്തതയും പുതുമയുമായി തീയേറ്ററിൽ എത്തിയ *സ്വയംവരം* തമാശരംഗങ്ങളും അടിയും അല്പം ലൈംഗികതയുമൊക്കെ പ്രതീക്ഷിച്ചെത്തിയ അന്നത്തെ പ്രേക്ഷകരെ പ്രീതിപ്പെടുത്തുന്ന കാര്യത്തിൽ പരാജയപ്പെട്ടുപോയത് സ്വാഭാവികം. എന്നാൽ ആ വർഷത്തെ സംസ്ഥാന അവാർഡ് കമ്മിറ്റിയുടെ പ്രതികരണമാണ് സകലരെയും അത്ഭുതപ്പെടുത്തിയത്. ലോകത്തെ മികച്ച സിനിമകളുമായി നിരന്തരം സമ്പർക്കം പുലർത്തിപ്പോന്നിരുന്ന, നാഷണൽ ഫിലിം ആർക്കൈവ്സിലെ പി കെ നായർ അദ്ധ്യക്ഷനായിരുന്ന കമ്മിറ്റിയിൽ അത്തരം സിനിമകൾ കണ്ടു പരിചയിച്ച ഒരാൾ കൂടി മാത്രമേ ഉണ്ടായിരുന്നുള്ളൂ. ചലച്ചിത്ര നിരൂപകനായ ഹമിമുദ്ദീൻ മുഹമ്മദ്. എങ്കിലും, കമ്മിറ്റിയിലെ മറ്റ് അംഗങ്ങളാരും തന്നെ തീരെ നിസ്സാരരായിരുന്നില്ല എന്നുകൂടി അറിയണം.

മാധവിക്കുട്ടി, ഒ മാധവൻ, കെ ശങ്കരൻ നായർ (സിനിമാ മാസിക പത്രാധിപർ), എൽ പി ആർ വർമ്മ, എസ് കുമാർ, ശോഭനാ പരമേശ്വരൻ നായർ, തോപ്പിൽ രവി...പിന്നെ പബ്ലിക് റിലേഷൻസ് അഡീഷണൽ ഡയറക്ടർ തോട്ടം രാജശേഖ

രൻ, പ്രസിദ്ധ കഥാകൃത്തും കൾച്ചറൽ ഡെവലപ്മെന്റ് ഓഫീസറുമായ എൻ മോഹനൻ എന്നിവരും. *പണിതീരാത്ത വീട്* മികച്ച ചിത്രമായും, *ചെമ്പരത്തി*യും *ആരോമലുണ്ണി*യും രണ്ടാമത്തെയും മൂന്നാമത്തെയും ചിത്രങ്ങളായും തെരഞ്ഞെടുക്കപ്പെട്ടു. *പണിതീരാത്ത വീടി*ന്റെ സംവിധായകനായ സേതുമാധവൻ മികച്ച സംവിധായകനായും. കേരളത്തിൽ വച്ചു ചിത്രീകരിച്ച ചിത്രത്തിന് ഔദാര്യമായി നല്കിയ ഒരു പുരസ്കാരം മാത്രമാണ് *സ്വയംവര*ത്തിന് കിട്ടിയ പരിഗണന. പി കെ നായരും ഹമീമുദ്ദീൻ മുഹമ്മദും ഇതിനോട് വിയോജിപ്പ് പ്രകടിപ്പിച്ചുവെങ്കിലും, കമ്മിറ്റിയിലെ ഉദ്യോഗസ്ഥമെമ്പർമാർ ഒഴിച്ചുള്ള മറ്റംഗങ്ങൾ ഒറ്റക്കെട്ടായി നിന്നുകൊണ്ട് തീരുമാനം നടപ്പാക്കി. ('ചിത്രലേഖ'യുടെ ദീർഘകാലത്തെ സുഹൃത്തുക്കളായിരുന്ന ആ രണ്ടുപേരും തുടക്കം മുതല്ക്ക തന്നെ *സ്വയംവര*ത്തോട് കാണിച്ച അനുഭാവവും ചിത്രലേഖയോട് പരസ്യമായി പ്രകടിപ്പിച്ച സൗഹൃദവുമാണ് മറ്റ് കമ്മിറ്റി മെമ്പർമാരെ ചൊടിപ്പിക്കാൻ ഇടയാക്കിയതെന്ന് തോട്ടം രാജശേഖരൻ *ഉദ്യോഗപർവ്വം* എന്ന തന്റെ ആത്മകഥയിൽ പറയുന്നു)

*സ്വയംവര*ത്തിന് സംസ്ഥാന അവാർഡ് കിട്ടാതെപോയത് സ്വാഭാവികമായും കോളിളക്കമുണ്ടാക്കി. ഞങ്ങളുടെ വീട്ടിലും അതൊരു നല്ലതല്ലാത്ത വാർത്തയായിരുന്നു. അടൂരും കുളത്തൂരും ആ ദിവസങ്ങളിൽ വീട്ടിൽ വന്ന് അച്ഛനുമായി സംസാരിക്കുന്നത് എനിക്കോർമ്മയുണ്ട്.

ദേശീയപുരസ്കാരത്തിനുവേണ്ടി അയച്ച മലയാള ചിത്രങ്ങളുടെ കൂട്ടത്തിലും *സ്വയംവരം* പരിഗണിക്കപ്പെട്ടില്ല.തെരഞ്ഞെടുക്കാൻ നിയുക്തരായ സംസ്ഥാന അവാർഡ് കമ്മിറ്റിയിലെ രണ്ടുപേർ *സ്വയംവര*ത്തെ തഴഞ്ഞു. കാര്യങ്ങളെല്ലാം വിശദീകരിച്ചുകൊണ്ടും ചിത്രത്തെ അവാർഡിന് പരിഗണിക്കണമെന്ന് അഭ്യർത്ഥിച്ചുകൊണ്ടും ദേശീയ ജൂറി ചെയർമാനായ രമേശ് ഥാപ്പറിന് അടൂർ അയച്ച നീണ്ട ടെലിഗ്രാമാണ് രക്ഷപ്പെടുത്തിയത്. അന്നൊരു വൈകുന്നേരം, പി എം ജി ജങ്ഷനിലുണ്ടായിരുന്ന 'വേണുഗോപാലനിലയം' എന്ന ഹോട്ടലിൽ ചായകുടിക്കാൻ ചെന്നിരുന്ന അടൂരും കുളത്തൂരും മറ്റൊരു സുഹൃത്തും, അവിടെയുണ്ടായിരുന്ന റേഡിയോയിൽ ഡൽഹിയിൽനിന്നുള്ള വാർത്തകൾ കേൾക്കുകയായിരുന്നു. *സ്വയംവരം* 1972 ലെ ഏറ്റവും മികച്ച ചിത്രത്തിനും ശാരദ, അടൂർ ഗോപാലകൃഷ്ണൻ, മങ്കട രവിവർമ്മ എന്നിവർ മികച്ച നടിക്കും സംവിധായകനും ഛായാഗ്രാഹകനുമുള്ള അവാർഡുകൾ നേടിയിരിക്കുന്നു!

അന്ന് സന്ധ്യയ്ക്ക്, അടക്കിവെക്കാനാകാത്ത ആഹ്ലാദത്തോടെ, ആഘോഷത്തിമിർപ്പോടെ ഞങ്ങളുടെ വീട്ടിലേക്ക് കയറി വന്ന അടൂരിനെയും കുളത്തൂരിനെയും ഞാൻ ഇപ്പോഴും ഓർമ്മിക്കുന്നു. അതൊരു ജൈത്രയാത്രയുടെ തുടക്കമായിരുന്നു. *സ്വയംവരം* വീണ്ടും തീയേറ്ററിൽ എത്തി. ദേശീയ പുരസ്കാരം നേടിയ ചിത്രം നിറഞ്ഞ സദസ്സുകളിൽ പ്രദർശിപ്പിച്ചു. പിന്നീടുള്ള വർഷങ്ങളിൽ സംസ്ഥാന അവാർഡ് പ്രഖ്യാപിക്കുമ്പോൾ, സിനിമയുടെ സൗന്ദര്യശാസ്ത്രത്തിനും ആവിഷ്കരണമികവിനും മികച്ച സംഭാവനകൾ നല്കിയ ചിത്രങ്ങൾക്ക് മുൻഗണന നല്കപ്പെട്ടു. (അക്കൂട്ടത്തിൽ പതിരുകൾ ധാരാളമുണ്ടായിരുന്നുവെന്നത് വേറെ കാര്യം!)

ഏതാനും വർഷങ്ങൾക്കുശേഷം അതേ ടീമിൽനിന്നു തന്നെ *സ്വയംവരം* എന്ന

അപൂർവ്വ സുന്ദരമായ ചിത്രം ലഭിച്ചു. എല്ലാ സൗകര്യങ്ങളോടുംകൂടിയ ഒരു ഫിലിം സ്റ്റുഡിയോ എന്ന അവരുടെ ചിരകാല സ്വപ്നം യാഥാർത്ഥ്യമായി. അടൂർ ഗോപാലകൃഷ്ണൻ അന്താരാഷ്ട്ര തലത്തിൽ ശ്രദ്ധേയനായ സംവിധായക പ്രതിഭയായി ഉയർന്നു.

പക്ഷേ, അപ്പോഴേക്കും 'ചിത്രലേഖ' എന്ന മനോഹരമായ കൂട്ടായ്മ ഇല്ലാതായിക്കഴിഞ്ഞിരുന്നു. ഇരട്ട സഹോദരന്മാരെപ്പോലെ കഴിഞ്ഞിരുന്ന ആ രണ്ടുപേരും മാനസികമായി ബഹുദൂരം അകന്നു. കെ പി കുമാരൻ ഉൾപ്പെടെയുള്ള ചിലർ അതിനു മുമ്പ് തന്നെ 'ചിത്രലേഖ' വിട്ടുപോയിരുന്നു. ആക്കുളം കുന്നിൽ പടുത്തുയർത്തിയ നല്ല സിനിമയുടെ ആസ്ഥാനം ആത്മാവ് നഷ്ടപ്പെട്ട കുറേ കെട്ടിടങ്ങൾ മാത്രമായി അവശേഷിച്ചു.

എന്റെ മനസ്സിൽ ഇപ്പോഴും തീരാത്ത നൊമ്പരമായി നിലനില്ക്കുന്നത് *സ്വയംവരത്തിന്റെ* ഏറ്റവും അവസാനത്തെ രംഗമാണ്. വിശ്വനാഥന്റെ മരണത്തിനു ശേഷം ആ ചെറിയ വീട്ടിൽ കൈക്കുഞ്ഞുമായി ഒറ്റയ്ക്ക് കഴിയുന്ന സീതയുടെ ചിത്രമാണ്. കുപ്പിപ്പാൽ കുടിക്കുന്ന കുഞ്ഞിന്റെ അടുത്തിരിക്കുന്ന സീത. പുറത്ത് ഇടിവെട്ടി ഇരച്ചുപെയ്യുന്ന മഴ.

മുൻവശത്തെ കതകിന്റെ കനം കുറഞ്ഞ ദുർബ്ബലമായ സാക്ഷ, ആരോ ആഞ്ഞിടിക്കുന്നതിന്റെ ഒച്ചയിൽ വിറകൊള്ളുന്നു. ഇടിയും കാറ്റും ചേർന്ന് കതകിനെ ആഞ്ഞുതള്ളി. കൂര ചോർന്നൊഴുകിയ മഴ, ഭിത്തിയിൽ തൂക്കിയിട്ട സീതാ *സ്വയംവര* ചിത്രത്തെ കുതിർത്ത് കണ്ണീരായി താഴേക്ക് ഒഴുകി. കതകിനെ വിറപ്പിച്ചുകൊണ്ട് ഇടിക്കുന്നതിന്റെ ശബ്ദം മുഴങ്ങി. വിവിധ വികാരങ്ങളോടെ കതകിലേക്കും സാക്ഷയിലേക്കും നോക്കിയിരിക്കുന്ന സീതയുടെ ദൃശ്യം, നിശ്ചലമായി, ക്രമേണ വിളറി, വെളുപ്പായി, അപ്രത്യക്ഷമാകുന്നു.

എന്നെ മാത്രമല്ല, ആ സിനിമ കണ്ട എല്ലാവരെയും അലട്ടിയ ചോദ്യം സീത എന്തിനെയാണ്, ആരെയാണ് നോക്കിയിരുന്നത് എന്നതായിരിക്കണം. ഇപ്പോഴും മനസ്സിനെ അസ്വാസ്ഥ്യപ്പെടുത്തിക്കൊണ്ട് മറ്റൊരു ചോദ്യം കൂടി -- എന്തിനാണ് ഭാവമനോഹരമായ ഒരു ചലച്ചിത്ര കാലത്തെ ഓർമ്മയിൽ മാത്രം അവശേഷിപ്പിച്ചുകൊണ്ട് ആ അപൂർവ്വകൂട്ടായ്മ ഇല്ലാതായത്?

സ്വയംവരത്തിലെ അധികാരവ്യവസ്ഥയും ചിഹ്നശില്പവും

ഡോ. ദിവ്യ എസ് കേശവൻ

കാലടി ശ്രീ ശങ്കര സർവ്വകലാശാലയിൽ അദ്ധ്യാപിക. ഫിലിം ക്രിട്ടിക്സ് അവാർഡ് നേടി. കോട്ടയം ബസേലിയോസ് കോളേജിൽ അദ്ധ്യാപികയായിരുന്നു. അധികാരത്തിന്റെ ദൃശ്യവല്ക്കരണം അടൂർ സിനിമകളിൽ എന്ന വിഷയത്തിൽ കേരള സർവ്വകലാശാലയിൽനിന്ന് പി എച്ച് ഡി നേടി.

കാഴ്ചയുടെ സംസ്കാരവുമായി ബന്ധപ്പെടുത്തുമ്പോഴാണ് സിനിമയുടെ വിനിമയം സാദ്ധ്യമാകുന്നത്. ഈ വിനിമയത്തെ നിർണ്ണയിക്കുന്നത് പ്രധാനമായും അതതു കാലഘട്ടത്തിലെ അഭിരുചികളാണ്. അഭിരുചി മാറുന്നതനുസരിച്ച് കാഴ്ചശീലവും മാറുന്നു. അതായത്, വസ്തുതകളിലൂടെയും സംഭവങ്ങളിലൂടെയും പ്രേക്ഷകർ കാലത്തെ ഉൾക്കൊള്ളുകയും അനുഭവിക്കുകയുമാണ് ചെയ്യുന്നത്. ഒരു നിശ്ചിത ആശയം ചലച്ചിത്രകാരന്റെ വീക്ഷണതലത്തിൽനിന്നാണ് അവതരിപ്പിക്കപ്പെടുന്നത്. പ്രേക്ഷകന്റെ കാഴ്ചയും ചിന്തയും സമന്വയിക്കുമ്പോൾ ഓരോ ചലച്ചിത്രവും ചലച്ചിത്രകാരനിൽനിന്ന് സമമോ വ്യതിരിക്തമോ ആയ പാഠങ്ങൾക്കും പാഠഭേദങ്ങൾക്കും കാരണമായിത്തീരുന്നു. ഓരോ കാഴ്ചക്കാരനും അവനവൻ ജീവിക്കുന്ന സാംസ്കാരിക ചുറ്റുപാടുകളിൽനിന്നാണ് കാഴ്ചയുടെ പുതിയ അർത്ഥതലം സൃഷ്ടിക്കുന്നത്. ഒരാളുടെ കാഴ്ചയുടെ ആശയതലങ്ങൾ മറ്റൊരാളിൽനിന്നു വ്യത്യസ്തമാകുന്നത് ഇതുകൊണ്ടാണ്.

ഭാഷ മാത്രമല്ല, കാഴ്ചകളും സൂചനകളാണ്. അധികാരവിനിമയത്തെ വിശകലനം ചെയ്യാൻ ഈ അർത്ഥത്തിൽ ദൃശ്യസൂചനകൾക്കു കഴിയും. ചലച്ചിത്രത്തിന്റെ ദൃശ്യസൂചകങ്ങൾ, വാചികേതര ശബ്ദങ്ങൾ, സംഭാഷണം തുടങ്ങിയവ മാത്രമല്ല, ടൈറ്റിലുകൾ പോലും പലപ്പോഴും സിനിമയുടെ വായനയെ സ്വാധീനിക്കുന്ന ഘടകമായി മാറാറുണ്ട്. ഇവയെല്ലാം ഉൾക്കൊണ്ടാണ് ഓരോ കാഴ്ചക്കാരനും ചലച്ചി

ത്രത്തിന്റെ അർത്ഥത്തെ സാദ്ധ്യമാക്കുന്നത്. ഇങ്ങനെയുള്ള ഓരോ വായനയും പ്രത്യേക പാഠനിർമ്മിതിയായി മാറുന്നു. മാനുഷിക മൂല്യങ്ങളും സാംസ്കാരിക ജീവിതത്തിന്റെ ജീർണ്ണതകളും ആവിഷ്കരിച്ചിരിക്കുന്ന ചിത്രമാണ് *സ്വയംവരം*. മനുഷ്യസ്നേഹത്തിന്റെയും ഗ്രാമജീവിതത്തിന്റെയും ആവിഷ്കരണം സാദ്ധ്യമാക്കുന്ന *സ്വയംവരം* തെരഞ്ഞെടുക്കലിന്റെ ഋജുവായ ചിത്രമാണ്. എക്കാലത്തും ഏതു ജീവിതവും തെരഞ്ഞെടുക്കലിന്റെ ഘടനയ്ക്കനുസൃതമായോ സാഹചര്യസമ്മർദ്ദത്താൽ അതിനതീതമായോ ആണ് നിലകൊള്ളുന്നത്. യാഥാർത്ഥ്യത്തിന്റെ മുഖം ഭയാനകവും അരക്ഷിതവും അധികാര മേല്ക്കോയ്മ ഉൾക്കൊള്ളുന്നതുമാണ്. ജീവിതത്തിന്റെ നേട്ടങ്ങളിലും കോട്ടങ്ങളിലും അധികാരത്തിന്റെ കരസ്പർശം കാണാൻ കഴിയും.

സംഭാഷണം, സംഗീതം തുടങ്ങിയ കാര്യങ്ങളിൽ ഈ ചിത്രം സൂക്ഷ്മത പുലർത്തുന്നുണ്ട്. ദൃശ്യങ്ങളുടെ അർത്ഥപ്രതിപാദനത്തിന് സഹായകമാകുന്ന വിധത്തിലുള്ള സംഭാഷണങ്ങളും അവയുടെ അർത്ഥബോധത്തിന് ഉതകുന്ന സ്വാഭാവിക ശബ്ദങ്ങളുടെ സൂക്ഷ്മവിന്യാസവും പശ്ചാത്തലശബ്ദവും സംഗീതവും ആയിരുന്നു *സ്വയംവര*ത്തിനുണ്ടായിരുന്നത്. അടൂരിന്റെ ഇത്തരത്തിലുള്ള ആശയാവിഷ്കരണങ്ങൾ സൂക്ഷ്മവും ആധികാരികവും ഗൗരവപൂർണ്ണവുമാണ്.

സാഹിത്യത്തെ അവലംബമാക്കി നിർമ്മിച്ച മലയാളത്തിലെ ആദ്യകാല സിനിമകൾ മിക്കതും സാഹിത്യകൃതികളോട് നീതി പുലർത്തണമെന്ന ധാരണ നിലനിർത്തി. സാഹിത്യത്തിന്റെയും സിനിമയുടെയും സൂചക-സൂചിത ഭാഷ്യങ്ങൾ വ്യത്യസ്തമാണ്. അതുകൊണ്ടുതന്നെ ഓരോ വ്യക്തിയുടെയും വായനാരാഷ്ട്രീയത്തെ വളർത്തിയെടുക്കുന്ന സാഹിത്യത്തിന്റെ സൗന്ദര്യാനുഭൂതിയിൽനിന്ന് ചലച്ചിത്രത്തിന്റെ സൗന്ദര്യദർശനം ഭിന്നമായിത്തീരുന്നു. സാഹിത്യത്തിന്റെ കെട്ടുപാടിൽനിന്നു സ്വതന്ത്രമായൊരു ധാര സിനിമയ്ക്ക് ഉണ്ടായേ മതിയാകൂ എന്നും, സാഹിത്യത്തിനു കീഴടങ്ങി ഒത്തുതീർപ്പുകൾക്കു വഴങ്ങുന്നത് സിനിമയുടെ സത്ത നഷ്ടപ്പെടുത്തുന്നുവെന്നും നവതരംഗ വക്താക്കൾ വാദിച്ചു. 'ന്യൂവെൽ ഗാഗ്,' 'ന്യൂവേവ്,' 'നവതരംഗം' എന്നിങ്ങനെ പേരുകളിൽ അറിയപ്പെടുന്ന പ്രസ്ഥാനം ഫ്രാൻസിലാണ് ഉദയം ചെയ്തത്. അമ്പതുകളുടെ ആദ്യപകുതിയോടെ ഫ്രാൻസിലെ ഉല്പതിഷ്ണുക്കളായ ചലച്ചിത്രകാരന്മാർക്കിടയിൽ രൂപപ്പെട്ട സംവാദങ്ങളാണ് നവതരംഗ സിദ്ധാന്തത്തിന്റെ അടിത്തറ. സിനിമയ്ക്കുമേൽ സാഹിത്യത്തിനുള്ള സ്വാധീനത്തെ നിരാകരിച്ചുകൊണ്ട് സിനിമയുടെ കർത്തൃത്വം സംവിധായകനുള്ളതാണെന്ന് നവതരംഗപ്രസ്ഥാനം സ്ഥാപിക്കുന്നു. നവതരംഗ പ്രസ്ഥാനം ഫ്രാൻസിൽനിന്നും ലോകമെമ്പാടും വ്യാപിച്ചു. ഇന്ത്യയിൽ എഴുപതുകൾക്കു ശേഷമാണ് നവസിനിമാസ്വാധീനം പ്രകടമായത്. സത്യജിത് റേ, മൃണാൾ സെൻ, ഋത്വിക് ഘട്ടക് തുടങ്ങിയവർ ഇന്ത്യൻ ജീവിതമുഖങ്ങളുടെ രാഷ്ട്രീയ-കാല്പനിക യാഥാർത്ഥ്യങ്ങൾ ആവിഷ്കരിക്കുകയുണ്ടായി. അടൂരും അരവിന്ദനും ശ്യാമപ്രസാദും മലയാളത്തിൽ നവതരംഗ സിദ്ധാന്തം അഥവാ കർത്തൃത്വസിദ്ധാന്തം മുറുകെപ്പിടിച്ചവരാണ്. അനുകല്പനത്തിന്റെ രീതിഭേദങ്ങളെ ഇവർ പാഠാന്തരങ്ങളായി ആവിഷ്കരിക്കുകയും ചെയ്തിട്ടുണ്ട്.

"ഗൊദാർദിന്റെ ആദ്യഫീച്ചറായ *ബ്രെത്ത്‌ലെസ്സ്* (1960) ഫ്രഞ്ച് നവതരംഗ

സിനിമാ പ്രസ്ഥാനത്തിലെ നിർണ്ണായകമായ സിനിമകളിലൊന്നാണ്. ന്യൂവേവിലെ മറ്റൊരു പ്രമുഖനായ ഫ്രാങ്കോ ത്രൂഫോയോടൊപ്പം ചേർന്നാണ് ഗൊദാർദ് ഈ ചിത്രത്തിന്റെ തിരക്കഥ പൂർത്തിയാക്കിയത്. ത്രൂഫോയുടെ *ഫോർ ഹണ്ട്രഡ് ബ്ലോസ്*, അലൻ റെനെയുടെ *ഹിരോഷിമ മോൺ അമർ* എന്നീ ചിത്രങ്ങൾ പുറത്തിറങ്ങിയ ഉടനെയാണ് *ബ്രെത്ത്‌ലെസ്സ്* പുറത്തിറങ്ങിയത്. ഈ മൂന്നു ചിത്രങ്ങൾ ചേർന്നതോടെ ഫ്രഞ്ച് നവതരംഗത്തിന്റെ പ്രസക്തിയും പ്രാധാന്യവും അന്താരാഷ്ട്ര തലത്തിൽ വ്യാപിച്ചു" എന്ന് *ലോകസിനിമ കാഴ്ചകളും സ്ഥലകാലങ്ങളും* എന്ന പുസ്തകത്തിൽ ജി പി രാമചന്ദ്രൻ നിരീക്ഷിക്കുന്നുണ്ട്.

രണ്ടാം ലോകമഹായുദ്ധാനന്തര കാലഘട്ടത്തിൽ ഒരുകൂട്ടം സംവിധായകപ്രതിഭകൾ സിനിമയെന്ന മാധ്യമത്തെ ആത്മാവിഷ്കാരത്തിന്റെ ധീരവും തീവ്രവുമായ പ്രകടനകലയാക്കി മാറ്റി. അമ്പതുകളിലെ ഫ്രഞ്ച് നവതരംഗ സിനിമാ വക്താക്കളിൽ ഒരാളായ അലൻ റെനെയാണ് കർത്തൃത്വ സിദ്ധാന്തം (Auteur theory) എന്ന ആശയം കൊണ്ടുവന്നത്. സംവിധായകന് പൂർണ്ണ ആവിഷ്കാരസ്വാതന്ത്ര്യം കർത്തൃത്വ സിദ്ധാന്തം കല്പിച്ചു നല്കുന്നു. കഥാപാത്രത്തിനിണങ്ങുന്ന അഭിനേതാക്കളെ തെരഞ്ഞെടുക്കാനുള്ള അധികാരം സംവിധായകനുള്ളതാണെന്ന് നവതരംഗവാദ വക്താക്കൾ അഭിപ്രായപ്പെടുന്നു. സീൻ, ഷോട്ട്, ക്യാമറ, വിന്യാസക്രമം എന്നിങ്ങനെയുള്ള എല്ലാ തലങ്ങളിലും സംവിധായകന്റെ പ്രതിഭ പ്രസക്തമായിത്തീരുന്നു. ആധുനിക കാലഘട്ടത്തിൽ ചലച്ചിത്രരംഗത്ത് അടിസ്ഥാന മാനദണ്ഡം നല്കുന്നതിൽ താത്വികമായി കർത്തൃത്വ സിദ്ധാന്തത്തിനു കഴിഞ്ഞിട്ടുണ്ട്. യൂറോപ്പി

ലെ കലാസിനിമയുടെ വ്യാഖ്യാനാംശങ്ങൾ പകരാൻ ഈ സിദ്ധാന്തം വഴിതെളിച്ചിട്ടുണ്ട്. മാർക്സിസ്റ്റ് സിനിമാ നിരൂപകരും ഘടനാവാദ വിമർശകരും ഓതർതിയറിയെ വെല്ലുവിളിച്ചിട്ടുണ്ട്. ഘടനാവാദവുമായി ബന്ധപ്പെട്ട് ഇതിന് പുതിയ രൂപഭാവതലം കൈക്കൊണ്ടിട്ടുണ്ടെന്ന് ജോൺ കാഫി (John Caughie) എഡിറ്റ് ചെയ്ത *തിയറീസ് ഓഫ് ഓതർഷിപ്പ്* (Theorise of Authorship 1981) വ്യക്തമാക്കുന്നുണ്ട്.

സാഹിത്യത്തിന്റെ ആഖ്യാനകലയിൽനിന്നു ഭിന്നമായ ചിഹ്നശാസ്ത്ര സമ്പ്രദായപ്രകാരമുള്ള ആവിഷ്കാരമാധ്യമമാണു സിനിമയെന്നു തെളിയിച്ച വ്യക്തിയാണ് അടൂർ. അടൂരിന്റെ ആദ്യത്തെ ചിത്രമായ *സ്വയംവരം*(1972) കർതൃത്വ സിദ്ധാന്തത്തിന്റെ പാഠ നിർമ്മിതികൂടിയാണ്. ചരിത്രപരമായ ഒരന്വേഷണം എഴുപതുകളിലെ ചിത്രം എന്ന നിലയ്ക്ക് *സ്വയംവര*ത്തിന് അനുപേക്ഷണീയ ഘടകമാണ്. ദേശീയ സ്വാതന്ത്ര്യപ്രസ്ഥാനങ്ങളും നവോത്ഥാന ആശയങ്ങളും കമ്യൂണിസ്റ്റ് പ്രത്യയശാസ്ത്രവും തൊഴിലാളി-മുതലാളി വർഗ്ഗസംഘർഷങ്ങളും, മദ്ധ്യവർത്തി സമൂഹത്തിന്റെ തൊഴിൽ തേടിയുള്ള അന്വേഷണവും, ജീവിതത്തിന്റെ അരക്ഷിതാവസ്ഥകളും അതിഭാവുകത്വമില്ലാതെ തികച്ചും സാധാരണ മട്ടിൽ ആവിഷ്കരിച്ച ചിത്രമാണ് *സ്വയംവരം*.

സംവിധായകന്റെ കലയാണു സിനിമയെന്ന് *സിനിമയുടെ ലോകം* എന്ന പുസ്തകത്തിൽ അടൂർ സമർത്ഥിക്കുന്നുണ്ട്. അൻപതുകളിൽ *നീലക്കുയിൽ*, എഴുപതുകളിൽ *നിർമ്മാല്യം, സ്വയംവരം* എന്നീ ചിത്രങ്ങളിലൂടെ ദേശീയ-നവോത്ഥാന കർതൃത്വവാദമുഖങ്ങൾ മലയാളസിനിമ അടയാളപ്പെടുത്തുകയുണ്ടായി.

സ്വയംവരം ആരംഭിക്കുന്നത് ഗ്രാമത്തിൽനിന്നു പട്ടണത്തിലേക്കെത്തുന്ന ബസ് യാത്രയോടുകൂടിയാണ്. ഇവിടെ സമൂഹത്തിന്റെ പരിച്ഛേദമാണു ബസ്. ബസിൽ വിശ്വവും സീതയും തനിച്ചല്ല. ജീവിതത്തിലെ പല തലങ്ങളിലുമുള്ള മുഖങ്ങളും അതിൽ കാണാം. യാത്രാരംഗത്തിനിടയിലാണ് ടൈറ്റിലുകൾ കാണിക്കുന്നത്. ടൈറ്റിലിനൊപ്പമുള്ള ദൃശ്യങ്ങൾ കാണിക്കുന്നത് യാത്രക്കാർക്കും ബസിനും സിനിമയുടെ ഘടനയുമായി ഒരു ബന്ധമുള്ളതുകൊണ്ടാണ്. യാത്ര ജീവിതത്തിന്റെ തുടർച്ചകളെയും പ്രതീക്ഷകളെയുമാണ് കുറിക്കുന്നത്. വ്യത്യസ്തങ്ങളായ ജീവിതാവസ്ഥകളുടെ പ്രതിനിധികളെയാണ് ബസിനുള്ളിൽ കാണുന്നത്.

സ്വയംവരം എന്ന് എഴുതിക്കാണുമ്പോൾ ഡ്രൈവർ സ്റ്റിയറിങ് തിരിക്കുന്ന രംഗമാണ് ആവിഷ്കരിച്ചിരിക്കുന്നത്. ഇവിടെ ഡ്രൈവർക്ക് അധികാരത്തോടൊപ്പം യാത്രക്കാരെ അതാതിടങ്ങളിൽ എത്തിക്കേണ്ട ഉത്തരവാദിത്വംകൂടിയുണ്ട്. 'സംവിധാനം: അടൂർ ഗോപാലകൃഷ്ണൻ' എന്ന് എഴുതിക്കാണുമ്പോൾ മാത്രമാണ് വിശ്വത്തെയും സീതയെയും കാണുന്നത്. വിശ്വത്തിന്റെ കരവലയത്തിൽ സീത സുരക്ഷിതയും സംതൃപ്തയുമാണ്. അതേസമയം, വിശ്വം ചിന്താമഗ്നനാണ്. ബെല്ലടിച്ച് രണ്ടുതവണ ബസ് നിർത്തി ആളുകൾ കയറിയിറങ്ങുന്നുണ്ട്. ഈ കയറ്റിറക്കം ജീവിതത്തിലെ ഉയർച്ചതാഴ്ചകളെ സൂചിപ്പിക്കുന്നു. എണ്ണമറ്റ കണ്ടുമുട്ടലുകളും വേർപിരിയലുകളുമാണ് ബസ് യാത്രയിലുള്ളത്. വിശ്വത്തിന്റെയും സീതയുടെയും ജീവിതത്തിലെ ഏറ്റക്കുറച്ചിലുകളാണ് ഹോട്ടൽ, ലോഡ്ജ്, വീട്, പത്രമോഫീസ്, പാരലൽ

കോളേജ്, തടിമില്ല് തുടങ്ങിയ സ്ഥാപനങ്ങളിലെ രംഗചിത്രീകരണങ്ങളിലൂടെ സാദ്ധ്യമാക്കിയിരിക്കുന്നത്.

സ്വയംവരം എന്ന ശീർഷകംതന്നെ വിചിന്തനം ചെയ്യപ്പെടേണ്ടതുണ്ട്. അടൂരിന്റെ സൂക്ഷ്മമായ ആശയപാടവം ഇതിൽ കാണാം. സ്ത്രീക്കു പുരുഷനെ തെരഞ്ഞെടുക്കാനുള്ള സ്വാതന്ത്ര്യമുണ്ട്. അങ്ങനെ സീത ചെയ്യുമ്പോൾ സമവും വിപരീതവുമായ എല്ലാ ഫലങ്ങൾക്കും പൂർണ്ണ ഉത്തരവാദിത്വം അവൾക്കു തന്നെയാണ്. ആദ്യന്തം സീതയുടെ തെരഞ്ഞെടുക്കലുകൾ പുതിയ ജീവിതത്തിനുവേണ്ടിയാണ്. ആ അർത്ഥത്തിൽ *സ്വയംവരം* എന്ന തലക്കെട്ട് അന്വർഥമായിത്തീരുന്നു.

യാത്രയുടെ ചിഹ്നവല്ക്കരണ തലങ്ങൾ

*സ്വയംവര*ത്തിന്റെ ആദ്യഭാഗത്തെ ടൈറ്റിലുകൾ അവസാനിക്കുമ്പോഴും വിശ്വത്തിന്റെയും സീതയുടെയും ഒന്നിച്ചുള്ള യാത്രാരംഗം നീണ്ടുനില്ക്കുന്നു. ദൃശ്യപരമായ മൂല്യം ടൈറ്റിലുകൾ പങ്കുവയ്ക്കുന്നു. ആ യാത്രയുടെ ഇടയിലാണ് സ്റ്റോപ്പ് (STOP) സിഗ്നൽ കാണുന്നത്. ഈ അടയാളം ബസ് യാത്രയുടെ അവസാനത്തെ സൂചിപ്പിക്കുന്നു. ഒരു യാത്ര അവസാനിക്കുമ്പോൾ മറ്റൊന്നു തുടങ്ങുക സ്വാഭാവികമാണ്. ഇതുവരെയുള്ള ജീവിതത്തിൽനിന്നുള്ള ഗതിമാറ്റവും സ്വപ്നങ്ങളുടെയും ഭ്രമകല്പനകളുടെയും അവസാനത്തെയുമാണ് അതു സൂചിപ്പിക്കുന്നത്.

വിശ്വത്തിന്റെയും സീതയുടെയും തുടർന്നുള്ള ജീവിതം സാമ്പത്തികനിലയുടെ ഏറ്റക്കുറച്ചിലുകൾക്ക് അനുസൃതമാണെന്നു മനസ്സിലാക്കാം. ആദ്യം ആഡംബര ഹോട്ടലിൽ താമസിച്ച അവർ ക്രമേണ സാധാരണ ലോഡ്ജിലേക്കും ഒടുവിൽ കുറഞ്ഞ വാടകയ്ക്ക് ചേരിയിൽ ഒരു വീട്ടും തെരഞ്ഞെടുക്കുന്നു. അങ്ങനെ സ്വയംവരം എന്ന പേര് അതിന്റെ അർത്ഥപ്രാപ്തി കൈവരിക്കുംവിധം ആദ്യാവസാനം സ്വാഭാ

വിക തെരഞ്ഞെടുക്കലിന്റേതു മാത്രമാകുന്നു. മനുഷ്യജീവിതഗതിക്കനുസൃതമായ ഈ തെരഞ്ഞെടുക്കലുകൾ തന്നെയാണ് *സ്വയംവര*ത്തെ സാർവ്വദേശീയമാക്കിത്തീർക്കുന്നത്.

ജനനം മുതൽ മരണം വരെ ജീവിതയാത്ര അനുസ്യൂതം തുടരുന്ന ഒരു പ്രക്രിയയാണ്. സാഹചര്യമനുസരിച്ച് യാത്രകളുടെ ദിശ മാറിക്കൊണ്ടേയിരിക്കും. പ്രതികൂല സാഹചര്യങ്ങളിൽ ജന്മനാട് ഉപേക്ഷിച്ചുള്ള യാത്രകളെ സാമ്പ്രദായികമായി പലായനം എന്നുവിളിക്കാം. ജാതി, മതം, സമുദായം, സമൂഹം, യുദ്ധങ്ങൾ, അതിർത്തി തർക്കം, തീവ്രവാദം, സാമ്പത്തികം, പ്രകൃതിദുരന്തങ്ങൾ തുടങ്ങിയ പല കാര്യങ്ങളും പലായനത്തിനു ഹേതുവാകാറുണ്ട്. ജാതി-മത ഭേദമെന്യേ ഇഷ്ടമുള്ള പങ്കാളിയോടൊത്ത് ജീവിക്കാനുള്ള വ്യക്തിസ്വാതന്ത്ര്യം ഭരണഘടന അനുശാസിക്കുന്നുവെങ്കിലും ചുറ്റുപാടുകൾ ഹിതകരമല്ലാതാകുമ്പോഴാണ് സാഹചര്യസമ്മർദ്ദത്താൽ ജനിച്ച നാട് ഉപേക്ഷിക്കേണ്ടിവരുന്നത്. അത്തരമൊരു സന്ദർഭമാണ് വിശ്വത്തിനും സീതയ്ക്കും നേരിടേണ്ടിവരുന്നത്. സീതയെ സംബന്ധിച്ച് അതുവരെ ജീവിച്ച വ്യവസ്ഥിതികളെയും ജീവിതക്രമങ്ങളെയും നിരാകരിക്കുകയാണെന്നു പറയാം. സീതയുടെയും വിശ്വത്തിന്റെയും യാത്രയിൽ അതിജീവനത്തിനായുള്ള മത്സരവും പോരാട്ടവുമുണ്ട്. ഇരുവരുടെയും യാത്രയുടെ തുടക്കമോ, അവർ എവിടെനിന്ന് വരുന്നതെന്നോ ഉള്ള യാതൊരുവിധ സൂചനയും ചിത്രം നല്കുന്നില്ല. കല്യാണിയുടെ ചോദ്യത്തിന്, കൊച്ചിക്കും വടക്കുനിന്നാണു വരുന്നതെന്നാണ് സീത പറയുന്നത്. ജനിച്ച നാടും വീടും ഉപേക്ഷിച്ച സീതയെയും വിശ്വത്തെയും പൊതുസമൂഹം സംശയത്തോടെയാണു കാണുന്നത്. സീതയുടെയും വിശ്വത്തിന്റെയും ബന്ധുമിത്രാദികളുടെ അഭാവമാണ് കല്യാണിക്കും മദ്യപരായ ചിലർക്കും ഇവരുടെമേൽ സംശയത്തിന് ഇടനല്കുന്നത്. ബസ് യാത്രയിൽ പുറംകാഴ്ചകൾ

അധികം ശ്രദ്ധിക്കാത്ത ഇരുവരുടെയും പലായനത്തിന് ജാതി, മത, സാമൂഹിക, സാമ്പത്തിക അധികാരത്തിന്റെ കടന്നുകയറ്റം ഒരു പരിധിവരെ കാരണമാകാം. എല്ലാത്തരം വിശ്വാസങ്ങളും അധികാരങ്ങളും പ്രണയത്തിന് വിഘ്നമാകുമ്പോഴാണ് അവർക്ക് പലായനം ചെയ്യേണ്ടിവരുന്നത്.

ബസിറങ്ങിയശേഷം മുറിയെടുക്കുന്നതിന് അവർ ഹോട്ടൽ രജിസ്റ്ററിൽ പേരെഴുതി ഒപ്പുവയ്ക്കുന്നതിലൂടെ സ്വത്വം വെളിപ്പെടുത്തുകയാണ് ചെയ്യുന്നത്. സിനിമയുടെ ഒന്നാംഘട്ടത്തിൽ മലർക്കെ തുറന്ന ഒരു വാതിലാണ് ദൃശ്യമാകുന്നത്. ഇരുവരുടെയും ജീവിതത്തിനു നേർക്കാണ് ആ വാതിൽ തുറക്കുന്നതെന്ന സൂചനയുണ്ടിതിൽ. തുറന്നുകിട്ടുന്ന ഈ വാതിൽ അവരെ സംബന്ധിച്ച് പ്രതീക്ഷകളുടെയും മോഹങ്ങളുടെയും പ്രതീകമാണ്. പ്രഭാതത്തിൽ മുറിയിൽ പ്രവേശിച്ചുകഴിഞ്ഞ ശേഷമാണ് ചെണ്ടയും ചേങ്ങിലയും മുഴക്കി കടന്നുപോകുന്ന ഭക്തജനങ്ങളുടെ ഘോഷയാത്ര സീത കാണുന്നത്. മുഖങ്ങളൊന്നും വ്യക്തമല്ലാത്ത ഭക്തജനഘോഷയാത്രയിൽ ശബ്ദങ്ങളാണു സൂചകം. ജാതി-മതങ്ങൾക്കതീതമായി ജീവിക്കാൻ തുനിഞ്ഞവരെങ്കിലും മതം ഒരു ബോധവും അധികാരവുമായി സീതയെ പിന്തുടരുന്നത് ഘോഷയാത്ര നിരീക്ഷിക്കുന്ന അവളുടെ മുഖഭാവത്തിന്റെ സമീപദൃശ്യത്തിൽ നിന്നു ബോദ്ധ്യമാകുന്നു. ഘോഷയാത്രയുടെ കാഴ്ച കണ്ണിൽനിന്നു മറഞ്ഞിട്ടും ജനലിന്റെ അടുത്തു നിന്ന് വിശ്വത്തെ സ്നേഹത്തോടെ സീത നോക്കുന്നുണ്ട്. വിശ്വം തലയാട്ടി സീതയെ അരികിലേക്ക് വിളിക്കുമ്പോഴും "ഹരേ രാമ ഹരേ രാമ... രാമ രാമ ഹരേ ഹരേ... ഹരേ കൃഷ്ണ ഹരേ കൃഷ്ണ... കൃഷ്ണ കൃഷ്ണ ഹരേ ഹരേ.." എന്നുള്ള കീർത്തനം ഉച്ചത്തിലാകുന്നതു കേൾക്കാം. ഇവിടെ ഭക്തിയും കാമവും തമ്മിലുള്ള

ഇഴചേരൽ അനുവാചകനിൽ സന്നിവേശിപ്പിക്കാൻ പശ്ചാത്തലകീർത്തനത്തിനു സാധിക്കുന്നു. ഈ ദൃശ്യത്തിനൊടുവിലാണ് റൂം ബോയ്, ട്രേയിൽ ചായയും ജഗ്ഗും കപ്പും കൊണ്ടുവയ്ക്കുന്നത്. രണ്ടു കപ്പുകളുണ്ടായിട്ടും സീത വിശ്വത്തിനു മാത്രം ചായ നല്കുന്നു. അവളിൽ വേരാഴ്ന്നുപോയ സാംസ്കാരികവും ധാർമ്മികവുമായ മൂല്യങ്ങളുടെ തുടർച്ചയാണ് വിശ്വത്തിന് ആദ്യം ചായ കൊടുക്കാൻ അവളെ പ്രേരിപ്പിക്കുന്നത്. തുടർന്ന് വിശ്വം സിഗററ്റെടുക്കുന്നു. ജോലിയില്ലാതെ എങ്ങനെ മുന്നോട്ടു ജീവിക്കു മെന്ന ചിന്ത അയാളെ അസ്വസ്ഥമാക്കുന്നു.

കടലിന്റെ പശ്ചാത്തലത്തിലാണ് പിന്നീടുള്ള ഏറിയഭാഗവും ദൃശ്യവല്ക്കരിച്ചിട്ടുള്ളത്. "യഥാർത്ഥ ലൊക്കേഷനുകളിലാണ് *സ്വയംവരം* ചിത്രീകരിച്ചത്. സംഭാഷണങ്ങളും സൗണ്ട് ഇഫക്ട്സും ദൃശ്യങ്ങൾക്കൊപ്പംതന്നെ റെക്കോഡു ചെയ്യപ്പെട്ടു. യൂണിസെഫിന് (യുനൈറ്റഡ് നേഷൻസ് ഇന്റർനാഷണൽ ചിൽഡ്രൻസ് എമർജ്ജൻസി ഫണ്ട്) ഒരു ഡോക്യുമെന്ററി ചെയ്തതിനു പകരമായി സംഘടന നല്കിയ പോർട്ടബിൾ നാഗ്ര റെക്കോഡ് സെറ്റ് ഇല്ലായിരുന്നെങ്കിൽ ഒരേസമയത്തുള്ള ശബ്ദലേഖനം അസാദ്ധ്യമാവുമായിരുന്നു" എന്ന് ഗൗതമൻ ഭാസ്കരൻ സുവ്യക്തമായി പ്രതിപാദിക്കുന്നുണ്ട്. ഈ സിനിമയിലെ ശബ്ദചിത്രീകരണമെല്ലാം ഈ വിധമാണു പരീക്ഷിച്ചിട്ടുള്ളത്. സ്റ്റുഡിയോയിൽ നടത്തിയിരുന്ന സാങ്കേതികതയെ പിന്തള്ളി *സ്വയംവരം* പുതിയ ശബ്ദസന്നിവേശവും മിശ്രണവും സാദ്ധ്യമാക്കി.

വിശ്വവും സീതയും മധുവിധുകാലത്തെ പ്രണയനിമിഷങ്ങൾ പങ്കിടാൻ തെരഞ്ഞെടുത്ത കടൽത്തീരം ജീവിതത്തിന്റെ എല്ലാ തലങ്ങളെയും ഉൾക്കൊള്ളുന്നു. വീണയുടെ ആരോഹണ-അവരോഹണ ക്രമമാണ് ഇവിടെ പശ്ചാത്തലസംഗീതമാകുന്നത്. ജീവിതത്തിന്റെ ഏറ്റക്കുറച്ചിലുകളും വൃദ്ധിക്ഷയങ്ങളും സുഖ-ദുഃഖങ്ങളും ഇണക്ക-പിണക്കങ്ങളും എന്നിങ്ങനെ എല്ലാ ദ്വന്ദ്വങ്ങളുടെയും സമന്വയമാണ് കടലാഴവും അലമാലകളും സൂചിപ്പിക്കുന്നത്. കടൽത്തിരയേറ്റ് അലഞ്ഞുനടക്കുന്ന വിശ്വവും സീതയും കൈകൾ കോർത്തുപിടിച്ചാണ് നടക്കുന്നത്. കോർത്തുപിടിച്ച കൈകളിലുള്ളത് ഒരേയൊരു വരണമാല്യം മാത്രമാണ്. ജീവിതത്തിൽ അവർ ഒരേ മനസ്സുകൊണ്ട് സ്നേഹിക്കുന്നവരും ചിന്തിക്കുന്നവരുമെങ്കിലും സ്വാതന്ത്ര്യകാംക്ഷികൾകൂടിയാണ്. കാരണം, ഇരുവരുടെയും ഓരോ കൈ സ്വതന്ത്രമാണ്.

അടുത്ത ദൃശ്യത്തിൽ കാണുന്നത് വിശ്വം റെയിൽപ്പാളത്തിൽ തലവച്ചു കിടക്കുന്നതാണ്. പശ്ചാത്തലത്തിൽ തീവണ്ടിയുടെ ചൂളംവിളി കേൾക്കാം. സീത ഓടിച്ചെന്ന് റെയിൽപ്പാളത്തിൽനിന്നും അയാളെ പിടിച്ചുമാറ്റുന്നതിനൊപ്പം അവർ ആലിംഗനബദ്ധരാകുന്നു. എന്നാൽ, വിശ്വം കുതറിമാറി കാട്ടുപ്രദേശത്തുകൂടി ഓടിയകലുന്നു. അയാളെ അന്വേഷിച്ചലയുന്ന സീത കാട്ടുജന്തുക്കളുടെ ശബ്ദംകേട്ട് ഭയപ്പെടുന്നു. അവസാനം, ഇടുങ്ങിയ വഴിയിലൂടെ ഓടിക്കിതച്ചു നില്ക്കുമ്പോൾ വിശ്വം തോളിൽ കൈവയ്ക്കുന്നു. ആളറിയാതെ ഭയത്താൽ അവൾ അലറിവിളിക്കുന്നു. ജീവിതത്തിൽ വരാൻ പോകുന്ന അപകടങ്ങളുടെ സൂചനയാണിതിലൂടെയെല്ലാം വ്യക്തമാകുന്നത്. വലിയ ഹോട്ടലിൽനിന്നും വാടക കുറഞ്ഞ ചെറിയ ലോഡ്ജിലേക്ക് മാറുന്ന രണ്ടാം ഘട്ടത്തിൽ സീതയ്ക്ക് സ്ത്രീയെന്ന നിലയിൽ നേരിടേണ്ടിവരുന്ന തിക്താനുഭവങ്ങൾ ഈ ചിത്രം വരച്ചുകാട്ടുന്നുണ്ട്.

ലോഡ്ജ് മുറിയിൽ തനിച്ചായിരുന്ന സീതയെ കതക് തള്ളിത്തുറന്ന് അപരിചിതർ കീഴ്പ്പെടുത്താൻ ശ്രമിക്കുന്നു. പേടിച്ചരണ്ട സീത, സ്ത്രീയെന്ന നിലയിൽ താൻ നേരിടുന്ന സുരക്ഷിതത്വമില്ലായ്മയും പതിയിരിക്കുന്ന അപകടങ്ങളും ആദ്യമായറിയുന്നു. "ഇവിടെ നിന്നു മാറണം, ഇവിടെ താമസിക്കാൻ കൊള്ളില്ല"എന്ന് വിശ്വത്തോട് അവൾക്കു പറയേണ്ടിവരുന്നു. പുരുഷമേധാവിത്വമുള്ള എല്ലാ സാമൂഹിക ക്രമത്തിലും സ്ത്രീ അശരണയും നിരാലംബയുമാണെന്ന യാഥാർത്ഥ്യത്തിലേക്ക് ഇതു വിരൽചൂണ്ടുന്നു. കേരളത്തിലെന്നല്ല, ഇന്ത്യയിലെ തന്നെ പൊതു ഇടങ്ങളും സാമൂഹ്യവ്യവസ്ഥിതികളും സ്ത്രീക്ക് ഭയം ജനിപ്പിക്കുന്നതാണ്. ആധിപത്യയുക്തികൾക്കു മുമ്പിൽ സ്ത്രീ പലപ്പോഴും അപഹാസ്യയായിത്തീരാറുണ്ട്. ജനാധിപത്യത്തിലെ നീചരാഷ്ട്രീയസ്ഥിതിയിലേക്കാണ് സിനിമയുടെ കാഴ്ച കൊണ്ടുചെന്നെത്തിക്കുന്നത്. അധികാരശക്തികളാൽ അപമാനിക്കപ്പെടുകയോ നിശ്ശബ്ദരാക്കപ്പെടുകയോ ചെയ്യുന്ന സ്ത്രീ അവസ്ഥയെയാണ് സീത എന്ന കഥാപാത്രത്തിലൂടെ അടൂർ ആവിഷ്കരിച്ചിട്ടുള്ളത്.

വലിയ ഹോട്ടലിൽ താമസിക്കുമ്പോൾ ആർക്കും ആരെയും ശ്രദ്ധിക്കാൻ സമയമില്ല. പക്ഷേ, അവിടെനിന്നു തികച്ചും ഭിന്നമാണ് സാധാരണക്കാർ താമസിക്കുന്ന ലോഡ്ജ്. വിശ്വവും സീതയും മുറിയിലേക്കു വരുമ്പോൾത്തന്നെ തീക്ഷ്ണനോട്ടങ്ങളെ നേരിടേണ്ട അവസ്ഥ സീതയ്ക്കുണ്ടാകുന്നു. അലക്ഷ്യമായി ഇരുന്ന് പല്ലുതേയ്ക്കുന്നയാളെ മറികടന്ന് ഇടുങ്ങിയ ചെറുവഴികളും പിന്നിട്ടാണ് വിശ്വവും സീതയും ലോഡ്ജ് മുറിയിലേക്കെത്തുന്നത്. മുന്നോട്ടുള്ള ജീവിതം ഇടുങ്ങിയതും ക്ലേശകരവുമാണെന്ന സൂചനയാണ് ഇത്തരം ദൃശ്യവല്ക്കരണം നല്കുന്നത്. ലോഡ്ജിന്റെ രണ്ടാംനിലയിലുള്ള ഒരു മുറിയിൽ കടന്നശേഷം സീത കട്ടിലിലുണ്ടായിരുന്ന മുഷിഞ്ഞ ഷീറ്റ് മാറ്റി മറ്റൊന്നു വിരിക്കുന്നു. തുടർന്ന് കാലിൽ തടഞ്ഞ മദ്യക്കുപ്പി എടുത്തുമാറ്റുന്നു. ഇവയെല്ലാം, ഏതു പ്രതികൂല സാഹചര്യത്തെയും ജീവിതത്തിന് അനുകൂലമാക്കി മാറ്റാനുള്ള സീതയുടെ പ്രായോഗികതയ്ക്ക് ഉദാഹരണങ്ങളാണ്. സാമ്പത്തികാധികാരമാണ് ഭൗതികസൗകര്യങ്ങൾ നിർണ്ണയിക്കുന്നതിൽ പങ്കുവഹിക്കുന്നതെന്ന് ഇതിൽനിന്നു മനസ്സിലാക്കാം.

ആദ്യം താമസിച്ച ഹോട്ടലിലെ ജനലഴികളിലൂടെയാണ് ഭക്തജനഘോഷയാത്ര അവൾ കാണുന്നത്. രണ്ടാമത്തെ ലോഡ്ജിലെ ജനലഴികളിലൂടെ അവൾ കാണുന്നത് ആട്ടുകല്ലിൽ അരിയും ഉഴുന്നും അരയ്ക്കുന്ന തൊഴിലാളിയെയാണ്. ജീവിതത്തിലെ പരാധീനതകളാണ് വ്യക്തികളെ കായികാദ്ധ്വാനത്തിനു പ്രേരിപ്പിക്കുന്നത്. അരിയാട്ടുമ്പോൾ ഇടംകൈകൊണ്ട് അയാൾ പുറം ചൊറിയുന്നുണ്ട്. വീണ്ടും അതേ കൈകൊണ്ട് അരിയാട്ടൽ തുടരുന്നു. ഊണുമേശയ്ക്കരികിലെത്തുമ്പോൾ അതിന്റെ പിന്നിലെ പ്രയത്നങ്ങളെ മറികടന്ന് ആതിഥ്യമര്യാദകളുടെ അകമ്പടിയോടെയാണ് ആഹാരം പാത്രത്തിൽ സ്ഥാനംപിടിക്കുന്നത്. അടൂർ, ഊണുമേശയുടെ ചുറ്റുവട്ടത്തെ ഒഴിവാക്കി അടുക്കളയുടെ പിന്നാമ്പുറത്തുള്ള ആവിഷ്കരണം സാദ്ധ്യമാക്കിയത് കായികാദ്ധ്വാനത്തിന്റെ പ്രാമുഖ്യം വെളിവാക്കാൻ കൂടിയാണ്. വൃത്തിശൂന്യതയും ഒരു ഭിത്തിക്കപ്പുറത്തും ഇപ്പുറത്തുമുള്ള അരങ്ങും അണിയറയും ഇത്തരം ദൃശ്യവല്ക്കരണത്തിലൂടെ സ്പഷ്ടമാക്കിയിരിക്കുന്നു.

ലോഡ്ജ് മുറിയുടെ ഈ പശ്ചാത്തലത്തിൽത്തന്നെ സീതയ്ക്ക് കണ്ണേറുകളെ നേരിടേണ്ടിവരുന്നുണ്ട്. സ്ത്രീ-പുരുഷ ബന്ധങ്ങളുടെ ആഴവും അർത്ഥവും ശരിയായ വിധം ഉൾക്കൊള്ളാൻ ഇന്നും പൊതുസമൂഹത്തിനു കഴിഞ്ഞിട്ടില്ല. വിവാഹം എന്ന സ്ഥാപനത്തിനു പുറത്തെ എല്ലാ സ്ത്രീ-പുരുഷ ബന്ധങ്ങളെയും സംശയത്തിന്റെ മുൾമുനയിൽ നിർത്തുന്ന ലോകത്തെ ഇവിടെ വ്യക്തമായി ചിത്രീകരിച്ചിരിക്കുന്നു. ഇത്തരമൊരു അവസ്ഥയിലാണ് "മറ്റുള്ളവർ എങ്ങനെ വിചാരിക്കും, എനിക്കൊരു താലി വേണം" എന്നു പറഞ്ഞ് സീത വളയൂരി നല്കി ആ പ്രശ്നത്തിന് പരിഹാരം നിർദ്ദേശിക്കുന്നത്. മടിച്ചുനിന്ന വിശ്വത്തോട് "എനിക്കൊരുപാട് ആഭരണങ്ങളൊന്നും വേണ്ടാ..." എന്ന വിട്ടുവീഴ്ചാ മനോഭാവത്തോടെ പൊരുത്തപ്പെടുന്ന ജീവിത സമീപനം സീത സ്വീകരിക്കുകയും ചെയ്യുന്നു. സംഭാഷണങ്ങൾക്കിടയിൽ രൂപപ്പെടുന്ന ഒരു സ്വത്വനിർമ്മിതി സൂക്ഷ്മമായി അടൂർ ഇവിടെ ആവിഷ്കരിച്ചിരിക്കുന്നു. ഇരുവരുടെയും വൈകാരിക ഭാവങ്ങൾ പ്രകടമാകുംവിധമുള്ള സമീപദൃശ്യത്തിലൂടെയാണ് ഈ ആവിഷ്കാരം. സ്ത്രീകളുടെ അനുഭവങ്ങൾ ഭാഷയിലേക്കു കടന്നുവരുമ്പോഴാണ് അവരുടെ പ്രശ്നങ്ങൾ പൊതുസമൂഹത്തിൽ ചർച്ച ചെയ്യപ്പെടുന്നത്. ഇത്തരം തുറന്നുപറയലുകളിലൂടെയാണ് ഇന്നും ഒരു പരിധിവരെ പരിഹാരം സാദ്ധ്യമാകുന്നത്.

സീതയും വിശ്വവും പരമ്പരാഗതമായ വിവാഹാദിക്രമങ്ങളെ പിന്തള്ളിയാണ് ഒരുമിച്ചു ജീവിക്കാൻ പുറപ്പെടുന്നത്. സീത സാമൂഹികമായ അധികാരത്തോടു പൊരുത്തപ്പെടാൻ ശ്രമിക്കുന്നതിന്റെ സൂചനയാണ് അവൾ തന്റെ സുരക്ഷയ്ക്കായി താലി ആവശ്യപ്പെടുന്നതിലുള്ളത്. ആഭരണം, പണം എന്നിവയേക്കാൾ ഒരു സാമൂഹികമാനം താലിക്കുണ്ടെന്നു സീത വിശ്വസിക്കുന്നു. സമൂഹം ഉണ്ടാക്കിവെച്ച അധികാരവ്യവസ്ഥയുടെ പ്രതീകമാണു താലി. സമൂഹം ഉയർത്തുന്ന വെല്ലുവിളി ഭയന്ന് സാമൂഹിക വ്യവസ്ഥിതിയെ സീതയ്ക്ക് സ്വീകരിക്കേണ്ടിവരുന്നു. സമൂഹത്തിന്റെ പരിഹാസത്തെ മറികടക്കുന്നതിനും ദാമ്പത്യജീവിതത്തിന് അടിത്തറ പാകുന്നതിനും താലിച്ചരടിനു സാധിക്കുമെന്നും, സാമൂഹികപിന്തുണയ്ക്ക് അത് അത്യാവശ്യമാണെന്നും ശരാശരി സ്ത്രീയെപ്പോലെ സീതയും ചിന്തിക്കുന്നു. സീതയെ സംബന്ധിച്ച് അവളുടെ അവകാശവും അധികാരവും എല്ലാമാണു താലി.

കേരളീയ സ്ത്രീസമൂഹ പ്രതിനിധാനങ്ങൾ

കേരളത്തിലെ ശരാശരി സ്ത്രീസമൂഹത്തിന്റെ പ്രതിനിധികളാണ് സീതയും കല്യാണിയും ജാനകിയമ്മയും. സീത പ്രകൃതിയാവുമ്പോൾത്തന്നെ അവൾ ദുഃഖം കൂടെപ്പിറപ്പാക്കിയവൾ തന്നെയായിത്തീരുന്നു.

കല്യാണി, സീത, ജാനകിയമ്മ എന്നീ കഥാപാത്രങ്ങളിലൂടെ പൊതുസമൂഹത്തിൽ സ്ത്രീകൾ അനുഭവിച്ചുകൊണ്ടിരിക്കുന്ന കഷ്ടതയും അപമാനവും ജീവിത പ്രതിസന്ധികളും ചിത്രീകരിച്ച *സ്വയംവരം* കാലത്തെ അതിജീവിക്കുന്നു. സീതാപര്യായങ്ങളാണ് കല്യാണിയും ജാനകിയും. ചുറ്റുപാടുകൾക്ക് അനുസൃതമായി ഈ കഥാപാത്രങ്ങൾ വ്യത്യസ്ത ജീവിതശൈലിയാണു പുലർത്തുന്നത്. സാംസ്കാരിക പുരോഗതി നേടി എന്നു പറയുന്ന സമൂഹം, സ്വതന്ത്ര തീരുമാനമെടുക്കുന്നവരെ

പൊതുവേ ഒറ്റപ്പെടുത്തുകയാണു ചെയ്യുന്നത്. സീതയും കല്യാണിയും ജാനകിയമ്മയും അവരവരുടെ ജീവിതപരിസരങ്ങളിൽ വ്യത്യസ്തമായ ഒറ്റപ്പെടൽ അനുഭവിക്കുന്നു. സാംസ്കാരികമായ ഇടപെടലുകളിലൂടെ മാത്രമേ ഈ ഒറ്റപ്പെടൽ ഒഴിവാക്കി നല്ല സാമൂഹികാന്തരീക്ഷം സൃഷ്ടിക്കാനാകൂ. ജാനകിയമ്മ സീതയെ സഹായിക്കുന്നത് മാതൃനിർവ്വിശേഷ ഭാവത്തോടെയാണ്. കല്യാണി ഉത്സവം കൂടുന്നതിലും അയല്ക്കാരുമായി സൗഹൃദം സ്ഥാപിക്കുന്നതിലുമൊക്കെയാണ് മാനസികോല്ലാസം തേടുന്നത്. അതിനപ്പുറം പണസമ്പാദനത്തിനായി വേശ്യാവൃത്തിയിൽ ഏർപ്പെടുന്നുമുണ്ട്. വീട്ടുജോലികളിൽ വ്യാപൃതയായിക്കൊണ്ടാണ് സീത തന്റെ ഒറ്റപ്പെടലിനു പരിഹാരം തേടുന്നത്. സ്ത്രീയുടെ നൈരന്തര്യ പ്രശ്നങ്ങൾ വിശകലനംചെയ്ത സിനിമയായിക്കൂടി *സ്വയംവര*ത്തെ വായിക്കേണ്ടിവരും. ലാഭനഷ്ടങ്ങളിലൂടെ കടന്നുപോകുന്ന ജീവിതത്തിന്റെ നൈമിഷികതയും ബഹുസ്വരതയുംകൂടി *സ്വയംവരം* പങ്കുവയ്ക്കുന്നു.

സീത, ജാനകി എന്നീ പേരുകളുടെ അർത്ഥം സമാനമാണ്. ജനകന്റെ പുത്രി, ഉഴവുചാലിൽനിന്നു ലഭ്യമായവൾ എന്നീ അർത്ഥതലങ്ങളിൽ സീത ഭൂമീപുത്രിയാണ്. സർവ്വംസഹയായ ഭൂമിയെപ്പോലെയാണു സീത. പുരാണത്തിലെ സീത ഏത് അഗ്നിപരീക്ഷയും നേരിടാൻ പ്രാപ്തയാണ്. അതേസമയം, പുരുഷനെയോ അവന്റെ അധികാരത്തെയോ നീതിനിർവ്വഹണത്തെയോ അവൾ ചോദ്യം ചെയ്യുന്നുമില്ല. അതുകൊണ്ടുതന്നെ പുരാണ കഥാപാത്രനാമം *സ്വയംവര*ത്തിലെ നായികയ്ക്ക് അടൂർ നല്കിയത് ഉചിതമാണ്. *സ്വയംവര*ത്തിലെ സീതയ്ക്ക് ജീവിതത്തിലെ ഏതു പരീക്ഷണത്തെയും നേരിടാൻ പ്രാപ്തയാകേണ്ടിവരുന്നതായി ചിത്രം

പറഞ്ഞുവയ്ക്കുന്നു.

വിശ്വത്തിന്റെ മരണസമയത്തും പിന്നീടും ജാനകിയമ്മ അവൾക്കു തുണയായി വർത്തിക്കുന്നു. ആർക്കെങ്കിലുംവേണ്ടി പ്രയോജനപ്പെടുത്തുമ്പോഴാണ് ജീവിതത്തിന് അർത്ഥമുണ്ടാകുന്നത്. സീതയെ കണ്ടുമുട്ടിയതിനുശേഷം അത്തരം ഒരു ജീവിതത്തിലൂടെയാണ് ജാനകിയമ്മ കടന്നുപോകുന്നത്. ചേരിയിലെ മറ്റുള്ളവരോട് മനസ്സുതുറന്നുള്ള ഇടപെടലുകളൊന്നും ജാനകിയമ്മ നടത്തുന്നില്ല. സീതയോടു മാത്രമാണ് അവർ അടുപ്പം കാട്ടുന്നത്. *ആധുനിക മലയാളസിനിമ* എന്ന പുസ്തകത്തിൽ പറഞ്ഞിരിക്കുന്ന കാര്യങ്ങൾ ഇവയ്ക്ക് അടിവരയിടുന്നു: "തന്റെ കഥാപാത്രങ്ങൾക്ക് പൗരാണിക നാമങ്ങൾ കൊടുക്കുകയും പുരാണത്തിലെ സ്വയംവരസങ്കല്പം ആവാഹിക്കുകയും ചെയ്തുകൊണ്ട് അടൂർ പുരാണങ്ങളിൽനിന്നുരുത്തിരിഞ്ഞുവന്ന നമ്മുടെ ധാർമ്മിക സങ്കല്പങ്ങളുമായി ചിത്രത്തെ ബന്ധിപ്പിക്കുന്നു."

സീത ഒരേസമയം ത്യാഗത്തിന്റെയും സ്നേഹത്തിന്റെയും ഒറ്റപ്പെടലിന്റെയും അനാഥത്വത്തിന്റെയും പ്രതിനിധിയാണ്. ചലച്ചിത്രത്തിന്റെ അവസാനഭാഗത്ത് സീതാസ്വയംവരം ചിത്രീകരിച്ച പഴയൊരു കലണ്ടറിലേക്ക് ക്യാമറ ഏറെനേരം നീളുന്നുണ്ട്. സീതയുടെ നിറം മങ്ങിയ ജീവിതത്തിന്റെ സൂചനയാണിത്. വിശ്വം ജോലി തേടി അലയുന്നുവെങ്കിലും യഥാർത്ഥത്തിൽ അയാൾ അലസനാണ്. സീത ചായ കൊടുക്കുമ്പോൾ കട്ടിലിൽ കൊട്ടംകൈ കുത്തി കിടന്നു ചായ കുടിക്കുന്നത് അലസതയുടെ സൂചനയാണ്. മറ്റൊരുവേളയിൽ വീടിന്റെ വരാന്തയിൽ ഇരിക്കുന്ന വിശ്വം, മഴ ചാറിത്തുടങ്ങുമ്പോൾ മുറ്റത്തെ അയയിൽ കിടക്കുന്ന തുണിയെ

ടുക്കാൻപോലും കൂട്ടാക്കുന്നില്ല. സീതയാണ് സദാ ചലനാത്മകത സൂക്ഷിക്കുന്ന പ്രകൃതമുള്ളവൾ. ഉചിതമായി പ്രതികരിച്ചും ചിന്തിച്ചും പൊരുത്തപ്പെടുന്ന സീതയിൽ വീട്ടമ്മയുടെ അധികാരതലം വിട്ടൊഴിയുന്നില്ല.

വിശ്വം ഉറങ്ങിക്കിടക്കുമ്പോൾ സീത അയാളുടെ പോക്കറ്റിൽ കൈയിടുന്നുണ്ട്. ഭാര്യയെന്ന നിലയിലുള്ള സ്വാതന്ത്ര്യമാണ് സീതയെക്കൊണ്ട് ഇപ്രകാരം ചെയ്യിക്കുന്നത്. മറ്റൊരു തരത്തിൽ വ്യാഖ്യാനിച്ചാൽ, നിഷ്കളങ്കതയും സ്ത്രീയെന്ന നിലയിൽ അത്യന്തം കരുതലോടെയുള്ള മാതൃസഹജമായ വാത്സല്യവുമാകാം സീതയ്ക്ക് വിശ്വത്തോടുള്ളത്. വീട്ടുകാര്യങ്ങളിൽ വിശ്വം പുലർത്തുന്ന അലംഭാവമാണ് ഈയവസരത്തിൽ ശ്രദ്ധേയമായ മറ്റൊരു കാര്യം. നിത്യവൃത്തിക്കുള്ള സാധനങ്ങൾ അനുദിനം കുറയുന്നത് വിശ്വം അറിയുന്നതേയില്ല. സീത അയാളോട് അതു പങ്കുവയ്ക്കുന്നുമില്ല. ദാരിദ്ര്യത്തിൽ പോലും സീത കഠിനാദ്ധ്വാനം ആവശ്യപ്പെടുന്ന ജോലി തേടുന്നില്ല. അവൾ പുസ്തകം വായിക്കുന്ന അതേ വേളയിൽ ആ വീടിന് നേർ എതിർവ്വശത്തുള്ള വീട്ടിലെ സ്ത്രീ ഓലമെടയുന്നത് ചിത്രീകരിച്ചിട്ടുണ്ട്. ജീവിതത്തെ നേരിടുന്ന ദ്വന്ദ്വവ്യക്തിത്വങ്ങളുടെ മൂർത്തമായ ആവിഷ്കാരമാണീ വ്യത്യസ്ത രംഗങ്ങൾ.

മാതാപിതാക്കളെ ധിക്കരിച്ച്, ബന്ധുബലം ഉപേക്ഷിച്ച് ഒരുമിച്ച ജീവിക്കാൻ പുറപ്പെടുന്നവർക്ക് സാമൂഹികാധികാരം ജീവിതത്തിന്റെ പല മേഖലകളിലും പ്രത്യക്ഷവും പരോക്ഷവുമായ വിലക്ക് കല്പിക്കുന്നു. സമൂഹത്തിൽ ഇത്തരത്തിലുള്ളവർ ഒറ്റപ്പെട്ടുപോകുന്നു. വ്യക്തികളെന്ന നിലയിൽ അവർക്ക് സമൂഹത്തിലുള്ള അധികാരത്തിന് ഭംഗം സംഭവിക്കുന്നുവെന്നുകൂടി ചിത്രം ഓർമ്മപ്പെടുത്തുന്നുണ്ട്.

ഭർത്താവ് നഷ്ടപ്പെട്ട് കൈക്കുഞ്ഞുമായി നില്ക്കുന്ന സീതയോട് അച്ഛനമ്മമാരുടെ അടുത്തേക്ക് പോകാൻ ജാനകിയമ്മ പറയുമ്പോൾ "ഇല്ല... ഞാൻ പോകുന്നില്ല..." എന്ന മറുപടി അപനിർമ്മിച്ചാൽ സീത മാതാപിതാക്കളുടെ അടുത്തേക്ക് പോകാൻ മടിക്കുന്ന കാര്യം മനസ്സിലാക്കാം. ഏതു സമൂഹത്തിലും മകളെന്ന ജൈവികാധികാരം മാറ്റമില്ലാതെ നിലനില്ക്കുന്നതാണ്. നിലവിലെ സാമൂഹ്യവ്യവസ്ഥിതിയിൽ തനിക്ക് മകളെന്ന നിലവിലുള്ള സാമൂഹികാധികാരം താൻതന്നെ നഷ്ടപ്പെടുത്തിയിരിക്കുന്നതെന്ന ഉത്തമബോദ്ധ്യമാണവളെക്കൊണ്ട് അപ്രകാരം പറയിക്കുന്നത്. മാതാപിതാക്കളെ ധിക്കരിച്ച സീത ഭർത്താവിന്റെ അഭാവത്തിൽ അവരെ ആശ്രയിക്കുന്നത് ശരിയല്ലെന്ന മനോഭാവത്തോടെ സ്വയം നിലനില്ക്കാനുള്ള ശ്രമമാണു നടത്തുന്നത്. ആരുടെയും മുന്നിൽ തന്റെ ആത്മാഭിമാനം അടിയറവയ്ക്കാൻ അവൾ ഇഷ്ടപ്പെടുന്നില്ല.

കല്യാണി വേശ്യാവൃത്തി തൊഴിലാക്കിയവളെങ്കിലും പ്രസന്നവദനയായ കഥാപാത്രമാണ്. ജീവിക്കാനുള്ള നെട്ടോട്ടത്തിന്റെ ഭാഗം കൂടിയാണിത്. സ്മഗ്ലർ വാസുവിന്റെ വെപ്പാട്ടിയായിരുന്ന കല്യാണി സമ്പാദിക്കുന്ന പണം ഇരന്നുവാങ്ങുന്ന അവളുടെ ഭർത്താവ്, വീടിന്റെ വഴിയരികിലുള്ള വേലിക്കൽനിന്ന് "എടീ അറുവാണീ... വന്നുവന്ന് അവൾക്കിപ്പോ എന്നെ ഒരു വെലയുമില്ല..." എന്നിങ്ങനെ വെല്ലുവിളികൾ നടത്തുന്നുണ്ട്. മദ്യപാനിയും കുടുംബജീവിതത്തിൽ നിരുത്തരവാദിയുമായ ഒരുവന്റെ ഭാര്യയായതുമൂലം നിലനില്പിനായി വേശ്യാവൃത്തി സ്വീകരിക്കേണ്ടിവരുന്ന കഥാപാത്രമാണിവിടെ കല്യാണി.

ലോകത്തിൽ അന്നും ഇന്നും സമൂഹത്തിനും സദാചാരത്തിനുംനേർക്കുള്ള ഒരു ചോദ്യചിഹ്നവും ദാരിദ്ര്യ ചൂഷണത്തിന്റെ പ്രതിനിധിയുമാണ് കല്യാണി. സാഹചര്യംമൂലം വേശ്യാവൃത്തിയിൽ അകപ്പെട്ടുപോയ കല്യാണിമാരെ ലോകത്തെവിടെയും കാണാം.

രണ്ടു തരത്തിലുള്ള വേശ്യാവൃത്തി ഈ സിനിമയിൽ ചിത്രീകരിച്ചിരിക്കുന്നു. തെരുവോരത്ത് വേശ്യാവൃത്തി നടത്തുന്നവർ ആവശ്യക്കാരെ കണ്ടെത്തുന്നു. വീടിനകത്ത് ആവശ്യക്കാരെ വിളിച്ചുവരുത്തി വ്യഭിചാരം നടത്തി ജീവിക്കുന്ന കല്യാണിക്ക് രാത്രിയുടെ മറവ് ആവശ്യമില്ല. കല്യാണിയുടെ ഭർത്താവ് മദ്യപിക്കാനായി പണം ചോദിക്കുമ്പോൾ, അയാളെ ഒഴിവാക്കാൻ കല്യാണി പത്തുപൈസാ തുട്ടുകൾ അയാൾക്കു നേർക്ക് എറിഞ്ഞുകൊടുക്കുന്നു. കല്യാണിയുടെയും ഭർത്താവിന്റെയും ദൃശ്യാവിഷ്കാരത്തിൽ, അവൾ വീടിന്റെ ഉമ്മറത്തും അയാൾ മുറ്റത്തുമാണു നില്ക്കുന്നത്. കല്യാണിയുടെ മുറിയിൽ ജാരനുള്ളപ്പോൾ ഭർത്താവിനു നേർക്ക് നാണയങ്ങൾ എറിഞ്ഞുകൊടുക്കുന്നത് സാമ്പത്തികാധികാരത്തിന്റെ ഭാഗമാണെന്നു കാണാം. എരിഞ്ഞുതീരാറായ സിഗരറ്റിലേക്കാണ് നാണയങ്ങൾ പതിക്കുന്നത്. പണം എല്ലാക്കാലത്തും അധികാരത്തിന്റെ പ്രതീകമാണ്. അത് ഇരന്നുവാങ്ങുന്ന ആൾ, നല്കുന്ന ആളിന്റെ അധികാരപരിധിയിൽ ആയിരിക്കുമെന്ന വസ്തുതകൂടി ഈ ദൃശ്യങ്ങൾ പങ്കുവയ്ക്കുന്നു. 'പണത്തിനു മീതേ പരുന്തും പറക്കില്ലാ' എന്ന പഴഞ്ചൊല്ല് മേൽപ്പറഞ്ഞ ദൃശ്യങ്ങൾക്ക് അടിവരയിടുന്നു.

മദ്യപിക്കാനുള്ള പണത്തിന് എപ്പോഴും ഇരക്കുന്ന ഭർത്താവിനെ നോക്കി "ചോദിക്കുമ്പോ ചോദിക്കുമ്പോ തരാൻ താനിവിടെ സമ്പാദിച്ചുവച്ചിരിക്കുന്നോ..." എന്നുള്ള കല്യാണിയുടെ ചോദ്യം അയാളുടെ ആണത്തമില്ലായ്മയ്ക്കു നേർക്കുള്ള പരിഹാസമാകുന്നു. കല്യാണി സ്വാതന്ത്ര്യവും തന്റേടവും സാമ്പത്തികാധികാരവും

നേടിയെടുത്തത് മാനം വിറ്റാണ്. സ്വന്തം നിലനില്പിനുവേണ്ടിയാണ് അവൾക്ക് അപ്രകാരം ചെയ്യേണ്ടിവരുന്നത്. ലൈംഗികതയെ വിറ്റഴിക്കുന്നത് സദാചാരലംഘനമാണെങ്കിലും അതിലൂടെ ലഭ്യമാകുന്ന സാമ്പത്തികാധികാരം അവളെ സ്വയം പര്യാപ്തയാക്കുന്നു.

കല്യാണി മുടി ചീകുന്ന വേളയിലാണ് ഗർഭിണിയായ സീത റോഡരികിലെ പൈപ്പിൽനിന്ന് കുടത്തിൽ വെള്ളവുമായി വീട്ടിലേക്കു മടങ്ങുന്നത്. "മുടി എന്ന ബിംബം സ്ത്രീയുടെ സ്വാതന്ത്ര്യബോധം, സ്വത്വം, ആത്മാഭിമാനം, ശക്തി, കാമം എന്നിവയുടെ പ്രതീകമായിട്ടാണ് ഉപയോഗിക്കുന്നത്" എന്ന് എൻ ജയകൃഷ്ണൻ *പെണ്ണെഴുത്തിൽ* പരാമർശിച്ചിട്ടുണ്ട്.

മറ്റു പലരിൽനിന്നും നേടിയെടുക്കുന്ന പലതും, ഭർത്താവിൽനിന്ന് കല്യാണി നേടുന്നില്ല. കല്യാണിയുടെ ഭർത്താവ് കായികാദ്ധ്വാനമുള്ള യാതൊരു തൊഴിലിനും തയ്യാറാകുന്നില്ല. പുരുഷാധിപത്യപരമായ എല്ലാറ്റിനെയും കല്യാണി ചോദ്യംചെയ്യുന്നു. വ്യക്തിസ്വാതന്ത്ര്യം ഒരു പ്രധാന പ്രശ്നമാണ്. തന്റെ ഇച്ഛകളെ ആർക്കുവേണ്ടിയും കല്യാണി മാറ്റിവയ്ക്കുന്നില്ല. മാടൻകോവിലിലെ ഉത്സവത്തിനു പോകാൻ കല്യാണി സീതയെ ക്ഷണിക്കുന്നു. "ഇവിടിപ്പോ ചേട്ടനില്ലാത്തതുകൊണ്ടു വരുന്നില്ല" എന്നു സീത പറയുമ്പോൾ "അതിനിപ്പോ എന്തര്..." എന്നു പറയുന്ന നിസ്സാരതയാണ് കല്യാണി പ്രകടിപ്പിക്കുന്നത്. കരുതലും ഭർതൃസ്നേഹവും ലഭ്യമാകാത്ത കല്യാണിക്ക് സീതയുടെ വൈകാരികത മനസ്സിലാക്കാൻ സാധിക്കുന്നില്ല.

സീതയും കല്യാണിയും അവരവരുടെ ഭർത്താവിന്മേൽ അധികാരം സ്ഥാപിക്കുന്നത് വ്യത്യസ്തമായാണ്. സീത വിശ്വത്തോട് ജോലി ശരിയായോ, കണക്കപ്പിള്ളയ്ക്ക് എങ്ങനെയുണ്ട്, തനിക്കൊരു താലി വേണം എന്നിങ്ങനെ തുറന്നു പറയുമ്പോൾ അവളുടെ സ്വരത്തിൽ അടക്കവും കുലീനതയുമുണ്ട്. എന്നാൽ, കല്യാണി ഭർത്താവിനോട് കയർത്താണു സംസാരിക്കുന്നത്. ഉത്സവത്തിനു പുറപ്പെടുന്ന കല്യാണി ഭർത്താവിനോട് "ആ കതകൊന്ന് അടച്ചേക്കണം" എന്നു പറയുമ്പോൾ അയാൾ പൈപ്പിൻചുവട്ടിലിരുന്നു കുളിക്കുകയാണ്. കല്യാണിയുടെ പണസമ്പാദനത്തിനു ന്യായമാകുന്നത് ഭർത്താവിന്റെ പിടിപ്പുകേടാണ്. നാലാൾ കൂടുന്നിടത്തു കാണപ്പെടുന്ന കല്യാണിയുടെ ആകർഷകമായ വേഷവിധാനം ശ്രദ്ധേയമാണ്. അതേസമയം, സീതയുടെ കുലീനമായ വേഷം ക്രമേണ ജീവിതത്തിന്റെ അവസ്ഥയ്ക്കൊപ്പം ശുഷ്കമാകുന്നതായും കാണപ്പെടുന്നു. പട്ടിണിയിലും ചാരിത്ര്യശുദ്ധി കാത്തുസൂക്ഷിക്കുന്ന സീതയെ അവതരിപ്പിക്കുമ്പോൾത്തന്നെ നേർവിപരീതമായ സ്വഭാവമാണ് കല്യാണി എന്ന കഥാപാത്രത്തിന്റെ ആവിഷ്കാരത്തിലുള്ളത്.

ഹോട്ടൽ മുറിയും ലോഡ്ജും വിട്ട സീതയും വിശ്വവും പിന്നീടു തെരഞ്ഞെടുത്ത വാടകവീടിനു ചുറ്റുമുള്ളവർ സാധാരണക്കാരാണ്. പൊതുസമൂഹത്തിന്റെ കണ്ണിൽ അപരിഷ്കൃതവും നിന്ദ്യവുമായ ആ ചേരിയിൽ വേശ്യയും മദ്യപാനിയും കള്ളക്കടത്തുകാരനും എല്ലാം സീതയ്ക്കുമേൽ നോട്ടമെറിയുന്നു. വഴിതെറ്റി നടക്കുന്ന ചെറുപ്പക്കാരനും കുട്ടിക്കൊടുപ്പുകാരനും, വേശ്യാവൃത്തി ജീവിതമാർഗ്ഗമാക്കിയ കല്യാണിയും, സ്വന്തം അദ്ധ്വാനം കൈമുതലാക്കി സീതയ്ക്കു സഹായിയാകുന്ന ജാനകിയമ്മയും എല്ലാം ഗ്രാമജീവിതത്തിന്റെ ഭാഗമാകുന്നു. ഭൂമിയിൽ ജീവിച്ചിരിക്കുന്നിടത്തോളം

ചുറ്റുമുള്ള പ്രതിസന്ധികളെ അഭിമുഖീകരിക്കാനുള്ള സ്ത്രീസഹജമായ കഴിവുകൂടി സീത, കല്യാണി, ജാനകിയമ്മ എന്നീ കഥാപാത്രങ്ങളിൽ സംവിധായകൻ സന്നിവേശിപ്പിച്ചിരിക്കുന്നു. ഏതൊരു സാധാരണക്കാരനും ജീവിക്കാനും നിലനില്ക്കാനുമുള്ള അവകാശവും അധികാരവും ഉണ്ടെന്ന സന്ദേശം ഈ സിനിമ പങ്കുവയ്ക്കുന്നു.

ബിംബകല്പനകളിലെ ദൃശ്യചാരുത

സിനിമയിലെ ദൃശ്യവും ദൃശ്യബിംബങ്ങളും കഥാവികാസത്തെ അനുക്രമം സ്വാധീനിച്ചുകൊണ്ടിരിക്കുന്നു. ദൃശ്യബിംബത്തിന് അർത്ഥമുണ്ടാകുന്നത് പ്രേക്ഷകന്റെ മൊത്തത്തിലുള്ള ദൃശ്യസംസ്കാരവുമായി ബന്ധപ്പെട്ടാണ്. സിനിമയ്ക്ക് ചലനവുമായുള്ള ജൈവബന്ധംമൂലം ദൃശ്യബിംബങ്ങളുടെ സ്വഭാവവല്ക്കരിക്കപ്പെട്ട പ്രത്യേകതകളെക്കുറിച്ച് പ്രേക്ഷകൻ ബോധവാനാണ്. കാറ്റും പുഴയും മിണ്ടാപ്രാണികളും കാക്കയും കോഴിയും എന്നിങ്ങനെ വിജനതപോലും ദൃശ്യബിംബങ്ങൾക്ക് രൂപവും അർത്ഥവും കല്പിക്കപ്പെടുന്നതിൽ നിർണ്ണായക സ്വാധീനം ചെലുത്തുന്നുണ്ട്.

സ്വന്തം അനുഭവങ്ങളുടെയോ വേറിട്ട കാഴ്ചകളുടെയോ തലത്തിൽനിന്നാണ് സംവിധായകനും പ്രേക്ഷകനും താദാത്മ്യം പ്രാപിക്കുന്നത്. ഈ ഏകീകരണത്തിന്റെ അനുഭവമുഹൂർത്തങ്ങളിൽ അന്യവല്ക്കരണത്തിന്റെയും അന്തരത്തിന്റെയും നഷ്ടത്തിന്റെയും ചിഹ്നങ്ങൾ പതിഞ്ഞുകിടപ്പുണ്ട്. ഈവിധം സിനിമയിലെ ദൃശ്യങ്ങളോടു സംവദിക്കുമ്പോഴാണ് പ്രേക്ഷകന് ആനന്ദവും വികാരവിമലീകരണവും സാദ്ധ്യമാകുന്നത് എന്നുപറയാം.

സ്വയം തെരഞ്ഞെടുത്ത ദാമ്പത്യത്തിന് സ്വസ്ഥമായ ഇടംതേടിയുള്ള ബസ് യാത്രയാണ് സിനിമയുടെ തുടക്കം. ജീവിതം ഒരു യാത്രയാണ്. ബസ് യാത്രയിലെ കയറ്റിറക്കംപോലെത്തന്നെ ജീവിതത്തിലും കയറ്റവും ഇറക്കവും പതിവാണ്. വ്യത്യസ്ത തലങ്ങളിലുള്ള വ്യത്യസ്ത മനുഷ്യർ കയറിയിറങ്ങിപ്പോകുന്നതിന്റെ അടയാളമായി ബസ് യാത്രയെ കണക്കാക്കാം. ഇറങ്ങാൻ മറന്നവരും കാഴ്ചകൾ കാണുന്നവരും ചിന്തിക്കുന്നവരും എല്ലാം ആ യാത്രയിലുണ്ട്. STOP സിഗ്നൽകൊണ്ട് ബസ് യാത്രയുടെ അവസാനം കുറിക്കുന്നതോടെ വിശ്വത്തിന്റെയും സീതയുടെയും അതുവരെയുള്ള സാമൂഹിക ജീവിതക്രമത്തിന്റെ വിരാമംകൂടിയാണ് അവതരിപ്പിക്കപ്പെടുന്നത്.

സാമ്പത്തിക പ്രതിസന്ധിയിൽ മനസ്സ് തകരുമ്പോൾ വിശ്വം സീതയോട് വിഷമം പങ്കുവയ്ക്കുന്നില്ല. പകരം, മാനസിക പിരിമുറുക്കം സൂചിപ്പിക്കാൻ സിഗരറ്റ് വലിക്കുന്നതാണ് മിക്കപ്പോഴും ദൃശ്യമാകുന്നത്. വിശ്വത്തിന്റെ വിരലുകൾക്കിടയിലെ മുക്കാൽ ഭാഗവും എരിഞ്ഞുതീരാറായ സിഗരറ്റ്, കലുഷിതമായ മനസ്സിന്റെ ചിന്തകളുടെ ഭാഗമെന്ന നിലയിൽ വായിച്ചെടുക്കാം. അതോടൊപ്പം പ്രതീക്ഷകൾ എരിഞ്ഞടങ്ങുന്ന മദ്ധ്യവർഗ്ഗ യുവത്വത്തിന്റെയും വൈദേശിക അധിനിവേശത്തിന്റെയും പ്രതിനിധാനമായും സിഗരറ്റിനെ നമുക്ക് കാണാവുന്നതാണ്.

വിചാരിച്ചതുപോലെ ജീവിതത്തിൽ ഒന്നും നേടാനാവാത്ത വിശ്വം, മാനസികവും ശാരീരികവുമായി തകർന്നടിയുകയും രോഗാതുരനാകുകയും ചെയ്യുന്നു. തടിമില്ലിലെ കണക്കപ്പിള്ളയുടെ വീട്ടിൽനിന്നു മടങ്ങിവരുന്ന വിശ്വത്തെ എതിരേല്ക്കുന്നത്

കുട്ടിയുടെ നിർത്താതെയുള്ള കരച്ചിലാണ്. ഇത് ഒരുതരം ആപത്സൂചനയാണ് നല്കുന്നത്. കരയുന്ന കുട്ടിയെ സീതയുടെ കൈയിൽനിന്ന് വാങ്ങിയശേഷം തിരികെ അവളിലേക്കുതന്നെ കൈമാറുന്നു. തുടർന്ന് പല്ലുതേയ്ക്കുന്ന വേളയിൽ കാക്കകളുടെ കരച്ചിൽ ഉയർന്നുകേൾക്കുന്നു. ഏറിയും കുറഞ്ഞും കേൾക്കുന്ന കരച്ചിലിന്റെ ഈ ശബ്ദ വിന്യാസവും ദൃശ്യവും ആസന്നമായ മരണത്തിന്റെ സൂചനയായിത്തീരുന്നു.

രോഗം മൂർച്ഛിച്ച രാത്രിയിൽ ഞരക്കത്തോടെ ഉണർന്ന്, "ദാഹിക്കുന്നു" എന്നു പറയുന്ന വിശ്വം പിന്നെ ഉരിയാടുന്നത് മരണത്തിനു തൊട്ടുമുമ്പ് "സീതേ..." എന്നു വിളിച്ചുകൊണ്ടാണ്. പറഞ്ഞുതീരാത്ത ഒരുപാട് കാര്യങ്ങളും കരുണാർദ്രമായ നോട്ടവും വെമ്പലും, തനിക്കൊപ്പം ഇറങ്ങിത്തിരിച്ച സീതയെ ഒറ്റയ്ക്കുപേക്ഷിച്ചു പോകുന്ന വേദനയാർന്ന പശ്ചാത്താപവുമൊക്കെ അയാളുടെ നോട്ടത്തിൽനിന്നു സീത അറിയുന്നുണ്ട്. സംസാരിച്ചു തീർക്കുന്നതിനേക്കാൾ നോട്ടം കൈമാറുന്ന വിശ്വം എല്ലാ വിധത്തിലും അവൾ ഒറ്റപ്പെടുന്നതിൽ വേദനിക്കുന്നു.

സാമൂഹികശ്രേണിയിൽ തങ്ങൾ എവിടെയാണെന്നുള്ള ബോധത്തിൽനിന്നു കൊണ്ട് കായികമായ അദ്ധ്വാനത്തെ വിശ്വവും സീതയും അകറ്റിനിർത്തുന്നു. അറിവും തിരിച്ചറിവും സൃഷ്ടിക്കുന്ന അന്തരം പ്രേക്ഷകന് വെളിവാക്കുന്നതിൽ ഈ ദൃശ്യം സുപ്രധാന പങ്കുവഹിക്കുന്നു. തലയിൽ ചുമടേന്തി പോകുന്നവർ, ആട്ടുകല്ലിൽ അരിയാട്ടുന്നവർ, കൈവണ്ടി വലിക്കുന്നവർ എന്നിങ്ങനെ പല പ്രകാരത്തിൽ ജോലിചെയ്യുന്ന ആളുകൾ വിശ്വത്തിനു മുന്നിലൂടെ കടന്നുപോകുന്നു. എം എ വരെ പഠിച്ചതിന്റെ പേരിൽ, പട്ടിണിയിൽപ്പോലും വിശ്വം കായികാദ്ധ്വാനമുള്ള യാതൊരു ജോലിയും ചെയ്യാൻ തയ്യാറാകുന്നില്ല.

വീടിന്റെ എതിർവശത്തു താമസിക്കുന്ന സുകുമാരന്റെ അമ്മയുടെ ഓലമെടയൽ തൊഴിലോ, ജാനകിയമ്മയുടെ നെല്ല് പുഴുങ്ങി ഉണക്കി അരിയാക്കി വില്ക്കലോ, കല്യാണിയുടെ വേശ്യാവൃത്തിയോ ഏതും സീതയ്ക്ക് സ്വീകരിക്കാം. വിദ്യാസമ്പന്നയായ സീത പ്രാരാബ്ധത്തിൽപ്പോലും കായികാദ്ധ്വാനമുള്ള ജോലി തെരഞ്ഞെടുത്തിരുന്നില്ല. ആശ്രയത്വം കൂടുതലായതുകൊണ്ടും, കായികാദ്ധ്വാനമുള്ള തൊഴിലിലെ ശീലമില്ലായ്മയും, ഉയർന്ന വിദ്യാഭ്യാസ യോഗ്യതയും, തൊഴിൽ ലഭ്യതയ്ക്ക് ആവശ്യപ്പെടുന്ന സെക്യൂരിറ്റി തുക കൊടുക്കാനില്ലാത്തതുമാണ് സീത മറ്റു ജോലികൾ അന്വേഷിക്കാത്തതിനു കാരണം. എന്നാൽ, വിശ്വത്തിന്റെ അഭാവത്തിൽ എന്തും തെരഞ്ഞെടുക്കുവാനുള്ള സ്വാതന്ത്ര്യം സീതയ്ക്കുണ്ട്. വിശ്വത്തിന്റെ മരണശേഷവും സീത സംയമനം പാലിക്കുന്നതിനു പ്രചോദനമാകുന്നത് കുഞ്ഞു തന്നെയാണ്. കുഞ്ഞിനു നല്കാനുള്ള പാൽ കുപ്പിയിലേക്ക് പകരുമ്പോൾ ജീവിതത്തിന്റെ ആശങ്കയോടൊപ്പം നിശ്ചയദാർഢ്യവും അവളിൽ പ്രതിഫലിക്കുന്നു.

അധികാരത്തിന്റെ മേൽത്തട്ടിൽ ദൈവബിംബങ്ങൾക്കു പ്രാധാന്യമില്ല എന്നുള്ള സൂചന വിശ്വത്തിന്റെയും സീതയുടെയും ആദ്യത്തെ ഹോട്ടൽ ജീവിതം നല്കുന്നു. എന്നാൽ, മദ്ധ്യവർഗ്ഗത്തിനിടയ്ക്ക് ദൈവികമായ വിശ്വാസങ്ങൾ കൂടുതലായി നിലനില്ക്കുന്നു എന്നുള്ള പ്രതീകമാണ് രണ്ടാമത്തെ ഹോട്ടൽ മാനേജരുടെ പിന്നിലായി നിരന്നിരിക്കുന്ന ദൈവിക ബിംബങ്ങളോരോന്നും സൂചിപ്പിക്കുന്നത്.

ഹൈന്ദവ വിശ്വാസ കേന്ദ്രീകൃതമായ ശുഭാശുഭ ലക്ഷണങ്ങളെക്കുടി സ്വയംവരം

പ്രതീകവല്ക്കരിക്കുന്നു. ദേവീദേവന്മാരുടെ ചിത്രങ്ങൾ സമൂഹത്തിനും മനുഷ്യനുംമേൽ നിലനില്ക്കുന്ന മതാധികാരത്തിന്റെ ദൃഢത സൂചിപ്പിക്കുന്നു. ശുഭ, അശുഭങ്ങൾ, ശകുനപ്പിഴകൾ ഇവ *സ്വയംവര*ത്തിൽ ആദ്യന്തം നിഴലിക്കുന്നുണ്ട്. ഹൈന്ദവ ജനവിഭാഗങ്ങൾക്കിടയിൽ ആഴത്തിൽ പതിഞ്ഞുപോയ വിശ്വാസങ്ങളുടെ പ്രതീകങ്ങളാണിവയൊക്കെ. വിശ്വം വാടകവീട്ടിലേക്ക് കയറുമ്പോൾ തന്നെ അയാളുടെ നെറുക കട്ടിളപ്പടിയിൽ ഇടിക്കുന്നു. അതിനുശേഷം ഭിത്തിയിലൊട്ടിച്ച ദേവിയുടെ കലണ്ടർ ചിത്രത്തിൽനിന്നും പല്ലി താഴേക്കു പതിക്കുന്നു. ജീവിതത്തിന്റെ ആഴത്തിലുള്ള പതനം ഗൗളീശാസ്ത്രത്തിലൂടെ സംവിധായകൻ ചിത്രീകരിച്ചിരിക്കുന്നു. പരമ്പരാഗതവും തലമുറകളായി കൈമാറ്റം ചെയ്യപ്പെടുന്നതുമായ വിശ്വാസങ്ങൾക്ക് അടിവരയിടുന്നതാണീ ദൃശ്യങ്ങൾ.

വിശ്വം പാരലൽ കോളേജിൽ, അമീബയുടെ കോശവിഭജനം വരച്ച പഠിപ്പിച്ച ശേഷം വീട്ടിലെത്തുമ്പോൾ സീത കിടക്കുകയാണെന്നു ജാനകിയമ്മ പറയുന്നു. സീത ഗർഭിണിയാണെന്ന് അവളുടെ മുഖഭാവത്തിൽനിന്നാണ് വിശ്വം തിരിച്ചറിയുന്നത്. ഇതേ സമയം വീടിനു വെളിയിൽ ഒരു കൊച്ചുകുട്ടിയുടെ വിദൂരദൃശ്യമുണ്ട്. ഇത്തരം ദൃശ്യങ്ങളെല്ലാം സീത ഗർഭിണിയാണെന്ന വസ്തുതയ്ക്ക് ആക്കംകൂട്ടുന്നു.

എല്ലാത്തരം വിശ്വാസങ്ങൾക്കുമുപരി മനുഷ്യത്വമാണ് നിലനില്ക്കുന്നതെന്നുള്ള സന്ദേശംകൂടി വിശ്വത്തിലൂടെ അടൂർ സമൂഹത്തോട് പങ്കുവയ്ക്കുന്നുണ്ട്. സ്വന്തം ജീവിതപ്രാരാബ്ധങ്ങളിലും അസുഖബാധിതനായ കണക്കപ്പിള്ളയ്ക്ക് വിശ്വം കൂട്ടിരിപ്പുകാരനാകുന്നു. സഹപ്രവർത്തകന് വിശ്വം കരുതലുള്ള വ്യക്തിത്വമാണ്. പക്ഷേ, സീതയെ സംബന്ധിച്ച്, ഗർഭാവസ്ഥയിൽ ഭർത്താവിൽനിന്നു കിട്ടേണ്ട കരുതലും സുരക്ഷിതത്വവും ലുപ്തമാകുന്നതുകൊണ്ടാവാം, സ്വപ്നത്തിൽപോലും സീതയെ പിന്തുടരുന്നത് അച്ഛനെക്കുറിച്ചുള്ള ഓർമ്മകളാണ്. അച്ഛനോടുള്ള സ്നേഹം ഉള്ളിലുണ്ടെങ്കിലും മകളെന്ന നിലയിൽ താൻ നഷ്ടപ്പെടുത്തിയ ജൈവിക അധികാരം വീണ്ടും നേടാൻ അവൾ ശ്രമിക്കുന്നില്ല.

*സ്വയംവര*ത്തിന്റെ ഏറ്റവും മർമ്മപ്രധാനമായ ഭാഗമെന്നു പറയാവുന്നത്, വിശ്വത്തിന്റെ മരണരംഗത്തുപയോഗിച്ച ശബ്ദവിന്യാസമാണ്. അയാൾ പണിയെടുത്തിരുന്ന തടിമില്ലിലെ ഈർച്ചവാളിന്റെ ശബ്ദമാണിവിടെ. നേർക്കാഴ്ചയേക്കാൾ വൈകാരിക രംഗങ്ങളെ മൂർത്തമായി ആവിഷ്കരിക്കാൻ ഇത്തരം ശബ്ദങ്ങൾക്കു കഴിയുന്നു. ഈർച്ചവാളിന്റെ ശബ്ദമല്ലാതെ അതിന്റെ ദൃശ്യം തിരശ്ശീലയിൽ ഇല്ലെന്നതു ശ്രദ്ധേയമാണ്. വിശ്വം മരണത്തെ പുല്കുന്ന നിമിഷങ്ങളിൽ പട്ടിയുടെ കുരയും ചൂളമടിച്ചു കുകിപ്പായുന്ന തീവണ്ടിയുടെ ശബ്ദവും പശ്ചാത്തലത്തിൽ കേൾക്കാം. സാംസ്കാരിക അർത്ഥതലത്തിൽ പട്ടിയുടെ നിർത്താതെയുള്ള കുര മരണത്തിന്റെ സൂചനയാണ്. പട്ടിയുടെ കുര കാലന്റെ വരവാണ് കുറിക്കുന്നത്.

കഥയെഴുത്തുകാരനാകാൻ ആഗ്രഹിച്ച വിശ്വത്തെ സംബന്ധിച്ചിടത്തോളം തടിമില്ലിലെ കണക്കെഴുത്തുകാരനാകേണ്ടിവരുന്നത് ഒത്തുതീർപ്പിനു കീഴടങ്ങേണ്ടിവരുന്ന അവസ്ഥയാണ്. കണക്കെഴുത്ത് ജീവിതോപാധി ആയിത്തീരുന്നതോടൊപ്പം മരവും വാളും തമ്മിലുള്ള ബന്ധവും വിശകലനം ചെയ്യേണ്ടതുണ്ട്. ഓരോ മരവും 'മര'മെന്ന പൂർണ്ണതയിൽ എത്തുന്നത് ശിഖരങ്ങളും ഇലകളുമായി നിലനി

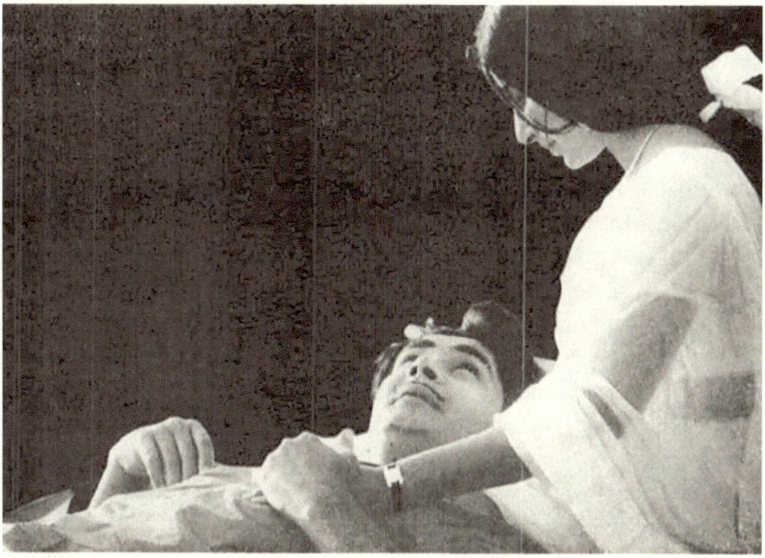

ല്ലുമ്പോഴാണ്. മരത്തിന്റെ പ്രകൃതിയിലുള്ള നിലനില്പിന് ഈർച്ചവാൾ അവസാനം കുറിക്കുന്നു. ഈർച്ചവാൾ ഒന്നിനെയും കൂട്ടിച്ചേർക്കുന്നില്ല. ഇത് പ്രകൃതിക്കുമേൽ നടക്കുന്ന മനുഷ്യന്റെ അധികാരപ്രയോഗമാണ്. തിരിച്ച്, പ്രകൃതി മനുഷ്യനിൽ കടന്നു കയറുന്നത് മരണത്തിലൂടെയാണ്. സീതയിൽനിന്നും, ഈ ഭൂമിയിൽനിന്നുംതന്നെ വിശ്വം അറുത്തുമാറ്റപ്പെടുന്ന ശ്രാവ്യബിംബമായി ഈർച്ചവാളിന്റെ ശബ്ദത്തെ വിലയിരുത്താം. വിശ്വത്തിന്റെ മരണശേഷം മാതാപിതാക്കളുടെ അടുത്തേക്കു തിരികെപ്പോകാനുള്ള ജാനകിയമ്മയുടെയും കണക്കപ്പിള്ളയുടെയും വാക്കിനെ മറികടന്ന്, അടഞ്ഞ വാതിലിനു നേരെ നോക്കി ഒറ്റയ്ക്കു ജീവിക്കാൻ സീത തീരുമാനിക്കുന്നു. വെളിച്ചം നഷ്ടപ്പെട്ട അവളുടെ ജീവിതത്തിലേക്കാണ് പുറത്ത് ഇടിയും മിന്നലും മഴയും ആർത്തലയ്ക്കുന്നത്. അടഞ്ഞ വാതിലിന്റെ വിടവിലൂടെ ഇരുട്ടിന്റെ മറനീക്കി കടന്നുവരുന്ന മിന്നലിൽ ജീവിതത്തിന്റെ വെളിച്ചത്തെ സ്വാംശീകരിക്കാൻ ശ്രമിക്കുന്ന സീതയ്ക്ക് പ്രകൃതിതന്നെയാണു കൂടെപ്പിറപ്പ്.

സിനിമയുടെ അവസാനത്തിനു മുമ്പുള്ള ദൃശ്യത്തിൽ സീത കുപ്പിയിൽ പാൽ പകരുന്നതു മുതൽ ഉയരുന്ന സ്ത്രീ-പുരുഷ ഹമ്മിങ് അസാധാരണ ഭാവതലം നല്കുന്നു. പിന്നീട്, ഉറങ്ങുന്ന കുഞ്ഞിന്റെ അടഞ്ഞ വായിലേക്ക് സീത പാൽക്കുപ്പി തിരുകിക്കയറ്റുകയും കുട്ടി ഉണരാതെതന്നെ പാൽ കുടിച്ചുതുടങ്ങുകയും ചെയ്യുമ്പോൾ, പശ്ചാത്തലസംഗീതവും ഹമ്മിങ്ങും നേർത്തില്ലാതാകുന്നു. ഈ ദൃശ്യത്തിനൊടുവിൽ മഴയുടെ ശബ്ദവും മിന്നലിന്റെ വെളിച്ചവും പ്രകമ്പനംകൊള്ളുന്ന പശ്ചാത്തലത്തിൽ, അടഞ്ഞ കതകിന്റെ ബന്ധിതമായ സാക്ഷയിൽ നോട്ടം തറഞ്ഞ സീതയുടെ മുഖദൃശ്യത്തിലാണ് *സ്വയംവരം* അവസാനിക്കുന്നത്. *സിനിമയുടെ വ്യാകരണം* എന്ന പുസ്തകത്തിൽ ദൃശ്യങ്ങൾക്ക് ശബ്ദവുമായുള്ള ബന്ധത്തെ വിലയിരുത്തിയിരിക്കു

ന്നത് ഇവിടെ പ്രസക്തമാണ്: "ഒരു ശബ്ദം ദൃശ്യവുമായി ചേർന്ന് ഒരിക്കൽപ്പോലും വന്നില്ലെങ്കിലും അതിന് മറ്റു ധാരാളം കോണുകളിലേക്കു വളരാൻ സാധിക്കും. നമുക്കു മുന്നിൽ ദൃശ്യമായിരിക്കുന്നതിന് ഉൾക്കൊള്ളാൻ കഴിയുന്നതിനേക്കാൾ വ്യത്യസ്തമായ വീക്ഷണക്കോണുകളിലേക്ക് അതിനെ പരിവർത്തിപ്പിക്കാനും ദൃശ്യത്തെ അതിന്റെ യഥാർത്ഥ സവിശേഷതയോടെ നിലനിർത്താനും ശബ്ദത്തിനു സാധിക്കും." തോരാതെ പെയ്യുന്ന മഴയിൽ സീതയുടെ നൊമ്പരങ്ങൾ കൂട്ടിച്ചേർക്കുകയാണ് അടൂർ.

സിനിമയുടെ തുടക്കം വിശ്വവും സീതയും ഒരുമിച്ചുള്ള ബസ് യാത്രയാണ്. പക്ഷേ, അവസാനം വിശ്വമില്ലാതെ കുഞ്ഞുമൊന്നിച്ചുള്ള യാത്രയാണ് സീതയ്ക്ക് നയിക്കേണ്ടിവരുന്നത്. തുടക്കത്തിൽ വിശ്വവും സീതയും ഒന്നിച്ചെടുക്കുന്ന തീരുമാനത്തിലാണ് അവർ യാത്ര ആരംഭിക്കുന്നത്. സിനിമാന്ത്യം, തന്റെ മകളുമൊത്തുള്ള ഒരു പുതുജീവിതം നയിക്കാൻ സ്വയം തീരുമാനമെടുക്കാനുള്ള കഴിവുകൂടി സംവിധായകൻ സീതയ്ക്കു വിട്ടുകൊടുക്കുന്നു. സീതതന്നെ അടച്ച വാതിലാണെങ്കിലും അതിലേക്കുള്ള നോട്ടത്തിന് ഇനിയൊരു തെരഞ്ഞെടുപ്പ് യുക്തിപൂർവ്വം ചെയ്യേണ്ടതാണെന്ന സൂചനയുണ്ട്. തന്റെ മകൾ മറ്റൊരു സീതയായി മാറരുതെന്നത് അമ്മയായ സീതയെ സംബന്ധിച്ചിടത്തോളം കരുതലാണ്. അടഞ്ഞ വാതിലിനു നേരെയുള്ള സീതയുടെ നോട്ടത്തിൽ വിഹ്വലതയും നിസ്സഹായതയുമാണുള്ളത്. അടഞ്ഞ വാതിൽ സുരക്ഷാ സൂചകമാണെങ്കിലും അത് തുറന്നാൽ മാത്രമേ സാമൂഹിക ജീവിതം സാദ്ധ്യമാകൂ.

വിശ്വത്തിന്റെ വിഹ്വലതകൾ

ചിത്രം തുടങ്ങുമ്പോഴുള്ള ബസ് യാത്രയിൽത്തന്നെ വിശ്വമെന്ന നായകന്റെ വ്യാപ്തിയും മനസ്സും വ്യക്തമാകുന്നുണ്ട്. ഒരുമിച്ചൊരു ബസിൽ യാത്രചെയ്യുമ്പോൾ നായിക, നായകന്റെ കരവലയത്തിൽ ചേർന്നിരിക്കുന്നു. ഇവിടെ അധികാരത്തിന്റെ ഏറ്റവും ലളിതമായ തലമായിത്തീരുന്നു സ്നേഹം. യാത്രയിൽ സീത പലതവണ വിശ്വത്തിന്റെ മുഖത്തേക്ക് നോക്കുന്നതിനൊപ്പം പുറംകാഴ്ചകൾ ആസ്വദിക്കുന്നുമുണ്ട്. എന്നാൽ, വിശ്വം പുറംകാഴ്ചകൾ ഒന്നുംതന്നെ ആസ്വദിക്കുന്നില്ല. ജീവിതയാത്രയിലെ മനുഷ്യന്റെ അന്തഃസംഘർഷങ്ങളുടെ പ്രതിരൂപമാണയാൾ. വിശ്വം ലോകജീവിതത്തെപ്പറ്റി ചിന്തിക്കുന്ന വേള കൂടിയാണീ ബസ് യാത്ര.

യാത്രയ്ക്കുശേഷം ആദ്യഹോട്ടലിൽ എത്തുമ്പോഴേ വിശ്വത്തിന്റെ ആദ്യചോദ്യം "വേണ്ടിയിരുന്നില്ലാ എന്നു തോന്നുണ്ടോ?" എന്നാണ്. ചിത്രത്തിൽ ആദ്യവസാനം വരെ നെഗറ്റീവ് ചിന്താഗതി പുലർത്തുന്ന അന്തർമ്മുഖനും മരണത്തെ പരോക്ഷമായി സ്വീകരിക്കാൻ പലകുറി ശ്രമിക്കുന്ന കഥാപാത്രവുമാണ് വിശ്വം. കടൽത്തീരത്തെ അപകടം നിറഞ്ഞ പാറയിടുക്കിലേക്ക് നടന്നിറങ്ങുന്ന വിശ്വത്തെ സീത കൈകൊണ്ടു വിലക്കുന്നുണ്ട്. റെയിൽവേ പാളത്തിൽ തലവച്ച് വിശ്വം കിടക്കുന്നതും കടൽത്തീരത്ത് മരിച്ചവനെപ്പോലെ നിശ്ചലനായി കിടക്കുന്നതുമായ ദൃശ്യങ്ങളുമുണ്ട്. സാന്ത്വനവും സ്നേഹവും കൊതിക്കുന്നുവെങ്കിലും തന്നെ പിടികൂടിയിരിക്കുന്ന നിസ്സഹായതയെ പ്രതിരോധിക്കുന്ന വിശ്വം, മരണം വരിക്കാൻ കൊതിക്കുകയാണ്.

ജീവിതസമീപനത്തിലും വീക്ഷണത്തിലും വ്യത്യസ്ത സമീപനങ്ങൾ പുലർത്തുന്ന വിശ്വം വൈകാരികതയ്ക്ക് അടിപ്പെട്ട കഥാപാത്രമാണ്. പണമെല്ലാം തീർന്ന് സിഗരറ്റ് പുകച്ച് ചിന്താകുലനായി കാണപ്പെടുന്ന വിശ്വം പ്രായോഗിക ജീവിതത്തിൽ അഭിമുഖീകരിക്കുന്ന ആദ്യപ്രശ്നം സാമ്പത്തികഞെരുക്കമാണ്. എഴുത്തുകാരനാകാൻ ആഗ്രഹിച്ച അയാൾ, തന്റെ നോവൽ പ്രസിദ്ധീകരിക്കാനുള്ള എല്ലാ വാതിലുകളും അടയുമ്പോൾ പാരലൽ കോളേജ് അദ്ധ്യാപകനാകുന്നു. പിന്നീട് തടിമില്ലിൽ കണക്കെഴുത്തുകാരനാകുമ്പോഴും മദ്ധ്യവർഗ്ഗ പ്രതിനിധിയായ നായകന്റെ ആകുലതകൾ വിട്ടൊഴിയുന്നില്ല. എല്ലാത്തരം ഒത്തുതീർപ്പുകൾക്കും അധികാരങ്ങൾക്കും കീഴ്പ്പെടുന്ന വിശ്വം കരുണയും സ്നേഹവും കൈമുതലായുള്ള കഥാപാത്രമാണ്. പാരലൽ കോളേജിൽ അദ്ധ്യാപകനായി ജോലിക്കു പോകുന്നതിന്റെ തലേ രാത്രി, "രാവിലെ തന്നെ വിളിക്കണേ" എന്ന് വിശ്വം രണ്ടുതവണ പറയുന്നുണ്ട്. ജോലി ലഭ്യമായതിലുള്ള മാനസികസന്തോഷമാണ് ആ ഓർമ്മിപ്പിക്കലിലൂടെ വെളിവാകുന്നത്. സീത ഒരു പടികൂടി കടന്ന് "വിളിക്കാം..." എന്നു മൂന്നുതവണ പറയുന്നുണ്ട്. സീതയ്ക്ക് അയാളോടുള്ള സ്നേഹവും കരുതലും ഒരു പടികൂടി മുകളിലാണെന്ന് ഇതിൽനിന്നു വായിച്ചെടുക്കാം.

പാരലൽ കോളേജിലെ ജോലി നഷ്ടപ്പെട്ടെങ്കിലും പിന്നീട് തടിമില്ലിൽ കണക്കെഴുത്തുജോലി തരപ്പെടുത്തിയതിലൂടെ വിശ്വം ആശ്വാസംകൊള്ളുന്നു. തടിമില്ലിൽ ജോലിയുള്ളതുകൊണ്ട് വീട്ടുവാടക ഒന്നിച്ചു കൊടുക്കാൻ കഴിയുമെന്ന് അയാൾ സമാധാനിക്കുന്നു. അതേസമയം, തകർച്ചകൾ ആത്മധൈര്യം ചോർത്തുമ്പോൾ

പശ്ചാത്താപം ആത്മപീഡയായി വളർന്ന് ശാരീരികമായി തകർന്നടിയുന്നു. വീട്ടുവാടക, അരിയും പലചരക്കും വാങ്ങൽ എന്നിങ്ങനെ പലതിലും അയാൾ നിസ്സഹായനാകുന്നു. സ്വാഭാവികമായും, സാമ്പത്തിക-സാമൂഹിക അധികാരങ്ങൾക്കു പുറത്താകുകയും നിലനില്പപോലും അസാദ്ധ്യമാകുംവിധം ഉരുകിത്തീരുകയും ചെയ്യുന്ന കഥാപാത്രമാണിവിടെ വിശ്വം.

തന്റെ നോവൽ ഖണ്ഡശഃ പ്രസിദ്ധീകരിക്കാനായി പ്രസാധക ഓഫീസിൽ ചെല്ലുന്ന വിശ്വത്തിനോട്, വൈക്കം ചന്ദ്രശേഖരൻ നായർ പറയുന്നത് ശ്രദ്ധേയമാണ്. സെന്റിമെന്റലായ ന്യൂനത കാട്ടി വിശ്വത്തിന്റെ നോവൽ തിരക്കിന്റെ ആധിക്യം ഭാവിച്ച് ഒഴിവാക്കുന്ന പ്രസാധകന്റെ അധികാരമാണ് ഇവിടെ പ്രകടമാകുന്നത്. വിശ്വം തന്റെ നോവൽ പ്രസിദ്ധീകരിക്കുന്നതിന് മറ്റ് ഓഫീസുകളിൽ കയറുകയോ അന്വേഷിക്കുകയോ ചെയ്യുന്നില്ല. തന്റെ ശ്രമം അയാൾ ഉപേക്ഷിക്കുന്നു. ഒരുതരം ഉൾവലിയലാണിതിൽ പ്രകടമാകുന്നത്. "ജീവിതഗന്ധിയായ സാഹിത്യം ഒരിക്കലും അങ്ങനെ തള്ളിക്കളയാൻ പറ്റില്ല." പ്രസാധക ഓഫീസിലെ ചർച്ചയിൽനിന്ന് ഉരുത്തിരിയുന്ന ഈ അഭിപ്രായമാണ് അടൂർ ലോകത്തോട് കൃത്യമായി *സ്വയംവര*ത്തിലൂടെ പറഞ്ഞുവച്ചത്.

റെയിൽപ്പാളത്തിൽ തലവയ്ക്കുമ്പോഴും കടലിന്റെ തിരമാല വന്നാർത്തലയ്ക്കുന്ന പാറയിടുക്കിലേക്ക് ഓടിയിറങ്ങുമ്പോഴും വിശ്വം പലപ്രകാരം മരണത്തെ വരിക്കാനുള്ള അബോധപൂർവ്വമായ ശ്രമം നടത്തുന്നുണ്ട്. ആഴത്തിലുള്ള നിരാശയും നെഗറ്റീവ് ചിന്താഗതിയും സ്വാഭാവികമായി വിശ്വത്തെ മരണത്തിലേക്കടുപ്പിക്കുന്നു. എല്ലാ കെട്ടുപാടുകളെയും പൊട്ടിച്ചെറിഞ്ഞ് സ്വയം തെരഞ്ഞെടുത്ത ദാമ്പത്യത്തിന്റെ പാതയിൽ വിശ്വവും സീതയും നേടിയെടുത്ത ജീവിതത്തിന്റെ തിരിച്ചറിവുകൾ കേരളീയ സാമൂഹിക ജീവിതത്തിന്റെ പരിച്ഛേദമാകുന്നു.

അധികാരം, മുതലാളിത്തം, വർഗ്ഗസമരം

ചരിത്രപരമായ ഒരു അന്വേഷണം എഴുപതുകളിലെ ചിത്രം എന്ന നിലയ്ക്ക് *സ്വയംവര*ത്തിന് അനുപേക്ഷണീയമായ ഘടകമാണ്. ദേശീയ സ്വാതന്ത്ര്യപ്രസ്ഥാനങ്ങളും നവോത്ഥാന ആശയങ്ങളും കമ്യൂണിസ്റ്റ് പ്രത്യയശാസ്ത്രവും, തൊഴിലാളി-മുതലാളി വർഗ്ഗ സംഘർഷങ്ങളും, മദ്ധ്യവർഗ്ഗത്തിന്റെ തൊഴിൽ തേടിയുള്ള നെട്ടോട്ടവും ജീവിതത്തിന്റെ അരക്ഷിതാവസ്ഥയും എല്ലാമെല്ലാം അതിഭാവുകത്വമേതുമില്ലാതെ തികച്ചും സാധാരണ മട്ടിൽ ആവിഷ്കരിക്കുകയും വ്യാഖ്യാനിക്കുകയും ചെയ്ത ചിത്രമാണ് *സ്വയംവരം*.

കേരളത്തിലെ മദ്ധ്യവർഗ്ഗ ജീവിതത്തിന്റെ പ്രതിനിധികളാണ് *സ്വയംവര*ത്തിലെ മിക്ക കഥാപാത്രങ്ങളും. തടിമില്ലിലെ കണക്കെഴുത്തു കഴിഞ്ഞ് കണക്കപ്പിള്ളയും വിശ്വവും പുറത്തിറങ്ങുമ്പോൾ കൈവണ്ടിയിൽ തടിക്കഷണങ്ങൾ കെട്ടിവച്ചു കൊണ്ടുപോകുന്നവരെ കാണാം. അവർ കായികമായി ആ ജോലിയിൽ ക്ഷീണം അനുഭവിക്കുമ്പോൾ വിശ്വവും കണക്കപ്പിള്ളയും മാനസികസമ്മർദ്ദം അനുഭവിക്കുന്നവരാണ്. ബാഹ്യമായും ആന്തരികമായും ഇവരെല്ലാവരും മുതലാളിത്തത്തിന്റെ ഇരകളാണെന്ന വസ്തുത മാനസിക-ശാരീരിക പരാധീനതകളിലൂടെ പ്രകടമാകുന്നു.

തടിമില്ലിൽ കണക്കെഴുത്തുകാരനായി ജോലിക്കു കയറുമ്പോൾ പിരിച്ചുവിടപ്പെട്ടയാൾ വിശ്വത്തെ നിരന്തരം വേട്ടയാടുന്നുണ്ട്. പന്ത്രണ്ടു വർഷത്തെ അദ്ധ്വാനത്തിനൊടുവിൽ യാതൊരു കാരണവും കൂടാതെ പിരിച്ചുവിടപ്പെട്ട തൊഴിലാളിയുടെ മേൽ മുതലാളിത്തത്തിനുള്ള അധീശത്വം വെളിപ്പെടുന്നു. തൊഴിലാളിക്കുമേൽ പരമാധികാരം എന്നും മുതലാളിവർഗ്ഗത്തിനാണ്. ഇവിടെയാണ് വർഗ്ഗസമരങ്ങളുടെ പ്രസക്തിയും വ്യാപ്തിയും ചിന്തനീയമാകുന്നത്. തൊഴിലാളിസമൂഹത്തിനു വേണ്ടി നടക്കുന്ന ജാഥകളും പ്രസംഗങ്ങളും തൊഴിലിനായി അലയുന്ന വിശ്വം ഗൗനിക്കുന്നതേയില്ല. പ്രകടനത്തെ ഗൗനിക്കാതെ കടന്നുപോകുന്ന വിശ്വം, വിശക്കുന്നവനു വേണ്ടത് ആശയമല്ല, ആഹാരമാണെന്ന് പരോക്ഷമായി ധ്വനിപ്പിച്ചിരിക്കുന്നു.

തന്റെ നിലനില്പിന് ഒരു ജോലി എന്ന ലക്ഷ്യത്തിനു മുമ്പിൽ, തന്നെപ്പോലെ ഗതിയില്ലാതെ നട്ടംതിരിയുന്ന ഒരു ജനതയുടെ കൂട്ടായ്മയെ കണ്ടില്ലെന്നു നടിക്കുകയാണു വിശ്വം. തൊഴിലാളിസമരത്തിന്റെ മുന്നിലൂടെയോ സമാന്തരമായോ ആണ് പലപ്പോഴും അയാൾ കടന്നുപോകുന്നത്. ചിരപരിചിതങ്ങളായ എത്രയോ സമരങ്ങൾക്ക് ദൃക്സാക്ഷിയായതുകൊണ്ടും അവയുടെ പരിപൂർണ്ണ വിജയത്തിൽ വിശ്വാസമില്ലാത്തതുകൊണ്ടുമാവാം സമരങ്ങളെ വിശ്വം അവഗണിക്കുന്നത്. തൊഴിലാളിവർഗ്ഗ അവകാശങ്ങൾ നേടിയെടുക്കുന്നതിനാണ് പലയിടങ്ങളിലും രാഷ്ട്രീയസമരങ്ങൾ നടന്നിട്ടുള്ളത്. തൊഴിലാളികളുടെ സേവന-വേതന വ്യവസ്ഥയേക്കാൾ കേരളീയ പശ്ചാത്തലത്തിൽ സോഷ്യലിസ്റ്റ് സമൂഹത്തിന്റെ നിർമ്മിതികൾക്ക് ഇത്തരം സമരങ്ങളും കൂട്ടായ്മയും ഒരുപരിധിവരെ സഹായിച്ചിട്ടുണ്ട്.

കാലമെത്ര കടന്നുപോയാലും അധികാരവും അധികാരിയും ഒരുപടി മുന്നിൽ തന്നെയാണ് നില്ക്കുന്നതെന്നുള്ള സമകാലിക വായന സിനിമ മുന്നോട്ടുവയ്ക്കുന്നു. പിരിച്ചുവിടപ്പെട്ട തൊഴിലാളി, അയാൾക്കുപകരം നിയമിക്കപ്പെട്ട വിശ്വമെന്ന തൊഴിലാളിയോട് നിരന്തരം കലഹിക്കുന്നുണ്ട്. "പഠിച്ച സാറിനെപ്പോലുള്ളവർ ഇങ്ങനെ ചെയ്യാമോ?" എന്നുള്ള അയാളുടെ ചോദ്യത്തിനു മുമ്പിൽ തന്റെ നിസ്സഹായത വിശ്വം വെളിവാക്കുന്നു. തടിമില്ലിനു മുമ്പിൽ, വഴിയോരങ്ങളിൽ എന്നിങ്ങനെ പലയിടത്തും ആ തൊഴിലാളിയുടെ ദൈന്യവും രോഷവും വിശ്വത്തിനു നേരിടേണ്ടിവരുന്നു. തടിമില്ലിനു മുന്നിൽനിന്ന അയാൾ കാറിൽനിന്നിറങ്ങുന്ന മുതലാളിയെ കാണുന്ന മാത്രയിൽ നേരിടാനാവാതെ പിന്തിരിഞ്ഞു പോകുന്നു. മില്ലുടമയുടെ സാന്നിദ്ധ്യം അനിഷേദ്ധ്യമായ മുതലാളിത്തത്തിന്റെ മൂർത്തരൂപമായി മാറുന്ന കാഴ്ച നമുക്കിവിടെ കാണാം. തന്റെ അനാരോഗ്യംമൂലം കണക്കപ്പിള്ള അവധിക്ക് അപേക്ഷിക്കുമ്പോൾ മില്ലുടമ മില്ലിന്റെ മുന്നിൽനിന്ന് കൈകൊണ്ട് ആംഗ്യരൂപേണ അതു നിഷേധിക്കുന്നുണ്ട്. ഈർച്ചവാളിന്റെ അത്രപോലും മയമില്ലാത്ത ആ കാർക്കശ്യബുദ്ധി കണക്കപ്പിള്ളയെ ബോധരഹിതനാക്കുന്നു. മുതലാളിത്തത്തിന് മാനുഷികതയേക്കാൾ ലാഭേച്ഛ മാത്രമാണ് ലക്ഷ്യം. തന്റെ അധികാരം പ്രയോഗക്ഷമമാക്കുന്ന മുതലാളി, തൊഴിലാളിജീവിതത്തിന്റെ ദൈന്യത അവഗണിക്കുന്നത് ഇതുകൊണ്ടാണ്.

അവകാശങ്ങൾ നിഷേധിക്കപ്പെടുന്ന കണക്കപ്പിള്ള തൊഴിലാളിവർഗ്ഗപ്രതി

നിധിയാണ്. സ്വത്തുടമയെന്ന അധികാരമാണ് മുതലാളിക്കുള്ളത്. അതുകൊണ്ടാണ് അയാൾ തൊഴിലാളികളെ അടിമകളായി കരുതുന്നത്. അകാരണമായി പിരിച്ചു വിടപ്പെട്ട തൊഴിലാളി, കണക്കപ്പിള്ള, വിശ്വം എന്നിവരെല്ലാം മുതലാളിത്ത അധികാരത്തിനു മുമ്പിൽ വിധേയത്വത്തോടെ നില്ക്കേണ്ടിവരുന്ന തൊഴിലാളിവർഗ്ഗ പ്രതിനിധികളാണ്.

വ്യക്തിയുടെ ജീവിതപരിസരങ്ങൾ സാമ്പത്തികാധികാരവുമായി ഇഴചേർന്നിരിക്കുന്നുവെന്ന് *സ്വയംവരം*സാക്ഷ്യപ്പെടുത്തുന്നു. വിശ്വത്തിന്റെയും സീതയുടെയും സാമ്പത്തികനില താഴുന്നതനുസരിച്ച് അവർ തെരഞ്ഞെടുക്കുന്ന താമസസ്ഥലത്തിന്റെ നിലകളും താഴുന്നുണ്ട്. ആദ്യഹോട്ടലിന്റെ മൂന്നാംനിലയും, രണ്ടാമത്തെ ലോഡ്ജിന്റെ രണ്ടാം നിലയും, ഒടുവിൽ സാധാരണ ചെറിയ വീട്ടിലുമാണവരുടെ താമസം. ഇതേ അനുക്രമങ്ങൾ തന്നെ സീതയുടെ ആഭരണത്തിലും വസ്ത്രത്തിലും വന്നുചേരുന്നു. സ്വർണ്ണവും സാരിയും ധരിച്ചിരുന്ന സീതയുടെ അവസ്ഥയ്ക്ക് കാലോചിതമായി വന്നുചേരുന്ന കരിപുരണ്ട ബ്ലൗസും മുണ്ടും കരിവളകളും കാഴ്ചക്കാരന് അവളുടെ തകരുന്ന ജീവിതാവസ്ഥ കൂടുതൽ വ്യക്തത വരുത്തുന്നവിധത്തിലുള്ളതാകുന്നു. ജീവിതത്തിന്റെ നിസ്സഹായാവസ്ഥയിൽ സീത പത്രപരസ്യം കണ്ട് ജോലിക്കു (സെയിൽസ് ഗേൾ) പോകാൻ തയ്യാറാകുന്നു. അതിനും 1000 രൂപ കെട്ടിവയ്ക്കണമെന്നു പറയുമ്പോൾ സീതയുടെ ജോലിയെന്ന സ്വപ്നവും ഇല്ലാതായിത്തീരുന്നു. എല്ലാക്കാലത്തും, എല്ലാ സമൂഹത്തിലും പണം വഹിക്കുന്ന പങ്ക് ചെറുതല്ലെന്ന ഓർമ്മപ്പെടുത്തൽക്കൂടിയാണ് ഇവിടെ സീതയോട് ആവശ്യപ്പെടുന്ന സെക്യൂരിറ്റി തുക. മുതലാളിത്ത വ്യവസ്ഥിതിയുടെ പരോക്ഷമായ ദാർഢ്യം ഉറപ്പിക്കുന്ന സംസ്കാരത്തിന്റെ ഭാഗമാണ് പണം വഹിക്കുന്ന അധികാരവും സ്ഥാനമാനവുമെല്ലാം എന്നുകൂടി ഈ ചിത്രം വ്യക്തമാക്കുന്നു.

ഉല്പാദന ഉപകരണങ്ങളിൽ ഉടമസ്ഥാവകാശം ഇല്ലാത്ത തൊഴിലാളികൾ സംഘടിക്കേണ്ടതിന്റെ അനിവാര്യത സിനിമ വിളിച്ചോതുന്നു. തൊഴിലാളിവർഗ്ഗത്തിന് നിഷേധിക്കപ്പെടുന്ന അവകാശങ്ങൾക്കുവേണ്ടി ഒരുമിച്ചു നിന്നു പോരാടേണ്ടതാണെന്നുള്ള തിരിച്ചറിവ് ഓരോ പ്രേക്ഷകനും സിനിമ പകർന്നുനല്കുമ്പോൾ അത് തൊഴിലാളിവർഗ്ഗ സമരസിദ്ധാന്തങ്ങളുടെ ബോധനതലമായി മാറുന്നു. തൊഴിലാളികളുടെ വർഗ്ഗബോധവും സംഘടനാശക്തിയും പൊതുസമൂഹത്തിൽ ചലനം സൃഷ്ടിക്കാനുതകുന്ന സംഘബലവും ഉണ്ടാകേണ്ടതിന്റെ ആവശ്യകത സിനിമയുടെ കാഴ്ച പകർന്നുതരുന്നുണ്ട്. ജീവിതത്തിന്റെ നേട്ടങ്ങളിലും കോട്ടങ്ങളിലും അധികാരത്തിന്റെ കരസ്പർശം കണ്ടെത്താൻ കഴിയും. മനുഷ്യബന്ധങ്ങളിൽ ചൂഴ്ന്നുനില്ക്കുന്ന ജൈവികാധികാരം, സാമ്പത്തികാധികാരം, മുതലാളിത്ത-രാഷ്ട്രീയ അധികാരങ്ങൾ എന്നിവയെ തീവ്രമായി ദൃശ്യവല്ക്കരിച്ച ചിത്രമാണ് *സ്വയംവരം*.

ഗ്രന്ഥസൂചി

കൃഷ്ണവാരിയർ, എൻ വി

(ചീഫ് എഡി.). 1998, *അഖിലവിജ്ഞാനകോശം,* ഡി സി ബുക്സ്, കോട്ടയം.

ഗിരീഷ്, പി എം

2001, *അധികാരവും ഭാഷയും*, പാപ്പിയോൺ, കോഴിക്കോട്.

ഗുപ്തൻനായർ, എസ്

1997, *കേരള ഭാഷാനിഘണ്ടു*, കേരള ഭാഷാ ഇൻസ്റ്റിറ്റ്യൂട്ട്, തിരുവനന്തപുരം.

ഗോപാലകൃഷ്ണൻ,

അടൂർ, 2016, *സിനിമയുടെ ലോകം*, കേരള ഭാഷാ ഇൻസ്റ്റിറ്റ്യൂട്ട്, തിരുവനന്തപുരം.

ഗൗതമൻ, ഭാസ്കരൻ

(വിവ. എൻ പി സജീവ്). 2011, *അടൂർ ഗോപാലകൃഷ്ണൻ സിനിമയിൽ ഒരു ജീവിതം*, മാതൃഭൂമി ബുക്സ്, കോഴിക്കോട്.

ജയകൃഷ്ണൻ എൻ

(എഡി.). 2002, *പെണ്ണെഴുത്ത്*, കേരള ഭാഷാ ഇൻസ്റ്റിറ്റ്യൂട്ട്, തിരുവനന്തപുരം.

ജിതേഷ്, ടി. 2009, *സിനിമയുടെ വ്യാകരണം*, ഒലിവ്, കോഴിക്കോട്.

രാജേന്ദ്രൻ സി

2000, *സൊസ്യൂർ ഘടനാവാദത്തിന്റെ ആചാര്യൻ*, കേരള ഭാഷാ ഇൻസ്റ്റിറ്റ്യൂട്ട്, തിരുവനന്തപുരം.

രാമൻകുട്ടി, കെ വി

1989, *ആധുനിക മലയാളസിനിമ*, കേരള ഭാഷാ ഇൻസ്റ്റിറ്റ്യൂട്ട്, തിരുവനന്തപുരം.

രാമചന്ദ്രൻ, ജി പി

2011, *ലോകസിനിമ കാഴ്ചയും സ്ഥലകാലങ്ങളും*, എൻ ബി എസ് കോട്ടയം.

പത്മനാഭപിള്ള,

ശ്രീകണ്ഠേശ്വരം, 1993, *ശബ്ദതാരാവലി*, എൻ ബി എസ്, കോട്ടയം.

പ്രദീപ്, പി എസ്

1994, *സ്വയംവരം മുതൽ സ്വം വരെ*, ധൂമാ ബുക്സ്, തിരുവനന്തപുരം.

വിജയകൃഷ്ണൻ

1990, *ചലച്ചിത്രത്തിന്റെ പൊരുൾ*, കേരള ഭാഷാ ഇൻസ്റ്റിറ്റ്യൂട്ട്, തിരുവനന്തപുരം.

Chandler, Daniel. 2007, The basic semiotisc, Routledge, London.

ഇതാണു ജീവിതം, ഇതാണ് സിനിമ

പി എസ് പ്രദീപ്

ഫിലിം സൊസൈറ്റി പ്രവർത്തകൻ, ചലച്ചിത്രനിരൂപകൻ, ഹ്രസ്വചലച്ചിത്രകാരൻ. സംസ്ഥാന സർക്കാരിൽ അഡീഷണൽ സെക്രട്ടറിയായിരുന്നു. സ്വയംവരം മുതൽ സ്വം വരെ, ആത്മാവിന്റെ അയല്ക്കാർ തുടങ്ങിയ ഗ്രന്ഥങ്ങളുടെ കർത്താവ്.

ആത്മാവിൽനിന്ന് ആത്മാവിനെ ചീന്തിയെടുത്ത ഒരു കവിതപോലെ, മലയാളിയുടെ മനസ്സിൽ നോവുണർത്തുന്ന അനുഭൂതിയായി മാറിയ അപൂർവ്വ ചലച്ചിത്രാനുഭവമാണ് അടൂർ ഗോപാലകൃഷ്ണന്റെ *സ്വയംവരം*. 1972 ൽ ആദ്യം റിലീസു ചെയ്തപ്പോൾ അമ്പരപ്പോടെയാണ് സാധാരണ പ്രേക്ഷകൻ ഈ സിനിമയെ എതിരേറ്റത്. ആ വരവേല്പ്പിൽ അത്ര ഊഷ്മളത ഒന്നുമില്ലായിരുന്നു. സന്ദേഹവും സന്നിശ്ധതയും അലസമായ ആ കാഴ്ചയിൽ കലർന്നിരുന്നു.

ഒരു സാധാരണ മനുഷ്യന്റെ തികച്ചും വ്യത്യസ്തമായ അനുഭവത്തിൽനിന്ന് വ്യത്യസ്തമായ ചലച്ചിത്രാനുഭൂതിയെക്കുറിച്ചുള്ള സ്മൃതികൾക്ക് തുടക്കമിടാം. ഏതാണ്ട് 49 വർഷം മുൻപ് നടന്ന സംഭവമാണ്. കാഴ്ചയില്ലാത്ത ഒരു യുവാവിന് ഒരു മേജർ ശസ്ത്രക്രിയയ്ക്കുശേഷം കാഴ്ച ലഭിക്കുന്നു. അയാളുടെ സുഹൃത്ത് ചലച്ചിത്ര സ്നേഹിയും സഹൃദയനുമായിരുന്നു. കാഴ്ച കിട്ടിയ സുഹൃത്തിനെ അയാൾ തനിക്ക് ഏറ്റവും പ്രിയപ്പെട്ട ചലച്ചിത്ര സൃഷ്ടി കാണിക്കുന്നു. ആ സിനിമ കണ്ട് ആഹ്ലാദം കലർന്ന നടുക്കത്തോടെ സുഹൃത്ത് പ്രതികരിക്കുന്നു "ഞാൻ ആദ്യമായി ജീവിതം കണ്ടു!" കാഴ്ചയും ഹൃദയവുമുള്ള ചലച്ചിത്രാസ്വാദകനെ ഞെട്ടിയുണർത്തിച്ച, തനിക്കുചുറ്റുമുള്ള ജീവിതാവസ്ഥയെക്കുറിച്ച് ചിന്തിക്കാൻ പ്രേരിപ്പിച്ച ആ സിനിമ *സ്വയംവരമായിരുന്നു*. ഇത് നേരിട്ടു പറഞ്ഞപ്പോൾ, ഇന്ത്യൻ സിനിമ കണ്ട ഉന്നതനായ ആ ചലച്ചിത്രകാരന്റെ കണ്ണുനനയുന്നത് ഞാൻ കണ്ടു. മറ്റേതൊരു പുരസ്കാരത്തേക്കാളും വലിയ അംഗീകാരമായി അദ്ദേഹം ഈ വാക്കുകൾ കേൾക്കുകയും ഹൃദയത്തിലേ

റ്റെടുക്കുകയുമായിരുന്നു.

ഒരുപക്ഷേ, മലയാളസിനിമ കണ്ട ഏറ്റവും സെൻസിറ്റീവ് ചലച്ചിത്രകാരന്മാരിലൊരാളായിരിക്കും അടൂർ ഗോപാലകൃഷ്ണൻ. *സ്വയംവരം* ഒരു സർഗ്ഗാത്മക കലാപംപോലെ പൊട്ടിത്തെറിച്ച എഴുപതുകളിൽ ഒറ്റയ്ക്ക് ഒരു യുദ്ധം നയിക്കുന്ന പോരാളിയെപ്പോലെ, അദ്ദേഹം വിമർശനങ്ങളെ, ആക്ഷേപങ്ങളെ നേരിട്ടു. മലയാള സിനിമയിലെ ക്ഷോഭിക്കുന്ന, കലഹിക്കുന്ന കലാകാരനെ അന്ന് അടൂരിലൂടെ നാം നേരിട്ടു കാണുകയായിരുന്നു. സാമ്പ്രദായിക ചലച്ചിത്ര ശൈലിയെ, ഭാഷയെ അട്ടിമറിച്ച *സ്വയംവര*ത്തെ ആദ്യത്തെ വരവിൽ ആക്ഷേപങ്ങളോടെ, വിമർശനങ്ങളോടെ, മുറുമുറുക്കലുകളോടെയാണ് പ്രേക്ഷകൻ വരവേറ്റത്. തലസ്ഥാന നഗരിയുൾപ്പെടെയുള്ള പല കേന്ദ്രങ്ങളിലും ചർച്ചാവേദികളിലും വച്ച് അടൂർ വരേണ്യ ബുദ്ധിജീവികളാൽപ്പോലും ആക്രമിക്കപ്പെട്ടു. "സിനിമ ഏകാഗ്രതയോടെ, സൂക്ഷ്മതയോടെ, അവധാനതയോടെ കണ്ടിട്ട് എന്നെ വിമർശിക്കൂ..." അടൂർ അവരോടാവശ്യപ്പെട്ടു. സ്വന്തം നാട്ടിൽ മനസ്സിലാക്കപ്പെടാതെ, അംഗീകരിക്കാതെ പോയ *സ്വയംവരം* പുറംനാടുകളിൽ പ്രശംസ നേടിയപ്പോഴാണ് മലയാളി പ്രേക്ഷകർ *സ്വയംവര*ത്തെ ഏറ്റെടുക്കാൻ തീരുമാനിച്ചത്. എഴുപതുകളിൽ കടുത്തവാക്കുകളിൽ അടൂരിനെ ആക്ഷേപിച്ചവർ പിന്നീട് ആ ചലച്ചിത്രകാരൻ നേടിയ ഉന്നത അംഗീകാരങ്ങളെ ആഘോഷിക്കുന്നതും കണ്ടു. 50 വർഷത്തിനിപ്പുറം തിരിഞ്ഞുനോക്കുമ്പോൾ, ഉത്തമ കലാസൃഷ്ടിയോടുള്ള മലയാളിയുടെ ആത്മവഞ്ചനാപരമായ സമീപനത്തിനുള്ള ഉദാഹരണമായി *സ്വയംവര*ത്തെ കാണേണ്ടിവരുന്നു. *സ്വയംവര*ത്തെയും അതിന്റെ സ്രഷ്ടാവിനെയും പ്രതിക്കൂട്ടിലാക്കിയ പ്രമുഖ നിരൂപകർപോലും പിന്നീട് നിലപാട് മയപ്പെടുത്തിയിട്ടുണ്ട്.

ലോകസാഹിത്യത്തിൽ ദസ്തയേവ്സ്കിയുടെ നോവലുകളും (ജീവിതത്തെ വല്ലാതെ യഥാർത്ഥമായി ആവിഷ്കരിക്കുന്നുവെന്ന ആക്ഷേപം ആദ്യകാലങ്ങളിൽ ദസ്തയേവ്സ്കി നേരിട്ടു) ചെക്കോവിന്റെ കഥകളും (വർണ്ണനകളോ അലങ്കാരങ്ങളോ ഇല്ലാതെ ചെക്കോവ് നേരിട്ട് ജീവിതത്തിലേക്ക്, യാഥാർത്ഥ്യത്തിലേക്ക് കടക്കുകയാണ് ചെയ്യുന്നത്.) കാലത്തെ അതിജീവിക്കുന്നത് പച്ചയായ മനുഷ്യജീവിതത്തെ വാക്കുകളിലൂടെ കാണിച്ചതുന്നാണ്. വാക്കിനുപകരം ദൃശ്യങ്ങളിലൂടെ ലോകസിനിമയിൽ വിറ്റോറിയ ഡിസിക്കയും (*ബൈസിക്കിൾ തീവ്സ്*) സത്യജിത് റേയും (പഥേർ പാഞ്ചാലി) ചാർലി ചാപ്ലിനും (*സിറ്റിലൈറ്റ്സ്, ഗോൾഡ് റഷ്*) പാവപ്പെട്ട മനുഷ്യരുടെ, സാധാരണക്കാരുടെ ജീവിതം പകർത്തുകയായിരുന്നു. പി എൻ മേനോൻ എന്ന മലയാള സിനിമയിലെ 'വാഴ്ത്തപ്പെടാത്ത പ്രതിഭ'യിലൂടെ സിനിമയിൽ ജീവിതയാഥാർത്ഥ്യത്തെ കാണാൻ തുടങ്ങിയ മലയാളി പ്രേക്ഷകൻ ജ്വലിക്കുന്ന യാഥാർത്ഥ്യത്തെ സ്പർശിക്കുകയും ഞെട്ടലോടെ സിനിമയുടെ ആഗ്നേയ ശക്തി അറിയുകയും ചെയ്തത് *സ്വയംവര*ത്തിലെ വിശ്വത്തിലൂടെയും സീതയിലൂടെയുമാണ്. "ആത്മാവിൽനിന്നും ആത്മാവിനെ ചീന്തിയെടുക്കുന്നു" എന്ന് കാവ്യാത്മകമായി ഉറൂബ് എഴുതിയതിനെ (*സുന്ദരികളും സുന്ദരന്മാരും*) ഓർമ്മിപ്പിക്കുന്ന ചലച്ചിത്രാനുഭവമായിരുന്നത്. വൈലോപ്പിള്ളിയുടെ നോവുണർത്തുന്ന കവിതയെ *സ്വയംവരം* സിനിമയിൽ വീണ്ടും അനുഭവിപ്പിക്കുകയായിരുന്നു.

ഇന്ന് അറുപതിലും, എഴുപതിലും എത്തിനില്ക്കുന്ന അന്നത്തെ യുവാക്കളുടെ ഒരു പ്രതിനിധിയായി ഇതെഴുതുമ്പോൾ ആ കാലത്തെക്കുറിച്ച് ഓർക്കാതെ വയ്യ. ഇന്ത്യാ ചരിത്രത്തിലെ ഏറ്റവും അപക്വവും സങ്കീർണ്ണവും ഇരുളടഞ്ഞതുമായ ഒരു കാലഘട്ടത്തിലൂടെ കടന്നുപോകുന്ന സാധാരണ മനുഷ്യരുടെ നിരാലംബവും നിസ്സഹായവുമായ ജീവിതങ്ങളുടെ മലീമസമായ, കുഴപ്പങ്ങൾ നിറഞ്ഞ സാമൂഹികാവസ്ഥയുടെ ആവിഷ്കാരമായിരുന്നു *സ്വയംവരം.* ജീർണ്ണവും, ശിഥിലവുമായ ഇന്ത്യൻ യാഥാർത്ഥ്യത്തെക്കുറിച്ച് ഋത്വിക് ഘട്ടക്കും, മൃണാൾസെന്നും, സത്യജിത് റേയും ഇന്ത്യൻ സിനിമയിൽ സർഗ്ഗാത്മക കലാപത്തിന്റെ ഇടിമുഴക്കങ്ങൾ സൃഷ്ടിച്ച കാലത്താണ് പൂണെ ഫിലിം ഇൻസ്റ്റിറ്റ്യൂട്ട് ബിരുദധാരിയും കേരളത്തിലെ ഫിലിം സൊസൈറ്റി പ്രസ്ഥാനത്തിന്റെ മുഖ്യസംഘാടകരിലൊരാളുമായ അടൂർ ഗോപാലകൃഷ്ണൻ എന്ന യുവാവ് മലയാളസിനിമയുടെ ഭാവുകത്വത്തെ മാറ്റിമറിച്ച *സ്വയംവരം* നിർമ്മിച്ചത്. ആയിടയ്ക്ക് മാറ്റത്തിന്റെ ഒരു ഭൂകമ്പം മലയാള സാഹിത്യത്തിലും സംഭവിച്ചു കഴിഞ്ഞിരുന്നു. ഏതാണ്ട് മൂന്ന് വർഷം മുൻപ്, 1969 ൽ ഒ വി വിജയന്റെ *ഖസാക്കിന്റെ ഇതിഹാസം* പ്രസിദ്ധീകരിക്കപ്പെട്ടു. *ഖസാക്കിന്റെ ഇതിഹാസ*ത്തിലെ കരിമ്പനകളിൽ കാറ്റു പടർന്നു പിടിക്കുന്നതുപോലെ *സ്വയംവര*വും മലയാളിയുടെ സംവേദന തലത്തെ ഭാവസാന്ദ്രമാക്കി. *ഖസാക്കും* വിമർശകരാൽ ക്രൂശിക്കപ്പെട്ടു. ഒരുപക്ഷേ, മലയാള സിനിമയിൽ ഏറ്റവും വിമർശിക്കപ്പെട്ട കലാസൃഷ്ടി *സ്വയംവര*മായിരിക്കും. കഥയുടെ യുക്തിഭദ്രതയും പ്രധാന കഥാപാത്രങ്ങളുടെ പ്രായവും (മധുവും ശാരദയും) ബംഗാളി സിനിമയും അനുകരണവുമൊക്കെ *സ്വയംവര*ത്തെ പ്രതിക്കൂട്ടിലാക്കി. എല്ലാറ്റിനെയും അതിജീവിക്കുന്ന അഗാധവും സത്യസന്ധവുമായ ജീവിതാവബോധത്തിന്റെ ആവിഷ്കാരമാണ് *സ്വയംവര*ത്തെ 50 വർഷത്തിനു ശേഷവും പ്രേക്ഷക ഹൃദയത്തിൽ നിലനിർത്തുന്നത്.

1972 ലെ ദേശീയ അവാർഡു പ്രഖ്യാപനം മലയാളസിനിമയുടെ ചരിത്രത്തിൽ സുവർണ്ണലിപികളിലെഴുതപ്പെടേണ്ട അവിസ്മരണീയവും അത്യപൂർവ്വവുമായ സംഭവമായിരുന്നു. മികച്ച ചിത്രം, മികച്ച സംവിധാനം, മികച്ചനടി (ശാരദ) മികച്ച ഛായാഗ്രഹണം എന്നീ ദേശീയ പുരസ്കാരങ്ങൾ കരസ്ഥമാക്കി മലയാളസിനിമ ഇന്ത്യൻ സിനിമയുടെ നെറുകയിലെത്തി. മലയാള സിനിമയുടെ ചരിത്രപരിണാമത്തിൽ മാത്രമല്ല സർഗ്ഗാത്മകപരിണാമത്തിലും നിർണ്ണായകസ്വാധീനം ചെലുത്തിയ *സ്വയംവരം* ദേശീയ അവാർഡുകളുടെ സുവർണ്ണമഴയ്ക്കു പിന്നാലെ തിയേറ്ററുകളിൽ വീണ്ടും റിലീസു ചെയ്തപ്പോൾ പ്രദർശനവിജയം നേടി. ആദ്യം റിലീസു ചെയ്തപ്പോൾ ആരുമില്ലാത്ത തിയേറ്ററിലിരുന്ന് നിശ്ശൂന്യ നിശ്ശബ്ദതയിൽ അനിർവ്വചനീയമായ അനുഭൂതിയോടെ ചിത്രം കണ്ട യുവ പ്രേക്ഷകൻ, ദേശീയ അവാർഡു കിട്ടിയശേഷം വീണ്ടും *സ്വയംവരം* കാണാൻ പോയപ്പോൾ, അടുത്തിരുന്ന ഒരു ആസ്വാദകൻ പ്രതികരിക്കുന്നതു കേട്ടു: "ദേശീയ അവാർഡു നേടിയ പടമൊന്നു കാണാമെന്നു കരുതി. പക്ഷേ, ഈ സിനിമ നമ്മുടെ ജീവിതമാണ് പച്ചയായി കാണിക്കുന്നത്."

സ്വയംവരം മലയാളപ്രേക്ഷകന്റെ വികാരമായി, അഭിമാനമായി, എങ്ങും ചർച്ചാവിഷയമായി. 'ചിത്രലേഖ ഫിലിം കോ-ഓപ്പറേറ്റിവ്' നിർമ്മിച്ച ബ്ലാക്ക് ആന്റ് വൈറ്റ് ചിത്രം അവഗണനയുടെ, തിരസ്കാരത്തിന്റെ ചതുപ്പുനിലങ്ങളിൽനിന്ന് അം

ഗീകാരത്തിന്റെ, യശസ്സിന്റെ ഉന്നത ഗിരിശൃംഗങ്ങളിലേക്ക് ഉയരുകയായിരുന്നു. 50 വർഷത്തിനു ശേഷം ഇന്ന് വീണ്ടും കാണുമ്പോൾ, കാലത്തിന്റെ അടരുകൾ അടർന്നുവീഴുമ്പോൾ, 'ന്യൂജനറേഷൻ' ചലച്ചിത്രകാരന്മാരെപ്പോലും വിസ്മയിപ്പിക്കുന്ന, വിനീതരാക്കുന്ന ചലച്ചിത്രകലയുടെ അഘോരസൗന്ദര്യമാണ് *സ്വയംവര*ത്തെ അനശ്വര കലാസൃഷ്ടിയായി ഉയർത്തുന്നത്.

പേരു സൂചിപ്പിക്കുന്നതുപോലെ തന്നെ, സ്വന്തം ജീവിതം സ്വയം തെരഞ്ഞെടുക്കുന്ന, ഇടത്തരക്കാരായ വിശ്വനെന്നും സീതയെന്നും പേരുള്ള യുവാവിന്റെയും യുവതിയുടെയും ജീവിതദുരന്തമാണിത്, ഈ യുവതീയുവാക്കളുടെ പ്രണയത്തിന്റെ, കാല്പനിക സ്വപ്നത്തിന്റെ ജീവിതമെന്ന പച്ചയാഥാർത്ഥ്യത്തിന്റെ സൂര്യാഘാതമേറ്റുള്ള പതനമാണ്, ദുരന്തമാണ് ഈ സിനിമയിലൂടെ നാം കാണുന്നതും അനുഭവിക്കുന്നതും. ഇവരുടെ ജീവിതം വാസ്തവത്തിൽ സിനിമയുടെ ബാഹ്യതലം മാത്രമാണ്. ആന്തരികമായി, ധൂസരിതവും ശിഥിലവും അനാഥവും ഭയാനകവുമായ ഒരു ഇന്ത്യൻ അവസ്ഥയുടെ അഗ്നിയിൽ സ്ഫുടം ചെയ്യപ്പെട്ട ഇതിലെ ദൃശ്യങ്ങളിലൂടെ സമൂഹ ജീവിയെന്ന നിലയിൽ നാം ഉരുകുകയാണ്. എല്ലാ സ്വപ്നങ്ങളുടെയും മോഹങ്ങളുടെയും ചിറകുകരിക്കുന്ന ഭീകരമായ, ദയനീയമായ രാഷ്ട്രീയ സാമൂഹികാവസ്ഥയുടെ കാലാഗ്നി ഈ സിനിമയിൽ ആന്തരികമായി ജ്വലിച്ചുനില്ക്കുന്നു. തീവ്രപ്രണയത്താൽ എല്ലാം ഇട്ടെറിഞ്ഞ്, ഒരുമിച്ചു ജീവിക്കാൻ നഗരത്തിലെത്തുന്ന വിശ്വത്തിന്റെയും സീതയുടെയും തിളിർത്തുവന്ന ജീവിതം ഈ അഗ്നിയിൽ കരിഞ്ഞുപോകുന്നു. അഭിശപ്തകാലത്തുജീവിക്കുന്ന, ശപിക്കപ്പെട്ട മനുഷ്യരുടെ എല്ലാ ദൈന്യതയും സ്നേഹരാഹിത്യവും ആത്മവഞ്ചനയും ആസക്തികളുമെല്ലാം ഈ സിനിമയിലുണ്ട്. എന്നാൽ ഇടയ്ക്കിടെ, ഇരുളിൽ മിന്നാമിനുങ്ങുപോലെ നന്മനിറഞ്ഞ മനസ്സുള്ളവരും സ്നേഹത്തിന്റെ ചൂട്ടുവെളിച്ചവും നന്മയുടെ ആർദ്രതയുടെ ആർദ്ര നിമിഷങ്ങളും മിന്നിമറയുന്നു. പ്രത്യേകിച്ച് കുട്ടികളുടെ നിഷ്കളങ്കത കാണിച്ച് അടൂർ, നൈർമ്മല്യത്തിന്റെ, വിശുദ്ധിയുടെ മറ്റൊരു ലോകവുമുണ്ടെന്ന് ഓർമ്മിപ്പിക്കുന്നു.

ഇരുൾമൂടിയ കാലഘട്ടത്തിൽ ജീവിക്കാൻ ശ്രമിക്കുന്നവർ എത്ര എഴുന്നേല്ക്കാൻ ശ്രമിച്ചാലും ഇരുട്ടിൽ തപ്പിത്തടഞ്ഞു വീഴുമെന്ന് ഈ സിനിമ കാണിച്ചുതരുന്നു. മുന്നിലുള്ള യാഥാർത്ഥ്യം ഭയപ്പെടുത്തുന്നതാണെന്ന് അനുഭവിപ്പിക്കുന്നു. ആനന്ദിന്റെ *ആൾക്കൂട്ട*ത്തിലെ (197 ൽ പ്രസിദ്ധീകരിക്കപ്പെട്ട മഹത്തായ ഈ നോവൽ *സ്വയംവരം* പോലെ ആദ്യം അവഗണിക്കപ്പെട്ടു, പിന്നീട് സാവധാനത്തിൽ ജ്വലിച്ചുകത്തുന്ന ലോഹംപോലെ മലയാള സാഹിത്യത്തിലെ ഏറ്റവും ഉൾത്താപമുള്ള കൃതികളിൽ ഒന്നായി പരിണമിച്ചു) ഒരു കഥാപാത്രം പറയുന്നത് "ക്രൂരമായ യാഥാർത്ഥ്യത്തോടൊപ്പം കലാകാരന്റെ ഭാവനയും ഉയരുന്നു" എന്നാണ്. ഇവിടെ 'ഉയർച്ച' എന്നതിനേക്കാൾ ഭാവന കൂടുതൽ തീക്ഷ്ണവും അഗാധവുമാകുന്നു എന്ന് തിരുത്തേണ്ടിയിരിക്കുന്നു.

ഈ ചിത്രത്തിന്റെ തുടക്കത്തിലെ ദീർഘമായ ബസ് യാത്ര, സിനിമയുടെ ഭാഷ അറിയാതെ, അലസതയോടെ സിനിമ കാണുന്ന പ്രേക്ഷകരുടെ നെറ്റിചുളിപ്പിച്ചു. ഏതാണ്ട് ഏഴുമിനിറ്റോളം പ്രേക്ഷകമനസ്സിൽ എരിഞ്ഞുകത്തുന്ന ഈ ദൃശ്യാഘാതം, വാസ്തവത്തിൽ നാം ജീവിക്കുന്ന സമൂഹത്തിന്റെ സ്വയം സംസാരിക്കുന്ന ജീവിത

ഖണ്ഡം തന്നെയാണ്. മന്ദതാളത്തിലുള്ള ഈ യാത്ര നമ്മുടെ ജീവിതയാത്ര തന്നെയാണ്. ചലച്ചിത്രകാരൻ നിശ്ശബ്ദമായ സമൂഹത്തിന്റെ ഒരു പരിച്ഛേദത്തെ പകർത്തുന്നു. ബസിനുള്ളിൽ വിശ്വവും സീതയും ഗാഢപ്രണയത്തിന്റെ സങ്കല്പലോകത്തിനുള്ളിലിരുന്ന് സ്വയം മറക്കുന്നു. സ്വയം സൃഷ്ടിച്ച ലോകത്തിൽ പ്രണയിതാക്കൾ സമൂഹത്തിൽനിന്ന് എത്രത്തോളം അന്യവല്ക്കരിക്കപ്പെട്ടിരിക്കുന്നു എന്നു കാണിക്കുന്നു. മനുഷ്യമുഖങ്ങളിലൂടെ കാലത്തെ അടയാളപ്പെടുത്താനുള്ള ചലച്ചിത്ര മാധ്യമത്തിന്റെ സാദ്ധ്യത ഉപയോഗപ്പെടുത്തുന്ന നീണ്ടസീക്വൻസാണിത്. ഈ ചലച്ചിത്രസൃഷ്ടിയുടെ ആന്തരിക തലങ്ങളിലേക്ക് യാത്ര ചെയ്യാൻ പ്രേക്ഷകമനസ്സിനെ സജ്ജമാക്കുന്ന അന്തരീക്ഷ സൃഷ്ടി ഈ നീണ്ട ദൃശ്യത്തിലുണ്ട്.

വർത്തമാനകാല ജീവിതയാത്രയുടെ ചലച്ചിത്ര ഭാഷയിലുള്ള ആഖ്യാനമാണിത്. വിശ്വത്തിന്റെയും സീതയുടെയും കാല്പനികവും പ്രണയഭരിതവുമായ ഭാവങ്ങളിലൂടെയും ചേഷ്ടകളിലൂടെയും, ഉറക്കംതൂങ്ങിയും ആലോചനാനിമഗ്നരായും കൊച്ചുവർത്തമാനങ്ങൾ പറഞ്ഞുമിരിക്കുന്ന യാത്രക്കാരിലൂടെയും ക്യാമറ ചലിക്കുന്നു. നിശ്ശബ്ദതയെ ഭേദിച്ച് ഇടയ്ക്കിടെയുള്ള മണിയടി ശബ്ദവും ഇറങ്ങുന്ന യാത്രക്കാരുടെ യാത്രപറച്ചിലും പുരോഹിതനും ഒക്കെയായി ബസിനുള്ളിലെ ലോകം, ആന്തരികമായ ഒരു യാത്രയുടെ ദാർശനിക അനുഭൂതിയുളവാക്കുന്നു. ചിത്രത്തിലെ തുടർന്നുള്ള സംഭവങ്ങൾ ഈ ബസ് യാത്രയുടെ തുടർച്ചപോലെ പരിണമിക്കുന്നു. സംഭവിക്കാൻ പോകുന്ന അസ്വാസ്ഥ്യകരമായ, അസുഖകരമായ കാര്യങ്ങളുടെ സൂചനകളും പ്രതീകങ്ങളും ധ്വനിചിഹ്നങ്ങളും പ്രതീതികളും ആദ്യ സീക്വൻസിലുടനീളമുണ്ട്.

മലയാളസിനിമ അന്നുവരെ കണ്ടിട്ടില്ലാത്ത (ഇന്നും ഇത്രയും തീക്ഷ്ണസംവേദനക്ഷമതയുള്ള ദൃശ്യങ്ങൾ അപൂർവ്വമാണ്) ചലച്ചിത്ര സൗന്ദര്യ സങ്കല്പമായിരുന്നത്. മങ്കടരവിവർമ്മ എന്ന പ്രതിഭാശാലിയായ ഛായാഗ്രാഹകനും (അടൂർ ഗോപാലകൃഷ്ണൻ എന്ന ചലച്ചിത്രകാരന്റെ കണ്ണുകളായിരുന്നു മങ്കടരവിവർമ്മ) പശ്ചാത്തലശബ്ദസംവിധായകനായ ദേവദാസ് എന്ന പ്രതിഭയും *സ്വയംവര*ത്തിന്റെ ചലച്ചിത്രലാവണ്യത്തിൽ സംവിധായകനെ പ്രശംസമായി തുണച്ചിട്ടുണ്ട്. ജീവിതത്തെ തൊട്ടറിയുന്ന വാതിൽപുറക്കാഴ്ചകളും പ്രകൃതിദൃശ്യങ്ങളും മനുഷ്യമുഖങ്ങളും മനോഹരമായ പശ്ചാത്തലസംഗീതവും ശബ്ദസങ്കലനവും ഈ സിനിമയെ അപൂർവ്വമായ ദൃശ്യ-ശ്രാവ്യ അനുഭവമാക്കുന്നു.

സ്വന്തം കുഞ്ഞിനെയും കൈയിലൊതുക്കി ഒറ്റയ്ക്ക്, ആരോരുമില്ലാതെ നിരാലംബയായി വാടകവീടിന്റെ അടഞ്ഞുകിടക്കുന്ന കതകിൽ നോക്കിയിരിക്കുന്ന അനാഥയും വിധവയുമായ സീതയുടെ ദൃശ്യം, സമൂഹമനസ്സാക്ഷിക്കു നേരെയുള്ള, ആഞ്ഞുതറയ്ക്കുന്ന ചോദ്യചിഹ്നംപോലെയാണ് ആവിഷ്കരിച്ചിരിക്കുന്നത്. ഒരുപക്ഷേ, ഇന്ത്യൻ സിനിമയിലെതന്നെ അവിസ്മരണീയവും അതിശക്തവുമായ ഒരു ദൃശ്യാഘാതമായി ഈ അവസാനദൃശ്യം ഇന്നും നിലനില്ക്കുന്നു. അനേകം വ്യാഖ്യാനങ്ങൾക്കും അപഗ്രഥനങ്ങൾക്കുംശേഷം 50 വർഷം പിന്നിടുമ്പോഴും, നിരാശ്രയത്വത്തിന്റെ, അനശ്ചിതത്വത്തിന്റെ ഇരുളിലേക്ക് നോക്കിയിരിക്കുന്ന ആ അമ്മയുടെയും കുഞ്ഞിന്റെയും ദയനീയചിത്രം കറുത്ത കാലഘട്ടത്തിന്റെ ബ്ലാക്ക് ആന്റ്

വൈറ്റ് പെയിന്റിങ് പോലെ പ്രേക്ഷക മനസ്സിൽ നനവുണങ്ങാതെ നില്ക്കുന്നുണ്ട്.

വിഷലിപ്തമായ സമൂഹം ഈ ചിത്രത്തിൽ ഒരു പ്രതിനായകനായി പലരൂപത്തിൽ കടന്നുവരുന്നുണ്ട്. ക്രൂരമായ സമൂഹം നിത്യവും പകർന്ന് തരുന്ന വിഷം കുടിച്ച് താൻ ദിവസംതോറും മരിച്ചുകൊണ്ടിരിക്കുകയാണെന്ന് ഫ്രാൻസ് കാഫ്ക പറഞ്ഞിട്ടുണ്ട്. ഒരു നല്ല ജീവിതം സങ്കല്പിച്ചു വന്ന വിശ്വത്തെയും സീതയെയും ക്രൂരമായ വിധിയും സമൂഹവും ഒരുപോലെ വലിഞ്ഞു മുറുക്കുന്നുണ്ട്. സമൂഹത്തിന് ഒരു പ്രത്യേകസ്വഭാവമുണ്ടെന്ന് *സ്വയംവരം* കാണുമ്പോൾ മനസ്സിലാക്കാം. സമൂഹത്തിനു പുറത്തു നില്ക്കുമ്പോൾ അവരെ പ്രത്യേകം നിരീക്ഷിക്കുകയും ശ്രദ്ധിക്കുകയും നിരന്തരം ശല്യപ്പെടുത്തുകയും ചെയ്യും. എന്നാൽ സമൂഹത്തിനുള്ളിൽ ഒരിക്കൽ പ്രവേശിച്ചു ജീവിക്കാൻ ശ്രമിക്കുമ്പോൾ, ഇരയെ വേട്ടക്കാരനെന്നപോലെ കെണിയിൽപ്പെടുത്താൻ പല തന്ത്രങ്ങളും ഒരുക്കുന്നു. വിശ്വവും സീതയും ഇതിന്റെ ഇരകളാണ്.

ഇടത്തട്ടിലെ സാമൂഹിക ജീവിതമാണ് ഏറ്റവും സങ്കീർണ്ണവും ദുഷ്കരവും അപമാനകരവുമെന്ന് വിഖ്യാത സാമൂഹിക മനഃശാസ്ത്രചിന്തകനായ എറിക്ഫ്രോം നിരീക്ഷിച്ചിട്ടുണ്ട്. വിഷമയമായ സാമൂഹിക ജീവിതം നിർമ്മിക്കുന്ന വിഷമവൃത്തിനുള്ളിൽനിന്നും പുറത്തുകടക്കാനാവാതെ ശ്വാസം മുട്ടുന്ന സ്ത്രീപുരുഷന്മാരുടെ ദുരന്തചിത്രമാണിത്. ജീവിക്കാൻ ശ്രമിക്കുംതോറും ജീവിതം കൂടുതൽ കൂടുതൽ ക്ലേശകരമാവുന്നു. ആത്മസത്ത നഷ്ടപ്പെടുന്നു. മനുഷ്യാവസ്ഥയുടെ ഈ ദയനീയത ഹൃദയഭേദകമായി, ഉദാത്തമായ ചലച്ചിത്രഭാഷയിൽ അതിവൈകാരികത കലരാതെ, യാഥാർത്ഥ്യബോധത്തോടെ ചിത്രീകരിച്ചിട്ടുള്ള മറ്റൊരു ചലച്ചിത്രം പിന്നീട് മലയാളത്തിൽ ഉണ്ടായിട്ടില്ല എന്നതാണ് 50 വർഷത്തിനുശേഷവും *സ്വയംവര*ത്തെ ഓർക്കാൻ നമ്മെ പ്രേരിപ്പിക്കുന്ന വസ്തുത.

മധുവും ശാരദവും മനോഹരമായി അവതരിപ്പിച്ച വിശ്വവും സീതയും എന്ന പ്രധാന കഥാപാത്രങ്ങളെ വർത്തമാന കാലാവസ്ഥയിൽനിന്നുകൊണ്ട് അപഗ്ര

ഥിക്കാം. സ്ത്രീയും പുരുഷനും ജീവിതയാഥാർത്ഥ്യത്തെ നേരിടുമ്പോൾ, സ്വന്തം ആത്മസത്തയിൽനിന്നും അകന്ന്, ആത്മവിശ്വാസം നഷ്ടപ്പെട്ട്, ദുർബ്ബലരും നിസ്സഹായകരുമായിത്തീരുമ്പോൾ, തെല്ലെങ്കിലും പിടിച്ചു നില്ക്കാൻ ശ്രമിക്കുന്നത് സീതയാണ്. പരാജയങ്ങളെ നേരിടാനും അതിജീവിക്കാനും ഉയിർത്തെഴുന്നേല്ക്കാനും കഴിവുള്ള സ്ത്രീയാണവൾ എന്ന സൂചനകൾ ഇതിലുണ്ട്. നല്ലവനെങ്കിലും മരണത്തിന്റെ വഴിയെ സഞ്ചരിക്കാനിഷ്ടപ്പെടുന്ന, ദുർബ്ബലനും ഏകാകിയും വികാരജീവിയുമാണ് വിശ്വനെന്ന് അയാളുടെ ശരീരഭാഷയിലൂടെയും അയാൾ കാണുന്ന സ്വപ്നങ്ങളിലൂടെയും ചില സംഭാഷണങ്ങളിലൂടെയും ധ്വനിപ്പിക്കുന്നുണ്ട്. വിശ്വത്തിന്റെ മൃത്യുവാസന ധ്വനിപ്പിക്കുന്ന കടൽത്തീര ദൃശ്യങ്ങളും മരണഗുഹയും പശ്ചാത്തലത്തിലെ പക്ഷികളുടെ ദയനീയരോദനങ്ങളും ചിത്രത്തെ ദൃശ്യകാവ്യമാക്കുന്ന ബിംബങ്ങളാണ്.

*ചെമ്മീനി*ലെ പരീക്കുട്ടിയുടെയും കറുത്തമ്മയുടെയും ആത്മഹത്യയുടെ ദൃശ്യത്തിന്റെ ആവർത്തനംപോലെയുള്ള കടൽത്തീരത്തെ നാടകീയദൃശ്യവും തീവണ്ടിപ്പാളത്തിൽ തലവയ്ക്കുന്ന വിശ്വത്തിന്റെ തമാശരൂപേണയുള്ള നാട്യങ്ങളുമൊക്കെ വരാനിരിക്കുന്ന ദുരന്തത്തിന്റെ മുന്നോടിയായി, കാല്പനികതയുടെ അന്ത്യമായി കാണാനാകും. ഒരു ഘട്ടത്തിൽ, വിശ്വത്തിന്റെയും സീതയുടെയും ജീവിതത്തിന്റെ ആശ്വാസംപോലെ, പ്രത്യാശപോലെ ഉയർന്നു കേൾക്കുന്ന ഈർച്ചമില്ലിന്റെ സൈറൺ, വിശ്വം മരിക്കുന്ന വേളയിൽ, സീത അവിശ്വസനീയതയോടെ ആ മരണം കണ്ടു നില്ക്കുന്ന ദൃശ്യപശ്ചാത്തലത്തിൽ, ആർത്തനാദം പോലെ മുഴങ്ങുന്നു. മനുഷ്യജീവിതം എത്ര അനശ്ചിതത്വം നിറഞ്ഞതും അർത്ഥശൂന്യവും അസംബന്ധവും വ്യർത്ഥവും ദുരന്തപൂർണ്ണവും എന്ന് ദ്യോതിപ്പിക്കുന്ന ചലച്ചിത്രഭാഷയുടെ തനതായ സർഗ്ഗാത്മകസൗന്ദര്യമാണിത്.

"നീണ്ടുനീണ്ടൊരു ദുഃസ്വപ്നംപോലെയാണ് മർത്ത്യ ജീവിതം"എന്ന സുഗതകുമാരിയുടെ വരികളെ ഓർമ്മിപ്പിക്കുന്ന വിഷാദകാവ്യാത്മകഭാവം *സ്വയംവര*ത്തിനുണ്ട്. കാല്പനികതയുടെ പുറംതോടുകൾ നഷ്ടപ്പെട്ട്, സമൂഹത്തിനു മുൻപിൽ നഗ്നവും ദയനീയവും ഏകാകിയുമായി നില്ക്കുന്ന തീവ്രപ്രണയത്തിന്റെ ചിത്രമാണിത്. നഷ്ടപ്പെട്ട അസ്തിത്വം വീണ്ടെടുക്കാനുള്ള സ്ത്രീയുടെ പോരാട്ടത്തിന്റെ ആരംഭം കുറിക്കുന്ന അന്ത്യമാണിത്. ജീവിതപാതയിൽ വീണുപോയിട്ടും പരാജയപ്പെട്ടിട്ടും കീഴടങ്ങാതെ ജീവിതത്തെ നേരിടാനും അതിജീവിക്കാനും ശ്രമിക്കുന്ന സ്ത്രീത്വത്തിന്റെ സ്വത്വം തിരയുന്ന കലാസൃഷ്ടിയെന്നും *സ്വയംവര*ത്തെ വിശേഷിപ്പിക്കാം.

സ്വയംവരം സത്യജിത് റേയുടെയും ഋത്വിക് ഘട്ടക്കിന്റെയും സിനിമകളുടെ അനുകരണമാണെന്നും അതിലെ സംഭവങ്ങൾ യുക്തിക്കു നിരക്കാത്തതാണെന്നും (വിശ്വത്തിന്റെ പൊടുന്നനെയുള്ള പനിമരണവും മറ്റും) തല്ലിപ്പഴുപ്പിച്ച നീട്ടിയ കഥാവസ്തുവാണെന്നും നായികാനായകന്മാർ പ്രായക്കുടുതലുള്ളവരാണെന്നുമൊക്കെ ചലച്ചിത്ര പണ്ഡിതന്മാർ വിമർശിച്ചത് ഓർക്കുന്നു. പക്ഷേ, അത്തരം സങ്കുചിതവും, ബോധപൂർവ്വവുമായ പ്രതികരണങ്ങളെ, പ്രതികൂല സാഹചര്യങ്ങളെയൊക്കെ അതിജീവിക്കുന്നതായിരുന്നു ചലച്ചിത്രസൃഷ്ടിയുടെ ആന്തരിക സൗന്ദര്യം. അഗാധ ചലച്ചിത്രലാവണ്യമുള്ള ആഖ്യാനവും ആന്തരിക വിശുദ്ധിയും ശില്പസൗന്ദര്യവും

സാധാരണക്കാരായ പ്രേക്ഷകരെപ്പോലും വിസ്മയിപ്പിച്ചു. അകന്നവർ അടുക്കുകയും *സ്വയംവരം* മലയാളിയുടെ എക്കാലത്തെയും മികച്ച ചലച്ചിത്രാനുഭവമായി തീരുകയുമായിരുന്നു.

സ്വയംവരം അൻപതാംവർഷത്തിലെത്തി നില്ക്കുമ്പോൾ, ചലച്ചിത്രകാരന്മാരുടെ പുത്തൻതലമുറ പ്രതിസന്ധികളെ പ്രതികൂലസാഹചര്യങ്ങളെ സ്വന്തം ഇച്ഛാശക്തികൊണ്ട് അതിജീവിച്ച, കീഴടക്കിയ, ചലച്ചിത്രാചാര്യന്റെ സ്വയംവരിച്ച മുൾപ്പാതയിലൂടെയുള്ള ജീവിതവും ചലച്ചിത്രസൃഷ്ടികളും സസൂക്ഷ്മം ശ്രദ്ധയോടെ അപഗ്രഥിച്ചുപഠിക്കേണ്ടതുണ്ട്; അതിനുള്ള സന്ദർഭമാകട്ടെ *സ്വയംവര*ത്തിന്റെ 50-ാം വാർഷികം.

മാറ്റിപ്പണിയാനാവാത്ത ചലച്ചിത്രശില്പം

കവിയൂർ ശിവപ്രസാദ്

ദേശീയ സംസ്ഥാന ബഹുമതികൾ നേടിയ ചലച്ചിത്രസംവിധായകനും തിരക്കഥാകൃത്തും, ചലച്ചിത്രാദ്ധ്യാപകനും. പൂണെ ഫിലിം ഇൻസ്റ്റിറ്റ്യൂട്ടിൽനിന്നു ബിരുദാനന്തര ഡിപ്ളോമ. പുരൂരവസ്, സൈരന്ധ്രി, വേമ്പനാട്, ഗൗരി, ഭേരി, സ്ഥലം, സ്ഥാനം തുടങ്ങിയ സിനിമകൾ സംവിധാനം ചെയ്തു. സംവിധായകനും നടനുമായ സിദ്ധാർത്ഥ ശിവ മകനാണ്.

ഇറ്റാലിയൻ തിരക്കഥാകൃത്തും സംവിധായകനും ചലച്ചിത്രനിരൂപകനുമായ അന്റോണിയ പീട്രോഗലിയാണ് ലൂച്ചിനോ വിസ്കോന്തിയുടെ *ഒസെഷ്യൻ* (ഒബ്സെഷൻ) എന്ന സിനിമയെ വിശേഷിപ്പിക്കാൻ *നിയോറിയലിസം* എന്ന പദം ലോകത്താദ്യമായി ഉപയോഗിക്കുന്നത്. ജെയിംസ് എം കെയ്ന്റെ *ദ് പോസ്റ്റ്മാൻ ഓൾവേയ്സ് റിങ്സ് ട്വൈസ്* എന്ന നോവലിന്റെ ചലച്ചിത്രാഖ്യാനമായിരുന്നു വിസ്കോന്തി കൂടിച്ചേർന്ന് തിരക്കഥയെഴുതിയ *ഒസെഷ്യൻ.* ഈ ചിത്രത്തെപ്പറ്റി പറയാതെ ലോകസിനിമയിലെ നിയോറിയലിസത്തെപ്പറ്റിയുള്ള ഒരു ചർച്ചയും പൂർണ്ണമാവില്ല. ഇറ്റാലിയൻ സിനിമ തുടങ്ങിവച്ച ഈ ആവിഷ്കാരശൈലിയാണ് പിന്നീട് 'നിയോറിയലിസ'മെന്ന പേരിൽ സ്വാഭാവിക വളർച്ച നേടിയത്. അതിന്റെ അനുരണനങ്ങൾ ഇന്ത്യയടക്കമുള്ള രാജ്യങ്ങളിലെ ചലച്ചിത്രകാരന്മാരെയും സിനിമയെയും സ്വാധീനിക്കുകയും ചെയ്തു. അതു കഴിഞ്ഞാണ് ല്യൂഗി ബാർട്ടലോണിയുടെ ലഘുനോവലിനെ അടിസ്ഥാനപ്പെടുത്തി സീസറോ സവാത്തിനിയുണ്ടാക്കിയ കഥയിൽനിന്ന് വിറ്റോറിയ ഡെസീക്ക വിഖ്യാതമായ *ബൈസൈക്കിൾ തീവ്സ്* സംവിധാനം ചെയ്യുന്നത്. നിയോറിയലിസം അതിന്റെ എല്ലാ ലക്ഷണങ്ങളോടുംകൂടി പ്രത്യക്ഷമായ *ബൈസൈക്കിൾ തീവ്സ്* ക്ലാസിക്കെന്ന നിലയ്ക്ക് ലോകമെങ്ങും അംഗീകരിക്കപ്പെടുകയും ചെയ്തു.

ഫ്രഞ്ച് ചിത്രകാരനായിരുന്ന ഗുസ്താവ് കോർബ്ബെറ്റ് ചിത്രകലയിൽ പരിചയപ്പെടുത്തിയ 'യഥാതഥത്വം' അഥവാ 'റിയലിസം' എന്നതിന് പരാമർശവിഷയ

ത്തെ സത്യസന്ധമായി അകൃത്രിമമായി വച്ചുകെട്ടലോ ഏച്ചുകെട്ടലോ അതിശയോക്തിയോ കൂടാതെ അവതരിപ്പിക്കുക എന്നാണ് വ്യാഖ്യാനം നല്കിയത്. ഇതിന്റെ തുടർച്ചയായിട്ടാണ് ചലച്ചിത്രകലയിൽ ഇറ്റാലിയൻ നിയോറിയലിസത്തിന്റെ ആവിർഭാവം. വ്യക്തിനിഷ്ഠമായ വസ്തുവിന്റെ വസ്തുനിഷ്ഠമായ ആവിഷ്കാരം എന്നും യഥാതഥത്വത്തെ സൈദ്ധാന്തികർ വിശദീകരിക്കുന്നുണ്ട്. എന്നുവച്ചാൽ ഒരു വസ്തുവിനെ ഭൗതികസത്യസന്ധതയോടെ ആ വസ്തുവായിത്തന്നെ ആവിഷ്കരിക്കുകയെന്നതാണത്. എന്നാൽ, ഏതൊരു വസ്തുവിനെയും വേറിട്ട കാഴ്ചക്കോണുകളിൽനിന്നുകൊണ്ട് പല അടരുകളിൽ വൈവിദ്ധ്യമാർന്ന തരത്തിൽ കാഴ്ചയുടെ ആഴത്തിൽ അവതരിപ്പിക്കുക എന്നതാണ് കലയുടെ ധർമ്മം. "സബ്ജക്ടീവ് റെപ്രസന്റേഷൻ ഓഫ് ഒബ്ജക്ടീവ് റിയാലിറ്റി" അഥവാ വസ്തുനിഷ്ഠതയുടെ വ്യക്തിനിഷ്ഠമായ അവതരണം ആണത്. ഉദാഹരണത്തിന് എന്റെ കൈയിലിരിക്കുന്ന ഫോൺ കണ്ടാൽ ലോകത്തെവിടെയുമുള്ള ഫോൺ കണ്ടിട്ടുള്ള ഏതൊരാൾക്കും അതൊരു ഫോണാണെന്നു പറയാനാവും. എന്നാൽ അതെനിക്ക് എന്റെ മകൻ സമ്മാനിച്ച ഫോണാവുമ്പോൾ ഫോൺ എന്ന വസ്തുവിന് വ്യക്തിനിഷ്ഠമായൊരു വൈകാരികതയുടെ അടിവരയുണ്ടാവുന്നു. ഈ വസ്തുത കൂടി ഉൾപ്പെടുത്തുമ്പോഴാണ് കേവലം ഭൗതികമായ ഫോൺ എന്ന വസ്തുവിന് ആത്മീയമായ ഒരധികമൂല്യമുണ്ടാവുന്നത്. ഭൗതികമായ വസ്തുനിഷ്ഠതയ്ക്കുപരി അതിനതീതമായൊരു അർത്ഥതലമുണ്ടാക്കിയെടുക്കുകയാണിവിടെ. സത്യജിത് റേയുടെയും അടൂർ ഗോപാലകൃഷ്ണന്റെയുമൊക്കെ സിനിമകൾ ആഖ്യാനത്തിൽ ഈ സവിശേഷത ഉൾക്കൊണ്ടാണ് നിലനില്ക്കുന്നത്. *പഥേർ പാഞ്ചാലി*യിലെ പായൽ എന്ന ഒരു ബിംബമുണ്ടല്ലോ? കുറച്ചുഭാഗത്തെ പായൽ നീങ്ങിപ്പോയശേഷം പിന്നീട് വീണ്ടും വന്നുചേരുന്നത്. അത് കേവലം ഭൗതികമായി പായൽ നീങ്ങിപ്പോയെന്നും വീണ്ടും വന്നുകൂടിയെന്നും മാത്രമല്ലല്ലോ ധ്വനിപ്പിക്കുന്നത്. അതിന് മറ്റൊരു ആന്തരികമായ ഘടകമുണ്ട്. അത്തരത്തിൽ ദൃശ്യബിംബങ്ങളുപയോഗിച്ച ഫലപ്രദമായ ആഖ്യാനം മലയാളത്തിൽ ആദ്യമായി കാണുന്നത് അടൂർ ഗോപാലകൃഷ്ണന്റെ *സ്വയംവര*ത്തിലാണ്. ഒരു വസ്തുവിനെ അതിന്റെ പല തലങ്ങളിലേക്കു പോയി വ്യാഖ്യാനിക്കാനുള്ള ശ്രമം ആദ്യമായി കാണുന്നതും ആ സിനിമയിലാണ്. ചിഹ്നശാസ്ത്രം മലയാള ചലച്ചിത്രഭാഷയിൽ കൃത്യവും സ്പഷ്ടവുമായി വിനിയോഗിക്കപ്പെട്ടതും *സ്വയംവര*ത്തിലാണ്.

'സെമിയോട്ടിക്സ്' അഥവാ 'ചിഹ്നശാസ്ത്ര'ത്തിൽ മൂന്നു പ്രധാന ഘടകങ്ങളുണ്ട്. ഒന്ന് 'നറേറ്റീവ്.' ദൃശ്യപാഠം എന്നതിനെ വിശേഷിപ്പിക്കാം. ദൃശ്യം കൊണ്ടുള്ള കഥനശൈലിയാണത്. രണ്ടാമത്തേത് 'സ്ട്രക്ചറലിസ്'മാണ്. നറേറ്റീവിനെ വീണ്ടും ഉപഘടകങ്ങളാക്കി മാറ്റിക്കൊണ്ടുള്ള ആഖ്യാസങ്കേതമാണിത്. ഉദാഹരണത്തിന് അ+ആ = അ ആ എന്നൊരു നറേറ്റീവ് എടുക്കുക. അടിസ്ഥാനപരമായൊരു നറേറ്റീവാണത്. അആ എന്ന സമഗ്രതയ്ക്കുള്ളിൽ ഘടകങ്ങളാവുന്ന എയും ബിയും എന്നാണതിനർത്ഥം. സിനിമയിൽ 'ബൈക്ക് റൈഡിങ്" എന്നെഴുതിയാൽ, ഒരാൾ ബൈക്ക് ഓടിച്ചുകൊണ്ടുപോകുന്നത് ചിത്രീകരിച്ചു കാണിച്ചാൽ അത് ബേസിക് വിഷ്വൽ നറേഷനാണ്. എന്നാൽ, ഇതു തന്നെ ഫ്രാഗ്മെന്റ് ചെയ്ത് ഘടകങ്ങളാക്കിയാൽ അർത്ഥം മാറാതെ തന്നെ നറേറ്റീവിൽ മാറ്റം വരും. ഉദാഹര

ണത്തിന് കിക്ക് ചെയ്തു സ്റ്റാർട്ടാക്കൽ, ബൈക്കിന്റെ സ്പീഡോമീറ്റർ, ഉരുളുന്ന ചക്രം, പുകവമിക്കുന്ന സൈലൻസർ എന്നിങ്ങനെ ദൃശ്യങ്ങൾ വിന്യസിച്ചാലും അത് ബൈക്ക്റൈഡിങ് തന്നെ ധ്വനിപ്പിക്കും. ഇതു രണ്ടും ആത്യന്തികമായി എ പ്ലസ് ബി സമം എബി എന്ന ആശയം തന്നെയാണ് സംക്രമിപ്പിക്കുന്നത്.

എന്നാൽ മൂന്നാമത്തേത് അങ്ങനല്ല. അ+ആ= ഇ എന്നൊരു ഫോർമുലയാണ് അതു മുന്നോട്ടുവയ്ക്കുന്നത്. അതായത് എയും ബിയുമായി യാതൊരു ബന്ധവുമില്ലാത്ത ഒരു അപരിചിതഫലശ്രുതിയിലേക്കെത്തിക്കുന്ന ഫോർമുല. ഒരാളിങ്ങനെ ബൈക്കോടിച്ചു പോവുകയാണെങ്കിൽ അയാളുടെ പിന്നിലിരിക്കുന്ന ഒരു പെൺകുട്ടിയുടെ ദുപ്പട്ട കാറ്റിലിങ്ങനെ പിന്നാക്കം പറക്കുന്നത് കാണിച്ചാലും ബൈക്ക് യാത്ര എന്ന ആശയം സ്ഥാപിച്ചെടുക്കാൻ സാധിക്കും. ഇവിടെ ബൈക്ക് കാണിക്കേണ്ട, ബൈക്ക് ഓടിക്കുന്ന ആളെയും കാണിക്കണ്ട. പെൺകുട്ടിയുടെ ശരീരഭാഗവും പിന്നാക്കം പായുന്ന ദുപ്പട്ടയും പിന്നിലേക്ക് പാറിപ്പറക്കുന്ന മുടിയും മാത്രം കാണിച്ചാൽ മതി. ശബ്ദപഥത്തിൽ ബൈക്കിന്റെ ഒച്ചയും കേൾപ്പിക്കാം. ഭൗതികമായി ബൈക്ക് കാണിക്കുകപോലും ചെയ്യാതെ അന്തർലീനമായ ആശയം പരസ്പര ബന്ധമില്ലാത്ത ദൃശ്യഘടകങ്ങളിലൂടെ സ്ഥാപിച്ചെടുക്കുകയാണിവിടെ. ബിംബരാശികളുടെ കലാപരമായൊരു പൊരുത്തമാണ് ഇവിടെ സംവേദനം സാദ്ധ്യമാക്കുന്നത്.

*സ്വയംവര*ത്തിൽ വിഷ്വൽ നറേറ്റീവിനെ ഇങ്ങനെ അർത്ഥപൂർണ്ണമായി മറ്റൊരു ദൃശ്യതലത്തിലേക്ക് സംവിധായകൻ ഉയർത്തിക്കൊണ്ടുപോയതായി കാണാം. ഉദാഹരണത്തിന് ഉത്സവമാണെന്ന് കെ പി എ സി ലളിതയുടെ കഥാപാത്രം പറയുകയാണ്. അപ്പോൾ പശ്ചാത്തലത്തിൽ ഒരു കതിനയുടെ ശബ്ദം മാത്രം നാം കേൾക്കുന്നുണ്ട്. സ്ക്രീനിൽ ചെറ്റയിൽ തിരുകിവച്ച ഒരു ചെറിയ നിലക്കണ്ണാടിയിൽ നോക്കി അവരൊരു പൊട്ടുകുത്തുകയാണ്. ഉത്സവമാണെന്നു സ്ഥാപിക്കാൻ സിനിമയിൽ സാധാരണ ചെയ്യുന്ന യാതൊരുവിധ ചിത്രീകരണങ്ങളുമില്ല. വെടിക്കെട്ടില്ല, എഴുന്നള്ളിപ്പില്ല, ക്ഷേത്രമില്ല, കെട്ടുകാഴ്ചകളില്ല ആഡംബരം പോയിട്ട് അത്യാവശ്യം കാഴ്ചപ്പെടേണ്ടതുപോലുമില്ല. പകരം ഒരു കതിനയുടെ പശ്ചാത്തലശബ്ദം കൊണ്ടുമാത്രം ഉത്സവം സ്ഥാപിച്ചെടുക്കുകയാണ് അടൂർ ഗോപാലകൃഷ്ണൻ. ദൃശ്യമാധ്യമത്തിന്റെ വ്യാകരണം അത്രമേൽ സൂക്ഷ്മമായി വിനിയോഗിക്കപ്പെട്ട സിനിമയാണ് *സ്വയംവരം*. പക്ഷേ, കഥാസാരവും ഉള്ളടക്കവും താരതമ്യം ചെയ്യുള്ള നിരൂപണശൈലികൾക്കിടയിൽ *സ്വയംവര*ത്തിന്റെ ദൃശ്യസവിശേഷതകളുടെ പേരിൽ ആ സിനിമ വേണ്ടത്ര പഠിക്കപ്പെടാതെ പോയോ എന്നെനിക്കു സംശയം തോന്നിയിട്ടുണ്ട്.

'സിങ്ക്രണൈസ്ഡ്' ശബ്ദമെന്നും 'അസിങ്ക്രണൈസ്' ശബ്ദമെന്നും രണ്ടുതരം ശബ്ദങ്ങളുണ്ടല്ലോ സിനിമയിൽ. സംഭാഷണവും ചലനങ്ങളുംപോലെ ക്രിയാനുബന്ധിയായ ശബ്ദങ്ങളാണ് സിങ്ക് സൗണ്ടിൽ ഉൾപ്പെടുക. എന്നാൽ ഒരു മുറിയിൽ രണ്ടു കഥാപാത്രങ്ങൾ തമ്മിൽ സംസാരിക്കുന്ന രംഗത്ത് സ്ക്രീനിൽ കാണുകപോലും ചെയ്യാത്ത സീലിങ് ഫാനിന്റെ കരകരപ്പുള്ള ശബ്ദം ഉപയോഗിക്കുന്നതിനെയാണ് 'അസിങ്ക്രണൈസ് സൗണ്ട്' എന്നു വിശേഷിപ്പിക്കുക. ഇത്തരം

ശബ്ദങ്ങൾ മലയാള സിനിമയിൽ ഏറ്റവും അർത്ഥപൂർണ്ണവും ധ്വന്യാത്മകവുമായി വിനിയോഗിച്ച കാണിച്ചതന്ന സംവിധായകനാണ് അടൂർ ഗോപാലകൃഷ്ണൻ. *സ്വയംവര*ത്തിലെ ആദ്യസീക്വൻസായ ബസ് യാത്രയിൽത്തന്നെ യാത്രയുടെ ദൈർഘ്യം വ്യഞ്ജിപ്പിക്കാൻ ഇത്തരം ശബ്ദവീചികളെ അദ്ദേഹം അതിവിദഗ്ധമായി വിനിയോഗിച്ചിട്ടുണ്ട്. ബർഗ്ഗ്സന്റെ 'ഡ്യൂറേഷൻ സിദ്ധാന്തം' വ്യക്തമാക്കുന്ന സന്ദർഭമാണിത്. ദൂരത്തിന്റെ അനുഭൂതി ഉണ്ടാക്കുന്ന ഒരു അളവായി അസിങ്ക്രണൈസ് സൗണ്ട് ഈ രംഗത്തുപയോഗിച്ചിരിക്കുന്നു. ഏഴു മിനിറ്റിനുള്ളിൽ മണിക്കൂറുകൾ യാത്ര ചെയ്തു എന്ന പ്രതീതി പ്രേക്ഷകരിലേക്കു സംവദിപ്പിക്കുന്നതിൽ ദൃശ്യത്തോടൊപ്പം ശബ്ദത്തെയും ബുദ്ധിപൂർവ്വം ഉപയോഗിച്ചിരിക്കുകയാണ്. അതുപോലെത്തന്നെ മറ്റൊരിടത്ത് *വിവാഹിത* എന്ന ചിത്രത്തിലെ അക്കാലത്തെ ഹിറ്റായ 'പച്ചമലയിൽ പവിഴമലയിൽ' എന്ന പാട്ട് പശ്ചാത്തലത്തിൽ ഒരു കുട്ടിയെക്കൊണ്ടു പാടിച്ചിട്ടുണ്ട്. ഇതൊക്കെ കൂടി 'സൗണ്ട് പേഴ്സ്പെക്റ്റീവി'ന്റെ ഒരു ശബ്ദശില്പം തന്നെയാണ് അടൂർ സൃഷ്ടിച്ചെടുത്തിട്ടുള്ളത്.

സാമൂഹികവും സാംസ്കാരികവുമായ ഒട്ടേറെ ബിംബരാശികളുടെ സംഗമമോ സംയോഗമോ ഒക്കെയായി *സ്വയംവര*ത്തെ കണക്കാക്കാം. തിക്കുറിശിയുടെ ട്യൂട്ടോറിയൽ കോളേജ് ഉടമ പണ്ട് സിനിമയെടുത്തു നഷ്ടം വന്ന കാര്യമൊക്കെ പറയുന്നതോർക്കുക. തിരുവനന്തപുരം ഭാഷണഭേദം, സാംസ്കാരികത്തനിമ ഒക്കെ നന്നായി പ്രതിഫലിപ്പിച്ച സിനിമ. ശ്രീകുമാർ തിയേറ്ററിനു മുന്നിലൂടി വിശ്വം നടന്നു പോകുന്നതും, രാഷ്ട്രീയനേതാവ് അലറി പ്രസംഗിക്കുന്നതും എല്ലാം കാലികപ്രസക്തിയുള്ള സമൂഹത്തിന്റെ നേർക്കാഴ്ചകളാണ്.

ഞാൻ കോളേജിൽ പഠിക്കുന്ന കാലത്താണ് *സ്വയംവരം* റിലീസാവുന്നത്. കവിയൂരിൽനിന്ന് അതുകാണാനായി മാത്രം തിരുവല്ല വരെ നടന്നു പോയതും രാത്രി സാഹസികമായി തിരികെ നടന്നതുമൊക്കെ നല്ല ഓർമ്മയുണ്ട്. ഒരുപാട് റിസ്കെടുത്തുള്ള ആ സിനിമ കാഴ്ച ഇന്നും ഓർമ്മയിൽ മങ്ങാതെ നില്ക്കുന്നൊരു അനുഭവമാണ്. ആദ്യം തിയേറ്ററിലെത്തിയപ്പോൾ സാധാരണ പ്രേക്ഷകർ ചിത്രം സ്വീകരിച്ചില്ല. എന്നാൽ, ഞങ്ങളുടെ കാര്യം വ്യത്യസ്തമായിരുന്നു. ഞങ്ങൾക്കന്ന് 'ചങ്ങനാശ്ശേരി ഫിലിം സൊസൈറ്റി' എന്ന താരതമ്യേന മികച്ച രീതിയിൽ പ്രവർത്തിക്കുന്ന ഫിലിം പ്രസ്ഥാനവുമായി ബന്ധമുണ്ട്. അവരാണ് *സ്വയംവരം* പ്രദർശിപ്പിക്കുന്നത്. സത്യത്തിൽ ഇത്രയേറെ ധ്വനിസാന്ദ്രമായ ഒരു സിനിമ കണ്ട് ആസ്വദിക്കാനാവുന്നൊരു പ്രേക്ഷകവൃന്ദത്തെയാണ് അടൂർ ഗോപാലകൃഷ്ണനും കുളത്തൂർ ഭാസ്കരൻ നായരും ചേർന്ന് ആദ്യം കേരളത്തിൽ വളർത്തിയെടുത്തത്. 'ചിത്രലേഖ'യിലൂടെ അവർ തുടങ്ങിവച്ച ആ വിപ്ലവത്തിന്റെ പരിണതിയായിട്ടാണ് *സ്വയംവരം* പോലൊരു സിനിമയെ മനസ്സിലാക്കാൻ പറ്റുന്ന ഒരു കൂട്ടം പ്രേക്ഷകർ കേരളത്തിലങ്ങോളമിങ്ങോളം ഉണ്ടായിവന്നത്. സത്യം പറഞ്ഞാൽ ചലച്ചിത്രകാരൻ എന്ന നിലയ്ക്ക് എന്നെയൊക്കെ പ്രചോദിപ്പിച്ചത് *സ്വയംവര*മടക്കമുള്ള ചിത്രങ്ങളാണ്.

ഓരോ തവണ കാണുമ്പോഴും പുതിയ ഉൾക്കാഴ്ച നല്കുന്ന, ഓരോ ഭാഗങ്ങളിലും പുതിയ പുതിയ ദർശനങ്ങൾ ലഭിക്കുന്ന സിനിമയാണ് *സ്വയംവരം*. ഓരോ തവണ കാണുമ്പോഴും ഒരു പുതിയ ദൃശ്യാനുഭവമാണ് അതു നല്കുന്നത്. "അയ്യോ ഇതിന്

ഇങ്ങനെയൊരു ധ്വനിയുണ്ടായിരുന്നല്ലോ!" എന്നു തോന്നിപ്പിക്കും. കലയുടെ അനശ്വരതയ്ക്ക് ഉദാഹരണമാണ് ഈ ചിത്രം.

പണ്ട് സത്യജിത് റേയോടു ഒരു പത്രക്കാരൻ ചോദിച്ചു, "അങ്ങേയ്ക്ക് ഏറ്റവും ഇഷ്ടമുള്ള ഒരു സിനിമ വീണ്ടും നിർമ്മിക്കാനവസരം കിട്ടിയിൽ ഏതു തെരഞ്ഞെടുക്കും?" *പഥേർ പാഞ്ചാലി*യിലടക്കം തനിക്കു തൃപ്തിക്കുറവുള്ള കാര്യങ്ങൾ മാറ്റിച്ചെയ്യും എന്നു വിവരിച്ച റേ അവസാനം *ചാരുലത*യുടെ കാര്യത്തിൽ മാത്രം തറപ്പിച്ചു പറഞ്ഞു-"ഇനിയൊരവസരമുണ്ടായാലും അത് ഇങ്ങനെതന്നെയായിരിക്കും!" *സ്വയംവര*ത്തിന്റെ കാര്യത്തിലും അതു ശരിയാണെന്ന് എനിക്കു തോന്നിയിട്ടുണ്ട്. അതിൽ ഒരു ഷോട്ടുപോലും മാറ്റിവയ്ക്കാനില്ല, കൂട്ടിച്ചേർക്കാനും. അത് അതിൽത്തന്നെ പൂർണ്ണമാണ്. കാലികമായോ അല്ലാതെയോ അടൂർ ഗോപാലകൃഷ്ണനോ മറ്റാർക്കെങ്കിലുമോ മാറ്റിപ്പണിയാനാവാത്ത ദൃശ്യശില്പമാണ് *സ്വയംവരം.* അതാണ് അതിന്റെ കലാപരമായ പ്രസക്തിയും.

ഉത്തമകലയുടെ ദൃഷ്ടാന്തങ്ങൾ

വിനോദ് സുകുമാരൻ

സംസ്ഥാന അവാർഡ് ചലച്ചിത്രസന്നിവേശകനും സംവിധായകനും. പൂണെ ഫിലിം ആൻഡ് ടെലിവിഷൻ ഇൻസ്റ്റിറ്റ്യൂട്ടിൽ നിന്ന് ഡിപ്ലോമ. ഒരേ കടൽ, ഇവൻ മേഘരൂപൻ എന്നിവയ്ക്ക് ചിത്രസന്നിവേശത്തിനുള്ള സംസ്ഥാന അവാർഡ്, ഡയറി ഓഫ് എ ഹൗസ് വൈഫിന് കഥേതര ചിത്രത്തിനുള്ള ദേശീയ അവാർഡ് എന്നിവ നേടി. ഹരം എന്ന സിനിമ സംവിധാനം ചെയ്തു. ഇപ്പോൾ കോട്ടയം കെ ആർ നാരായണൻ ഇൻസ്റ്റിറ്റ്യൂട്ട് ഓഫ് വിഷ്വൽ ആർട്സ് ആൻഡ് സയൻസസിൽ എഡിറ്റിങ് അദ്ധ്യാപകൻ.

സിനിമ കലാരൂപമാകുന്നത് സിനിമയുടെ വ്യാകരണത്തിന്റെ ശരിയായ ഉപയോഗംകൊണ്ടാണ്. കഥാപാത്രത്തിന്റെ വികാരങ്ങൾ അനുവാചകന് തൊട്ടുനോക്കിയറിയാൻ കഴിയുംവിധം അനുഭവവേദ്യമാക്കുമ്പോഴാണ് കലാസൃഷ്ടി ഉത്തമമാകുന്നത്. മനുഷ്യന്റെ നിലനില്പിനായുള്ള അന്വേഷണവും എല്ലാ ഉത്തമകലകളിലൂടെയും സംഭവിക്കുന്നു(എക്സ്പ്ളോറിങ് എക്സ്റ്റൻഷ്യലിസം). 1948 ൽ ആലക്സാന്ദ്ര ഓസ്ട്രുക് എന്ന വിഖ്യാത ചലച്ചിത്രനിരൂപകൻ മുന്നോട്ടുവച്ച ഓറ്റിയൂർ തിയറി എന്ന ആശയമാണ് ഫ്രഞ്ച് നവതരംഗത്തിന് വഴിവെച്ചത്. സംവിധായകൻ സിനിമയുടെ എല്ലാ മേഖലകളിലേയും സർഗ്ഗപരമായ പ്രകാശനത്തിന്റെ അന്തിമവാക്കാകുകയും സിനിമയുടെ സൃഷ്ടാവ് എന്ന സമഗ്രപദവിയിലേക്ക് ഉയരുകയും ചെയ്യണമെന്നാണ് അതിൽ നിർദ്ദേശിച്ചത്. ഓരോ കലാസൃഷ്ടിയും സമൂഹത്തെ ശുദ്ധീകരിക്കുകയോ നവീകരിക്കുകയോ ചെയ്യേണ്ടതുണ്ട്. അങ്ങനെ കലാകാരൻ കൾച്ചറൽ ഫിസിഷ്യൻ പദവിയിലേക്കും ഉയരുന്നു. *സ്വയംവര*ത്തിന്റെ ഘടനയിലും ഇതിവൃത്തത്തിലും പാത്രസൃഷ്ടിയിലും രൂപകല്പനയിലുമെല്ലാം മേല്പറഞ്ഞ ഘടകങ്ങളെല്ലാം ഇഴകിച്ചേർന്നിരിക്കുന്നതായി കാണാം. ലോകസിനിമയിൽനിന്ന് ഊർജ്ജം ഉൾക്കൊണ്ട് പില്ക്കാലത്ത് മലയാളത്തിൽ കരുത്താർജ്ജിച്ച നവതരംഗസിനിമകളുടെ സവിശേഷതകൾ ആദ്യമായി *സ്വയംവര*ത്തിൽ അടയാളപ്പെടുത്തപ്പെട്ടിരിക്കുന്നു.

അടൂർ ഉപയോഗിച്ച സോഷ്യൽ റിയലിസം എന്ന സങ്കേതമാണ് സിനിമയുടെ ശില്പഘടനയുടെ സവിശേഷത. അന്നേവരെ സാമ്പ്രദായിക സിനിമയിലൂടെ മലയാളം ദർശിച്ചത് ഫിക്ഷണൽ റിയലിസം ആണ്. പരമ്പരാഗതമായി കണ്ടുവരുന്ന നായകൻ-വില്ലൻ ശ്രേണിയുടെ ക്രമാനുഗത വളർച്ചയും ഏറ്റുമുട്ടലുമാണ് അതിൽ. അതുകൊണ്ടുതന്നെ വരാൻപോകുന്ന കഥാപാത്രത്തെക്കുറിച്ചും സംഭവങ്ങളുടെ പരിണിതിയെക്കുറിച്ചുമുള്ള വ്യക്തമായ ധാരണ അറിഞ്ഞോ അറിയാതെയോ പ്രേക്ഷകനുകിട്ടിക്കൊണ്ടിരിക്കും. എന്നാൽ ചുറ്റുമുള്ളത് തന്നെ സിനിമയിലും സംഭവിക്കുന്നു എന്ന ധാരണ സൃഷ്ടിക്കുകയും മുന്നിൽ തെളിയുന്നത് മായാജാലമല്ല യാഥാർത്ഥ്യം തന്നെയെന്ന് അനുവാചകനെ ധരിപ്പിക്കുകയും ചെയ്യുന്നു എന്നതാണ് സോഷ്യൽ റിയലിസത്തിന്റെ പ്രത്യേകത. രണ്ടാലോകയുദ്ധത്തിനുശേഷമുണ്ടായ സാമൂഹിക കലാവിപ്ലവത്തിന്റെ ഭാഗമായി സംഭവിച്ച ഫ്രഞ്ച് ന്യൂവേവിന്റെ സുപ്രധാന സവിശേഷതയായിരുന്നു ഈ സങ്കേതം.

സ്വയംവരം തുടങ്ങുന്നതുതന്നെ ദൈർഘ്യമേറിയ ബസ് യാത്രയിലൂടെയാണ്. ദൈർഘ്യമേറിയ ഷോട്ടുകൾ ന്യൂവേവിന്റെ സുപ്രധാന ചുവടുമാറ്റമാണ്. ഫിക്ഷണൽ റിയലിസത്തിൽനിന്നും സോഷ്യൽറിയലിസത്തിലേക്ക് എത്തി എന്നതാണ് ന്യൂവേവിന്റെ ഭാഗമായി ഇന്ത്യൻ ചലച്ചിത്രമേഖലയിൽ സംഭവിച്ച പ്രധാന മാറ്റം. നിരവധിപേരുടെ യാത്ര വിശദമായി കാണിക്കുകയും അതിൽ രണ്ടുപേർ എന്ന മട്ടിൽ ക്യാമറ നായികാനായകന്മാരിലേക്ക് എത്തുകയും ചെയ്യുന്നു. മൊത്തം സിനിമ തന്നെ ഒരിടത്തുനിന്നും മറ്റൊരിടത്തേക്കു് പലായനമാണ്. ദൈർഘ്യമേറിയ ദൃശ്യത്തിലൂടെ തുടങ്ങി പശ്ചാത്തലത്തിന്റെ സ്വഭാവത്തിനനുസരിച്ച് മാറി അവസാനഭാഗത്ത് സിനിമയുടെ താളം മാറുന്നതും കാണാം. കഥാപാത്രങ്ങളുടെ പശ്ചാത്തലം മാറുന്നതിന് അനുസരിച്ച് സോഷ്യൽ റിയലിസ്റ്റിക് കാഴ്ചാനുഭവവും മാറുകയാണ്.

ഹോട്ടലുകളിൽ എത്തുമ്പോഴും പിന്നീട് നഗരപ്രാന്തത്തിലെ കുടിലിലേക്ക് മാറുമ്പോഴും സംവിധായകൻ ബോധപൂർവ്വം സിനിമയുടെ താളം മാറ്റിയെടുക്കുന്നത് കാണാം. ഈ താളഗതിക്ക് അനുസൃതമായ ഷോട്ടുകളും എഡിറ്റിങ്ങുമാണ് സ്വീകരിച്ചിട്ടുള്ളത്. കഥാപാത്രങ്ങളുടെ വൈകാരികാവസ്ഥയുടെ പ്രകാശനത്തിന് ദൃശ്യഭാഷതന്നെ ഉപയോഗപ്പെടുത്തുന്നു.

ദൈർഘ്യമേറിയ ദൃശ്യങ്ങളുടെ ഊർജ്ജം പരമാവധി ഉപയോഗപ്പെടുത്തിയ സംവിധായകനാണ് തർക്കോവ്സ്കി. പറയാൻപോകുന്ന കാര്യം നന്നായി ഊന്നിപറയാൻ പറ്റും എന്നതാണ് അവയുടെ ഏറ്റവും വലിയ ഗുണം. സ്പെയ്സിനെയും ടൈമിനെയും കഥാപാത്രത്തെയും ആസ്വാദകരിലേക്ക് ഇറക്കിവിടാനാകും. കാല്പനികമായ ഒരു ടൈമിൽ അല്ല യഥാർത്ഥ ടൈമിൽതന്നെയാണ് സിനിമ സംഭവിക്കുന്നതെന്ന് തോന്നിപ്പിക്കുന്നു. ബസ് യാത്രയ്ക്കൊപ്പം ഏഴുമിനിറ്റ് അനുവാചകനും ഒപ്പമുണ്ട്. അവർ ഹോട്ടലിൽ എത്തിച്ചേർന്നശേഷം ഫാന്റസികളിലൂടെ അവരുടെ സമാഗമത്തിന്റെ മൊണ്ടാഷ് കാട്ടിത്തരുന്നു. വെറും മൊണ്ടാഷ് എന്നതിനപ്പുറം അവരുടെ ഭൂതകാലത്തിന്റെ ഡോക്യുമെന്റേഷൻ കൂടിയാണത്, ഒപ്പം ഭാവിയെപ്പറ്റിയുള്ള സൂചനയുമുണ്ട്. വളരെ ബോധപൂർവ്വം രണ്ടോ മൂന്നോ സംഭവങ്ങളാണ്

അതിൽ കോർത്തിണക്കിയിരിക്കുന്നത്. റിട്രോസ്പെക്ടീവ് എസ്പോസിറ്ററി മെതേഡ് എന്ന ഇബ്സൻ മുന്നോട്ടുവച്ച സങ്കേതമാണിത്. മദ്ധ്യവർഗ്ഗത്തിന്റെ പ്രതിനിധികൾ എന്ന നിലയിൽ അവർക്ക് ഭാവിയെക്കുറിച്ചുള്ള സിനിമാറ്റിക് ആയ കാല്പനിക പ്രതീക്ഷകളെ മുഖ്യധാര സിനിമയുടെ ക്യാമറ ചലനങ്ങളിലൂടെയും കട്ടുകളിലൂടെയും കോർത്തിണക്കിയിരിക്കുന്നു.

സമൂഹത്തിന്റെ പോക്കിനാൽ അറിഞ്ഞോ അറിയാതെയോ നാമൊരുത്തരുടേയും ജീവിതം തകർക്കപ്പെട്ടുകൊണ്ടിരിക്കുകയാണ് എന്ന ചിന്ത ക്രമേണ സിനിമയിലേക്ക് എത്തുന്നത് കാണാം. വളരെ പതുക്കെ മാത്രമേ വിശ്വവും സീതയും ഇക്കാര്യം തിരിച്ചറിയുന്നുള്ളൂ. സാധാരണ സിനിമകളിൽ പ്രാതിനിധ്യസ്വഭാവമുള്ള വില്ലൻ കഥാപാത്രങ്ങളെ സൃഷ്ടിച്ച് പ്രതിസ്ഥാനത്ത് നിർത്തുമെങ്കിൽ സോഷ്യൽ റിയലിസം കൈകാര്യം ചെയ്യുന്ന സിനിമ നേരിട്ട് സമൂഹത്തെ തന്നെ മുഖ്യപ്രതിയായി മുന്നിലേക്ക് നിർത്തുന്നു. മനുഷ്യനും സമൂഹവും തമ്മിലുള്ള നേർക്കുനേർ ഏറ്റുമുട്ടലാണ് സംഭവിക്കുന്നത്.

ഓഡിയൻസ് മസ്റ്റ് തിങ്ക് മോർ ഫീൽ ലെസ് എന്ന ചിന്ത ന്യൂവേവിന് ശേഷം വന്ന പ്രധാന ആശയമാണ്. *സ്വയംവര*ത്തിൽ ആദ്യാവസാനം ഇക്കാര്യം ദർശിക്കാം. പ്രേക്ഷകൻ വൈകാരികമായി കഥാപാത്രത്തോട് അടുപ്പമുണ്ടാക്കാൻ സംവിധായകൻ അനുവദിക്കുന്നില്ല. വിശ്വനാഥന്റെയും സീതയുടെയും പ്രണയമായാലും വിഷമാവസ്ഥയായാലും അത് പ്രേക്ഷകൻ ഏറ്റെടുക്കാതിരിക്കാനായി കട്ട് ചെയ്ത് മാറ്റപ്പെടുന്നു. സാമ്പ്രദായിക സിനിമ ഇത്തരം സന്ദർഭം പരമാവധി പൊലിപ്പിച്ച് എടുക്കുകയാണ് ചെയ്യുന്നത്. അപ്പോൾ അനുവാചകൻ ഇഴുകിച്ചേർന്ന് അതിനോട് ഇണങ്ങുന്ന സ്ഥിതിവരും. ഇഴുകിച്ചേരാനല്ല, പ്രേക്ഷകനെ ചിന്തിക്കാനും ഒന്നുമാറ്റിനിർത്തി കാര്യങ്ങൾ ബോദ്ധ്യപ്പെടുത്താനുമാണ് അടൂർ ശ്രമിക്കുന്നത്.

ഫിക്ഷണൽ റിയാലിറ്റി കാണിക്കുന്ന സിനിമകളിൽ നായകനും വില്ലനും തമ്മിലുള്ള സംഘർഷത്തിനൊടുവിൽ ഒത്തൊരുമ സൃഷ്ടിക്കുന്നത് ഇതിവൃത്തത്തെ പെട്ടെന്ന് അരാഷ്ട്രീയമാക്കിക്കൊണ്ടാണ്. ഉള്ളടക്കത്തിലെ രാഷ്ട്രീയപരമായ ചിന്ത ഇല്ലാതാക്കുകയാണ് രീതി. അങ്ങനെയാണ് സാമ്പ്രദായിക സിനിമകളിൽ ഐക്യപ്പെടൽ (ഹാർമണി) സൃഷ്ടിക്കുക. എന്നാൽ സ്രഷ്ടാവിന്റെ നിലപാട് സോഷ്യൽ റിയാലിറ്റി സിനിമകളിൽ വെളിപ്പെടും. പ്രതീക്ഷിക്കാത്ത രീതിയിൽ പല കഥാപാത്രങ്ങളും മുന്നിലേക്ക് വന്ന് അനുവാചകനെ അസ്വസ്ഥതപ്പെടുത്തും. ഗോപി അവതരിപ്പിക്കുന്ന തൊഴിലാളി, മില്ലിലെ കണക്കപ്പിള്ള ഇവരെല്ലാം പലതരം ഇസങ്ങളുടെ പ്രതിനിധികളാണ്.

വളരെ സുരക്ഷിതമായ സാമൂഹ്യ അവസ്ഥയിൽനിന്ന് യാത്രചെയ്ത് വളരെ ആശങ്ക ഉളവാക്കുന്ന അരികുജീവിതങ്ങളിലേക്ക് അനുവാചകനെ തുറന്നുവിടുകയാണ് ചെയ്തിരിക്കുന്നത്. എന്നാൽ ആ ജീവിതയാഥാർത്ഥ്യമാണ് സീതയ്ക്ക് ധൈര്യവും മുന്നോട്ടുപോകാനുള്ള നിശ്ചയദാർഢ്യവും നല്കുന്നത്. സീത വിദ്യാസമ്പന്നയാണ്. എന്നാൽ അവർ ഒരു സ്ത്രീയുടേതായ ധൈര്യവും ആവേശവും ഒക്കെ തിരിച്ചറിഞ്ഞത് കല്യാണി, ജാനകി എന്നീ സാധാരണ സ്ത്രീകളുടെ അടുത്ത് എത്തിയപ്പോഴാണ്. അതിന്റെ തീരുമാനമാണ് സിനിമ അവസാനിക്കുന്ന സമയത്ത്

അവരുടെ മുഖത്ത് നിറയുന്നത്. താഴെത്തട്ടിലുള്ള സ്ത്രീകൾ പ്രതിസന്ധിക്കുമുന്നിൽ പകച്ചുപോകുന്നവരല്ല. നിലനില്പിനുവേണ്ടി എല്ലായ്പ്പോഴും യുദ്ധസന്നദ്ധരായി മുന്നിൽ നില്ക്കുന്നവരാണവർ. മുന്നിലുള്ള നെറികെട്ട പുരുഷാധിപത്യസമൂഹത്തോട് രണ്ടുതരത്തിൽ പടവെട്ടി നില്ക്കുന്നവരാണ് കല്യാണിയും ജാനകിയും. അതുകൊണ്ടുതന്നെയാണ് *സ്വയംവരം* അഗാധമായ മനുഷ്യപറ്റുള്ള സ്ത്രീപക്ഷ സിനിമയാകുന്നത്.

സീതയുമായുള്ള ശാരദയുടെ പകർന്നാട്ടം അതിവൈകാരികമാകാൻ സാദ്ധ്യതയുള്ള ഒന്നാണ്. എന്നാൽ അതെല്ലാം കൃത്യമായ ശിക്ഷണംകൊണ്ടെന്നവണ്ണം നിയന്ത്രിക്കപ്പെട്ടിരിക്കുന്നു. അഭിനേതാക്കളെന്ന നിലയിൽ അന്നോളം കണ്ട ശാരദയും മധുവും അല്ല. അവിടെ ചലച്ചിത്രകാരൻ സ്രഷ്ടാവ് അല്ലെങ്കിൽ ഓഥർ എന്ന നിലയിലേക്ക് ഉയരുകയാണ്. സിനിമയുടെ ഓരോ ചലനവും ഇലയനക്കവും സ്രഷ്ടാവിന്റെ നിയന്ത്രണത്തിലാണ്. സാമ്പ്രദായിക സിനിമയിൽ വൈകാരിക രംഗങ്ങളിൽ ഊന്നൽ നല്കാൻ സംഗീതത്തെ ഉപയോഗിക്കും. ഇവിടെ സംഗീതമില്ല, പകരം യഥാർത്ഥ ശബ്ദങ്ങൾ പ്രത്യേക വൈദഗ്ദ്ധ്യത്തോടെ ഉപയോഗിച്ചിരിക്കുന്നു.

വിശ്വനാഥൻ മദ്യപിച്ചിട്ട് വീട്ടിൽ എത്തുമ്പോൾ സീതയുടെ പ്രതികരണം എത്ര വിദഗ്ദ്ധമായാണ് അവതരിപ്പിച്ചിരിക്കുന്നത്. നിശ്ശബ്ദമായ രാത്രിയുടെ ഒറ്റപ്പെടലിൽ അവരുടെ സങ്കടവും ദുഃഖവുമെല്ലാം പ്രകടമാകുന്നു. സാധാരണ ഇത്തരം രംഗങ്ങളിൽ അനുവാചകനിൽ സങ്കടം ജനിപ്പിക്കാൻ പശ്ചാത്തലസംഗീതത്തിന്റെ പ്രകമ്പനമുണ്ടാകും. എന്നാൽ അതേ വിഷമാവസ്ഥ മിതമായ അവതരണത്തിലൂടെ നന്നായി പ്രകടിപ്പിക്കാൻ സംവിധായകനായി. ഷോട്ടുകൾ ഉപയോഗിക്കുന്ന രീതിയിലെ ഒതുക്കവും ശ്രദ്ധേയം. ട്രാക്ക് ഷോട്ടുകൾ ഉപയോഗിച്ചിട്ടേയില്ല. ക്ലോസ് ഷോട്ടും പാൻ ഷോട്ടുകളുമാണ് കൂടുതൽ. ക്ലോസ് ഷോട്ടുകളിലൂടെയാണ് കഥപറയുന്നത്.

വിശ്വനാഥൻ മരിക്കുന്നത് കാണിക്കുന്നില്ല. അയാൾ ജീവിച്ചിരിക്കുന്നതാണ് അയാളെ കാണിക്കുന്ന അവസാന ഷോട്ട്. അയാളുടെ കണ്ണുകൾ അനങ്ങുന്നത് കാണിക്കുന്നു. മരിച്ചു എന്ന് ബോദ്ധ്യപ്പെടുത്തുന്നത് സീതയുടെ റിയാക്ഷനിലൂടെയാണ്. വിശ്വനാഥന്റെ മരണം സീതയുടെ മുഖത്താണ് കാണിച്ചിരിക്കുന്നത്. മരണം കാണുന്ന സീതയുടെ മുഖത്തിന് പശ്ചാത്തലമായി കേൾക്കുന്നത് മരം മുറിച്ചുമാറ്റുന്ന ഈർച്ചവാളിന്റെ ശബ്ദം. അതിസുന്ദരമായി മെനഞ്ഞെടുത്തിട്ടുള്ള സീനാണത്. കഥാപാത്രങ്ങളുടെ വൈകാരികാവസ്ഥ പ്രതിഫലിപ്പിക്കാനുള്ള അനുബന്ധഘടകമായി ശബ്ദത്തെ ഉപയോഗിക്കുന്ന ലെയ്റ്റ് മൗട്ടിഫ് എന്ന സങ്കേതം അതിവിദഗ്ദ്ധമായി ഇവിടെ അട്ടൂർ സന്നിവേശിപ്പിച്ചു. ശബ്ദത്തെ അങ്ങനെ ഉപയോഗിക്കുന്ന രീതി അന്നോളം അന്യമായിരുന്നു. ലൊക്കേഷനിലെ ശബ്ദം തന്നെയാണ് റെക്കോർഡ് ചെയ്ത് ഉപയോഗിച്ചിരിക്കുന്നത്.

സിനിമയുടെ അവസാനഭാഗത്തേക്ക് എത്തുമ്പോൾ അതുവരെയുള്ള കട്ടുകളിൽനിന്ന് മാറിയുള്ള ഓരോ ഫെയ്ഡിനും സീതയുടെ തിരിച്ചറിവിന്റെ വെളിപ്പെടുത്തലായി ഉപയോഗിച്ചിരിക്കുന്നു. വീട്ടിലെ ദേവീചിത്രം വിഷ്വൽ മോട്ടീഫ് ആയി

കടന്നുവരുന്നു. മലയാള സിനിമയിൽ പുതുതരംഗത്തിന് *സ്വയംവരം* തുടക്കംകുറിച്ചെങ്കിൽ ഇതെല്ലാമാണ് അതിന്റെ ദൃഷ്ടാന്തങ്ങൾ. അതാത് കാലത്തെ കേരളീയ സാഹചര്യത്തിന്റെ രേഖപ്പെടുത്തലാണ് അടൂർ സിനിമകളിലൂടെ ചെയ്തിരിക്കുന്നത്. അത് മഹത്തായ ഏത് കലയുടെയും ധർമ്മമാണ്. അങ്ങനെയാണ് കല കാലത്തെ അതിജീവിക്കുന്നത്.

മലയാളിയുടെ മാറ്റമില്ലാത്ത സ്വയംവര ജീവിതം

സനൽകുമാർ ശശിധരൻ

ചലച്ചിത്രസംവിധായകനും കവിയും. അഭിഭാഷകനാണ്. ജനപങ്കാളിത്തത്തോടെ സ്വതന്ത്രമായ ചലച്ചിത്രങ്ങൾ നിർമ്മിക്കുക എന്ന ലക്ഷ്യത്തോടെ കാഴ്ച ചലച്ചിത്രവേദി സ്ഥാപിച്ചു. 3 ഹ്രസ്വചിത്രങ്ങളും, ഒരുമുഴുനീള ചലച്ചിത്രവും നിർമ്മിച്ചു മികച്ച സംവിധായകനുള്ള സംസ്ഥാന അവാർഡ്, മികച്ച ചിത്രത്തിനുള്ള സംസ്ഥാന പുരസ്കാരം, റോട്ടർഡാം ചലച്ചിത്രമേളയിൽ മികച്ച ചിത്രത്തിനുള്ള ബഹുമതി എന്നിവ നേടി. ഒരാൾപ്പൊക്കം, ഒഴിവുദിവസത്തെ കളി, സെക്സിദുർഗ്ഗ, ചോല, കയറ്റം തുടങ്ങിയവ പ്രധാന ചിത്രങ്ങൾ.

ചലച്ചിത്രങ്ങൾ ഉണ്ടാകുന്നതു ചരിത്രത്തെ ലക്ഷ്യം വച്ചല്ല. എങ്കിലും കാമ്പുള്ള ചലച്ചിത്ര സൃഷ്ടികൾ വർത്തമാനത്തിൽനിന്നു വളരുകയും ചരിത്രത്തിനു വേണ്ടി സ്വയം പരുവപ്പെടുകയും ചെയ്യാറുള്ളത് നാം കണ്ടിട്ടുണ്ട്. അൻപതുവർഷം പിന്നിടുന്ന ഒരു ചലച്ചിത്രത്തെ വീണ്ടും കാണുമ്പോൾ ഞാൻ രണ്ടു കാര്യങ്ങളാണു ശ്രദ്ധിക്കുന്നത്. ഒന്ന്, ആ ചലച്ചിത്രം പറയാൻ ശ്രമിക്കുന്ന 50 വർഷം മുൻപുള്ള ജീവിതവും കഥപറച്ചിലിന് അത് സ്വീകരിച്ച കലാരീതിയും. രണ്ട്, അതേ ചലച്ചിത്രം അതിന്റെ സ്രഷ്ടാവിന്റെയും അയാൾ ലക്ഷ്യം വച്ചിട്ടുണ്ടാകുമായിരുന്ന പ്രേക്ഷകരുടെയും പരിധി-പരിമിതികളിൽനിന്നും തെന്നിമാറി മറ്റൊരു കാലത്തു മറ്റൊരു പ്രേക്ഷകനോടു സംവദിക്കുന്ന വിധം.

ഏതാണ്ട് 20 വർഷം മുൻപു മാത്രമാണ് അടൂർ ഗോപാലകൃഷ്ണന്റെ *സ്വയംവരം* ഞാൻ ആദ്യം കാണുന്നത്. പ്രണയവും ഓടിപ്പോക്കും വാടകവീടും ഇല്ലായ്മകളുടെ അങ്കലാപ്പുകളുമായി *സ്വയംവര*ത്തിലെ വിശ്വത്തിന്റേതിനു സമാനമായ രീതിയിൽ ജീവിക്കുകയായിരുന്ന കാലം. അന്നും അതെനിക്ക് ഒരു പഴയ ചലച്ചിത്രമായിരുന്നില്ല. ഞാൻ ജീവിക്കുന്ന സാധാരണ ജീവിതം എന്നതിനെ ഞാൻ കണ്ടു. ലോകം തന്നെ കീഴ്മേൽ മറിഞ്ഞ 20 വർഷങ്ങൾക്കുശേഷം ആ സിനിമ വീണ്ടും കാണുമ്പോൾ കലാരൂപമോ കാലത്തിന്റെ നഖപ്പാടുകളോ എന്ന നിലയിലല്ലാതെ ചലച്ചിത്രം

എന്ന സംവേദനമാധ്യമം ഒരു ജനതയുടെ സാംസ്കാരിക മാപിനിപോലെ പ്രവർത്തിക്കുന്നതെങ്ങനെ എന്നെനിക്കു കാണാൻ കഴിയുന്നുണ്ട്.

*സ്വയംവര*ത്തിൽ 50 വർഷം മുൻപു പ്രതിഫലിച്ച കേരളീയ ജീവിതത്തിന്റെ പ്രണയവും ഒളിച്ചോട്ടവും വിപ്ലവവും തൊഴിലില്ലായ്മയും നിരാസവും അന്യത്വബോധവും അരക്ഷിതാവസ്ഥയും ആണധികാരവും പെണ്ണവശതയുമൊക്കെ ഇപ്പോൾ കാണുമ്പോൾ, 50 വയസ്സായ ഒരു സിനിമയെ മാത്രമല്ല 50 വർഷം കേരളത്തിന്റെ ജീവിതം അടിത്തട്ടുകളിൽ ഇപ്പോഴും ഇളക്കമില്ലാതെ തുടരുന്നു എന്ന ദുഃഖകരമായ വസ്തുതയെക്കൂടിയാണ് നാം അഭിമുഖീകരിക്കുന്നത്. എങ്ങനെയാണ് ചലച്ചിത്രം എന്ന കലാമാധ്യമം ഒരു ജനതയുടെ താല്ക്കാലിക വിനോദസംപ്രേഷണോപാധി എന്നതിലപ്പുറം സാംസ്കാരിക സ്വത്വനിർമ്മിതിയെ സഹായിക്കുന്ന ആത്മദർപ്പണമായി പ്രവർത്തിക്കുന്നത് എന്നതിന്റെ വളരെ നല്ല ഉദാഹരണമാണ് *സ്വയംവരം* പ്രണയികൾ ഒളിച്ചോടുന്നതും അപരിചിതവും അപ്രതീക്ഷിതവുമായ സാഹചര്യങ്ങളിൽ ജീവിക്കാനായി മത്സരിക്കുന്നതും, ഏതുരീതിയിലും പ്രണയം എന്ന 'വെല്ലുവിളി'യെ തകർക്കാനുള്ള യാഥാസ്ഥിതിക സമൂഹത്തിന്റെ നിതാന്തജാഗ്രതയ്ക്കു മുന്നിൽ തകർന്നടിയുന്നതുമായ സാമൂഹിക സാഹചര്യം ഇന്നും ഏറെയൊന്നും മാറ്റമില്ലാതെ തുടരുന്നു. പ്രണയം എന്ന ജന്തുസഹജമായ അടിസ്ഥാനസത്യത്തെ ശത്രുതാമനോഭാവത്തോടെ കാണുന്നതിൽ ഇന്നും വലിയ മാറ്റങ്ങളൊന്നും വന്നിട്ടില്ല.

സിനിമ സ്വയം പുതുക്കുന്നതുകൊണ്ടാണ് *സ്വയംവരം* ഇപ്പോഴും കാലികമായി തോന്നുന്നതെന്ന് ഒരുപക്ഷേ, കലാനിരൂപകർ പറഞ്ഞേക്കും. പക്ഷേ, കഥപറച്ചിൽ എന്നതിലപ്പുറം ഒരേസമയം സിനിമ അതിന്റെ നിർമ്മാണകാലത്തുള്ള സമൂഹജീവിതത്തെ ആഴത്തിൽ പ്രതിഫലിപ്പിക്കുന്നതുകൊണ്ടും സമൂഹം അവിടെ നിന്ന് ഏറെയൊന്നും മുന്നോട്ടൊഴുകാതെ കെട്ടിക്കിടക്കുന്നതുകൊണ്ടുമാണ് സിനിമയ്ക്ക് ഈ പുതുമ നിലനിർത്താൻ കഴിയുന്നതെന്നാണ് എന്റെ തോന്നൽ. മറ്റൊന്നിനും മാറ്റമില്ല. ഒളിച്ചോടുന്ന കമിതാക്കൾക്കും തൊഴിലില്ലാത്ത ചെറുപ്പക്കാർക്കു താല്ക്കാലിക അഭയമാവുന്ന ട്യൂട്ടോറിയൽ കോളേജുകൾക്കും ഒറ്റയ്ക്കു ജീവിക്കുന്ന സ്ത്രീയ്ക്കു നേരെയുള്ള പുരുഷലാലസ്യങ്ങൾക്കും എന്തിനേറെ പനിമരണത്തിനുപോലും ഇപ്പോഴും കേരളത്തിൽ മാറ്റമില്ല. ഗൾഫ് പണം കവലകളിൽ വട്ടിപ്പലിശയ്ക്കിറങ്ങിയതും ബംഗാളിൽനിന്നുള്ള കൂലിക്കാരുടെ വരവും മാറ്റമാണെന്നു വേണമെങ്കിൽ പറഞ്ഞേക്കാം. പക്ഷേ, അവയ്ക്കൊന്നും മനുഷ്യന്റെ അടിസ്ഥാനജീവിതത്തെക്കുറിച്ചുള്ള സമൂഹത്തിന്റെ മനോനിലയിൽ മാറ്റം വരുത്താൻ ആയിട്ടില്ല എന്നാണ് എന്റെ തോന്നൽ.

സമൂഹമനോനിലയുടെ വളർച്ചയുടെ തോതു വിളിച്ചുപറയുക മാത്രമല്ല *സ്വയംവരം* ചെയ്യുന്നത്, മലയാളസിനിമ അതിന്റെ ആഖ്യാനരീതിയിലും ലാവണ്യഭാഷയിലും ഒക്കെ കഴിഞ്ഞ 50 വർഷത്തിനിടെ എത്ര പരിമിതമായ മുന്നോട്ടുപോക്കാണു നടത്തിയത് എന്ന ചിന്തിപ്പിക്കുകകൂടി ചെയ്യുന്നുണ്ട്. വർത്തമാന സാമൂഹിക ജീവിതത്തെ വളരെ സൂക്ഷ്മമായി അടയാളപ്പെടുത്തുന്ന തരത്തിൽ, പറയുന്ന കഥയിൽ ഒതുങ്ങി നില്ക്കാതെ അപ്രധാനമെന്നു തോന്നിയേക്കാവുന്ന സന്ദർഭങ്ങളിൽ സൂക്ഷ്മ

മായി ഇടപെടുന്ന ആഖ്യാനരീതിയാണ് *സ്വയംവര*ത്തിലുള്ളത്. നായികയായ സീത വസ്ത്രങ്ങൾ അലക്കിവിരിക്കുന്ന സുദീർഘമായ സീൻ ഉദാഹരണമാണ്. പൊളിഞ്ഞ കൈയാലയിൽ കമ്പുകൾകൊണ്ടു കുത്തിമറച്ച വേലിയിലൂടെ ഉള്ളിലേക്കു നോക്കുന്ന, വള്ളിനിക്കറിട്ട, അപരിചിതനായ, മെല്ലിച്ച അയല്ക്കാരൻ ആൺകുട്ടിയെ തുണിയലക്കിക്കൊണ്ടിരിക്കുന്ന സീത അരികിലേക്കു വിളിക്കുന്നു.

"കുട്ടിയുടെ പേരെന്താ?" സീത ചോദിക്കുന്നു.

"സുകുമാരനെന്നാ.." കുട്ടി പറയുന്നു.

"സുകുമാരൻ ഓടിപ്പോയി ഒരു കൂട്ട നീലം വാങ്ങിച്ചോണ്ട് വരുമോ?"

കുട്ടി തന്റെ സാങ്കല്പിക മോട്ടോർ വാഹനം സ്റ്റാർട്ടാക്കി ഓടിപ്പോയി നീലം വാങ്ങിക്കൊണ്ടുവരുന്നു. പ്രത്യുപകാരമായിട്ടെന്നോണം സീത അവനു ഭക്ഷണം വിളമ്പിക്കൊടുക്കുമ്പോൾ "വിശക്കുന്നുണ്ടോ" എന്നുപോലും ചോദിക്കുന്നില്ല. കുട്ടിയാകട്ടെ ദുരഭിമാനപ്രശ്നങ്ങളൊന്നുമില്ലാതെ ഭക്ഷണം വിളമ്പിയ പാത്രത്തിനു മുന്നിൽ ഇരിക്കുകയും ചെയ്യുന്നു. പഴയതെന്നു *സ്വയംവര*ത്തിൽ തിരിച്ചറിയാൻ കഴിയുന്ന അപൂർവ്വം ജീവിത സന്ദർഭങ്ങളിലൊന്നാണിത്. അതാകട്ടെ മലയാളി ഒരുകാലത്തു ജീവിച്ച, പട്ടിണിയുടെയും ഇല്ലായ്മയുടേതുമെങ്കിലും പരസ്പരവിശ്വാസവും നന്മയും നിറഞ്ഞ അയൽബന്ധങ്ങളുടെ കൈമോശംവന്ന ഏടും.

സ്വയംവരം 50 വർഷത്തിനുശേഷം കാണുമ്പോൾ അതുണ്ടായകാലത്ത് അതിനെതിരെയുണ്ടായ ഒളിയാക്രമണങ്ങളെക്കുറിച്ചു പറഞ്ഞുകേട്ടതുകൂടി സിനിമയുടെ ഭാഗംപോലെ ഓർമ്മിക്കണം എന്നുതോന്നുന്നു. ദേശീയ പുരസ്കാരത്തിനുള്ള സിനിമകളുടെ കേരളത്തിൽനിന്നുള്ള പട്ടികയിൽനിന്നു *സ്വയംവരം* ഒഴിവാക്കപ്പെട്ടുവത്രേ. അന്യായമായ ആ ഒഴിവാക്കൽ ചൂണ്ടിക്കാട്ടി സിനിമയുടെ നിർമ്മാതാക്കൾ അന്നത്തെ കേന്ദ്രമന്ത്രിക്ക് കത്തയച്ചതിനെ തുടർന്നാണു സിനിമ അവാർഡ് കമ്മിറ്റിയുടെ മുന്നിൽ എത്തിയത് എന്നാണ് കഥ. ഒരുപക്ഷേ, ആ ഇടപെടൽ ഇല്ലായിരുന്നെങ്കിൽ *സ്വയംവരം* ദേശീയ പുരസ്കാരം നേടുകയും ചർച്ചചെയ്യപ്പെടുകയും ചെയ്യുമായിരുന്നില്ല. 50 വർഷത്തിനുശേഷവും കാലികമായി നിലനില്ക്കുന്ന ഒരു സിനിമയെ ജനനത്തിലേ തന്നെ കൊന്നുകളയാൻ എന്തുകൊണ്ടാവും അക്കാലത്തു ശ്രമമുണ്ടായത്? അങ്ങനെ ചോദ്യങ്ങൾ ചോദിച്ചാൽ പ്രമേയത്തിലും അവതരണത്തിലും മാത്രമല്ല പുതിയ എന്തിനേയും ഇല്ലായ്മചെയ്യുന്ന 'സാംസ്കാരിക ലോബിയിങ്ങി'ന്റെ കാര്യത്തിലും *സ്വയംവരം* നേരിട്ട അന്നത്തെ സാമൂഹിക മനോനിലയും അനാരോഗ്യ മത്സരങ്ങളും മലയാളി ഇന്നും തുടരുന്നു എന്നുകൂടി കാണേണ്ടിവരും. അങ്ങനെ നോക്കിയാൽ എല്ലാ രീതിയിലും കഴിഞ്ഞ 50 വർഷങ്ങളിൽ കേരളത്തിന്റെ സമൂഹജീവിതത്തിന് എന്ത് മാറ്റമുണ്ടായി എന്ന് നമ്മോടു ചോദിച്ചു നമ്മെത്തന്നെ ലജ്ജിപ്പിക്കുക കൂടി ചെയ്യുന്നുണ്ട് *സ്വയംവരം* എന്ന ചലച്ചിത്രം.

കൃത്യവും കണിശവുമായ ദൃശ്യഭാഷ

സണ്ണി ജോസഫ്

ദേശീയ ബഹുമതി നേടിയ ഛായാഗ്രാഹകൻ. ചലച്ചിത്രാദ്ധ്യാപകൻ. സംവിധായകൻ. പൂണെ ഫിലിം ഇൻസ്റ്റിറ്റ്യൂട്ടിൽനിന്ന് ഛായാഗ്രഹണത്തിൽ ഡിപ്ലോമ നേടി. ഷാജി എൻ കരുണിന്റെ പിറവി, അരവിന്ദന്റെ വാസ്തുഹാര, അടൂർ ഗോപാലകൃഷ്ണന്റെ നിഴല്ക്കുത്ത്, വേണുവിന്റെ ദയ, ടി വി ചന്ദ്രന്റെ മങ്കമ്മ, പമേല റൂക്ക്സിന്റെ ട്രെയിൻ ടു പാകിസ്ഥാൻ തുടങ്ങിയവ പ്രധാന ചിത്രങ്ങൾ. കോട്ടയത്തെ കെ ആർ നാരായണൻ ഇൻസ്റ്റിറ്റ്യൂട്ട് ഓഫ് വിഷ്വൽ ആർട്ട്സ് ആൻഡ് സയൻസസിൽ അദ്ധ്യാപകൻ.

റിലീസ് ചെയ്ത് അരനൂറ്റാണ്ട് പിന്നിടുന്ന *സ്വയംവരം* വീണ്ടും കാണുമ്പോൾ അമ്പരപ്പിക്കുന്ന ചില ബോദ്ധ്യങ്ങൾ മനസ്സിലെത്തുന്നു. ഒരുപക്ഷേ, ഇത്രമേൽ കൃത്യമായി, കണിശമായി ദൃശ്യഭാഷ ഉപയോഗിച്ച മലയാളത്തിലെ ആദ്യ സിനിമയാകുമിത്. *ഭാർഗ്ഗവിനിലയ*ത്തിൽ വിൻസെന്റ് മാഷും *ഓളവും തീരങ്ങളു*മിൽ പി എൻ മേനോനും മലയാള സിനിമയുടെ ഛായാഗ്രഹണരീതി നവീകരിച്ചു. മലയാളത്തിൽ അന്നോളം അന്യമായ ദൃശ്യഭാഷയിലൂടെ സിനിമ അവതരിപ്പിക്കാൻ രണ്ടു ചിത്രത്തിലും ശ്രമമുണ്ടായി. *ഓളവും തീരവും* സിനിമയെ സ്റ്റുഡിയോകളിൽനിന്നു മോചിപ്പിക്കുകകൂടി ചെയ്തു. എന്നാൽ *സ്വയംവരം* ദൃശ്യഭാഷയുടെ കാര്യത്തിൽ നിശ്ശബ്ദവും ചടുലവുമായ മാറ്റംവരുത്തി.

ചലച്ചിത്രസൃഷ്ടിക്കു പാലിക്കേണ്ട അടിസ്ഥാനവ്യാകരണങ്ങളാണ് ഫിലിം ഇൻസ്റ്റിറ്റ്യൂട്ടുകളിൽ അഭ്യസിപ്പിക്കുന്നത്. സിനിമ പഠിച്ചയാൾ എന്ന നിലയിൽ അടൂർ ഗോപാലകൃഷ്ണൻ ദൃശ്യഭാഷയുടെ ഈ വ്യാകരണം വളരെ കൃത്യമായിത്തന്നെ പിന്തുടർന്നു. അതിലെല്ലാമുപരി കഥാപാത്രങ്ങളുടെ വൈകാരികതയെ ദൃശ്യഭാഷാപരമായി അടയാളപ്പെടുത്തി.

എടുത്തുപറയേണ്ട സവിശേഷതയുണ്ട് മങ്കട രവിയേട്ടൻ എടുത്ത ക്ലോസപ്പുകൾക്ക്. അവ ആലങ്കാരികഭംഗിക്കായുള്ള ക്ലോസപ്പുകളല്ല. മിഡ് ഷോട്ടും ലോങ്ഷോട്ടും കഴിഞ്ഞു, ഇനിയൊരു ക്ലോസപ് ആകാം എന്ന മട്ടിലുള്ളവയല്ല അവ. സീനിന്റെ വൈകാരികാവസ്ഥയെ കൃത്യമായി രേഖപ്പെടുത്തേണ്ട സന്ദർഭങ്ങളിൽ മാത്രമാണവ ഉപയോഗിച്ചത്. മനഃപൂർവ്വമായ ജാഗ്രതയോടെ സൃഷ്ടിച്ചെടുക്കുന്ന

ദൃശ്യഭാഷയാണത്.

ലോങ്ഷോട്ടുകൾ ഉപയോഗിക്കുന്നതിലും ഇതേ ഔചിത്യബോധമുണ്ട്. ഷോട്ടുകളുടെ വിഭജനത്തിൽ അളന്നുമുറിച്ചുള്ളതും വളരെ കണിശവും മനപൂർവ്വവുമായ ദൃശ്യഘടന അടൂർസാറും രവിയേട്ടനും ചേർന്നു സൃഷ്ടിച്ചു. കഥാപാത്രങ്ങളെ വികസിപ്പിക്കുന്നതിനായി വളരെ വിദഗ്ദ്ധമായി സ്ഥല-കാല ദൃശ്യഭാഷ ഉപയോഗിച്ചിരിക്കുന്നു. ആ കാലയളവിൽ മലയാള സിനിമയിൽ കാണാൻ പതിവുള്ള കാര്യമല്ലത്. നായകനും നായികയ്ക്കും ഊന്നൽ കിട്ടുംവിധം ലെൻസ് ഉപയോഗിക്കുന്ന രീതിയാണ് മിക്കപ്പോഴും കണ്ടുവരുന്നത്. *സ്വയംവര*ത്തിൽ തിരക്കഥയ്ക്കാണ് ഊന്നൽ. തിരക്കഥ ആവശ്യപ്പെടുന്ന ദൃശ്യാവസ്ഥ സൃഷ്ടിച്ചെടുക്കാനാണ് പരിശ്രമം. കഥാപാത്രങ്ങളുടെ വൈകാരികാവസ്ഥ വെളിപ്പെടുത്തുംവിധം ദൃശ്യഭാഷ ഉപയോഗിച്ചുള്ള മലയാളത്തിലെ ആദ്യചിത്രം *സ്വയംവരം* ആണെന്നതിൽ തർക്കമില്ല.

സിനിമയുടെ യഥാതഥമായ കഥാപരിസരം സൃഷ്ടിക്കുന്നതിൽ രവിവർമ്മയുടെ ഡോക്യുമെന്ററി ചിത്രീകരണത്തിലുള്ള മുൻപരിചയം സംവിധായകനെ നന്നായി സഹായിച്ചിട്ടുണ്ട്. സ്റ്റുഡിയോയുടെ പുറത്തേക്കു സിനിമ ഇറങ്ങുന്നതു ശീലമാകാത്ത കാലമാണത്. പുറത്തിറങ്ങി ഡോക്യുമെന്ററി ചിത്രീകരിച്ചിട്ടുള്ളവർക്കു നേരിട്ടു സൂര്യപ്രകാശം പതിക്കുമ്പോഴും പകൽവെളിച്ചത്തിലും ഷൂട്ട് ചെയ്യാൻ മടി ഉണ്ടാകില്ല. ലോകസിനിമയിൽ ശ്രദ്ധേയരായ ഛായാഗ്രാഹകർ ഈ ഗണത്തിൽപെട്ടവരാണ്, ഓസ്കർ ജേതാവ് റോജർ ഡീക്കനെ പോലുള്ളവർ. അടൂർ സാറിന്റെ കഥപറച്ചിലിനെ രവിയേട്ടന്റെ ക്യാമറ സഫലതയിൽ എത്തിച്ചു.

കഥാപരിസരം സിനിമയുടെ വൈകാരിക ഉള്ളടക്കത്തെ മുന്നോട്ടു കൊണ്ടുപോകുംവിധം ചിത്രീകരിച്ചു എന്നതാണ് മുഖ്യസവിശേഷത. മറ്റു സിനിമകളിൽ അങ്ങനെ കാണാൻ പറ്റുന്ന സംഗതിയല്ലിത്. വീട്, മുറി എന്നെല്ലാമുള്ള കുറച്ചു ഫ്രെയിമുകളാകും സിനിമയിൽ ഉള്ളത്. ഇവിടെ അകവും പുറവും (കഥാപാത്രങ്ങളുടെ മാനസിക പശ്ചാത്തലമടക്കം)ഒരുപോലെ ബന്ധിപ്പിക്കാനും അതിനെ വൃത്തിയായി കാഴ്ചക്കാരിലെത്തിക്കാനും സാധിച്ചു. വിശ്വവും സീതയും ലോഡ്ജ് മുറിയിൽ എത്തുമ്പോൾ അതു വെറും മുറിയല്ല. ചുറ്റുപാടിന്റെ അരക്ഷിതാവസ്ഥ വെളിപ്പെടുത്തുന്ന മുറിയാണത്.

ഏഴുമിനിറ്റ് ദൈർഘ്യമുള്ള ബസ് യാത്ര സിനിമ ഇപ്പോൾ കണ്ടപ്പോഴും ബോറടിച്ചില്ല. അവിടെ കഥ നടക്കുന്നില്ല എന്നതായിരുന്നു അന്നത്തെ പരാതി. കണ്ടക്ടർ ചില്ലറ തിട്ടപ്പെടുത്തുന്ന തിരക്ക്. പിന്നീട് ഒരിക്കലും സിനിമയിൽ ഇല്ലാത്ത മറ്റു കഥാപാത്രങ്ങൾ നല്കുന്ന സൂചനകൾ. സിനിമയുടെ കഥാപരിസരം അവിടെ വികസിക്കുകയാണ്. അങ്ങനെ ശ്രദ്ധാപൂർവ്വം സിനിമ നെയ്തെടുക്കൽ വളരെ ശ്ര

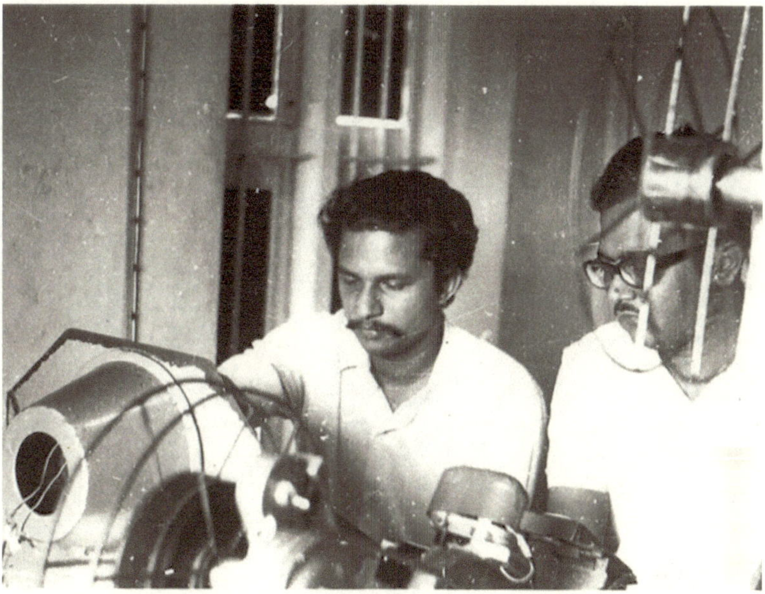

മകരമാണ്. രണ്ടു കഥാപാത്രങ്ങൾ നടന്നുപോകുമ്പോൾ എതിരെ മൂന്നു വഴിപോക്കർ വരണമെന്നുണ്ടെങ്കിൽ അതു സാധിച്ചെടുക്കുക അത്രവളരെ എളുപ്പമല്ല. എല്ലാരംഗങ്ങളിലും അടൂർ സാറിന് അത് സാധിച്ചു.

സിനിമയിലെ ശബ്ദങ്ങളുടെ ഗുണനിലവാരത്തെക്കുറിച്ചുള്ള ധാരണ ശ്രദ്ധിക്കേണ്ടതാണ്. വെയ്റ്റർ ചായ കൊണ്ടുവച്ചിട്ടു പോകുമ്പോൾ സീത പഞ്ചസാര എടുത്തിടുന്നു. ചായയിൽ പഞ്ചസാര വീഴുന്ന ശബ്ദം വളരെ കൃത്യമാണ്. ചിത്രീകരിക്കുമ്പോൾ അപ്പോൾത്തന്നെ അതു ചിത്രീകരിച്ചതാണോ എന്ന് അറിയില്ല. സ്റ്റുഡിയോയിൽ ആ ശബ്ദം പുനഃസൃഷ്ടിച്ചതാണെങ്കിലും ചായയിൽ പഞ്ചസാര ഇട്ടു തന്നെ അടൂർസാർ ആ ശബ്ദം പുനഃസൃഷ്ടിച്ചതാവും. അത്തരമൊരു കൃത്യതയ്ക്കുവേണ്ടിയുള്ള പരിശ്രമമാണു സിനിമയെ വേറിട്ടതാക്കുന്നത്. ജനറേറ്ററോ വലിയ സന്നാഹങ്ങളുമായോ പോയി ഷൂട്ട് ചെയ്യാൻ അന്നത്തെ സാഹചര്യം അവരെ അനുവദിച്ചിട്ടുണ്ടാകില്ല. മിനിമലിസത്തിൽനിന്നുകൊണ്ട് ഓരോ ഷോട്ടിന്റെയും ലൈറ്റിങ് കൃത്യമായി ചെയ്തിട്ടുണ്ട്.

*സ്വയംവര*ത്തിൽ ഒറ്റ സീനിൽ മാത്രമാണെന്നു തോന്നുന്നു മഴയുള്ളത്. ഉണക്കാനിട്ട ഷർട്ടിൽ മഴത്തുള്ളികൾ വീണുതുടങ്ങുന്നു. തുണിയെടുക്കാനായി സീത ഓടുന്നു. മഴപെയ്യുന്നു. പൂമുഖത്തു വിശ്വനാഥൻ അതുനോക്കിയിരിക്കുന്നു. *സ്വയംവരം* വീണ്ടും കാണുമ്പോൾ *പിറവി*യിൽ ഞാൻ എടുത്ത മഴയുടെ ഷോട്ടുകൾ ഓർമ്മിച്ചുപോയി. എന്റെ മനസ്സിൽ എവിടെയെങ്കിലും *സ്വയംവര*ത്തിലെ ഈ മഴ ദൃശ്യം കിടന്നിരിക്കാം. അടൂർസാറിന്റെ മനസ്സിൽ *പഥേർ പാഞ്ചാലി*യിലെ മഴയുമായി ബന്ധപ്പെട്ട

ഓർമ്മയുണ്ടായിരുന്നിരിക്കാം. സിനിമകൾ ഒറ്റയ്ക്കൊറ്റയ്ക്കുണ്ടാകുന്നതല്ല. എല്ലാത്തിനും ചരിത്രപരമായ ബന്ധമുണ്ട്.

സ്വയംവരം അടക്കമുള്ള ഗ്രേറ്റ് സിനിമകൾ അവർ ചിത്രീകരിച്ച അതേ ദൃശ്യഭംഗിയോടെ ഇപ്പോൾ ആസ്വദിക്കാൻ കഴിയുന്നില്ല എന്നതു വലിയ ദുര്യോഗമാണ്. പഴയ ചിത്രങ്ങൾക്കെല്ലാം ഈ ഗതികേടുണ്ട്. അടൂർ ചിത്രങ്ങൾ കുറച്ചെങ്കിലും ആർക്കൈവ് ചെയ്യപ്പെട്ടിട്ടുണ്ടെന്ന് സമാധാനിക്കാം. *വാസ്തുഹാര, പിറവി, മങ്കമ്മ, ആലീസിന്റെ അന്വേഷണം* തുടങ്ങിയവയുടെയൊന്നും നെഗറ്റീവുകൾ ഇപ്പോഴില്ല. അവശേഷിക്കുന്നത് ആരുടെയോ കൈയിലുള്ള പകർപ്പുകളും 'യുട്യൂബി'ൽ അവശേഷിക്കുന്ന ഗുണനിലവാരമില്ലാത്ത കോപ്പികളും മാത്രം. ചലച്ചിത്ര സ്രഷ്ടാക്കളോടും പുതുതലമുറ ചലച്ചിത്രാസ്വാദകരോടുള്ള കൊടുംക്രൂരതയാണത്.

സ്വയംവരം
ഒരു ന്യൂജനറേഷൻ സിനിമ

എ ചന്ദ്രശേഖർ

ഇന്ത്യൻ സിനിമയിൽ *സ്വയംവരം* സംഭവിച്ചിട്ട് 50 വർഷമാകുന്നു! മലയാള സിനിമയുടെ ബാല്യ-കൗമാരങ്ങളിലെ സുപ്രധാന വഴിത്തിരിവുകളായിരുന്ന *നീലക്കുയിലി*നും *ഭാർഗ്ഗവീനിലയ*ത്തിനും *ഓളവും തീര*ത്തിനും ശേഷം അത് യൗവനത്തിലേക്ക് പ്രായപൂർത്തിയാവുന്നതിന്റെ ലക്ഷണങ്ങൾ പ്രകടമാക്കിയ സിനിമയായിരുന്നു അടൂർ ഗോപാലകൃഷ്ണൻ സംവിധാനം ചെയ്ത്, കേരളത്തിലെ ആദ്യത്തെ ചലച്ചിത്ര സഹകരണസംഘമായ 'ചിത്രലേഖ' നിർമ്മിച്ച *സ്വയംവരം.* ആമുഖവാചകത്തിൽ പറഞ്ഞതുപോലെ *സ്വയംവരം* ശരിക്കുമൊരു സംഭവം തന്നെയായിരുന്നു, മലയാള സിനിമയിൽ. പകരം വയ്ക്കാനില്ലാത്ത സംഭവം. സിനിമ എന്ന മാധ്യമത്തെ സൗന്ദര്യശാസ്ത്രപരമായും മാധ്യമപരമായും ദേശീയ രാജ്യാന്തര തലങ്ങളിലേക്ക് തോളൊപ്പമെത്തിച്ച ആദ്യത്തെ ലക്ഷണയുക്തമായ പരിപൂർണ്ണ സിനിമ! പ്രമേയത്തിലും ഇതിവൃത്തത്തിലും മാത്രമല്ല അതിന്റെ നിർവ്വഹണത്തിലും മാധ്യമപരമായ പക്വതയും പൂർണ്ണതയും പ്രകടമാക്കിയ സിനിമയായിരുന്നു സ്വ*യംവരം.*

കേരളത്തിന്റെ യാഥാസ്ഥിതിക ചലച്ചിത്രസങ്കല്പങ്ങളുടെ കോട്ട തകർത്ത ചിത്രമെന്നാണ് പ്രമുഖ ചലച്ചിത്രനിരൂപകൻ ഗൗതമൻ ഭാസ്കരൻ[1] *സ്വയംവര*ത്തെ വിശേഷിപ്പിച്ചിട്ടുള്ളത്. 1. സമൂല പരിഷ്കരണസ്വഭാവമുള്ള ഇതിവൃത്തം മാത്രമല്ല, വാതിൽപ്പുറചിത്രീകരണം, തത്സമയ ശബ്ദലേഖനം എന്നീ രീതികളൊന്നും കേരളത്തിൽ കേട്ടുകേൾവിപോലുമില്ലാത്ത കാലത്ത്, തന്റെ 'നാഗ്ര' സ്വനാലേഖ

നയന്ത്രത്തിന്റെ സഹായത്തോടെ അടൂർ ക്യാമറയെ സ്റ്റുഡിയോ മതിലുകൾക്കു പുറത്തേക്കു വഹിച്ചുകൊണ്ടുപോയെന്ന് ഗൗതമൻ ഭാസ്കരൻ നിരീക്ഷിക്കുന്നു. വിവാഹം കഴിക്കാതെ ഒരുമിച്ചു ജീവിക്കാൻ മാതാപിതാക്കളെ ധിക്കരിച്ച് നഗരത്തിലേക്കു തിരിക്കുന്ന വിശ്വനാഥന്റെയും സീതയുടെയും കഥ യഥാർത്ഥ ലൊക്കേഷനുകളിൽ ചിത്രീകരിക്കുകയായിരുന്നു അടൂരിന്റെ ലക്ഷ്യം. പരസ്യ പോസ്റ്ററുകളിൽ പോലും *സ്വയംവരം* വച്ചുപുലർത്തിയ സവിശേഷതയെപ്പറ്റിയും അദ്ദേഹം ചൂണ്ടിക്കാണിക്കുന്നുണ്ട്.

എന്തായിരുന്നു മലയാളസിനിമയിൽ *സ്വയംവര*ത്തിന്റെ പ്രസക്തി? *സ്വയംവര*ത്തെ ഇത്രമേൽ സംഭവമാക്കുന്ന ഘടകങ്ങളെന്തെല്ലാമാണ്? അന്നോളം നിലനിന്ന സിനിമാസങ്കല്പങ്ങളെയാണ്, 1965 ൽ തിരുവനന്തപുരത്തു രൂപവല്ക്കരിച്ച 'ചിത്രലേഖ ഫിലിം സൊസൈറ്റി' തുടക്കമിട്ട വിപ്ലവത്തിന്റെ സാക്ഷാൽക്കാരമെന്നോണം നിർമ്മിക്കപ്പെട്ട *സ്വയംവരം* കടപുഴക്കിയെറിഞ്ഞത് എന്നാണ് പ്രമുഖ ചലച്ചിത്രനിരൂപകൻ എം എഫ് തോമസ്[2] മറുപടി നല്കുന്നത്.2. *സ്വയംവര*ത്തിന്റെ മാധ്യമപ്രസക്തി എം എഫ് തോമസ് അടയാളപ്പെടുത്തുന്നത് നോക്കുക:

1. സിനിമയിൽ *സ്വയംവരം* സാദ്ധ്യമാക്കിയ അഭൂതപൂർവ്വമായ ഭാവുകത്വസംക്രമണം.
2. ദേശീയതലത്തിൽ നിരവധി പുരസ്കാരങ്ങളിലൂടെ നവസിനിമയുടെ ലോകത്തേക്ക് മലയാള സിനിമ നടത്തിയ ശ്രദ്ധേയമായ ചുവടുവയ്പ്.
3. മാധ്യമത്തിന്റെ യഥാർത്ഥ ഭാഷയിൽ സംവദിച്ച ആദ്യ മലയാള സിനിമ.
4. മലയാളികൾക്ക് പുത്തൻ അനുഭവം പകർന്ന ചിത്രം.
5. ദേശീയ-രാജ്യാന്തര തലങ്ങളിൽ ഒരു ചലച്ചിത്രകാരന്റെ ഉദയംകുറിച്ച സിനിമ

വാസ്തവത്തിൽ എം എഫ് തോമസിന്റെ ഈ നിരീക്ഷണങ്ങളിൽ ആദ്യത്തെ നാലും സംഭവിക്കാൻ ഹേതുവായത് അവസാനത്തേതിന്റെ ഉപോല്പന്നം എന്ന നിലയ്ക്കാണ്. മറ്റൊരർത്ഥത്തിൽ, മാധ്യമത്തിന്റെ സാദ്ധ്യതകൾ അക്കാദമികമായും പ്രായോഗികമായും ഔപചാരികമായിത്തന്നെ പരിശീലിക്കുകയും അതു പ്രാവർത്തികമാക്കാൻ അടൂർ ഗോപാലകൃഷ്ണൻ എന്ന ചലച്ചിത്രകാരന് അവസരം ലഭിക്കുകയും ചെയ്തതിന്റെ അനന്തരഫലം. ഗാനങ്ങളില്ലാത്ത, യഥാർത്ഥ ലൊക്കേഷനുകളിൽ ചിത്രീകരിച്ച, നീണ്ട ഷോട്ടുകളുള്ള, മന്ദതാളത്തിലുള്ള, വച്ചുകെട്ടലുകളോ അനാവശ്യ നാടകീയതയോ ഇല്ലാത്ത, കൃത്രിമത്വം ലേശവുമില്ലാത്ത, കഥാപാത്രങ്ങൾ അത്യാവശ്യത്തിനു മാത്രം സംസാരിക്കുന്ന, പശ്ചാത്തലശബ്ദങ്ങൾക്ക് വലിയ പ്രാധാന്യം നല്കിയ ഇത്തരമൊരു സിനിമയെ കാണാനും ആസ്വദിക്കാനും സ്വീകരിക്കാനും പ്രേക്ഷകരെ മാനസികവും ബൗദ്ധികവുമായി തയ്യാറെടുപ്പിക്കാനും ശീലിപ്പിക്കാനുമുള്ള പ്രവർത്തനങ്ങൾക്ക് കാലേക്കൂട്ടി അസ്ഥിവാരമിട്ടതിന്റെ പരിസമാപ്തിയെന്നുകൂടി വിശേഷിപ്പിച്ചാലേ *സ്വയംവരം* എന്ന അമ്പതുവർഷം മുമ്പുള്ള ആ ന്യൂജനറേഷൻ ചലച്ചിത്രപരീക്ഷണത്തിന്റെ ചരിത്ര പ്രസക്തിയെ പൂർണ്ണാർത്ഥത്തിൽ പ്രതിനിധീകരിക്കാൻ സാദ്ധ്യമാകൂ.

ചലച്ചിത്ര ചരിത്രകാരന്മാരും നിരൂപകരുമെല്ലാം അടയാളപ്പെടുത്തിയതുപോലെ, അടൂർ ഗോപാലകൃഷ്ണനും കുളത്തൂർ ഭാസ്കരൻ നായരും ചേർന്ന് തലസ്ഥാനത്തെ കലാസ്നേഹികളായ ഒരു കൂട്ടം യുവാക്കളെ സംഘടിപ്പിച്ച് രൂപംനല്കിയ 'ചിത്രലേഖ ഫിലിം സൊസൈറ്റി'യുടെയും കോ-ഓപ്പറേറ്റീവിന്റെയും ദീർഘകാല പ്രവർത്തനങ്ങളുടെ ഫലശ്രുതിയാണ് 1972 നവംബർ 24 ന് പുറത്തിറങ്ങിയ *സ്വയംവരം*. അതിലേക്ക് ഗോപാലകൃഷ്ണന് പ്രേരണയായതോ, നാഷണൽ സാംപിൾ സർവ്വേ വിഭാഗത്തിൽ ഉദ്യോഗസ്ഥനായിരിക്കെ ഒരു ചായക്കടയിൽ വച്ച് വായിക്കാനിടയായ പേപ്പർ കഷണത്തിൽ കണ്ട പരസ്യത്തിലൂടെ മാറ്റിമറിക്കപ്പെട്ട ജീവിതനിയോഗമാണ്. പൂണെയിലെ 'ഫിലിം ആൻഡ് ടെലിവിഷൻ ഇൻസ്റ്റിറ്റ്യൂട്ട് ഓഫ് ഇന്ത്യ'യിലേക്ക് പ്രവേശനം ലഭിച്ച അടൂർ താൻ പഠിച്ച, പരിശീലിച്ച കാഴ്ചകളിലേക്ക് മലയാളി പ്രേക്ഷകരെ കൂടെക്കൂട്ടാൻ മുൻകൈ എടുക്കുകയാണുണ്ടായത്. പഠിച്ച സിനിമാസങ്കല്പത്തിലൊന്ന് ഉണ്ടാക്കുക മാത്രമല്ല, കണ്ട ശീലങ്ങളിലേക്ക് മറ്റുള്ളവരുടെ കാഴ്ചപ്പാടിനെ മാറ്റാനും നയിക്കാനുമുള്ള ഉത്തരവാദിത്വം കൂടി ഏറ്റെടുക്കുകയായിരുന്നു അദ്ദേഹം. ചുരുക്കിപ്പറഞ്ഞാൽ *സ്വയംവരം* ഉണ്ടാവാനുള്ള, ഉണ്ടാക്കാനുള്ള കളമൊരുക്കുകയായിരുന്നു *ചിത്രലേഖ* വഴി അദ്ദേഹവും കൂട്ടുകാരും ചെയ്തത്. കേരളത്തിൽ സഹകരണ പ്രസ്ഥാനംപോലെ, ഗ്രന്ഥശാലാ പ്രസ്ഥാനംപോലെ ആഴത്തിൽ വേരോട്ടമുണ്ടാവുകയും ചലച്ചിത്ര സാക്ഷരതയിൽ സംസ്ഥാനത്തെ മുൻപന്തിയിലെത്തിക്കുകയും ചെയ്ത ഫിലിം സൊസൈറ്റി

പ്രസ്ഥാനത്തിന്റെ പതാകവാഹകരായി മാറിയ 'ചിത്രലേഖ' മലയാള സിനിമയുടെ മുഖച്ഛായ മാറ്റാനുള്ള നിയോഗം സ്വയംവരിക്കുകയായിരുന്നു.

സ്വയംവരം എന്ന പേരു തന്നെ ആ മാറ്റത്തിന്റെ സൂചകമാണ്. നായിക സീതയുടെ സ്വേച്ഛപ്രകാരമുള്ള തെരഞ്ഞെടുക്കലുകളുടെ കഥ എന്ന് *സ്വയംവര*ത്തെ ഒറ്റവാചകത്തിൽ വിശേഷിപ്പിക്കാം. ബന്ധുക്കളെ വിട്ട് സ്വന്തം കാമുകനോടൊത്ത് ഇറങ്ങിപ്പോകുന്നതു മുതൽ, അയാളുടെ മരണാനന്തരം സ്വന്തം കുഞ്ഞിനെ പോറ്റാൻ സ്വന്തം ബോദ്ധ്യത്തിൽനിന്നുകൊണ്ട് തീരുമാനമെടുക്കുന്നതുവരെയുള്ള ജീവിതം അവളുടെ സ്വയംവരമാണ്. പ്രസിദ്ധീകൃതമായ സാഹിത്യരചനകളെ വിട്ട് സിനിമയ്ക്കായി ആദിമദ്ധ്യാന്തമുള്ള സംഭവബഹുലമായൊരു കഥ സ്വീകരിക്കുന്നതിനു പകരം വളരെ ഋജുവായൊരു കഥ, ഒരു ആണിന്റെയും പെണ്ണിന്റെയും ജീവിതത്തിലെ ഒന്നുരണ്ടു വർഷങ്ങളുടെ മാത്രം സംഭവങ്ങൾ എണ്ണിപ്പെറുക്കി ഒറ്റവരിയിലൊതുക്കാവുന്ന പ്രമേയം ഇതിവൃത്തമാക്കുക എന്നതാണ് അടൂർ ഗോപാലകൃഷ്ണൻ *സ്വയംവര*ത്തിൽ പ്രകടമാക്കിയ ആദ്യത്തെ ധൈര്യം.

അമ്പതുകളിൽ ഫ്രഞ്ച് നവതരംഗചലച്ചിത്ര പ്രസ്ഥാനത്തിന്റെ പതാകവാഹകരിലൊരാളായിരുന്ന അലൻ റെനെ അവതരിപ്പിച്ച കർതൃത്വസിദ്ധാന്തം (ഓട്ടർ/ഓഥർ തിയറി) മലയാളത്തിലെ ആദ്യ പാഠനിർമ്മിതിയായി *സ്വയംവരം* വിശേഷിപ്പിക്കപ്പെട്ടിട്ടുണ്ട്. ദേശീയ സ്വാതന്ത്ര്യപ്രസ്ഥാനങ്ങളും നവോത്ഥാന ആശയങ്ങളും കമ്യൂണിസ്റ്റ് പ്രത്യയശാസ്ത്രവും തൊഴിലാളി-മുതലാളി വർഗ്ഗസംഘർഷങ്ങളും, മദ്ധ്യവർത്തി സമൂഹത്തിന്റെ തൊഴിൽ തേടിയുള്ള അന്വേഷണവും, ജീവിതത്തിന്റെ അരക്ഷിതാവസ്ഥകളും അതിഭാവുകത്വമില്ലാതെ തികച്ചും സാധാരണ മട്ടിൽ ആവിഷ്കരിച്ച ചിത്രമാണ് *സ്വയംവര*മെന്ന് ഡോ. ദിവ്യ എസ് കേശവൻ[3] നിരീക്ഷിച്ചിട്ടുള്ളത് അക്ഷരാർത്ഥത്തിൽ വാസ്തവമാണ്. സിനിമ സംവിധായകന്റെ കലയാണെന്ന് പിന്നീട് അടൂർ തന്നെ ദേശീയ ബഹുമതി നേടിയ തന്റെ *സിനിമയുടെ ലോകം* എന്ന ഗ്രന്ഥത്തിൽ അസന്ദിഗ്ദ്ധമായി സ്ഥാപിച്ചിട്ടുള്ളതുമാണല്ലോ.

വിഖ്യാത ചലച്ചിത്രനിരൂപകൻ വിജയകൃഷ്ണൻ[4] നിരീക്ഷിച്ചിട്ടുള്ളതുപോലെ, ആഖ്യാനത്തിൽ അടൂരിന്റെ പല സവിശേഷതകളും *സ്വയംവര*ത്തിൽ പ്രകടമാണ്. യഥാതഥമായ്ക്ക് ഇടയിൽ കടന്നുവരുന്ന ഫാന്റസി, അതിദൈർഘ്യമുള്ള ഷോട്ടുകൾ, മന്ദതാളം, പലകാര്യങ്ങളും ചെറുസൂചനകളിലൂടെ ധ്വനിപ്പിക്കുന്ന രീതി, ശില്പത്തിലെ കൈയൊതുക്കം, സ്ത്രീപുരുഷ ബന്ധങ്ങളുടെ ചിത്രീകരണത്തിലെ മികവ് എന്നിവയെല്ലാം *സ്വയംവര*ത്തിൽ ദർശനമായിട്ടുണ്ട്. ഒരുപക്ഷേ, ശില്പപരമായി *സ്വയംവരം* പ്രേക്ഷകന് ഷോക്ക് ചികിത്സ നല്കിയത് അതുവരെ കണ്ടിട്ടില്ലാത്തത്ര മന്ദഗതിയിലുള്ള അതിന്റെ ഷോട്ട് വിഭജനമാണ്.

മാറുന്ന മൂല്യവ്യവസ്ഥയിൽ, അസ്തിത്വം നഷ്ടമാവുന്ന യുവത്വത്തിന്റെ ആത്മനൊമ്പരങ്ങൾ ആവാഹിച്ച് എഴുപതുകളിൽ ആധുനികതയുടെ കാറ്റ് ആഞ്ഞുവീശിയപ്പോഴും, സിനിമയിലടക്കം മാറിയ സാമ്പത്തികവ്യവസ്ഥിതിയുടെ ആഘാതവും അനന്തരഫലങ്ങളുമാണ് പ്രമേയം തലത്തിൽ നിറഞ്ഞത്. അഭ്യസ്തവിദ്യനും തൊഴിലന്വേഷകനുമായ നായകനുനേരെ കൊട്ടിയടയ്ക്കപ്പെടുന്ന തൊഴിലിടങ്ങൾ. 'നോ വേക്കൻസി' ബോർഡിനുമുന്നിൽ നിരാശനായി, നിരാശയോടെ പകച്ചുനില്ക്കുന്ന

നായകൻ ആ കാലഘട്ടത്തിന്റെ പ്രതിനിധിയാണ്. യോഗ്യതാപത്രത്തിനു കട ലാസുവിലപോലുമില്ലെന്ന തിരിച്ചറിവിൽ അവ കീറി കാറ്റിൽപ്പറത്തി ആത്മത്യാ ഗത്തിനോ, അധോലോകത്തിന്റെ മറുലോകത്തേക്കു മാമോദീസ മുങ്ങാനോ ശ്ര മിക്കുന്ന നായകർ മുഖ്യധാരാ/സമാന്തര സിനിമകളിലെ സ്ഥിരം സങ്കല്പമായിരുന്നു. പഠിച്ചതൊന്നും ജീവിതമല്ല എന്ന ഞെട്ടലിൽ ജീവിതം റെയിൽപ്പാളങ്ങളിൽ അവസാനിപ്പിക്കാൻ ആലോചിച്ചുപോകുന്ന *സ്വയംവര*ത്തിലെ വിശ്വം പങ്കിടുന്നത് *നഗരമേ നന്ദി* (1967)യിലെ നായകന്റെ അസ്തിത്വദുരന്തമാണ്.

കമിതാക്കളായ വിശ്വവും സീതയും (മധു-ശാരദ) വീടുവിട്ട് ഒളിച്ചോടി നഗരത്തി ലേക്കണയുന്ന ഒരു ബസ് യാത്രയിലാണ് സിനിമ തുടങ്ങുന്നത്. ടൈറ്റിലുകൾ അവസാനിക്കുമ്പോഴേക്കു കഥാപാത്രങ്ങൾക്കൊപ്പം നാം കാണുന്ന 'സ്റ്റോപ്പ്' സിഗ്നൽ വിശ്വത്തിന്റെയും സീതയുടെയും അതുവരെയുള്ള ജീവിതത്തിൽനിന്നുള്ള ഗതിമാറ്റവും സ്വപ്നങ്ങളുടെയും ഭ്രമകല്പനകളുടെയും അവസാനത്തെ സൂചിപ്പിക്കുന്നു. നിശ്ശബ്ദതയിലൂടെയും ദൃശ്യബിംബങ്ങളിലൂടെയും സംവദിക്കാനുള്ള സിനിമയുടെ കരുത്താണ് *സ്വയംവര*ത്തിലൂടെ അടൂർ നടാടെ കാണിച്ചുതന്നത്. ഏറെ അവധാ നതയോടെ, അതിലേറെ മാധ്യമബോധത്തോടെയും മിതത്വത്തോടെയുമാണ് *സ്വയംവര*ത്തിന്റെ ദൃശ്യപരിചരണം. വേറിട്ട ക്യാമറാക്കോണുകൾ, ചലനം, കാഴ്ച കളുടെ സൂക്ഷ്മാംശങ്ങൾ എന്നിവയിലൂടെയാണ് അടൂർ അതുവരെയുണ്ടായ മലയാള സിനിമയുടെ ചിത്രീകരണ നിർവ്വഹണരീതികളെ മാറ്റിമറിച്ചത്. സത്യജിത് റേക്ക് സുബ്രതോ മിത്ര എന്നപോലെ മരിക്കുവോളം അടൂർ സിനിമകളുടെ ഛായാഗ്രാ ഹകനായിരുന്ന മങ്കട രവിവർമ്മയ്ക്കു കൂടി അവകാശപ്പെട്ടതാണ് *സ്വയംവര*ത്തിന്റെ ദൃശ്യലാവണ്യം. ചലച്ചിത്രസമീപനത്തിലെയും ദൃശ്യപരിചരണത്തിലെയും 'ഹൈപ്പർ റിയാലിറ്റി'യോടടുത്ത ഈ സമീപനം തന്നെയാണ് ആധുനിക മലയാ ളസിനിമയിലെ നവഭാവുകത്വ സിനിമ അവയുടെ മുഖലക്ഷണവും ലാവണ്യവുമായി പിന്തുടരുന്നത് എന്നതും ശ്രദ്ധേയം. ബസ് യാത്രയ്ക്കിടയിലെ കുലുക്കം, സഹയാ ത്രികന്റെ ദേഹത്തേക്ക് ഉറങ്ങിവീഴുന്നയാൾ, പുതുമോടിയിൽ ദമ്പതികളുടെ പ്രണ യപൂർവ്വമുള്ള നോട്ടം. ഇവയൊക്കെ അവർക്കൊപ്പം യാത്രചെയ്യുന്ന പ്രേക്ഷകർ കാണുന്നു എന്നവിധത്തിൽ, അത്രമേൽ യാഥാർത്ഥ്യ പ്രതീതിയിലാണവതരിപ്പി ക്കുന്നത്.

വിശ്വത്തിന്റെയും സീതയുടെയും ഭൂതകാല വിവരങ്ങളൊന്നും ചിത്രത്തിലില്ല. ആഖ്യാനഗതിയിൽ അപ്രസക്തമാവുന്ന നീണ്ട പുരാവൃത്തങ്ങൾ നന്നെച്ചെറിയ സൂചനകളിലൊതുക്കുക എന്ന സങ്കേതം ആദ്യചിത്രം മുതൽ തന്നെ അടൂർ പ്രയോ ഗിച്ചിട്ടുണ്ടെന്ന വിജയകൃഷ്ണന്റെ നിരീക്ഷണമോർക്കുക. വിവാഹിതരായ കമിതാ ക്കൾ ആദ്യം താമസിക്കുന്നത് എല്ലാ സൗകര്യങ്ങളുമുള്ള ഭേദപ്പെട്ട ഒരു ഹോട്ടൽ മുറിയിലാണ്. അവിടെ താമസിച്ചുകൊണ്ട് വിശ്വം തൊഴിലന്വേഷണമാരംഭിക്കുന്നു. അതോടൊപ്പം താൻ രചിച്ച നോവൽ പ്രസിദ്ധീകരിക്കാനുള്ള യത്നങ്ങളും നടത്തു ന്നുണ്ടെങ്കിലും അയാളെ കാത്തിരിക്കുന്നത് നിരാശമാത്രം. തൊഴിലില്ലായ്മയുടെയും ദാരിദ്ര്യത്തിന്റെയും ക്രൂരയാഥാർത്ഥ്യം അവർക്കു മുൻപിൽ അനാവൃതമാവുകയാണ്. അങ്ങനെ അവർ കുറഞ്ഞ വാടകയുള്ള ഒരു ലോഡ്ജിലേക്ക് മാറുന്നു. സീതയുടെ

ആഭരണങ്ങൾ ഒന്നൊന്നായി പണയം വച്ചോ വിറ്റോ ആണ് ദിവസങ്ങൾ മുന്നോട്ടുപോകുന്നത്. ഇതിനിടെ, വിശ്വം പുറത്ത് പോയ ഘട്ടത്തിൽ സീത മാത്രമുള്ള മുറിയിലേക്ക് അതിക്രമിച്ച് കയറാൻ ഒരാൾ ശ്രമിക്കുന്നതോടെ അവർ ഒരു ചെറിയ വാടക വീട്ടിലേക്ക് മാറുന്നു. പ്രാഥമിക സൗകര്യങ്ങളും വൃത്തിയുമില്ലാത്ത ആ ചേരിയുടെ അന്തരീക്ഷത്തെ പരാതിയോ പരിഭവമോ കൂടാതെ സീത സ്വയംവരിക്കുന്നത് നല്ല നാളെയെക്കുറിച്ചുള്ള പ്രതീക്ഷകളോടെയാണ്.

സീത ഗർഭിണിയാവുന്നതോടെ ദാമ്പത്യം പുതിയ അർത്ഥതലങ്ങൾ തേടുന്നു. എന്നാൽ സീതയെ ചില ദുഃസ്വപ്നങ്ങൾ വേട്ടയാടുന്നു. ഇതിനിടെ, വിശ്വത്തിന് ഒരു ട്യൂട്ടോറിയലിൽ അദ്ധ്യാപകനായി ജോലി ലഭിക്കുന്നു. അതൊരു കച്ചിത്തുരുമ്പായി പ്രതീക്ഷയോടെ ജീവിതം കരുപ്പിടിപ്പിക്കാൻ ശ്രമിക്കുന്നുണ്ടെങ്കിലും കാര്യങ്ങൾ കൂടുതൽ പ്രതിസന്ധിയിലാവുകയാണ്. മാസാരംഭത്തിൽ കോളേജിലെത്തി ശമ്പളം ചോദിക്കുമ്പോൾ "നമുക്കൊന്ന് കറങ്ങിവരാ"മെന്നു പറഞ്ഞ് വിശ്വത്തെയും കൂട്ടിയിറങ്ങുന്ന പ്രിൻസിപ്പൽ അയാളെ എത്തിക്കുന്നത് പതിവ് ബാറിലാണ്. വിശ്വം ഫ്രൂട്ട്ജ്യൂസ് മതിയെന്ന് പറയുമ്പോൾ പ്രിൻസിപ്പലും ഒപ്പമുള്ള അദ്ധ്യാപകനും പരിഹസിച്ച് ചിരിക്കുകയാണ്. അവർ അയാളെ നിർബ്ബന്ധിച്ച് കുടിപ്പിക്കുന്നു. ട്യൂട്ടോറിയലിന്റെ പരിതാപാവസ്ഥയെപ്പറ്റിയുള്ള ഉടമയുടെ പരിദേവനങ്ങൾക്കിടയിൽ പ്രിൻസിപ്പലിനോട് പണം ചോദിച്ചു വാങ്ങുന്നതിലും വിശ്വം പരാജയപ്പെടുന്നു.

മദ്യപിച്ചവശനായി വീട്ടിലെത്തിയ വിശ്വനെ കണ്ട് സീത നടുങ്ങുന്നു. അയാൾക്കായി കാത്തിരിക്കുന്ന അവൾക്ക് വിളമ്പിത്തരാമെന്നു പറഞ്ഞ് അടുക്കളയിലേക്ക് പോകുന്ന വിശ്വം ശൂന്യമായ പാത്രങ്ങൾക്കണ്ട് വിഷമിച്ച സീതയെ കെട്ടിപ്പിടിച്ച് കരയുന്നു. ചേരിയിലെ മദ്യപന്മാരായ ശല്യക്കാർ അവരുടെ സ്വൈര്യ ജീവിതം നശിപ്പിക്കുന്നു. അപ്പുറത്തെ വീട്ടിലെ സുഖവിവരങ്ങൾ അറിയാൻ വ്യഗ്രതയുള്ള അയല്ക്കാരി മുതൽ സഹായങ്ങളുമായെത്തുന്ന വൃദ്ധയും കാമക്കണ്ണുകളുമായി സീതയെ പിന്തുടരുന്ന മദ്ധ്യവയസ്കനുമെല്ലാം സാമൂഹികജീവിതത്തിൽനിന്നു പറിച്ചെടുത്ത കഥാപാത്രങ്ങൾ തന്നെ. ആണിനെയും പെണ്ണിനെയും ബന്ധുക്കളില്ലാതെ കണ്ടാൽ കാമക്കണ്ണോടെയോ സദാചാരപ്പൊലീസ് ചമഞ്ഞോ നേരിടുന്ന സമകാലിക കേരളത്തിലും പ്രസക്തമാവുന്ന സംഭവങ്ങളുടെ ഇതിവൃത്തസൂചകങ്ങൾ തന്നെയാണിവ. അങ്ങനെ *സ്വയംവരം* അമ്പതുവർഷത്തിനിപ്പുറം കാലിക പ്രസക്തി നേടുന്നു.

വാടക കൊടുക്കാത്തതിന് വീട്ടുടമയുടെ അധിക്ഷേപമടക്കം പലതും അവൾ നേരിടേണ്ടിവരുന്നു. ഒരു ഘട്ടത്തിൽ, മാതാപിതാക്കളെ ധിക്കരിച്ച് സ്വയം ഇറങ്ങി പുറപ്പെട്ടത് തെറ്റായോ എന്ന് സീതയോട് ചോദിച്ചുപോകുന്നുണ്ട് വിശ്വം. ഒരു പത്രപരസ്യം കണ്ട് സീത ഒരു സ്വകാര്യസ്ഥാപനത്തിലെ സെയിൽസ്ഗേളിന്റെ ജോലിക്ക് ശ്രമിക്കുന്നുണ്ടെങ്കിലും 1000 രൂപ ഡെപ്പോസിറ്റ് കൊടുക്കാനില്ലാത്തതുകൊണ്ട് ലഭിക്കുന്നില്ല. സാമ്പത്തിക പ്രതിസന്ധിയിൽ മനസ്സ് തകരുമ്പോൾ വിശ്വം സീതയോട് വിഷമം പങ്കുവയ്ക്കുന്നില്ല, പകരം, മാനസിക പിരിമുറുക്കം നീക്കാൻ സിഗരറ്റിലഭയം തേടുകയാണ്. വിശ്വത്തിന്റെ വിരലുകൾക്കിടയിലെ മുക്കാൽ ഭാഗവും എരിഞ്ഞുതീരാറായ സിഗരറ്റ്, പ്രതീക്ഷകൾ എരിഞ്ഞടങ്ങുന്ന

മദ്ധ്യവർഗ്ഗ യുവത്വത്തിന്റെ പ്രതീകമായിത്തീരുന്നു.

കഥയെഴുത്തുകാരനാകാനാഗ്രഹിച്ച് വിശ്വം ഒടുവിൽ ഒരു തടിക്കടയിലെ കണക്കെഴുത്തുകാരനായിത്തീരുന്നു. അയാളുടെ തന്നെ ഭാഷയിൽ "ജോലിയെന്നൊന്നും പറയാനാവില്ലെങ്കിലും തല്ക്കാലാവശ്യങ്ങൾ നടന്നു പോകാൻ" ഉതകുന്ന ഒന്ന്. എന്നാൽ മറ്റൊരാളെ നിർദ്ദാക്ഷിണ്യം പറഞ്ഞയച്ച് ആ ഒഴിവിലാണ് തന്നെ തടിമില്ലുകാർ ജോലിക്കെടുത്തതെന്ന് വിശ്വം മനസ്സിലാക്കുന്നത് പിന്നീടാണ്. മില്ലിൽനിന്ന് തൊഴിലില്ലാതാവുന്ന ആ യുവാവ് ഒഴിയാബാധയായി വിശ്വത്തെ പിന്തുടരുന്നു. ജീവിതത്തിന്റെ വേലിയിറക്കങ്ങൾ സിനിമയിൽ ഉടനീളം ധ്വനിപ്പിക്കുന്നു. തൊഴിൽ നഷ്ടത്തിന്റെയും അസംഘടിത തൊഴിലാളികളുടെ നിസ്സഹായതയുടെയും ചിത്രം കൂടി സിനിമ വരഞ്ഞിടുന്നു. അതേസമയം, പരിമിതികൾക്കിടയിലും ആത്മാഭിമാനത്തോടെ ജീവിക്കാൻ കഴിയുന്നത് സീതയെ സന്തുഷ്ടയാക്കുന്നു. ഇതിനിടയിലാണ് അവർക്കൊരു കുഞ്ഞു പിറക്കുന്നത്. ജീവിതം ഒട്ടൊന്നു തളിർക്കാൻ തുടങ്ങിയപ്പോഴേക്ക് വിധി ഏറ്റവും കടുത്തൊരു പ്രഹരത്തിനു മുതിർന്നു. വിശ്വത്തിന് കടുത്ത പനി ബാധിക്കുന്നു. അയല്ക്കാരിത്തള്ള ഡോക്ടറെക്കണ്ട് മരുന്നുവാങ്ങിക്കൊണ്ടു വന്നു കൊടുത്തിട്ടും, സീത അടുത്തിരുന്നു ശുശ്രൂഷിച്ചിട്ടും, വിശ്വത്തെ രക്ഷിക്കാനാവുന്നില്ല. അയാൾ മരിക്കുന്നു. സീതയും മകളും തനിച്ചാവുന്നു.

ഉള്ളിൽ കനലെരിയുമ്പോഴും സീതയ്ക്കു മുന്നിൽ ജീവിതം ചോദ്യചിഹ്നമാകുന്നു, വിശ്വന്റെയും തന്റെയും ജീവാംശമായ കുഞ്ഞിനെ വളർത്തി വലുതാക്കുക എന്നതും. ആപത്ക്കാലത്ത് വിശ്വൻ സഹായിച്ച സഹജീവനക്കാരൻ, ഉള്ളതുകൊണ്ട് അയാളുടെ വീട്ടിൽ ജീവിക്കാമെന്ന് വാഗ്ദാനം ചെയ്യുന്നെങ്കിലും സീത നിരസിക്കുകയാണ്. സ്വന്തം വീട്ടിലേക്ക് മടങ്ങാനുള്ള അയല്ക്കാരിയുടെ ഉപദേശവും അവൾ സ്വീകരിക്കുന്നില്ല. ഭർത്താവുമൊത്തുള്ള സീതയുടെ യാത്രയിലാരംഭിക്കുന്ന *സ്വയംവരം* പക്ഷേ, അവസാനിക്കുന്നത് വിശ്വമില്ലാതെ കുഞ്ഞുമൊന്നിച്ചുള്ള ജീവിതത്തിലാണ്. തുടക്കത്തിൽ വിശ്വവും സീതയും ഒന്നിച്ചു തീരുമാനിച്ചാണ് യാത്രയെങ്കിൽ, ക്ലൈമാക്സിൽ മകളുമൊത്തു പുതുജീവിതം നയിക്കാൻ സ്വയം തീരുമാനമെടുക്കാനുള്ള സ്വാതന്ത്ര്യംകൂടി രചയിതാവ് സീതയ്ക്കു നല്കുകയാണ്. സ്വയം അടച്ച വാതിലാണെങ്കിലും അതിലേക്കുള്ള സീതയുടെ നോട്ടത്തിന് ഇനിയൊരു തെരഞ്ഞെടുപ്പ് യുക്തിപൂർവ്വം ചെയ്യേണ്ടതാണെന്ന ശങ്കയുണ്ട്, മകൾ മറ്റൊരു സീതയാവരുതെന്ന കരുതലുണ്ട്.

അടഞ്ഞ വാതിലിനു നേരെയുള്ള നോട്ടത്തിൽ സീതയുടെ വിഹ്വലതയും നിസ്സഹായതയുമാണുള്ളത്. അടഞ്ഞ വാതിൽ സുരക്ഷാ സൂചകമാണെങ്കിലും അത് തുറന്നാൽ മാത്രമേ സാമൂഹിക ജീവിതം സാദ്ധ്യമാകൂ. *സ്വയംവര*ത്തിൽ സീത നോക്കിയിരിക്കുന്ന വാതിൽ, ജീവിതം അവൾക്കു നേരെ വലിച്ചടച്ച വാതിൽ തന്നെയാണെന്ന് എം എഫ് തോമസ് നിരീക്ഷിച്ചിട്ടുണ്ട്. തന്റെ ഭൗതികജീവിതം അവളവസാനിപ്പിച്ചേക്കാമെന്ന സൂചനയും ആ അടഞ്ഞ വാതിലിനുണ്ട്. അതേസമയം സദാചാരത്തിന്റെ പൂട്ടിയ വാതിൽ പ്രലോഭനവുമായെത്തുന്ന ഏതോ അതിഥിക്കു മുൻപിൽ അവൾ തുറന്നേക്കാമെന്ന നിരീക്ഷണവും അസ്ഥാനത്തല്ലെന്ന് വിജയകൃഷ്ണനും കൂട്ടിച്ചേർക്കുന്നു. (സമാനമായൊരു വാതിൽ തുറക്കലും

തുറക്കാതിരിക്കലും പിന്നീട് അടൂരിന്റെ തന്നെ *നാലുപെണ്ണുങ്ങൾ* എന്ന ചലച്ചിത്ര ചതുഷ്ക്കത്തിലെ *നിത്യകന്യക*യിലും കണ്ടുമുട്ടാം. നന്ദിത ദാസ് അവതരിപ്പിക്കുന്ന *നിത്യകന്യക*യിലെ നായിക താൻ തന്നെ ക്ഷണിച്ചിട്ടെത്തുന്ന ആണിനു നേരെ വാതിൽ തുറക്കാതിരിക്കുകയാണ്).

സന്തോഷപര്യവസായിയായോ ദുരന്തപര്യവസായിയായോ ഊഹാപോഹത്തിനും ഇടംനല്കാത്തവണ്ണം സുവിശദവും പഴുതടച്ചതുമായി മാത്രം സിനിമയുടെ ക്ലൈമാക്സുകളെ വിഭാവനചെയ്തിരുന്ന കാലത്താണ് അനിശ്ചിതത്വത്തിലേ ക്കുറ്റുനോക്കുന്ന നായികയിൽ ചിത്രമവസാനിക്കുന്നതെന്ന വിജയകൃഷ്ണന്റെ നിരീക്ഷണം ശ്രദ്ധേയമാണ്. ഈ തുറന്ന അന്ത്യം നായികയുടെ ഭാവിയെക്കുറിച്ച് സ്വന്തമായ നിഗമനങ്ങളിലെത്തിച്ചേരാൻ ആസ്വാദകനെ ക്ഷണിക്കുന്നു. ഏറെ ചർച്ച ചെയ്ത, *സ്വയംവര*ത്തിന്റെ ക്ലൈമാക്സിൽ, മലയാള സാഹിത്യത്തിലും കലാചിന്തയിലും നവബോധത്തിന്റെ നാമ്പുകൾ കുരുപ്പിക്കുന്നതിൽ നിർണ്ണായകപങ്കുവഹിച്ച എം.ഗോവിന്ദന്റെ പങ്ക് ചലച്ചിത്ര ചരിത്രകാരന്മാർ രേഖപ്പെടുത്തിയിട്ടുണ്ട്. ചിത്രത്തിന്റെ കഥാതന്തുവിനെപ്പറ്റി നടന്ന ചർച്ചയിൽ ഗോവിന്ദനാണ് തുറന്ന ക്ലൈമാക്സ് എന്ന നിലയ്ക്ക് ചിന്തിക്കാൻ അടൂരിനോടും കൂട്ടരോടും നിർദ്ദേശിച്ചതത്രേ! ഏറെ വിവാദങ്ങൾക്കു വഴിവച്ചതാണ് *സ്വയംവര*ത്തിന്റെ രചനയെസംബന്ധിച്ച തർക്കം. അടൂരിനൊപ്പം 'ചിത്രലേഖ'യുടെ സജീവപ്രവർത്തകനായിരുന്ന കെ പി കുമാരൻ കൂടി ചേർന്നെഴുതിയതാണ് *സ്വയംവര*ത്തിന്റെ തിരക്കഥ എന്നാണ് പല ചരിത്രരേഖകളിലും കാണുന്നതെങ്കിലും ഔപചാരികമായി 'സ്ക്രിപ്റ്റ് അസോഷ്യേറ്റ്' എന്ന സ്ഥാനമാണ് കുമാരന് നല്കപ്പെട്ടത്. ഏതായാലും *സ്വയംവര*ത്തിനു പിന്നിൽ സജീവസാന്നിദ്ധ്യമായിരുന്നു കുമാരനെന്നതിൽ തർക്കമില്ല.

അറുപതുകളിലെയും എഴുപതുകളിലെയും മലയാളസിനിമ അക്കാലത്തെ രാഷ്ട്രീയ സാമ്പത്തിക, സാമൂഹിക പരിതസ്ഥിതിയുടെ നേർക്കാഴ്ചകളായിരുന്നു. ജന്മിവ്യവസ്ഥയുടെ തകർച്ചയും കമ്യൂണിസത്തിന്റെ വേരോട്ടവും നവമുതലാളിത്തത്തിന്റെ ആവിർഭാവംമൂലമുണ്ടായ പുത്തൻ സാമ്പത്തിക അരക്ഷിതാവസ്ഥയുമൊക്കെ സാഹിത്യത്തിലേതിനേക്കാൾ തീവ്രമായി സിനിമയിൽ ആവിഷ്കരിക്കപ്പെട്ടു. ഇടത്തരം മദ്ധ്യവർത്തി/സമാന്തര സിനിമ എന്നു വിശേഷിപ്പിക്കപ്പെട്ട എഴുപതുകളുടെ ആദ്യപാദത്തിലെ സിനിമകളുടെയെല്ലാം പൊതുപ്രമേയം അക്കാലത്തെ സാമ്പത്തിക അരാജകത്വമായിരുന്നു. ദരിദ്രൻ കൂടുതൽ ദരിദ്രനും ജന്മി കൂടുതൽ പണക്കാരനുമാവുന്ന കഥകൾ. അടൂർ ഗോപാലകൃഷ്ണന്റെ *സ്വയംവര* (1972) വും അരവിന്ദന്റെ *ഉത്തരായണ* (1975)വും വരച്ചുകാട്ടിയ സാമ്പത്തിക സാമൂഹിക പശ്ചാത്തലവും മറ്റൊന്നല്ല. ഇന്ത്യയിലെ ആദ്യത്തെ നിയോറിയലിസ്റ്റ് സിനിമയായ *ന്യൂസ്പേപ്പർ ബോയ്* (1957ൽ *പാഥേർ പാഞ്ചാലി* പുറത്തിറങ്ങുന്നതു രാംദാസിന്റെ ഈ മലയാള ചിത്രത്തിനുശേഷമാണ്)യിലും *രാരിച്ചൻ എന്ന പൗരനി* (1956) ലും കണ്ടതിൽനിന്നു വേറിട്ട സാമൂഹിക സാമ്പത്തിക പശ്ചാത്തലമല്ല ഈ സിനിമകളിൽ. ഉള്ളടക്കത്തിലല്ല, ശില്പഭദ്രതയിലാണ് ആദ്യം പറഞ്ഞ സിനിമകൾ പിന്നീടു പറഞ്ഞ സിനിമകളെ അതിശയിച്ചത്. വേശ്യാവൃത്തിയടക്കം കേരളീയ സമൂഹത്തിലെ എല്ലാ ശരാശരി ജീവിതക്കാഴ്ചകളിലേക്കും *സ്വയംവരം* ക്യാമറ തുറ

ന്നുപിടിക്കുന്നുണ്ട്. തെരുവോരത്ത് ആവശ്യക്കാരെ വിളിച്ചുവരുത്തി വ്യഭിചരിക്കുന്ന കല്യാണിയും അവൾക്ക് സന്ദർശകരുള്ളപ്പോൾ പോലും കുടിക്കാൻ പണത്തിനായി സമീപിക്കുന്ന അവളുടെ ഭർത്താവുമൊക്കെ ചേർന്നതാണ് *സ്വയംവര*ത്തിന്റെ ജൈവപശ്ചാത്തലം.

*സ്വയംവര*വും തുടർന്നു വന്ന *കൊടിയേറ്റ*വും ചില്ലറ ഏറ്റക്കുറച്ചിലുകളോടെ സത്യജിത് റേയുടെ മാർഗ്ഗം പിന്തുടരുന്ന ഒരു ചലച്ചിത്രരചയിതാവിനെയാണ് കാട്ടിത്തന്നത്. റേയിൽനിന്ന് പകർന്നു കിട്ടിയ ദൈനംദിന ജീവിത സത്യങ്ങളുടെ സൂക്ഷ്മവും സത്യസന്ധവുമായ പുനരാവിഷ്കരണത്തിൽ ഊറിക്കൂടിയ റിയലിസമായിരുന്നു. ഈ രണ്ടു സിനിമകളുടെയും അന്തസ്സത്തയെന്ന് വിഖ്യാത ചലച്ചിത്ര/സാഹിത്യ നിരൂപകൻ ഡോ. വി രാജകൃഷ്ണൻ[5] അഭിപ്രായപ്പെട്ടിട്ടുണ്ട്. ആദ്യ കഥാചിത്രമായ *സ്വയംവര*ത്തിൽ പല ശബ്ദങ്ങളും പ്രകൃതിയിൽനിന്നുപയോഗപ്പെടുത്തുന്നതിൽ അടൂർ പ്രത്യേക വിരുത് കാണിക്കുകയുണ്ടായി എന്നും അദ്ദേഹം എഴുതി. *സ്വയംവര*ത്തിന്റെ മേന്മകളിലൊന്ന്, അതിനകത്തെ യഥാർത്ഥത്തിൽനിന്ന് തെല്ല് വ്യതിചലിച്ചു നില്ക്കുന്ന ശബ്ദകല്പനയാണ്. ഇടതടവില്ലാതെ സംഭാഷണം പ്രയോഗിക്കുന്ന രീതിക്കു വിരുദ്ധമായി ചിത്രത്തിൽ അത്യാവശ്യത്തിനു മാത്രം, അതും അർത്ഥപൂർണ്ണമായിട്ടാണ് സംഭാഷണമുണ്ടായത്. ദൃശ്യങ്ങളുടെ അർത്ഥ പ്രതിപാദനത്തിനു സഹായിക്കുന്ന അളവിൽ മാത്രം ഉപയോഗിക്കപ്പെട്ട സംഭാഷണങ്ങളുടേതിനു സമാനമായിരുന്നു സംഗീതത്തിന്റെ അവസ്ഥയും എന്നു വിജയകൃഷ്ണൻ നിരീക്ഷിക്കുന്നു.

ഗാനങ്ങളില്ലാത്ത, പശ്ചാത്തലസംഗീതം മാത്രമുള്ള സിനിമയായിരുന്നു *സ്വയംവരം*. ഗാനങ്ങളില്ലാത്ത ആദ്യ മലയാള ചിത്രമല്ലാഞ്ഞിട്ടും ശബ്ദരേഖയിൽ സംഗീതത്തിലുപരി നവീനത്വം പുലർത്തുന്നതിൽ *സ്വയംവരം* ചരിത്രമെഴുതി. ചിത്രത്തിന്റെ കഥാഗതിക്കനുസരിച്ച് ഇടതടവില്ലാതെ പ്രയോഗിക്കപ്പെടുന്ന സാധാരണ സിനിമാസംഗീതത്തിൽനിന്നു വ്യത്യസ്തമായി ദൃശ്യങ്ങളെ സംബന്ധിച്ച് അർത്ഥബോധത്തോടുകൂടി അനിവാര്യമായ ഇടങ്ങളിൽ നിബന്ധിക്കപ്പെടുന്ന പശ്ചാത്തല സംഗീതം *സ്വയംവരം* നല്കിയ ആദ്യാനുഭവങ്ങളിലൊന്നായിരുന്നു. മാമൂലുകൾ ലംഘിക്കുന്നതിൽ നേതൃത്വനിരയിൽ നിലകൊണ്ട എം ബി ശ്രീനിവാസന്റേതായിരുന്നു *സ്വയംവര*ത്തിന്റെ പശ്ചാത്തലസംഗീതം. കാതടപ്പിക്കുന്ന പശ്ചാത്തല സംഗീതത്തിൽ മുങ്ങിപ്പോകാറുള്ള പശ്ചാത്തല/സ്വാഭാവിക ശബ്ദങ്ങളുടെ ഫലപ്രദമായ വിനിയോഗത്തിലും *സ്വയംവരം* പകർന്ന വേറിട്ട അനുഭൂതിയേപ്പറ്റി വിജയകൃഷ്ണൻ എഴുതുന്നു-"അപൂർവ്വം ചില സ്വാഭാവിക ശബ്ദങ്ങളൊഴിച്ചാൽ ശ്രമകരമായി ആലേഖനം ചെയ്യേണ്ട ശബ്ദങ്ങളൊക്കെ ഒഴിവാക്കുകയായിരുന്നു മലയാളസിനിമയുടെ നടപ്പുരീതി. അതിനു വിപരീതമായി യഥാർത്ഥമായ സ്വാഭാവിക ശബ്ദങ്ങൾ പ്രയോഗിക്കപ്പെട്ടു എന്നതും *സ്വയംവര*ത്തിന്റെ പ്രത്യേകതയായിരുന്നു. അങ്ങനെ മലയാള സിനിമയുടെ സാങ്കേതികവികാസത്തിൽ ഛായാഗ്രഹണത്തിനും സന്നിവേശത്തിനും പുറമേ ഒരു ഘടകംകൂടി പങ്കുചേരുകയായിരുന്നു-ശബ്ദലേഖനം. പിന്നീട് മലയാളത്തിൽ ശബ്ദലേഖനരംഗത്ത് ഏറ്റവുമധികം നേട്ടങ്ങൾ സൃഷ്ടിച്ച ദേവദാസിന്റെ കന്നിച്ചിത്രമായിരുന്നു *സ്വയംവരം*. *സ്വയംവരം* മലയാളത്തി

ന സമ്മാനിച്ച ഏറ്റവും വലിയ സംഭാവനകളിൽ ഒന്ന് ദേവദാസ് എന്ന ശബ്ദലേഖകനാണെന്നതിൽ തർക്കമില്ല. യഥാർത്ഥ ലൊക്കേഷനുകളിലാണ് *സ്വയംവരം* ചിത്രീകരിച്ചത്. സംഭാഷണങ്ങളും സൗണ്ട് ഇഫക്ടസും ദൃശ്യങ്ങൾക്കൊപ്പം തന്നെ ആലേഖനം ചെയ്യപ്പെട്ടു. 'യൂണിസെഫി'ന് ഒരു ഡോക്യുമെന്ററി ചെയ്തതിനു പകരമായി സംഘടന നല്കിയ 'പോർട്ടബിൾ നാഗ്ര' റെക്കോർഡ് സെറ്റ് ഇല്ലായിരുന്നെങ്കിൽ ഒരേസമയത്തുള്ള ശബ്ദലേഖനം സാദ്ധ്യമാകുമായിരുന്നില്ലെന്ന് ഗൗതമൻ ഭാസ്കരൻ എഴുതിയിട്ടുണ്ട്.

*സ്വയംവര*ത്തിന്റെ ഏറ്റവും മർമ്മപ്രധാനമായ വിശ്വത്തിന്റെ മരണരംഗത്തുപയോഗിച്ച ശബ്ദവിന്യാസം ശ്രദ്ധിക്കുക. അയാൾ പണിയെടുത്തിരുന്ന തടിമില്ലിലെ ഈർച്ചവാളിന്റെ ശബ്ദമാണിവിടെ വൈകാരികതയെ മൂർത്തമായി ആവിഷ്കരിക്കാൻ ഉപയോഗിച്ചിരിക്കുന്നത്. ഈർച്ചവാളിന്റെ ശബ്ദമല്ലാതെ അതിനെ ദൃശ്യത്തിലെങ്ങും കാണിക്കുന്നില്ല. വിശ്വം മരണത്തെ പുല്കുന്ന നിമിഷങ്ങളിൽ പട്ടിയുടെ കരയും, ചൂളമടിച്ച പായുന്ന തീവണ്ടിയുടെ ശബ്ദവും കേൾക്കാം. സാംസ്കാരിക അർത്ഥതലത്തിൽ പട്ടിയുടെ കര മരണത്തിന്റെ സൂചകമാണ്. സിനിമയുടെ അവസാനഭാഗത്ത് സീത കുപ്പിയിൽ പാൽ പകരുമ്പോൾ ഉയരുന്ന സ്ത്രീ-പുരുഷ ഹമ്മിങ്ങുകൾ നല്കുന്ന ഭാവതലം അസാധാരണമാണെന്ന് ഡോ ദിവ്യ ചൂണ്ടിക്കാണിക്കുന്നു. പിന്നീട്, ഉറങ്ങുന്ന കുഞ്ഞിന്റെ അടഞ്ഞ വായിലേക്ക് സീത പാലുപ്പി തിരുകിക്കയറ്റുകയും കുട്ടി ഉണരാതെതന്നെ പാൽ കുടിച്ചു തുടങ്ങുകയും ചെയ്യുമ്പോൾ, പശ്ചാത്തലസംഗീതം നേർത്തില്ലാതാകുന്നു. ഈ ദൃശ്യത്തിനൊടുവിൽ മഴശബ്ദവും മിന്നൽ വെളിച്ചവും പ്രകമ്പനംകൊള്ളുന്ന പശ്ചാത്തലത്തിൽ അടഞ്ഞ കതകിന്റെ ബന്ധിതമായ സാക്ഷയിൽ നോട്ടം തറഞ്ഞ സീതയുടെ മുഖദൃശ്യത്തിലാണ് *സ്വയംവരം* അവസാനിക്കുന്നത്. തിരയിൽ കാണുന്നതിനപ്പുറത്തേക്ക് ഒരു ദൃശ്യത്തെ പരിവർത്തിപ്പിക്കാനും ദൃശ്യത്തെ അതിന്റെ യഥാർത്ഥ സവിശേഷതയോടെ നിലനിർത്താനുമുള്ള ശബ്ദരേഖയുടെ സാദ്ധ്യതയെയാണ് ഇവിടെ സംവിധായകൻ വിനിയോഗിച്ചു കാണിച്ചുതരുന്നത്. തോരാതെ പെയ്യുന്ന മഴയിൽ സീതയുടെ നൊമ്പരങ്ങൾ കൂട്ടിച്ചേർക്കുകയാണ് അടൂർ. ശബ്ദത്തിന്റെ സൂക്ഷ്മോപയോഗവും, തത്സമയാലേഖനസാദ്ധ്യതകളുംതന്നെയാണ് നവസിനിമയുടെ ഏറെ ആഘോഷിക്കപ്പെടുന്ന ലക്ഷണങ്ങളിലൊന്ന് എന്നുകൂടി ഓർക്കുക.

യഥാതഥമായി യാഥാർത്ഥ്യത്തെ ആവിഷ്കരിക്കാൻ ശ്രമിക്കുന്ന *സ്വയംവര*ത്തിന്റെ താരനിരയാണ് പരാമർശിക്കപ്പെടേണ്ട മറ്റൊരു ഘടകം. മലയാള സിനിമയ്ക്ക് ധാരാളം പുതുമുഖങ്ങളെയും, ജീവിതത്തിൽനിന്ന് നേരിട്ടു പറിച്ചുവച്ചവർ എന്നു തോന്നിപ്പിക്കുന്ന ക്യാരിക്കേച്ചർ പ്രത്യേകതകളുള്ള നടീനടന്മാരെയും അവതരിപ്പിച്ച അടൂർ ഗോപാലകൃഷ്ണൻ *സ്വയംവര*ത്തിൽ പക്ഷേ, നായകനും നായികയുമായി കണ്ടെത്തിയത് ലബ്ധപ്രതിഷ്ഠനേടിയ താരങ്ങളെത്തന്നെയാണ് എന്നത് കൗതുകത്തിനപ്പുറം വൈരുദ്ധ്യമായിത്തോന്നാം. അന്നത്തെ കമ്പോള സിനിമയിലെ പ്രധാനതാരങ്ങളായിരുന്ന മധുവിനെയും ശാരദയെയും പക്ഷേ, വിശ്വവും സീതയുമായി തെരഞ്ഞെടുത്തതിന്റെ സാംഗത്യം *സ്വയംവരം* കണ്ടവർക്ക് ബോദ്ധ്യമാവും. എന്നുമാത്രമല്ല, ശാരദയ്ക്ക് തുടർന്നും തന്റെ ചിത്രത്തിൽ വളരെയേറെ

പ്രധാനപ്പെട്ട വേഷം നല്കിയ അടൂർ പില്ക്കാലത്ത് മമ്മൂട്ടി, ദിലീപ് അടക്കമുള്ള താരങ്ങളെയും കഥാപാത്രങ്ങളുടെ ആവശ്യാനുസരണം സഹകരിപ്പിച്ചു. അതാവട്ടെ അവരുടെ താരമൂല്യത്തിന്റെ പേരിലായിരുന്നുമില്ല, മറിച്ച് കഥാപാത്രം ആവശ്യപ്പെട്ടതുകൊണ്ടായിരുന്നു.

അതേ സമയം, *സ്വയംവര*ത്തിന്റെ താരനിർണ്ണയം സവിശേഷതയാർജ്ജിക്കുന്നത്, ഇന്ത്യ കണ്ട മഹാനടന്മാരിലൊരാളായ ഇരിപ്പിടം നേടിയ ഭരത് ഗോപിയുടെ സജീവസാന്നിദ്ധ്യം രേഖപ്പെടുത്തിയ സിനിമയെന്ന നിലയ്ക്കുകൂടിയാണ്. തൊഴിൽ നഷ്ടമാവുന്ന മിൽ തൊഴിലാളിയുടെ വേഷത്തിലാണ് ഗോപി *സ്വയംവര*ത്തിൽ സാന്നിദ്ധ്യം തെളിയിക്കുന്നത്. പില്ക്കാലത്ത് അടൂർ ചിത്രങ്ങളിൽ ശരീരംകൊണ്ടും ശബ്ദംകൊണ്ടും സജീവമായ കെ പി എ സി ലളിത, അടൂർ ഭവാനി തുടങ്ങിയവരെല്ലാം *സ്വയംവര*ത്തിൽ നിർണ്ണായക കഥാപാത്രങ്ങളായി. തിക്കുറിശ്ശിയായിരുന്നു പാരലൽ കോളേജ് പ്രിൻസിപ്പൽ. എഴുത്തുകാരനായി ഭാഗ്യം പരീക്ഷിക്കാൻ സാഹിത്യപ്രസിദ്ധീകരണത്തിൽ അവസരം തേടിയെത്തുന്ന വിശ്വത്തെ അഭിമുഖം ചെയ്യുന്നൊരു രംഗമായിരുന്നു *സ്വയംവര*ത്തിന്റെ സവിശേഷതകളിലൊന്ന്. സാഹിത്യകാരനും പത്രാധിപരുമായ വൈക്കം ചന്ദ്രശേഖരൻ നായർ തന്നെയാണ് ആ രംഗത്ത് പ്രത്യക്ഷപ്പെട്ടത് (സമാനമായൊരു അഭിമുഖരംഗം അടൂരിന്റെ *പിന്നെയും* എന്ന ചിത്രത്തിൽ ആവർത്തിക്കപ്പെട്ടതും പരാമർശയോഗ്യമാണ്. ഏതൊക്കെയോ തലങ്ങളിൽ വിശ്വത്തെപ്പോലെ തന്നെ അർഹതയുണ്ടായിട്ടും പരാജിതനായ നായകനാണ് *പിന്നെയു*മിലെ പുരുഷോത്തമൻ നായർ. അയാൾ ജോലി തേടിയെത്തുമ്പോൾ അയാളെ അഭിമുഖം ചെയ്യുന്നത് മാധ്യമപ്രവർത്തകൻ എം ജി രാധാകൃഷ്ണൻ അടങ്ങുന്ന സംഘമാണ്) ബി കെ നായർ, സോമശേഖരൻ നായർ, കരമന ജനാർദ്ദനൻ നായർ, പി കെ വേണുക്കുട്ടൻ നായർ തുടങ്ങിയവരും *സ്വയംവര*ത്തിന്റെ താരനിരയുടെ ഭാഗമായി.

*സ്വയംവര*ത്തിന്റെ അവസാന ഫ്രെയിമും പലതവണ കണ്ടുതീർക്കുമ്പോൾ എപ്പോഴും തോന്നിയിട്ടുള്ള ഒരു കാര്യമുണ്ട്. ഇബ്സന്റെ *പാവവീടി*ന്റെ വിഖ്യാതമായ അന്ത്യത്തിനു സമാനമായ (പ്രത്യ)ആഘാതം സൃഷ്ടിച്ച *സ്വയംവര*ത്തിലെ അന്ത്യം എന്തുകൊണ്ട് മറ്റൊരു സിനിമയ്ക്കു വിഷയമായില്ല? *സുവർണ്ണരേഖ*യിലെ മൗനത്തിൽനിന്ന് ഒരു *സ്വയംവര*മുണ്ടാകാമെങ്കിൽ *സ്വയംവര*ത്തിന്റെ തുറന്ന അന്ത്യത്തിൽനിന്ന് മികച്ച ഒരു ചലച്ചിത്രം എന്തുകൊണ്ട് ഉണ്ടാകുന്നില്ല? ഒറ്റ ഉത്തരമേ അതിന് നല്കാനാവൂ. ഘട്ടക്കിന്റെ നിശ്ശബ്ദതയിൽനിന്ന് *സ്വയംവര*മുണ്ടാക്കാൻ അടൂർ ഗോപാലകൃഷ്ണൻ എന്നൊരു ദാർശനികപ്രതിഭയുണ്ടായി. അദ്ദേഹം ഉപേക്ഷിക്കുന്ന മൗനങ്ങളുടെ നാനാർത്ഥങ്ങൾ കണ്ടെത്താൻ മാത്രം പ്രതിഭാവിലാസമുണ്ടെന്ന് ആത്മബോധമുള്ള ചലച്ചിത്രകാരന്മാർ ഒരുപക്ഷേ, ഉണ്ടാകേണ്ടിയിരിക്കുന്നു.

സാമൂഹികപ്രസക്തിയുള്ളൊരു പ്രമേയം ചലച്ചിത്രപരമായ സാങ്കേതികത്തികവിലൂടെ അവതരിപ്പിച്ചു എന്നതിലാണ് *സ്വയംവരം* മികച്ച സിനിമയാവുന്നത്. ദൃശ്യസമീപനത്തിലും ശബ്ദരേഖയിലും തിരപ്രതീകങ്ങളിലും ഇതിവൃത്താഖ്യാനത്തിലുമെല്ലാം *സ്വയംവരം* മുമ്പേ പറന്ന പക്ഷിയായി. കാലത്തിനും വളരെ മുമ്പേ സാക്ഷാൽക്കരിക്കപ്പെട്ട ലക്ഷണമൊത്ത ദൃശ്യരചനയായി. ഇന്ത്യൻ സിനിമയിൽ സത്യജിത് റേയുടെ *പഥേർ പാഞ്ചാലി*ക്കു മുമ്പും പിൻപും എന്ന മട്ടിൽ ഒരു കാലഗണനയുണ്ടായതുപോലെതന്നെയാണ് മലയാള സിനിമയിൽ *സ്വയംവരം* അന്നോളമുള്ള ചലച്ചിത്രസമീപനങ്ങളെ മറ്റൊരു തലത്തിലേക്ക് മാറ്റിക്കൊണ്ട് നിലവാരസൂചികയെന്ന നിലയ്ക്ക് വഴിക്കല്ലായത്. സാർവ്വകാലികമെന്നു മാത്രമല്ല സമകാലികം എന്നുപോലും വിശേഷിപ്പിക്കാവുന്നൊരു പ്രമേയമാണ് *സ്വയംവര*ത്തിന്റേത്. അതിലുപരി ഒരു സാർവ്വദേശീയതയും അതിനുണ്ട്. അതുതന്നെയാണ് *സ്വയംവര*ത്തിന്റെ സാംസ്കാരികപ്രസക്തിയും.

അവലംബം

1. *അടൂർ ഗോപാലകൃഷ്ണൻ സിനിമയിൽ ഒരു ജീവിതം*, ഗൗതമൻ ഭാസ്കരൻ, വിവ. എൻ പി സജീഷ്, മാതൃഭൂമി ബുക്സ്, കോഴിക്കോട്, 2011, പേജ് 120
2. *അടൂരിന്റെ ചലച്ചിത്രയാത്രകൾ*, എം എഫ് തോമസ്, സൈൻ ബുക്സ് തിരുവനന്തപുരം, 2006, പേജ് 12
3. *അധികാരാവിഷ്കാരം അടൂർ സിനിമകളിൽ*, ഡോ. ദിവ്യ എസ് കേശവൻ, ലിപി പബ്ലിക്കേഷൻസ്, കോഴിക്കോട്, മാർച്ച് 2020, പേജ് 24
4. *മലയാള സിനിമയുടെ കഥ*, വിജയകൃഷ്ണൻ, കേരള സംസ്ഥാന ചലച്ചിത്രവികസന കോർപ്പറേഷൻ, 1987, പേജ് 154
5. *കാഴ്ചയുടെ അശാന്തി*, ഡോ. വി രാജകൃഷ്ണൻ, കേരള ഭാഷാ ഇൻസ്റ്റിറ്റ്യൂട്ട്, 1987, പേജ് 100-101

ഭാഗം 3

കൊടിയേറ്റം

സ്വയംവരം:
മലയാള സിനിമയിലെ പുതിയ ദൃശ്യകാലം

പെരുമ്പടവം ശ്രീധരൻ

ആയിരം തലൈവാങ്കി അപൂർവ ചിന്താമണി എന്ന സിനിമയാണ് ഞാൻ ആദ്യം കണ്ടത്. തമിഴ് ചിത്രമായിരുന്നു അത്. ഭാഷ വേറെയാണെങ്കിലും ആ സിനിമ എനിക്ക് ഏറെ ഇഷ്ടപ്പെട്ടു. അത്തരം സിനിമകൾ കാണാൻ വേണ്ടി പെരുമ്പടവത്തു നിന്ന് ഒരു മല കയറി ഇറങ്ങി പിറവത്ത് പോയിരുന്ന കാലമുണ്ട്. ഏറെ സന്തോഷത്തോടെയാണ് ഞാൻ ആ കാലം ഓർമ്മിക്കുന്നത്. ഞാൻ സിനിമ കാണാൻ പോയിരുന്നത് ആറര മണിക്കുള്ള ഷോയ്ക്കാണ്. പക്ഷേ, അഞ്ചര മണി മുതൽ തന്നെ തിയേറ്ററിന്റെ വളപ്പിൽ നിൽക്കുന്ന ഉയരം കൂടിയ മരത്തിന്റെ ഏറ്റവും മുകളിലത്തെ കവരയിൽ വച്ച് കെട്ടിയ ഉച്ചഭാഷിണിയിൽനിന്ന് തമിഴ് പാട്ടുകൾ കേൾക്കാം. ആ പാട്ടുകളൊക്കെയും എനിക്ക് വളരെ ഇഷ്ടമായിരുന്നു. കുറേക്കാലം കഴിഞ്ഞപ്പോഴാണ് തമിഴ് സിനിമകളുടെ സ്ഥാനത്ത് *നല്ല തങ്ക* തുടങ്ങിയ മലയാള ചിത്രങ്ങൾ വരാൻ തുടങ്ങിയത്. സ്വന്തം ഭാഷ സംസാരിക്കുന്ന ചിത്രങ്ങൾ എന്ന നിലയ്ക്ക് ആ സിനിമകൾ എന്നെ ഏറെ സന്തോഷിപ്പിച്ചു. ഞാൻ സിനിമ കാണാൻ പോകുമ്പോൾ എപ്പോഴും രണ്ടാമത്തെ ഷോയ്ക്കാണ് കയറാറുണ്ടായിരുന്നത്. രണ്ടാമത്തെ ഷോ കഴിഞ്ഞിട്ടാണെങ്കിലും വീട്ടിൽ എത്താനുള്ള എന്റെ മടക്കയാത്ര പിന്നെയും വൈകാറുണ്ട്. അതുകൊണ്ട് ആശുപത്രി വളവിലേക്കിറങ്ങുന്ന ഒരിടത്ത് ഒരു കുരിശുപള്ളിയുണ്ട്. ഞാൻ അവിടെ ചെന്ന് കുരിശുപള്ളിയുടെ തിണ്ണയിൽ കിടക്കും. അകത്ത് യേശുക്രിസ്തുവും പുറത്തു ഞാനും. യേശുക്രിസ്തു മരക്കുരിശും താങ്ങിനില്ക്കുന്ന രൂപത്തിനു മുന്നിൽ കിടക്കുമ്പോൾ എനിക്ക് പേടിയൊന്നും ഉണ്ടായിരുന്നില്ല. അറിയാതെ ഉറങ്ങിപ്പോകും. നേരം വെളുത്തു വരുമ്പോഴേക്കും വാഹനങ്ങളുടെ ഇരമ്പം കേൾക്കാം. ഞാൻ എഴുന്നേറ്റ് ക്രിസ്തുവിനെ തൊഴുത് പെരുമ്പടവത്തേക്കു തിരിക്കും.

വഴിയിലെങ്ങും ആരും ഉണ്ടാകില്ല. വീട്ടിലെത്തുമ്പോൾ നേരം വെളുത്ത്

ഭൂമിയാകെ മഞ്ഞവെയിൽ പരന്നുകിടക്കും. ഇങ്ങനെയുള്ള യാത്രകളിലൂടെ ഞാൻ ഏറെ സിനിമകൾ കണ്ടിട്ടുണ്ടെന്നുള്ളത് വിസ്മയിച്ചു പോകും. പിന്നീട് ഞാൻ കണ്ട പഴയ മലയാള സിനിമകൾ എത്രയെന്ന് കണക്കില്ല. അതൊക്കെ കഴിഞ്ഞാണ് ഞാൻ തിരുവനന്തപുരത്ത് വരുന്നത്. തിരുവനന്തപുരത്ത് വന്നപ്പോൾ എന്റെ വായനയിലും സിനിമാകാഴ്ചകളിലും വലിയ മാറ്റങ്ങൾ ഉണ്ടായി. അന്നുകണ്ട പഴയ മലയാള സിനിമകളുടെ ഓർമ്മകൾ മുഴുവൻ ഇന്ന് നഷ്ടപ്പെട്ടിരിക്കുന്നു. അന്ന് തിയേറ്ററുകളിൽ കളിച്ചിരുന്ന മലയാള സിനിമകളെക്കുറിച്ച് അത്ര വ്യക്തമായ ഓർമ്മയില്ല. മനസ്സിൽ തങ്ങിനില്ക്കുന്ന കുറച്ച് സിനിമകൾ ഉണ്ടായിരുന്നുവെന്ന് ഇപ്പോഴും ഓർമ്മിക്കുവാൻ കഴിയുന്നുണ്ട്.

തിരുവനന്തപുരത്ത് വന്നതിനുശേഷം ഞാൻ ധാരാളം സിനിമകൾ കണ്ടു. പല ഭാഷകളിലുള്ള സിനിമകളാണ് കണ്ടത്. ബംഗാളിൽനിന്ന് വന്ന പല സിനിമകളും എന്നെ വല്ലാതെ വിസ്മയിപ്പിക്കുകയുണ്ടായിട്ടുണ്ട്. മനുഷ്യാനുഭവങ്ങളുടെ കൊടുമുടികൾ എന്ന നിലയ്ക്കാണ് ആ ചിത്രങ്ങൾ എന്നെ കീഴ്പ്പെടുത്തിയത്. അങ്ങനെയിരിക്കുമ്പോഴാണ് അടൂരിന്റെ *സ്വയംവരം* പ്രദർശനത്തിനെത്തുന്നത്. ഞാനത് കാണുവാൻ ആദ്യത്തെ ഷോയ്ക്ക് തന്നെ തിയേറ്ററിൽ എത്തുകയുണ്ടായി. വ്യത്യസ്തതകൊണ്ടും ആഖ്യാന കലയുടെ ആഴംകൊണ്ടും എന്നെ ഏറ്റവും കൂടുതൽ ആകർഷിച്ച ഒരു ചിത്രമാണ് *സ്വയംവരം*.

തികച്ചും വ്യത്യസ്തമായ പ്രമേയവും ആഖ്യാന കലയും ആ ചിത്രത്തെ കലാപരമായ ഒരു കണ്ടെത്തൽ ആക്കി തീർത്തു. അന്ന് തിയേറ്ററിൽ ആളുകൾ വളരെ കുറവായിരുന്നു. എനിക്ക് എന്തെന്നില്ലാത്ത ഒരു വിഷമം തോന്നി. മലയാള സിനിമയിൽ ഒരു പുതിയ ദൃശ്യകാലം തുറക്കുന്നു എന്ന് മലയാളികൾ മനസ്സിലാക്കാത്തത് എന്തെന്ന് ഞാൻ വിഷമിച്ചു. ആ സിനിമ എല്ലാ മലയാളികളും കാണണമെന്നാണ് ഞാൻ ആഗ്രഹിച്ചത്. ഞാനും സുഹൃത്തുക്കളും മറ്റ് സാംസ്കാരിക സ്ഥാപനങ്ങളിൽ ചെന്ന് *സ്വയംവരം* കാണണമെന്ന് ആളുകളോട് അഭ്യർത്ഥിക്കുകയുണ്ടായി. ആളുകളെ പ്രോത്സാഹിപ്പിച്ചു. എങ്ങനെയെങ്കിലും ആ സിനിമ വിജയിച്ചു കാണാനായിരുന്നു ഞങ്ങളുടെ ആഗ്രഹം. തികച്ചും അപരിചിതനായ ഒരാളായിരുന്നു അടൂർ. എന്നിട്ടും എന്റെ ഏറ്റവും അടുത്ത സുഹൃത്തിനെക്കുറിച്ച് പറയുന്നതു പോലെയാണ് മറ്റുള്ളവർക്കിടയിൽ അടൂരിനെക്കുറിച്ച് പറഞ്ഞു നടന്നിരുന്നത്. ലോകത്തിനു മുമ്പിൽ കാണിക്കാവുന്ന ഒരു മഹത്തായ സിനിമ മലയാളത്തിൽ ഉദയം ചെയ്തിരിക്കുന്നു എന്നാണ് ഞാൻ വിചാരിക്കുന്നത്. *സ്വയംവരം* എന്ന സിനിമ മലയാളത്തിന്റെ സാംസ്കാരിക ചക്രവാളങ്ങളെ തുടിപ്പിച്ചിരിക്കുന്നു. സ്വല്പം അഹങ്കാരവും എനിക്കതിൽ തോന്നി. ബംഗാളിയിലും ഹിന്ദിയിലും മാത്രമല്ല മലയാളത്തിലും മഹത്തായ സിനിമകൾ ഉണ്ടാകും. ഞങ്ങൾക്കിടയിൽ *സ്വയംവര*ത്തെക്കുറിച്ചുള്ള ചർച്ചകൾ സജീവമായി നടന്നിരുന്നു. മലയാള സിനിമയിലും പുതിയ അനുഭവങ്ങൾ ഉണ്ടാവുകയാണ്. എന്റെ ആ പ്രതീക്ഷ സഫലമായി തീർന്നു. പിന്നീട് എത്രയോ നല്ല സിനിമകൾ മലയാളത്തിൽ ഉണ്ടായി. ലോകസിനിമയുടെ രാജധാനികളിൽ മറ്റു രാജ്യങ്ങളിലെ പ്രതിഭാശാലികൾക്കൊപ്പം അടൂർ ഗോപാലകൃഷ്ണൻ ഏറ്റവും തലയുയർത്തി നില്ക്കുന്നത് കേരളം കണ്ടു.

സ്വയംവരം സുനോ!

മങ്കട രവിവർമ്മ

ദേശീയ ബഹുമതി നേടിയ ചലച്ചിത്ര ഛായാഗ്രാഹകൻ. ചിത്രം ചലച്ചിത്രം എന്ന ചലച്ചിത്ര ഗ്രന്ഥത്തിന് സംസ്ഥാന ബഹുമതി. 1967 ൽ അവൾ എന്ന ചിത്രത്തിലൂടെ ഛായാഗ്രാഹകനായി. ഓളവും തീരവും എന്ന ചിത്രത്തിലൂടെ മലയാള സിനിമയെ വാതിൽപ്പുറത്തേക്ക് നയിച്ചു. അടൂർ ഗോപാലകൃഷ്ണന്റെ സ്വയംവരം മുതൽ നിഴൽക്കുത്ത് (2002) വരെ ഛായാഗ്രാഹകനായി. അരവിന്ദന്റെ ഉത്തരായണത്തിനും ക്യാമറ ചലിപ്പിച്ചു. 1984 ൽ നോക്കുകുത്തിയിലൂടെ സംവിധായകനായി. ഓളവും തീരവും, സ്വയംവരം, ഉത്തരായണം, എലിപ്പത്തായം, നോക്കുകുത്തി, മുഖാമുഖം, നിഴൽക്കുത്ത് എന്നിവയ്ക്ക് സംസ്ഥാന അവാർഡും. സ്വയംവരം, കലാമണ്ഡലം ഗോപി എന്നിവയ്ക്ക് ദേശീയ ബഹുമതിയും നേടി. സമഗ്രസംഭാവനയ്ക്ക് 2005 ലെ ജെ സി ഡാനിയൽ അവാർഡ് ലഭിച്ചു. 2010 നവംബർ 22 ന് അന്തരിച്ചു.

പല്ലി ചിലച്ചാൽ, പട്ടി ഓലിയിട്ടാൽ, കാക്ക കുറുകിയാൽ അതിനൊക്കെ വ്യാഖ്യാനം നല്കുമായിരുന്നു, കേരളത്തിലെ പഴമക്കാർ. അവരത്രത്തോളം പ്രകൃതിശബ്ദങ്ങളെപ്പറ്റി ബോധവാന്മാരായിരുന്നു. പരിസരബോധമുളവാക്കുന്നതിൽ ശബ്ദത്തിനുള്ള പങ്ക്, പ്രതിബിംബങ്ങൾക്കുള്ളതിൽ വളരെക്കുറച്ചേ കുറവുള്ളൂ. 24 മണിക്കൂറും നമ്മുടെ കാതിൽ ശബ്ദങ്ങൾ അലച്ചുകൊണ്ടിരിക്കുന്നില്ലേ? എന്തൊക്കെ ശബ്ദങ്ങൾ? ചീവീടിന്റെ, കുയിലിന്റെ, കോഴിയുടെ, കാക്കയുടെ, കാറിന്റെ, ബസിന്റെ, ഉത്സവത്തിന്റെ, ജറ്റുവിമാനത്തിന്റെ ശബ്ദങ്ങൾ! കാതടയ്ക്കാനും തുറക്കാനും കഴിഞ്ഞിരുന്നെങ്കിൽ? ഇഷ്ടമുള്ള ശബ്ദങ്ങൾ മാത്രം തെരഞ്ഞെടുത്ത് കാതിലേക്കയയ്ക്കാമായിരുന്നെങ്കിൽ? പരിണാമപ്രക്രിയയിൽ അതു സംഭവിച്ചുകൊണ്ടിരിക്കുന്നതുവരെ മനുഷ്യന്റെ കാതിൽ ഈ ശബ്ദങ്ങളൊക്കെ അലച്ചുകൊണ്ടിരിക്കുക തന്നെ ചെയ്യും. ആധുനിക മനുഷ്യന്റെ സ്വഭാവരൂപീകരണത്തിൽപ്പോലും ശബ്ദങ്ങൾ നല്ലൊരു പങ്കുവഹിക്കുന്നുണ്ടാവണം. ഭാവങ്ങളുടെ സൃഷ്ടിക്ക് ശബ്ദങ്ങളെ സമർത്ഥമായി ഉപയോഗിക്കാൻ സിനിമാകൃത്തുക്കൾ ശ്രമിക്കാറുണ്ട്. അതാണല്ലോ പശ്ചാത്തലസം

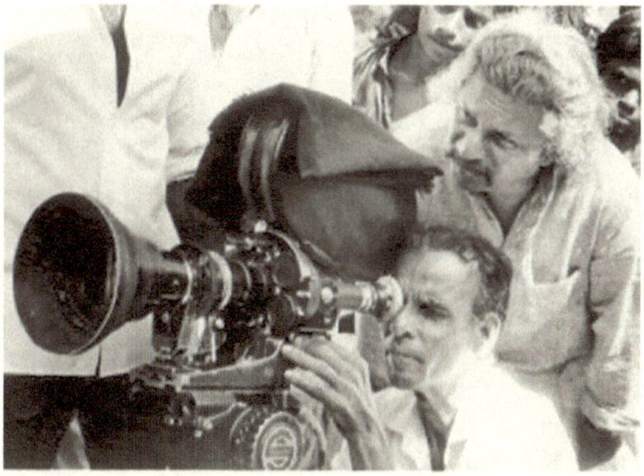

ഗീതം. എന്തുകൊണ്ടു മനുഷ്യനു കേട്ടുശീലമായ പ്രകൃതിശബ്ദങ്ങൾതന്നെ ഇതിനുപയോഗിച്ചുകൂടാ? പണിപ്പെട്ട ജോലിയാണത്. *സ്വയംവര*ത്തിന്റെ ഷൂട്ടിങ് തുടങ്ങുന്നതിന് എത്രയോ മുമ്പു മുതൽ അവസാനത്തെ റെക്കോർഡിങ് വരെ, *സ്വയംവര*ത്തിന്റെ ശബ്ദലേഖകനും സംവിധായകനും ഈ ശ്രമപ്പെട്ട വേല നടത്തിക്കൊണ്ടിരിക്കുകയായിരുന്നു. പാതിരാത്രി ചെങ്കോട്ടക്കാട്ടിലും നട്ടുച്ചയ്ക്കു തിരുവനന്തപുരത്തിന്റെ പട്ടണനടുത്തട്ടിലും സൂര്യനുദിക്കുമ്പോൾ കോവളത്തെ കടൽത്തീരത്തുമൊക്കെയായി നാഗ്രാ റെക്കോർഡറും തൂക്കി ഇവർ അലഞ്ഞുകൊണ്ടിരിക്കുകയായിരുന്നു. ദേവദാസ് എന്ന ശബ്ദലേഖകൻ രാത്രിയിൽ ഞെട്ടിയുണർന്നാൽ ആദ്യം ചെയ്യുന്നത് സ്വപ്നത്തിൽ കേട്ട ശബ്ദം വീണ്ടും വന്നേക്കുമോ എന്നോർത്ത് റെക്കോർഡർ തരപ്പെടുത്തി വയ്ക്കുകയായിരിക്കുമെന്നു പോലും തോന്നുന്നു. ദേവദാസിന്റെ പെട്ടിനിറച്ചും ഇപ്പോൾ ടേപ്പുകളാണ്. 24 മണിക്കൂർ തുടർച്ചയായി ഓടിച്ചാലും തീരാത്ത ശബ്ദശേഖരം. സംവിധായകന് ആവശ്യമായേക്കാവുന്ന എല്ലാ ശബ്ദങ്ങളുടെയും ഭണ്ഡാരവുമായി, എഡിറ്റിങ്ങിൽ ഷോട്ടിനോടൊപ്പം തന്നെ ശബ്ദത്തിനും പ്രാധാന്യമാവശ്യപ്പെട്ടുകൊണ്ട്, ശബ്ദലേഖകൻ തന്റെ അസ്തിത്വം പ്രഖ്യാപിക്കുന്നത് മലയാളസിനിമയ്ക്ക് ഒരു പുതുമയായിരിക്കും. കേരളത്തിന്റെ ശബ്ദപ്രപഞ്ചം *സ്വയംവര*ത്തിൽ പുനർജ്ജന്മം നേടുന്നു. ചിത്രങ്ങളോടൊപ്പം ശബ്ദവും എഡിറ്റ് ചെയ്തുകൊണ്ടാണ് *സ്വയംവരം* രൂപംപൂണ്ടത്. പ്രലോഭനത്തിന്റെ മൂർച്ചയേറിയ നോട്ടത്തോട് ആകാശവിമാനത്തിന്റെ ശബ്ദം ചേരുമ്പോൾ എന്തു സംഭവിക്കുന്നു? രസതന്ത്രക്കാർ പറയുന്ന രാസപരിണാമം ഇതാണ്. കണ്ണിലൊന്ന്, കാണാൻ വേറൊന്ന്. രണ്ടും കൂടി മനസ്സിലൂറുന്ന പ്രതീതിയോ പുതിയ വേറൊന്ന്. ശബ്ദത്തെ സമർത്ഥമായി ഉപയോഗിച്ചുകൊണ്ട് സംവിധായകൻ ഷോട്ടുകൾക്ക് അർത്ഥവ്യാപ്തിയുണ്ടാക്കി സിനിമയെന്ന മാധ്യമത്തെ ഏറ്റവും ശക്തിയേറിയ ആവിഷ്കരണോപാധിയാക്കുകയത്രേ *സ്വയംവരം* ചെയ്യുന്നത്. സ്വയംവരം ദേഖോ എന്നു പറയേണ്ട ആവശ്യമില്ല,പക്ഷേ, മറക്കാതിരിക്കാൻ ഓർമ്മപ്പെടുത്തട്ടെ, സ്വയംവരം-സുനോ!

(*കേരളകൗമുദി* 1972 നവംബർ 13)

സ്വയംവരം

എം ഗോവിന്ദന്റെ പത്രാധിപത്യത്തിൽ പ്രസിദ്ധീകരിച്ചിരുന്ന സമീക്ഷയുടെ ഒരേയൊരു ചലച്ചിത്ര പതിപ്പിൽ സ്വയംവരത്തെപ്പറ്റി പേരുവയ്ക്കാതെ അച്ചടിച്ച വന്ന വേറിട്ട നിരൂപണം. സ്വയംവരത്തെ ശ്ലാഘിക്കാൻ ആദ്യം മുന്നോട്ടുവന്നത് ഗോവിന്ദനും സമീക്ഷയുമാണ്. സ്വയംവരത്തിലെ മധുവിന്റെ മുഖമാണ് ഈ ലക്കത്തിന്റെ മുഖചിത്രമായി വന്നത്.

ആൺകിളി-പെൺകിളി; ഇണതേടൽ-ഇണചേരൽ. പുതിയ പിറവി. അവർ കൂട്ടുകൂട്ടുന്നു, ഇരതേടുന്നു, ശൃംഖല തുടരുന്നു. വളരെ സരളം, ജീവിതം ഒഴുകുന്നു.

പക്ഷേ, മനുഷ്യനാവുമ്പോഴേക്കും എന്തെല്ലാം കുഴപ്പങ്ങൾ, വിഷമങ്ങൾ, കോംപ്ലക്സുകൾ? രതിയുടെ പരമാനന്ദമൂർച്ഛയിൽപ്പോലും ഭീതികൾ. ഇണതേടലിലും, ഇണചേരലിലും, തന്റെ പരമ്പര നിലനിർത്തുന്നതിലും എന്തെന്തു സങ്കീർണ്ണതകൾ? മനുഷ്യന് പഴക്കം കൂടുന്തോറും ഈ വിഭ്രാന്തികൾ ഏറിവരുന്നേയുള്ളൂ. സാധാരണമനുഷ്യൻ ഇന്നും ഈ പ്രവാഹത്തിന്റെ ചുഴികളിലും കയങ്ങളിലും പെട്ട് അന്തം വിട്ടുപോകുന്നു. തെറ്റോ ശരിയോ, അവൻ വീണ്ടും വരുന്നു-ഈ ചെറിയ ആനന്ദങ്ങളും വലിയ ദുഃഖങ്ങളും 'സ്വയംവരിച്ച്'കൊണ്ട്.

ഇണചേരാനുള്ള പ്രകൃതിപ്രേരണയ്ക്കവൻ, പ്രേമത്തിന്റെ പ്രഭാമണ്ഡലം ചാർത്തി. അതിന്റെ കാന്തികപ്രസരം നിലനിർത്തുകയെന്നതായി അവന്റെ ജീവിതസമരത്തിന്റെ മുഖ്യഘടകം. അങ്ങനെയുള്ള രണ്ടു മനുഷ്യജീവികളുടെ പ്രയാണാരംഭവുമായിട്ടാണ് *സ്വയംവരം* തുടങ്ങുന്നത്. പേരുകൾക്കിവിടെ പ്രസക്തിയില്ല. ഒന്ന് ആണ്, മറ്റേത് പെണ്ണ്. സിനിമാകൃത്ത് എങ്കിലുമവർക്കു പേരു നല്കി, വിശ്വമെന്നും സീതയെന്നും. അവരുടെ ജീവിതസമരത്തിന് പശ്ചാത്തലം നല്കി, തിരുവനന്തപുരം.

തങ്ങൾ ഒറ്റപ്പെട്ട രണ്ടു പക്ഷികളല്ലെന്നും മത്സരിച്ചും, വ്യവഹരിച്ചും, കലഹിച്ചും കഴിയുന്ന പരിണാമാന്ത്യജീവികളായ മനുഷ്യസമുദായത്തിലെ രണ്ടംഗങ്ങളാണെന്നും-പ്രേമത്തിന്റെ പ്രഭാമണ്ഡലമുണ്ടായിട്ടും-മനസ്സിലാക്കുന്നതിന് ദൈവം പ്രളയനിദ്രയിലാണ്ടുകിടക്കുന്ന തിരുവനന്തപുരംപോലെ വേറെ പശ്ചാത്തലമെങ്ങ്?

രചനാത്മകമായ കഴിവുകൾ സ്വായത്തമാക്കിയ വിശ്വത്തിന് ഇരതേടലിനെപ്പറ്റി പേടിയുണ്ടായിരുന്നില്ല. പക്ഷേ, 'ഇതേപോലെ എത്ര നോവലുകൾ തുടരാനാവാതെ ഇവിടെ കെട്ടിക്കിടക്കുന്നു'-പത്രാധിപർക്കാവശ്യം സുപ്രസിദ്ധന്റെ

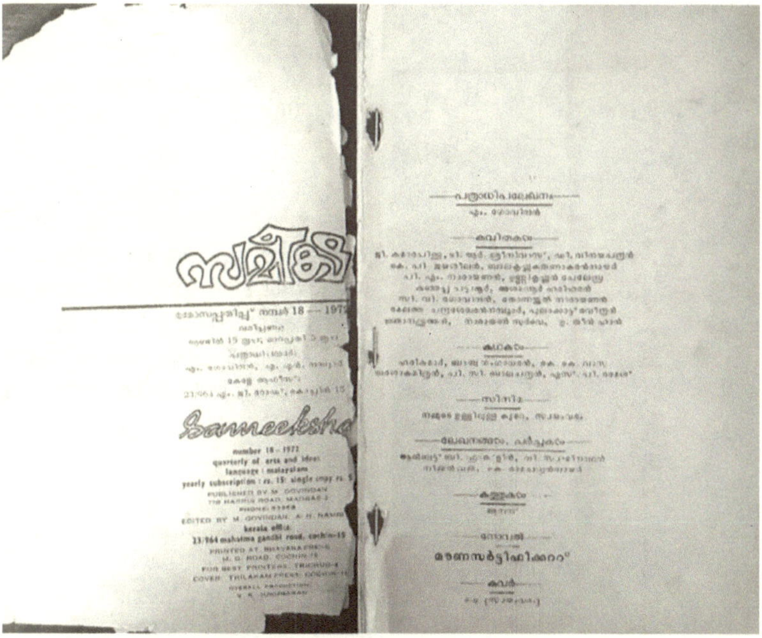

1972 ൽ ഇറങ്ങിയ സമീക്ഷയുടെ ഉള്ളടക്ക പേജ്

എളുപ്പം വിറ്റഴിയുന്ന മൂന്നാംതരം കൃതികളായിരുന്നു. അങ്ങനെ വിശ്വത്തിന്റെ പ്രധാന തൊഴിൽ എന്തെങ്കിലും തൊഴിൽ തേടലായി.

വിസ്തീർണ്ണമായി തോന്നിയ പാത ഇടുങ്ങിയതായി അവസാനിക്കുന്നു. അതിനപ്പുറത്തോ പണിയെടുക്കുന്നവരുടെ ഘോഷയാത്രയും നോക്കി നിന്നു. സർക്കാരാപ്പീസിനെ മൂടിക്കൊണ്ട് അവരുടെ കൊടി നീങ്ങി. തൊഴിലന്വേഷിച്ച പകുതി ജനത. പണിമുടക്കിക്കൊണ്ട് മറ്റേ പകുതി. വിശ്വത്തിന്റെ ജീവിതദർശനത്തിന്റെ പരപ്പ കുറഞ്ഞു. ആഴം കൂടി. രണ്ടു പകുതികളേയും യോജിപ്പിക്കുന്ന പട്ടിണിയെ മുതലെടുത്തുകൊണ്ട് രാഷ്ട്രീയക്കാരൻ പ്രസംഗിച്ചു. തിയേറ്ററിൽനിന്നലച്ച പാട്ടിനും തെരുവുവേശ്യയുടെ അന്വേഷണോപചാരത്തിനും നേതാവിന്റെ പ്രസംഗത്തിനും ഒരേ അർത്ഥങ്ങളല്ലേ? വിശക്കുന്നു, ഇരതേടുകയാണ്, മാപ്പ് എന്ന്.

ജീവിതത്തിന്റെ നീണ്ട നൈരാശ്യത്തിനു ശക്തികൂട്ടിയത്, ഇടയ്ക്കിടെ അതിൽനിന്നു കിട്ടിയ വിമോചനമാണ്. ട്യൂട്ടോറിയലിലെ ജോലി അങ്ങനെ ഒന്നായിരുന്നു. വയ്ക്കോൽത്തുമ്പത്തു കിട്ടിയ പിടി. അത് എത്ര അനായാസമായാണ് കൈവിട്ടുപോയത്? മരപ്പേട്ടയിലെ കണക്കെഴുത്തായപ്പോഴേക്കും വിശ്വം സാധാരണ മനുഷ്യനായിക്കഴിഞ്ഞിരുന്നു.തൊഴിൽപോയ തൊഴിലാളിയോടൊരു നേരിയ സഹതാപം പോലുമില്ലാത്ത സാധാരണ മനുഷ്യൻ. സീതയുമായുള്ള ബന്ധത്തിന്റെ കാന്തിപ്രസരത്തിൽ ആ മനുഷ്യൻ എല്ലാ കഷ്ടപ്പാടുകളും മറന്നു. സീതയും പരസ്പരപ്രേമത്തിൽ എല്ലാമർപ്പിച്ചു. താലികെട്ടിയില്ലെങ്കിലും ആ പരസ്പരബന്ധ

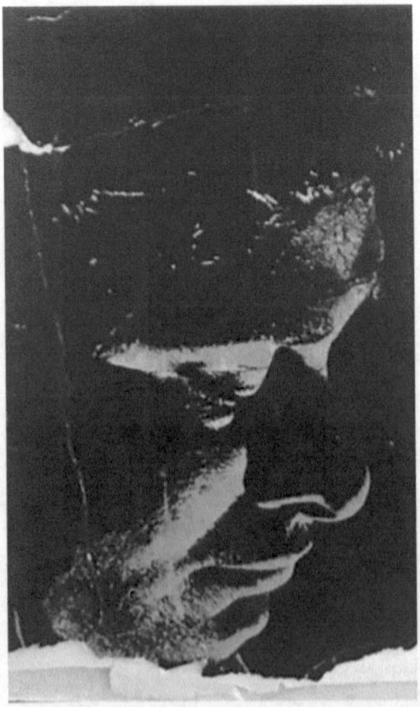

സമീക്ഷയുടെ മുഖചിത്രം

ത്തിൽ ചുമരിലെ കീറിപ്പോകാറായ ചിത്രത്തിലേതുപോലുള്ള ഒരോർമ്മ തങ്ങിനിന്നു. യുഗങ്ങൾക്കു മുമ്പേ ജീവിച്ച സീതയുടെ. പക്ഷേ, ആ വാതിലിനപ്പുറത്ത്, വെട്ടുവഴിക്കക്കരെ ദിവസേന കല്യാണമായിക്കൊണ്ടൊരുത്തി ജീവിച്ചിരുന്നു. കല്യാണിയുടെ കൂടെ ഉത്സവം കാണാൻ പോകാത്ത സീതയുടെ മനസ്സ് ദൃഢമായിരുന്നു, വിശ്വത്തോടുള്ള പ്രേമബന്ധത്തിൽ. ഈ സമരങ്ങളുടെ ഇടയിൽ അതിന്റേയും കാന്തിമങ്ങിയേക്കുമോ? തൊഴിൽ അന്വേഷിക്കുന്ന വിശ്വത്തിന്റെ മുന്നിലൂടെ പ്രലോഭനങ്ങളുമായി സമാജത്തിന്റെ ഇത്തിക്കണ്ണിയായൊരു മനുഷ്യൻ തന്റെ കൃത്രിമകാന്തിയുമായി-ഫോറിൻവാച്ച്, ടെറിളീൻ ഷർട്ട്, ടാക്സികാര്, കല്യാണിയുടെ കാമുകത്വം, ഇതാണ് ജീവിതവിജയമെന്ന അഹന്തയുമായി-തെളിയുകയും മായുകയും ചെയ്തുകൊണ്ടിരുന്നു. ഇത്തരമൊരു ജീവിതം പിന്നിട്ടു കഴിഞ്ഞ വോറൊരു മനുഷ്യന്റെ ചിത്രം; പണമുണ്ടാക്കുകയും സുഖിച്ചു ജീവിക്കുകയും എവിടെയും എത്താതെ കാറ് ഉന്തിക്കൊണ്ടു നടക്കുകയും ചെയ്യുന്നൊരു ദയനീയ ചിത്രം വിശ്വത്തിന്റെ കൺമുമ്പിൽ മായാത്ത വിധം നിലനിന്നിരുന്നു. അതിലേക്കു വഴുതിപ്പോവാനെത്ര എളുപ്പം?കാലിടറിപ്പോയെന്നതും വാസ്തവമായിരുന്നു. ആ മാർഗ്ഗത്തിൽനിന്നു മുക്തിനേടാൻ സഹായിച്ചത് സീതയുമായുള്ള ബന്ധത്തിന്റെ പരിശുദ്ധിമാത്രം.

ആ പരിശുദ്ധി ചോദ്യം ചെയ്യപ്പെട്ടപ്പോൾ അയാൾ ക്രുദ്ധനായി. മനുഷ്യന്റെ സദാചാരമര്യാദകൾ തൊലിപ്പുറമേയുള്ള അലങ്കാരവസ്തുവായി അധഃപതിക്കുന്നതിലുള്ള അയാളുടെ ക്രോദ്ധംകൊണ്ട് ആടിക്കുഴഞ്ഞുവന്ന ചോദ്യചിഹ്നങ്ങൾ വന്നപോലെ തന്നെ തിരിച്ചുപോയി. 'അയാളുടെ കൈയിൽ കത്തി കാണും.' ആ കത്തിയുടെ മൂർച്ച, യുവതലമുറയുടെ ധാർമ്മികരോഷത്തിന്റേതു തന്നെയല്ലേ? ആ ധാർമ്മികരോഷത്തിന്റെ കരുത്ത് സീതയിലുമുണ്ടായിരുന്നു. വിശ്വത്തിന്റെ കാൽ പതറിപ്പോയ അവസരത്തിലത് സീതയുടെ കണ്ണിലൂടെ അഗ്നിയായി പ്രത്യക്ഷപ്പെട്ടത് എങ്ങനെ ഓർക്കാതിരിക്കും. ആ മനക്കരുത്തിന്റെ തീവ്രതയെ ചോദ്യം ചെയ്തുകൊണ്ടാണ് *സ്വയംവര*മെന്ന സിനിമ അവസാനിക്കുന്നത്. ദുർബ്ബലമായ വാതിലുകളും ചോരുന്ന മേൽപ്പുരയും, ഭീതിയുളവാക്കുന്ന ഇടിയും മഴയും ഒക്കെത്തന്നെ നേരിടാൻ തയ്യാറായ സീത ഭൂമിപിളർന്ന് അന്തർദ്ധാനം ചെയ്യാതിരുന്നെങ്കിൽ?

പുത്തൻ സിനിമയുടെ ശക്തിയേറിയ ആവിഷ്കരണരീതി മലയാളസിനിമയ്ക്ക്

ഇന്നും പുതുമയാണ്. പ്രലോഭനങ്ങളോടും പ്രതിബന്ധങ്ങളോടും മല്ലിട്ടുകൊണ്ട് വിശ്വത്തിന്റെയും സീതയുടെയും പരസ്പരപ്രണയത്തിന് അർത്ഥവും വ്യാപ്തിയും കൂടിക്കൂടി വരുന്നതിന്റെ ചിത്രങ്ങളാണ് ഒന്നിനുപിറകേ മറ്റൊന്നായി *സ്വയംവര*ത്തിലൂടെ സിനിമാകൃത്ത് അവതരിപ്പിക്കുന്നത്. സ്വയംവരമെന്ന വാക്കിന് തന്നെ ഇത്രത്തോളമൊക്കെ വ്യാഖ്യാമുണ്ടെന്നോർക്കുന്നത് ചിത്രങ്ങൾ ഒന്നൊന്നായി വന്നും പോയും കൊണ്ടിരിക്കുമ്പോഴാണ്. തുടക്കത്തിലെ ബസ് യാത്രയിൽനിന്ന് അതു വളർന്നുവളർന്ന് വിശ്വം ഓർമ്മ മാത്രവും സീത ദേഹം മാത്രവുമായി അവസാനിക്കുമ്പോഴും, ഇത്തരമൊരു മനഃക്കരുത്തിന്റെ ആവശ്യമാണിന്നത്തെ പ്രശ്നമെന്ന് അറിയാതെയോ അറിഞ്ഞോ സിനിമാകൃത്ത് പ്രേക്ഷകനെ ഓർമ്മപ്പെടുത്തുന്നു. ശക്തമായ ഒരു പ്രമേയം സിനിമയുടെ മാത്രമായ സങ്കേതങ്ങളിലൂടെ അവതരിപ്പിക്കുന്നതിനാലാണ് *സ്വയംവരം* ഉത്തമ സിനിമയുടെ ലക്ഷണങ്ങളൊത്തതാവുന്നത്. പ്രമോന്മാദത്തിന്റെ ചിത്രീകരണം, അത് ആദിപാപമെന്നു കരുതിയിട്ടില്ലാത്ത ഒരു ജനതയുടെ കാഴ്ചപ്പാടിലൂടെ; അശ്ലീലലേശമില്ലാത്ത കവിതാത്മകമായൊരു നിലവാരത്തിലേക്കുയർത്തിയതാണ് ഒരുദാഹരണം. അതിനുപയോഗിച്ച സംഗീതത്തിന്റെയും പ്രതിബിംബങ്ങളുടെയും മനോഹാരിത ശ്രദ്ധാപൂർവ്വമെഴുതിയൊരു സ്ക്രിപ്റ്റിനെ ഓർമ്മപ്പെടുത്തുന്നു. 'ഇതാണ് സിനിമ, ഇതാണ് സിനിമ' എന്ന് എടുത്തുപറയാൻ അതു പ്രേരിപ്പിക്കുന്നു. അതുപോലെ ശക്തിമത്താണ് വിശ്വത്തിന്റെ വിടവാങ്ങൽ. റിയലിസത്തെ ന്യൂസ് റിപ്പോർട്ടിങ്ങാണെന്നു തെറ്റിദ്ധരിക്കുന്നവർക്ക് ഇതു നേർവഴി കാട്ടും. ഒഴിഞ്ഞ കട്ടിലും കരയുന്ന കുട്ടിയും തൂങ്ങിക്കിടക്കുന്ന വിശ്വത്തിന്റെ പഴയ ഷർട്ടും, വീണപൂവുപോലെ കിടക്കുന്ന സീതയും ഫ്രെയ്മിൽ യാദൃച്ഛികമായി വന്നതായിരിക്കില്ലല്ലോ-ഇതേ ശ്രദ്ധയാണ് ശബ്ദങ്ങളുപയോഗിക്കുന്നതിലും സിനിമാകൃത്ത് കാണിച്ചിരിക്കുന്നത്. ശബ്ദങ്ങൾ കൊണ്ടുമാത്രം സീതയുടെ സ്വപ്നത്തിന്റെ സ്വഭാവം മനസ്സിലാക്കിത്തരുന്നത് ഒരുദാഹരണം മാത്രം. രംഗസജ്ജീകരണങ്ങളിൽപ്പോലും ഈ സിനിമ മറ്റുള്ളവയിൽനിന്നു വേറിട്ടു നില്ക്കുന്നു. ഐശ്വര്യമുള്ള വീട്ടിലേക്കു പുതിയ താമസക്കാർ വരുന്ന രംഗമോർക്കുക.

നല്ല സിനിമയ്ക്ക്, സിനിമയെ അതാകുന്ന എല്ലാ ഘടകങ്ങളും നന്നായിരിക്കണം, ഇവിടെ അതെല്ലാംതന്നെ ഉയർന്ന നിലവാരം പുലർത്തുന്നു. സ്ക്രിപ്റ്റ്, രംഗസംവിധാനം, ചമയം, ശബ്ദലേഖനം, സംഗീതം, ചിത്രസംയോജനം, ഛായാഗ്രഹണം മുതലായ എല്ലാംതന്നെ മലയാള സിനിമയ്ക്ക് അഭിമാനിക്കാൻ വക നല്കുന്നവയാണ്. ഇതോരോന്നും ഔചിത്യദീക്ഷയോടെ ഉപയോഗിച്ച് ഒരുത്തമ സിനിമാകൃത്തിന്റെ കഴിവുകൾ പ്രകടമാക്കിയ *സ്വയംവര*ത്തിന്റെ സംവിധായകനെ അഭിനന്ദിക്കുക. പരീക്ഷണങ്ങളിലൂടെ ബോക്സോഫീസിൽ മാത്രമല്ല, ഉത്തമസിനിമയിലും എത്തിച്ചേരാമെന്നു തെളിയിച്ചുകൊണ്ട് നല്ല സിനിമയ്ക്കു വേണ്ടി ദാഹിക്കുന്നവർക്കു *സ്വയംവരം* ആശ്വാസമരുളുന്നു.

സമീക്ഷ ത്രൈമാസ പതിപ്പ് നമ്പർ 18-1972

സിനിമയും ആസ്വാദകരും

മൂർക്കോത്ത് കുഞ്ഞപ്പ

ലണ്ടൻ ചലച്ചിത്രമേളയിൽ പ്രദർശിപ്പിച്ചപ്പോൾ, *സ്വയംവരം* എന്ന മലയാള ചിത്രം ജൂറിയുടെ മുക്തകണ്ഠമായ പ്രശംസയ്ക്കു പാത്രമായത്രേ. അതു സാരമല്ല. ഈ ജഡ്ജിമാർ അങ്ങനെയൊരു കൂട്ടരാണ്. പലപ്പോഴും കീർത്തിമുദ്രകൾ ലഭിച്ച ചിത്രങ്ങൾ കണ്ടിട്ട് എനിക്ക് ഒരു ' എത്തും പിടിയും' കിട്ടാതെ പോയിട്ടുണ്ട്. പക്ഷേ, ഞാനതാരോടും പറയാറില്ല. മറ്റുള്ളവരോട് പറയുകയോ പത്രങ്ങളിൽ എഴുതുകയോ ചെയ്യുമ്പോൾ വിമർശനങ്ങളിൽ വായിച്ചത്, അല്പം അരികും മൂലയും ചെത്തി വ്യത്യസ്തമാക്കിയങ്ങ് തട്ടിവിടും. ഇവിടെ പക്ഷേ, നേരേ തലതിരിച്ചാണു സംഭവിച്ചത്. *സ്വയംവരം* എനിക്കു വളരെ ഇഷ്ടമായ ഒരു ചിത്രമാണ്. അതു റിലീസ് ചെയ്ത് അധികം ദിവസം കേരളത്തിൽ പ്രദർശിപ്പിക്കപ്പെട്ടില്ല. പടം കാണാൻ വേണ്ടത്ര ആളില്ലാതെ അതു വിസ്മൃതമായി. ഞാനൊന്നും മിണ്ടാനും പോവാറില്ല. എനിക്കു വളരെ ഇഷ്ടമായ *ഓളവും തീരവും, ഉമ്മാച്ചു, കുട്ടിയേടത്തി, പുള്ളിമാൻ* എന്നിങ്ങനെയുള്ള ചിത്രങ്ങളൊന്നും 'ബോക്സോഫീസ്' വിജയങ്ങളായില്ലെന്നാണ് എന്റെ ഓർമ്മ. എന്തോ? ചലച്ചിത്രങ്ങളുടെ കാര്യത്തിൽ എനിക്കുള്ള വാസന ഒരു വികൃത വീക്ഷണവരസനയായിരിക്കാം എന്നു ശങ്കിച്ചു ഞാൻ അങ്ങനെയിരുന്നു. ഇപ്പോഴതാ എനിക്കിഷ്ടമായ ചിത്രത്തെ വിദഗ്ധരായവർ പ്രശംസിക്കുന്നു. അതുകൊള്ളാം. ഈ വിശ്വോത്തര ചിത്രങ്ങൾ തെരഞ്ഞെടുക്കുന്ന കൂട്ടർക്ക് കുറേശ്ശെ കാര്യവിവരം വന്നുതുടങ്ങിയിട്ടുണ്ടെന്നാണ് എനിക്കു തോന്നുന്നത്. നമ്മുടെ നാട്ടിൽ അധികദിവസം നില്ക്കാത്ത മറ്റു ചില മലയാള ചിത്രങ്ങൾ ബിലാത്തിലേക്ക് അയയ്ക്കാൻ ഞാനിതാ ശുപാർശചെയ്യുന്നു. കേൾപ്പാൻ ചെവിയുള്ളവർ കേൾക്കട്ടെ!

അതു വേറെ കാര്യം. നമുക്കു *സ്വയംവര*ത്തെപ്പറ്റിയും അതിലൂടെ ചില നല്ല ചിത്രങ്ങളെപ്പറ്റിയും അല്പം ഒന്നു ചിന്തിച്ചുനോക്കാം. പച്ച മലയാളത്തിൽ, സിനിമാ സാങ്കേതിക പദങ്ങൾ ഉപയോഗിക്കാതെ ചർച്ചയും ചെയ്യാം.

പാശ്ചാത്യരാജ്യങ്ങളിൽ പേരും പെരുമയും സമ്പാദിക്കാൻ ആരംഭിച്ചിട്ടുള്ള ഈ ചിത്രം കേരളത്തിൽ വളരെ കുറച്ചു ദിവസങ്ങൾ മാത്രം നടക്കുവാൻ എന്താണ് കാരണം? കേരളീയർക്കു നല്ല ചിത്രങ്ങൾ കണ്ട് ആസ്വദിക്കാനുള്ള കഴിവില്ലാത്തതുകൊണ്ടുതന്നെ, എന്നായിരിക്കും ആ ചോദ്യത്തിന് ഉടനെ കിട്ടുന്ന മറുപടി. അതു ശരിയല്ല. സാധാരണക്കാരനായ കേരളീയന് നല്ല കലാവാസനയുണ്ട്. ചിത്രങ്ങൾ കണ്ടിട്ടുള്ള പരിചയത്തിൽനിന്നു നാട്ടുകാർ കഥയുടെ കാര്യത്തിലും സീനുകളുടെ കാര്യത്തിലും ചില പ്രതീക്ഷകളും ധാരണകളുംകൊണ്ടാണ് സിനിമ കാണാൻ വരുന്നത്. തങ്ങൾ പ്രതീക്ഷിച്ചതല്ല ചിത്രത്തിൽ നടക്കുന്നതെന്ന് കാണുമ്പോൾ അവർ ഭഗ്നാശയരാകുന്നു. അത്രയേയുള്ളൂ. അതാണ് വാസ്തവം. അതിനെന്തുവേണം? നടന്നുനടന്നുണ്ടായ നടപ്പാതയിൽനിന്നു വ്യതിചലിക്കുന്ന ചിത്രങ്ങൾ എവിടെയാണ് വഴിതിരിയുന്നതെന്നും എന്തിനാണു വഴിതിരിയുന്നതെന്നും സൂചിപ്പിച്ചുകൊടുത്താൽ മതി, അത്തരം നവീന ചിത്രങ്ങൾ ആളുകൾ കണ്ടു രസിച്ചുകൊള്ളും. ഒരു സാധാരണക്കാരനായ എനിക്കു രസിച്ചെങ്കിൽ, സാധാരണക്കാരായ മറ്റുള്ളവർക്കു രസിക്കില്ലെന്ന് ആരു പറഞ്ഞു?

സ്വയംവരം എന്ന പേരുള്ള ഈ സിനിമ, സ്വയംവരത്തിലല്ല കലാശിക്കുന്നത്. നേരെമറിച്ച് സ്വയംവരം കഴിഞ്ഞിട്ടാണ് കഥ ആരംഭിക്കുന്നതു തന്നെ. എന്നാൽ ഇതൊരു 'ഫ്ളാഷ്ബാക്ക്' കഥയാണോ? അതൊട്ടല്ലതാനും. രണ്ടു യുവഹൃദയങ്ങൾ 'ഗേഹവും സുഖവുമൊക്കെ വിട്ടു' തങ്ങളുടെ 'സ്നേഹമോതിയത്' ചെയ്തു. അതിന്റെ ഫലങ്ങൾ അവർ അനുഭവിക്കുന്നതാണ് കഥയുടെ സാരം. ഒരു നാടകത്തിലെ ഏറ്റവും പ്രധാനമായ സംഭവം കഴിഞ്ഞശേഷം നാടകത്തിലെ തിരശ്ശീല ഉയരുകയെന്നത് ലോകത്തിൽ ഏറ്റവും ഉത്കൃഷ്ട നാടകകൃത്തുകൾ എടുത്തു ചെയ്തിട്ടുള്ള ഒരു സമർത്ഥമായ അനുഭവമാണ്. അവയിൽ ഏറ്റവും സുപ്രസിദ്ധമായ ഉദാഹരണമാണു ഷേക്സ്പിയറുടെ *ഹാംലെറ്റ്* നാടകം. രാജാവായ ജ്യേഷ്ഠനെ രാജാവിന്റെ അനുജൻ ജ്യേഷ്ഠത്തിയമ്മയുടെ സമ്മതിയോടുകൂടി വധിച്ചു. ആയമ്മയെ വിവാഹം ചെയ്തു. അതു കഴിഞ്ഞാണു നാടകം ആരംഭിക്കുന്നത്. നാടകത്തിൽ നടക്കുന്ന സർവ്വ സംഭവങ്ങൾക്കും കാരണം അതായിത്തീരുകയും ചെയ്യുന്നു.

ആരംഭം, മദ്ധ്യം, അവസാനം എന്നു വിഭജിക്കാവുന്ന ഒരു കഥയുണ്ടോ *സ്വയംവര*ത്തിൽ? അതില്ല. ഒരു നിർണ്ണായക ഘട്ടത്തിൽ എന്നുവച്ചാൽ സ്വയം കഴിഞ്ഞു സ്വന്തം കാലിൽ നില്ക്കാൻ രണ്ടു യുവമിഥുനങ്ങൾ ശ്രമിക്കുന്ന ഘട്ടത്തിൽ കഥ ആരംഭിക്കുന്നു. പലതും അവർ അനുഭവിക്കുന്നു. ലൗകികമായ പരാജയങ്ങളും ചില വിജയങ്ങളും സമ്മിശ്രമായ ഒരു സംഭവപരമ്പര നമ്മൾ കാണുന്നു. ജീവിതത്തിൽ ബാഹ്യമായ പരാജയങ്ങൾ അനുഭവിക്കുന്നതു കണ്ടു വ്യസനിക്കുന്ന കാണികൾ പ്രണയികളുടെ സ്നേഹസമ്പന്നത അവർക്കു നല്കുന്ന ആന്തരികമായ സൗഭാഗ്യം കണ്ടു സന്തുഷ്ടരാവുന്നു. ചിരിയും കണ്ണീരും ഒരുമിച്ചുളവാകുന്ന രംഗങ്ങൾ. ഒരു നിർണ്ണായകമായ ഘട്ടത്തിൽ തിരനീക്കി ദമ്പതികളുടെ ജീവിതത്തിലെ ചില രംഗ

ങ്ങൾ ചിത്രീകരിച്ച കഥാകൃത്ത് മറ്റൊരു ഭയങ്കരമായ ഘട്ടത്തിൽ തിരശ്ശീല താഴ്ത്തുകയും ചെയ്യുന്നു. കഥയും കഴിഞ്ഞു.

ഇത്തരം ചെറുകഥകൾ റഷ്യൻ സാഹിത്യകാരനായ ചെക്കോവും മറ്റും ലോക പ്രസിദ്ധമാക്കിയിട്ടുള്ളതാണ്. മലയാളത്തിലുമുണ്ട് അത്തരം ഇതിവൃത്തമില്ലാത്തതെങ്കിലും ബഹുരസകരമായ ചെറുകഥകൾ. അവയ്ക്കു നല്ല പ്രചാരവും ഉണ്ട്. സിനിമയിൽ പക്ഷേ, ഞാൻ കണ്ടിടത്തോളം, എം ടി വാസുദേവൻ നായരും ഉറൂബും പൊറ്റക്കാട്ടും മറ്റു ചിലരുമാണ് അത്തരം കഥകൾ അവതരിപ്പിച്ചിട്ടുള്ളത്. എങ്കിലും ആദ്യം, മദ്ധ്യം, അന്ത്യം എന്ന രീതിയിൽ മാത്രമേ അവയുണ്ടാവൂ എന്നു പ്രതീക്ഷിച്ചു ഹാളിൽ കടക്കുന്നയാൾ അതൊന്നുമില്ലാത്ത ചിത്രങ്ങൾ കണ്ടാൽ, ഉടനെ നിരാശനാവും. കഥയില്ലാത്ത കഥ ഒരു കഥയാകുമോ എന്നു സ്വയം ചോദിച്ചുപോകും. എന്നാൽ കഥ പറയാൻ അറിയാഞ്ഞിട്ടല്ല സുപ്രസിദ്ധരായ കഥാകൃത്തുക്കൾ അത്തരം കഥകൾ എഴുതുന്നത് എന്നും ഓർമ്മിക്കണം. കഥാകൃത്തിന്റെ ഉദ്ദേശ്യം കണ്ടുപിടിക്കാൻ ശ്രമിക്കുകയും വേണം. എന്നിട്ട് കഥ കാണണം. *സ്വയംവരം* നിങ്ങൾക്ക് ഇഷ്ടമാവും. അത്തരത്തിലുള്ള ചലച്ചിത്രങ്ങൾക്കു നല്ല വിപണിയും ഉണ്ടാവും. നമ്മുടെ ചലച്ചിത്രങ്ങൾക്ക് ആശാസ്യമായ ഒരു ശബളിമയും വന്നുചേരും.

വിശദാംശങ്ങളിലും *സ്വയംവര*ത്തിൽ, കാണികൾ പ്രതീക്ഷിക്കുന്നതിൽനിന്നു വ്യത്യസ്തമായ സീനുകളാണ് ഉള്ളത്. ഭർത്താവു കള്ളു കുടിച്ചു മതിമറന്നു വീട്ടിൽ അർദ്ധരാത്രി കയറി വരുന്നു. ഉടനെ നമ്മൾ അടി, പിടി, ഇടി എന്നിവ പ്രതീക്ഷിക്കുന്നു. ഒരു ഭൂകമ്പമുണ്ടായതുപോലെ ഇരിക്കും ഒടുവിൽ മുറി കണ്ടാൽ. എല്ലാ സിനിമയിലും ഇതു പതിവായ ഒരു സീനാണ്. ഏതു ചിത്രത്തിൽനിന്നും ഏതു ചിത്രത്തിലേക്കും മുറിച്ച് ഒട്ടിക്കാൻ കഴിയണം എന്നുവച്ചു ചിത്രീകരിച്ചതാണ് ഈ സീനുകൾ എന്നാണു ഞാൻ ധരിച്ചത്. ചെലവു കുറയ്ക്കാനായിരിക്കും എന്നും കരുതി. ഏതായാലും അവ കണ്ടു പരിചയിച്ച കാണികൾ, *സ്വയംവര*ത്തിൽ ഭർത്താവു മദ്യപിച്ചു വീട്ടിലെത്തിയ രംഗം കണ്ടാൽ സോഡ ജാസ്തിയായിപ്പോയ വിസ്കി കുടിച്ച ഒരു പ്രതീതിയാണ് ഉണ്ടാവുക. അത് ഇച്ഛാഭംഗവും ഉളവാക്കുന്നു. പക്ഷേ, ഒരുതരം സംഘട്ടനകാരണങ്ങൾ ഒരേ തരത്തിലുള്ള ഫലങ്ങളുമല്ലല്ലോ എല്ലാ ഗൃഹങ്ങളിലും സൃഷ്ടിക്കുക. അതു ഓർമ്മിച്ചു, നാം കാണുന്ന ചിത്രത്തിലെ കഥാപാത്രങ്ങളുടെ സ്വഭാവത്തിനനുസരിച്ചാണാ രംഗം ആവിഷ്കരിച്ചിരിക്കുന്നത് എന്ന് അല്പം ഓർക്കാൻ നാടകീയതയ്ക്ക് ഒരു മയം വരുത്തി സ്വാഭാവികതയ്ക്ക് ഊന്നൽ നല്കുന്ന രംഗങ്ങൾ ആർക്കും ആസ്വദിക്കുവാൻ സാധിക്കും. അടിപിടി കാണിക്കാൻ അറിയാഞ്ഞിട്ടല്ല അതിനു പ്രസക്തിയില്ലാത്തതുകൊണ്ടാണ് നാടകീയമായ 'ധുംധാം' കുറയ്ക്കുന്നത്.

ഒരു കള്ളക്കടത്തുകാരനായ അഴകിയരാവണൻ ഒരു സുന്ദരിയായ യുവതിയെ കാമിച്ചാൽ എന്താണ് സംഭവിക്കുക? സിനിമയിൽ മിക്കപ്പോഴും തന്നെ സംഭവിക്കുക ഒരു ബലാത്സംഗമാവും. ജീവിതത്തിലോ? ഓരോ സന്ദർഭത്തിനും അനുസരിച്ചും വ്യത്യസ്തമായിരിക്കും ഫലം. അങ്ങനെയുള്ള വ്യത്യാസങ്ങൾ കണക്കിലെടുത്തു ചിത്രീകരിക്കുന്ന ചിത്രങ്ങളാണ് 'ബോക്സോഫീസിൽ' പരാജയപ്പെട്ടു പോകുന്ന വളരെ നല്ല ചിത്രങ്ങൾ. നമ്മൾ പ്രതീക്ഷിക്കുന്നതു മാത്രമേ സംഭവിക്കാവൂ എന്നുള്ള നിലപാട് കൈവിട്ടു കഥയിലെ സംഭാവ്യതയെ മാനിക്കാൻ തയ്യാറായാൽ സിനി

സിനിമയും ആസ്വാദകരും

SEX MANIA
For Free Literature
Apply: S. M. 5
Catholic Enquiry
Centre
POONA-1

SARALA BOOKS

SARALA BOOK DEPOT
KUNNAMKULAM

West India Corporation

P. T. COLLEGE
TRIVANDRUM

മയിൽനിന്നു കിട്ടുന്ന ആനന്ദം പത്തിരട്ടി വർദ്ധിക്കും എന്നിപ്പോൾ സ്പഷ്ടമായില്ലേ? അതുകൊണ്ടാണ്, ആലോചിക്കുംതോറും രസം വർദ്ധിച്ചുംകൊണ്ടു നമ്മെ രസിപ്പിക്കുന്ന ചിത്രങ്ങളാണ് ഉത്കൃഷ്ട ചിത്രങ്ങൾ എന്നു ഞാൻ പറയുന്നത്.

ഇവിടെ ഞാൻ *സ്വയംവര*ത്തെ ചുറ്റിപ്പറ്റി എഴുതുന്നു എന്നു മാത്രമേയുള്ളൂ. വാസ്തവത്തിൽ *ഓളവും തീരവും കുട്ടിയേടത്തി*യും *ഉമ്മാച്ചു*വും മറ്റുമായി അത്തരം ചിത്രങ്ങളുടെ എല്ലാം കഥയാണ് ഇവിടെ പരാമർശിക്കുന്നത്.

ദുഃഖപര്യവസായിയായ കഥ കാണാനെന്താണ് രസം എന്നു ചോദിക്കുന്നവരു

ണ്ട്. അതിലുള്ള രസം അല്പം ആലോചിച്ചാൽ ആർക്കും മനസ്സിലാവും. അസംഭവ്യമായ വിധത്തിൽ കഥാപാത്രങ്ങൾ രക്ഷപ്പെട്ട, എല്ലാം ശുഭമാവുന്നതായി പ്രദർശിപ്പിക്കുന്നതാണോ നിങ്ങൾക്കിഷ്ടം? ഞാൻ ഒന്നു പറയട്ടെ. അതു നമ്മുടെ ലോകപരിചയത്തെ അല്പം പരിഹസിക്കുന്ന പണിയാണ്. അതു പറ്റില്ല. നേരേ മറിച്ച് അനാവശ്യമായി ഒരു കഥാപാത്രത്തെ ദുഃഖത്തിൽ ആഴ്ത്തുവാൻ വേണ്ടി തുടർച്ചയായി നിർഭാഗ്യകരമായ യാദൃച്ഛികസംഭവങ്ങൾ കൂട്ടിയിണക്കുന്നതും നമ്മെ വ്യസനിപ്പിക്കുമെങ്കിലും അത്തരം കഥകൾ നമ്മെ ഇരുത്തി ചിന്തിപ്പിച്ചു വീണ്ടും വീണ്ടും രസിപ്പിക്കാറില്ല.

*സ്വയംവര*ത്തിലെ കാര്യം തന്നെയെടുക്കാം. അതിലെ 'ഹീറോ,' കഠിനമായ ദീനത്തിൽ പിടയുന്ന സഹപ്രവർത്തകനെ ശുശ്രൂഷിക്കുന്നു. രോഗി സുഖം പ്രാപിക്കുകയും ശുശ്രൂഷിച്ച നല്ല മനുഷ്യൻ മരിക്കുകയും ചെയ്യുന്നു. എന്തൊരു അത്യാഹിതം! ഇതാണ് ജീവിതം. ഇതാണ് യഥാർത്ഥമായ കർമ്മഫലം. ഊണും ഉറക്കമില്ലാതെ സ്നേഹിതനെ ശുശ്രൂഷിച്ച ഹീറോ ആരോഗ്യ നിയമങ്ങളെ ലംഘിച്ചു. പ്രകൃതിനിയമലംഘനത്തിന്റെ ഫലം-അഥവാ കർമ്മഫലം, അദ്ദേഹം അനുഭവിക്കുകയും ചെയ്തു. ഇതിൽ നമ്മൾ വ്യസനിക്കുന്നു. വ്യസനിക്കുന്നതോടൊപ്പം തന്നെ അങ്ങനെയുള്ള ഒരു നിസ്വാർത്ഥിയുമായി പരിചയപ്പെട്ടതിലുള്ള ചാരിതാർത്ഥ്യം നമുക്കുണ്ടാവുകയാണു ചെയ്യുന്നത്. ചിത്രം കണ്ടുകഴിഞ്ഞു ദിവസങ്ങളോളം നമ്മൾ ആ ഒരു നല്ല മനുഷ്യനെ പരിചയപ്പെട്ടതിലുള്ള മനസ്സന്തോഷം അനുഭവിക്കുന്നു. അത്തരത്തിലുള്ള ദുഃഖപര്യവസായിയായ കഥകൾക്കാണ് ഇംഗ്ലീഷിൽ 'ട്രാജെഡി' എന്നു പറയുന്നത്. മലയാള സിനിമകളിലും യഥാർത്ഥമായ മനസ്സിനെ തപിപ്പിച്ച 'ഉലയിലൂതിയ തങ്കം' പോലെ ശുചീകരിക്കുന്ന ചിത്രങ്ങൾ കണ്ടത് ഓർമ്മിച്ചു നോക്കിയാൽ, അവയ്ക്ക് ബോക്സോഫീസ് വിജയം ലഭിക്കാത്തതു കഷ്ടമായിപ്പോയിയെന്ന് ആരും സമ്മതിക്കും.

*സ്വയംവര*ത്തിനു പാശ്ചാത്യ രാജ്യങ്ങളിൽ അംഗീകാരം ലഭിക്കുവാൻ ആരംഭിച്ചു എന്നു കേട്ടതുകൊണ്ടാണ്, ആ ചിത്രത്തിനും അത്തരം നല്ല ചിത്രങ്ങൾക്കും ഉള്ള ആശാസ്യമായ ഗുണഗണങ്ങളെപ്പറ്റി ഇത്രയും എഴുതുവാൻ ഞാൻ പ്രേരിതനായത്. അവയ്ക്ക് ധനശേഖരത്തിൽ വല്ല പരാജയവും ഉണ്ടായിട്ടുണ്ടെങ്കിൽ അത് അല്പം ചില വ്യക്തികളെ മാത്രമേ ബാധിക്കുന്നുള്ളൂ. എന്നാൽ അവയിൽനിന്ന് അനേകായിരംപേർക്കു ലഭിക്കുമായിരുന്ന ആനന്ദം നഷ്ടമായിപ്പോയി. അതാണ് വലിയ കഷ്ടം.

(വായനക്കാർ എഴുതുന്നു, മാതൃഭൂമി ആഴ്ചപ്പതിപ്പ്, 1973 ഫെബ്രുവരി 25)

സ്വയംവരം കഴിഞ്ഞാൽ

നാദിർഷാ

അതെ. സ്വയംവരം കഴിഞ്ഞാൽപ്പിന്നെ കുറച്ചൊരു തന്റേടവും തനിക്കാംപോരിമയും വരണം. അതൊന്നുമില്ലെങ്കിൽ വായാടിയെന്നു പറയിക്കാതിരിക്കുകയെങ്കിലും വേണം.

മലയാള സിനിമയെക്കുറിച്ചു തന്നെയാണീപ്പറയുന്നത്. പ്രാരംഭദശയിലെ *ന്യൂസ് പേപ്പർ ബോയ്* കഴിഞ്ഞാൽപിന്നെ മലയാള സിനിമയിൽ സിനിമയായി കരുപ്പിടിപ്പിച്ച ഒരു കൃതി *സ്വയംവര*മാണല്ലോ. അഭ്യാസപാടവമൊന്നുകൊണ്ടു മാത്രം അവാർഡുകൾ നേടിയെടുത്ത ഈ കൃതി വരാനിരിക്കുന്ന ചലച്ചിത്രങ്ങളെ എത്ര മാത്രം സ്വാധീനിക്കും എന്നു ചോദിച്ചാൽ അറുത്തുമുറിച്ചു മറുപടി പറയുക വിഷമമാണ്. നടപ്പാത തുറന്ന് നാഴികക്കല്ലു നാട്ടിയവന്റെ നേർപിറകെ പോകാനും ആൾക്കാർ കുറയും. എങ്ങാനും അടിയനക്കി മിനക്കെടേണ്ടി വന്നാലോ? എത്ര തേഞ്ഞുവഴുതിയാലും പരിചയിച്ച പാത തന്നെ സുഖം. അതുകൊണ്ടാണ് അമേരിക്കയിലെ പേരെടുത്ത സിനിമാനിരൂപകനായ പാർക്കർ ടെയ്‌ലർ എഴുതിയത്: "ശീലത്തിൽനിന്നു വരുന്ന പരിചയം കച്ചവടസിനിമയ്ക്കു് ഒരു ശാപമാണ്. അതിപരിചയം അവജ്ഞയിലേക്ക് എത്തിക്കുന്നതിനുത്തമ ദൃഷ്ടാന്തം; മൂലചിന്തകൾ പാടെ നഷ്ടപ്പെട്ടും പോകുന്നു."1

കൊച്ചു കേരളത്തിലെ സിനിമാവ്യവസായം അമേരിക്കയിലെന്നോണം കോൺക്രീറ്റിട്ടുറപ്പിച്ചിട്ടില്ലാത്തതിനാൽ ടെയ്‌ലറുടെ അഭിപ്രായം അപ്പടി നമുക്കു സ്വീകാര്യമല്ല. പോരെങ്കിൽ സാമൂഹ്യ ബോധങ്ങളിലുള്ള അന്തരവുമുണ്ട്. മറ്റാരേക്കാളും

മനീഷികളായ്, വിശിഷ്യ കലയുടെ മണ്ഡലത്തിൽ-തങ്ങളെത്തന്നെ കാണാനിഷ്ടപ്പെടുന്ന മലയാളി ജനത അത്തരമൊരു വേഷമൊരുക്കാൻ മൂക്കു വിയർക്കും വരെയെങ്കിലും മിനക്കെട്ടുവെന്നും വരും. അതിനാൽ സിനിമാത്മകമായിരുന്ന *സ്വയംവര*ത്തിന്റെ ചില്ലറ ചില തിരയാട്ടങ്ങൾ മലയാളത്തിലെ വെള്ളിത്തിരയിലും ഇനി കണ്ടേക്കാനിടയുണ്ട്.

ന്യൂസ് പേപ്പർ ബോയ് സിനിമാത്മകമായിരുന്നല്ലോ. എന്നിട്ടും അതെന്തേ, പിന്നീട് വന്ന ഒരു മലയാളചിത്രത്തെയും ഒരു ഫ്രെയിമിനെങ്കിലും സ്വാധീനിക്കാത്തത് എന്നു ചോദിക്കുന്ന അശുഭപ്രതീക്ഷകരോട് പറയാനുള്ളത്, രണ്ടു ദശാബ്ദങ്ങൾക്കു മുമ്പു വന്ന *ബോയി*ക്കു കാലദോഷം പറ്റിയിരുന്നു എന്നാണ്. *പഥേർ പാഞ്ചാലി*ക്കും മുമ്പു വന്ന *ബോയി*യുടെ മിടുക്കു കണ്ടാനന്ദിക്കാൻ, കേരളത്തിലെ എന്നല്ല, ഇന്ത്യയിലെത്തന്നെ പ്രേക്ഷകർ തയ്യാറായിരുന്നില്ല. സിനിമ വ്യക്തി വൈശിഷ്ട്യത്തിന്റെ കലയാകാമെന്നു നിനച്ചവർ തന്നെ അന്നു തുച്ഛം. ഫ്രാൻസിലെ പുത്തൻതിരക്കാരുടെ കർത്തൃത്വ മീമാംസ (Auteur Theory)അന്ന് ആരംഭിച്ചിട്ടുപോലുമില്ലായിരുന്നു.[2] സിനിമയെക്കുറിച്ചുപന്യസിക്കുന്നതു പോകട്ടെ അതിന്റെ സാങ്കേതികപദങ്ങളിൽച്ചിലതു പെറുക്കിയെടുത്തു തങ്ങളുടെ സംഭാഷണമദ്ധ്യേ കോർത്തണിഞ്ഞ് കലാബോധം നടിക്കുന്ന ചടങ്ങുപോലും അന്നു മലയാളികൾക്കിടയിൽ സാധാരണമായിത്തീർന്നിരുന്നില്ല. അന്നു മാന്യതയ്ക്കു വെള്ളി കെട്ടാനുപയോഗിച്ചിരുന്ന പദങ്ങൾ സാഹിത്യത്തിൽനിന്നുമാത്രമായിരുന്നു: ഇബ്സൺ, കോഡ്വെൽ ഇത്യാദി.

ന്യൂസ് പേപ്പർ ബോയ്ക്കു കോട്ടങ്ങളേറെയുണ്ടായിരുന്നു. പക്ഷേ, അതിനു മാധ്യമത്തോടാത്മാർത്ഥതയുണ്ടായിരുന്നു. അതിന്റെ മെച്ചങ്ങൾ ഐസെൻസ്റ്റെന്റേയും പുഡോവ്കിന്റെയും മെച്ചങ്ങളായിരുന്നു. ദൂഷ്യങ്ങളോ? അസംസ്കൃത കൗമാരത്തിന്റെയും അഭ്യാസ ഹീനതയുടെയും നിസ്വതയുടെയും ദൂഷ്യങ്ങളും. മാസം തികയുന്നതിനുമുമ്പ് സിനിമാത്മകതയുടെ നേരിയ ശ്വാസവുമായി വന്ന ആ കിടാവിനെ പരിചരിക്കാൻ അന്നു നാട്ടിലൊന്നും ഒരു ഇൻക്യുബേറ്റർ ഇല്ലാതെ പോയി.

എന്നാൽ *സ്വയംവര*ത്തിന്റെ കഥ അതല്ല. അവാർഡുകളുടെ അങ്ങാടിനിലവാരം മനസ്സിലാക്കി അരമനരഹസ്യങ്ങളിലൂടെയെങ്കിലും അത് കരസ്ഥമാക്കാൻ വേണ്ട സിനിമാബോധമുള്ളവരാണ് ഇന്നു മലയാളികൾ. അവർ, വിശിഷ്യ സിനിമയുമായ് ബന്ധപ്പെട്ടവർ, അടൂർ ഗോപാലകൃഷ്ണന്റെ കൃതിയെ എത്ര പഴിച്ചാലും സൂക്ഷ്മതയോടെ നിരീക്ഷിക്കുമെന്നതു നിശ്ചയം. തൽഫലമായി മറ്റൊന്നുമില്ലെങ്കിലും ഭാവിയിൽ മലയാള സിനിമ വാങ്മയ ഭാവനയുടെ ഗ്രഹണത്തിൽനിന്നു പുറത്തു പോരേണ്ടതാണ്. വാഗ്ദേവിയുടെ അതിപ്രസരമാണ് മലയാള സിനിമയുടെ പ്രധാനരോഗം. വാക്കിലൂടെയും വാങ്മയത്തിലൂടെയുമാണ് ആ സിനിമയുടെ ദർശനവും ഭാവനയും പ്രവൃത്തിയുമെല്ലാം. ആംഗികാഭിനയം, വിദൂഷകന്മാർക്കു പോലുമില്ലെന്നു കാണണം. ചാപ്ലിൻ, കീറ്റൻ, ഡാനി കേ തുടങ്ങിയവരുടെ ആംഗികാഭിനയവുമായ് താരതമ്യപഠനം നടത്തുന്നവർക്കിത് ബോദ്ധ്യമാവും. വാചികം മാത്രമാണ് നമ്മുടെ സിനിമയിലെ ഫലിതംപോലും. പ്ലോട്ടിന്റെ പുരോഗതിക്കും പാത്രസൃഷ്ടിക്കും സന്ദേശസംക്രമണങ്ങൾക്കും എല്ലാം ഇന്നുമാശ്രയം ഡയലോ

ഉകളല്ലേ? പ്രേക്ഷകരുടെ മുഖ്യത: ശ്രോതാക്കളാക്കിവേണം മലയാളസിനിമയ്ക്കാശയവിനിമയം സാധിക്കാൻ. കാര്യമായതെന്തും അതിന്നു പറഞ്ഞുതന്നെ തീർക്കണം.

"പിന്നെ? പറയാതൊക്കുമോ?" ഒക്കും. അതിനാണ് സിനിമ സിനിമയുടെ ഉപാധികളിലൂടെ ആശയവിനിമയം നടത്താമെന്നു പറയുന്നത്. സിനിമ മൗലികമായി ദൃശ്യകലയാണ്. ശ്രാവ്യാംശം ദൃശ്യകലയെ അശുദ്ധമാക്കുന്നുവെന്നു വാദിക്കുന്ന കലാകാരന്മാരില്ലെന്നില്ല. എതിയോ ദെക്ക്യ, കോപ്പോ തുടങ്ങിയവർ. വിട്ടുവീഴ്ചയില്ലാത്ത ആ കളരിയിലേക്കു കടക്കണമെന്നില്ല. സങ്കീർണ്ണരൂപമുള്ള സിനിമയ്ക്കുത്തരം അയിത്തം ബാധകമല്ല. ഭാഷയെ വളരെക്കാലം അകറ്റിനിർത്തിയ ചാപ്ലിൻ പോലും ശബ്ദത്തെ കൂട്ടുപിടിച്ചാണ് *സിറ്റി ലൈറ്റ്സി*ലും *മോഡേൺ ടൈംസി*ലും സംഭാഷണത്തിന്റെ അർത്ഥശൂന്യതയെ ഉപഹസിച്ചത്.

ശ്രാവ്യാംശം ഒരവിഭാജ്യഘടകമായ്ത്തീർന്നതിനുശേഷമേ സിനിമ മലയാളത്തിലെത്തിയിട്ടുള്ളൂ. തന്മൂലം മൂവിയിലെ സങ്കേതങ്ങൾ അതിന്റെ ഓർമ്മയിൽപ്പോലുമില്ല. പാശ്ചാത്യരാജ്യങ്ങളിലും ഉത്തരേന്ത്യയിൽത്തന്നെയും ഇതല്ലല്ലോ കഥ. റഷ്യയിൽ ശബ്ദലേഖനം തുടങ്ങുന്നതിനു മുമ്പാണ് 1928 ൽ ഐസെൻസ്റ്റൈനും പുഡോവ്കിനും അലെക്സാന്ദ്രോവും കൂടി സിനിമയും ശബ്ദവും എന്ന വിഷയത്തെപ്പറ്റി ഒരു കൂട്ടുപ്രസ്താവന ഇറക്കിയത്. ശ്രാവ്യാംശം വന്നാൽ ശുദ്ധസാഹിത്യവും ഫോട്ടോവിലാക്കിയ നാടകങ്ങളും ആയിത്തീരും സിനിമ എന്ന ശങ്ക അവരെ തീണ്ടാതിരുന്നില്ല.[3] ഈ ആശങ്ക അസ്ഥാനത്തായിരുന്നില്ലെന്ന് ഏറിക് ബെന്റ്ലിയേപ്പോലുള്ള ഒരു നിരൂപകനുപോലും അടിതെറ്റിയതു കണ്ടാലറിയാം."ശ്രാവ്യാംശം സംഭാഷണത്തിലെ കവിത വഴി സിനിമയുടെ വരമ്പുകൾ അകലത്താക്കുന്നു" എന്നാണദ്ദേഹം 1945 ൽ *കെന്യൻ റെവ്യൂ*വിന്റെ വരാന്തപ്പതിപ്പിലെഴുതിയത്. ചുട്ട മറുപടിയും പലരിൽനിന്നും കിട്ടി. അതിലേറ്റവുമുചിതമായത് എർവ്വിൻ പനോഫ്സ്കിയുടേതായിരുന്നു: "ശ്രാവ്യഭാവത്തെ കാഴ്ചയ്ക്കു വിധേയങ്ങളായ ചലനങ്ങളുമായി സമരസപ്പെടുത്തേണ്ട സിനിമയിലെ സംഭാഷണത്തിൽ കവിത കുറയുംതോറും മെച്ചം കൂടും" എന്ന്.

ദൃശ്യാത്മകഭാവനയ്ക്ക് മുൻതൂക്കം

ദൃശ്യാത്മകഭാവനയ്ക്കു മുൻതൂക്കം നല്കി ആശയവിനിമയം ചെയ്താലേ സിനിമയെന്ന മാധ്യമത്തോടു നീതി ചെയ്യാനാവൂ. ഉദാഹരണമായി *ഇരുട്ടിന്റെ ആത്മാവി*ലെ ക്രെഡിറ്റ് ടൈറ്റിൽസ്. ചുമരിന്മേൽ കരിക്കട്ട കൊണ്ടു വരച്ച ബാലിശങ്ങളായ വരകളും അക്ഷരങ്ങളും കഥാനായകന്റെ മൂപ്പെത്താത്ത ബുദ്ധിയെക്കുറിച്ചും അയാളുടെ കൈവിരുതുകളിലുള്ള വാസനയെക്കുറിച്ചും വസ്തുനിർദ്ദേശം നല്കി പാത്രസൃഷ്ടിയിൽ കരുത്തേറ്റുന്നു.

*ന്യൂസ് പേപ്പർ ബോയി*യിൽ ഒരു രംഗമുണ്ട്. മദിരാശിയിൽനിന്ന് അവധിയിൽ മടങ്ങിവന്ന ഒരു ചെറുപ്പക്കാരൻ വീടിന്റെ പൂമുഖത്തിരുന്ന് മറുനാട്ടിലെ തന്റെ ഉദ്യോഗപ്രൗഢി വർണ്ണിക്കുന്നു. അകത്തു നിന്നു പെങ്ങൾ ചൂടാറ്റിയ ചായ അയാൾക്കു കൊണ്ടുവന്നു കൊടുക്കുന്നു. പ്രസംഗം നിർത്താതെതന്നെ അയാൾ ഗ്ലാസും ഡവ

റയുമെടുത്ത് ഒരു ഹോട്ടൽത്തൊഴിലാളിയുടെ ലാഘവത്തോടും സഹജാവബോധത്തോടുംകൂടി ചായ ആറ്റുന്നു. ചൂടാറ്റിയ ചായയാണെന്ന സോദരിയുടെ ഉൽബോധനം അയാളുടെ കള്ളി വെളിച്ചത്താക്കുന്നു.

തന്റെ *ഒഥെല്ലോ*വിന്റെ ആദ്യരംഗത്തിൽ കിളിവാതിലിന്റെ പാളികൾ തുറന്നു പുറത്തേക്കു നോക്കുന്ന ഡെസ്ഡിമോണിയുടെ മുഖത്ത് താഴെയുള്ള ജലപ്പരപ്പിലെ ചലനങ്ങൾ പ്രതിഫലിപ്പിച്ച് വെള്ളം നിറഞ്ഞ വെനീസ് വീഥികളുടെ യാഥാർത്ഥ്യത്തിനുറപ്പു കൂട്ടി, റഷ്യൻ സംവിധായകനായ സെർജ്ജി യുത്കെവിച്ച്.

*പഥേർ പാഞ്ചാലി*യിൽ ദുർഗ്ഗയുടെ മരണാനന്തരം ഒരു നാൾ പുറത്തേക്കിറങ്ങുന്ന കൊച്ചനിയൻ-അപ്പു ഇരുണ്ട ആകാശം കണ്ടാറെ വീട്ടിലേക്കു മടങ്ങിച്ചെന്ന് കുടയുമെടുത്തേ പുറപ്പെട്ടുള്ളൂ. അപ്പുവിന്റെ ആ നോട്ടവും പ്രവൃത്തിയും ആ കഥാപാത്രത്തിന്റെ വളർച്ചയെക്കുറിക്കുന്നു. ദുർഗ്ഗ മരിച്ചത് മഴ കൊണ്ടു ന്യൂമോണിയ പിടിച്ചിട്ടാണ്. അതേവരെ ഇഷ്ടതോഴനെന്നു കരുതിയിരുന്ന കാർമേഘത്തിൽ കാലം പതിയിരിക്കുന്നുണ്ടെന്ന വിജ്ഞാനം പുതിയ ഉത്തരവാദിത്വത്തിലൂടെ ആ ചെറിയ ചെക്കനെ ഒരു നിമിഷനേരംകൊണ്ട് ദുഃഖസത്യജ്ഞനാക്കി മാറ്റി.

ഋത്വിക് ഘട്ടക്കിന്റെ *അജാന്ത്രിക്ക്* ഒരു നാടൻ ടാക്സി ഡ്രൈവറുടെയും അയാളുടെ പൊളിഞ്ഞു പാളീസായ വണ്ടിയുടെയും ചരിതമാണ്. ഈ വണ്ടിക്കു വ്യക്തിത്വവും മനുഷ്യത്വവും നല്കി അതിന്റെ അയാന്ത്രികമാക്കിയെടുത്ത ഈ ചിത്രത്തിൽ ദൃശ്യാത്മകഭാവനകൾ ഉടനീളം കാണാം. ഒരുദാഹരണം; കണ്ടാൽക്കൊള്ളാവുന്ന ഒരു നാടൻ പെണ്ണിനെ ഡ്രൈവർ സവാരിക്കു ക്ഷണിക്കുന്നു. അവളിരുന്നു. വണ്ടി സ്റ്റാർട്ട് ചെയ്യലും ഒരു ചെറിയ ഞെട്ടലോടെ ഹെഡ്ലൈറ്റ് രണ്ടും താഴോട്ടു കിഴിഞ്ഞതും ഒപ്പം. ഇണക്കത്തും പരിഭവവും നിറഞ്ഞ ആ അംഗവിക്ഷേപത്തിന്റെ ശക്തി ശ്രുതിവേദ്യമല്ലാത്തതിനാൽ പറഞ്ഞിട്ടെന്തു കാര്യം? ശ്രവ്യാംശത്തെ ദൃശ്യത്തിനു ശിങ്കിടി നിർത്തി സംവേദനക്ഷമത വർദ്ധിപ്പിക്കുന്ന രംഗങ്ങളും മാധ്യമത്തിന്റെ സത്തയറിഞ്ഞവ തന്നെ.

1. *Film Culture Reader,* Page 47, Edited Adasm Sidney 1970 Frager Publishser Newyork.
2. 1947ലാണ് ആന്ദ്രേ ബാസാ(ങ്ങ്) *ലാ റെവ്യൂ ദി സിനിമാ* എന്ന പത്രം ആരംഭിച്ചത്. 1950ൽ അത് *കയേഴ്സ് ദ് സിനിമാ* ആയി. ഈ പത്രമാണ് ഫ്രാൻസിലെ പുത്തൻതിരയ്ക്കു പ്രചോദനം നല്കിയത്, പല നാടുകളിലുമായി അങ്ങുമിങ്ങും പൊട്ടിമുളച്ചിരുന്ന ചലച്ചിത്ര പരീക്ഷണങ്ങൾക്കു മുറകൾ കുറിച്ചു ചുവടുറപ്പിച്ചു ലക്ഷ്യബോധം നല്കിയത്.
   അലക്സാന്ദ്ര ആസ്ട്രുക്ക് 1948 ലാണ് സംവിധായകന്റെ ക്യാമറയെ വ്യക്തിവിശേഷത്തിന്റെ തൂലികയാക്കാമെന്ന് വാദിച്ചുകൊണ്ട് *ലാ ക്യാമറ സ്റ്റൈലോ* എന്ന ലേഖനം പ്രസിദ്ധീകരിച്ചതെങ്കിലും അതും അനുകൂല സാഹചര്യങ്ങൾ തികയാത്ത കാലത്താണു പുറത്തുവന്നത്.
3. Highly cultured drama and other photographed performance of a theoretical or Estisenstien in Film Form

പരിവർത്തനം മലയാള സിനിമയിൽ

കോഴിക്കോടൻ

ഇരുപതു കൊല്ലം മുമ്പ് തിരനാടകമുള്ള ഒരു ചിത്രം *ചെമ്മീനാ*യിരുന്നു എന്നു വേണമെങ്കിൽ പറയാം; അത്ര സമർത്ഥമല്ലെങ്കിൽക്കൂടി. ഒരു സിനിമ കണ്ട് സന്തോഷം അനുഭവപ്പെടുത്തുന്നതാണ് *ഓളവും തീരവും*. പക്ഷേ, അതിലും മുൻതൂക്കം ശ്രൂവ്യാംശത്തിനാണ്; കൈയടി നേടുന്നത് ഡയലോഗുകൾക്കും പാത്രസ്വഭാവത്തിനുമാണ്. ശബ്ദരേഖയുണ്ടായാലും അതാസ്വദിക്കാം; ചിത്രം തന്നെ വേണമെന്നില്ല.

സിനിമയുടെ സ്വന്തമായ സ്വഭാവങ്ങൾ കുറഞ്ഞ ഈ ചിത്രങ്ങൾക്കുശേഷമാണു പൂണെയിലെ ഫിലിം ഇൻസ്റ്റിറ്റ്യൂട്ടിൽനിന്നു സിനിമ പഠിച്ചുറപ്പിച്ച അടൂർ ഗോപാലകൃഷ്ണൻ സ്വയംവരവുമായി വരുന്നത്. *നീലക്കുയിലി*നു ശേഷം നീണ്ട 34 വർഷങ്ങൾ അതിനു കാത്തിരിക്കേണ്ടി വന്നു നമുക്ക്. 1972 ൽ പുറത്തിറങ്ങിയ ഈ ചിത്രമാണ് മലയാളത്തിലെ ആദ്യത്തെ സിനിമ എന്നു പറയാൻ കുറച്ചെങ്കിലും അർഹതയുള്ളത്. *സ്വയംവരം* സിനിമാത്മകമാണ്. എല്ലാം പ്രസംഗിച്ചു തീർക്കുന്ന മലയാള പടങ്ങളിൽനിന്നും ദൃശ്യാത്മകഭാവനയ്ക്കു മുൻതൂക്കം നല്കിയ ഈ പടം ഒറ്റപ്പെട്ടും മെച്ചപ്പെട്ടും നില്ക്കുന്നു. സിനിമ മൗലികമായും ഒരു ദൃശ്യകലയാണെന്ന്, കാഴ്ചക്കാരെ ബോദ്ധ്യപ്പെടുത്തിക്കൊണ്ട്, മലയാള സിനിമയിൽ ഒരു നാഴികക്കല്ല് നാട്ടുകയും പുതിയ പാത വെട്ടിത്തുറക്കുകയുമത്രേ ഗോപാലകൃഷ്ണൻ ചെയ്തത്.

ഈ പാതയിലൂടെ മുന്നോട്ടുപോകാൻ നമ്മളാര്? അത്രയ്ക്ക് സ്വബുദ്ധി നശിച്ചവരൊന്നുമല്ലല്ലോ നമ്മളൊന്നും ഈ ചിന്തയോടെ മലയാളത്തിലെ പടംപിടുത്ത

ക്കാർ വീണ്ടും വഴിതെറ്റി താന്തോന്നികളായി നടന്നുവെങ്കിലും ചലച്ചിത്രഭാഷയുടെ സൗന്ദര്യവും മെയ്‌വഴക്കവും രസികത്തവും ജനപ്രീതിയും മാധ്യമത്തിന്റെ അസീമമായ സാദ്ധ്യതകളും സാങ്കേതികവിദ്യയുടെ വിസ്മയങ്ങളും ടെക്നോളജിയുടെ അത്ഭുതാവഹമായ പുരോഗതിയും ഒത്തിണങ്ങിയ ചലനങ്ങൾ *സെല്ലുലോയ്ഡിൽ* സൃഷ്ടിക്കാൻ ചിലരെങ്കിലും നമുക്കുണ്ടായി. ഇതിന് പ്രധാന കാരണങ്ങളിലൊന്ന് നാട്ടിൽ അങ്ങോളമിങ്ങോളം പടർന്നുപിടിച്ച ഫിലിം സൊസൈറ്റികളും അതു കാണിച്ചുതന്ന ലോക ക്ലാസിക്കുകളുമാണെന്ന് എടുത്തുപറയാതെ നിവൃത്തിയില്ല. ഒപ്പം, നല്ല ഭാഷാചിത്രങ്ങൾ കാണാനുള്ള ജനങ്ങളുടെ ഉൽക്കട മോഹവും അവയ്ക്കു നല്കപ്പെടുന്ന പ്രോത്സാഹനവും കണക്കിലെടുക്കാം.(1972)

വാതോരാതെ വർത്തമാനം പറഞ്ഞു കളിച്ചുനടന്ന മലയാള സിനിമ ശരിക്കും തന്റേടം വച്ചത് *സ്വയംവര*ത്തിനു ശേഷമത്രേ. പൂണെയിലെ ഫിലിം ഇൻസ്റ്റിറ്റ്യൂട്ടിൽനിന്നു സംവിധാനം പഠിച്ചുവന്ന അടൂർ ഗോപാലകൃഷ്ണനാണ് ഈ സ്വയംവരക്കാരൻ. സിനിമാക്കലയും സംവിധാനത്തിലെ നൂതനധാരയും ചിന്തിപ്പിക്കുന്ന ഉള്ളടക്കവും കൊണ്ടു സുന്ദരമായ *സ്വയംവരം* വാങ്മയഭാവനയിൽനിന്നു ദൃശ്യവിന്യാസത്തിന്റേതായ ചലച്ചിത്രശൈലിയിലേക്കുള്ള മാറ്റം കുറിക്കുന്നു. *സ്വയംവര*ത്തിൽ ക്യാമറകൊണ്ടു കവിത രചിക്കുകയാണ് മങ്കട രവിവർമ്മ. ചലച്ചിത്രോചിതമായ സീക്വൻസുകൾ ഏതെന്നും എങ്ങനെയെന്നും ഉള്ളതിന്റെ സുന്ദരമായ സൂചനകൾ *ന്യൂസ് പേപ്പർ ബോയി* (1955)ലുണ്ടായിരുന്നു. പക്ഷേ, അതാരും ശ്രദ്ധിച്ചില്ല. അവാർഡുകൾ കൊയ്തെടുത്ത കൃതിയെന്ന നിലയ്ക്കും *സ്വയംവരം* ശ്രദ്ധിക്കപ്പെട്ടു. കണ്ടതിനും കേട്ടതിനുമപ്പുറം ചിന്തിക്കാനും ഭാവനയുള്ള കാഴ്ചക്കാരുടെ സങ്കല്പത്തിനു പടർന്നുകയറുവാനും ഇത്രയധികം ധ്വനിഭംഗികളുള്ള മറ്റൊരു പടം ഇതിനു മുമ്പും പിമ്പും മലയാളത്തിലുണ്ടായിട്ടില്ല. ഇന്നലെ കണ്ടപോലെ മനോമുകുരത്തിൽ തെളിഞ്ഞുവരുന്നതും വീണ്ടും കാണാൻ തോന്നുന്നതുമായ ഒരേയൊരു ചിത്രം *സ്വയംവര*മാണ്.

(മൂന്നു പ്രകാശബിന്ദുക്കൾ, 1981, ചലച്ചിത്ര സല്ലാപം ഡി സി ബുക്സ്, 1982)

കോഴിക്കോടൻ മാതൃഭൂമി ആഴ്ചപ്പതിപ്പിലെ ചിത്രശാല പംക്തിയിൽ സ്വയംവരത്തെക്കുറിച്ചെഴുതിയ കുറിപ്പ്

നമ്മുടെ ചിത്രങ്ങളിലധികവും സിനിമാശാലകളിലിരുന്നു കാണുന്നതിലും എത്രയോ സുഖവും സൗകര്യവും റേഡിയോ തിരിച്ചുവച്ച് അവയുടെ ശബ്ദരേഖ കേൾക്കാനാണ്. എന്നാൽ ചിത്രലേഖാ ഫിലിം സഹകരണസംഘത്തിന്റെ *സ്വയംവരം* റേഡിയോ തിരിച്ചുവച്ചു കേട്ടുരസിക്കാൻ നോക്കണ്ട. പാട്ടിതിലില്ല; സംഭാഷണമാണെങ്കിൽ വളരെ കുറച്ചും. സിനിമയുടെ ഭാഷ തൊണ്ണൂറുശതമാനവും ദൃശ്യമാണെന്നു മനസ്സിലാക്കി സംവിധാനം ചെയ്ത ആദ്യത്തെ മലയാളചിത്രമാണ് *സ്വയംവരം* ശില്പഭംഗിയും ബന്ധദാർഢ്യവുമുള്ള ഒരൊന്നാന്തരം തിരക്കഥയാണ് സംവിധായകനായ അടൂർ ഗോപാലകൃഷ്ണനും കുമാരനും കൂടി കടലാസിൽ കുറിച്ചിട്ടത്. *സ്വയംവര*ത്തിന്റെ അവസാനസ്വരൂപം മുഴുവനും ശരിക്കു മനസ്സിൽ കണ്ടുകൊണ്ടെഴുതിയതാണതെന്നു വ്യക്തം. രമേശന്റെ എഡിറ്റിങ്ങിലെ വേഗമാർന്ന കട്ടി

ങ്ങുകളും സുന്ദരമായ സംയോജനവും എത്ര പ്രാവശ്യം കണ്ടാലാണ് മതിവരിക.

തിരക്കഥ

*സ്വയംവര*ത്തിൽ ഇടമുർന്ന, സംഭവബഹുലമായ ഒരു കഥയില്ലെന്നു വേണമെങ്കിലാക്ഷേപിക്കാം. കാരണം പ്രേമത്തിന്റെ മധുരവും അവ്യക്തസുന്ദരവുമായ വളക്കിലുക്കം സ്വപ്നം കണ്ടു മുമ്പും പിമ്പും നോക്കാതെ തുള്ളിച്ചാടി നാടുവിട്ട വിശ്വത്തിന്റെയും സീതയുടെയും അനുഭവങ്ങൾ-അവരുടെ ജീവിതാഭിലാഷങ്ങൾ കട്ടുകട്ടുത്ത യാഥാർത്ഥ്യപ്പെരുമ്പാറകളോടേറ്റുമുട്ടിതകരുന്നത്-മാത്രമാണല്ലോ ഇതിവൃത്തം. ഇത്രയും സരളവും ഋജുവുമായ ഒരു കഥയുടെ സഭ്യത കൈവിടാത്തതും ലളിതവുമായ വർണ്ണനകൊണ്ടുതന്നെ കാഴ്ചക്കാരെ കോട്ടുവായിടുവിക്കാതെ പിടിച്ചിരുത്തുവാൻ കഴിഞ്ഞതിലെ മിടുക്കിനെക്കുറിച്ച്, പതിവുവിഭവങ്ങൾ (പാട്ടും കൂത്തും മരം ചുറ്റിപ്രേമവും അടിപിടിയും കോമാളിത്തങ്ങളും) ഇല്ലാത്തതുമൂലം വിശപ്പു മാറിയില്ലെന്നാവലാതിപ്പെട്ടു നെറ്റി ചുളിക്കുന്നവർ സൗകര്യപൂർവ്വം മറന്നുപോകുന്നു. പ്രതിപാദത്തിലല്ല, പ്രതിപാദനത്തിലാണ് *സ്വയംവര*ത്തിന്റെ പ്രത്യേകത.

ആവിഷ്കരണം

സ്നേഹിച്ച പുരുഷന്റെ കൈയും പിടിച്ചിറങ്ങിത്തിരിക്കുമ്പോൾ, ഹൃദയത്തിൽ പ്രേമം നിറഞ്ഞു കവിഞ്ഞാൽപ്പോരാ, ജീവിക്കാൻ ഒരു വഴിയും വേണമെന്നോ മറ്റോ ഒരു ഗുണപാഠം കൂടിയുണ്ടോ *സ്വയംവര*ത്തിനെന്നറിഞ്ഞുകൂടാ. തൊഴിൽകിട്ടാതെ നട്ടംതിരിയുന്ന അഭ്യസ്തവിദ്യരായ ചെറുപ്പക്കാരുടെ ദയനീയമായ ചിത്രം ഇതിലുണ്ട്- അതു തീർച്ച. ബസ്സിൽ കയറി നാടുവിട്ട വിശ്വവും സീതയും താമസിക്കാൻ ആദ്യം തെരഞ്ഞെടുത്തത് ഒരു ഫസ്റ്റ് ക്ലാസ് ഹോട്ടൽ തന്നെയാണ്. ബസ് യാത്രയെപോലെ (സംവിധായകനും ക്യാമറാമാനും ഒന്നുപോലെ ആ യാത്രയിൽ മുഴുകിയ മട്ടുണ്ട്-അവർ മറ്റൊന്നും കാണുന്നില്ല) ഹോട്ടലിൽ വച്ച് മധുവിധുവെന്ന മധുരവികാരത്തിൽ മുങ്ങിമയങ്ങുന്ന നായികാനായന്മാരുടെ സാങ്കല്പിക ചിന്തകൾക്കും ഇത്രയേറെ നീട്ടവും ഭ്രമാത്മകതയും നല്കേണ്ടിയിരുന്നില്ല. കൈയിലെ കാശു കുറഞ്ഞപ്പോൾ, ഒരു മൂന്നാംകിട ഹോട്ടലിലേക്കും പിന്നീടൊരു ചേരിപ്രദേശത്തേക്കും അവർ താമസം മാറ്റി. അതോടെ അവർക്കും വന്നു വലിയ മാറ്റങ്ങൾ. വലിയ ഹോട്ടലിൽ കഴിയുമ്പോൾ അവർക്കൊരു ജോലി വേണമെന്ന ചിന്ത പോലുമുണ്ടായിരുന്നില്ല. മൂന്നാംകിട ഹോട്ടലിന്റെയും അതിലെ താമസക്കാരുടെയും ചിത്രണം ഒന്നാന്തരമായിരിക്കുന്നു. വിശ്വവും സീതയും ആ മുറിയിലേക്കു കയറിപ്പോകുന്ന വഴിക്കുതന്നെ അതിനു തെളിവുകളുണ്ട്. മുറിയിൽച്ചെന്നപ്പോൾ ചിത്രം മുഴുവനുമായി. പൊടിയിലും അഴുക്കിലും മുങ്ങിയ ഒരു വിരി, കട്ടിലിന്നടിയിലെ ഒഴിഞ്ഞ കുപ്പികൾ-ഇത്രയുംകൊണ്ടു കാര്യങ്ങൾ എത്ര ഭംഗിയിൽ വ്യക്തമാക്കിയിരിക്കുന്നു. പട കണ്ടു പേടിച്ചാണ് ചേരിപ്രദേശത്തു വന്നു വീടെടുത്തത്. അവിടയോ പന്തം കൊളുത്തിപ്പടയും. ഹോട്ടൽമുറിയുടെ കതകിനൊരുത്തൻ മുട്ടിയേയുള്ളൂ. ചേരിപ്രദേശം കള്ളവാറ്റിന്റെയും കള്ളക്കടത്തിന്റെയും വ്യഭിചാരത്തിന്റെയും ഹെഡ്ഡാപ്പീസാണ്. തൊട്ടടുത്ത കൂരതന്നെ, കല്യാണിയെന്നൊരു വേശ്യയുടേതാണ്.

പേരിനൊരു കെട്ടിയോനുണ്ടവൾക്ക്-അവളുടെ കൈയിൽനിന്ന് കുടിക്കാൻ പണം ഇരക്കുന്നവൻ. സ്മഗ്ലർ വാസുവിനെപ്പോലുള്ള കഴുകന്മാർ സദാ അവിടെ വട്ടമിട്ടു പറക്കുന്നു. കുടിച്ചു ലക്കു തെറ്റിയ ആഭാസന്മാർ രാത്രിയിൽ സ്വൈരം കൊടുക്കുക യുമില്ല. ഒരിടത്തരം ട്യൂട്ടോറിയൽ കോളേജിൽ അദ്ധ്യാപകജോലി കിട്ടിയപ്പോൾ വിശ്വം സന്തോഷിച്ചു. അപ്പോഴേക്കവിടെ ശമ്പളം ചാരായക്കടയിലാണ്. ഉണ്ണിയുടെ ഊര് കണ്ടാലറിയാമെന്നു പറഞ്ഞ കൂട്ടത്തിൽ ഉന്തിയാൽ മാത്രം സ്റ്റാർട്ടാകുന്ന ട്യൂട്ടോറിയൽ കോളേജ് പ്രിൻസിപ്പാളുടെ കാറു കണ്ടാലറിയാം അയാളുടെ പവറ്. ഒടുവിൽ, ഈർച്ചക്കമ്പനിയിലൊരു ഗുമസ്തനായി വിശ്വം ജീവിതം ഉന്തിത്തള്ളാൻ ശ്രമിച്ചുനോക്കി. വിധി അതും സമ്മതിച്ചില്ല. അയാൾ പെട്ടെന്നു പനിപിടിച്ചു മരിച്ചപ്പോൾ, ഒരു കൈക്കുഞ്ഞ് ഒക്കത്തായിക്കഴിഞ്ഞ സീതയുടെ മുമ്പിൽ, ജീവിതം ഒരു ചോദ്യചിഹ്നമായിത്തീർന്നു. നാട്ടിലേക്കു മടങ്ങിപ്പോകാൻ അവൾക്കു മനസ്സില്ല. അവൾ പിന്നെ എന്തുചെയ്യും? പാലു കൊടുത്തു കിടത്തിയുറക്കിയ കുട്ടിയുടെ അരികത്തിരുന്നുകൊണ്ട് അവൾ നോക്കുകയാണ്. പുറത്ത് കോരിച്ചൊരിയുന്ന മഴ. കതകിലാരോ മുട്ടുന്നതുപോലെ. ഇത് കാണികളെ അല്പമെങ്കിലും അസ്വസ്ഥചിത്തരാക്കും.

ദൃശ്യഭംഗി

സാഹിത്യകാരനാകാൻ കൊതിച്ച വിശ്വം ഇതിലൊരു പാവമാണ്. അതിനു തീവ്രതയില്ല. വെറുതെയൊരു പത്രമാപ്പീസു കാണിക്കാനും വൈക്കത്തേയും ശങ്കരപ്പിള്ളയേയും മറ്റും നിർവ്വികാരമായി അവതരിപ്പിക്കാനും മാത്രമേ അതിനു സാധിച്ചിട്ടുള്ളൂ. തുക്കവും തുടവുമുള്ളതല്ല *സ്വയംവര*ത്തിലെ സംഭാഷണങ്ങൾ. ആദ്യത്തെ പകുതിയിൽ സമർത്ഥമായി പ്രയോഗിച്ചു കണ്ട പ്രതീകാത്മകത്വം- സെക്സിന്റെയും ജീവിതസമരത്തിന്റെയും എല്ലാം-തുടർന്നു കണ്ടില്ല. തന്മൂലം ചിത്രം ഒടുവിലൊടുവിൽ അത്യന്തം സാധാരണയായിക്കലാശിച്ചു. പച്ചപ്പാവങ്ങളായി ഗോപാലകൃഷ്ണന്റെ നായകനും നായികയും. ഗർഭിണിയായ സീത ഒരു രാത്രി അച്ഛനേയും ജ്യേഷ്ഠനേയും സ്വപ്നം കണ്ടു പേടിച്ചപ്പോഴെങ്കിലും ആ യുവമിഥുനങ്ങളുടെ പൂർവ്വകാലങ്ങളിലേക്ക് ഒന്നു ടോർച്ചടിച്ചിരുന്നെങ്കിൽ, അവർക്കു വേരുകളില്ലെന്നു തോന്നാതെ കഴിക്കാമായിരുന്നു. ചിത്രത്തിന് അസാധാരണമായ ദൃശ്യസൗന്ദര്യം കിട്ടിയിട്ടുണ്ടെങ്കിലും വളരെ സാവധാനത്തിലാണതിന്റെ ഗമനം. ഇവകൊണ്ടൊക്കെയായിരിക്കാം, കാഴ്ചക്കാരെ പിടിച്ചുകുലുക്കുകയോ വികാരഭരിതരാക്കുകയോ ചെയ്യുന്ന ഒന്നും ചിത്രത്തിലില്ലാതെ പോയത്. ചില രസികൻ രംഗങ്ങൾ ചിത്രത്തിലില്ലെന്നല്ല ഇതിന്റെയർത്ഥം. നേരം പുലർന്നിട്ടും ഉറക്കം മതിയാകാത്ത കണ്ണുകൾകൊണ്ടു വിശ്വം സീതയെ അടുത്തേക്കു ക്ഷണിക്കുന്നത്, ബുഷ് ഷർട്ടിൽ ബട്ടൺ തുന്നിപ്പിടിപ്പിക്കുന്ന സീതയെ ഇടയ്ക്കുള്ള സൂചിയെക്കുറിച്ചോർക്കാതെ വിശ്വം കെട്ടിപ്പിടിക്കാൻ മുതിരുന്നത്, വീട്ടുസാമാനങ്ങൾക്കുള്ള ലിസ്റ്റ് പോക്കറ്റിലിട്ട്, അതു വാങ്ങാതെ കുടിച്ചു മദോന്മത്തനായി വിശ്വം വീട്ടിലെത്തുന്നതും തുടർന്നു പശ്ചാത്താപവും, സ്മഗ്ലർ വാസു വിശ്വത്തെ പരിചയപ്പെടാൻ ശ്രമിക്കുന്നത്, ഈർച്ചക്കമ്പനിയിൽനിന്നു പുറത്താക്കിയ ഗോപി വിശ്വത്തെ തടഞ്ഞുനിർത്തിയും പിന്നു

ടർന്നും ഒഴിയാബാധപോലെ അലട്ടുന്നത്, വളയം ഓടിച്ചു വന്ന സുകുമാരൻ കാറോടിച്ചു നീലം വാങ്ങാൻ പോകുന്നത് തുടങ്ങി സ്വാഭാവികവും സുന്ദരവുമായ എത്രയെങ്കിലും നിമിഷങ്ങളെയെടുത്തു കാട്ടാം.

അഭിനയം

അപ്രധാന കഥാപാത്രങ്ങളെ വരച്ച വരയിൽ നിർത്തിയതിനു സംവിധായകനു സ്തുതി. അവർ ചിത്രത്തിലൊരിടത്തും അധികപ്പറ്റായിട്ടില്ല. വേണക്കുട്ടൻ നായരുടെ സ്മഗ്ലർ വാസുവും ലളിതയുടെ കല്യാണിയെന്ന വേശ്യയും പ്രസന്നന്റെ സുകുമാരൻ എന്ന കുട്ടിയും ബി കെ നായരുടെ കണക്കപ്പിള്ളയും എല്ലാം എല്ലാം ഉദാഹരണം. അന്യൂനമായ അഭിനയമാണ് *സ്വയംവര*ത്തിന്റെ മറ്റൊരാകർഷകത്വം. അഭിനയിക്കുകയാണെന്നു തോന്നിക്കുന്നതിനു പകരം ജീവിക്കുന്നുവെന്നു തോന്നിക്കുന്ന അഭിനയമാണെല്ലാവരുടെയും. മധുവിന്റെയും ശാരദയുടെയും കീർത്തിധാവള്യത്തിന്റെ വെൺകളിയാണ് വിശ്വത്തിന്റെയും സീതയുടെയും ഹൃദയഹാരിയായ ഭാവഹാവങ്ങൾ. ഏതു കഷ്ടപ്പാടിലും വന്നെത്തുന്ന ആശ്വാസത്തിന്റെ ഒരു കിരണകന്ദളംപോലെ ചീത്തയാളുകൾക്കിടയിലും നല്ലവരെ കാണാമെന്നുള്ളതിന് നല്ലൊരുദാഹരണമാണ് അടൂർഭവാനിയുടെ ജാനകിയമ്മ. സ്ത്രീയേയും കുഞ്ഞിനെയും ആ മുറിയിലൊറ്റയ്ക്കിട്ടു പോരുമ്പോൾ കാഴ്ചക്കാർക്കുപോലും ജാനകിയമ്മയുണ്ടല്ലോ അയലത്തെന്നുള്ള ചിന്ത ഒട്ടൊരാശ്വാസം നല്കും.

പാട്ടില്ലാത്തതുകൊണ്ട് *സ്വയംവര*ത്തിന് എന്തെങ്കിലും കുറവുള്ളതായി തോന്നിയോ? പാട്ടില്ലെന്നേ തോന്നിയിട്ടില്ല, പിന്നെയല്ലേ കുറവ്. അത്ര സമർത്ഥമായിട്ടാണ് എം ബി ശ്രീനിവാസൻ പശ്ചാത്തലസംഗീതം നല്കിയിരിക്കുന്നതും ദേവദാസ് ശബ്ദലേഖനം സാധിച്ചിരിക്കുന്നതും. സംഭവങ്ങൾക്കനുസൃതമായ പശ്ചാത്തലസംഗീതം, സ്ഥലകാലങ്ങളുടെ അന്തരീക്ഷം വിശദമാക്കുന്ന ശബ്ദകോലാഹലം-അതുതന്നെയാണ് *സ്വയംവര*ത്തിന്റെ സംഗീതം. ഗർഭിണിയായ സീതയും അവളെ പുലർത്താൻ കഴിയാത്ത ഭർത്താവുമിരിക്കുന്ന ആ മുറിയിലേക്ക് തെണ്ടിപ്പിള്ളേരുടെ ചുണ്ടുവിട്ടൊഴുകി വന്ന ഗാനശകലമേതായിരുന്നുവെന്നു നിങ്ങൾ ശ്രദ്ധിച്ചോ "പവിഴമലയിൽ രണ്ടു കൃഷ്ണമൃഗങ്ങൾ കണ്ടുമുട്ടിയ"തായിരുന്നു ആ ഗാനം. നിങ്ങളുടെ കരളിൽ കണ്ണീരടർന്നു വീണുവോ, അതോ ചുണ്ടിൽ വിളർത്ത പുഞ്ചിരി വിടർന്നുവോ?

(മാതൃഭൂമി ആഴ്ചപ്പതിപ്പ്, 1973 ഫെബ്രുവരി 4)

ആകാശം നിഴലിക്കുന്ന മഞ്ഞുതുള്ളി

മധു വൈപ്പന

മുതിർന്ന മാധ്യമപ്രവർത്തകൻ, എഴുത്തുകാരൻ, ചലച്ചിത്രപത്രപ്രവർത്തകൻ, സാഹിത്യ അക്കാദമിയുടെ സാഹിത്യലോകത്തിന്റെ എഡിറ്റർ, നാന സിനിമാവാരികയുടെ എഡിറ്റർ സർവ്വവിജ്ഞാനകോശം ലേഖകൻ, കേരളശബ്ദം, കുങ്കുമം ലേഖകൻ, ചിത്രബന്ധു ചലച്ചിത്രവാരികയുടെ സ്ഥാപകപത്രാധിപർ, രംഗം സിനിമാദ്വൈവാരികയുടെ ഉടമയും പത്രാധിപരും എന്നീ നിലകളിൽ പ്രവർത്തിച്ചു. സിനിമാമംഗളം വാരികയുടെ സ്ഥാപക പത്രാധിപരായി വിരമിച്ചു. ബ്ലാക്ക് ആൻഡ് വൈറ്റ്, ഗന്ധർവ്വലോകം, സിനിമയുടെ ടെക്നിക്ക്, സിനിമയ്ക്കുള്ളിലെ സിനിമ എന്നീ ഗ്രന്ഥങ്ങളുടെ കർത്താവ്.

സ്വയംവരം എന്ന ചിത്രം റിലീസ് ചെയ്യുന്നതിനു മുമ്പേ ഞാൻ കണ്ടു. പാസ് തന്നത് എം ഗോവിന്ദൻ. മലയാള ഭാഷയ്ക്കും സാഹിത്യത്തിനും കേസരി ബാലകൃഷ്ണപിള്ളയ്ക്കുശേഷം ഏറ്റവും വലിയ സംഭാവന നല്കിയ സഹൃദയൻ. അദ്ദേഹം അന്ന് മദ്രാസിലെ ഹാരിസ് റോഡിലെ തന്റെ താവളത്തിലിരുന്ന് ആധുനികതയുടെ കൊടുങ്കാറ്റ് അഴിച്ചുവിടുകയായിരുന്നു.

ഗോവിന്ദന്റെ സാഹിത്യസമാജത്തിലേക്ക് എന്നെ കൂട്ടിക്കൊണ്ടു പോയത് ഗാനരചയിതാവ് പവിത്രനാണ്. അക്കാലത്ത് ഗോവിന്ദൻ ഫിലിം സെൻസർ ബോർഡ് മെമ്പറുമായിരുന്നു. ഇക്കാരണത്താലാവണം അടൂർ ഗോപാലകൃഷ്ണൻ *സ്വയംവരം* എന്ന സിനിമ കാലേക്കൂട്ടിത്തന്നെ ഗോവിന്ദനെ കാണിച്ചത്.

*സ്വയംവര*ത്തിന്റെ പാസ് തന്നിട്ട് ഗോവിന്ദൻ പറഞ്ഞു: "ഈ സിനിമ ഒന്നു കണ്ടു നോക്കുക വളരെ വ്യത്യസ്തമാണിത്."

ദക്ഷിണേന്ത്യൻ ഫിലിം ചേമ്പറിന്റെ ഹാളിൽ പ്രിവ്യൂ കാണാൻ ഞാനുമെത്തി. അടൂർ ഗോപാലകൃഷ്ണൻ എന്ന ചെറുപ്പക്കാരൻ അവിടെ ഉത്സാഹിച്ച് ഓടിനടക്കുന്നതു കണ്ടു. എനിക്കും കിട്ടി ചിത്രത്തിന്റെ സ്റ്റിൽസ്. അന്നും ഗോപാലകൃഷ്ണന് നീണ്ട മുടിയും സൈഡിൽ ഒലിച്ചിറങ്ങുന്ന മീശയുമായിരുന്നു. ഖാദി ജൂബ ധരിച്ചുതുടങ്ങിയിരുന്നില്ല.

മദ്രാസിലെ സിനിമാരംഗത്തുള്ള പലരും അവിടെയുണ്ടായിരുന്നു. *സ്വയംവരം* എനിക്കൊരു പുത്തൻ അനുഭവമായിരുന്നു. ഇതുപോലെയുള്ള ധാരാളം ബംഗാളി സിനിമകൾ കണ്ടിരുന്നെങ്കിലും മലയാള സിനിമയിൽ ഇതൊരു വമ്പിച്ച വ്യതിയാനമായിത്തോന്നി. പച്ചയായ മനുഷ്യൻ ഇത്രയ്ക്ക് പച്ചയായി സമീപിച്ച് മറ്റൊരു സിനിമ യും അതുവരെ മലയാളത്തിൽ ഉണ്ടായിട്ടില്ലായിരുന്നു.

അത്യാവശ്യത്തിനുമാത്രം സംസാരിക്കുന്ന കഥാപാത്രങ്ങൾ. അനാവശ്യമായ ശബ്ദകോലാഹലങ്ങളില്ല. പകരം പ്രകൃതിയുടെ ശബ്ദങ്ങൾ മാത്രം അതുവരെ കണ്ടിട്ടില്ലാത്ത ക്യാമറാ ആംഗിളുകൾ, ഒതുക്ക മുള്ള എഡിറ്റിങ്, യാഥാർത്ഥ്യബോധമുള്ള കലാസംവിധാനം, സ്വാഭാവികമായ അഭിനയം - മൊത്തത്തിൽ കച്ചവട ചട്ടക്കൂടുകൾ തകർക്കുന്ന ആകർഷകമായ സംവിധാനശൈലി സ്വപ്നത്തിൽനിന്ന് യാഥാർത്ഥ്യത്തിലേക്കുള്ള യാത്രയാണ് ഇതിവൃത്തം. വീട്ടുകാർ അറിയാതെ ഒളിച്ചോടി നഗരത്തിലെത്തുന്ന യുവമിഥുനങ്ങൾ, അതിന്റെ ദുരന്തം ഭയാനകമായിരുന്നു. പ്രധാന വേഷങ്ങളിൽ മുഖ്യധാരാ സിനിമയുടെ പ്രതിനിധികളായ മധുവിനെയും ശാരദയെയും അവതരിപ്പിക്കണമായിരുന്നോ എന്ന് സംശയിച്ചു. ഒന്നോ രണ്ടോ ഷോട്ടിലൂടെ അരങ്ങേറ്റംകുറിച്ച ഗോപി (ഭരത് ഗോപി)യെ ഓർമ്മിച്ചുവയ്ക്കാനിടയില്ല.

ചിത്രം കണ്ടുകഴിഞ്ഞപ്പോൾ എന്റെ മനസ്സ് ചിറകുവച്ചു പറന്നു. മദ്രാസിലെ സിനിമക്കാരുടെ മുഖത്ത് എന്തൊക്കെയോ സംശയങ്ങൾ. പി ഭാസ്കരൻ മാത്രം ഗോപാലകൃഷ്ണനെ അഭിനന്ദിച്ചു. ഒരു ഉത്തമസിനിമ കണ്ട് നിർവൃതിയിൽ ഞാൻ ഊണുപോലും വേണ്ടെന്നുവച്ച് എഴുതാനിരുന്നു. എവിടുന്നൊക്കെയോ നല്ല വാക്കുകൾ നിർല്ലോപമായി പേനത്തുമ്പിലെത്തി. "സത്യജിത് റേയ്ക്കും മൃണാൾസെന്നിനും ഒപ്പം നിർത്താൻ നമുക്കൊരു സംവിധായകൻ ഉണ്ടായിരിക്കുന്നു"വെന്ന് ഞാനെഴുതി. ഇതിലെ ചില ഷോട്ടുകൾക്ക് *പ്രതിദ്വന്ദ്വ* (ബംഗാളി), *ഭുവൻ ഷോം* (ഹിന്ദി) എന്നീ ചിത്രങ്ങളുമായി തോന്നിയ സാമ്യവും ഞാൻ മറച്ചുവച്ചില്ല. നിരൂപണം എഴുതി പൂർത്തിയാക്കിയയുടനെ ഞാനത് എം ഗോവിന്ദന്റെ മുമ്പിൽ കൊണ്ടുവച്ചു. അത് വായിച്ചപ്പോൾ ആ മുഖത്ത് മന്ദഹാസം പടർന്നു.

"ഇങ്ങനെ വേണം നിരൂപണം. നല്ലതും ചീത്തയും പറയണം. ഞാനാദ്യം കണ്ടപ്പോൾ അവസാനരംഗം ഇങ്ങനെയായിരുന്നില്ല. വാതിലിൽ മുട്ടുകേട്ട് ശാരദ പോയി തുറക്കുകയും വില്ലൻ കയറി വരികയുമൊക്കെ ചെയ്യുന്നുണ്ടായിരുന്നു. മുട്ടുകേട്ട് ശാരദ വാതിലിൽ നോക്കുമ്പോൾ ചിത്രം അവസാനിപ്പിച്ച് കുറെ ഫിലിം ബ്ലാങ്കായിട്ടു വിടാൻ ഞാൻ നിർദ്ദേശിച്ചു." ഗോവിന്ദൻ പറഞ്ഞു.

എന്റെ നിരൂപണം *കുങ്കുമ*ത്തിൽ പ്രസിദ്ധീകരിച്ചുവരുന്ന സമയത്തുതന്നെ സി കെ സോമൻ *ചിത്രരമ*യിൽ "*സ്വയംവരം* മലയാളത്തിലെ ആദ്യത്തെ സിനിമയാണെന്നും" എഴുതി.

പതുക്കെ അടൂർ ഗോപാലകൃഷ്ണനും *സ്വയംവര*വും ചർച്ചാവിഷയമായി മാറി. സത്യജിത് റേയുടെ പടങ്ങൾക്കുശേഷം ഇന്ത്യയിൽ ഉണ്ടായ മഹത്തായ സൃഷ്ടിയാണ് *സ്വയംവര*മെന്ന് ലണ്ടനിലെ *ഗാർഡിയൻ* പത്രം പോലും എഴുതി. അധികം വൈകാതെ ഡൽഹി മലയാളി അസോസിയേഷന്റെ സ്വർണ്ണമെഡൽ കരസ്ഥമാക്കിക്കൊണ്ട് ഈ ചിത്രം ഇന്ത്യൻ ചലച്ചിത്രവേദിയിൽ മാറ്റത്തിന്റെ പുതിയ

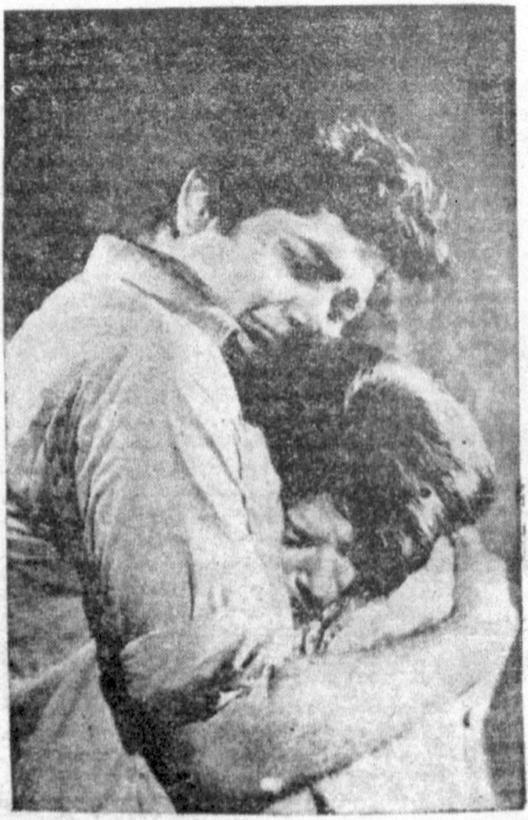

മലയാള സിനിമ ബംഗാളി സിനിമയ്ക്കു് ഒപ്പമെത്തിയിരിക്കുന്നു. സത്യജിത് റേയുടെയും, തപൻസിൻഹയുടെയും, മൃണാൾ സെന്നിന്റെയും ഒപ്പമിരിക്കാൻ അർഹനായ ഒരു സംവിധായകൻ നമുക്കു് ഉണ്ടായിരിക്കുന്നു. ചിത്രലേഖാ ഫിലിം സൊസൈറ്റിയുടെ ആദ്യ കഥാചിത്രമായ 'സ്വയംവരം' കാണുന്നതുവരെ ഇത്തരത്തിൽ അഭിമാനിക്കാൻ നമുക്കു് അവകാശമില്ലായിരുന്നു. ആദ്യാവസാനങ്ങളുള്ള, സംഭവബഹുലവും കെട്ടുപിണഞ്ഞതുമായ, ഒരു കഥ സിനിമയ്ക്കു് ആവശ്യമുണ്ടോ? സ്വയംവരത്തിൽ ആ വിധത്തിൽപെട്ടതാവുന്ന ഒരു കഥയില്ല, വെറും മനുഷ്യജീവിതത്തിന്റെ ഒരു ഭാഗം അടർത്തിയെടുത്തു മാറ്റിവച്ചതാണു് സ്വയംവരത്തിന്റെ ഇതിവൃത്തം. അതു് നാമോരോരുത്തരുടെയും സ്വന്തം കഥയായി തോന്നത്തക്കവിധത്തിൽ അവതരിപ്പിച്ചുവെന്നുള്ളതാണു് ഈ ചിത്രത്തിന്റെ മെച്ചം. സ്വന്തമായ ജീവിതമാർഗ്ഗമില്ലാതെ പ്രേമത്തിന്റെയും ആദർശത്തിന്റെയും പേരിൽ തീവ്രമായ ജീവിതമത്സരങ്ങളുടെ ഇടയിൽ എടുത്തുചാടി നട്ടം തിരിയുന്ന യുവമിഥുനങ്ങളുടെ കഥയാണു് സ്വയംവരം.

വിശ്വവും സീതയും ബസ്സിൽ യാത്ര ചെയ്യുന്നതായിട്ടാണു് തുടക്കം. സീതയുടെ കഴുത്തിൽ താലിമാല കാണാത്തതു കൊണ്ടു് അവർ അവിവാഹി

സ്വയംവരം ഒരു പ്രിവ്യൂ

54

ഭാവമാണെന്ന് അംഗീകാരം നേടിയെടുത്തു.

"ഇവിടെ ഒരു യുദ്ധമുണ്ടാകണം. അതിൽ കുറഞ്ഞൊന്നും പോരാ. നാസികൾ പോളണ്ടിനെ നശിപ്പിച്ചശേഷം അവിടുത്തെ സിനിമയ്ക്ക് കൂടുതൽ ഉണർവ്വുണ്ടായി. ഇന്ത്യൻ സിനിമ നന്നാകണമെങ്കിൽ ഇവിടെയും യുദ്ധമുണ്ടാകണം. പുതിയ കാഴ്ചപ്പാടോടെ അത് പുനർജന്മം കൈക്കൊള്ളണം." ഗോപാലകൃഷ്ണൻ ഇങ്ങനെ പറയുക മാത്രമല്ല ഒറ്റയ്ക്ക് ആ യുദ്ധം ആരംഭിക്കുകയും ചെയ്തു.

1972 ലെ കേരള സംസ്ഥാന അവാർഡ് പ്രഖ്യാപിച്ചപ്പോൾ *സ്വയംവര*ത്തിന് കാര്യമായ അംഗീകാരമൊന്നും ലഭിച്ചില്ല. പൂണെ ഫിലിം ആർക്കൈവ് ഡയറക്ടർ പി കെ നായരായിരുന്ന അവാർഡ് കമ്മിറ്റി ചെയർമാൻ. അദ്ദേഹത്തെ കൂടാതെ ഡൽഹിയിലെ പ്രസിദ്ധ ചലച്ചിത്ര നിരൂപകൻ ഹമീദുദ്ദീൻ മുഹമ്മദ് മാത്രമേ *സ്വയംവര*ത്തിന്റെ ഭാഗത്തു നിന്നുള്ളൂ. മറ്റ് മെമ്പർമാരായ നാടകനടൻ ഒ മാധവൻ, സംഗീത സംവിധായകൻ എൽ പി ആർ വർമ്മ, നിർമ്മാതാവ് ശോഭനാ പരമേശ്വരൻ നായർ, നിർമ്മാതാവ് എസ്. കുമാർ (മെരിലാന്റ്, സുബ്രഹ്മണ്യത്തിന്റെ മകൻ), പത്രപ്രവർത്തകൻ തോപ്പിൽ രവി, സിനിമാ മാസിക പത്രാധിപർ കെ ശങ്കരൻ നായർ എന്നിവരാരും നല്ല സിനിമയുമായി പരിചയമുള്ളവരായിരുന്നില്ല.

കമ്മിറ്റിയിലുണ്ടായിരുന്ന പബ്ലിക് റിലേഷൻസ് ഉദ്യോഗസ്ഥന്മാരായിരുന്ന തോട്ടം രാജശേഖരൻ, നോവലിസ്റ്റ് എൻ മോഹനൻ എന്നിവർ നല്ല സിനിമയ്ക്കു വേണ്ടി നില്ക്കുന്നവരാണെങ്കിലും അഭിപ്രായം പറഞ്ഞില്ല. നോവലിസ്റ്റ് മാധവിക്കുട്ടിയുടെ അഭിപ്രായം വളരെ വ്യത്യസ്തമായിരുന്നുതാനും.

കച്ചവടസിനിമയുടെ എല്ലാ ലക്ഷണങ്ങളുമുള്ള, സേതുമാധവൻ സംവിധാനം ചെയ്ത *പണിതീരാത്ത വീടി*നാണ് ഒന്നാം സ്ഥാനം ലഭിച്ചത്. സിംഹഭാഗവും ഊട്ടിയിൽ വച്ച് ചിത്രീകരിച്ച ആ കളർച്ചിത്രമാണ് നല്ലതെന്ന് വിധിയെഴുതാൻ ഭൂരിപക്ഷം അംഗങ്ങൾക്ക് യാതൊരു സംശയവും തോന്നിയില്ല. കച്ചവട ഫോർമുലകളിൽനിന്നും വിമുക്തമാകാത്ത പി എൻ മേനോന്റെ *ചെമ്പരത്തി*ക്കാണ് രണ്ടാംസ്ഥാനം ലഭിച്ചത്. കേരളത്തിലെ കഥ കേരളത്തിൽ വച്ചു തന്നെ യഥാതഥമായി ബ്ലാക്ക് ആന്റ് വൈറ്റിൽ പകർത്തിയ *സ്വയം വരം* മനസ്സിലാക്കാനുള്ള സിനിമാവബോധം ഉണ്ടായിരുന്ന പി കെ നായരും ഹമീദുദ്ദീൻ മുഹമ്മദും ഭിന്നാഭിപ്രായ കുറിപ്പുകളെഴുതി. അതിന് അവാർഡുകളേക്കാൾ വിലയുമുണ്ടായിരുന്നു.

കുഞ്ചാക്കോയുടെ *ആരോമലുണ്ണി*ക്കാണ് മൂന്നാം സ്ഥാനം ലഭിച്ചത്. കേരളത്തിൽ വച്ച് നിർമ്മിച്ച മികച്ച ചിത്രത്തിനുള്ള അവാർഡ് കൊണ്ട് *സ്വയംവര*ത്തെ അവാർഡ് കമ്മിറ്റി അപമാനിച്ചു. എങ്കിലും മങ്കട രവിവർമ്മയ്ക്ക് ബ്ലാക്ക് ആന്റ് വൈറ്റ് ഫോട്ടോഗ്രാഫിക്കുള്ള അവാർഡും ദത്തന് നല്ല കലാസംവിധായകനുള്ള അവാർഡും *സ്വയംവര*ത്തിലൂടെ കിട്ടി.

ഈ അവാർഡ് പ്രഖ്യാപനം മലയാള സിനിമാരംഗത്ത് വലിയൊരു കോളിളക്കം സൃഷ്ടിച്ചു. അന്നത്തെ പബ്ലിക് റിലേഷൻസ് ഡയറക്ടറായിരുന്ന ജി വിവേകാനന്ദനും അവാർഡ് കമ്മിറ്റി മെമ്പർ സെക്രട്ടറി എൻ മോഹനനും കച്ചവടസിനിമാരംഗവുമായി അടുത്ത ബന്ധമുള്ളവരാണെന്ന് ഹമീദുദ്ദീൻ മുഹമ്മദ് ആരോപിച്ചു. ഇവർ രണ്ടുപേരും സിനിമാക്കഥ എഴുത്തുകാരാണെന്നും ജൂറി റിപ്പോർട്ട് ഏകക

ണ്ടമായിരുന്നില്ലെന്നും തന്റെ റിപ്പോർട്ട് വിവേകാനന്ദൻ പൂഴ്ത്തിവെച്ചെന്നും അദ്ദേഹം പറഞ്ഞു. മുഹമ്മദിനെപ്പോലെയുള്ള ഒരാളെ അവാർഡ് കമ്മിറ്റിയിൽ എടുത്തതിൽ ദുഃഖിച്ചുകൊണ്ട് വിവേകാനന്ദനും മറുപടി പ്രസ്താവന ഇറക്കി. ഈ സമയത്ത് ജൂറി മെമ്പറായിരുന്ന ശോഭനാ പരമേശ്വരൻ നായർ *സ്വയംവര*ത്തെ വിമർശിക്കുന്ന ഒരു പ്രസ്താവന എഴുതി പത്രപ്രവർത്തകൻ ടി എച്ച് കോടമ്പുഴ വഴി എനിക്ക് കൊടുത്തയച്ചു. ഞാനത് വായിച്ചിട്ട് അതിന് എന്റേതായ ഒരു ചുട്ട മറുപടിയും ചേർത്ത് *നാന* വാരികയ്ക്ക് അയച്ചു. ഇതുരണ്ടും ഒന്നിച്ച് അച്ചടിച്ചുവന്നത് സിനിമാവൃത്തങ്ങളിൽ ചർച്ചാവിഷയമായി. അവരെല്ലാംകൂടി എന്നെ ആർട്ട് സിനിമയുടെ പക്ഷക്കാരനെന്ന് വിധി എഴുതുകയും ചെയ്തു.

സ്വയംവരം ആദ്യം കേരളത്തിൽ റിലീസ് ചെയ്തപ്പോൾ പ്രേക്ഷകരിൽനിന്ന് നല്ല സ്വീകരണം ലഭിച്ചില്ല. എന്നാൽ ഇത് ബോംബെയിലെ ആകാശവാണി ഓഡിറ്റോറിയത്തിൽ ഒരാഴ്ച പ്രദർശിപ്പിച്ചുവെന്നു മാത്രമല്ല അവിടെനിന്ന് പ്രസിദ്ധീകരിക്കുന്ന ഇംഗ്ലീഷ് പത്രങ്ങളിലെല്ലാം നല്ല അഭിപ്രായം വരികയും ചെയ്തു.

1973 ജൂലൈ പത്തുമുതൽ മോസ്കോയിൽ നടന്ന അന്താരാഷ്ട്ര ചലച്ചിത്രോത്സവത്തിൽ മത്സരാടിസ്ഥാനത്തിൽ ഇന്ത്യയെ പ്രതിനിധീകരിക്കാൻ *സ്വയംവര*മാണ് തെരഞ്ഞെടുക്കപ്പെട്ടത്. അതിൽ പങ്കെടുക്കാൻ ഗോപാലകൃഷ്ണനും ക്ഷണം ലഭിച്ചു.

1972 ലെ സംസ്ഥാന ഫിലിം അവാർഡ് ദാനം കോഴിക്കോട്ടുവച്ച് നടത്തിയപ്പോൾ *സ്വയംവര*ത്തിന്റെ അവാർഡ് ഗോപാലകൃഷ്ണനും *ആരോമലുണ്ണി*യുടെ അവാർഡ് കുഞ്ചാക്കോയും നിരസിച്ചു. അവാർഡ് തുക ഫിലിം ഫൈനാൻസ് കോർപ്പറേഷന് അയച്ചുകൊടുക്കാൻ ഗോപാലകൃഷ്ണൻ ആവശ്യപ്പെടുകയും ചെയ്തു.

ഇങ്ങനെയിരിക്കെയാണ് ദേശീയ ഫിലിം അവാർഡ് പ്രഖ്യാപിക്കുന്നത്. 1972 ലെ ഏറ്റവും നല്ല ഭാരതീയ ചിത്രത്തിനുള്ള അവാർഡ് *സ്വയംവര*ത്തിന് ലഭിച്ചത് കച്ചവടസിനിമയ്ക്ക് ഏറ്റ കനത്ത അടിയായിരുന്നു. *ചെമ്മീനു*ശേഷം ആദ്യമായിട്ട് ഒരു മലയാള ചിത്രം പ്രസിഡന്റിന്റെ സ്വർണ്ണമെഡൽ നേടി. ഇന്ത്യയിലെ ഏറ്റവും നല്ല സംവിധായകനായി അടൂർ ഗോപാലകൃഷ്ണനെയും ഏറ്റവും നല്ല ക്യാമറാമാനായി മങ്കട രവിവർമ്മയേയും കണ്ടെത്തി. മാത്രമല്ല *സ്വയംവര*ത്തിലെ അഭിനയത്തിന് ശാരദയ്ക്ക് രണ്ടാമതും ഒരു ഉർവ്വശി അവാർഡ് ലഭിക്കുകയും ചെയ്തു.

ആരാണീ അടൂർ ഗോപാലകൃഷ്ണനെന്ന് ഭാരതീയർ അന്വേഷിച്ചു. അടൂരെ കഥകളി പ്രിയന്മാരുടെ തറവാട്ടിൽ ജനിച്ച ഗോപാലകൃഷ്ണൻ വിദ്യാഭ്യാസ കാലത്തുതന്നെ നാടകങ്ങൾ എഴുതി അവതരിപ്പിക്കുമായിരുന്നു. നാഷണൽ സാമ്പിൾ സർവ്വേ ഓഫ് ഇന്ത്യയിൽ ജോലി ലഭിച്ചെങ്കിലും നാഷണൽ സ്കൂൾ ഓഫ് ഡ്രാമയിൽനിന്ന് നാടകരചന പഠിക്കാനായിരുന്നു ആഗ്രഹം, ഹിന്ദി വശമില്ലാത്തതുകൊണ്ട് അത് വേണ്ടെന്നു വച്ചു. അതിനുപകരം സർക്കാർ ജോലി രാജിവച്ച് പൂണെയിലെ നാഷണൽ ഫിലിം ആൻഡ് ടെലിവിഷൻ ഇൻസ്റ്റിറ്റ്യൂട്ടിൽ ചേരുകയായിരുന്നു. അവിടെ മെരിറ്റ് സ്കോളർഷിപ്പോടുകൂടി തിരക്കഥാരചനയും സംവിധാനവും പഠിച്ചു. പഠിത്തം കഴിഞ്ഞ് മടങ്ങിയെത്തിയപ്പോൾ തനിക്കിഷ്ടപ്പെട്ട രീതിയിലുള്ള സിനിമ എടുക്കാൻ ആവശ്യമായ പണം കണ്ടെത്താൻ കഴിഞ്ഞില്ല.

ഗോപാലകൃഷ്ണൻ കുളത്തൂർ ഭാസ്കരൻ നായരുമായി ചേർന്ന് 1965 ൽ തിരുവന

ന്തപുരത്ത് 'ചിത്രലേഖ' എന്ന ഫിലിം സൊസൈറ്റി രൂപീകരിച്ചു. സിനിമാനിർമ്മാണം ലക്ഷ്യമാക്കി ഇന്ത്യയിൽ ആദ്യത്തെ ഫിലിം കോ-ഓപ്പറേറ്റീവും സ്ഥാപിച്ചു. അടുത്ത ഏഴു വർഷത്തിനിടയിൽ 'ചിത്രലേഖ'യുടെ ബാനറിൽ 20 ഡോക്യുമെന്ററി ചിത്രങ്ങൾ നിർമ്മിച്ചു. ഡോക്യുമെന്ററി നിർമ്മാണം മിക്കപ്പോഴും ഒറ്റയ്ക്കുള്ള പ്രവർത്തനമായിരുന്നു. സാമ്പത്തിക ഞെരുക്കം കാരണം സ്വയം ക്യാമറ പ്രവർത്തിപ്പിക്കുകയും ശബ്ദലേഖനം നടത്തുകയും എഡിറ്റിങ് നിർവ്വഹിക്കുകയുമൊക്കെ ചെയ്യേണ്ടതായി വന്നു. മൂലധനത്തിന്റെ കുറവ് കാരണം സാമ്പത്തിക കാര്യങ്ങളിലും പ്ലാനിങ്ങിലും വളരെ ശ്രദ്ധിച്ചിരുന്നു. അതുകൊണ്ട് *സ്വയംവരം* നിർമ്മിക്കാൻ വളരെ ചെറിയ ഒരു തുകയേ വേണ്ടിവന്നുള്ളൂ.

രണ്ടാമതും ഉർവ്വശി അവാർഡ് ലഭിച്ചതിൽ ശാരദയെ അനുമോദിക്കാൻ മദ്രാസിലെ ന്യൂ വുഡ്‌ലാൻഡ്സ് ഹോട്ടലിന്റെ ലോണിൽ ചേർന്ന പത്രക്കാരുടെ യോഗത്തിൽ ഞാനും സംബന്ധിച്ചിരുന്നു. അന്ന് അവിടെയുണ്ടായിരുന്ന 'ചിത്രലേഖ' സെക്രട്ടറി കുളത്തൂർ ഭാസ്കരൻ നായരെ ശാരദ പ്രസംഗിക്കാൻ ക്ഷണിച്ചു. *സ്വയംവരം* എടുക്കാൻ ഗോപാലകൃഷ്ണനും താനും പണത്തിന് കഷ്ടപ്പെട്ട കാര്യങ്ങൾ അദ്ദേഹം വിവരിക്കുന്നത് നാട്ടിലെ പത്രപ്രവർത്തകർ അത്ഭുതത്തോടെയാണ് കേട്ടുകൊണ്ടിരുന്നത്. ഭാര്യമാരുടെ ആഭരണങ്ങൾ പോലും വിറ്റാണ് ലാബിൽ കൊടുത്തതെന്ന് അദ്ദേഹം പറഞ്ഞു.

നാഷണൽ അവാർഡ് ലഭിച്ചശേഷം *സ്വയംവരം* വീണ്ടും കേരളത്തിലെ തിയേറ്ററുകളിൽ റിലീസ് ചെയ്തു. ഇപ്രാവശ്യം പ്രേക്ഷകർ അതിന് നല്ല സ്വീകരണമാണ് നല്കിയത്. അതുകൊണ്ട് *സ്വയംവരം* സാമ്പത്തികമായി വിജയം കൈവരിച്ചു.

അടൂർ ഗോപാലകൃഷ്ണനും അദ്ദേഹത്തിന്റെ *സ്വയംവര*വും അതെടുത്ത 'ചിത്രലേഖ ഫിലിം സൊസൈറ്റി'യും കേരളത്തിൽ ഫിലിം സൊസൈറ്റി പ്രസ്ഥാനം വ്യാപിക്കാനും കുറച്ചു നല്ല സിനിമകൾ ഉണ്ടാകാനും അതുവഴി നല്ല സിനിമയെക്കുറിച്ച് അവബോധമുള്ള ഒരുകൂട്ടം ചെറുപ്പക്കാരെ സൃഷ്ടിക്കാനും വഴിതെളിച്ചു. അങ്ങനെ രക്തം ഒഴുക്കാതെ ഒരു യുദ്ധം നയിക്കാൻ അടൂർ ഗോപാലകൃഷ്ണന് കഴിഞ്ഞു.

1973 മലയാള സിനിമയുടെ പുഷ്കല വർഷമായിരുന്നു. ഈ വർഷം ഏഴു ദേശീയ അവാർഡുകളും ഒരു പത്മശ്രീയും സമ്പാദിച്ചുകൊണ്ട് മലയാള സിനിമ ചാകര കൊയ്തു. *സ്വയംവര*ത്തിന് നാല് അവാർഡ് ലഭിച്ചു. കൂടാതെ കെ ടി മുഹമ്മദിന്റെ *അച്ഛനും ബാപ്പയും* എന്ന ചിത്രത്തിന് ദേശീയോദ്ഗ്രഥനത്തിനും അതിലെ 'മനുഷ്യൻ മതങ്ങളെ സൃഷ്ടിച്ചു' എന്ന ഗാനം എഴുതിയ വയലാറിനും അത് പാടിയ യേശുദാസിനും ദേശീയാംഗീകാരം ലഭിച്ചു. തിക്കുറിശ്ശി സുകുമാരൻനായർക്ക് മലയാള സിനിമയിലെ ആദ്യത്തെ പത്മശ്രീ ലഭിച്ചതും ഈ വർഷമായിരുന്നു.

മലയാള ചലച്ചിത്ര പരിഷത്തിന്റെ ആഭിമുഖ്യത്തിൽ ജൂൺ 15-ാം തീയതി മദ്രാസിലെ ആശാൻ മെമ്മോറിയൽ സ്കൂളിൽ വച്ച് അവാർഡ് ജേതാക്കൾക്ക് സ്വീകരണം ഏർപ്പെടുത്തി. എന്നാൽ സ്വർണ്ണമെഡൽ ലഭിച്ച *സ്വയംവര*ത്തിന്റെ പ്രതിനിധികളാരും അവിടെ വന്നില്ല. യേശുദാസും പകരം സംസ്ഥാന അവാർഡ് ലഭിച്ച സേതുമാധവനെയും മറ്റും സ്റ്റേജിൽ കാണുകയും ചെയ്തു.

പന്തലിനുപകരം ടെന്റായിരുന്നു. യോഗം തുടങ്ങിയ ഉടനെ കാറ്റടിച്ച് അത്

നിലംപൊത്തി. അതിനടിയിൽപ്പെട്ട സദസ്യം പുറത്തുകടക്കാൻ പാടുപെട്ടു. എനിക്കിതെല്ലാം ഒരു ഹാസ്യലേഖനത്തിനുള്ള വിഭവങ്ങളായിരുന്നു.

അത് അച്ചടിച്ചു വന്ന് ഒരാഴ്ച കഴിഞ്ഞപ്പോൾ അടൂർ ഗോപാലകൃഷ്ണന്റെ ഒരു ലോക്കൽ കാൾ. അദ്ദേഹം *സ്വയംവര*ത്തിന്റെ പ്രിന്റ് എടുക്കാനായി മദ്രാസിൽ എത്തിയിരിക്കുകയാണ്. അടുത്ത ദിവസം രാവിലെ തന്നെ ഞാൻ അദ്ദേഹം താമസിച്ച മാമ്പലത്തെ അരുണാ ലോഡ്ജിലെത്തി. അന്നു മുഴുവൻ ഞങ്ങൾ ഒന്നിച്ചാണ് എല്ലായിടത്തും കറങ്ങിയത്.

എ വി എം സ്റ്റുഡിയോയിലെത്തിയപ്പോൾ ഗോപാലകൃഷ്ണനെ കണ്ട് അവിടുത്തെ മാനേജർ സർദാർജ്ജിക്കുണ്ടായ സന്തോഷം വിവരിക്കാനാവില്ല. കാൽനൂറ്റാണ്ടായി നൂറുകണക്കിന് ദക്ഷിണേന്ത്യൻ ചിത്രങ്ങൾ നിർമ്മിച്ചിട്ടുള്ള സ്റ്റുഡിയോ ആണ്. അതിലൊന്നിനുപോലും ഒരു ദേശീയാംഗീകാരം ലഭിച്ചിട്ടില്ല. ഇപ്പോൾ അവിടെ പ്രോസസ് ചെയ്ത *സ്വയംവര*ത്തിന് സ്വർണ്ണമെഡൽ തന്നെ ലഭിച്ചിരിക്കുന്നു!

വൈകുന്നേരം ഗോപാലകൃഷ്ണനെ കൊല്ലത്തേക്കുള്ള ട്രെയിനിൽ കയറ്റിവിടാൻ എഗ്മൂർ സ്റ്റേഷനിൽ പോയി. അക്കാലത്ത് ട്രെയിനിൽ തേഡ് ക്ലാസും ഉണ്ടായിരുന്നു. റിസർവ്വേഷൻ കൂപ്പണിൽ തേഡ് ക്ലാസ് ടയർ ബർത്ത് ആണ് ചോദിച്ചിരുന്നത്. അപേക്ഷകന്റെ പേരുകണ്ട് ബുക്കിങ് ക്ലാർക്ക് ചാടിയെണീറ്റു. ഗോപാലകൃഷ്ണന് ദേശീയാംഗീകാരം ലഭിച്ച വാർത്ത വെണ്ടയ്ക്കാ വലിപ്പത്തിൽ ഫോട്ടോയോടൊപ്പം എല്ലാ പത്രങ്ങളിലും അടിച്ചുവന്നത് രണ്ടാഴ്ചക്കു മുമ്പായിരുന്നു.

എം ഗോവിന്ദനും യാത്ര അയയ്ക്കാൻ എത്തിയിരുന്നു. അക്കാലത്ത് യുവതലമുറയിലെ പ്രതിഭാശാലികൾ മദ്രാസിലെത്തിയാൽ നേരേ ഗോവിന്ദനെ പോയി കാണും. അവർ മദ്രാസിൽനിന്ന് മടങ്ങിപ്പോകുമ്പോൾ യാത്ര അയയ്ക്കാൻ ഗോവിന്ദൻ എത്തുകയും ചെയ്യും.

കറുപ്പും ചുവപ്പും പശ്ചാത്തലത്തിൽ സ്വർണ്ണമഷിയിൽ പ്രിന്റ് ചെയ്ത ഒരു താലിയുടെ ചിത്രമായിരുന്നു *സ്വയംവര*ത്തിന്റെ പ്രധാന പബ്ലിസിറ്റി മെറ്റീരിയൽ. ബ്രോഷറിൽ പലരുടെയും അഭിപ്രായങ്ങൾ ചേർത്തിരുന്ന കൂട്ടത്തിൽ ഞാനെഴുതിയ ചില വരികളും ഉണ്ടായിരുന്നു.

മദ്രാസിലെ കച്ചവടസിനിമാരംഗത്ത് *സ്വയംവര*ത്തെ അംഗീകരിക്കുന്ന ഒരാളെപ്പോലും ഞാൻ കണ്ടില്ല. പൂണെ ഇൻസ്റ്റിറ്റ്യൂട്ടിൽ പഠിച്ചുവന്ന നല്ല സിനിമ എടുക്കാൻ കാത്തുകഴിയുന്നവർ പോലും വിമർശിക്കുന്നത് ഞാൻ കേട്ടിട്ടുണ്ട്. ഇത്രയും ലളിതമായി ചിത്രമുണ്ടാക്കാൻ വലിയ കഴിവെന്തിനാണെന്നായിരുന്നു ചോദ്യം. അങ്ങനെയിരിക്കെയാണ് എം ടി വാസുദേവൻനായരുടെ *നിർമ്മാല്യ*ത്തിന്റെ വരവ്. *സ്വയംവര*ത്തിന്റെ സാങ്കേതിക പൂർണ്ണതയോ ലാളിത്യമോ ഇല്ലെങ്കിലും ഈ ചിത്രത്തിലും കിട്ടി രാഷ്ട്രപതിയുടെ സ്വർണ്ണമെഡൽ. പി ജെ ആന്റണിക്ക് മലയാളത്തിലെ ആദ്യത്തെ ഭരത് അവാർഡും ലഭിച്ചു.

(*സിനിമയ്ക്കുള്ളിലെ സിനിമ*, ഹരിതം ബുക്സ്, കോഴിക്കോട്, 2011)

കുങ്കുമം വാരികയിൽ മധു വൈപ്പന എഴുതിയ നിരൂപണം

മലയാള സിനിമ ബംഗാളി സിനിമയ്ക്ക് ഒപ്പമെത്തിയിരിക്കുന്നു. സത്യജിത് റേയുടെയും തപൻസിൻഹയുടെയും മൃണാൾസെന്നിന്റെയും ഒപ്പമിരിക്കാൻ അർഹനായ ഒരു സംവിധായകൻ നമുക്കുണ്ടായിരിക്കുന്നു. ചിത്രലേഖാ ഫിലിം സൊസൈറ്റിയുടെ ആദ്യ കഥാചിത്രമായ *സ്വയംവരം* കാണുന്നതുവരെ ഇത്തരത്തിൽ അഭിമാനിക്കാൻ നമുക്ക് അവകാശമില്ലായിരുന്നു. ആദ്യാവസാനങ്ങളുള്ള, സംഭവബഹുലവും കെട്ടുപിണഞ്ഞതുമായ, ഒരു കഥ സിനിമയ്ക്ക് ആവശ്യമുണ്ടോ? *സ്വയംവര*ത്തിൽ ആ വിധത്തിൽപ്പെടുത്താവുന്ന ഒരു കഥയല്ല, വെറും മനുഷ്യജീവിതത്തിന്റെ ഒരു ഭാഗം അടർത്തിയെടുത്തു മാറ്റിവച്ചതാണ് *സ്വയംവര*ത്തിന്റെ ഇതിവൃത്തം. അതു നാമോരോരുത്തരുടെയും സ്വന്തം കഥയായി തോന്നത്തക്ക വിധത്തിൽ അവതരിപ്പിച്ചുവെന്നുള്ളതാണ് ഈ ചിത്രത്തിന്റെ മെച്ചം. സ്വന്തമായ ജീവിതമാർഗ്ഗമില്ലാതെ പ്രേമത്തിന്റെയും ആദർശത്തിന്റെയും പേരിൽ തീവ്രമായ ജീവിതമത്സരങ്ങളുടെ ഇടയിൽ എടുത്തുചാടി നട്ടം തിരിയുന്ന യുവമിഥുനങ്ങളുടെ കഥയാണ് *സ്വയംവരം*.

വിശ്വവും സീതയും ബസിൽ യാത്ര ചെയ്യുന്നതായിട്ടാണ് തുടക്കം. സീതയുടെ കഴുത്തിൽ താലിമാല കാണാത്തതുകൊണ്ട് അവർ അവിവാഹിതരാണെന്നു മനസ്സിലാക്കാം. വേണ്ട തയ്യാറെടുപ്പുകളൊന്നുമില്ലെങ്കിലും ഭാവിയെപ്പറ്റിയുള്ള സ്വപ്നങ്ങൾ അവരുടെ കണ്ണുകളിൽ നീന്തിത്തുടിക്കുന്നുണ്ട്.

വിവാഹമെന്ന ചടങ്ങിന് സ്നേഹത്തോളം വിലകല്പിക്കാത്ത അവർ നഗരത്തിലെ ഒരു വലിയ ഹോട്ടലിൽ മുറിയെടുത്തു താമസമാക്കി. കുറേ പണം കൈയിൽ കരുതിയിട്ടുണ്ടെന്നു സ്പഷ്ടം. അങ്ങു താഴെ തെരുവിലൂടെ കടന്നുപോകുന്ന ഭജനസംഘത്തിന്റെ താളമടി അകമ്പടിയാക്കിക്കൊണ്ട് അവരുടെ മധുവിധു ആരംഭിക്കുകയായിരുന്നു. അവർ കടൽത്തീരത്തെ പാറക്കൂട്ടങ്ങളിൽ ഓടിച്ചാടി നടക്കുന്നതും വിശ്വം അപകടകരമായ ഗുഹയിൽ ഇറങ്ങാൻ തുടങ്ങുന്നതും ചിത്രീകരിച്ചത് ഇന്ത്യൻ സിനിമയിൽ ഇതുവരെ കണ്ടിട്ടുള്ളതിൽ വച്ച് ഏറ്റവും നല്ല രംഗമാണ്. ആ സമയത്തെ പശ്ചാത്തലസംഗീതം കാമുകഹൃദയങ്ങളുടെ ഉത്സാഹത്തിമിർപ്പു മുഴുവൻ പ്രതിഫലിപ്പിക്കാൻ പര്യാപ്തമാണ്. ഗുഹയിൽ അടിച്ചുകയറി തിരിഞ്ഞൊഴുകുന്ന കടൽത്തിര അവരുടെ മനസ്സിനെ മാത്രമല്ല നമ്മുടെ ഹൃദയത്തെയും ഹർഷപുളകത്തിൽ ആറാടിക്കും. ട്രെയിനിന്റെ മുമ്പിൽ തലവയ്ക്കാൻ ഒരുങ്ങുന്ന കാമുകസാഹസം രസകരമായ ഒരു അനുഭൂതിയായിട്ടേ തോന്നൂ. ഇതുവരെ യാതൊരു സംഭാഷണവും ഉണ്ടായിട്ടില്ലെന്നതാണ് വലിയ ഒരു പുതുമ.

കൈയിലെ പണം തീരാൻ താമസമുണ്ടായില്ല. ജീവിതമെന്നത് വലിയൊരു ചോദ്യചിഹ്നമായി. താമസം വലിയ ഹോട്ടലിൽനിന്ന് ചെറിയ ഒരു ലോഡ്ജിലേക്കാക്കി. നാറുന്ന കിടക്കവിരി, മൂട്ടച്ചോരപിടിച്ച ചുവരുകൾ, അടുത്തു താമസിക്കുന്നവരുടെ ബഹളങ്ങൾ. അരിയാട്ടുന്നതിന്റെ കടകടസ്വരം മാത്രം പശ്ചാത്തലത്തിലുണ്ട്.

വിശ്വം വളരെക്കാലമായി എഴുതി സൂക്ഷിച്ചിരിക്കുന്ന ഒരു നോവൽ മാത്രം ഓഫീസിൽ കൊണ്ടുകൊടുത്തു. പത്രംഓഫീസുകളിൽ കയറിയിറങ്ങിയിട്ടുള്ള

വർക്കെല്ലാം ഇതിൽ കാണുന്ന ചർച്ചകളും വാദങ്ങളും വഞ്ചനകളും രസിക്കാതിരിക്കില്ല.

വിശ്വമില്ലാത്ത തക്കം നോക്കി ഒരു തെമ്മാടി വാതുക്കൽ മുട്ടിയ കാര്യം സീത വിശ്വത്തോടു പറഞ്ഞു. ഈ ഭാഗം അതീവശ്രദ്ധേയമാക്കി മധുവും ശാരദയും.

വീണ്ടും താമസം മാറ്റേണ്ടതായി വന്നു. ഒരു ചെറിയ ചെറ്റപ്പുരയിലേക്ക്. അയൽപക്കങ്ങൾ വേശ്യാലയങ്ങളാണ്. വേശ്യയായ കല്യാണിയും അവളുടെ നക്കാപ്പിച്ച വാങ്ങി ജീവിക്കുന്ന ഭർത്താവും സ്മഗ്ലർ വാസുവുമെല്ലാം അവിടത്തെ സർവ്വാധിപതികളാണ്. ജാനകിയമ്മ മാത്രമുണ്ട് വല്ല സഹായത്തിനും. അവർ കൊടുത്ത ഒരു കസേര മാത്രമുണ്ട് ഫർണ്ണീച്ചറായിട്ട്.

പത്രാധിപർ (വൈക്കം) നോവൽ വായിച്ചിട്ടു പ്രസിദ്ധീകരണയോഗ്യമല്ലെന്നു പറഞ്ഞു തിരിച്ചു കൊടുത്തു. താൻ കുറേ നാളായി സ്ഥലത്തില്ലായിരുന്നുവെന്നു പറയുമ്പോൾ നോവൽ വായിച്ചു തീർന്നില്ല മറ്റൊരു ദിവസം വരാൻ പറയുമെന്നാണു നമ്മൾ പ്രതീക്ഷിക്കുക. എന്നിട്ടും നോവൽ വായിച്ചുവെന്നു പറയുമ്പോൾ ഒരു പാകത തോന്നും. തന്റെ വേല കൈയിലിരിക്കട്ടെ അവൻ ആളു ജഗജ്ജില്ലിയല്ലേ എന്നും മറ്റുമുള്ള പത്രാധിപരുടെ സംസാരം തികച്ചും സ്വാഭാവികമാണ്. നോവലും തിരിച്ചുവാങ്ങി വിശ്വം നിരാശനായി മടങ്ങുന്ന വഴിക്ക് തീവ്ര വിപ്ലവകാരികളുടെ ഒരു സമ്മേളനം കാണിക്കുന്നുണ്ട്. അവരുടെ യഥാർത്ഥത്തിലുള്ള ഒരു നേതാവു തന്നെയാണ് പ്രസംഗിക്കുന്നത്.

വിശ്വത്തിന് ഒരു ട്യൂട്ടോറിയൽ കോളേജിൽ ലക്ചററായി ജോലി കിട്ടി. ജീവിതത്തിന് ഉത്സാഹം കൈവന്നു. വീണ, തലബ, ഫ്ലൂട്ട് എന്നീ ഉപകരണങ്ങൾ അതിനു വേണ്ട പ്രതീതി ജനിപ്പിക്കുന്ന പശ്ചാത്തലമൊരുക്കുന്നു. ശാരദ വിഗ് ഉപയോഗിച്ചിട്ടുണ്ടെന്നതൊഴിച്ചാൽ രണ്ടുപേർക്കും കാര്യമായ മേയ്ക്കപ്പില്ല. മധുവും ശാരദയും ഈ രംഗങ്ങളിൽ ആരാണ് മുന്നിൽ എന്ന മട്ടിൽ മത്സരിച്ച് അഭിനയിച്ചിരിക്കുന്നു. ഇക്കാര്യത്തിൽ മറ്റേതൊരു ഇന്ത്യൻ താരവും ഇവർക്കു മുന്നിലല്ലെന്ന് ഇരുവർക്കും അഭിമാനിക്കാം.

ട്യൂട്ടോറിയൽ കോളേജ് പ്രിൻസിപ്പലായി തിക്കുറിശ്ശി അഭിനയിക്കുന്ന രംഗങ്ങൾ-പ്രത്യേകിച്ചും കാർ ഡ്രൈവിങ്ങും, മദ്യപാനവും-മാത്രമാണ് ഈ ചിത്രത്തിൽ തമാശയ്ക്ക് അല്പം വകയൊരുക്കുന്നത്. ഇവിടെയൊന്നും യാതൊരു പശ്ചാത്തല സംഗീതവുമില്ല. സംഭാഷണത്തിന്റെ സൗണ്ട് റിക്കാർഡിങ് പതറിപ്പോയിട്ടുണ്ട്. മദ്യപിച്ചു ലെവൽ തെറ്റിയ വിശ്വം ഊണു കഴിക്കാൻവേണ്ടി പാത്രത്തിൽനോക്കുമ്പോൾ അതു കാലിയായിരുന്നു. സീത പട്ടിണിയായിരുന്നല്ലോ എന്ന കാര്യമോർക്കുമ്പോൾ അയാൾ അവളെ കെട്ടിപ്പിടിച്ചു പൊട്ടിക്കരയുന്നത് നമ്മുടെ മനസ്സിനെ പിടിച്ചുലച്ചുകളയും. രാമനും സീതയുംകൂടി കാട്ടിലൂടി പോകുന്ന മുഷിഞ്ഞ ചിത്രം ശിവശക്തൻനായരുടെ ഭാവനയുടെ തെളിവാണ്.

സീത ജോലിയന്വേഷിച്ചു പോകുന്ന രംഗം തീരെ നന്നായില്ല എന്നു പറയേണ്ടിയിരിക്കുന്നു. ഗർഭിണിയായ സീത കുളത്തിൽ വീണു മരിക്കുന്നതിന്റെ സ്വപ്നം കണ്ടതു സ്വാഭാവികം മാത്രം.

കടം കൊണ്ടു മൂടിയ ട്യൂട്ടോറിയൽ പ്രിൻസിപ്പൽ വിശ്വത്തിനെ പിരിച്ചുവിടുന്നു.

അന്ന രാത്രി ഏതാനും മദ്യപാനികളുടെ ഭീഷണിയും കേൾക്കേണ്ടതായി വന്നു.

വീണ്ടും ജോലിതെണ്ടൽ തന്നെ. പക്ഷേ, കിട്ടുന്ന ജോലികൾ ഒന്നിനൊന്നു മോശമാണ്. ഒരു മരമറപ്പ കമ്പനിയിൽ വിശ്വത്തിന് ജോലി കിട്ടിയപ്പോൾ വേറൊരു ചെറുപ്പക്കാരന്റെ ജോലി നഷ്ടപ്പെടുകയാണുണ്ടായത്. അയാളുടെ ദയനീയവും പേടിപ്പെടുത്തുന്നതുമായ രൂപം വിശ്വത്തിനെ വേട്ടയാടിത്തുടങ്ങി. എങ്കിലും കിട്ടിയ വയ്ക്കോൽത്തുരുമ്പ വിട്ടുകളഞ്ഞില്ല. സീത പ്രസവിച്ചു കഴിഞ്ഞാണ് വിശ്വം എത്തിച്ചേർന്നത്. ജാനകിയമ്മയുള്ളതുകൊണ്ട് യാതൊരു കുഴപ്പവും കൂടാതെ കഴിഞ്ഞു.

വൃദ്ധനായ സോമിൽ ക്ലാർക്ക് തലകറങ്ങി വീഴുന്നതും വിശ്വം അയാളെ ഉറക്കമിളച്ചിരുന്നു വളരെ ദിവസം ശുശ്രൂഷിച്ചതും വിശ്വത്തിന് കലശലായ പനി പിടിപെടാൻ ഇടയാക്കി. തക്കസമയത്തു നല്ല വൈദ്യശുശ്രൂഷ നല്കാൻ സീതയ്ക്കു കഴിഞ്ഞില്ല. മരണം ആർക്കുംവേണ്ടി കാത്തുനിന്നില്ല. വിശ്വം മരിച്ചെന്ന ബോധം നമ്മളിൽ ഉളവാക്കുന്നത് ഒരു സൈറന്റെ ശബ്ദത്തിലൂടിയാണ്. കുറേ ശവംതീനി എറുമ്പുകൾ എന്തോ കടിച്ചുവലിക്കുന്നു. പ്രകൃതിയുടെ കണ്ണീർപോലെ മഴത്തുള്ളികൾ ഇറ്റിറ്റുവീഴുന്നു.. മൂകരായ കുറേ മനുഷ്യർ. ഇത്രയും നന്നായി മലയാളത്തിൽ ഇതിനുമുമ്പാരും മരണം ചിത്രീകരിച്ചിട്ടില്ല.

ജാനകിയമ്മ സീതയെ തിരിച്ചു വീട്ടിൽ പോകാൻ ഉപദേശിക്കുന്നു. മനസ്സിൽ ഇടിമുഴങ്ങി. പേമാരി പെയ്തു. ശ്രീരാമനും സീതയുമായുള്ള സ്വയംവരത്തിന്റെ മുഷിഞ്ഞ ചിത്രം ചുവരിൽനിന്നു. വീഴാറായ തഴതിട്ട വാതിൽ മുന്നിൽ, കുറേസമയം ശൂന്യത കാണിച്ചിട്ട് ചിത്രം അവസാനിക്കുകയാണ്.

ഇതിൽ കഥയില്ലേ? കണിശമായും *സ്വയംവര*ത്തിൽ തീവ്രമായൊരു കഥയുണ്ട്. വിശ്വത്തിന്റെയും സീതയുടെയും ദുഃഖത്തിന്റെ കഥ മാത്രമല്ലിത്. ഇന്നത്തെ ചെറുപ്പക്കാരുടെ മുഴുവൻ പ്രശ്നങ്ങളുടെ കഥയാണിത്. ഇത് എന്റെയും നിങ്ങളുടെ ഓരോരുത്തരുടെയും കഥയാണ്. അത് അവതരിപ്പിച്ചിരിക്കുന്നത് കെട്ടുപിണച്ചല്ലെന്നു മാത്രം.

പതിനാലു റീലുകളുള്ള ഈ ചിത്രത്തിൽ ഒറ്റ പാട്ടുപോലുമില്ല. ഒരു സ്ത്രീ സ്വരവും ഒരു പുരുഷസ്വരവും രണ്ടു പ്രാവശ്യം മാത്രം ഏതാനും സെക്കന്റ് നേരത്തേക്ക് ചെറിയൊരു രാഗമാലപിക്കുന്നതു മാത്രമുണ്ട്. പശ്ചാത്തലം പലപ്പോഴും നിശ്ശബ്ദമാണ്. കുറേ സമയം പ്രകൃതിയിലെ സ്വരങ്ങൾ മാത്രം കേൾക്കാം. സംഗീതത്തിന് ലളിതമായ ഉപകരണങ്ങൾ മാത്രമേ ഉപയോഗിച്ചിട്ടുള്ളൂ.

പ്രേക്ഷകരെ രോമാഞ്ചമണിയിക്കുന്ന ധാരാളം രംഗങ്ങളുണ്ടിതിൽ. കടൽത്തീരത്തെ വിനോദവും താലി വാങ്ങാനായി സീത കൈയിലെ വളയൂരി കൊടുക്കുന്നതും, ഇടയ്ക്കിടയ്ക്കുണ്ടാകുന്ന ഗുണ്ടാഭീഷണിയും, മദ്യപിച്ചതിൽ വിശ്വം പശ്ചാത്തപിക്കുന്നതും എല്ലാം അത്തരത്തിൽപ്പെടും. വിശ്വം കാരണം സോമില്ലിലെ ജോലി നഷ്ടപ്പെടുന്ന ഗോപിയുടെ ദീനഭാവം നാമോരോരുത്തരെയും അനുധാവനം ചെയ്യുന്നതായി തോന്നും. സ്മഗ്ലർ വാസുവിന്റെ അഭിനയം അമിതാഭാസം കലർത്താതെ ചിത്രീകരിച്ചതിൽ അഭിനന്ദിക്കേണ്ടതാണ്. വാസുവിനെ പിടിക്കാൻ വന്ന പൊലീസുകാരൻ സീതയുടെ വീട്ടുവാതിലിൽ മുട്ടുന്ന രംഗം തികച്ചും ഭാവനാത്മക

മായി.

തെരുവില്ലൂടി കടന്നുപോകുന്ന ഭജനസംഘത്തെ സീത ജനലില്ലൂടി നോക്കുന്നതും തീവ്ര വിപ്ലവ പാർട്ടിയുടെ സമ്മേളനം വിശ്വം കാണുന്നതും സത്യജിത് റേയുടെ *പ്രതിദ്വന്ദി*യെ ഓർമ്മിപ്പിക്കും.

ഓടുന്ന ട്രെയിനിൽനിന്നുള്ള പാളത്തിന്റെ വീക്ഷണവും സീതയുടെ പുല്ലാട്ടില്ലൂടിയുള്ള അലച്ചിലും മൃണാൾസെന്നിന്റെ *ഭുവൻഷോമി*നെ അനുസ്മരിപ്പിക്കും. പ്രിൻസിപ്പലുമൊത്തുള്ള മദ്യപാനം റേയുടെ *ആരണ്യേർ ദിൻ രാത്രി*യുടെ

സ്മരണയുണർത്തുമെങ്കിൽ തെറ്റിദ്ധരിക്കേണ്ടാ. വിശ്വം പാറയിടുക്കിലിറങ്ങുന്നതും കടൽത്തീരത്തുക്കൂടിയുള്ള ശാരദയുടെ പ്രയാണവുമെല്ലാം *ബ്ലോ ഹോട്ട് ബ്ലോ കോൾഡ്* എന്ന ഇംഗ്ലീഷ് ചിത്രത്തിന്റെ പ്രതീതി ജനിപ്പിക്കും. എന്നാൽ *സ്വയംവര*ത്തിൽ ഇതെല്ലാം ചിത്രീകരിച്ചിരിക്കുന്നത് മറ്റുള്ളവയേക്കാൾ വളരെ ആകർഷകവും കലാപരവും ഒട്ടും മുഷിച്ചിൽ തോന്നാത്തവിധത്തിലുമാണെന്ന് എടുത്തു പറയാതെ വയ്യ. അടൂർ ഗോപാലകൃഷ്ണന്റെ സംവിധാനപ്രതിഭ മൃണാൾസെന്നിന്നോടും സത്യജിത് റേയോടും ഒപ്പം നില്ക്കുന്നു എന്നു പറയാൻ ഞാൻ മടിക്കുന്നില്ല. ഗോപാലകൃഷ്ണൻ അവരേക്കാൾ മികച്ചയാളാണെന്നു പറയാനുള്ള വിവരക്കേടും എനിക്കില്ല. പ്രസിഡന്റിന്റെ അവാർഡു വാങ്ങിയ മഹാജൻ ഭുവൻഷോമിൽ കാട്ടിയതിലും വൈദഗ്ധ്യം ശ്രീ. മങ്കട രവിവർമ്മ ക്യാമറകൊണ്ട് *സ്വയംവര*ത്തിൽ കാണിച്ചിട്ടുണ്ട്. ക്യാമറ സ്റ്റാൻഡിലുറപ്പിച്ചുവയ്ക്കേണ്ട ഒന്നല്ലെന്ന് അദ്ദേഹത്തിനറിയാം. രവിവർമ്മയുടെ കൈയിൽ ക്യാമറ ഏതെല്ലാം വിധത്തിലാണ് കറങ്ങിത്തിരിയുന്നതെന്ന് ചിത്രം കണ്ടുതന്നെ മനസ്സിലാക്കണം. കഥയില്ലാത്ത ഒരിതിഹാസമാണ് കുമാരനും അടൂർ ഗോപാലകൃഷ്ണനും കൂടി എഴുതിയിരിക്കുന്നത്. ദേവദാസിന്റെ ശബ്ദലേഖനവും രമേശന്റെ എഡിറ്റിങ്ങും മലയാള ചലച്ചിത്രരംഗത്ത് ഒരു പുതുമ സൃഷ്ടിച്ചിരിക്കുന്നു. ഗാനമില്ലാത്ത സംഗീതം ചിത്രത്തിൽ ലയിപ്പിച്ചു ചേർത്ത എം ബി ശ്രീനിവാസൻ മറക്കപ്പെടേണ്ട ആളല്ല. ദേവൻ, നമ്പൂതിരി, കരുണാകരൻ, ദേവദത്തൻ, സോമൻ മുതലായവരുടെ കടുത്ത നിറത്തിൽ വരച്ച ചുവർപരസ്യങ്ങൾ കടുത്ത ജീവിതസത്യങ്ങളുടെ അമൂർത്തമായ പ്രതിരൂപങ്ങൾ മാത്രമാണ്. പലയിടത്തും ചിതറിക്കിടക്കുന്ന മഹദ്പ്രതിഭകളെ ഒന്നിച്ചുചേർത്ത് സ്വന്തം നിർദ്ദേശങ്ങളനുസരിപ്പിച്ച അടൂർ ഗോപാലകൃഷ്ണനാണ് യഥാർത്ഥത്തിൽ മലയാള സിനിമയിൽ ഒരു വിപ്ലവകാരിയായിത്തീർന്നിരിക്കുന്നത്.

ചലച്ചിത്രമണ്ഡലത്തിലെ ജൂഡാസുകൾ

കുളത്തൂർ ഭാസ്കരൻ നായർ

ഫ്രാൻസിൽ ജനിച്ച സിനിമ എന്ന കലാരൂപത്തിന് ഒരു സാർവ്വദേശീയ സ്വഭാവം കൈവരാൻ വിവിധ രാഷ്ട്രങ്ങളിലുള്ള ഒട്ടധികം പ്രബുദ്ധരായ ചലച്ചിത്ര കലാകാരന്മാരുടെ അശ്രാന്തപരിശ്രമത്തിന്റെ നീണ്ട ചരിത്രമുണ്ട് പശ്ചാത്തലമായി. 1895 ൽ ലൂമിയർ സഹോദരന്മാർ കണ്ടുപിടിച്ച ചലച്ചിത്രമെന്ന പ്രതിഭാസത്തിന്റെ വളർച്ചയുടെ പിന്നിൽ മരിച്ചു മണ്ണടിഞ്ഞുപോയ ചില ചിത്രകലാകാരന്മാരുടെ ദുഃഖം പുരണ്ട കദനത്തിന്റെ കഥയുമുണ്ട്. പലരും ജീവിച്ചിരുന്നപ്പോൾത്തന്നെ മരിച്ചുപോയി. ചുരുക്കം ചിലർ, വ്യക്തിത്വവും വിവേകവുമുള്ളവർ, മരിച്ചിട്ടും ജീവിച്ചിരിക്കുന്നു. എണ്ണമറ്റ പ്രതിഭാധനരുടെ നിരന്തരമായ ശ്രമത്തിൽ പ്രത്യക്ഷവും പരോക്ഷവുമായ മാറ്റങ്ങളിലൂടെ രൂപംകൊണ്ടിട്ടുള്ള ഒരു കലാസപര്യയാണ് ആധുനിക സിനിമ.

കഴിഞ്ഞ കാൽ നൂറ്റാണ്ടുകാലത്തെ ലോകചലച്ചിത്രത്തിന്റെ ചരിത്രം പരിശോധിച്ചാൽ മുമ്പെന്നത്തേക്കാളും സാർവ്വദേശീയാന്തരീക്ഷത്തിൽ വിപുലതയും വികാസവും കൈവന്ന ഒരു കലാരൂപമാണ് സിനിമയെന്നു വ്യക്തമാവും. ലോകം മുഴുവൻ അംഗീകാരം നേടാൻ പോന്ന വിധത്തിലുള്ള നല്ല ചിത്രങ്ങളുടെ നിർമ്മിതിക്കു ഭാഷയോ, രാജ്യത്തിന്റെ വലുപ്പമോ, ഒരു തടസ്സമായി നില്ക്കുന്നമില്ല; അതല്ല, നേരെ മറിച്ചാണെന്ന് ആരെങ്കിലും വാദിക്കുകയാണെങ്കിൽ സത്യജിത് റേയും തുടർന്നുള്ള ചുരുക്കം ചില ബംഗാളി സംവിധായകരും നിർമ്മിച്ചിട്ടുള്ള ചിത്രങ്ങൾ

കല്ക്കട്ടയ്ക്കു ചുറ്റും, കൂടിയാൽ ബംഗാളിൽ മാത്രം ഒതുങ്ങിനില്ക്കേണ്ടിവരുമായിരുന്നു. റേയുടെ ചിത്രങ്ങൾക്കും ഇന്ത്യയിൽ കിട്ടിയിട്ടുള്ള അഗീകാരത്തെക്കാളും കൂടുതൽ വിദേശങ്ങളിൽനിന്നു ലഭിച്ചിട്ടുണ്ടെന്ന സത്യം മുകളിൽ സൂചിപ്പിച്ച അഭിപ്രായം സ്ഥിരീകരിക്കുന്നു.

പരീക്ഷണകുതുകികളായ സർജ്ജി ഐസൻസ്റ്റീൻ, പുഡോവ്കിൻ തുടങ്ങിയവർ ചുറ്റുപാടുകളിൽനിന്നും ആശയങ്ങൾ ഉൾക്കൊണ്ടുകൊണ്ട് യഥാതഥമായി കലാപരമായ സൃഷ്ടികൾക്ക് രൂപംനല്കിയ പ്രതിഭാശാലികളായിരുന്നു. ഐസൻസ്റ്റീന്റെ അഭിപ്രായത്തിൽ, 'നവമായിട്ടൊന്നുമില്ല. എന്തെങ്കിലും ആരെങ്കിലും ചെയ്തിട്ടുണ്ടാവാം. പുതുതായി ചെയ്യാനുള്ള ഒരേയൊരു കാര്യം, സിനിമാരൂപത്തിൽ, ചിലതെല്ലാം ചേർത്തു സമന്വയിപ്പിക്കുക മാത്രമാണ്.' തന്റെ അറിവിൽപ്പെട്ടതും, എല്ലാ കാലഘട്ടത്തിലേയും, എല്ലാ കലാകാരന്മാരിലേയും പലതും ഉൾക്കൊണ്ടുകൊണ്ട് പുതിയൊരു സിനിമയ്ക്കു നടുനായകത്വം വഹിക്കുവാൻ ഐസൻസ്റ്റീനു കഴിഞ്ഞു. കാലഹരണപ്പെട്ട ആശയങ്ങളും വിശകലന രീതികളും അവരാരും ഉപയോഗിച്ചിരുന്നില്ല. ഇന്ത്യയിൽ കഴിഞ്ഞ ചുരുങ്ങിയ ഒരു കാലഘട്ടത്തിനു മുമ്പുവരെ, റേ, ഘട്ടക് തുടങ്ങിയ ചുരുക്കം ചിലരൊഴിച്ച് ബാക്കിയുള്ള ബഹുഭൂരിപക്ഷം സംവിധായകരും നിർമ്മാതാക്കളുടെ ചൂണ്ടുപലകകളായി മാറി, ഇടിഞ്ഞു പൊളിഞ്ഞ ചട്ടക്കൂടിൽ കാലഹരണപ്പെട്ട ആശയങ്ങൾക്കു ചായം തേച്ചുപിടിപ്പിക്കുന്ന ഏതോ വ്യാപാരികളുടെ ഏജന്റുമാരായിരിക്കുകയായിരുന്നു. ലോകം മുഴുവൻ പുരോഗമനത്തിന്റെ പാതകൾ വെട്ടിത്തുറന്നു മുന്നോട്ടു പോയ്ക്കൊണ്ടിരുന്നപ്പോൾ. ഇന്ന് ഇതിനല്പമെങ്കിലും വ്യത്യാസം വന്നിട്ടുണ്ടെന്നു സമ്മതിക്കാം.

കഴിഞ്ഞ ഒന്നോ രണ്ടോ വർഷങ്ങൾക്കിപ്പുറം ഇന്ത്യയിൽ നിർമ്മിച്ചിട്ടുള്ള

ചുരുക്കം ചില ചിത്രങ്ങൾ കലാമേന്മ തികഞ്ഞ, ലോകചലച്ചിത്രവേദിയിൽ സ്ഥാനം പിടിക്കത്തക്ക ചിത്രങ്ങളായി രൂപംകൊണ്ടിട്ടുണ്ട്. ഒരുപക്ഷേ, ഇതിനു സാധിച്ചതു ചിത്ര സംവിധായകന്മാർ നിർമ്മാതാക്കളുടെ കുണ്ടികളാകാതിരുന്ന തുകൊണ്ടാകാം. നിർമ്മാതാക്കളുടെ കൈച്ചുണ്ടികളാകാതിരുന്നതുകൊണ്ടാകാം.

ഉരുണ്ടു പരിചയിച്ച റോഡിലൂടെ ഒരു സ്റ്റീംറോളർ കണക്കെ യാതൊരു ഭാവ വ്യത്യാസവുമില്ലാതെ ഇഴഞ്ഞിഴഞ്ഞു നീങ്ങുന്ന ഒരു സംവിധാനശൈലി നമ്മുടെ സംവിധായകർ സ്വായത്തമാക്കിയിട്ടുണ്ട്. ഈ രീതി കുറേയൊക്കെ നിരൂപകന്മാ രും ചില സർക്കാർ സിനിമാക്കാരുംകൂടി ഉണ്ടാക്കിവച്ചതുമാണ്. ഫോർമുലകളെ ല്ലാം ഒപ്പിച്ചു. ഒരു നാല്ക്കാലിക്കഥ+ അഞ്ചോ എട്ടോ പാട്ട് +കുറഞ്ഞതു രണ്ടു കോമാളി വേഷം+ മൂന്നോ നാലോ ഡാൻസ് (അതിൽ ഒന്നെങ്കിലും കാബറേ തന്നെയാവ ണം എന്നു വിധി!)+ കുളിസീൻ (സീനുകളുണ്ടെങ്കിൽ ബോക്സ് ആഫീസു നിറഞ്ഞു കവിയുന്നു; അവാർഡുകളും അംഗീകരണവും കിട്ടുന്നു.) ഒരു നാല് അടിസീൻ+സോ ദ്ദേശാദർശം+പറ്റുമെങ്കിൽ വ്യക്തമായ ഒരു ഗുണപാഠം = വിജയം കൊടികുത്തി വാഴുന്ന ഒരു ഭാരതീയ സിനിമ. (മലയാളവും ഇതിൽനിന്നും വലിയ വ്യത്യാസമില്ലെ ന്നുള്ളതും സത്യം. ഇതു ലേഖകന്റെ അഭിപ്രായമല്ല. ഏതോ ഒരു പ്രത്യേക ലേഖകൻ പണ്ടെങ്ങാണ്ടോ പറഞ്ഞതായോർക്കുന്ന ഒരു വസ്തുത കുറിച്ചുപോയതാണ്. തെറ്റു പറ്റിയെങ്കിൽ മാപ്പ്). ഇവയ്ക്കു ജീവിതവുമായോ, നാം ജീവിക്കുന്ന ചുറ്റുപാടുമായോ ബന്ധമില്ലാതിരുന്നാൽ നന്ന്.

പഴത്തൊലിയിൽ ചവുട്ടി റോഡിൽ കമിഴ്ന്നടിച്ചു വീഴുന്ന കോമാളിയുടെ കോപി രാട്ടിയെന്നു പറയുകയും എന്തു വൃത്തികേടായിരിക്കുന്നു ഈ കുളിസീൻ എന്ന് ആക്രോശിക്കുകയും ഈയിടെ വരുന്ന മലയാള സിനിമകൾക്കൊന്നും ഒരു സ്റ്റാ ൻഡേർഡില്ല എന്ന് മറ്റുള്ളവർ കേൾക്കെ പ്രഖ്യാപിക്കുകയും, മാന്യന്മാർ കള്ളുഷാ പ്പിൽ കയറുമ്പോൾ, തലയിൽ മുട്ടാക്കിട്ടു ലോകം മറയ്ക്കുന്നതുപോലെ, ഒളിച്ചും പതുങ്ങിയും, ഭാര്യയുടെയും കുഞ്ഞുങ്ങളുടെയും കെയറോഫിലും പല പ്രാവശ്യം ഈ ചിത്രങ്ങൾ കണ്ടാനന്ദിക്കുന്ന നമ്മുടെ മാന്യന്മാരാണ് നല്ല സിനിമയുടെ വളർച്ചയ്ക്കു വിഘാതമായി നില്ക്കുന്ന പ്രധാന ഘടകങ്ങളിലൊന്ന്. അതുകൊണ്ടുതന്നെയാണ് നല്ല ചിത്രങ്ങൾ നിർമ്മിക്കണമെന്ന് ഒടുങ്ങാത്ത ആഗ്രഹമുള്ളവരും കഴിവുള്ളവരും അതിനുള്ള സൗകര്യം കിട്ടാതെ വിഷമിക്കുന്നതും. നല്ല ചിത്രങ്ങൾക്കു പ്രോത്സാ ഹനം നല്കാൻ വേണ്ടിയുണ്ടാക്കുന്ന പദ്ധതികൾ പാടെ പരാജയപ്പെടുന്നതും ഇത്ത രത്തിൽപ്പെട്ട ചില സുഡോകളുടെ ദുഷിച്ച വാസനയുടെ ഫലമാണെന്നും അനുഭ വങ്ങൾ തെളിയിക്കുകയും ചെയ്യുന്നു. പണ്ട്, കാരണവർ ആനപ്പുറത്തു കയറിയിട്ടു ണ്ടെന്ന പാരമ്പര്യം ഘോഷിച്ചു നടക്കുന്ന ചില വിഡ്ഢികളുടെ കൈയിൽ നഗരത്തി ന്റെ താക്കോൽ ഏല്പിക്കുന്ന സമ്പ്രദായമൊന്നു സങ്കല്പിക്കുക. ചിന്ത്യമാണു ശേഷം. അതു സഹിക്കാം. പക്ഷേ, നീണ്ടുവളഞ്ഞ, വിരസത മാത്രം ജനിപ്പിക്കുന്ന ഒട്ടന വധി പ്രസ്താവനകളിലൂടെ അവർ മാന്യരാവും; പൊതുജനം കഴുതയും. ഒടുവിൽ, രാഷ്ട്രീയക്കളി എന്ന പൊയ്മുഖത്തിന്റെ മറവിൽ അവർ തടിതപ്പുകയും ചെയ്യും. അപ്പോൾ...? സന്ദർഭവശാൽ ഓർത്തു പോവുകയാണൊരു കഥ. നല്ല ചിത്രങ്ങ ൾക്കു പ്രോത്സാഹനം നല്കാൻ ഒരു രാജ്യത്ത് ഒരു രാജാവ് തീരുമാനിച്ചു. ചില

ഭൃത്യന്മാരെ വിളിച്ച് നല്ല ചിത്രങ്ങൾ തെരഞ്ഞെടുത്തു കൊണ്ടുവരാൻ ആജ്ഞാപിച്ചുവിട്ടു. പുരോഗമന പ്രസംഗം രാജകലയും, കുതികാൽവെട്ടും അന്തസ്സില്ലായ്മയും കാര്യസാദ്ധ്യവും മാത്രം. വേദോച്ചാരണവുമായി സകലതിലും ലാഭക്കച്ചവടം നടത്തിവന്നിരുന്ന ഭൃത്യന്മാർ നല്ല ചിത്രങ്ങൾ തെരഞ്ഞെടുത്തു രാജാവിനു കാഴ്ചവച്ചു. പാവം പൊതു നത്തിനൊരുപദേശവും. യഥാതഥമായി കഥ പറഞ്ഞു പോകുന്ന രീതിയാണ് നല്ല ചിത്രങ്ങളുടെ നിർമ്മിതിക്കു ചില സംവിധായകൻ സ്വീകരിച്ചിരിക്കുന്ന മാനദണ്ഡം. അത് അബദ്ധമാണ്.

അല്ലയോ, സംവിധായകരെ, നിർമ്മാതാക്കളെ, ഞങ്ങളുടെ അടുത്തേക്കു വരുവിൻ. ഞങ്ങൾ പഠിപ്പിച്ചുതരാം, എങ്ങനെയാണ് നല്ല ചിത്രങ്ങൾ നിർമ്മിക്കേണ്ടതെന്ന്. വരുംകാലങ്ങളിൽ നിങ്ങൾക്ക് അവാർഡുകൾ നേടാൻ ഞങ്ങൾ സഹായിക്കാം, മറക്കാതിരിക്കുക. ഞങ്ങളുടെ വിലാസം ചുവടെ ചേർക്കുന്നു.

ഈ രീതിയിലുള്ള അന്തരീക്ഷത്തിൽ നല്ല സിനിമകൾ ഉണ്ടാകാൻ ബുദ്ധിമുട്ടാവും. അഥവാ ഉണ്ടായാൽത്തന്നെ ആടിനെ പട്ടിയാക്കുന്ന രീതിയിൽ നല്ലതു ചീത്തയായിപ്പോയെന്നും വരും. എന്തൊക്കെയായാലും ശരി പാലും വെള്ളവും തിരിയാതിരിക്കാൻ പറ്റില്ലല്ലോ. ചലചിത്ര മണ്ഡലത്തിലെ ജൂഡാസുകളെ ഒറ്റപ്പെടുത്താൻ നല്ല ചിത്രങ്ങൾക്കു വേണ്ടി പ്രവർത്തിക്കുന്നവരും, അതിനുവേണ്ടി ആഗ്രഹിക്കുന്നവരും അശ്രാന്തം പരിശ്രമിച്ചാൽ മാത്രമേ ഈ മണ്ഡലത്തിന് മോക്ഷം കിട്ടാൻ പോകുന്നുള്ളൂ.

ജൂഡാസുകളുടെ കഴുത്തറുക്കാൻ നാം മടിച്ചിട്ടു കാര്യമില്ല. കള്ളക്കമ്മട്ടങ്ങളെ വെളിച്ചത്തു കൊണ്ടുവരികയും നക്കാപ്പിച്ചയ്ക്കു വേണ്ടി റാൻ മൂളുന്നവരുടെ തനിനിറം പുറത്തുകൊണ്ടുവരികയും ചെയ്യേണ്ടതു നല്ലവയ്ക്കുവേണ്ടി പ്രവർത്തിക്കുന്നവരുടെ നല്ല ചിത്രങ്ങൾക്കായി ദാഹിക്കുന്നവരുടെ കടമയാണ്. വരുംകാലത്തു നമ്മുടെ പിൻഗാമികൾ നമ്മെ പുച്ഛിക്കാതിരിക്കാൻവേണ്ടിയെങ്കിലും നമുക്കതു ചെയ്യാം.

(മലയാളനാട് വിശേഷാൽപ്രതി *1972)*

സ്വയംവരം

എസ് ജെ

എസ് ജയചന്ദ്രൻ നായർ ഇനിഷ്യൽ വച്ച് കേരളകൗമുദി ദിനപത്രത്തിന്റെ 1972 ഡിസംബർ 4 ലക്കത്തിൽ എഴുതിയത്.

പുതിയ ഒരു ദർശനബോധവും, ആസ്വാദനത്രാണിയും പ്രദാനം ചെയ്യുകയും, നമ്മുടെ അനുഭൂതിമണ്ഡലത്തെ സമ്പന്നമാക്കുകയും ചെയ്യുന്ന അപൂർവ്വമായൊരനുഭവമാണ് 'ചിത്രലേഖ'യുടെ *സ്വയംവരം.* തരളഭാവങ്ങളെ പൊൻനൂലിൽ ബന്ധിച്ച ജീവിതത്തിന്റെ ഒരു കൊച്ചുമൊസയിക്കായി രൂപപ്പെടുത്തിയിരിക്കുന്ന ഈ ചിത്രം മലയാളസിനിമയെ സംബന്ധിച്ചിടത്തോളം സ്വന്തമായൊരു സുവർണ്ണ പാത സൃഷ്ടിക്കുകമാത്രമല്ല, കൊമേഴ്സ്യലിസത്തിൽനിന്നും പരിപൂർണ്ണമായും ബന്ധമോചനം നേടുകയും ചെയ്തിരിക്കുന്നു. കൃത്രിമത്വത്തിന്റെ ആടയാഭരണങ്ങൾ അണിയാതെയും അസ്വാഭാവികതയുടെ നിറക്കൂട്ട് കലർത്താതെയും ഒരു ചിത്രം ജീവിതഗന്ധിയാക്കാൻ കഴിയുമെന്നും *സ്വയംവരം* നമ്മെ ബോദ്ധ്യപ്പെടുത്തുന്നു. അതിലൂടെ സിനിമയെ സംബന്ധിച്ച നമ്മുടെ ആസ്വാദനനിലവാരത്തിൽ ഒരു പുതിയമാനവും ഈ ചിത്രം നല്കുന്നു. അതുകൊണ്ടുതന്നെ *സ്വയംവരം* മലയാള സിനിമാലോകത്ത് ഒറ്റപ്പെട്ടുനില്ക്കുകയും ചെയ്യും.

കണ്ണിനു വേദനയുണ്ടാക്കുന്ന ചായക്കൂട്ടുകൾ പൂശി എഴുന്നുനില്ക്കുന്ന അബംരചുംബികളാകുന്ന ശില്പകലാഭാസങ്ങൾക്കിടയിൽ, ഓടുപാകിയ മേല്ക്കൂരയുമായി നില്ക്കുന്ന കേരളീയ മാതൃകയിലുള്ള ഒരു ഭവനംപോലെയും, ആധുനിക വേഷവിധാനങ്ങൾ അണിഞ്ഞ നാരീമണിമാർക്കിടയിൽ ഒന്നരയും മുണ്ടും ധരിച്ച ശാലീനമായ ഒരു പെൺകിടാവിനെപ്പോലെയും ഈ ചിത്രം നമ്മുടെ മനസ്സിലെ സൗന്ദര്യവാസനകളെ ഉണർത്തുന്നു. അങ്ങനെ ഉന്നിദ്രമാകുന്ന സൗന്ദര്യബോധമാകട്ടെ നമ്മുടെ ജീവിതത്തെ സൗന്ദര്യമുള്ളതാക്കുകയും ചെയ്യുന്നു. ഈ സൗന്ദര്യ സംവേദനക്ഷമതയാണ്, *സ്വയംവര*ത്തിന്റെ അസ്തിത്വം.

ഹൃദയശൂന്യമായ സമൂഹത്തിൽ അനാഥമായ വിശ്വനാഥന്റെയും സീതയുടെയും ജീവിതത്തെ നമ്മുടെ ജീവിതത്തിലെ അസ്വസ്ഥകരമായ നിമിഷങ്ങളാക്കുന്ന

കഥാകൃത്തും സംവിധായകനും, അതിന്റെ അവതരണത്തിലും ആഖ്യാനത്തിലും ദീക്ഷിച്ചിട്ടുള്ള മിതത്വവും സംയമനവും, മലയാളസിനിമയിൽ പുതുമയാണ്. നേർത്ത വരകൊണ്ട് ജീവിതാഖ്യാനം നടത്തുന്ന അസുലഭ സിദ്ധിയുള്ള ഒരു ചിത്രകാരന്റെയും ഏതാനും വാക്കുകൾകൊണ്ട് ഹൃദയരഞ്ജകമായ കൃതികൾ രചിക്കുന്ന സർഗ്ഗധനനായ എഴുത്തുകാരന്റെയും അണിയിലേക്കു നീങ്ങിനില്ക്കുന്ന ഈ ചിത്രത്തിന്റെ സംവിധായകനായ ശ്രീ. അടൂർ ഗോപാലകൃഷ്ണൻ തന്റെ പ്രവൃത്തി നന്നായറിയാമെന്നുകൂടി തെളിയിക്കുന്നു. ചിത്രത്തിന്റെ ആദ്യാവസാനം, ഓരോ രംഗവും കോർത്തെടുക്കുന്നതിലും ആ രംഗങ്ങൾ ഒരുക്കുന്നതിലും സംവിധായകന്റെ ഔചിത്യവും കലാമർമ്മജ്ഞതയും അംഗുലിപരിമിതമായ സംവിധായകരിൽമാത്രം കാണുന്ന ഒരു സിദ്ധിയാണ്. രണ്ടു ജീവിതങ്ങളുടെ അനാഥത്വവും, അവരുടെ മനസ്സിനെ ത്രസിപ്പിക്കുന്ന വിഹ്വലതകളും, ചിലപ്പോൾമാത്രം ആ ജീവിതങ്ങളെ അനുഗ്രഹിക്കാൻ ഓടിയെത്തുന്ന ആഹ്ലാദത്തിന്റെ നിമിഷങ്ങളും അനുഭവിക്കുമ്പോൾ, നമ്മുടെ ജീവിതത്തിലെ നിഴലും വെളിച്ചവും തിരശ്ശീലയിൽ മിന്നിമറയുന്നതുപോലെ തോന്നും. അതോടൊപ്പം നാമെല്ലാം എത്രമാത്രം ഒറ്റപ്പെട്ടവരാണെന്ന ചിന്തയും നമ്മിൽ നാമറിയാതെ ഉറവയെടുക്കുന്നു. സീതയോടുള്ള അനുരാഗംപോലെതന്നെ അവളുടെ ജീവിതത്തെ സനാഥമാക്കാൻ കഴിയാത്തതിലും വിശ്വനാഥന് ഉള്ളിൽ ദുഃഖമുണ്ട്. കൂടെക്കൂടെ പശ്ചാത്താപവിവശനാകുന്ന അവൻ, അതുകൊണ്ടുതന്നെ തന്റെ സാഹിത്യാഭിനിവേശം അവളിൽനിന്നു മറച്ചുവയ്ക്കുകയും ചെയ്യുന്നു. എന്നാൽ ആ സാഹിത്യാഭിനിവേശം കൈയെത്താത്ത ഒരു പൂപോലെ അവശേഷിക്കുകയും, ഒരു ട്യൂട്ടോറിയലിൽ അദ്ധ്യാപകനായിട്ടെങ്കിലും കുടുംബം പുലർത്താൻ കഴിയാതാവുകയും ചെയ്യുന്നതോടെ അവൻ പരിക്ഷീണനാകുന്നു. തടിക്കടയിൽ കണക്കെഴുത്തുകാരനായി ഉപജീവനം നടത്തേണ്ടിവരുന്ന അവന്റെ മാനസികമായ തളർച്ച, സീതയുമായുള്ള ഏകാന്തനിമിഷങ്ങൾപോലും അപഹരിക്കുന്നു. അങ്ങനെ ആത്മീയ ദാരിദ്ര്യത്തിൽ ഉഴറുന്ന വിശ്വന്റെ തളർന്ന ചിത്രം, വീട്ടിൽ തളർന്നു കിടക്കുന്നതിലൂടെയും ഭാര്യയോട് അസഹിഷ്ണുവാകുന്നതിലൂടെയും സംവിധായകൻ പ്രകാശിപ്പിക്കുന്നു. ഇതിനിടയിൽ വിശ്വനാഥനു ലേശമെങ്കിലും ആശ്വാസം നല്കുന്നത്, അവന്റെ വന്ധ്യമായ ഭാവിയുടെ സ്വരൂപം നല്കുന്ന കണക്കപ്പിള്ളയാണ്. അതോടൊപ്പം അവനെ കാത്തിരിക്കുന്ന മറ്റൊരു ജീവിതത്തിന്റെ മുഖം സന്തതമായി ഓർമ്മിപ്പിച്ചുകൊണ്ട്, തടിക്കടയിൽനിന്നു ജോലി നഷ്ടപ്പെട്ടവനും നില്ക്കുന്നുണ്ട്. വിശ്വനാഥന്റെ തകർച്ചയുടെ ആഘാതപൂർവ്വമായ ഒരു ചിത്രമാണ് ഇതിലൂടെ സംവിധായകൻ രചിച്ചിരിക്കുന്നത്. അതോടൊപ്പം നിത്യജീവിതത്തിൽ സാധാരണയായി കഴിഞ്ഞിട്ടുണ്ടെങ്കിലും ദുഃഖപൂർണ്ണമായ ഒരു സത്യത്തിലേക്കുകൂടി ഈ രംഗങ്ങൾ വിരൽ ചൂണ്ടുന്നുണ്ട്. ആ സത്യത്തിന്റെ തീക്ഷ്ണമായ പരിണാമം കഥാന്ത്യത്തിൽ സംഭവിക്കുകയും ചെയ്യുന്നു. ഒരു നീണ്ട ബസ് യാത്രയിൽ ആരംഭിക്കുന്ന ഈ ചിത്രം ജീവിതം വിടപറഞ്ഞുപോയ സീതയുടെയും കുഞ്ഞിന്റെയും നിശ്ചലരൂപത്തിൽ അവസാനിക്കുന്നതിനിടയിൽ സീതയുടെയും വിശ്വനാഥന്റെയും ജീവിതയാത്രയിൽ വന്നുഭവിക്കുന്ന നിസ്സാരസംഭവങ്ങൾപോലും ആഖ്യാനം ചെയ്യുന്ന സംവിധായകൻ അതിനെ സമ്പന്നവും അവിസ്മരണീയവുമാക്കുന്നതിനായി എഴു

തിച്ചേർത്തിട്ടുള്ള സുന്ദരങ്ങളും വിരൂപങ്ങളുമായ ജീവിതങ്ങളുടെ കൊച്ചുമുഖങ്ങൾ ശ്രീ. ഗോപാലകൃഷ്ണന്റെ നിശിതമായ ജീവിതാവബോധത്തിനുകൂടി നിദർശനമായി അവശേഷിക്കുന്നുണ്ട്. നഗരത്തിലെ ഒരു മൂന്നാംതരം ഹോട്ടലിലെ വിലകുറഞ്ഞ ജീവിതവും, ഒരു ക്ലാർക്കിനു ശിരസ്തദാരുടെ സൗഭാഗ്യങ്ങൾ നേടിക്കൊടുത്ത വാടക വീടും, അതിനടുത്തു താമസിക്കുന്ന കല്യാണിയെന്ന സ്വൈരിണിയും, ഭർത്താവോ ബന്ധുക്കളോ ഇല്ലാത്ത ജാനകിയും സീതയ്ക്കു നീലം വാങ്ങിക്കൊടുക്കാൻ വരുന്ന സുകുമാരനെന്ന കുട്ടിയും സ്മഗ്ലർ വാസുവും ജീവിതം മുഴുവൻ അടിച്ചു തകർക്കുകയും മറ്റുള്ളവരുടെ അദ്ധ്വാനത്തിലൂടെ അതു നിതാരം തുടരുകയും ചെയ്യുന്ന ട്യൂട്ടോറിയൽ കോളേജ് പ്രിൻസിപ്പലും വഴിവക്കിൽ ഉദ്ബോധനം നടത്തുന്ന തൊഴിലാളി നേതാവും അങ്ങനെ പൊയ്മുഖങ്ങൾ അണിഞ്ഞും അണിയാതെയും കടന്നുവരുന്ന ഒട്ടനവധിപേർ, നേടിയ പോറലുകളിലൂടെ ഈ ചിത്രത്തെ ജീവിത ത്തിന്റെ സമഗ്രരൂപിയാക്കുന്നു. ഈ കഥാപാത്രങ്ങൾ ഒരു പരേഡിൽ നിരക്കുന്നതുപോലെയല്ല *സ്വയംവര*ത്തിൽ വരുന്നത്. കഥാഗതിയുടെ സുനിശ്ചിതമായ താളക്രമത്തെ അവർ അലോസരപ്പെടുത്തുന്നുമില്ല. അവരെല്ലാം കഥാഗാത്രത്തിലെ സജീവാംശങ്ങളായാണ് അനുഭവപ്പെടുന്നത്. സംവിധായകന്റെ കൈമിടുക്കും വിവേചനശീലവും പ്രകടമാക്കുന്നതാണിത്. എന്നാൽ അതിരുകവിഞ്ഞ മിതത്വം, ചില രംഗങ്ങളെ രേഖാരൂപങ്ങളുമാക്കിയിരിക്കുന്നു. വികാരരംഗത്തിനാണ് ഇതുകൊണ്ട് ന്യൂനതയുണ്ടായിട്ടുള്ളത്. വിശ്വനാഥന്റെ ഓർമ്മയിലൂടെ അവരുടെ പ്രേമചാപല്യങ്ങൾ ആഖ്യാനം ചെയ്യുന്ന സംവിധായകൻ ഫാന്റസിക്ക് മുൻതൂക്കം നല്കുകയും, ഷോട്ടുകളുടെ നിളം കുറയ്ക്കുകയും ചെയ്തിരുന്നുവെങ്കിൽ ആ മൊണ്ടാഷുകൾ, കുറേക്കൂടി ഹൃദയത്തിൽ പതിയുമായിരുന്നു. തിരകൾ വന്നാഞ്ഞടിക്കുന്ന അഗാധ ഗർത്തത്തിലേക്ക് ഇറങ്ങിപ്പോകുന്ന വിശ്വനാഥന്റെ ഡെത്ത്വിഷ് ഹൃദയത്തിൽ സ്പർശിക്കാതെ പോവുകയും ചെയ്തു. സീതയുടെയും വിശ്വനാഥന്റെയും ഗൃഹജീവിതത്തിലെ വിരസത ഏകാതാനമാകാതെ നിശ്ശബ്ദമായി സംഭവിച്ചുകൊണ്ടിരിക്കുന്ന അവളുടെ തകർച്ച തീക്ഷ്ണമാക്കാൻ അത്യുക്തിയോ അതിശയോക്തിയോ ഇല്ലാതെ സംവിധായകനു കഴിഞ്ഞിട്ടുണ്ട്.

ഛായാഗ്രാഹകനും സൗണ്ട് റിക്കാർഡിസ്റ്റും എഡിറ്ററും അപൂർവ്വ കഴിവുകളുള്ള ഒരു സംവിധായകനുമായി ഒത്തുചേരുമ്പോൾ, ഉരുത്തിരിഞ്ഞു വരുന്ന ഉന്നതസൃഷ്ടിയുടെ ഏറ്റവും നല്ല ഉദാഹരണം കൂടിയാണ് *സ്വയംവരം*. കഥയുടെ ഭദ്രമായ അടിത്തറയിൽ അതിലെ സംഭവങ്ങൾ ഉള്ളിൽത്തട്ടുംവിധം ആഖ്യാനം ചെയ്യുന്നതിൽ ഈ നാലുപേർക്കുള്ള പങ്കാളിത്തം എത്രമാത്രം പ്രധാനമാണെന്ന് ഈ ചിത്രം തെളിയിക്കുന്നു. മങ്കട രവിവർമ്മയുടെ ക്യാമറയ്ക്കു നേർത്ത വരകൾപോലും ഒപ്പിയെടുക്കാനുള്ള കഴിവ് ഇതിനുമുമ്പ് തെളിയിക്കപ്പെട്ടതാണ്. എന്നാൽ ഈ ചിത്രത്തിൽ സിദ്ധികൾ പീലിവിടർത്തിനിന്നാടുകയാണ്. ഒരൊറ്റ രംഗത്തിൽപ്പോലും മുഴച്ചു നില്ക്കുകയോ അരോചകമായി തോന്നുകയോ ചെയ്യുന്നില്ല, അദ്ദേഹത്തിന്റെ ഛായാഗ്രഹണം. ഒരു ഛായാഗ്രാഹകനെ കാണുകയല്ല അനുഭവിക്കുകയാണു വേണ്ടതെന്ന് അദ്ദേഹം നമ്മെ ബോദ്ധ്യപ്പെടുത്തുന്നു. ദേവദാസിന്റെ സൗണ്ട് റിക്കാർഡിങ് വേൾഡ് സിനിമയ്ക്കുമാത്രം അവകാശപ്പെടാവുന്ന ഒരു സമ്പത്താണ്.

*സ്വയംവര*ത്തിന് ജീവിതത്തിന്റെ സ്വരം നല്കുന്ന ദേവദാസ്, നമ്മുടെ ഏറ്റവും നല്ല സൗണ്ട് റെക്കോർഡിങ്ങിന്റെ സ്ഥാനം ബലമായി അവകാശപ്പെട്ടിരിക്കുന്നു. കട്ടിങ്ങിന്റെ കാര്യത്തിലും, രമേശ് നടന്നുപഴകിയ വഴിത്താരകൾ വിട്ടിരിക്കുന്നു.

അഭിനേതാക്കളുടെ കാര്യത്തിൽ മാത്രമാണ്, സംവിധായകൻ പഴയതെല്ലാം വലിച്ചെറിയാൻ അല്പമെങ്കിലും അധീരനായിട്ടുള്ളത്. എങ്കിലും ശാരദയും മധുവും തിക്കുറിശ്ശിയും അടൂർഭവാനിയും ലളിതയുമെല്ലാം പ്രൊഫഷണലിസത്തിൽനിന്നു ബഹുകാതം മാറി നിന്നാണു തങ്ങളുടെ വേഷങ്ങളെ ഭാവബന്ധുരങ്ങളാക്കിയിരിക്കുന്നത്. എട്ടും പൊട്ടും തിരിയാത്ത ജീവിതത്തെ ശാരദയും മധുവും മനസ്സിന് ഉഷ്ണം തോന്നുന്ന വിധത്തിൽ തന്നെ അവതരിപ്പിച്ചിട്ടുണ്ട്. എന്നാൽ ഈ വേഷങ്ങൾ രണ്ടും പുതുമുഖങ്ങളായിരുന്നെങ്കിലെന്ന് ആഗ്രഹിച്ചുപോകുന്ന നിമിഷങ്ങളും അവർ സൃഷ്ടിക്കുന്നു. ഈ ചിത്രത്തിലെ പ്രൊഫഷണൽ നടീനടന്മാരല്ലാത്തവരുടെ അഭിനയമാണ് ആ തോന്നലുണ്ടാക്കുന്നതും.

സ്വയംവരം മലയാള സിനിമാവേദിയിലെ നാഴികകല്ലാണെന്നോ, അഭ്രത്തിലെ കാവ്യമാണെന്നോ ഈ ലേഖകൻ വിശേഷിപ്പിക്കുന്നില്ല. ഉപയോഗിച്ച് തേഞ്ഞുപോയിരിക്കുന്ന ഈ പദങ്ങൾ. മലയാള സിനിമാരംഗത്ത് അസൂയാവഹമായ കഴിവുകൾ നല്കുന്ന ധാർഷ്ട്യത്തോടെ കടന്നുവന്നിരിക്കുന്ന ഒരു ചിത്രമാണ് *സ്വയംവരം*. പുറത്തെവിടെയെങ്കിലും മലയാള സിനിമയെന്നു ലജ്ജ കൂടാതെ കാണിക്കാൻ കൊള്ളാവുന്ന ഒരു ചിത്രവും.

ഭാഗം 4

മുഖാമുഖം

അതിശയോക്തിയിൽനിന്നു മോചിപ്പിച്ച സിനിമ

മധു

സ്വയംവരത്തെക്കുറിച്ചു ചിന്തിക്കുമ്പോഴൊക്കെ എന്റെ മനസ്സിൽ ആദ്യം ഓടിയെത്തുന്നത് കുളത്തൂർ ഭാസ്കരൻ നായരുടെ മുഖമാണ്. അതിന്റെ കാരണം മറ്റൊന്നുമല്ല. അടൂർ ഗോപാലകൃഷ്ണനെ ഞാൻ പരിചയപ്പെടുന്നത് ഭാസ്കരൻ നായർ വഴിയാണ്. അന്ന് അടൂർ പൂണെ ഫിലിം ഇൻസ്റ്റിറ്റ്യൂട്ടിൽ പഠിക്കാൻ പോകുന്നതിനുള്ള തയ്യാറെടുപ്പിലായിരുന്നു. പിന്നീട് കോഴ്സ് പൂർത്തിയാക്കി വന്ന അദ്ദേഹം കുടുംബാസൂത്രണത്തെ അടിസ്ഥാനമാക്കി ഒരു ഡോക്യുമെന്ററി തീർത്തപ്പോൾ അതിൽ അഭിനയിക്കാൻ എന്നെ ക്ഷണിച്ചു. സന്തോഷത്തോടെ ഞാനതിന്റെ ഭാഗഭാക്കായി.

അടൂരിലെ സംവിധായകന് എന്റെ പ്രകടനം മോശമായി തോന്നാത്തതു കൊണ്ടാകാം അദ്ദേഹം പിന്നീട് സംവിധാനം ചെയ്യാൻ തീരുമാനിച്ച *കാമുകി* എന്ന ചിത്രത്തിലും എന്നെത്തന്നെയാണ് നായകനായി തെരഞ്ഞെടുത്തത്. ചിത്രത്തിൽ അടൂർഭാസിക്കും നല്ലൊരു വേഷമുണ്ടായിരുന്നു. ഗാനങ്ങളൊക്കെ ആ സിനിമയ്ക്കുവേണ്ടി റിക്കോർഡ് ചെയ്യുകയും ചെയ്തിരുന്നു. ചിത്രീകരണം തുടങ്ങി കുറച്ച് കഴിഞ്ഞപ്പോൾ അപ്രതീക്ഷിതമായി ചില സാമ്പത്തിക പ്രതിസന്ധികൾ ഉടലെടുത്തു. ആ സിനിമാസംരംഭം അടൂർ ഗോപാലകൃഷ്ണന് ഉപേക്ഷിക്കേണ്ടി വന്നു.

ഏത് സിനിമയും പാതിവഴിയിൽ വച്ച് മുടങ്ങിപ്പോകുമ്പോൾ അതിനുപിന്നിൽ പ്രവർത്തിച്ചവർക്കെല്ലാം കടുത്ത നിരാശയുണ്ടാകാം. ആ വിഷമം എനിക്കുമുണ്ടായി. സ്വാഭാവികമായും ഞങ്ങളെക്കാളെല്ലാം വിഷമം സംവിധായകനായ അടൂർ ഗോപാലകൃഷ്ണന് ഉണ്ടായിരുന്നിരിക്കാം.

അതുകൊണ്ടുതന്നെ വളരെ വ്യത്യസ്തമായ തരത്തിൽ ഒരു സിനിമ നിർമ്മിക്കാൻ ചിത്രലേഖ ഫിലിം സൊസൈറ്റി പിന്നീട് തീരുമാനിച്ചപ്പോൾ നായകനെ അവതരിപ്പിക്കാൻ പ്രേംനസീറിനെ തന്നെ കിട്ടിയാൽ നന്നായിരുന്നു എന്ന ചിന്ത സം

വിധായകനായ അടൂർ ഗോപാലകൃഷ്ണനുണ്ടായി.

പ്രേംനസീർ നായകനായാൽ അക്കാലത്ത് സിനിമ ഇടയ്ക്കു വച്ചു നിന്നുപോകില്ല എന്നുറപ്പിക്കാമായിരുന്നു. അദ്ദേഹത്തിന് അത്രത്തോളം പ്രേക്ഷകപ്രീതി ഉണ്ടായിരുന്നു അന്ന് എന്നത് നിസ്തർക്കം. എന്നാൽ പുതിയ സിനിമാസങ്കല്പങ്ങളുമായി പ്രേംനസീറിനെ സമീപിച്ചപ്പോൾ അദ്ദേഹത്തിൽനിന്ന് തണുത്ത പ്രതികരണമാണുണ്ടായത്.

ആ കാര്യത്തിൽ പ്രേംനസീറിനെയും കുറ്റപ്പെടുത്താനാകില്ല. കാരണം തന്നെ വച്ച് പടമെടുത്ത് ഒരാൾ നഷ്ടത്തിലാകുന്ന കാര്യം അദ്ദേഹത്തിന് സഹിക്കാവുന്നതിലും അപ്പുറമായിരുന്നു. ഡാൻസും, പാട്ടും, സ്റ്റണ്ടും ഒന്നുമില്ലാതെ തികച്ചും യഥാതഥമായ ഒരു ചിത്രമൊരുക്കുക എന്ന അടൂരിന്റെ ആശയം പ്രേക്ഷകർ നിർദ്ദയം തള്ളിക്കളയുമെന്ന് അദ്ദേഹത്തിന് തോന്നിയിട്ടുണ്ടാകാം. വെറുതെ തന്റെ പേരിൽ നിർമ്മാതാവിന് നഷ്ടം സംഭവിക്കേണ്ട എന്ന് കരുതി തന്നെയാകാം അഭിനയിക്കാൻ തീരെ താല്പര്യവും സമയവുമില്ല എന്ന് വ്യക്തമാക്കി പ്രേംനസീർ ആ അവസരം ഉപേക്ഷിച്ചു.

എങ്കിൽ പിന്നെ മധു തന്നെ നായകൻ എന്നുറപ്പിച്ചു അടൂർ ഗോപാലകൃഷ്ണനും കുളത്തൂർ ഭാസ്കരൻ നായരും. നായികയായി ശാരദ വന്നു. ഉർവ്വശിയൊക്കെ നേടി നിന്ന സമയമായതുകൊണ്ട് ശാരദയെ നായികയായി കിട്ടിയത് *സ്വയംവര*ത്തിന് പ്ലസ് പോയിന്റായി. നായകനായി അഭിനയിക്കാൻ കിട്ടിയ ക്ഷണം ഞാൻ ഹൃദയപൂർവ്വം സ്വീകരിച്ചു.

ആ കാലത്ത് അല്ലെങ്കിലും ഞാനത്ര സെലക്ടീവ് ആയിരുന്നില്ല. അഭിനയിക്കാൻ കിട്ടുന്ന അവസരങ്ങളൊന്നും പാഴാക്കാൻ ഞാൻ ആഗ്രഹിച്ചിരുന്നില്ല. *സ്വയംവരം*

ചില പരീക്ഷണങ്ങളുടെ അടിസ്ഥാനത്തിൽ രൂപപ്പെടുത്തുന്ന ചിത്രമാണെന്ന ചിന്ത അതിലൊരു ഭാഗമായി മാറാൻ എന്നെ പ്രേരിപ്പിച്ചിട്ടുണ്ടാകാം.

ചിത്രീകരണത്തിന്റെ ആദ്യ ദിവസംതന്നെ എനിക്കൊരു കാര്യം ഉറപ്പായി. സിനിമ എങ്ങനെയാണ് ഷൂട്ട് ചെയ്യേണ്ടതെന്ന വ്യക്തമായ ധാരണയോടെയാണ് അടൂർ എത്തിയിരിക്കുന്നത് എന്ന്. അതായത് സിനിമ ചിത്രീകരിക്കും മുൻപ് തന്നെ അടൂർ അദ്ദേഹത്തിന്റെ മനസ്സിൽ സിനിമ പൂർണ്ണമായും ചിത്രീകരിച്ചു കഴിഞ്ഞിരുന്നുവെന്ന് എനിക്ക് ബോദ്ധ്യം വന്നു.

സിനിമയിലെ അല്പം അതിശയോക്തി കലർന്ന കഥാപാത്രാവതരണത്തിൽനിന്നുള്ള മോചനം കൂടിയായിരുന്നു എനിക്ക് *സ്വയംവര*ത്തിലെ അഭിനയം. നാഷണൽ സ്കൂൾ ഓഫ് ഡ്രാമയിൽ പഠിക്കുമ്പോഴെ എന്റെ മോഹം കഥാപാത്രങ്ങളുടെ യഥാതഥമായ അവതരണത്തിലായിരുന്നു. അതിനുള്ള ആദ്യാവസരവും എനിക്ക് ശരിക്കും ലഭിച്ചത് *സ്വയംവര*ത്തിലായിരുന്നു.

കഥാപാത്രം ആവശ്യപ്പെടുന്ന ഭാവം ഒട്ടും പ്രകടനപരമല്ലാതെ അവതരിപ്പിക്കാനാകുക എന്നത് നടന്റെ ഭാഗ്യമാണ്. ആ ഭാഗ്യം എനിക്ക് *സ്വയംവര*ത്തിൽ ലഭിച്ചു എന്നു പറയാതെ വയ്യ. പി എൻ മേനോൻ സംവിധാനം ചെയ്ത *ഓളവും തീരവും* എന്ന ചിത്രത്തിലും ഈ ശൈലിയിൽ കഥാപാത്രത്തെ അവതരിപ്പിക്കാനായി എന്നതും എന്റെ ഭാഗ്യം.

തനിക്ക് എന്താണ് വേണ്ടതെന്ന് നടന്മാർക്ക് വ്യക്തമായി പറഞ്ഞുകൊടുക്കാനും അവരിൽനിന്നത് ഊറ്റിയെടുക്കാനും അടൂർ ഗോപാലകൃഷ്ണന് പ്രത്യേക കഴിവ് തന്നെയുണ്ടായിരുന്നു.

സംസ്ഥാനതലത്തിൽ തഴയപ്പെട്ടു എങ്കിലും കേന്ദ്ര സർക്കാരിന്റെ മികച്ച ചിത്രത്തിനും മികച്ച നടിക്കും സംവിധായകനുമുള്ള പുരസ്കാരം നേടിയെടുത്ത് *സ്വയംവരം* ചരിത്രത്തിന്റെ ഭാഗമായി. അക്ഷരാർത്ഥത്തിൽ അതുവരെ നിലവിലിരുന്ന നല്ല സിനിമയെക്കുറിച്ചുള്ള ചിന്താധാര തന്നെ *സ്വയംവരം* തിരുത്തിക്കളഞ്ഞു. *സ്വയംവര*ത്തിന്റെ ചുവട് പിടിച്ച് ഒട്ടനവധി കള്ളനാണയങ്ങളും ഉണ്ടായി എന്നത് വിരോധാഭാസമായി തോന്നാം. അതിന്റെ ഫലമായി കലാമൂല്യമുള്ള സിനിമ എന്നു പറഞ്ഞാൽ ആർക്കും പരിഹസിക്കാനുള്ള ഒരു കലാരൂപം മാത്രമായി മാറി. അടൂർ ഭാസി പറഞ്ഞതായി പ്രചരിക്കുന്ന ഒരു കഥ സിനിമാരംഗത്ത് അന്ന് പ്രചുരപ്രചാരം നേടി. ആർട്ട് പടവും അല്ലാത്ത പടവും തമ്മിലുള്ള വ്യത്യാസം ചോദിച്ച ഒരാളോട് അടൂർ ഭാസി പറഞ്ഞത്, "സാധാരണ സിനിമയിൽ നായകന്റെ തലയിൽ തേങ്ങ വീണാൽ അദ്ദേഹം "അയ്യോ അയ്യോ" എന്നു നിലവിളിക്കും, ആർട്ട് പടത്തിലാണെങ്കിൽ നായകൻ "അയ്യോ അയ്യോ അയ്യോ" എന്ന് ആത്മഗതം നടത്തുകയേ ഉള്ളൂ. ആ വ്യത്യാസമാണുള്ളത്"എന്നാണ്.

ഇതു ഞാൻ പറയുന്നത് *സ്വയംവര*ത്തിനുശേഷം മലയാളസിനിമാരംഗത്ത് ഇങ്ങനെയും ചില ചിന്തകൾ സജീവമായിരുന്നു എന്നു കാണിക്കാനാണ്.

പുത്തൻസിനിമാസങ്കല്പങ്ങൾ അക്കാലത്തെ യുവാക്കളിൽ വളർത്തിയെടുക്കുന്നതിൽ *സ്വയംവരം* വഹിച്ച പങ്ക് വലുതാണ്. നവസിനിമകളുടെ സ്വീകാര്യത മനസ്സിലാക്കിയതുകൊണ്ടുകൂടിയാകുമല്ലോ അടൂർഭാസി പില്ക്കാലത്ത് ജോൺ എബ്ര

ഹാമിന്റെ *ചെറിയാച്ചന്റെ ക്രൂരകൃത്യങ്ങളിൽ* നായകനായി അഭിനയിക്കാൻ തയ്യാറായത്.

സ്വയംവരം എനിക്ക് മറ്റൊരു ഭാഗ്യം കൂടി സമ്മാനിച്ചു. സംവിധായകനായ അടൂർ ഗോപാലകൃഷ്ണനോടൊപ്പം മോസ്കോയിൽ പോകാൻ സാധിച്ചു. അവിടുത്തെ ഇന്റർനാഷണൽ ഫിലിം ഫെസ്റ്റിവലിൽ പ്രദർശിപ്പിക്കാൻ *സ്വയംവരം* തെരഞ്ഞെടുക്കപ്പെട്ടിരുന്നു. ചിത്രത്തിലെ നായകനായതിനാൽ എനിക്കും യാത്ര തരപ്പെട്ടു.

അങ്ങനെ എന്റെ ആദ്യ മോസ്കോ യാത്രയ്ക്കും എനിക്ക് കടപ്പാട് അടൂർ ഗോപാലകൃഷ്ണന്റെ *സ്വയംവരം* എന്ന സിനിമയോട് തന്നെ.

(രാജീവ് ഗോപാലകൃഷ്ണനോട് പറഞ്ഞത്)

സീതയോട് സഹതാപം മാത്രം

ശാരദ

എന്റെ സീത വെള്ളിത്തിരയിലെത്തിയിട്ട് അൻപത് വർഷങ്ങൾ... ഓർക്കുമ്പോൾ അഭിമാനവും സന്തോഷവും തോന്നുന്നു... മികച്ച നടിക്കുള്ള രണ്ടാമത്തെ ദേശീയ അവാർഡ് എനിക്ക് കിട്ടിയത് ഇതിലാണ്, *തുലാഭാര*ത്തിനുശേഷം. ആളുകൾ ഇപ്പോഴും ഓർത്തിരിക്കുന്ന കഥാപാത്രമാണ് *സ്വയംവര*ത്തിലെ സീത. അതിൽ അഭിനയിക്കുമ്പോൾ എനിക്ക് അവാർഡ് കിട്ടുമെന്ന് പ്രതീക്ഷിച്ചിരുന്നില്ല. അടൂർ സാറിന് ഞാൻ പറഞ്ഞ ഒരു കാര്യം ഓർമ്മയുണ്ടോ എന്ന് എനിക്കറിയില്ല, എനിക്ക് അവാർഡ് കിട്ടിയാലും ഇല്ലെങ്കിലും ഈ സിനിമയ്ക്ക് അവാർഡ് ലഭിക്കുമെന്ന് ഞാൻ അദ്ദേഹത്തോട് പറഞ്ഞിരുന്നു. *സ്വയംവര*ത്തിന് ശേഷം ഞാൻ അദ്ദേഹത്തിന്റെ *എലിപ്പത്തായം* എന്ന സിനിമയിൽ പ്രവർത്തിച്ചിരുന്നു, അതുമൊരു സന്തോഷം.

ഈ സിനിമയെക്കുറിച്ച് എല്ലാമൊക്കെ ഓർത്തെടുക്കുക വളരെ ബുദ്ധിമുട്ടുള്ള കാര്യമാണ്. വർഷം അമ്പതു കഴിഞ്ഞില്ലേ? അഞ്ചു ഭാഷകളിലായി നാനൂറോളം സിനിമകളിൽ ഞാൻ അഭിനയിച്ചിട്ടുണ്ട്. അതിലൊരെണ്ണമായിരുന്നല്ലോ *സ്വയംവര*വും. ഓരോ സംവിധായകരും ഓരോ ലൊക്കേഷനും കൂടെയഭിനയിച്ച ഓരോ സഹപ്രവർത്തകരും എന്റെ നല്ല സുഹൃത്തുക്കളും സഹയാത്രികരുമായിരുന്നു. അതുകൊണ്ടുതന്നെ ഒന്നിനോട് മറ്റൊന്ന് താരതമ്യം ചെയ്തു പറയാൻ എനിക്കതു കൊണ്ട് അറിയില്ല.

ഒരു പരമ്പരാഗത മലയാളി സ്ത്രീയുടെ രൂപഭാവം ഉള്ളതുകൊണ്ടാണ് ഒരുപക്ഷേ, മലയാള സിനിമയിൽ ഇത്രയധികം ജനപ്രിയയായതെന്ന് ഞാൻ വിശ്വസിക്കുന്നു. *സ്വയംവര*ത്തിലെ സീതയും അങ്ങനെയായിരുന്നല്ലോ. അന്നത്തെക്കാലത്ത് അങ്ങനെയൊരു കഥയോ കഥാപാത്രമോ ജനങ്ങൾ അംഗീകരിക്കുക ബുദ്ധിമുട്ടാണ്. ഇന്നത്തെ സമൂഹത്തിൽ 'സീത'മാർ ഒരുപാടുണ്ട്. പക്ഷേ, അന്ന

ത്തെക്കാലത്ത് വീട്ടുകാരെ ഉപേക്ഷിച്ച് സ്നേഹിക്കുന്ന പുരുഷന്റെ കൂടെ ജീവിക്കാൻ ഇറങ്ങിപ്പുറപ്പെടുന്ന ഒരു സ്ത്രീ അപൂർവ്വമാണ്. എന്നാൽ ഇന്നങ്ങനെയുള്ള ഒരുപാട് സ്ത്രീകൾ നമുക്ക് ചുറ്റുമുണ്ട്.

വ്യക്തിപരമായി പറഞ്ഞാൽ, വിവിധ ഭാഷകളിലായി ഒരുപാട് സിനിമകൾ അന്ന് ചെയ്യുന്നുണ്ടായിരുന്നു. ഒരു സിനിമ ചെയ്ത ശേഷവും ആ കഥാപാത്രം എന്റെ കൂടെ വരാറില്ല. സീതയുടെ കാര്യത്തിലും അങ്ങനെതന്നെയായിരുന്നു. എങ്കിലും പലപ്പോഴും സീതയെക്കുറിച്ച് ഓർക്കുമ്പോൾ സങ്കടം വന്നിട്ടുണ്ട്.

എനിക്കെപ്പോഴും സീതയോട് സഹതാപമാണ് തോന്നിയിട്ടുള്ളത്. സ്നേഹിക്കുന്ന പുരുഷനൊപ്പം ജീവിക്കുമ്പോൾ സീത അനുഭവിക്കുന്ന കഷ്ടപ്പാടും ബുദ്ധിമുട്ടും കുറച്ചൊന്നുമല്ല. ആ സിനിമയിൽ പല രീതിയിൽ സീതയുടെ ജീവിതം മാറി മറിയുകയാണല്ലോ. ആരോടും പറയാതെ കുടുംബത്തെ നോക്കാതെ സീത ഒളിച്ചോടി വന്നത് ശരിയാണോ എന്നെനിക്കറിയില്ല. പക്ഷേ, സീതയെക്കുറിച്ച് ഓർക്കുമ്പോൾ വിഷമം വരും. ഇന്നാണെങ്കിൽ സ്നേഹിക്കുന്ന പുരുഷനൊപ്പം ജീവിക്കാൻ ഇറങ്ങിത്തിരിക്കുന്ന സ്ത്രീകളും പെൺകുട്ടികളും നമുക്ക് ചുറ്റുപാടുമുണ്ട്. പക്ഷേ, അതിലെ സീതയെപ്പോലെയായിരിക്കില്ല അവരുടെ ജീവിതം. അത്രയ്ക്കൊന്നും കഷ്ടപ്പാട് ഇന്നത്തെ സ്ത്രീകൾ സഹിക്കില്ല. കുറച്ചു കൂടി തന്റേടവും ധൈര്യവുമൊക്കെ ഇന്നത്തെ സ്ത്രീകളിലുണ്ട്. ഇന്ന് സീത എങ്ങനെയാകുമെന്ന് പറയാനാവില്ല. ജീവിതം അത്രയേറെ മാറിക്കഴിഞ്ഞില്ലേ.

അമ്പതു വർഷങ്ങൾക്ക് മുൻപുള്ള അവസ്ഥയല്ല ഇന്ന്. അന്ന് വളരെ അപൂർവ്വമായി നടക്കുന്ന സംഭവമാണത്. അതുകൊണ്ടുതന്നെ അന്നത്തെ പ്രേക്ഷകർ സീതയെ അംഗീകരിക്കുമോ എന്നെനിക്ക് അറിയില്ലായിരുന്നു. എങ്കിലും വളരെ ഇഷ്ടത്തോടെ ചെയ്തതാണത്.

അടൂരെന്ന സംവിധായകനെക്കുറിച്ച് പറഞ്ഞാൽ, അന്നത്തെ കാലത്ത് അങ്ങനെയൊരു സിനിമ ചെയ്യാൻ അദ്ദേഹം കാണിച്ച ധൈര്യം പറയാതിരിക്കാൻ കഴിയില്ല. അദ്ദേഹം *സ്വയംവര*ത്തിലെ സീതയെ എങ്ങനെയാണോ സ്ക്രിപ്റ്റിൽ എഴുതിയിരുന്നത് ഞാനത് അങ്ങനെ തന്നെയാണ് അവതരിപ്പിച്ചത്. ഞാനായിട്ട് കൂടുതൽ മാറ്റങ്ങൾ ഒന്നും വരുത്തിയിട്ടില്ല. നമ്മൾ ചെയ്യുന്നത് ഓവർ ആക്ടിങ്ങാണെന്ന് അദ്ദേഹത്തിന് തോന്നിയാൽ അടുത്തേക്ക് വന്ന് പതുക്കെയത് പറഞ്ഞു തരും. ഒരിക്കലും ആർട്ടിസ്റ്റിനെ വിഷമിപ്പിക്കില്ല. ഒരു കംഫർട്ട് സോൺ കൊണ്ട് വന്ന് അടൂർ സാർ ആഗ്രഹിക്കുന്ന തരത്തിൽ അഭിനേതാവിനെക്കൊണ്ട് അഭിനയിപ്പിക്കും.

ഈ സിനിമയിലെന്നല്ല, കൂടെ അഭിനയിച്ച എല്ലാ സഹപ്രവർത്തകരും എന്റെ നല്ല സഹയാത്രികരായിരുന്നു. മധു സാർ, കെ പി എ സി ലളിത, അടൂർ ഭവാനി, ഭരത് ഗോപി എന്നിവരൊക്കെ ഒരു കുടുംബംപോലെയാണ് സെറ്റിലുണ്ടായിരുന്നത്.

മധു സാറിനെക്കുറിച്ച് പറഞ്ഞാൽ അദ്ദേഹത്തിന് നല്ല നർമ്മ ബോധമാണ്. കൂടെയുള്ളവരെ പൊട്ടിച്ചിരിപ്പിക്കുന്നത് വലിയ സന്തോഷമായിരുന്നു.

(ലക്ഷ്മി വാസുദേവനോട് പറഞ്ഞത്)

ഞാൻ എന്റെ സിനിമാജീവിതം

കെ പി കുമാരൻ

കമ്യൂണിസ്റ്റ് പാർട്ടി പിളർന്നിട്ടും ട്രേഡ് യൂണിയൻ രംഗത്ത് കുറച്ചുകാലത്തേക്ക് പിളർപ്പൊന്നുമുണ്ടായില്ല. രണ്ടു പാർട്ടികൾക്കും സ്വാധീനമുള്ള പ്രത്യേക മേഖലകളുണ്ടായിരുന്നു.... തിരുവനന്തപുരത്ത് രണ്ടു വിഭാഗവും ഏതാണ്ട് തുല്യശക്തികളായി തുടർന്നു. നേതൃത്വത്തിലുണ്ടായിരുന്ന നാലഞ്ചുപേർ പിളർപ്പിനെ എതിർത്തുകൊണ്ടുള്ള ഒരു ലഘുലേഖ പ്രസിദ്ധപ്പെടുത്തി. ആ ചെറുസംഘത്തിൽ ഞാനുമുണ്ടായിരുന്നു. ഫലമൊന്നുമുണ്ടായിരുന്നില്ല. ഒറ്റപ്പെടലിന്റെ മറ്റൊരു ഘട്ടംതുടങ്ങുകയായിരുന്നു.

ഈ കാലത്ത് തന്നെയാണ് *സ്വയംവരം* എന്ന പില്ക്കാലത്ത് പ്രശസ്തമായ ചലച്ചിത്രത്തിന്റെ ബീജാവാപം നടക്കുന്നത്. വടക്കെവിടെനിന്നോ നാടും വീടും വിട്ട് തിരുവനന്തപുരത്തെത്തിച്ചേർന്ന യുവപ്രണയികൾ കാലുറപ്പിക്കാൻ നടത്തുന്ന ശ്രമത്തിന്റെ പിന്നാലെ അവരെ പിന്തുടരാൻ ഞങ്ങൾ ആരംഭിച്ചു. പ്രക്ഷുബ്ധമായ രാഷ്ട്രീയാന്തരീക്ഷം പശ്ചാത്തലമാക്കിയാണ് കഥാസങ്കല്പം. വൈകുന്നേരങ്ങളിലാണ് രചന. ഇടയ്ക്കൊക്കെ നിന്നുപോകുമായിരുന്നു. ആഴ്ചകളും മാസങ്ങളും കടന്നുപോകവെ കഥ കുറെ മുന്നോട്ടു പോയി. എന്നാൽ രാഷ്ട്രീയാന്തരീക്ഷം കഥയിൽ ഉദ്ദേശിച്ചതുപോലെ കോർത്തെടുക്കാൻ പറ്റുന്നില്ല. എനിക്ക് താല്പര്യം നഷ്ടപ്പെട്ടുന്നതുപോലെ തോന്നി. എഴുത്ത് കുറേനാൾ നടന്നില്ല. കുടുംബപ്രശ്നങ്ങളിലും ഓഫീസ് രാഷ്ട്രീയത്തിലും കുടുങ്ങിക്കഴിയുകയായിരുന്നു ഞാൻ...

'ചിത്രലേഖ' വളരുകയായിരുന്നു. 'ചിത്രലേഖ ഫിലിം കോ-ഓപ്പറേറ്റീവ്' എന്ന നിർമ്മാണ വിഭാഗത്തിന് സർക്കാർ ലോൺ അനുവദിച്ചു. പുതുതായി വാങ്ങിയ അംബാസഡർ കാറിൽ അവർ എന്നെ കാണാൻ വരുമായിരുന്നു. സംഘസംബന്ധിയായ ചില കാര്യങ്ങൾ സംസാരിക്കാൻ... അതിനിടയിൽ പല കാരണങ്ങളാലും രണ്ടു മൂന്നു വാടകവീടുകൾ മാറേണ്ടി വന്നു. മൂന്നാമത്തെ വീട് ശാസ്തമംഗലത്ത്

'ചിത്രലേഖ'യുടെ ഓഫീസിനടുത്തായിരുന്നു. എഴുത്തിന് അത് സഹായകമായി. രചന മുമ്പോട്ടു പോയി. ചിലപ്പോൾ ടെലഫോൺ വഴിയും തിരക്കഥ രൂപംകൊണ്ടിരുന്നു.

1969 അവസാനം *സ്വയംവര*ത്തിന്റെ തിരക്കഥ പൂർത്തിയായി. അവസാനരാത്രികളിൽ ആ കഥ സ്വയം ഞങ്ങളെയുംകൊണ്ട് നീങ്ങുകയായിരുന്നു. വളരെ വൈകുന്നതുവരെ ഞങ്ങൾ അതിനോടൊപ്പം സഞ്ചരിച്ചു. ശാന്തമ്മ പൂർണ്ണ ഗർഭിണിയായിരുന്നു. നല്ല ക്ഷീണത്തിലാണെങ്കിലും അർദ്ധരാത്രിയിൽ എഴുന്നേറ്റ് ഞങ്ങൾക്ക് കട്ടൻ ചായയുമായെത്തുന്ന അവരുടെ രൂപം ഇപ്പോഴും മനസ്സിൽ തെളിയുന്നുണ്ട്. അത് ഡിസംബർ മാസമായിരുന്നു. എനിക്ക് മറക്കാനാവില്ല. കാരണം 1970 ജനുവരി മൂന്ന് അർദ്ധരാത്രി ശാന്തമ്മ ഞങ്ങളുടെ മൂത്തമകൻ മനുവിനെ പ്രസവിച്ചു....

മുൻകാലങ്ങളിലും പില്ക്കാലത്തും ഇല്ലാത്ത ഒരു നല്ല ചലച്ചിത്ര നയം ഇന്ത്യാ ഗവൺമെന്റിന്റെ കീഴിലുള്ള 'ഫിലിം ഫിനാൻസ് കോർപ്പറേഷൻ' നടപ്പിലാക്കിത്തുടങ്ങിയ കാലമായിരുന്നു. ബി കെ കരഞ്ചിയ ചെയർമാനും ഋഷികേശ് മുഖർജ്ജി തുടങ്ങിയ ചലച്ചിത്രകാരന്മാർ അംഗങ്ങളുമായ നിർവ്വാഹക സമിതി മൃണാൾ സെന്നിന് *ഭുവൻഷോം* നിർമ്മിക്കുവാനുള്ള സഹായധനം നല്കി. ഇന്ത്യൻ ന്യൂവിന്റെ തുടക്കമായിരുന്നു അത്. *സ്വയംവര*ത്തിന്റെ തിരക്കഥ അവർക്ക് മുമ്പാകെ സമർപ്പിക്കപ്പെട്ടു. ആകാംക്ഷയുടെ നാളുകളും മാസങ്ങളും നിരങ്ങിനീങ്ങി. എന്നാണ് എഫ് എഫ് സിയുടെ അംഗീകാരം ലഭിച്ചതെന്ന് കൃത്യമായി ഓർക്കാനാവുന്നില്ല. പക്ഷേ, അംഗീകാരം കിട്ടിയിട്ടും ഉടനെ ഷൂട്ടിങ് തുടങ്ങാൻ ചിത്രലേഖ സജ്ജമായിരുന്നില്ല...

1972, ഞങ്ങളുടെ ജീവിതത്തിലെ അത്ഭുതകരമായ വർഷമായിരുന്നു അത്.

രണ്ടാമത്തെ മകൻ ശംഭുവിന് ആറുമാസം പ്രായമായിരിക്കുന്നു. *സ്വയംവര*ത്തിന്റെ ഷൂട്ടിങ്(മാർച്ച് മാസത്തിലാണെന്നാണ് ഓർമ്മ) ആരംഭിക്കാൻ പോകുന്നു. നായകനും നായികയ്ക്കും വേണ്ടി പുതുമുഖങ്ങളെ കണ്ടെത്താനുള്ള ശ്രമം ഫലപ്രാപ്തി കണ്ടില്ല. ഒടുവിൽ പ്രഗത്ഭതാരങ്ങളെ തന്നെ കഥാപാത്രങ്ങളാക്കാൻ തീരുമാനിച്ചു. ഒരുക്കങ്ങളെല്ലാം പൂർത്തിയായി. കഥാഗതിയിൽ യുവമിഥുനങ്ങൾക്ക് ഒരു കുഞ്ഞ് പിറക്കുന്നുണ്ട്. ഒരു വയസ്സ് തികയാത്ത കുട്ടിയായിരിക്കും ഉത്തമം. ചില ശ്രമങ്ങൾ നടന്നു. ആരാണെന്നറിഞ്ഞില്ല, ശംഭുവിന്റെ കാര്യം സൂചിപ്പിച്ചു. ഞാനൊന്നു ഞെട്ടി. ഞാൻ തയ്യാറായാലും ശാന്തമ്മ സമ്മതിക്കില്ല എന്നെനിക്കുറപ്പായിരുന്നു. ഒടുവിൽ ഞങ്ങൾ എട്ടുമാസം പ്രായമുള്ള കുഞ്ഞിനെ *സ്വയംവര*ത്തിലെ വിശ്വത്തിന്റെയും സീതയുടെയും മകനായി പ്രത്യക്ഷപ്പെടാനനുവദിച്ചു.

അനേകം ദിനരാത്രങ്ങൾ ശാന്തമ്മയും മനുവും ശംഭുവും ഷൂട്ടിങ് സെറ്റിൽ. നായികയുടെ കൈയിലെത്തുമ്പോൾ അവൻ ഇടതടവില്ലാതെ പ്രതിഷേധിച്ചു. അവന്റെ കരച്ചിൽ ആ പ്രദേശം മുഴുവൻ കേൾക്കാമായിയിരുന്നു. ഒരു ശിശുവിന്റെ മൗലികാവകാശത്തിലുള്ള ഒരു കടന്നുകയറ്റമാണ് അന്ന് ഞാൻ ചെയ്തത് എന്ന കുറ്റബോധം ഇടയ്ക്കിടെ എന്നെ അലട്ടാറുണ്ട്. ശംഭുവിന്റെ ഉപബോധത്തിലെവിടെയോ എനിക്കെതിരെയുള്ള ഒരമർഷം അവൻ കാത്തുസൂക്ഷിക്കുന്നുണ്ടോ എന്ന് എനിക്ക് സംശയമുണ്ട്. അന്നു കുട്ടികളെ നോക്കാനായി ഒരു പെൺകുട്ടി ഞങ്ങളുടെ കൂടെ താമസിച്ചിരുന്നു. ഷൂട്ടിന് പോകുമ്പോൾ അവളും കൂടെയുണ്ടാകും. പല രാത്രികളിലും വളരെ വൈകി വീട്ടിലെത്തുന്ന എന്റെ കുടുംബം അയൽപക്കത്തുള്ള ചിലരെ അസ്വസ്ഥരാക്കി. അവർ ചില കഥകൾ പറഞ്ഞു പരത്തി. രാഷ്ട്രീയമായി ഞാൻ ഒറ്റപ്പെട്ടവനും നോട്ടപ്പുള്ളിയുമായ കാലമായിരുന്നു.

സ്വയംവരം തിയേറ്ററുകളിൽ വലിയതോതിൽ സ്വീകരിക്കപ്പെട്ടില്ല. തിരുവനന്തപുരത്തെ ചെറുപ്പക്കാരായ ബുദ്ധിജീവികൾ അതിന് മറ്റൊരു പേരു നല്കാൻ ഒരുമ്പെട്ടു. 'സ്വയംവധം' എന്നതായിരുന്നു തമാശപ്പേര്.

'ചിത്രലേഖ'യുടെ സ്റ്റുഡിയോ പദ്ധതിക്ക് സർക്കാർ സ്ഥലം അനുവദിച്ചു. ഭീമമായ ഒരു തുക കടമായും ലഭിച്ചു. ഞാനും തുടക്കംമുതൽ ഒപ്പമുണ്ടായിരുന്ന മറ്റു ചില സുഹൃത്തുക്കളും ഇതിനകംതന്നെ അകത്തായിരുന്നു. ഞാൻ വി ആർ രാജശേഖരൻ നായരെ ഓർമ്മിക്കുന്നു. സെക്രട്ടേറിയേറ്റ് ഉദ്യോഗസ്ഥനായിരുന്നു. ഞങ്ങൾ ഒരുമിച്ച് സി ജെ തോമസിന്റെ നാടകങ്ങൾ അവതരിപ്പിച്ചിട്ടുണ്ട്. ഞാനാണ് രാജശേഖരനെ 'ചിത്രലേഖ'യുമായി അടുപ്പിച്ചത്. ഫിലിം സൊസൈറ്റിയുടെ തുടക്കകാലത്ത് ഭൂരിഭാഗം അംഗങ്ങളും അദ്ദേഹത്തിന്റെ ഓഫീസിൽനിന്നും എന്റെ ഓഫീസിൽനിന്നുമായിരുന്നു. എന്നേക്കാൾ സജീവമായി ഫിലിം സൊസൈറ്റിയുടെ ദൈനംദിന പ്രവർത്തനങ്ങളിൽ അദ്ദേഹം ഏർപ്പെട്ടു. *സ്വയംവര*ത്തിൽ വിശ്വത്തെയും സീതയെയും ഒരു രാത്രി വിരട്ടാനെത്തുന്ന പൊലീസുകാരനായി അദ്ദേഹം വേഷമിട്ടിരുന്നു. ഏതോ ഒരു ഘട്ടത്തിൽ അദ്ദേഹം സ്ഥാപനത്തിൽനിന്നും അകന്നുപോയി. രാജശേഖരൻ ഇന്ന് ജീവിച്ചിരിപ്പില്ല.

കേരള സംസ്ഥാന അവാർഡ് കമ്മിറ്റി *സ്വയംവര*ത്തിന് വലിയ അംഗീകാരമൊന്നും നല്കിയില്ല. സമിതിയിലെ രണ്ട് മുഖ്യ അംഗങ്ങൾ പ്രതിഷേധിക്കുകയും പരസ്യ

പ്രസ്താവനയ്ക്ക് മുതിരുകയും ചെയ്തു. പൂണെയിലെ ഫിലിം ആർക്കൈവ്സിന്റെ മേധാവി പി കെ നായരും കേന്ദ്ര വാർത്താവിതരണ വകുപ്പിലെ ഉയർന്ന ഉദ്യോഗസ്ഥനും എഴുത്തുകാരനുമായ ഹമീദുദ്ദീൻ മുഹമ്മദുമായിരുന്നു അവർ. ദേശീയ തലത്തിൽ വലിയ വാർത്താ പ്രാധാന്യമാണ് ചിത്രത്തിനു ലഭിച്ചത്. കേന്ദ്ര സർക്കാർ സ്ഥാപനത്തിന്റെ ധനസഹായത്തോടെ നിർമ്മിച്ച ചിത്രം തഴയപ്പെട്ടത് വലിയ വിമർശനത്തിന് വിധേയമായി. ഏതാനും മാസങ്ങൾക്കകം കേന്ദ്ര ചലച്ചിത്ര അവാർഡുകൾ പ്രഖ്യാപിക്കപ്പെട്ടു. ഏറ്റവും മികച്ച ചിത്രം, മികച്ച സംവിധായകൻ, മികച്ച നടി, മികച്ച ഛായാഗ്രാഹകൻ എന്നീ പുരസ്കാരങ്ങൾ *സ്വയംവരം* നേടി. അത്ഭുതകരമായ അംഗീകാരങ്ങളുടെ പെരുമഴ.

(സംസ്ഥാന ചലച്ചിത്ര അക്കാദമി പ്രസിദ്ധീകരിച്ച *കെ പി കുമാരൻ പ്രദേശം, ആധുനികത, സിനിമ* എന്ന പുസ്തകത്തിൽനിന്ന്)

സ്വയംവരസാക്ഷാൽക്കരം

അടൂർ ഗോപാലകൃഷ്ണൻ

വർഷങ്ങളുടെ പരിശ്രമത്തിന്റെയും നഷ്ടമായ നിരവധി അവസരങ്ങളുടെയും അലസിപ്പോയ *അസാരം* സംരംഭങ്ങളുടെയും അവസാനം *സ്വയംവരം* സാക്ഷാൽക്കരിക്കപ്പെട്ടു. ഫിലിം ഇൻസ്റ്റിറ്റ്യൂട്ടിൽനിന്ന് 1965 ൽ പാസായി പുറത്തിറങ്ങിയെങ്കിലും നാട്ടിൽ നിലവിലിരുന്ന, ഇന്നും മാറ്റമില്ലാത്ത നിർമ്മാണവ്യവസ്ഥ സിനിമയെപ്പറ്റി ശാസ്ത്രീയമായി പഠിച്ച ഒരാൾക്ക് സ്വാഗതമരുളുന്ന തരത്തിലുള്ളതായിരുന്നില്ല. അതുകൊണ്ടുതന്നെ പരമ്പരാഗത രീതിയിലുള്ള മൂലധനസംഭരണശ്രമം വേഗം അവസാനിപ്പിക്കയായിരുന്നു. ഒരു സഹകരണസംഘം രൂപീകരിച്ച് സർക്കാരിൽനിന്ന് ലഭിക്കാവുന്ന ആനുകൂല്യങ്ങളോടെ സിനിമയെടുക്കാമെന്ന് ഓഫീസുമുറകളും ലോകകാര്യങ്ങളും അറിയാവുന്ന മുൻ സഹപാഠി കുളത്തൂർ ഭാസ്കരൻ നായർ നിർദ്ദേശിച്ചു. മറിച്ചൊരഭിപ്രായം പറയാനുള്ള അറിവില്ലാതിരുന്നതിനാൽ സംഘം രൂപീകരിക്കാനുള്ള ശ്രമമായി. ഒപ്പം ഫിലിം സൊസൈറ്റി പ്രവർത്തനം ഉഷാറായി നടന്നു. അത് തിരുവനന്തപുരത്തു മാത്രമല്ല, കേരളം മുഴുവൻ വ്യാപിപ്പിക്കാനുള്ള ശ്രമം രാവും പകലും തുടർന്നു. സിനിമ കാണാൻ പഠിപ്പിക്കാനിറങ്ങിയ തട്ടിപ്പുസംഘം എന്നു തുടങ്ങിയുള്ള ബഹുമതികൾ, ബുദ്ധിജീവികൾ ഇടയ്ക്ക് ചാർത്തിത്തന്നുകൊണ്ടുമിരുന്നു. ഒന്നോർത്താൽ അവരുടെ അധിക്ഷേപാരോപണങ്ങളുടെ അടിത്തട്ടിൽ സത്യത്തിന്റെ തിളക്കമുണ്ടായിരുന്നു. ഉത്തമസിനിമ അറിഞ്ഞുകാണാനും കണ്ടത് കാര്യമായി കരുതാനുമുള്ള പ്രേരണതന്നെയാണല്ലോ ഫിലിം സൊസൈറ്റികളുടേത്. തട്ടിപ്പ് എന്ന പ്രയോഗത്തിൽ മാത്രം അസത്യത്തിന്റെ അശ്ലീലം പറ്റിയിരുന്നുവെന്നുമാത്രം.

മനസ്സിൽ മുറിവും ചതവും ഏല്പിച്ചുപോയ അത്തരം അനുഭവങ്ങൾ എങ്ങുമെത്താത്ത അലച്ചിലിന്റെ അക്കാലത്ത് ഏറെയുണ്ടായിരുന്നു. *സ്വയംവരം* യാഥാർത്ഥ്യമാകുന്നത് അന്നത്തെ ഫിലിം ഫൈനാൻസ് കോർപ്പറേഷനിൽനിന്ന് 18

ശതമാനം പലിശവ്യവസ്ഥയിൽ അനുവദിച്ച കിട്ടിയ ഒന്നര ലക്ഷം രൂപയുടെ വായ്പയും ഡോക്യുമെന്ററി ചിത്രങ്ങൾ ചെയ്ത സമ്പാദിച്ച ഒരു ലക്ഷം രൂപയും ചേർന്നുള്ള രണ്ടര ലക്ഷത്തിന്റെ മുതൽമുടക്കിലാണ്. സിനിമ ആരംഭിക്കുന്നത് പതിവു ഭേദിച്ച് യുവാക്കളായ ആണും പെണ്ണും തങ്ങളുടെ ജീവിതം സ്വയം കരുപ്പിടിപ്പിക്കാൻ തീരുമാനിച്ച് ഒത്തു പുറപ്പെടുന്ന ഒരു യാത്രയിലൂടെയാണ്. ചിത്രം അവസാനിക്കുന്നതാകട്ടെ സ്വയം ഒരു തീരുമാനമെടുത്ത് ഭാവിയെ നേരിടാൻ തയ്യാറെടുക്കുന്ന നായികയിലും. ഒരു ചലച്ചിത്രകാരനെന്ന നിലയിൽ എന്റെ വഴി സ്വയം തെരഞ്ഞെടുക്കുകയെന്ന അത്രമേൽ എളുപ്പമല്ലാത്ത കർമ്മവും ഈ ചിത്രത്തിന്റെ രചനയിലൂടെ എനിക്ക് നിർവ്വഹിക്കാനുണ്ടായിരുന്നുവെന്ന് ഞാനിന്ന് കണ്ടറിയുന്നു.

സിനിമയുടെ കഥാബീജം, നാടകത്തിലോ നോവലിലോ ഉള്ളതുപോലെതന്നെ എവിടെനിന്നോ എങ്ങനെയോ പാറിവീഴുന്നതാണ്. ആ വിത്തു മുളപ്പിച്ച വിതറിയ വൃക്ഷത്തോട് വളർന്നുവലുതാവുന്ന തരുവിന് തിരിച്ചറിയാവുന്ന സാദൃശ്യം കാണണമെന്ന് നിർബ്ബന്ധമില്ല. അങ്ങനെയല്ലാതെയാവുകയും പലപ്പോഴും പതിവ്. കാരണം, അത്തരം ആദ്യപ്രചോദനങ്ങൾ ഊർജ്ജവും ഓജസ്സുമുള്ള കാരകങ്ങളായി കളംമാറി വർത്തിക്കുക അസാധാരണമല്ല.

ഫിലിം ഇൻസ്റ്റിറ്റ്യൂട്ടിലെ എന്റെ പരിശീലന പരിപാടിയിലെ ഒരു സുപ്രധാന ഇനം വ്യത്യസ്തമായ പല ഇതിവൃത്തസൂചനകൾ ഉപയോഗപ്പെടുത്തി സ്വന്തവും സ്വതന്ത്രവുമായ തിരക്കഥ രചിക്കുക എന്നതായിരുന്നു. പ്രശസ്തമായ ചില കഥകളാവും ചിലപ്പോൾ ഇതിനുവേണ്ടി നിർദ്ദേശിക്കപ്പെടുക. ഇനി ചിലപ്പോൾ നിലവിലുള്ള സിനിമയുടെ ചില സ്വഭാവങ്ങൾ നിലനിർത്തിക്കൊണ്ട് അതിനെ പുതിയ രീതിയിൽ അവതരിപ്പിക്കുകയെന്നതാവാം. ഇക്കൂട്ടത്തിൽ സംവിധാനം പഠിപ്പിച്ചിരുന്ന ഋത്വിക് ഘട്ടക്കിന്റെ *സുവർണ്ണരേഖ* ഞങ്ങൾ വിദ്യാർത്ഥികളെ ഏറെ ആകർഷിച്ച ഒരു സിനിമയായിരുന്നു. കിഴക്കേ ബംഗാളിൽനിന്ന് തന്റെ കൊച്ചനുജത്തി സീതയുമായി അഭയാർത്ഥിയായി ഉൾനാട്ടിലെത്തിയ ഈശ്വർ ചക്രവർത്തി താഴ്ന്ന ജാതിയിലുള്ള അനാഥനായ അഭിരാം എന്ന കുട്ടിയെ എടുത്തുവളർത്തിയിരുന്നു. കാലംപോകെ, ഈശ്വർ നിശ്ചയിച്ചപ്രകാരമുള്ള വിവാഹത്തിന്റെ തലേന്നാൾ സീതയും അഭിയും

ഒന്നിച്ച് സ്ഥലംവിടുന്നു. അത് ഈശ്വറിന് താങ്ങാനായില്ല. സ്വന്തമായി ഒരു കുടുംബമോ മറ്റ് അടുത്ത ബന്ധുക്കളോ ഇല്ലാത്ത ഈശ്വർ എല്ലാം നഷ്ടപ്പെട്ടവനെപ്പോലെയായി. അങ്ങനെയിരിക്കെ പഴയകാലത്തെ ഒരു സ്നേഹിതൻ, അയാൾ പണ്ഡിതനും രസികനും മദ്യപാനിയുമൊക്കെയാണ്, ഈശ്വറിനെ കാണാനെത്തുന്നു. അവർ സൗഹൃദം പുതുക്കുകയും വീണ്ടും കാണാമെന്നുറപ്പിച്ച് പിരിയുകയും ചെയ്യുന്നു.

കുറെ കാലത്തിനുശേഷം കല്ക്കത്തയിലെത്തുന്ന ഈശ്വർ പഴയ സ്നേഹിതനെ കണ്ടുമുട്ടുന്നു. അതൊന്നാഘോഷിക്കാൻ തന്നെ മദ്യപാനിയായ സ്നേഹിതൻ തീരുമാനിച്ചു. ഇരുവരും കണക്കറ്റ് മദ്യപിച്ച് നഗരത്തിലെ തെരുവീഥികളിൽ അലഞ്ഞു നടന്നു. ഈ നഗരത്തിന് ഇനിയും ചില രസങ്ങളൊക്കെ തരാൻ കഴിയും, സ്നേഹിതൻ ഈശ്വറിനെ പ്രലോഭിപ്പിച്ചു. അവർ വേശ്യാത്തെരുവിലാണ് ചെന്നെത്തുന്നത്. അവിടെയുള്ള ഒരു കൊച്ചു വീട്ടിലേക്ക് ഈശ്വർ അർദ്ധബോധത്തിൽ കയറിച്ചെന്നു. അകത്തുനിന്ന് സീത സഹോദരനെ കണ്ടു. ഈ വേശ്യാത്തെരുവിൽ എത്തുന്നതിനു മുൻപ് അവളുടെ കമിതാവിന് ഒരു ബസ് ഡ്രൈവറുടെ ജോലിയുണ്ടായിരുന്നു. ബസിടിച്ച് ഒരു കുട്ടി മരിക്കാനിടയായതിൽ ക്ഷോഭിച്ച ജനക്കൂട്ടം അഭിയെ അടിച്ചുകൊന്നതിനുശേഷം അനാഥയായ സീത വേശ്യാവൃത്തിയിലേക്ക് നയിക്കപ്പെട്ടു.

സഹോദരനെ സ്വീകരണമുറിയിൽ കണ്ടതും സീതയ്ക്ക് പിന്നെ ജീവിക്കണമെന്നില്ലാതായി. അരിവാളാൽ അവൾ സ്വയം കഴുത്തറുത്തു മരിക്കയാണ്.

സീതയും അഭിയും വീടുവിട്ട് കല്ക്കത്തയിലേക്കു പലായനം ചെയ്തതു മുതൽ സീത വേശ്യാത്തെരുവിൽ എത്തുന്നതുവരെയുള്ള കാലഘട്ടത്തെപ്പറ്റി സിനിമയിൽ ഒന്നും പറയുന്നില്ല. ഈ ഇടക്കാലം അവർക്കെന്തായിരിക്കും സംഭവിച്ചിരിക്കുക എന്ന്

അക്കാലത്തൊക്കെ ആലോചിച്ചിട്ടുണ്ട്. ഒരുപക്ഷേ, ആ ചിന്തയായിരിക്കാം *സ്വയംവര*ത്തിന്റെ ബീജാവാപത്തിലേക്കു നയിച്ചത്. ഒരു വേള അങ്ങനെ അല്ലാതെയുമിരിക്കാം. എന്തായാലും ഘട്ടക്കിന്റെ സീതയും അഭിയുമല്ല *സ്വയംവര*ത്തിലെ സീതയും വിശ്വനാഥനും. അവർ തികച്ചും മലയാളി മദ്ധ്യവർഗ്ഗത്തിന്റെ പിന്തുടർച്ചക്കാരും പ്രതിനിധികളും തന്നെ. ആദ്യം മനസ്സിൽ തട്ടുന്ന, നമ്മെ അലട്ടുന്ന ഒരനുഭവത്തിൽനിന്ന് ഒരു ചിന്തയിൽനിന്ന്, സന്ദർഭത്തിൽനിന്ന് എത്രയോ രാസമാറ്റങ്ങളിലൂടെ രൂപാന്തരങ്ങളിലൂടെ കടന്നുപോയിട്ടാണ് സാർത്ഥകമായ ഒരു സിനിമ രൂപപ്പെടുന്നത്.

1972 നവംബർ 24 നായിരുന്നു ചിത്രത്തിന്റെ റിലീസ്. ഒന്നാംവാരം കടന്നതോടെ താങ്ങിനിർത്താൻ ആളില്ലാതെ തടഞ്ഞുവീഴുകയായിരുന്നു. പിന്നീട് ഏതാനും മാസങ്ങൾക്കുശേഷം, ദേശീയ അവാർഡുകളുടെ ബലത്തിൽ ഒന്നുകൂടി തിയേറ്ററുകളിൽ എത്തിച്ചു. ഇത്തവണ കാഴ്ചക്കാരുണ്ടായി, പടം തഞ്ചമായി നിന്നോടി. മുതൽ മുടക്കും ലാഭവും വന്നു. അതു പ്രസാദാത്മകമായ പുതിയ തുടക്കമായി.

(സിനിമ സംസ്കാരം, മാതൃഭൂമി ബുക്സ്, കോഴിക്കോട്, 2011)

അനുബന്ധം

സ്വയംവരം
സമ്പൂർണ്ണ ക്രെഡിറ്റ് ടൈറ്റിൽ

അവതരണം
ചിത്രലേഖ ഫിലിം കോ-ഓപ്പറേറ്റീവ്

സാമ്പത്തിക സഹകരണം
ഫിലിം ഫൈനാൻസ്
കോർപ്പറേഷൻ

വിതരണം
ചിത്രലേഖ ഫിലിം കോ-ഓപ്പറേറ്റീവ്

അഭിനയിക്കുന്നവർ

മധു
ശാരദ
തിക്കുറിശ്ശി
അടൂർഭവാനി
കെ പി എ സി ലളിത
വൈക്കം ചന്ദ്രശേഖരൻ നായർ
ജി ശങ്കരപ്പിള്ള
ആർട്ടിസ്റ്റ് വലിയത്താൻ
ഫാദർ അയ്യനേത്ത്
കുമാർ
പ്രൊഫസർ ചന്ദ്രശേഖരൻ നായർ
അഡ്വക്കേറ്റ് സദാശിവൻ
കല്ലട വാസുദേവൻ
വക്കം വിജയൻ
പി കെ വേണുക്കുട്ടൻനായർ
കരമന ജനാർദ്ദനൻ നായർ
രാജശേഖരൻ
ബി കെ നായർ
ഗോപി
പി സി സോമൻ
പൂജപ്പുര സോമശേഖരൻ നായർ
രാംചന്ദ്
ഭാസ്കരൻ
മാധവൻ വൈദ്യൻ
കുറുപ്പ്
ശോഭ
പ്രസന്നൻ
ദിവാകരൻ നായർ
തമ്പി
ദേവൻ
പി എം നാഥ്
കൂടാതെ നിരവധി
ചിത്രലേഖ സുഹൃത്തുക്കൾ

സഹായികൾ

സംവിധാനം

ജി കെ പിള്ള

ശബ്ദലേഖനം

വർഗ്ഗീസ്

ചമയം

വേലപ്പൻ

നിർമ്മാണം

മീരാൻ
അയ്യപ്പൻ നായർ
അറുമുഖം
മാധവൻ
ഭാസ്കരൻ
ചന്ദ്രൻ
ഗോപാലകൃഷ്ണൻ
കൃഷ്ണൻ

ഛായാഗ്രഹണം
ബേബി
മാധവൻ
കൊച്ചു
ജോർജ്ജ്
കുമാർ
സഭാപതി

ചിത്രസന്നിവേശം
ജി കെ പിള്ള
ശശികുമാർ
ദൊരൈ

നിശ്ചല ഛായാഗ്രഹണം
ഹരി
സുകുമാരൻ
പാരമൗണ്ട് ഫോട്ടോഗ്രാഫേഴ്സ്

ശബ്ദലേഖന വിഭാഗം
ചിത്രലേഖ ഫിലിം കോ-ഓപ്പറേറ്റീവ്

ഛായാഗ്രഹണ വിഭാഗം
പ്രസാദ് പ്രൊഡക്ഷൻസ്
അജന്താസ്റ്റുഡിയോ

ചിത്രസന്നിവേശം
ഗ്രാഫിക് ആർട്ട്സ്

ചിത്രസംസ്കരണം
എ വി എം ലാബറട്ടറീസ്

സഹ ഛായാഗ്രഹണം
മാർട്ടിൻ അലോഷ്യസ്

സഹചിത്ര സന്നിവേശം
മണി

സഹസംവിധാനം
രാംചന്ദ്
കുമാരൻ

വാസ്തുശില്പം
ശിവശക്തൻ നായർ

കലാസംവിധാനം
ദേവദത്തൻ

നിർവ്വഹണ സഹകരണം
എൻ ജയകൃഷ്ണൻ നായർ
വി പി നായർ

നിശ്ചല ഛായാഗ്രഹണം
എൻ എൻ ബാലകൃഷ്ണൻ
തിയഡോർ മച്ചാഡോ

നിർവ്വഹണം
കുളത്തൂർ ഭാസ്കരൻ നായർ

കലാവിഭാഗം
എം വി ദേവൻ
ദേവദത്തൻ
നമ്പൂതിരി
കരുണാകരൻ
സോമൻ

ചമയം
കെ ജി രാമു

ശബ്ദലേഖനം
ദേവദാസ്

സംഗീതം
എം ബി ശ്രീനിവാസൻ
ചിത്രസന്നിവേശം
രമേശൻ

ഛായാഗ്രഹണം
രവിവർമ്മ

തിരക്കഥ
അടൂർ ഗോപാലകൃഷ്ണൻ
കുമാരൻ

സംവിധാനം
അടൂർ ഗോപാലകൃഷ്ണൻ

പുരസ്കാരങ്ങൾ മേളകൾ
1973 മോസ്കോ രാജ്യാന്തര ചലച്ചിത്രോത്സവം (റഷ്യ)
ഇന്ത്യയുടെ ഔദ്യോഗിക എൻട്രി

1973 ദേശീയപുരസ്കാരം
മികച്ചചിത്രം
മികച്ച സംവിധായകൻ-അടൂർ ഗോപാലകൃഷ്ണൻ
മികച്ച നടി-ശാരദ
മികച്ച ഛായാഗ്രഹണം-മങ്കട രവിവർമ്മ

1973 സംസ്ഥാനപുരസ്കാരം
മികച്ച ഛായാഗ്രഹണം (ബ്ലാക്ക് ആന്റ് വൈറ്റ്)- മങ്കട രവിവർമ്മ
മികച്ച കലാസംവിധാനം-ദേവദത്തൻ

നാഷണൽ ഫിലിം ആർക്കൈവ് ഇംഗ്ലീഷ് സബ്ടൈറ്റിലോടെ ഡിജിറ്റലായി സിനിമയുടെ പതിപ്പ് സംരക്ഷിച്ച് സൂക്ഷിക്കുകയും 2012 ലെ ഇന്ത്യയുടെ രാജ്യാന്തര മേളയിൽ വീണ്ടും പ്രദർശിപ്പിക്കുകയും ചെയ്തു.

അമേരിക്കയിലെ വിസ്കോസിൻ സർവ്വകലാശാല *സ്വയംവരം* അടക്കം അടൂരിന്റെ എല്ലാ സിനിമകളും ശേഖരിച്ച് സൂക്ഷിക്കുന്നു.

ലോകത്തെ വിഖ്യാതമായ മേളകളിൽ ചിത്രം ആവർത്തിച്ച് പ്രദർശിപ്പിക്കപ്പെടുന്നു.

നന്ദി

ശ്രീ. അടൂർ ഗോപാലകൃഷ്ണൻ
ശ്രീ. ഗോപിനാരായണൻ
ശ്രീ. പ്രദീപ് പനങ്ങാട്
ശ്രീ. അമൃത് ലാൽ, ന്യൂഡൽഹി
ശ്രീമതി ലക്ഷ്മി വാസുദേവൻ
ശ്രീ. രാജീവ് ഗോപാലകൃഷ്ണൻ
ശ്രീ. എ മീരാസാഹിബ്
ശ്രീ. വി ഡി ശെൽവരാജ്
ശ്രീ. എൽ ആർ ഷാജി
ശ്രീ. സാജു ചേലങ്ങാട്
ശ്രീ. മനു സിമ
ശ്രീ. മണർകാട് മാത്യു
ശ്രീ. എ സി റെജി, *കേരളകൗമുദി*
ശ്രീ. മാനുവൽ ജോർജ്ജ്, *മലയാള മനോരമ*
ശ്രീ. മുബാറക്ക്, *കേരള യൂണിവേഴ്സിറ്റി ലൈബ്രറി*
ശ്രീ. സഹാനി ആർ
ശ്രീ. വിനോദ് ഗോപിനാഥ്
ശ്രീ. എസ് ഗിരീശൻ
ശ്രീ. ചന്ദ്രദത്തൻ, *കേരളകൗമുദി*
ശ്രീ. ആർ ഗോപാലകൃഷ്ണൻ, ഫോട്ടോഗ്രാഫർ

www.ingramcontent.com/pod-product-compliance
Lightning Source LLC
LaVergne TN
LVHW101405051026
849519LV00005BC/1660